சோழப் புலிகள்

1974 இல் பிறந்த அமீஷ், இந்தியாவில் வசிக்கும் ஒரு சிறந்த விற்பனை மற்றும் விருது பெற்ற எழுத்தாளர். அவர் ஒரு ஒலிபரப்பாளர், ஒரு வீடியோ கேமிங் நிறுவனத்தின் இணை நிறுவனர், ஒரு திரைப்படத் தயாரிப்பாளர் மற்றும் முன்னாள் இந்தியத் தூதர் ஆவார்.

அவரது புத்தகங்கள் 8 மில்லியனுக்கும் அதிகமான பிரதிகள் விற்பனையாகியுள்ளன, மேலும் 21 மொழிகளில் மொழிபெயர்க்கப்பட்டுள்ளன. அவரது சிவா முத்தொகுதி இந்தியப் பதிப்பக வரலாற்றில் அதிவேகமாக விற்பனையான புத்தகத் தொடராகும், மேலும் அவரது ராம் சந்திரா தொடர் இரண்டாவது அதிவேகமாக விற்பனையாகும் புத்தகத் தொடராகும். இடைக்கால இந்திய வரலாற்றை அடிப்படையாகக் கொண்ட அவரது 'இண்டிக் க்ரோனிகல்ஸ்' புத்தகங்களும் பெரும் வெற்றி பெற்ற சிறந்த விற்பனைப் புத்தகங்களாகும்.

அமீஷ் பல ஆண்டுகளாக இந்தியாவில் தயாரிக்கப்பட்ட பல பாராட்டப்பட்ட ஆவணப்படங்களை தொகுத்து வழங்கியுள்ளார், மேலும் அவர் ஒரு வெற்றிகரமான பாட்காஸ்டர் ஆவார். அவர் புகழ்பெற்ற ஐஐஎம் கல்கத்தா வணிகப் பள்ளியில் பட்டம் பெற்றவர், அதற்கு முன்பு மும்பையில் உள்ள செயின்ட் சேவியர் கல்லூரியில் கணிதத்தில் இளங்கலை அறிவியல் பட்டம் பெற்றார்.

நீங்கள் அமிஷுடன் இங்கே இணையலாம்:

www.facebook.com/authoramish
www.instagram.com/authoramish
www.twitter.com/authoramish

அமீஷின் பிற நூல்கள்

சிவா முத்தொகுப்பு

இந்திய பதிப்பக வரலாற்றில் வேகமாக விற்பனையாகும் புத்தகத் தொடர்

மெலூஹாவின் அமரர்கள் (புத்தகம் 1)

நாகர்களின் ரகசியம் (புத்தகம் 2)

வாயுபுத்ரர் வாக்கு (புத்தகம் 3)

ராம் சந்திரா தொடர்

இந்திய பதிப்பக வரலாற்றில் இரண்டாவது வேகமாக விற்பனையாகும் புத்தகத் தொடர்

ராம் : இக்ஷ்வாகு குலத்தோண்ட்ரல் (புத்தகம் 1)

சீதா - மிதிலைப் போர் மங்கை (புத்தகம் 2)

ராவணன் : ஆர்யவர்தாவின் எதிரி (புத்தகம் 3)

இலங்கை போர் (புத்தகம் 4)

தி இண்டிக் க்ரோனிகல்ஸ்

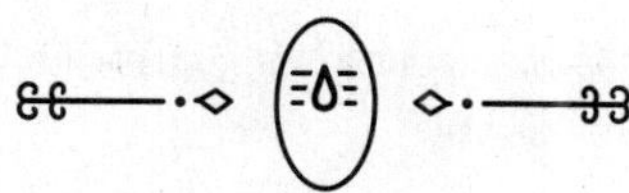

‘{அமீஷின்} எழுத்துக்கள் இந்தியாவின் வளமான கடந்த காலம் மற்றும் கலாச்சாரம் குறித்து மிகுந்த ஆர்வத்தை ஏற்படுத்தியுள்ளன.’

—நரேந்திர மோடி

(மாண்புமிகு இந்தியப் பிரதமர்)

‘{அமீஷின்} எழுத்துக்கள் இளைஞர்களைப் பண்டைய விழுமிய அமைப்புகளுக்கு அறிமுகப்படுத்துவதோடு, அவர்களின் ஆர்வத்தைத் தூண்டி திருப்திப்படுத்துகின்றன...’

—ஸ்ரீ ஸ்ரீ ரவிசங்கர்

(ஆன்மீகத் தலைவர் மற்றும் ஆர்ட் ஆஃப் லிவிங் அறக்கட்டளையின் நிறுவனர்)

‘{அமீஷின்} எழுத்துக்கள் விறுவிறுப்பானவை, ஈர்க்கக்கூடியவை மற்றும் தகவல்களைத் தருபவை.’

—அமிதாப் பச்சன்

(நடிகர் மற்றும் வாழும் ஜாம்பவான்)

‘{அமீஷ்} இந்தியாவின் மிகச்சிறந்த கதைசொல்லிகளில் ஒருவர், படைப்பாற்றல் மிக்கவர், கற்பனை வளம் கொண்டவர், அதனால் நீங்கள் அடுத்த பக்கத்தைத் திருப்பியே ஆக வேண்டும்.’

—லார்ட் ஜெஃப்ரி ஆர்ச்சர்

(எல்லா காலத்திலும் அதிகம் விற்பனையாகும் எழுத்தாளர்களில் ஒருவர்)

‘{அமீஷின்} எழுத்துக்கள் வரலாறு மற்றும் புராணங்களின் ஒரு சிறந்த கலவை... விறுவிறுப்பானது மற்றும் கீழே வைக்க முடியாதது.’

—பிபிசி

‘சிந்தனைக்குரிய மற்றும் ஆழமான அமீஷ், வேறு எந்த எழுத்தாளரையும் விட புதிய இந்தியாவைப் பிரதிபலிக்கிறார்.’

—வீர் சங்கவி

(மூத்த பத்திரிகையாளர் மற்றும் கட்டுரையாளர்)

‘{அமீஷ்} இந்தியாவிலிருந்து உலகிற்கு கிடைத்த ஒரு அசாதாரண பரிசு. பண்டைய புராணக் கதைகளை எடுத்துக்கொண்டு, அவற்றுக்கு நவீன காலத்தில் பொருத்தத்தை அளிப்பதன் மூலம் அவர் ஒரு சிறந்த சேவையைச் செய்துள்ளார்.’

—தீபக் சோப்ரா

(உலகப் புகழ்பெற்ற ஆன்மீக குரு மற்றும் அதிகம் விற்பனையாகும் நூல்களின் ஆசிரியர்)

{அமீஷ்} தன் தலைமுறையின் மிகவும் தனித்துவமான சிந்தனையாளர்களில் ஒருவர்.

—அர்னாப் கோஸ்வாமி

(மூத்த பத்திரிகையாளர் மற்றும் நிர்வாக இயக்குநர், ரிபப்ளிக் டிவி)

{அமீஷிடம்} நுணுக்கமான விவரங்களைக் கவனிக்கும் திறனும், வசீகரிக்கும் கதை சொல்லும் பாணியும் உள்ளது.

—டாக்டர் சசி தரூர்

(நாடாளுமன்ற உறுப்பினர் மற்றும் எழுத்தாளர்)

'{அமீஷிடம்} கடந்த காலத்தைப் பற்றிய ஒரு அசாதாரணமான, தனித்துவமான மற்றும் கவர்ச்சிகரமான பார்வையுடன் கூடிய ஆழ்ந்த சிந்தனைமிக்க மனம் உள்ளது.'

—சேகர் குப்தா

(மூத்த பத்திரிகையாளர் மற்றும் கட்டுரையாளர்)

'புதிய இந்தியாவைப் புரிந்துகொள்ள, நீங்கள் அமீஷைப் படிக்க வேண்டும்.'

—ஸ்வபன் தாஸ்குப்தா

(நாடாளுமன்ற உறுப்பினர் மற்றும் மூத்த பத்திரிகையாளர்)

'அமீஷின் அனைத்துப் புத்தகங்கள் வழியாகவும் ஒரு தாராளவாத, முற்போக்குக் கருத்தியல் ஓடுகிறது: பாலினம் பற்றி, சாதி பற்றி, எந்த வகையான பாகுபாடு பற்றியும்... அவர் உண்மையான தத்துவ ஆழம் கொண்ட ஒரே இந்தியச் சிறந்த விற்பனை எழுத்தாளர் ஆவார்—அவரது புத்தகங்கள் அனைத்தும் அபரிமிதமான ஆராய்ச்சி மற்றும் ஆழ்ந்த சிந்தனையால் ஆதரிக்கப்படுகின்றன.'

—சந்திபன் டெப்

(மூத்த பத்திரிகையாளர் மற்றும் எழுத்தாளர்)

'{அமீஷின்} தாக்கம் அவரது புத்தகங்களுக்கு அப்பாற்பட்டது, அவரது புத்தகங்கள் இலக்கியத்திற்கு அப்பாற்பட்டவை, அவரது இலக்கியம் தத்துவத்தில் ஊறிப்போயுள்ளது, அது பக்தியில் வேரூன்றியுள்ளது, அதுவே இந்தியா மீதான அவரது அன்புக்கு உந்துசக்தியாக உள்ளது.'

—கௌதம் சிகர்மானே

(மூத்த பத்திரிகையாளர் மற்றும் எழுத்தாளர்)

'{அமீழ்} ஒரு இலக்கிய நிகழ்வு.'

—(காலஞ்சென்ற) அனில் தார்க்கர்

(மூத்த பத்திரிகையாளர் மற்றும் எழுத்தாளர்)

தி இண்டிக் க்ரோனிகல்ஸ்

சோழப் புலிகள்

சோம்நாத்தின் பழி துடைத்தோர்

அமீஷ்

மற்றும்

தி இம்மார்டல் ரைட்டர்ஸ் சென்டர்

இந்தப் புத்தகத்தில் பொருப்புரிமை அளிக்கப்பட்டவர்கள்
ராம் சிவசங்கரன் மற்றும் பாவ்னா ராய்

தமிழில்:

ஜெயந்தி ரமேஷ்

ekadā

ekadā

First published in English as *The Chola Tigers* in 2025 by HarperCollins *Publishers* India

Published in Tamil as *Sozhap Puligal* in 2026 by Ekadā, an imprint of Westland Books, a division of Nasadiya Technologies Private Limited

No. 269/2B, First Floor. 'Irai Arul', Vimalraj Street, Nethaji Nagar, Alapakkam Main Road, Maduravoyal, Chennai 600095

Westland, the Westland logo, Ekadā and the Ekadā logo are the trademarks of Nasadiya Technologies Private Limited, or its affiliates.

ISBN: 9789371973731

10 9 8 7 6 5 4 3 2 1

Typeset by MAP Systems, Bengaluru

Printed at Thomson Press India Private Limited

இது ஒரு வரலாற்றுப் புனைகதை. இது உண்மையான வரலாற்றுப் பாத்திரங்கள், இடங்கள் மற்றும் நிகழ்வுகளை அடிப்படையாகக் கொண்டது, ஆனால் கதை சொல்லும் நோக்கத்திற்காக கதாபாத்திரங்கள், உரையாடல்கள், நோக்கங்கள் மற்றும் கதைக்களத்தின் திருப்பங்கள் புனைவுபடுத்தப்பட்டுள்ளன. இதில் காணப்படும் சித்தரிப்புகள், போர் அல்லது போர்ப் போன்ற சூழ்நிலைகள், பாலியல் வன்முறை உட்பட வன்முறை, மத, கலாச்சார அல்லது அரசியல் கருப்பொருள்கள் போன்றவை உட்பட, அனைத்தும் நாடகமயமாக்கப்பட்டவை மற்றும் இவை ஆசிரியர், பதிப்பாளர் அல்லது தொடர்புடைய எந்தவொரு நபரின் கருத்துக்களையோ அல்லது அங்கீகாரத்தையோ பிரதிபலிக்கவில்லை.

மத நூல்கள், கோட்பாடுகள் அல்லது சமூக பழக்கவழக்கங்கள் பற்றிய எந்தவொரு குறிப்புகளும் கதை சொல்லும் நோக்கத்திற்காக மட்டுமே சேர்க்கப்பட்டுள்ளன, மேலும் அவை அத்தகைய சித்தாந்தங்களின் நம்பகத்தன்மை, துல்லியம் அல்லது ஆதரவைக் குறிக்கவில்லை. கதாபாத்திரங்களால் பயன்படுத்தப்படும் சொற்கள் அவற்றின் வரலாற்றுச் சூழல்களின் பின்னணியில் வழங்கப்பட்டுள்ளன, மேலும் அவை எந்தவொரு குழுவிற்கும் எதிராக வெறுப்பு, பாரபட்சம் அல்லது பகைமையை ஊக்குவிப்பதாகப் புரிந்துகொள்ளப்படக்கூடாது.

இந்த புத்தகத்தின் நோக்கம் எந்தவொரு தனிநபர், சமூகம் அல்லது மதத்தின் உணர்வுகளைப் புண்படுத்துவது அல்ல. இந்த புத்தகம் வரலாற்றின் ஒரு ஆக்கப்பூர்வமான ஆய்வாகப் படிக்கப்பட வேண்டும், மேலும் இது சமகால அல்லது வரலாற்று சமூக அல்லது மத இயக்கவியல் பற்றிய ஒரு உண்மை அறிக்கை அல்லது வர்ணனையாகக் கருதப்படக்கூடாது.

ஓம் நம சிவாய

பிரபஞ்சம் சிவபெருமானை வணங்குகிறது

சிவபெருமானை வணங்குகிறேன்

கந்தனக்கு அரோகரா, முருகனுக்கு அரோகரா

சிவபெருமானின் மகன் கார்த்திக், வீரம் மிக்க முருகனுக்கு மகிமை

எங்கள் ஆண்டவர்களே, எங்களை தர்மத்தின் வழியில் அழைத்துச் செல்லுங்கள்

என் உடன்பிறப்புகளுக்கு,

பாவ்னா தீதி, அனிஷ் தாதா மற்றும் ஆஷிஷ்

சாலை பாறையாக மாறலாம்,

வாழ்க்கை கடினமாகலாம்,

ஆனால் உலகம் முழுவதும் ஒன்றாக,

நம்மைப் பிரிக்க முடியாது...

அழுத்தம் வைரங்களை உருவாக்கினால்...
நம் அன்பு இப்போது ஒரு வைரம்.

நாம் ஒன்றாக நிறைய கடந்து வந்திருக்கிறோம்,
விதியால் ஒன்றாக சோதிக்கப்பட்டுள்ளோம்,
நாம் ஒற்றுமையில் வலிமையானவர்கள்.

நான் உங்களை நேசிக்கிறேன்.

(தெய்வீகப் பாடலான 'அழுத்தம் வைரங்களை உருவாக்குகிறது' என்பதை சிதைத்ததற்காக டான் வில்லியம்ஸிடம் மன்னிப்பு கேட்டுக்கொள்கிறேன்)

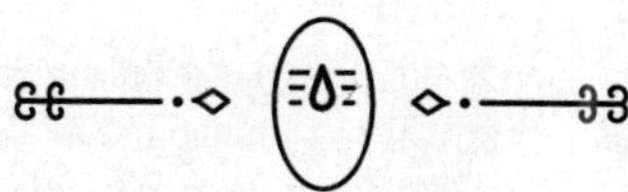

நன்றியுரை

வாழ்விலும் இறப்பிலும், இன்னும் என்னை வழிநடத்தி ஊக்கப்படுத்தும் வினய் குமார் திரிபாதி, ஹிமான்ஷு ராய், டாக்டர் மனோஜ் வியாஸ்.

என் அன்பு மகன், நீல். என் மிகப்பெரிய பெருமை, என் மிக உன்னதமான மகிழ்ச்சி, நான் மிகவும் போற்றும் என் படைப்பு.

என் மனைவி, ஷிவானி. நான் மூழ்கிக்கொண்டிருந்தபோது அவள் என்னைக் கரையேற்றினாள். அவள் என் சிறகுகளுக்குக் கீழ் இருக்கும் காற்று என்பதால் நான் இப்போது வானில் பறக்கிறேன்.

ரைட்டர்ஸ் சென்டரின் ஒரு பகுதியாக இந்தப் புத்தகத்தில் என்னுடன் பணியாற்றிய, அபாரத் திறமை வாய்ந்த எழுத்தாளர் ராம் சிவசங்கரன் மற்றும் ஞானமிக்க எழுத்தாளர் (என் மூத்த சகோதரியும் கூட) பாவ்னா ராய் ஆகியோருக்கு. மேலும், ஆரம்பகட்டத் திருத்தங்களுக்கு உதவிய ஷிகாவுக்கு. இது ஒரு அற்புதமான பயணமாக இருந்தது. *வீரவேல். வெற்றிவேல்.*

என் சகோதர சகோதரிகளான அனிஷ், மீதா, ஆஷிஷ் மற்றும் என் அண்ணி டோனெட்டா ஆகியோருக்கு, அவர்களின் தொடர்ச்சியான ஆதரவு மற்றும் ஆலோசனைக்காக.

என் குடும்பத்தின் மற்ற உறுப்பினர்கள்: உஷா, ஷாரதா, சுரேந்திரா, பங்கூரி மற்றும் சித்தார்த். அவர்களின் மாறாத நம்பிக்கை மற்றும் அன்பிற்காக. குடும்பத்தின் அடுத்த தலைமுறை—மிதான்ஷ், மான்வி, நிகிதா, டேனியல், வருண், ஐடன், கீயா, யஷ், அனிகா மற்றும் அஷ்னா—நமது பெரிய குடும்பத்தின் எதிர்காலம். அவர்கள் பெருகட்டும்!

நீலின் தாயார் ப்ரீத்தி மற்றும் அவரது குடும்பத்தினர், ஷெர்னாஸ், ஸ்மிதா, அனுஜ், ரூட்டா ஆகியோருக்கு, அவர்களின் தொடர்ச்சியான ஆதரவிற்காக.

ஹார்பர்காலின்ஸ் குழுவினர். எனது பதிப்பாளர் பௌலோமி; நந்தினி, ஷப்னம், நவீன், அமேயா மற்றும் அக்ரிதியின் தலைமையிலான முழு சந்தைப்படுத்தல் குழு; விகாஸ், கோகுல், ஸ்ரேயா மற்றும் ராகுலின் தலைமையிலான முழு விற்பனைக் குழு;

நகல் திருத்துநர் ரச்சிதா, பிழைதிருத்துநர் பலோமா மற்றும் ஆசிரியர் ஸ்வாதி; கேரன், செரீனா, டேரன் மற்றும் சினேட் ஆகியோரைக் கொண்ட ஹார்பர்360 குழு; இவர்கள் அனைவரும் ஹார்பர்காலின்ஸ் இந்தியாவின் திறமையான தலைமைச் செயல் அதிகாரி அனந்தால் வழிநடத்தப்பட்டு, ஹார்பர்காலின்ஸ் யுகே, அயர்லாந்து, இந்தியா மற்றும் ஆஸ்திரேலியாவின் தலைமைச் செயல் அதிகாரி சார்லி ரெட்மெய்னின் வழிகாட்டுதலின் கீழும், ஹார்பர்காலின்ஸ் பப்ளிஷர்ஸின் தலைவர் மற்றும் உலகளாவிய தலைமைச் செயல் அதிகாரி பிரையன் முர்ரேயால் உந்தப்பட்டும் செயல்படுகின்றனர். எனது புத்தகங்களை உலகம் முழுவதும் கொண்டு செல்வதால், அவர்களுடனான எனது கூட்டுறவு நாளுக்கு நாள் வலுப்பெற்று வருகிறது.

பிரதிலிபி குழுவினர். வெஸ்ட்லாண்டின் வணிகத் தலைவர் கௌதம், ஆசிரியர் கார்த்திகா, மினாக்ஷி, விதி மற்றும் இந்தக் புத்தகத்தின் இந்திய பிராந்திய மொழிப் பதிப்புகளை வெளியிடும் மீதமுள்ள குழுவினர். கௌதம் ஒன்றரை தசாப்தங்களாக என் நண்பராக இருக்கிறார், மேலும் பதிப்புத் துறையில் உள்ள மிகச் சிறந்த மனிதர்களில் இவரும் ஒருவர்.

அமன், விஜய் பாய், பத்மா, ஸ்ம்ருதி, மெஹுல், கிருஷ்ண், ஜாஷ், பிரேர்னா, கௌரி, குஷி, தனஜி, மிடாலி, அனிஷா, ஷுபாங்கி மற்றும் எனது அலுவலகத்தில் உள்ள எனது சக ஊழியர்கள். அவர்கள் வணிகத்தைக் கவனித்துக்கொள்கிறார்கள், இது எனக்கு எழுதப் போதுமான நேரத்தை அளிக்கிறது. தற்போது லண்டனுக்குச் சென்றுவிட்ட எனது முன்னாள் சக ஊழியர் ஷௌர்யாவையும் நான் குறிப்பிட விரும்புகிறேன்.

ஹேமல், நேஹா, வினித், ஹர்ஷ், லியோனார்ட், கெவின், ஷுபம், விஷ்ருதி, அனுஷ்கா, மசீரா மற்றும் ஆக்டோபஸ் குழு. அவர்கள் புத்தகத்தின் அட்டையை வடிவமைத்துள்ளனர், அது அற்புதமாக இருப்பதாக நான் நினைக்கிறேன். மேலும் அவர்கள் அனைத்து டிஜிட்டல் செயல்பாடுகளையும் மேற்கொள்கின்றனர்.

சந்தீப், காலேப், இஷா, மனிஷ் பாய், டொமினிக், நேஹா, மேக்னா, திஷா, ஜெயேஷ் மற்றும் அவர்களது தொடர்புடைய குழுக்கள், எனது பணிக்குத் தங்களின் வணிகம், சட்டம் மற்றும் சந்தைப்படுத்தல் ஆலோசனைகளை வழங்கி ஆதரவளிக்கின்றனர்.

ஆதித்யா, என் புத்தகங்களை ஆர்வத்துடன் படிப்பவர், இப்போது அவர் ஒரு நண்பராகவும் உண்மை சரிபார்ப்பவராகவும் மாறிவிட்டார்.

கோயம்புத்தூரில் உள்ள ஈஷா ஆசிரமத்திலும் புத்தகத்தின் சில பகுதிகளை எழுதினேன். என் சகோதரி, மனைவி மற்றும் நான் அங்கு

தங்கியிருந்தபோது திவ்யாஜி மற்றும் ஸ்வேதாஜி அளித்த கருணை மற்றும் ஆதரவுக்கு எனது நன்றிகள்.

கடைசியாக, ஆனால் நிச்சயமாக குறைந்தது அல்ல, வாசகர் நீங்கள். இந்த புனைகதை புத்தகம் நேரத்தை எடுத்துக்கொண்டது என்பது எனக்குத் தெரியும்; எனது முந்தைய புனைகதை புத்தகத்திற்கு கிட்டத்தட்ட மூன்று ஆண்டுகளுக்குப் பிறகு. மன்னிக்கவும். இருப்பினும், எனது பாதுகாப்பில், உங்களுக்காக ஆவணப்படங்கள் மற்றும் பாட்காஸ்ட்களை தயாரிப்பதிலும், தி ஏஜ் ஆஃப் பாரத் என்ற உயர்நிலை வீடியோ கேமில் பணிபுரிவதிலும் நான் மும்முரமாக ஈடுபட்டுள்ளேன். நீங்கள் அதையெல்லாம் ரசித்திருப்பீர்கள் என்று நம்புகிறேன். மேலும் எனது அடுத்த புனைகதை புத்தகத்தை விரைவாக உங்களிடம் கொண்டு வருவேன் என்று உறுதியளிக்கிறேன். உங்கள் நிலையான பாசம், புரிதல் மற்றும் ஊக்கம்தான் என்னை இயக்குகிறது. மிக்க நன்றி. உங்கள் அனைவரையும் சிவபெருமான் ஆசீர்வதிப்பாராக.

உத்தரம் யத் சமுத்ரஸ்ய, ஹிமாத்ரேஸ்சைவ தக்ஷிணம்,

வர்ஷம் தத் பாரதம் நாம, பாரதீ யத்ர ஸந்ததி:

பெருங்கடலின் வடக்கே, இமயமலைக்கு தெற்கே

பாரத தேசம் உள்ளது, அங்கே பாரதத்தின்

சந்ததியினர் வாழ்கின்றனர்

-விஷ்ணு புராணத்திலிருந்து

பண்டைய காலத்தில் இந்தியா என்ற ஒன்று இல்லை என்றும், பிரிட்டிஷ் ஆட்சியே இந்தியா என்ற தேசத்தை உருவாக்கியது என்றும் சிலர் கூறுகிறார்கள்.

அது பொய்.

இந்தியா, அதாவது பாரதம், நமது முன்னோர்களால் உருவாக்கப்பட்டது.

மனித நாகரிகத்தின் விடியல் காலம் தொட்டே நாம் இருந்து வருகிறோம்.

வெண்கலக் காலத்திற்கு முந்தைய மற்ற எல்லா நாகரிகங்களும் அழிந்துவிட்டன.

ஆனால் நாம் இன்னும் இருக்கிறோம். நாம் இன்னும் உறுதியாக நிற்கிறோம்.

கடைசி மனிதன் வாழும் வரை நாம் இருப்போம்.

ஏனெனில் நமது தாய்நாடு சனாதனமானது. அவள் அழியாதவள்.

அவள், அவளுடைய குழந்தைகளாகிய நம்முடைய ஆன்மாவில் வாழ்கிறாள்.

நம்மில் ஒருவர் உயிரோடு இருந்தாலும், அவள் வாழ்வாள்.

பாரதம். ஒருபோதும். அழியாது.

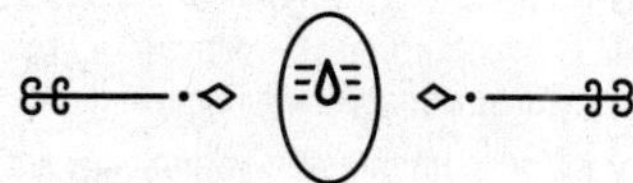

முன்னோட்டம்

சோம்நாத்தின் கடைசித் தருணம்

சோம்நாத், இந்தியா, கி.பி. 1025 இறுதியில்

அரபிக்கடலின் விளிம்பில் சூரியனின் பிரகாசமான கதிர் வீசியது. சிவப்பு, ஆரஞ்சு, ஊதா நிறங்களில் மேகமில்லா வானம் இரவில் மின்னியது. சித்திரவதை செய்த நாட்டை தேற்றுவதுபோல கடலின் அலைகள் மண்ணை அரவணைத்தன. நிலமே குருதியைப்போல சில இடங்களில் விசித்திரமாக சிவப்பானது. அந்த கோரத்திலிருந்து விடுபட சில இடங்களிலிருந்து தண்ணீர் விலகியது. இருந்தாலும், ஒரு காதலன் தன் காதலியை விட்டு பிரிய மனமில்லாமல் இருப்பதுபோல, கடல் மீண்டும் மீண்டும் கரையை அடைந்து அந்தச் சிவப்பை அழிக்க முயன்றது. மீண்டும் மீண்டும்...அந்தச் சிவப்பை மறைக்க முயன்றது.

குணமாக்குவதின் முதல் செயல் காயங்களைச் சுத்தப்படுத்துதல்.

ஆனால், எவ்வளவு முயற்சி செய்தாலும், கடலால் அந்தச் சிவப்பை எடுக்க முடியவில்லை. மிக அதிகமான குருதி. மிக அதிகமான சடலங்கள்.

அந்த சலனத்தைக் கிழிக்கும் வகையில் ஒரு அலறொலி கேட்டது. ஒரு துருக்கி படை வீரன், எதிரே சுட்டிக்காட்டி கத்தினான், 'நில்! திருடன்!.'

துருக்கியர்கள். இந்தியர்களைவிட பார்வையிலும் உடலமைப்பிலும் வித்தியாசமானவர்கள். ஒரு நிபுணனின் பகுப்பாய்வின்படி, துருக்கிகளை இந்தியர்கள் இலகுவாக தோற்கடித்திருக்கலாம். மாநிறமான இந்தியர்கள் நெட்டையாகவும், சக்திவாய்ந்தவர்களாகவும், உயர்தரமான கருவிகளையும் கொண்டவர்கள். துருக்கியர்கள் குட்டையாகவும், ஒல்லியாகவும், வெளுப்பாகவும் இருந்தனர். அவர்களால் உலகத்தில் எந்த ஒரு கொடிய கொலையாளியாகவும் இருக்க இயலாதுபோல இருந்தது.

துருக்கியர்கள். இந்தியர்களுக்கு, அவர்கள் சீனர்களைப்போல சிறிய கண்களும், உருண்டையான முகமும் கொண்டிருந்ததுபோல இருந்தது. ஆனால் அவர்கள் சீனர்கள் இல்லை; இன்னும் தூரத்தில் வடக்கிலிருந்து வந்தவர்கள். பரந்த புல்வெளியிலிருந்து வந்த ஆசியர்களைப் பார்த்து

பயந்தனர். மொங்கோலைய நாட்டின் அடிமைகளாக இருந்தவர்கள். இப்போது அவர்கள் வழியில் வெற்றியாளர்கள்.

துருக்கியர்கள். தன் வழியில் இருப்பதையெல்லாம் அழிக்கும் கோரமான படையெடுப்பாளர்கள். சூரையாடுவது, கற்பழிப்பது, மண்டை ஓட்டால் கூம்பகம் கட்டுவது. காட்டுமிராண்டித்தனத்தில் மகிழ்ச்சி அடைவது.

'நில், தேவடியா மகனே!', என்று இன்னொரு துருக்கியன் கத்தினான்.

இரண்டு துருக்கியர்கள் இருந்தனர், ஒருவன் குள்ளன். சாமியார்போல இருந்த ஒரு இந்தியனை அவர்கள் துரத்திக்கொண்டிருந்தார்கள். வழுக்கைத் தலையும், குடுமியும் வைத்திருந்தான். கருநிறம், ஒல்லியான உருவம். காவி வேட்டி அணிந்திருந்தான். துயரமான முகத்திலிருந்து கண்ணீர் வழிந்துகொண்டிருந்தது. கடற்கறையில் குருதியுடன் இருந்த சடலங்களைத் தாண்டி மிக வேகமாக ஓடிக்கொண்டிருந்தான். சமீபத்தில் நிகழ்ந்த சண்டையில் இறந்த இந்திய வீரர்கள் அவர்கள்.

அந்த பிராமணன் கையில் எதையோ வைத்துக்கொண்டிருந்தான். காவித்துணியில் சுத்தப்பட்ட ஏதோ ஒரு பொக்கிஷம்போல இருந்தது.

'நில்! துருக்கி வீரன் கூவினான். 'நில், தேவடியா மகனே!'

'பேகரிஸ்' குள்ளமாக இருந்த துருக்கியன் தன் கூட்டாளியைக் கூப்பிட்டான். 'பேகரிஸ்,.....போதும்....இனிமேல் ஓட முடியாது. போதும்.... கத்தி.'

பேகரிஸ் நின்று தன் கத்தியை உருவினான். துருக்கியர்கள் வில் அம்பு, மட்டும் கத்தி வீசுவதில் வல்லவர்கள். ஒரு நொடி நின்று, ஒரு கண்ணை மூடி, கத்தியை வீசினான். ஒரு நொடிதான்.

பற்களுடைய கத்தி அந்த பிராமணனின் முதுகில் பாய்ந்தது. தூரத்திலிருந்து வீசினாலும் அந்தக் கத்தியின் அடி மிகவும் பலமாக இருந்தது. அந்த சாமியார் துடிதுடித்து அலறினார், ஆனால் விழவில்லை. அதிசயமென்னவென்றால் கையில் வைத்திருந்த பொருள் கீழே விழவில்லை.

அவன் 'கணேசா.....கணேசா...' என்று முணுமுணுத்துக்கொண்டிருந்தான்.

மெதுவாக முன்னே சென்றான். துருக்கியர்கள் வேகமாக பின் தொடர்ந்து கொண்டிருந்தனர். ஒரு இந்திய வீரனின் சடலத்தின்மேல் தடுக்கி விழுந்தான். தன் உடலால் கையில் இருந்த பொருளை காப்பாற்றிக்கொண்டு, முகம் மண்ணில்பட, கீழே விழுந்தான்.

துருக்கியர்கள் நெருங்கிவிட்டனர். பேகரிஸ்ஸின் நண்பனுக்கு மூச்சு வாங்கியது. 'கடவுளே....'

பேகரிஸ் உருமினான். 'இந்திய நாயே! என் நண்பனை சோர்வடைய விட்டாயே!'

பிராமணன் ஊளையிட்டான். சமாளிக்க முடியாத நிலையில், கண்கள் விரிந்திருக்க, எழும்ப முயன்றான். 'தயவுசெய்து....தயவுசெய்து என்னை விட்டு விடுங்கள். தயவுசெய்து!.'

பேகரிஸ் குனிந்து கத்தியை பிராமணனின் முதுகிலிருந்து உருவினான். சதையும் இரத்தமும் பீறிட்டு வந்தன. சாமியார் அலறினான். வலியில் துடிக்கும் எவரும் தன் தாயைக் கூப்பிடுவதுபோல கத்தினான்.

'அம்மா....அம்மா....'

துருக்கிய குள்ளன் தன்னை ஆசுவாசப்படுத்திக்கொண்டு, 'உன் அம்மாவைக் கூப்பிடாதே இந்தியனே. உனக்கு பேகரிஸ்ஸின் பசியைப் பற்றி தெரியாது. அவன் ஒரு புலி! உன் அம்மாவையே இழிவுபடுத்திவிடுவான்.'

பேகரிஸ் சிரித்துகொண்டே தன் நண்பனை நெருங்கினான். 'நம்முடைய கடும் முயற்சிக்கு என்ன கிடைத்திருக்கிறது என்று பார்க்கலாம்,' என்றான்.

பேகரிஸ் பிராமணனை உதைத்து முதுகில் படுக்க வைத்தான். கடுமையான வலியில் இருந்தாலும் பிராமணன் தன் கையில் இருந்த பொருளை விடவில்லை. அந்தக் காவித்துணியில் அவனுடைய ரத்தம் பதிந்திருந்தது. தன் தலையை வேகமாக ஆட்டினான். 'மாட்டேன்...மாட்டேன்.'

குள்ளன் பேராசையுடன் சிரித்தான். 'இப்போதுகூட அதை விடமாட்டேனென்றால் அதில் தங்கக் காசுகள் இருக்க வேண்டும்.'

பேகரிஸ் சிரித்தான். 'முட்டாளே. இது *மால்-இ-கனிமத்*. எங்களுடைய உரிமை. கொடுத்தால் நாங்கள் கனிவாக இருப்போம். உனது இறப்பு சீக்கிரம் முடியும். கொடுத்துவிடு.'

மால்-இ-கனிமத் என்றால் துருக்கியர்கள் வழிபடும் இஸ்லாம் மதத்தின்படி *போரில் கொள்ளையடித்தது*. இஸ்லாமிய ஷரியாவின்படி *தார் ல் ஹார்ப்* என்ற கொள்கை உலகம் முழுவதும் இஸ்லாமியர்களால் கடைப்பிடிக்கப்படுவது. அதன் பொருள் *போரின் வீடு*. அந்த மதத்தின்படி, நம்பிக்கையற்றவர்களிடமிருந்து எதையும் எடுத்துக்கொள்ளலாம், தங்கம், நிலம், மனைவி, மற்றும் மக்களைக்கூட அடிமைகளாக வைத்துக்கொள்ளலாம்.

இந்தக் கொள்கை பெரும்பாலான இஸ்லாமியர்களால் ஏற்றுக்கொள்ள முடியாத ஒன்று, அரேபியர்கள் உள்பட என்று ஒரு பேச்சு உண்டு. எப்படி இருந்தாலும், துருக்கியர்கள் அரேபியர்களிடமிருந்தும் களவாடிக்கொண்டிருந்தனர்.

குள்ளன் திரும்பி தூரத்தில் இருந்த ஒரு கோவிலைப் பார்த்தான். 'பேகரிஸ், சிறு கோவில்களை எரித்துக்கொண்டிருக்கிறார்கள். நாம் விரைவில் செல்ல வேண்டும். அங்கு அதிகமாக தங்கம் கிடைக்கும்...'

பேகரிஸ் வாளை உருவி, 'விடுடா, இந்தியனே,' என்றான். 'இல்லையேல் கையை வெட்டிவிடுவேன்.'

அந்தப் பிராமணன் இன்னும் இறுக அந்த துணியைப் பற்றினான். 'வேண்டாம்..வேண்டாம். தயவுசெய்து...கணேசா.....கணேசா...'

'யார் இந்த கணேசா?' என்றான் குள்ளன்.

பேகரிஸ் பொறுமை இழந்தான். அறுவாளை தூக்கினான். சாமியாரும் அந்தப் பொருளை இன்னும் இறுகப் பற்றினான்.

பேகரிஸின் கண்கள் விரிந்தன. இது விலை *உயர்ந்த பொக்கிஷமாகத்தான்* இருக்கவேண்டும்.

அறுவாளை உயர்த்தி, பிராமணனின் கையை வெட்டி எறிந்தான். சதையும் எலும்பும் தெறித்தன. அறுவாளின் தாக்கம் வலது கையின் கீழே இருந்த இடது கையின் மேல் விழுந்து, எலும்பில் மாட்டிக்கொண்டது.

அறுந்த கைகளிலிருந்த கொட்டிய இரத்தம் சாமியாரை அலற வைத்தது.

'கடவுளே...!' அறுவாளை வெளியே எடுக்க பேகரிஸ் முயன்றான், வெளியேவும் எடுத்தான். பொருள் விழுந்தது. குள்ளன் உடனே அதை எடுத்து காவித் துணியைப் பிரித்தான். 'என்ன இது?'

அந்த இந்தியன், நினைவை இழக்கும் நிலையில், கெஞ்சினான், 'தயவுசெய்து...காயப்படுத்தாதீர்கள்...பால.....கணேசா....காயப்படுத்தாதீர்கள்...'

பேகரிஸ் அந்த சிலையைப் பார்த்தான். **'இது வெறும் கல்'** என்று முகம் வெளிறிக் கத்தினான்.

அது *குழந்தை* கணேசாவின் கல் சிலை. சிறிய கைகளும், கால்களும். குண்டான வயிறு, கொழு கொழுவென்றிருந்த சிலை யானையின் தலையுடன். ஒரு பெரிய தந்தம், இன்னொன்று உடைந்திருந்தது. அன்பான குழந்தை முகம்.

மற்ற இந்து சிலைகளைப்போல தங்க முலாமால் பூசப்படவில்லை, வைரமும் இல்லை, நவரத்தினங்களும் இல்லை.

துருக்கியர்களுக்கு அது ஒரு உபயோகமில்லாத பொருள்.

ஆனால், இந்தியனுக்கோ விலைமதிப்பற்றது. சாகும் தருவாயில் இருந்தும், அவன் சொல்லிக்கொண்டிருந்தான், 'வேண்டாம்....கணேசாவை காயப்படுத்தாதீர்கள்...'

குள்ளன் தூரத்தில் இருந்த கோவில் வளாகத்தைப் பார்த்தான். 'இதற்காகவா நாம் எல்லாவற்றையும் இழந்தோம்?'

ஆத்திரமடைந்து அந்தச் சிலையை வீசி எறிந்தான். கடல் அலைகள் அவன் பாதங்களில் தவழ்ந்தன.

இதற்கிடையில் பேகரிஸ் அறுவாளை பிராமணனின் இதயத்தில் சொருகினான். பிராமணன் உடனே மரணம் அடைந்தான்.

குள்ளன் வேகமாக கோவில் வளாகத்தை நோக்கி ஓடினான். 'சீக்கிரம் வா, பேகரிஸ்.'

பேகரிஸ்ஸும் தன் நண்பனைத் தொடர்ந்தான்.

இந்தியன் இறந்துவிட்டான். அவனுடைய அறுபட்ட கைகளிருந்து இரத்தம் வழிந்துகொண்டிருந்தது. அலைகள் அன்புடன் அந்த பால கணேசாவின் சிலையை அவன் பக்கத்தில் இழுத்துக்கொண்டு வந்தது, அவனுடைய ஆன்மாவை சாந்தப்படுத்துவதுபோல.

இரவு நேரத்தில் ஆயிரக்கணக்கானோர் எரிந்துகொண்டிருந்த பழமை வாய்ந்த சரித்திர கோவிலை பார்த்துக்கொண்டிருந்தனர். எண்ணற்றவர்கள் பிடிக்கப்பட்டிருந்தார்கள். பிரம்மாண்டத்திற்கும், செல்வத்திற்கும் பேர்போன நகரத்தின் அழிவு வந்துவிட்டது.

அது ஒரு கோவில்.

நகரத்தின் பெயர் கொண்ட கோவில்.

சோம்நாத் – சந்திர பகவானின் எஜமானன். பல பெயர்கள் கொண்ட கடவுள். சிவா. *மகாதேவ். கடவுளுக்கும் கடவுள்.*

தெய்வீகமான சோம்நாத்திற்கே உரிய பெயரையும், பிரம்மாண்டத்தையும் காப்பாற்ற எந்த பழம்பெரும் வீரனும் வரவில்லை. சோம், சந்திர பகவான், சாந்தமாக வானத்திலிருந்து பார்த்துக்கொண்டிருந்தார். அங்கிருந்த புகையிலும் புழுதியிலும் சூழ்ந்திருந்தக் கோவிலை, சிவா, எல்லோரையும் காப்பாற்றுபவர், தன் வீடும் மக்களும் அழிந்துகொண்டிருந்ததை நிதானமாக பார்த்துக்கொண்டிருந்தார்.

மகாதேவ் தன் பக்தர்களைச் சோதிக்கிறாரா? *எல்லோர் மனதிலும் ஒரே கேள்விதான் இருந்தது. நாங்கள் என்ன தவறு செய்தோம் கடவுளே? எங்களைக் கைவிட்டு விட்டாயா? இந்தக் கொடியவர்களை வெற்றி காண விட்டு விட்டாயா?*

இரண்டாயிரம் துருக்கிய வீரர்கள் மக்களைச் சூழ்ந்திருந்தனர். முந்தினம் சண்டை நடந்த இடத்திலிருந்து கோவிலின் மறு பக்கம் அனைவரும் இருந்தனர்.

விஷப் பாம்புகளான துருக்கியர்களின் கோரச் செயலை மறு பக்கத்திலிருந்து எல்லோராலும் பார்க்க முடிந்தது.

வணிகர் சோமேஷ்வர் கும்பலின் விளிம்பில் நின்றுகொண்டு கீழே மண்ணைப் பார்த்துக்கொண்டிருந்தார். வெளிர் நிறத்தில், கனிவான கண்களும் முகமும், சாம்பல் நிறத்தில் இருந்த தாடியுடன், வழுக்கைத் தலையுடன் இருப்பவர். அந்தக் கண்களில் இப்போது வலிதான் தெரிந்தது. நடுங்கினார். அந்த ஊரிலேயே செல்வந்தர் – ஏன், உலகிலேயேகூட மிகுந்த செல்வந்தர் – கடவுளின் பாதத்தில் தன் 64 வயதைக் கழித்தவர். மகாதேவின் பெயரைத்தான் அவர் கொண்டிருந்தார். எட்டாவது வயதில் அந்தக் கோவிலில் பூணூல் போடப்பட்டது. பதினைந்தாவது வயதில் தன் தகப்பனாரின் தொழிலை ஏற்றார். கோவிலுக்கு தன் நிலத்தையும் செல்வத்தையும் தானம் அளித்தார். இதை தொடர்ந்து எங்கு சென்றாலும் மகாதேவின் கால்களில் மரியாதை செலுத்தி தன் குடும்பத்தைக் காப்பாற்ற வேண்டினார்.

அவருடைய செல்வம் கடவுளின் அருளால் பெருகியது. ஒவ்வொரு மூச்சும் வாழ்வும் கடவுளுக்காகவே அர்பணித்தார். அவர் பெயரைக் கொண்டவர்.

இப்போது எதிரிகளினால் இடிந்தவற்றை பார்த்தார். அந்த வீழ்ச்சி அவர் கற்பனையிலும் எழாதது. அவருடைய கடவுளின் மேல் இருந்த நம்பிக்கையை உலுக்கிப் போட்டது.

கடவுள் என்னை சோதிக்கிறார். எல்லோரையும் சோதிக்கிறார். இந்த மோசமான காலத்திலிருந்து நம்பிக்கையற்றவர்களையும், நம்பியவர்களையும் சல்லடை போட்டுப் பார்க்கிறார். நான் உறுதியுடன் இருக்க வேண்டும். உண்மையாக இருக்க வேண்டும். விசுவாசமாக இருக்க வேண்டும், ஏனென்றால் இந்த ஏழு உலகத்திலும் மகாதேவை மிஞ்ச எவரும் இல்லை.

இருந்தாலும், கஜினியிலிருந்து வந்த அந்த அரக்க துருக்கியர்கள் வென்றுவிட்டனர்.

சுல்தான் அமின் உத் தவ்லா அபுல் காசிம் முஹம்மத் இபின் செபுக்தகின். எல்லோராலும் சொல்லப்படும் முகமது கஜினி.

கோவில் வளாகத்தில் இருந்த முக்கியமான கோவிலை இடித்து பல மணி நேரம் ஆகிவிட்டது. இரண்டு அணிகளாக பிரிந்து இந்திய சேனை துருக்கியர்களின் கொடிய வேலையைத் தடுக்க முயன்று கொண்டிருந்தது. ஒரு அணி கோவிலின் சிறிய வாயிலிலும், மற்றொரு அணி கோவில் பூசாரிகளுடன் கர்ப்பகிரகத்தின் பெரிய வாயிலுக்கு பின்புறமாக இருந்தனர்.

சோமேஷ்வரின் இளைய மகன் துருவ் அந்த வீரர்களில் ஒருவனாவான். ஷ்ரவஸ்தியின் வீர இளவரசன் மல்லாதேவின் ஆணைபடி அங்கிருந்தான். துருவ் ஒரு வல்லமையான வீரன் அல்ல. தன்னார்வலர்களுடன் இருந்தவன். சோம்நாத்தின் சேவையில் ஒரு வீரனாக தன்னை அர்பணித்து கொண்டிருந்தான்.

ஒல்லியான உடலமைப்பும், உயரமும் கொண்ட துருவ்வின் சண்டையிடும் சக்தியும் சோமேஷ்வருக்கு தெரியும். ஆனால், சிவனுக்கு தொண்டு செய்ய திடகாத்திரமான இருதயம் இருந்தது. சாகும் வரை போராடுவான் என்று அவருக்குத் தெரியும். கௌரவத்துடன் எதையும் எதிர்கொள்வான் அவன், ஆனால் அந்தத் தருணம் இன்னும் வரவில்லை.

காலம் மிகவும் மெல்லமாக தாங்கமுடியாத வலியுடன் நகர்ந்து கொண்டிருந்தது.

சுல்தானின் பிரதம மந்திரி குவாஜா ஹாசனுக்கு அனுப்பிய செய்திக்கு பதில் அறிய சோமேஷ்வரும் அவருடைய சக வணிகர்களும் காத்திருந்தனர். குவாஜா ஒரு பாரீசகன். மத்திய ஆசிய துருக்கியர்களைவிட மிகவும் நாகரிகமானவன். கவிதை, வணிக யுக்தி மற்றும் புத்திக் கூர்மை உடையவன்.

சோமேஷ்வரின் எளிமையான செய்தி கஜினிக்கு லாபகரமாக இருந்திருக்கும். *'சுல்தான் முகமது கஜினிக்கு இறந்தவர்களாலும், இடிந்தவைகளாலும் எந்த பிரயோஜனமும் இருக்காது. கோவிலில் இருக்கும் சிவ லிங்கம் அசுத்தப்பட்டால், நாங்களும் இறந்து விட்டோம் என்று கருதுங்கள். அவர்தான் எங்களைக் கப்பாற்றும் சக்தி. கோவிலைக் காப்பாற்றுங்கள். லிங்கத்தைக் காப்பாற்றுங்கள். இது நடந்தால், நான் எனும் சோமேஷ்வரும் மக்களும் வருடாவருடம் சுல்தானுக்கு கட்ட வேண்டியதை கொடுத்துவிடுவோம். அவருக்கும் அவர் தலைமுறைக்கும். நிரந்தரமாக.*

குவாஜாவின் கண்கள் பேராசையால் மின்னின. உடைந்துபோன சோமேஷ்வர் குவாஜாவை நம்பியிருந்தார்.

'நானே நேராக சுல்தானிடம் சென்று முறையிடுகிறேன்,' என்று குவாஜா அங்கிருந்தவர்களிடம் சொல்லிவிட்டு வேகமான நழுவினார். கோவிலின் முக்கியமான வாயில் வழியாக அவர் சென்றதை கஜினியின் படை விலகி அவருக்கு வழி விட்டது.

வெகு நேரம் கடந்தும் ஒரு பதிலும் வரவில்லை....

தன் எலும்புக்கூடு உடைவதுபோல சோமேஷ்வரின் இதயம் படபடத்தது. மகாதேவின் மானம் காக்கப்படுமா? இந்தச் சிறுவன் விடியலைக் காண்பானா? கஜினி முகமது விட்டுக்கொடுப்பாரா?

குவாஜா ஹாசனிடமிருந்த உத்வேகமான நடையைத் தாண்டி, கோவில் உள்ளிருந்து வந்ததெல்லாம் ஒரே சத்தம்தான். ஒரே நடையுடன், மீண்டும் மீண்டும் எதிரொலியாக வந்தது.

கணகண

கணகண

கணகண...கணகண....கணகண...

மறுபடியும் மறுபடியும் ஒலித்தது.

கதவு மூடியிருந்தது. அபு காசிம், முகமதின் தளபதி, 5000 ஆட்களுடன் கதவை வெளியிலிருந்து பூட்டியிருந்தான். சிறைபிடிக்கப்பட்ட வீரர்களை அவர்கள் துன்புறுத்திக்கொண்டிருந்தார்கள். சிலரை, உதைத்தும், காயப்படுத்தியும், அடிமைகளாக சேவை செய்ய வற்புறுத்தினார்கள்.

ஏற்கனவே அதிகமாக கொடுமைகளை சந்தித்திருந்த நகரம். பெண்கள், பெண் மற்றும் ஆண் குழந்தைகள்கூட கற்பழிக்கப்பட்டார்கள். பலரின் தலை துண்டிக்கப்பட்டது. எலும்புக் கூம்புகளாக கட்டப்பட்டன. ஆடு, மாடுகள் கொல்லப்பட்டன. கிணறுகள் பாழாகின. இந்தக் கோரங்களை செய்தவர்கள் *காஃபிர், குருட்டு நம்பிக்கை உடையவர்கள்.*

கணகண

கணகண

கணகண

நிச்சயமாக கோவிலின் உள்ளே எதையோ உடைக்கிறார்கள். சோமேஷ்வரின் கண்களிலிருந்து ஒரு சொட்டு கண்ணீர் வழிந்தது. ஒரே ஒரு விஷயமாகத்தான் இருக்கவேண்டும். அந்த நகரத்தில் இருந்த மத நம்பிக்கை உள்ளவர்களை அழிப்பதுதான். துருக்கியன் படை, அவர்களின்

காட்டுமிராண்டித்தனத்தில் பெரு மகிழ்ச்சி அடைந்தனர். சோம்நாத் கோவில் வளாகத்தில் இருந்த பல சிறிய கோவில்களும், அங்கிருந்த மூர்த்திகளும் அவர்களை அவமதிப்பதாக நினைத்தார்கள். இந்து சமயநிலையை கடைப்பிடிப்பவர்களைக் கண்டால், இஸ்லாமிற்கு எதிரானவர்களாக தெரிந்தார்கள்.

நடனமாடும் சிவலிங்க மூர்த்தியை அழிப்பதுதான் துருக்கியர்களின் கடைசி விருப்பம். இந்தியாவில் அவர்களுடைய கடைசி இலக்கு.

கணகண வென்று கேட்ட சப்தம் அந்த நிசப்தத்தை குலைத்தது. மரண ஊளையாக கேட்டது.

கணகண! கணகண! கணகண!

அன்றைய தின நிகழ்வுகளை எண்ணி சோமேஷ்வரின் கண்களில் நீர் வழிந்தது. அவருடைய மனம் எந்தச் சமாதானத்தையும் ஏற்றுக்கொள்ள மறுத்தது. அழுவதைத் தவிர வேறு என்ன செய்ய முடியும்? அவருடைய மனைவி, மகன்களும், அவர்கள் மனைவிகள், பேரக்குழந்தைகள் என்று எல்லோரையும் கொன்றுவிட்டார்கள். ஒரே நாளில். கடவுளே! இப்போது தன் கடைசி மகனையும் இழந்துவிடுவார்.

திடீரென்று கணகண சப்தம் நின்றது.

பெருத்த குரலுடன் அபு காஸிம், சுல்தானின் வருகையை அறிவித்தார்.

அந்தக் கொடியவன்.

முகமது கஜினி.

சோமேஷ்வர் எரியும் கண்களினால் பார்த்தார். முகமது கஜினி கோவில் வளாகத்தின் வெளியே தன் படை சூழ வந்தான். பாரத மக்களுக்கு அவன் ஒரு அசிங்கமான, வெறுப்புமிக்க உருவமாக தெரிந்தான். மென்மையான சோமேஷ்வருக்கு வெறிகொண்ட கோபம் வந்தது.

'சோமேஷ்வர் பாய்,' என்று அவரது நண்பரும் வணிக கூட்டாளியுமான இக்பால் கிசுகிசுத்தார். சோமேஷ்வர் அவருக்கு ஒரு சகோதரனைப் போல இருந்தார். 'அவர் நம்மைத் தேடி நேராக வருகிறார். அவர் நம் அனைவரையும் கொன்றுவிடுவார்!'

சோமேஷ்வர் தனது இதயம் நடுக்கத்துடன் துடிப்பதை உணர்ந்தார். தனது வாழ்க்கையின் மிக மோசமான நாளில் சந்தித்த பயங்கரமான அசுரன் - அவரை நோக்கி அச்சுறுத்தும் வகையில் நகர்ந்தார். ஒரு பக்கத்தில் அவரைச் சுற்றி நடுங்கும், பதட்டமான குவாஜா ஹாசன் இருந்தார்; மறுபுறம் நடுத்தர உயரமும் தசைநார் கைகளும் கொண்ட ஒரு தடிமனான, சுத்தமாக மொட்டையடிக்கப்பட்ட இளைஞன் இருந்தான். அவன் சுல்தானைத் தொடர்ந்து கோயிலுக்குள் நுழைந்தான்.

'*ஓம் நம சிவாய, ஓம் நம சிவாய, ஓம் நம சிவாய,*' சோமேஷ்வர் மீண்டும் மீண்டும் முணுமுணுத்தார். அவர் ஒரு பண்டைய இந்து மந்திரத்தை ஓதிக் கொண்டிருந்தார், இதன் பொருள் *முழு பிரபஞ்சமும் அவரும், பக்தரும் சிவனை வணங்கினர்* என்றாகும். துருக்கியர் அருகில் வந்ததும், இந்திய வணிகர் பதட்டத்துடன் விழுங்கி, 'என்னைக் காப்பாற்றுங்கள், ஐயோ கடவுளே' என்று முணுமுணுத்தார்.

அரக்கன் இந்திய வணிகர்கள் குழுவை நோக்கி அச்சுறுத்தும் வகையில் அணிவகுத்துச் சென்றான்.

கஜினியின் முகமது ஒரு துருக்கியருக்கு அசாதாரண உயரம். தன்னைச் சுற்றி திரண்டிருந்த தனது கூட்டத்திற்கு மேலே உயர்ந்து நின்றான். சிலர்

நெருப்பு தீப்பந்தங்களை மேலே ஏந்தியிருந்தனர், மற்றவர்கள் இரத்தம் சொட்டும் ஆயுதங்களை ஏந்தியிருந்தனர். சோமேஷ்வர் தனது பயணங்களின் போது அவற்றை அடையாளம் காண கற்றுக்கொண்டார்: *ஜம்பியாக்கள், கட்டார்கள், பேஷ்காப்ஸ்* ...

முகமது ஒரு கரடுமுரடான உறுமலில் பேசினான். 'தனது புறஜாதி கடவுளைக் காப்பாற்றுவதற்கு ஈடாக எனக்கு யார் லஞ்சம் கொடுத்தார்கள்? மேலே வாருங்கள்!'

சோமேஷ்வர் எதிர்வினையாற்றுவதற்கு முன்பு, உடல் பருமனான குவாஜா ஹாசன், '*இவரே*, என் ஆண்டவரே!' என்று சத்தமிட்டான்.

பாரசீக பிரதமர் முன்னேறிச் சென்று சோமேஷ்வரின் முகத்தில் விரலைக் குத்தினான். 'இந்த *காஃபிர்*. அற்ப செல்வங்களுக்கு ஈடாக உங்கள் நம்பிக்கையையும் மரியாதையையும் விற்க அவர் விரும்பினார். அவரது புறஜாதி கடவுளின் கண்ணியத்திற்கு ஈடாக வெறும் தங்கம்! ஹா!'

முகமதின் தீய கண்கள் சோமேஷ்வரைத் துளைத்தன. அவன் பயத்தில் கூச்சலிட்டான். சுல்தான் தன் விரல்களை முறுக்கினான், இரண்டு காவலர்கள் வேகமாக வியாபாரியின் கைகளைப் பிடித்தனர்.

'கருணை!' சோமேஷ்வர் அழுதார். 'கருணை, என் ஆண்டவரே! என்னை விட்டுவிடுங்கள்! உங்கள் மரியாதையை தியாகம் செய்ய நான் உங்களிடம் கேட்கவில்லை! நான் உங்கள் கருணையை மட்டுமே நாடினேன்!'

காவலர்கள் அவரது தோள்களைப் பலமாக அழுத்தினர். சோமேஷ்வரின் மூட்டுகள் வளைந்தன. அவர் முழங்காலில் விழுந்தார்.

'கருணை,' சோமேஷ்வர் பயத்தில் இருமடங்காக கெஞ்சினார். 'கருணை, என் ஆண்டவரே!'

முகமது தன் அருகில் இருந்த இளைஞனை நோக்கித் திரும்பி ஒரு பயங்கரமான கழுதைப்புலியைப் போல சிரித்தான் 'அதை பார்த்தாயா, மக்ஸூத்?! அதைப் பார்த்தாயா?! அவன் ஒரு ஆடு போல கத்துகிறான்!'

தடிமனான, தசைநார் இளைஞன் சத்தம் போடவில்லை, ஆனால் அவனது பழுப்பு நிற கண்கள் தீமையால் மின்னின, அவனது வாயின் பக்கவாட்டுகள் வேடிக்கையான அவமதிப்பால் துடித்தன. சலார் மக்ஸூத். கஜினியைச் சேர்ந்த முகமதின் அன்புக்குரிய மருமகன். கருணையும் அரவணைப்பும் இல்லாத தனது மாமாவின் மிருகத்தனமான முகபாவனையை அவன் பிரதிபலித்தான்.

சந்தர்ப்பவாதியான குவாஜா ஹாசன், தனது பயத்தை மறைக்கும் முயற்சியில் சத்தமாக சிரித்தான். ஏனென்றால், இந்த வாய்ப்பை சுல்தானுக்குக் கொண்டு சென்றது அவன்தான். அந்தச் சலுகை அவ்வளவு சிறப்பாக நடக்கவில்லை. அவன் மகிழ்ச்சியுடன் கைதட்டி, துரதிர்ஷ்டவசமான இந்திய வணிகரைப் பார்த்து அவதூறாக பேசினான், அவனது எஜமானர் கடுமையான பார்வையுடன் அவனை அமைதிப்படுத்தும் வரை.

'இது உங்கள் நாட்டின் கதி. உங்கள் புறஜாதி கடவுளின் கதி. உங்கள் பெண்களின் கதி,' முகமது குரைத்து இடது கையை வானத்தை நோக்கி உயர்த்தினார். 'உங்கள் குழந்தைகளின்...'

அவன் சற்று குனிந்து சோமேஷ்வரின் வலது கன்னத்தில் பலமாக அறைந்தான் பின்னர் இடது. பின்னர் வலது...

'உங்கள் வீரர்கள், உங்கள் மகன்கள், உங்கள் ராஜாக்கள். நீங்கள் விரும்பும் *அனைத்திலும்*, நாய்களே!'

முகமது சோமேஷ்வரின் இரு கன்னங்களிலும் விளையாட்டாக அடிப்பதைத் தொடர்ந்தான். முதியவரின் உதடுகளின் மூலைகளில் இரத்தத் துளிகள் துளிர்த்தன. முகமது அவரது கண்களைப் பார்த்தான். 'என்னுடன் வர்த்தகம் செய்யச் சொல்ல உனக்கு எப்படித் தைரியம் வந்தது?' என்று அவன் கிசுகிசுத்தான். 'தோல்வியடைந்தவர்கள் வர்த்தகம் செய்வதில்லை. அவர்கள் கெஞ்சுகிறார்கள். நீங்கள் விரும்பினாலும் விரும்பாவிட்டாலும் என்னுடையதை நான் எடுத்துக்கொள்வேன். உங்கள் சிலைகளை நான் உடைப்பேன். உங்கள் மகன்களை என் அடிமைகளாக எடுத்துக்கொள்வேன். கஜினியில் உள்ள விபச்சார விடுதிகளை நிரப்ப உங்கள் மகள்களையும் மனைவிகளையும் அழைத்துச் செல்வேன்.'

பலவீனமான முதியவர் முழங்காலில் தளர்ந்து கிடந்தார். அழுதுகொண்டே இருந்தார். முகமது அவர் கழுத்தை ஒரு பலியிடும் ஆடு போல ஒரு பிடியில் பிடித்தான். அவன் முதியவரின் கன்னத்தை பின்னால் தள்ளி, ஒரு நீண்ட ஆணியால் ஒரு கோட்டை வரைந்தான்.

'கருணைக்காக *மன்றாடுங்கள்,*' முகமது சீறினான். 'உன் உயிரைக் காப்பாற்றும்படி மன்றாடுங்கள்.' அவன் அரக்கனைப் போன்ற மகிழ்ச்சியுடன் சாய்ந்து, மெதுவாக, பாடும் குரலில், 'நான் அப்படித்தான்' என்றான். 'நம் கடவுள், நம் ஒரே உண்மையான கடவுள், எதிரி அடிபணியும்போது கருணையுடன் இருக்கச் சொல்கிறார். இன்று நீ என் முன் அடிபணிகிறாயா?'

சோமேஷ்வர் சுல்தானைப் பார்க்க முயன்றார், ஆனால் அவரது கண்கள் அவரது மண்டை ஓட்டில் உருண்டன. அவர் முனகினார்.

'எனக்கு நீ சொல்வதைக் கேட்க முடியவில்லை,' என்று முகமது காதைக் கவ்வி கிண்டல் செய்தான். 'நீ. அடிபணிவாயா?'

'நான் அடிபணிகிறேன்.'

முகமது தனது பிடியை விடுவித்தான், சோமேஷ்வர் பின்வாங்கினார். கொடுங்கோலன் சிரித்தான். 'நீங்கள் சிலை வழிபாட்டாளர்கள், மனிதர்கள் அல்ல. நீங்கள் அண்ணகர்கள். ஆண்மைமிக்க எங்களால் வேட்டையாடப்பட வேண்டும்.' பின்னர் சுல்தான் ஒரு மெசையாவைப் போல தனது கைகளை காற்றில் விரித்தான். 'ஆனால் நான் உங்களுக்கு கருணை காட்டுவதாக உறுதியளித்தேன், நான் என் வார்த்தையைக் காப்பாற்றுபவன். நான் உங்கள் துயரமான வாழ்க்கையை காப்பாற்றுவேன். நான் உங்களுக்கு ஒரு பிரியாவிடை பரிசையும் வழங்குவேன். அழுக்கு *காஃபிரே,* உங்கள் வாழ்நாள் முழுவதும் அதை உங்கள் பரிதாபகரமான கரங்களில் பிடித்துக் கொள்ளலாம். அது என் கருணையை ... மற்றும் ஒரே உண்மையான கடவுளான அல்ஹாவின் கருணையை உங்களுக்கு எப்போதும் நினைவூட்டட்டும்.'

சோமேஷ்வர் பயத்துடன் மேலே பார்த்தார். முகமது தனது வலது கையை அசைத்து, தோள்களில் பெரிய பைகளைத் தொங்கவிட்ட இரண்டு பருமனான மனிதர்களுக்கு சைகை செய்தான். அந்த மனிதர்கள் தங்கள் எஜமானரை நோக்கி விரைந்தனர். முகமது அவர்களில் ஒருவரை நோக்கி விரல்களை ஒடித்தான். அவன் அவசரமாக தனது சாக்கை தரையில் இறக்கி, ஒரு கையை உள்ளே நுழைத்து, உடைந்த கல் போன்ற ஒரு கைப்பிடித் துண்டுகளை வெளியே எடுத்தான். அதை முகமதிடம் கொடுத்து, குனிந்தான்.

சோமேஷ்வர் கீழே பார்த்தார். அந்தத் துண்டுகள் என்னவென்று அவருக்குத் தெரியும். அவை காந்தக்கல் மற்றும் உலோகத்தின் கலவையாகும், மந்திர அறிவியல் மற்றும் தீவிர பக்தியின் விளைவாகும். இந்துக்களுக்கு, அவர்களின் உயிரைவிட விலைமதிப்புள்ளதாக இருந்த ஒரு முழுமையின் துண்டுகள். அந்தக்

காட்சியை பார்க்க விரும்பாமல் பூமி பிளந்து தன்னை விழுங்க வேண்டும் என்று அவர் விரும்பினார். ஆனால் அவர் இருந்த இடத்திலேயே இருந்தார். முடங்கிப் போனார்.

கஜினியின் சுல்தான் சிறிது நேரத்திற்கு முன்பு தான் இடித்த சிவலிங்கத்தின் உடைந்த ஒரு துண்டை அந்தச் சிப்பாயிடமிருந்து எடுத்துக்கொண்டான்.

'இதை நான் உங்களுக்காக சுத்தம் செய்கிறேன்,' என்று முகமது கிண்டலாக முணுமுணுத்தான். அவன் அந்த சிறிய கல் துண்டின் மீது வன்மமுடன் துப்பினான். அதை தனது கைக்குட்டையில் தேய்த்து, போலி திருப்தியுடன் அதைப் பார்த்தான். பின்னர் சுல்தான் அந்தக் கல் துண்டை தரையில் வீசினான். அது சோமேஷ்வரின் முழங்கால்களுக்கு அருகில் விழுந்தது.

சோமேஷ்வரைச் சுற்றி இருந்த துக்கத்தில் மூழ்கிய கூட்டம் மூச்சுத் திணறியது. ஆனால் பேசுவதற்கு மிகவும் பயந்து, அவர்கள் அமைதியாக இருந்தனர்.

'அதை வீட்டிற்கு எடுத்துச் சென்று வணங்குங்கள்,' என்று முகமது சிரித்தான் 'அல்லது ஆயிரக்கணக்கான ஆண்டுகளாக மில்லியன் கணக்கானவர்களால் மிதிக்கப்படுவதற்கு இங்கேயே விட்டுவிடலாம். அது என்ன வித்தியாசத்தை ஏற்படுத்துகிறது? இது வெறும் கல்!' அவன் சிரிப்புடன் அலறினான். 'எப்படியிருந்தாலும், உங்கள் விலைமதிப்பற்ற சிலையின் மீதமுள்ள துண்டுகளின் விதி இதுதான். நான் அவற்றை மீண்டும் கஜினிக்கு எடுத்துச் செல்கிறேன், அங்கு நான் மிகப்பெரிய மசூதியைக் கட்டியுள்ளேன். உலகம் இதுவரை கண்டிராதது. உன்னுடைய இறந்த, புறஜாதி கடவுளை, என் மசூதியின் படிகளின் கீழ் அடக்கம் செய்வேன். ஒரே உண்மையான நம்பிக்கையான இஸ்லாம் மதத்தைப் பின்பற்றுபவர்களால் முத்திரை குத்தப்படுவார்.' முகமதின் குரல் ஒரு கர்ஜனையாக எழுந்தது. 'நியாயத்தீர்ப்பு நாள் வரை அது அப்படியே இருக்கும்!'

சுல்தான் தனது மருமகனை நோக்கித் திரும்பினான். 'முழு கோவில் வளாகத்தையும் கொளுத்து, மக்ஸூத். உள்ளே இறந்த *காஃபிர்களையும்* சேர்த்து. அவர்கள் தங்கள் இறந்தவர்களை எரிப்பார்கள், இல்லையா? இன்று, அவர்கள் தங்கள் அற்பமான கடவுள்கள் மற்றும் தெய்வங்களுடன் எரிவார்கள்.'

சலார் மக்ஸூத் வேகமாக நடந்து சென்றான். அதே நேரத்தில் முகமது சோமேஷ்வரை ஒரு கடைசி அவமதிப்பு பார்வையை வீசி, அவரை உதைத்துவிட்டு மறுபுறம் நகர்ந்தான். அவனுடைய காவலர்கள் அவனுக்குப் பின்னால் நிழல்கள் போல அடியெடுத்து வைத்தனர்.

சோமேஷ்வரைச் சுற்றியுள்ள கூட்டம் கடற்கரையில் தங்கள் இடங்களில் வேரூன்றி நின்றது. துக்கத்தால் பீடிக்கப்பட்டவர்கள். தயக்கம். நிம்மதியாக இருப்பதா அல்லது துருக்கியர்களிடமிருந்து மேலும் வன்முறையை எதிர்பார்க்கலாமா என்று தெரியாமல் இருந்தனர். இறுதியாக துருக்கியர்கள் அணிவகுத்துச் செல்வதைக் கண்டதும், சில இந்தியர்கள் கலைந்து செல்லத் தொடங்கினர், மற்றவர்கள் தற்காலிகமாக பின்தொடர்ந்தனர். ஆனால் சோமேஷ்வர் மண்டியிட்டபடியே இருந்தார். சோமநாதரின் உடைந்த சிவலிங்கத் துண்டை மெதுவாக எடுத்து தனது மார்பில் பிடித்துக் கொண்டார். சிவலிங்கம் உடைந்திருந்தாலும், சோமேஷ்வர் அதன் துண்டிலிருந்து வலிமை பெற்றார். கண்ணீர் நின்றுவிட்டது. அவரது இதயம் வலியை மீறி எரிந்திருந்தது. அவர்

கண்களை மூடிக்கொண்டு மீண்டும் மீண்டும் கிசுகிசுத்தார்... *'ஓம் நம சிவாய... ஓம் நம சிவாய...'*

இக்பால் அவர் அருகில் தரையில் குனிந்து அமர்ந்தார். அவர் தனது நண்பரின் தோளில் கை வைத்தார்.

'சோமேஷ்வர் பாய், சிறிது நேரம் நாம் விலகிச் செல்லலாம்,' என்று அவர் மெதுவாக முன்மொழிந்தார். 'இந்த நிலம் குணமடையும் வரை நாம் விலகிச் செல்வோம். என்னுடன் வங்காளத்திற்கு, என் தாயகத்திற்கு வாருங்கள். அது இந்தக் காட்டுமிராண்டியின் கைக்கு எட்டாத தூரத்தில் உள்ளது. நாங்கள் அங்கு இந்திய இஸ்லாமை பின்பற்றுகிறோம். இந்தக் கொடிய துருக்கியர்கள் செய்வது போல் அது இல்லை. நாங்கள் அங்கே அல்ஹாவையும், துர்காவையும் வணங்குகிறோம். என்னுடன் வீட்டிற்கு வாருங்கள். நாம் வங்காளத்தில் ஓய்வெடுத்து நம்மை நாமே குணப்படுத்திக் கொள்வோம்.'

சோமேஷ்வர் தனது நண்பரின் கையை மெதுவாக உதறிவிட்டார்.

'என் குடும்பம் இங்கே இறந்திருக்கலாம், ஆனால் என்னுடைய செல்வமும் சொத்துக்களும் உங்களுடையது உட்பட பல நாடுகளில் பரவியுள்ளன.' சோமேஷ்வரின் குரல் அமைதியாக இருந்தது, சகிப்புத்தன்மையின் எல்லைக்கு அப்பாற்பட்ட வலியை எதிர்கொள்ளும்போது தன்னைத்தானே அசைக்க முடியாத இதயம் போல. 'அந்த சபிக்கப்பட்ட சுல்தானின் அளவுக்கு என்னிடம் செல்வம் இருக்கிறது. நான் அதையெல்லாம் ஒரு நோக்கத்திற்காகவும் ஒரே நோக்கத்திற்காகவும் பயன்படுத்துவேன். நாங்கள் *ஓய்வெடுக்க மாட்டோம்*, இக்பால். எங்களுக்கு எங்கள் *பழிவாங்கல்* இருக்கும். இந்தக் காட்டுமிராண்டிகள் தர்மத்தின் கோபத்தை உணருவார்கள். இந்தியத் தாயின் கோபம். எங்கள் மகாதேவின் மரியாதையை மீட்டெடுப்போம்.'

இக்பால் அமைதியாக இருந்தார். அவர் தனது நண்பரை மென்மையான அனுதாபத்துடன் பார்த்தார், ஏனென்றால் அவர்களால் எதுவும் செய்ய முடியாது என்று அவர் நம்பினார். துருக்கியர்கள் நாகரிக உலகின் பெரும்பகுதியை தோற்கடித்த கொடூரமான போர்வீரர்கள். நாகரிகவாதிகளுக்கு, அவர்களின் மதிப்புகள் மற்றும் நெறிமுறைகளுடன், பெரும்பாலும் காட்டுமிராண்டிகளை எப்படி எதிர்த்துப் போராடுவது என்று தெரியாது.

'நீ என்னுடன் இருக்கிறாயா, இக்பால்?'

'சோமேஷ்வர் பாய்...' இக்பாலின் குரல் உடைந்தது. 'நாம் போதுமான அளவு பார்க்கவில்லையா? இவர்கள் உலகம் இதுவரை கண்டிராத அரக்கர்கள். நாம் வணிகர்கள். ஒரு டஜன் இந்திய ராஜ்ஜியங்களைச் சேர்ந்த ஐம்பதாயிரம் அனுபவமுள்ள போர்வீரர்களால் அவரைத் தடுக்க முடியாதபோது, இந்தக் கொடூரமான சுல்தானை எதிர்க்க நமக்கு என்ன வாய்ப்பு இருக்கிறது?'

சோமேஷ்வர் எழுந்து நின்று தனது சட்டையில் இருந்த கல் துண்டைத் துடைத்தார். மரியாதையுடன் அதை தலைமேல் வைத்து, பின்னர் மெதுவாக முத்தமிட்டார்.

'நாம் சிவபெருமானின் தூது செல்லும் புறாக்களாக இருப்போம், இக்பால்,' என்று அவர் கூறினார். 'நாம் எதிரியின் இதயத்தில் அடிக்க வேண்டும். நாம் வெகுதூரம் பயணித்துவிட்டோம். 'கஜினியிடம் சண்டையிட எனக்கு ஒருவரைத் தெரியும்.' சோமேஷ்வர் வடமேற்கில், கஜினி இருந்த இடத்தைச் சுட்டிக்காட்டினார். 'இந்தக் கொடியவனுக்கு பதிலடி கொடுக்க தெற்கில் உள்ள சிவபெருமானின் மிகப்பெரிய பக்தர்களில் ஒருவர் வாழ்கிறார். வாருங்கள், செய்ய வேண்டிய வேலை நிறைய இருக்கிறது.'

இக்பால் தனது நண்பரைப் பின்தொடர்ந்தார். பழிவாங்குவது சாத்தியம் என்று அவர் நினைக்கவில்லை. துருக்கியர்கள் மிகவும் இரக்கமற்றவர்கள் மற்றும் கொடூரமானவர்கள் என்று அவர் நம்பினார், நாகரிக விதிமுறைகளைப் பின்பற்றும் எவராலும் தோற்கடிக்கப்பட மாட்டார்கள். ஆனால் இக்பால் ஒரு நல்ல மனிதர், ஒரு நல்ல முஸ்லீம். ஒரு நல்ல முஸ்லீம் ஒருபோதும் தனது நண்பரின் பக்கத்தைவிட்டு வெளியேற மாட்டார்.

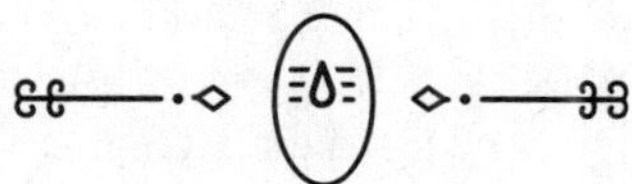

அத்தியாயம் 1

இரத்தம் சிந்திய தங்கம்

தென்னிந்தியாவின் சோழப் பேரரசின் தலைநகரான கங்கைகொண்ட சோழபுரம்

கி.பி 1029 (சோமநாதர் கோயில் மீதான தாக்குதலுக்கு கிட்டத்தட்ட நான்கு ஆண்டுகளுக்குப் பிறகு)

நரசிம்ம கவுண்டர் படுத்துக்கொண்டார், அவரது இடது கை அவரது மனைவியை சுற்றிக் கொண்டது, அவளது தலை அவரது பரந்த தோளில் சாய்ந்தது. அவர்களின் விரல்கள், அவரது மார்பில் பிணைக்கப்பட்டு, அவரது இதயத்தின் மீது பதிந்தன. அவர் தனது வலது கையை அவளது மெல்லிய இடுப்பில் வைத்தார். ஹரிணி ஒரு திருப்தியடைந்த பாரசீக பூனை போல துடித்தார், மெதுவாக உடலை நீட்டி நெருங்கிச் சென்றார்.

அரை மூடிய கண்களால், நகர காவல்துறையின் புதிதாக நியமிக்கப்பட்ட காவல்துறை அதிகாரி அவர்களின் படுக்கையறையின் வலது பக்கத்தில் உள்ள மர ஜன்னலிலிருந்து வெளியே பார்த்தார். அவர் சமீபத்தில் கட்டப்பட்ட நகரத்தையும், மென்மையான சூரிய ஒளியில் பிரகாசிக்கும், மற்றும் பரந்த தெருக்களில் இன்னும் எரியும் பல தீபங்கள் மற்றும் விளக்கு கோபுரங்களையும் பார்த்தார்.

கங்கைகொண்ட சோழபுரம். பூமியின் மிகப்பெரிய நகரம். தமிழர்களின் ரத்தினம். இந்தியாவின் பெருமை.

கங்கைகொண்ட சோழபுரம். *புனித கங்கையின் நீரை தெற்கே கொண்டு வந்த கங்கைகொண்டான்* என்றும் அழைக்கப்படும் வலிமைமிக்க சோழ பேரரசரால் கட்டப்பட்ட பிரமாண்டமான புதிய தலைநகரம்.

இந்தியாவிலிருந்து தென்கிழக்கு ஆசியா வரை பரந்து விரிந்திருந்த தனது அகன்று விரிந்த பகுதியை பூமியின் மிகவும் சக்திவாய்ந்த மனிதன் ஆட்சி செய்த நகரம்.

ராஜேந்திர சோழன்.

ராஜராஜ சோழனின் மகனான இளம் ராஜேந்திரன், தனது முன்னோர்கள் நீண்ட காலமாக ஆட்சி செய்த தஞ்சாவூரில் இருந்து அதிகார மையத்தை கங்கைகொண்ட சோழபுரத்திற்கு மாற்றினார். கவனமான திட்டமிடல் மற்றும் முன்யோசனையுடன் கட்டப்பட்ட இந்த புதிய நகரம், பாதசாரிகள் பயன்படுத்த ஏராளமான மரங்கள் நிறைந்த நடைபாதைகளுடன், நேர்த்தியான கட்டத்தில் அமைக்கப்பட்ட அகலமான பிரதானமான மற்றும் பக்கவாட்டு வீதிகளால் வரிசையாக அமைக்கப்பட்டிருந்தது. அழகியல் மற்றும் செயல்திறனை மனதில் கொண்டு கட்டிடங்கள் ஒழுங்கமைக்கப்பட்டன. குடிமை அலுவலகங்கள் மற்றும் குடியிருப்புகள் பொழுதுபோக்கு சதுக்கங்களிலிருந்து விலகி இருந்தன. அரசரின் அற்புதமான அரண்மனை வடக்கு முனையில் சிலை போன்ற பிரம்மாண்டத்தில் உயர்ந்திருந்தது, அதே நேரத்தில் நகர மையம் பெரிய *கடவுள் சிவபெருமானின்* நினைவாக பிரதிஷ்டை செய்யப்பட்ட *பிரகதீஸ்வரரின்* பிரமாண்டமான கோவிலை அலங்கரித்தது.

இந்தியாவின் கற்பனை மிகுந்த வலிமைமிக்க சோழப் பேரரசு ஆதிக்கம் செலுத்தியது, அதன் சக்தியும் மகிமையும் நாகரிக உலகின் பெரும்பகுதியின் மீது செல்வாக்கை செலுத்தியது.

நரசிம்மனின் எண்ணங்கள் தெருக்களில் ரோந்து செல்லும் தனது காவலர்கள் மீது திரும்பியது, அவர்களின் காதுகள் உதவிக்கான எந்தக் குரலுக்கும் அல்லது நடக்கும் எந்தவொரு சிறிய குற்றத்திற்கும் பதிலளிக்க பயிற்சி பெற்றிருந்தன. காவலர்கள் வாள்கள், ஈட்டிகள் மற்றும் தீப்பந்தங்களை ஏந்தியிருந்தனர். நரசிம்மன் சமீபத்தில் இந்தியாவின் கிழக்குப் பகுதியில் உள்ள காமரூப்பில் இருந்து இறக்குமதி செய்யப்பட்ட அஹோம் கத்தி-கோடாரிகளால் அவர்களை ஆயுதபாணியாக்கினார். அந்த ஆயுதம் கோடாரி பக்கத்தில் ஒற்றை முனை கொண்ட கத்தியைக் கொண்டிருந்தது, ஓரளவு வளைந்த முனையுடன் இருந்தது. நிலையான வடிவமைப்பில் கோடாரி கத்தியை தண்டுடன் இணைக்கும் யானைத் தலை அலங்காரம் இருந்தது. கைப்பிடியின் குமிழியில் அழகாக மறைத்து வைக்கப்பட்டிருந்த ஒரு கத்தியும் இடம்பெற்றிருந்தது. பெரும்பாலும் பாதுகாப்பான நகரத்தின் தெருக்களில் காவல் செய்யும் காவல்காரர்களுக்கான ஆயுதமாக, சிலர் மிகையாக சொல்வார்கள். ஆனால், நகரத் தலைவரின் மிக முக்கியமான கடமை, தனது குடிமக்களைப் பாதுகாப்பாக உணர வைப்பதாகும். மேலும், நாகரிக சமூகத்தில் வன்முறையில் அரசு ஏகபோக உரிமையை வைத்திருப்பதை நரசிம்மன் நம்பினார். தனது கண்காணிப்பின்கீழ் எந்த விழிப்புணர்வும் அல்லது சீரற்ற வன்முறையும் பொறுத்துக்கொள்ளப்படாது.

அதிகாலை வெளிச்சத்தில் வெட்டுக்கிளிகள் தங்கள் சலிப்பான மெல்லிசையை கூச்சலிட்டுப் பாடின, கடந்து செல்லும் காவலர்களின் காலடிகளின் ஒழுங்கற்ற, திடீர் ஒலிகளை மூழ்கடித்தன. நரசிம்மனின் நடுத்தர அளவிலான போதுமான அறைகள் கொண்ட வீடு ஏகாதிபத்திய சோழ குடும்பத்தின் அரண்மனையிலிருந்து சில தெருக்களுக்கு அப்பால் இருந்தது. ஒரு ஜோடி காவலர்கள் கடந்து செல்லும்போது, அவர்களின் தீப்பந்தங்களிலிருந்து வெளிச்சம் ஜன்னலின் மூங்கில் தடுப்புகளின் வழியாக சிறிது நேரம் சல்லடை போட்டு ஓய்வெடுக்கும் தம்பதியினரின் அறையை ஒளிரச் செய்தது.

முப்பத்தெட்டு வயது காவல்துறைத் தலைவரின் வெற்று மார்பில் நிழல்கள் நடனமாடின. அவர் மனைவி அவரின் வலது தோள்பட்டையின் மீது கையை வைத்தாள். அவர் அவளைப் பார்த்தார். கருமையான, மெல்லிய, வலிமிகுந்த அழகு. அவள் நீண்ட பழுப்பு நிற பாவாடை மற்றும் பொருத்தமான ரவிக்கை அணிந்திருந்தாள். அவளுடைய மந்தமான நீல அங்கவஸ்திரம் அவளுடைய உடல் மற்றும் தோள்களில் தளர்வாக பரவியிருந்தது. நீண்ட இமைகள் அவளுடைய பெரிய, பாதாம் வடிவ கண்களின் விளிம்பில் சுற்றின. அவளுடைய நேர்த்தியான மூக்கு, எந்தக் கூனோ அல்லது வளைவுகளோ இல்லாத குறிப்பிடத்தக்க நேரான மூக்குத்தண்டுடன் கவ்விக்கொண்டிருந்தது. அவளுடைய கருமையான, சுருள்மிக்க, பளபளப்பான கூந்தல் அவள் கழுத்தின் பின்புறத்தில் பாதி விரிந்த நிலையில் கட்டப்பட்டிருந்தது. அவள் மென்மையான தாளத்தில் மெதுவாக சுவாசிக்கும்போது அவளுடைய சிறிய மார்பகம் விரிவடைந்து விழுந்தது.

ஹரிணி மிகவும் அழகான மற்றும் நேர்த்தியான இந்தியப் பெண்மையை மிக உயர்ந்த நிலையில் வைத்திருந்தாள்.

மறுபுறம், அவளது கணவரின் உடலமைப்பு ஆண்மையின் உருவகமாக இருந்தது. ஆறு அடிக்கு மேல் உயரம் கொண்ட அவரது மிதமான நிறம் அவரது மனைவியின் கருமையான சருமத்தை நிறைவு செய்தது. அவரது நேர்த்தியாக வெட்டப்பட்ட தாடி அவரது முகத்தின் பக்கவாட்டில் ஓடி, அவரது மேல் உதட்டை அலங்கரித்த கைப்பிடி மீசையுடன் இணைய வளைந்தது. கன்னம் மற்றும் கழுத்தில் சுத்தமாக மொட்டையடிக்கப்பட்ட நரசிம்மனின் படகு வடிவ தாடி அவரது அழகான, சிங்கம் போன்ற முகத்தில் ஒரு கடுமையான மேனியைப் போல அவரது கன்னங்களை அணைத்துக் கொண்டது. அவரது சக்திவாய்ந்த கால்கள் அவரது வேட்டியின் மடிப்புகளால் மூடப்பட்டிருந்தன.

ஹரிணி ஒரு நகர உயர்குலப் பிறப்பு, அதேசமயம் நரசிம்மன் கிராமப்புற விவசாய குடும்பத்தைச் சேர்ந்தவர். அந்த உறவு நீடிக்காது என்று பலர் நம்பினர். ஆனால் மாறாக இருந்தது அவர்களின் வாழ்க்கை. சில நேரங்களில், குணாதிசயங்களும் வர்க்க வேறுபாடுகளும் இதயங்களை மேலும் நேசிக்க வைக்கின்றன. மேலும் ஒரு அன்பான இதயம் அதை பாதிக்கும் விஷயத்தை

குணப்படுத்தாது, ஆனால் அது அதை மிகவும் ஆழமாக புதைத்து, குறைவான பிரச்சனையை ஏற்படுத்தும்.

நரசிம்மன் தூக்கத்திற்கான தனது பலவீனமான முயற்சிகளைக் கைவிட்டார், ஏனென்றால் சூரியன் விரைவில் கம்பீரமான உத்வேகத்துடன் அவர் வருகையை அறிவிப்பார், எப்போதும் செய்வது போல. பல மணி நேரம் படுக்கையில் விழித்த நிலையில் இருந்தாலும், அமைதியாக இருந்தார். அவர் தனது மனைவியின் ஓய்வை தொந்தரவு செய்யவில்லை. அவரது கைகால்கள் மரத்துப் போனதை உணர்ந்தார்.

கவனமாக, மிக மெதுவாக, அவர் தனது கழுத்தில் இருந்து ஒரு நீண்ட கருப்பு நூலால் தொங்கவிடப்பட்ட தங்க வளைய பதக்கத்தைத் தொட்டார். வளையம்: ஒரு மோதிரத்திற்கு மிகப் பெரியது, ஒரு வளர்ந்த பெண்ணின் வளையலாக இருக்க முடியாத அளவுக்கு சிறியது. அதைத் தொட்டவுடன் நெருப்பு தன்னைத் தாக்கியது போல் உணர்ந்தார்.

அவர் மெதுவாக முனகினார்.

மகாதேவ் ... கருணை காட்டுங்கள் ...

அவர் கண்கள் லேசாக ஈரமாயின. அவர் மெதுவாக தனது மனைவியின் கையை மார்பிலிருந்து நகர்த்தி அவளைத் திருப்பி விட்டார். அவர் அவள் தலையை மெதுவாக உயர்த்தி இடது கையை விடுவித்தார். பெரிய படுக்கையிலிருந்து எழுந்து, மேல் உடலை நீட்டி, ஹரிணியைத் தொந்தரவு செய்யாமல் இருக்க கவனமாக இருந்தார்.

பின்னர் திரும்பி, குளிர்ந்த, களிமண் தரைவிரிப்பின் தரையில் ஒரு நொடியில் தன் கால்களை ஊன்றி நின்றார். அவர் தன் மனைவியை ஒரு விரைவான அன்பான பார்வையை வீசிவிட்டு, தோள்களில் ஒரு சால்வையைச் சுற்றிக் கொண்டார்.

அவர் தனது படுக்கையறையை விட்டு வெளியேறி, முற்றத்தை நோக்கி மண்டப நடைபாதை வழியாக நடந்தார். அதன் மறுபுறம் பிரதான கதவுக்கு வழிவகுக்கும் மற்றொரு பாதை இருந்தது. வழியில், அவர் ஒரு அறையில் நின்று எட்டிப் பார்த்தார். அவரது மகன்கள். ஒன்பது வயது குழந்தை தூங்கிக் கொண்டிருந்தது, அவனது போர்வை தரையில் விழுந்திருந்தது. ஆறு வயது குழந்தை போர்வைக்குள் தன்னை மறைத்துக்கொண்டிருந்தது. நரசிம்மன் உள்ளே நுழைந்து அமைதியாக தன் மூத்த மகனை போர்வையால் மூடினார்.

அவர் கதவை மூடியதும், தங்க வளையத்தைத் தொட்டார் - உடனடியாக கையை பின்னால் இழுத்தார், அது வெந்தது போல. வளையம் அவர் மார்பைத் தொட்டபோது அது அவரைத் தொந்தரவு செய்யவில்லை, ஆனால் அவரால் அதை கைகளில் பிடிக்க முடியவில்லை. அது எல்லா நினைவுகளையும் மீண்டும் கொண்டு வந்தது.

நரசிம்மன் தலையை அசைத்து திறந்த மைய முற்றத்தின் வழியாக நடந்து சென்றார். தனது வெளிப்புற செருப்புகளை

அணிந்துகொண்டு, நங்கூரத்தண்டால் கட்டப்பட்ட தேக்கு மர நுழைவாயிலில் இருந்த கனமான தாழ்ப்பாளை மெதுவாக விடுவித்தார்.

தனது வீட்டின் கதவை கவனமாக மூடிவிட்டு, தெருவுக்குள் நுழைந்தார். காவலர்கள் விவேகத்துடன் அவரை வரவேற்றனர். நல்ல வேளை தூங்காமல் இருந்ததற்கு மேலே உள்ள நட்சத்திரங்களுக்கு நன்றி தெரிவித்தனர். புதிய காவல்துறைத் தலைவரின் கோபம் கடுமையானது; ஒரு பயமுறுத்தும் முன்னாள் தளபதி என்ற அவரது நற்பெயர் வெகுதூரம் சென்றுவிட்டது. தற்போதைய அமைதியான, கிட்டத்தட்ட சமண மதத்தைப் போன்ற வன்முறையைத் தவிர்ப்பது தற்போதைய காலத்தில் அவரது போர்வீரர் நற்பெயருடன் மோதியது. அவர் ஆழமாக மூச்சை இழுத்து, சுற்றுப்புறத்தில் வீடுகளாக இருந்த இருண்ட உருவங்களைப் பார்த்தார். திறந்த ஜன்னல்கள் மற்றும் இறுக்கமாக மூடப்பட்ட கதவுகள். தூரத்தில் பேரரசர் தூங்கிக் கொண்டிருந்த பிரமாண்டமான அரண்மனை தெரிந்தது. நரசிம்மன் அதை உறுதியாகப் பார்த்தார்.

ராஜேந்திர சோழனால் நரசிம்மன் நேசிக்கப்பட்டு மதிக்கப்பட்டவர். ஸ்ரீவிஜய சாம்ராஜ்யத்திற்கு எதிரான அற்புதமான கடற்படை வெற்றிகளில் அவர் பேரரசரின் வலது கரமாக இருந்தார். மேலும் சோழர் ஆட்சி இப்போது தென்கிழக்கு ஆசியா முழுவதும் ஆழமாக பரவியிருந்தது. தெற்கு மற்றும் கிழக்கு இந்தியாவின் மீது ஏற்கனவே இருந்த கட்டுப்பாட்டோடு, கிழக்குக் கடல் ராஜேந்திர சோழனின் குளமாக மாறியது.

இதுதான் நரசிம்மனின் கீர்த்தியாக இருந்திருக்க வேண்டும். வெற்றி.

ஏனென்றால், அவர் எப்போதும் இருக்க விரும்பியது இப்படித்தான். ஒரு சிறந்த போர்வீரன். தனது நிலத்தையும், தனது மக்களையும், தனது அரசனையும் பாதுகாக்கவும் சேவை செய்யவும் போராடும் ஒரு வீரன்.

அவருக்கு இப்போது தெரிந்தது. இப்போது புரிந்தது.

அம்மா சொன்னது சரிதான்... எப்போதும் போல...

அவர் தனது தாயின் வார்த்தைகளை நினைவில் கொண்டார். வாழ்க்கையில் மிகப்பெரிய சாபங்களில் ஒன்று, நீங்கள் எப்போதும் விரும்பியதை மறுப்பது. ஆனால் இன்னும் பெரிய சாபம் என்னவென்றால், நீங்கள் எப்போதும் விரும்பியதை உண்மையில் பெறுவது.

அவர் தனது மார்பில் பதிந்திருக்கும் பதக்கத்தை மீண்டும் பார்த்தார்.

அவர் கண்களை மூடிக்கொண்டார்.

மகாதேவ் ... மகாதேவ் ... எனக்கு உதவுங்கள் ...

நரசிம்மன் சில வாரங்களுக்கு முன்பு பேரரசரின் மிகவும் நம்பகமான தளபதி பதவியைத் துறந்திருந்தார். தெற்கு கர்நாடகாவில்

உள்ள தனது பெரிய கிராமப்புற தோட்டத்திற்குத் திரும்புவதற்கான விருப்பத்தை அவர் வெளிப்படுத்தியிருந்தார். காவேரி நதி இளமையாகவும், வேகமாகவும், ஆழமாகவும் பாயும் ஒரு அழகிய பகுதி. அவர் தனது முன்னோர்களைப் போலவே விவசாயத்தை மேற்கொள்வார். வீட்டில் இருந்த தனது சகோதரர்களைப் போலவே, அவர் நெல் விதைத்து அறுவடை செய்வார்.

அவரது நண்பரும் நம்பிக்கைக்குரியவருமான பேரரசர் அவரை விடுவிக்க மறுத்துவிட்டார். ஓரளவு மறுத்துவிட்டார். தனது மிகவும் நம்பகமான நபரை சோழ சிம்மாசனப் பணியிலிருந்து முழுமையாக விடுவிக்க அவர் விரும்பவில்லை. நகர காவல்துறைத் தலைவராக சோழபுரத்திலேயே தங்குமாறு அவர் தளபதியிடம் கேட்டுக் கொண்டார். பேரரசரை நேரடியாக அணுகக்கூடிய மிக மூத்த பதவி. மேலும், நகரம் ஒப்பீட்டளவில் குற்றமற்றதாக இருந்ததால், இது வெளிப்படையாக எளிதான வேலை. மேலும், வன்முறை குற்றம் இங்கு நடைமுறையில் கேள்விப்படாதது.

நரசிம்மன் விட்டுக்கொடுத்தார் ... ராஜேந்திர சோழனின் ஆணையை எவராலும் மறுக்க முடியாது.

அவரது அகன்ற தோளில் ஒரு சிறிய கை இருப்பதை உணர்ந்த அவர், திடுக்கிட்டார். பின்னர் அவர் சிரித்தார். அவரது மனைவி அவரை நன்கு அறிவார் என்பது அவருக்குத் தெரியும். சிறிது நேரம் தனியாக இருக்க அறையை விட்டு வெளியேற அவள் அனுமதித்திருக்க வேண்டும். மேலும், வீட்டிற்கு அருகில் உள்ள தெருவில், அரண்மனை தெரியும் இடத்தில்தான் இருப்பார் என்று அவளுக்குத் தெரியும்.

‘சிம்ஹா?’ ஹரிணி தனது மெல்லிசைக் குரலால், அவள் மட்டும் அழைக்கும் பெயரால் அவரைக் கூப்பிட்டாள்.

அவள் அவர் கையை மெதுவாகப் பிடித்தாள். அவர் அதை வளைத்து, பதின்மூன்று வருடங்களாகத் தன் சிறந்த தோழியாக இருந்தவளைப் பார்த்தார். அவளுடைய அடர் பழுப்பு நிறக் கண்களுக்குள், ஆண்மையுள்ள ஆண்கள் எப்போதும் தங்கள் துணையிடமிருந்து அதிகம் விரும்பும் அமைதியைக் கண்டார்.

புயலிலிருந்து அவள்தான் அவரின் அடைக்கலம். பாலைவனம் போன்ற வாழ்க்கைப் போராட்டத்தில் அவரது பசுந்திடல்.

மற்ற எல்லா நல்ல மனைவிகளையும் போலவே, அவளுடைய கணவனின் மனதில் இருந்தவற்றை உணரும் பக்குவம் அவளுக்குள் இருந்தது.

‘தயவுசெய்து, என் அன்பே,’ அவள் கிசுகிசுத்தாள். ‘சிவபெருமானின் அன்பிற்காக, அதை உதறிவிடுங்கள். இதில் என்ன இருக்கிறது என்று நான் உங்களிடம் ஒருபோதும் கேட்டதில்லை...’ ஹரிணி வளையத் தொங்கலைப் பார்த்தாள். ‘போதும்... இப்போது போதும்... அன்னை காவேரியில் மூழ்கடியுங்கள். அதை விடுங்கள்...’

நரசிம்மன் அமைதியாக இருந்தார்.

அந்த பதக்கம் சூனியம் செய்யப்பட்டதாக ஹரிணி நம்பினாள். ஏதோ ஒரு தீய ஆவியால் நிரப்பப்பட்டது. ஒரு வூடூ சாபம் போல. அவளுடைய மரியாதைக்குரிய கணவரை மூழ்கடித்த நித்திய வலி.

நரசிம்மன் எப்போதும் இதுபோன்ற நேரங்களில் செய்வதைப் போலவே செய்தார். அவர் பேச்சை மாற்றினார். 'என் அன்பே, வீட்டிற்குப் போவோம்.'

ஹரிணியும் நரசிம்மனும் வீட்டிற்குத் திரும்பினர். வீட்டு வேலைக்காரர்கள் விழித்தெழுந்து காலை வேலைகளைத் தொடங்கினர். அவர்களின் மகன்கள் விழித்திருந்து, குளித்துவிட்டு யோகா செய்து கொண்டிருந்தார்கள். ஹரிணி ஒரு நல்ல தாய், அவர்களின் அன்றாட அட்டவணையில் கண்டிப்பானவள், நல்ல தாய்மார்கள் அந்த வயது சிறுவர்களுடன் அப்படித்தான் இருக்க வேண்டும்.

'இதோ,' என்று ஹரிணி சொன்னாள், ஒரு வேலைக்காரன் இரண்டு கோப்பையில் மோர் எடுத்துக்கொண்டு அவர்களின் அறைக்குள் வந்தான். அவள் ஒரு கோப்பையை நரசிம்மனிடம் கொடுத்துவிட்டு, பின்னர் ஒன்றை தானே எடுத்துக் கொண்டாள்.

'நான் உன்னை நேசிக்கிறேன்,' என்று நரசிம்மன் ஒரு வாய் குடித்தபடி சொன்னார்.

'எனக்குத் தெரியும்,' என்று ஹரிணி வெட்கப்பட்டு, குடிக்க ஆரம்பித்தாள்.

நரசிம்மன் சிரித்தார்.

ஹரிணி தயங்கி, 'நான் ஏதோ கேட்க நினைத்தேன்...' என்றாள்.

நரசிம்மன் சிரித்தார். 'நிச்சயமாக, அன்பே. கேள்...'

'விஜயனைப் பற்றி?'

விஜயன் கடந்த பல வருடங்களாக சோழபுரத்தின் காவல்துறைத் தலைவராக இருந்தார். மேலும், அவர் வேலையை நன்றாகச் செய்திருந்தார். இப்போது, அவர் எந்தத் தவறும் செய்யாமல், பதவி இறக்கம் செய்யப்பட்டு, பேரரசரின் விருப்பமான தளபதியின் கட்டளையின்கீழ் வைக்கப்பட்டார், ஏனென்றால் ராஜேந்திர சோழன் எப்படியாவது நரசிம்மன் தனது நகரத்தை விட்டு வெளியேறுவதைத் தடுக்க விரும்பினார்.

'நான் நியமிக்கப்பட்டு ஒரு வாரம்தான் ஆகிறது, ஹரிணி,' நரசிம்மன் அவளுக்கு நினைவூட்டினார். 'விஜயன் ஒரு நல்ல மனிதர். அவர் ஒரு சிறந்த வில்லாளி. அவர் அவமதிக்கப்பட்டதாக உணர எல்லா காரணங்களும் உள்ளன. அவர் இப்போது எனக்குக்கீழ் பணியாற்ற வேண்டும் - தனது வேலையில் எந்த அனுபவமும் இல்லாத ஒரு மனிதரின்கீழ்.'

‘நீங்கள் வெறும் மனிதர் அல்ல. சோழப் படையில் நீங்கள் மிகப் பெரிய தளபதிகளில் ஒருவர்.’

‘ஆனால் காவல் பற்றி எனக்கு என்ன தெரியும்? விஜயனை நான் அழைத்து வருவேன். கவலைப்பட வேண்டாம். அவர் பாண்டிய பிரதேசத்தைச் சேர்ந்தவர் என்பது விஷயங்களை மிகவும் சிக்கலாக்குகிறது.’

சோழ மையப்பகுதி புனிதமான காவிரி நதிக்கரையில் அமைந்திருந்தது. மற்றொரு சிறந்த போர்வீர வம்சமான பாண்டியர்கள், புனித வைகை நதிக்கரையில் தெற்கே அமைந்திருந்தனர். சோழர் மற்றும் பாண்டியர் பகை பல நூற்றாண்டுகளுக்கு முந்தையது. பாண்டியர்கள் ஆட்சி செய்த ஒரு காலம் இருந்தது, சோழர்கள் அவர்களின் நிலப்பிரபுக்களாக இருந்தனர். ஆனால் கடந்த நூற்றாண்டில் நிலைகள் தலைகீழாக மாறிவிட்டன. பாண்டியர்கள் இப்போது தங்கள் சோழ பிரபுக்களின் கீழ் அடிமைகளாக இருந்தனர். சோழர்கள், பாண்டிய வம்சத்திற்கு சேவை செய்த பல செல்வாக்கு மிக்க பிரபுக்களுக்கு, அவர்களைப் பேரரசின் மடிப்புக்குள் கொண்டுவருவதற்காக, தங்கள் நிர்வாகத்தில் மூத்த பதவிகளை வழங்கினர். ஆனால் சில சமயங்களில், பண்டைய போட்டியின் அழுத்தங்கள் அப்படியே இருந்தன.

‘விஜயன் தனது பழைய வேலையைத் திரும்பப் பெற்று, நாம் சோழபுரத்தை விட்டு நமது தோட்டத்திற்குச் செல்வது எனக்குப் பிடிக்கும். அங்கே அமைதியாக வாழ வேண்டும்... விவசாயம், கால்நடை வளர்ப்பு... ஒருவேளை இன்னும் சில குழந்தைகளைப் பெறலாம்’ என்றார் நரசிம்மன்.

‘எனக்கு அது பிடிக்கும். குறிப்பாக அதிக குழந்தைகளைப் பெறுவது பற்றிய பகுதி!’

கணவனும் மனைவியும் மெதுவாகச் சிரித்தனர்.

‘ஆனால்,’ நரசிம்மன் தொடர்ந்தார், ‘சக்கரவர்த்தியின் அனுமதியின்றி நான் வெளியேற முடியாது... நான் மீண்டும் முயற்சிப்பேன். என்னைப் போக விடுமாறு நான் அவரிடம் கெஞ்சுவேன்.’

தனக்குள் இருந்த சோகம் தன் முகத்தில் பிரதிபலிக்காமல் பார்த்துக் கொண்டாள் ஹரிணி.

சோழப் படைக்காக அவள் கணவர் பத்து முறை போர் தொடுத்திருந்தார். பிரபலமான வெற்றிகளைப் பெற்றார். ஆனால் தென்கிழக்கு ஆசியாவின் வெற்றி மிகவும் கடினமானதாக இருந்தது, நான்கு ஆண்டுகளுக்கும் மேலாக நீடித்தது. அவர் மாறிய மனிதனாகத் திருப்பி வந்தார், சில வழிகளில் காயப்பட்டு.

நான் என் சிங்கத்தைச் சோழப் படையிடம் கொடுத்தேன். பேரரசரிடம். அவர்கள் என் கணவருக்கு என்ன செய்தார்கள்?

நரசிம்மன் தனது மனைவியின் கையைப் பிடித்தார். ‘கவலைப்படாதே... நினைவில் கொள், நீயும் நானும்தான் முக்கியம்.’

ஹரிணி அழ ஆரம்பித்தாள். அவள் ஒரு அடி எடுத்து வைத்து தன் கணவனை இறுக்கமாக அணைத்துக் கொண்டாள்.

நரசிம்மன் வீட்டில் உள்ள தனது தனிப்பட்ட அலுவலகத்தில் அமர்ந்து, அன்றைய தினம் சுருள்கள் மற்றும் காகிதத் தாள்களைப் படித்துக் கொண்டிருந்தார். காவல் தலைமையகத்திற்குச் செல்வதற்கு முன்பு, அதிகாலையில் இந்த சலிப்பான வேலையை முடிக்க விரும்பினார். சோழப் படைக்கும் காவல் படைக்கும் இடையே ஒரு ஒற்றுமை இருந்தால், அது காகித வேலைகள் மீதான அவர்களின் கட்டாய மோகம்தான்.

‘சிம்ஹா!’ ஹரிணி சத்தமாக அழைத்தாள்.

‘நான் இங்கே இருக்கிறேன்,’ நரசிம்மன் பதிலளித்தார்.

ஹரிணி ஒரு வெள்ளித் தட்டுடன் உள்ளே வந்தாள். ‘நான் கோவிலுக்குப் போயிருந்தேன்...’

நரசிம்மன் தனது மேசையிலிருந்து எழுந்து, தனது காலணிகளைக் கழற்றி, மரியாதையுடன் தனது உள்ளங்கைகளை ஒன்றாக இணைத்து, தனது மனைவிக்கு வசதியாக தலையை வணங்கினார். ஹரிணி தனது ஆள்காட்டி, நடு மற்றும் மோதிர விரல்களை தட்டில் இருந்த புனித சாம்பல் நிறைந்த மண் கிண்ணத்தில் நனைத்தாள். நரசிம்மன் தனது வலது கையை அவரது தலையில் வைத்தார். அவரது மனைவி அவரது நெற்றியில் ஒரு நேர்த்தியான *திரிபுண்டரத்தை* வரைந்தாள் - *சாம்பலில் மூன்று கோடுகள். மகாதேவ், சிவபெருமானை வணங்கும் சைவ இந்துக்கள் இதை அணிவர்.* அவள் விரல்களில் இருந்து மீதமுள்ள சாம்பலை தொண்டையிலும், பின்னர் தனது அங்கவஸ்திரத்தின் விளிம்பிலும் துடைத்தாள்.

‘இப்போது செல்லுங்கள்,’ அவள் அன்பாகச் சொன்னாள். ‘வேலைக்குச் செல்லுங்கள். அதாவது, நீங்கள் உங்கள் சுருள்களைப் பார்த்து முடித்திருந்தால்.’

‘கிட்டதட்ட முடிந்தது.’

‘விஜயன் கோவிலில் இருந்தார். இன்று அந்தப் பகுதியில் அவர் தனிப்பட்ட முறையில் பாதுகாப்பை மேற்பார்வையிடுவதுபோல் தோன்றியது.’

நரசிம்மன் தலையசைத்தார். இது தனது கணவருக்கு எதிர்பாராத செய்தியா இல்லையா என்று ஹரிணியால் கண்டுபிடிக்க முடியவில்லை.

நண்பகல் நெருங்கும் நேரத்தில், நரசிம்மன் பிரகதீஸ்வரர் கோயில் வளாகத்தை அடைந்தார்.

அவர் ஒரு வெள்ளை வேட்டியை அணிந்து, இடுப்பில் காவி நிற வார் கட்டியிருந்தார். அவர் தனது வலது தோளில் ஒரு வெள்ளை அங்கவஸ்திரத்தை போர்த்தி, துணியின் நுனியை தனது முன்கையில் சுற்றிக் கொண்டிருந்தார். அவரது தலையில் ஒரு நீண்ட சிவப்பு துண்டு துணியால் கட்டப்பட்ட தலைப்பாகை இருந்தது. அவர் இரண்டு காது மடல்களிலும் எளிமையான தோடுகள் அணிந்திருந்தார், இடது தோள்பட்டையில் இருந்து வலது பக்கம் தொங்கிய ஒரு பூணூல் அணிந்திருந்தார். அவரது மகத்தான தசை மற்றும் உயரம், ஆனால் எளிமையான, அடக்கமான ஆடைகளுடன் அவர் ஒரு அற்புதமான ஆனால் பயமுறுத்தும் உருவத்தை உருவாக்கினார்.

நகரம் இந்த நேரத்தில் பரபரப்பாக இருந்தது. பழங்கள் மற்றும் காய்கறி விற்பனையாளர்கள் தெருக்களில் வரிசையாக நின்று, தங்கள் கடைகளில் புதிய விளைபொருட்களைக் காட்சிப்படுத்தினர். பேரம் பேசும் வாடிக்கையாளர்கள் இடத்திற்காக ஏங்கித் தவித்தனர், அதே நேரத்தில் பள்ளி மாணவிகளும் மாணவர்களும் மதிய உணவிற்கு வீடு திரும்பினர், சிலர் உற்சாகமாகவும், மற்றவர்கள் சோர்வாகவும், சோகமாகவும் இருந்தனர், ஏனென்றால் மதிய வகுப்புகள் இன்னும் இருந்தன.

கோவிலின் வாசலை அடைந்ததும், அருகிலுள்ள ஒரு கடையில் நரசிம்மன் தனது செருப்பைக் கழற்றிவிட்டு உள்ளே நுழைந்தார். *கோபுரத்தின்கீழ் உள்ள முதல் கல் பலகையை குனிந்து தொட்டார், இது ஒரு பெரிய கோபுரமாகும், இது கோவில் வளாகத்தின் சடங்கு வாயிலாகவும் இருந்தது.* அவர் கையை உயர்த்தி மரியாதையுடன் தனது நெற்றியைத் தொட்டார்.

'என் *பிரகதீஸ்வரரே,*' என்று அவர் தனது பெரிய கடவுள் சிவனிடம் கிசுகிசுத்தார். 'பிரபஞ்சத்தின் இறைவன். நான் இங்கே இருக்கிறேன். உங்கள் கருணையால் என்னை ஆசீர்வதியுங்கள்.'

இன்று பக்தர்களின் கூட்டம் ஒப்பீட்டளவில் குறைவாகவே இருந்தது. கூட்டத்தின் வழியாக, நரசிம்மனின் கண்கள் தூரத்தில் நின்று கொண்டிருந்த காவல்துறை அதிகாரியின் மீது விழுந்தன.

விஜயன்.

அம்புகள் நிறைந்த ஒரு அம்பறாத்தூணி அவரது இறுக்கமான, நன்கு கட்டப்பட்ட முதுகில் மாட்டப்பட்டிருந்தது, அதே நேரத்தில் ஒரு வளைந்த வில் அவரது வலது தோளில் தொங்கியது. கோவில் முற்றத்தில் காவல்துறையினரால் அவர் சூழப்பட்டார், அனைவரும் மஞ்சள் வேட்டிகள் மற்றும் மெல்லிய தோல் கவச சீருடையில் இருந்தனர். ஒரு நிலையான இராணுவ தர போர் கத்தி அவர்களின் இடுப்பில் தொங்கியது. அதிகாரி தனது வீரர்களுக்கு அறிவுறுத்திக் கொண்டிருந்தார்.

நரசிம்மன் ஒரு நிம்மதியான புன்னகையை அளித்து அந்தக் குழுவை நோக்கி நடந்தார். புதிதாக நியமிக்கப்பட்ட தலைவர் நெருங்கி வர, உற்சாகமான மனிதர்கள் ஒரு சங்கடமான அமைதியில்

மூழ்கினர். விஜயன் திரும்பிப் பார்த்தார். நரசிம்மன் அந்த விரோதத்தை உணர்ந்தார், அதற்கு முன்பு அது கற்பனையான நாகரிகத்தால் திறமையாக மறைக்கப்பட்டது.

'மதியம் வணக்கம், ஐயா,' விஜயன் சோர்வாக பேசினார், முறையான காவல் வணக்கத்தை நிறைவேற்றினார். அவர் எல்லாவற்றையும் சரியாகச் செய்தார். வணக்கம், வணக்கம். லேசான புன்னகைகூட. அது எல்லாம் கண்ணியமாகவும் சரியாகவும் இருந்தது. ஆனால் வணக்கத்தில் தெளிவான தன்மை காணவில்லை.

ஒரு துணை அதிகாரி எப்போது அவமரியாதை செய்கிறார் என்பது நல்ல தலைவர்களுக்கு எப்போதும் தெரியும், அவர் மேலோட்டமாக எல்லா சரியான செயல்களையும் செய்தாலும்கூட. நரசிம்மன் அவமானத்தை நழுவ விட்டார்.

'மதியம் வணக்கம் விஜயன்,' என்று அவர் மரியாதையுடன் தலையசைத்து, பதிலுக்கு வணக்கம் செலுத்தினார்.

விஜயன் தனது ஆட்களை ஒரு சைகையுடன் அனுப்பினார். நரசிம்மனை விட நான்கு அங்குலம் சிறியதாக இருந்தாலும், சோழபுரத்தின் காவல் படையின் இரண்டாம் நிலை அதிகாரியின் சுத்தமாக மொட்டையடிக்கப்பட்ட, அழகான கருமையான முகம் எந்த அச்சுறுத்தலையும் காட்டவில்லை. மாறாக, அது செயலற்ற முறையில் போர்க்குணமிக்கதாக இருந்தது.

'உங்களை இங்கே கொண்டு வந்தது எது, ஐயா? இது வாரத்தின் பாரம்பரிய நாள் அல்ல,' விஜயன் தனது வில்லின் இறுக்கத்தை சரிசெய்துகொண்டே அமைதியான குரலில் கூறினார். நுட்பமான 'நீங்கள் இல்லாமல் நம்மால் சமாளிக்க முடியும்' என்ற அணுகுமுறை இந்த முறை அவ்வளவு நுட்பமாக இல்லை.

'நரசிம்மன்...' என்றார் நரசிம்மன். 'நாங்கள் இருவரும் மட்டுமே இருக்கும்போது, வேறு எந்த காவல்துறை அதிகாரிகளும் இல்லாதபோது நீங்கள் என்னை நரசிம்மன் என்று அழைக்கலாம்.'

'இல்லை,' என்று விஜயன் தலையை லேசாக ஆட்டினார். 'நான் "ஐயா" என்று சொல்வேன். உங்களுக்கு நான் எப்படி உதவ முடியும்... ஐயா?'

'சிலவற்றை சரிபார்க்க வேண்டும்...' நரசிம்மன் திடீரென்று நின்றார், அவரது போர்வீர உள்ளுணர்வு அருகில் ஒரு இருப்பை உணர்ந்தது. அவரது தசைகள் இறுக்கமடைந்து, செயலில் இறங்கத் தயாராக இருந்தன. அவர் கண்கள் தானாகவே விரிந்தன. அவர் உடனடியாகச் சுற்றிச் சுழன்று, கை மெதுவாக பக்கவாட்டில் நகர்ந்து கத்தியை எடுத்தது. அனைத்தும் ஒரே மென்மையான அசைவில். கண் இமைக்கும் நேரத்திற்குள். ஒரு அச்சுறுத்தலுக்கு உடனடியாக எதிர்வினையாற்றும் ஒரு சிறுத்தை போல.

நரசிம்மனின் கத்தி அவர் பின்னால் நின்றிருந்த திடுக்கிட்ட முதியவரின் தொண்டைமுன் இருந்தது.

'ஐயா!' பதற்றமடைந்த விஜயன் சத்தமாகச் சொன்னான். அதிர்ச்சிக்குப் பிந்தைய மன அழுத்தக் கோளாறுகள் உள்ள வீரர்கள் அர்த்தமில்லாமல் ஒருவரைக் கொல்வதை அவன் அறிந்திருந்தான்.

வழுக்கைத் தலையும் சாம்பல் நிற தாடியும் கொண்ட அந்த உயரமான மனிதன், தன் இரு கைகளையும் பணிவுடன் உயர்த்தியிருந்தான். அதே போல், அதே வயதுடைய மற்றொரு மனிதனும் அவனருகில் நின்றிருந்தான்.

'ஐயா, கொஞ்சம் நிதானமாக இருங்கள்,' என்றார் விஜயன். 'அவர்கள் எந்தத் தீங்கும் செய்வதாக நான் நினைக்கவில்லை.'

'நாங்கள் நிச்சயமாக எந்தத் தீங்கும் செய்வதாக இல்லை, பெரிய ஆண்டவரே,' என்று அந்த எளிய மனிதர் கற்புத் தமிழில், ஆனால் சோழ நாட்டுக்கு அந்நியமான உச்சரிப்பில் கூறினார்.

'மன்னிக்கவும்...' என்று நரசிம்மன் கத்தியை இழுத்து மன்னிப்பு கேட்டார். 'மன்னிக்கவும்...'

'இல்லை, எங்களை மன்னிக்கவும், என் ஆண்டவரே,' என்றார் முதியவர். 'நாங்கள் உங்களைத் தொந்தரவு செய்ய விரும்பவில்லை.'

'நீங்கள் அப்படி எவர் பின்னாலும் பதுங்கிச் செல்லக்கூடாது.'

'நான்... நான் உங்களை அழைக்க முயற்சித்தேன்...' என்று அந்த மனிதர் மன்னிப்பு கேட்டார். அவரது உள்ளங்கைகள் ஒரு நமஸ்காரத்தில் இணைந்தன. 'ஆனால் ஒருவேளை உங்களுக்கு கேட்கவில்லை போலும். அதனால் நான் மேலே வந்து உங்களிடம் பேசலாம் என்று நினைத்தேன். இது ஒரு கோவில், நாங்கள் அனைவரும் சிவனின் பக்தர்கள்.'

'நாங்கள் அப்படித்தான்,' என்று நரசிம்மன் ஆழ்ந்த மூச்சை எடுத்துக்கொண்டு, தன்னைத் தானே அமைதிப்படுத்திக் கொண்டார். '*ஓம் நம சிவாய.*'

மற்ற அனைவரும் அந்த மந்திரத்தை மீண்டும் மீண்டும் பாடினர். *ஓம் நம சிவாய.*

'நீ இங்கிருப்பவர் இல்லையே' என்றார் நரசிம்மன். அவர் இதயமும் மனமும் இப்போது அமைதியாக இருந்தன. 'உங்கள் உச்சரிப்பு மாறுபட்டு இருக்கிறது.'

'"இங்கே" என்று நீங்கள் சொல்வதைப் பொறுத்தது, என் ஆண்டவரே,' என்றான் அந்த மனிதன்.

நரசிம்மன் மெதுவாகச் சிரித்தார், விஜயனைப் போலவே.

'என் உச்சரிப்பு குஜராத்தியாக இருக்கலாம், என் ஆண்டவரே, ஆனால் என் வார்த்தைகள் தமிழ் ...' என்றான் அந்த மனிதன். 'மேலும் என் "இங்கே" என்பது அன்னை இந்தியா.'

'சரியாகச் சொன்னீர்கள் ...' நரசிம்மன் தொடர்ந்து சிரித்தார். 'நான் ஒப்புக்கொள்ள வேண்டும் என்றாலும், இதற்கு முன்பு குஜராத்தி உச்சரிப்பில் நான் தமிழைக் கேட்டதில்லை. அது ... வித்தியாசமாகத் தெரிகிறது ...'

அந்த முதியவர் அன்பாகச் சிரித்தார்.

'உங்களுக்கு என்ன வேண்டும், அண்ணா?' என்று நரசிம்மன் கேட்டார், அந்த முதியவரை தமிழில் மூத்த சகோதரர் என்று குறிப்பிட்டு. 'நான் உங்களுக்கு எப்படி உதவ முடியும்?'

'நாங்கள் பேரரசர் ராஜேந்திர சோழனின் பெரிய தளபதியான போர்வீரர் நரசிம்மனிடம் பேச விரும்புகிறோம்.'

'நீங்கள் அதிர்ஷ்டசாலி, நான்தான் நரசிம்மன், ஆனால் இப்போது தளபதி இல்லை. நான் இங்கே காவல் தலைவர். நான் உங்களுக்கு எப்படி உதவ முடியும்?'

'நான் சோமேஷ்வர்,' அந்த முதியவர் சொன்னார். 'நம் நாட்டின் மேற்குக் கடற்கரையிலிருந்து வந்த ஒரு வணிகர்; ஒரு காலத்தில் புகழ்பெற்ற சோம்நாத் நகரத்தைச் சேர்ந்தவன்.'

நரசிம்மனின் முகம் குலுங்கி, இதயம் கனத்தது. கிட்டதட்ட உடனடியாக அவரது கண்களில் கண்ணீர் வழிந்தது. விஜயனின் கண்களும் கண்ணீர் விட்டன. அவர்களின் எதிர்வினையைக் கண்டதும், சோமேஷ்வர் மற்றும் இக்பால் கண்ணீர் விட்டனர், மீண்டும் அந்த பயங்கரமான நாளை நினைத்து.

'சோமேஷ்வர்ஜி, உங்கள் வேதனையை நான் புரிந்துகொள்கிறேன்' என்றார் நரசிம்மன். 'சோமேஷ்வர்ஜி, பெரிய கோவில் சோமநாதர் மீதான தாக்குதல்...' நரசிம்மன் மரியாதைக்காக 'ஜி' என்ற தமிழ் வார்த்தையைச் சேர்த்தார். 'சில வாரங்களுக்கு முன்பு பேரரசரும் நானும் திரும்பியபோது என் மனைவி குறிப்பிட்ட முதல் விஷயம் இதுதான்... பேரரசரும் இப்போது அதை அறிந்திருக்கிறார். நாங்கள் ... அதை மீண்டும் கட்டியெழுப்ப உதவ விரும்புகிறோம் ... மேலும் ...'

'நாங்கள் மீண்டும் கட்டுவோம், என் ஆண்டவரே,' சோமேஷ்வர் உணர்ச்சியுடன் கூறினார். 'ஆனால் மறுகட்டமைப்பு என்பது வணிகர்கள், பூசாரிகள் மற்றும் பொது மக்களால் செய்யப்படலாம்... மறுகட்டமைப்பு என்பது நமது வீரர்களின் பணி அல்ல... போர்வீரர்களுக்கு வேறு கடமை இருக்கிறது. அவர்களின் *தர்மம்* வேறு.'

நரசிம்மன் அமைதியாக இருந்தார்.

சோமேஷ்வரின் கண்களில் இருந்து கண்ணீர் வழிந்தது. அவரது முதிர்ந்த வயதும் உடைந்த இதயமும் அனுமதிக்கும் அளவுக்கு அவரது கரடுமுரடான கைமுட்டிகள் இறுக்கமாக இறுகின. அவரது உடல் கோபத்தால் லேசாக நடுங்கியது. 'அவர்கள்... அந்த அசுரன் முகமதும் அவரது படையும்... அவர்கள் தங்கள் பாவங்களுக்கு பதிலளிக்க வேண்டும்... நமது வீரர்கள் அவர்களுக்கு தர்ம நீதியில் ஒரு பாடம் கற்பிக்க வேண்டும்...'

'கடந்த நான்கு ஆண்டுகளாக இந்தியாவில் உள்ள மற்ற ராஜ்ஜியங்கள் என்ன செய்து கொண்டிருந்தன? உங்கள் வட இந்திய ராஜ்ஜியங்கள் முகமதைத் தடுக்க என்ன செய்தன?'

'மேற்கு மற்றும் வட இந்திய மன்னர்கள் தெற்கில் உள்ள மன்னர்களைவிட தைரியத்தில் குறைவானவர்கள் அல்ல, தலைவர் நரசிம்மன். அவர்கள் கடுமையாகப் போராடினர். அவர்கள் வீரத்துடன் போராடினர். அவர்கள் செய்த தவறு என்னவென்றால், அவர்கள் தனித்தனியாகப் போராடினர். பல்லாயிரக்கணக்கான துணிச்சலான இந்திய வீரர்களும் மன்னர்களும் முகமதுடன் போரிட்டு இறந்துள்ளனர். அவர்கள் தியாகம் செய்துள்ளனர், ஆனால் வெற்றி பெறவில்லை. ஏன்? நமது வழக்கமான பிரச்சனையின் காரணமாக, ஐயா. உள் பிளவுகள். வட இந்தியாவில் ஒருங்கிணைந்த பேரரசு இல்லாததால், கஜினியை எதிர்கொள்ள வெவ்வேறு குழுக்களை ஒரு பொதுவான உத்தியில் உடன்பட வைப்பது கிட்டதட்ட சாத்தியமற்றது. எனக்குத் தெரியும், ஏனென்றால் சமீப காலங்களில் அவர்களை ஒன்றிணைக்க நாங்கள் எங்களால் முடிந்தவரை முயற்சித்தோம். அவர்கள் வீரத்துடன் போராடினர், ஆனால் ஒற்றுமையாக அல்ல. துருக்கியர்களுக்கு எதிராக அது போதுமானதாக இல்லை. இந்தியாவின் மிகப் பெரிய பேரரசர் ராஜேந்திர சோழன், நாட்டின் மற்ற பெரும்பாலான மன்னர்களைவிட பெரிய பேரரசை கொண்டவர், நமது பழிவாங்கும் போராட்டத்திற்கு தலைமை தாங்க வேண்டும்... ஆனால் கடந்த சில ஆண்டுகளாக அவர் தென்கிழக்கு ஆசியாவில் காணவில்லை. அவர் திரும்பி வந்துவிட்டார் என்று கேள்விப்பட்டவுடன், நானும் என் நண்பர் இக்பாலும் அவரிடம் உதவி கேட்க இங்கு விரைந்தோம்.'

சக்கரவர்த்தி செய்யும் திட்டங்களை நரசிம்மன் அறிந்திருந்தார். அந்தத் திட்டங்களைச் சரியாகச் செய்ய நேரம் எடுக்கும் என்பதையும் அவர் அறிந்திருந்தார். ஆனால் இந்த வயதான குஜராத்தி மனிதரை எவ்வளவு நம்புவது என்று அவருக்குத் தெரியவில்லை. 'நீங்கள் ஒரு வணிகர், சோமேஷ்வர்ஜி... இதை சோழப் பேரரசரிடம் விட்டுவிடுங்கள். அவர் சிவபெருமானின் சிறந்த பக்தர்... இந்த நாட்டில் மகாதேவரின் சிறந்த பக்தர்... நாங்கள் செய்வோம்...'

'உங்களை குறுக்கிடுவதற்கு மன்னிக்கவும், நரசிம்மன்,' என்றார் சோமேஷ்வர். 'ஆனால் இலங்கைக்குப் பாலம் கட்ட ராமருக்குக் கூட அணில்களின் உதவி தேவைப்பட்டது. அணில் செய்யக்கூடியதை ஒரு அணில் மட்டுமே செய்ய முடியும்.'

ராமாயணத்தில் வரும் இந்த புராணக் கதையை அனைத்து இந்தியர்களும் அறிந்திருந்தனர். ராமரும் அவரது படைகளும் கடலுக்கு வந்து, இலங்கைக்குச் சென்று, அரக்க மன்னன் ராவணனைத் தோற்கடிக்க ஒரு பாலத்தைக் கட்டிக்கொண்டிருந்தபோது... அந்த நேரத்தில், ஒரு அணில் பாலம் கட்டுவதற்கு உதவ முன்வந்தது. மற்றவர்கள் சிரித்து, ஒரு சிறிய அணில் என்ன செய்ய முடியும் என்று கேள்வி எழுப்பினர். ஆனால், ராமர் வழக்கம் போல், திறமையில் உள்ள குறைபாட்டை விட, அணிலின் இதயத்தில் இருந்த தைரியத்தைக் கண்டார். அவர் அந்த சிறிய அணிலின் உதவியை ஏற்றுக்கொண்டார்.

நரசிம்மன் அமைதியாக இருந்தார்.

‘நான் அங்கே இருந்தேன்...’ என்று சோமேஷ்வரர் இப்போது அழுதுக்கொண்டே கூறினார்.

நரசிம்மன் திடீரென்று நிமிர்ந்தார். விஜயனை ஒரு பார்வை பார்த்தார், அவர் அதே போல் திகைத்துப் போனார், பின்னர் சோமேஷ்வரரைத் திரும்பிப் பார்த்தார். சோமநாதர் கோவிலின் அழிவைக் கண்ட ஒவ்வொரு இந்தியரும் கஜினி முகமதால் கொல்லப்பட்டார் என்ற எண்ணத்தில் அவர்கள் இருந்தனர்.

‘நாங்கள் இருவரும் அங்கே இருந்தோம்’ என்று சோமேஷ்வரரின் நண்பர் இக்பால் முதல் முறையாகப் பேசினார் - அவரது உச்சரிப்பு அவரது வங்காள பாரம்பரியத்தை தெளிவாக வெளிப்படுத்தியது.

‘நான் உங்களுக்கு ஒன்றைக் காட்ட வேண்டும்...’ என்றார் சோமேஷ்வர்.

சோமேஷ்வர் இக்பால் பக்கம் திரும்பினார். இக்பால் தோளில் மாட்டிய பையிலிருந்து பளபளப்பான கருமையான கல்லின் ஒரு துண்டை கவனமாக வெளியே எடுத்தான். அவன் அதை மெதுவாகவும் மரியாதையுடனும் குஜராத்தி வணிகரிடம் கொடுத்தான்.

சோமேஷ்வர் ஒரு மென்மையான குழந்தையை ஏந்துவது போல தனது வலது கையில் அந்தக் கல்லைப் பிடித்தார். அவரது இடது கை கீழே கிடந்து, வலது கையைத் தொட்டது - புனிதமான ஒன்றை வைத்திருக்கும்போது எப்போதும் இருப்பது போல.

நரசிம்மனின் கைமுட்டிகள் இறுக்கமாயின, பற்கள் கடித்தன. கோபமும் துக்கமும் ஒரே நேரத்தில் அவர் மீது படர்ந்தன. விஜயன் அடியெடுத்து வைத்தான். அவன் கண்களில் இருந்து கண்ணீர் வழிந்தது. அந்தக் கல் எதன் ஒரு பகுதியாக இருந்தது என்பதை தமிழ் வீரர்கள் இருவரும் உணர்ந்தனர்.

‘இது நான்கு ஆண்டுகளுக்கு முன்பு கஜினி முகமது உடைத்த சோமநாதர் சிவலிங்கத்தின் ஒரு துண்டு.’ சோமேஷ்வரர் பேசும்போது அவரது குரல் நடுங்கியது.

நடுங்கும் கைகளால் விஜயன் கல்லைத் தொட்டார்.

சோமேஷ்வர் துயரத்தில் நடுங்கிக் கொண்டிருந்தார். ‘அந்த ... அந்த முகமது ... புனித சிவலிங்கத்தின் மீதமுள்ள துண்டுகளை எடுத்துச் சென்றுள்ளார் ... கஜினியில் உள்ள பிரதான மசூதியின் படிகளின் கீழ் சிலையின் துண்டுகளை புதைக்கப் போவதாக அவர் எங்களுக்கு அறிவித்தார். இதனால் விசுவாசிகள் என்று அழைக்கப்படுபவர்கள் ஒரு நாளைக்கு ஐந்து முறை நம் இறைவனை மிதிக்க முடியும் ...’

‘அந்த அயோக்கியனை உயிருடன் எரிப்போம் ...’ விஜயன் உறுமினார்.

சோமேஷ்வர் தொடர்ந்தார், ‘கடந்த சில நாட்களாக நாங்கள் பேரரசரைச் சந்திக்க முயற்சித்து வருகிறோம், என் பிரபுக்களே. ஆனால் அரண்மனைக் காவலர்கள் எங்களைத் திருப்பி அனுப்பிவிட்டனர், மீண்டும் மீண்டும். உன்னத சோழரைத் தொந்தரவு செய்ய முடியாது

என்று அவர்கள் கூறுகிறார்கள். பின்னர், மகா தளபதி நரசிம்மனை கண்டுபிடிக்க எங்களுக்கு அறிவுறுத்தப்பட்டது... ஏனென்றால், அவர் பேரரசரைப்போல செவி சாய்ப்பார். மேலும் அவர் மகாதேவ் மற்றும் நமது தாய் பாரதத்தின் மரியாதைக்காகப் போராடுவார்.'

'சோமேஷ்வர்ஜி, பேரரசர் ராஜேந்திர சோழருடன் ஒரு சந்திப்பை உங்களுக்கு ஏற்பாடு செய்வேன்,' என்று அதிர்ச்சியடைந்த நரசிம்மன் கிசுகிசுத்தார்.

இக்பால் நரசிம்மனின் காலில் விழுந்து உரத்த குரலில் அலறினார். நரசிம்மன் பெங்காலியை அணைத்துக் கொண்டார். குஜராத்தி வணிகர் உடைந்த கல்லை கைகளில் பிடித்துக் கொண்டு தொடர்ந்து கத்த, விஜயன் எழுந்து சோமேஷ்வரின் தோளைப் பிடித்தார்.

சோமேஷ்வருக்குத் தெரியும். அவரது ஆன்மாவுக்குத் தெரியும். அவருக்குத் தேவையானது ராஜேந்திர சோழருடன் ஒரு சந்திப்பு மட்டுமே. பின்னர் மகாதேவின் கோபம் நிறைந்த உடைந்த இதயம் பேசி, சிறந்த தர்ம வீரருக்கு தனது கடமையை நினைவூட்டும்.

மறுக்க முடியாத ஒரு கடமை. ஏனென்றால் தர்மம் அதைக் கோருகிறது. வரலாறு அதைக் கோருகிறது. *பித்ருலோகத்தில்* நம் முன்னோர்கள் அதைக் கோருகிறார்கள்.

ஏனென்றால், அனைத்து ஆண்பால் நோக்கங்களிலும் தூய்மையானது நேர்மையான *பழிவாங்கல்* ஆகும்.

நேர்மையான பழிவாங்கல் சமநிலையை மீட்டெடுக்கும்.

நேர்மையான பழிவாங்கலில் *தர்மம்* உள்ளது.

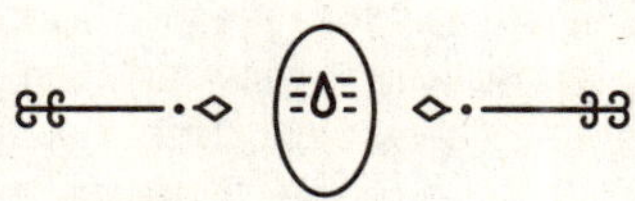

அத்தியாயம் 2

சங்கிலியால் பிணைந்த சகோதரர்

குஸ்கான், ஆஃப்கானிஸ்தான்

இஸ்மாயில் வாசலை நெருங்கி வரும் ஒரு நிழலைக் கண்டார்.

அல்லாஹ், கருணை காட்டுங்கள்...

ஆபத்தைக் கவனிக்கவில்லை என்றால் அது மறைந்துவிடும் என்ற குழந்தைத்தனமான நம்பிக்கையில், அவர் அச்சத்துடன் மூச்சை உள்ளிழுத்து, விரல்களைப் பிணைத்து, கண்களைப் பாதி மூடிக்கொண்டார்

பின்னர் அவர் அதைப் பார்த்தார். சுவரில் நிழலாடிய உருவம்.

நெருங்கி வந்த மனிதனின் கூர்மையான கன்னத்தில் ஒரு ஒழுங்கற்ற, சாம்பல் நிற தாடி.

இஸ்மாயில் பெருமூச்சுடன் தன்னை தளர்த்திக் கொண்டார்.

ஒரு மெலிந்த முதியவர் அவரது அறைக்குள் நுழைந்தார்.

'சரியான நேரத்தில் அவரைத் தடுத்தீர்களா, தாலிப்?' இஸ்மாயில் கவலையுடன் முன்னோக்கி விரைந்து அவரது நம்பிக்கைக்குரியவரும் பணியாளருமானவரிடம் கேட்டார்.

வயதான தாலிபின் அங்கங்கள் இறுகின. அவர் தனது குனிந்த முதுகை சிறிது நேராக்கினார், அவரது கைகள் பின்னால் இருந்தன. அவரது முகம் சிந்தனையுடன் இருந்தது. அவரது சிறிய கருப்பு கண்கள் இஸ்மாயிலை உணர்ச்சியற்ற முறையில் வெறித்துப் பார்த்தன. மிகவும் பதட்டமான எஜமானருக்கு அமைதியான வேலைக்காரன். ஆனால் அவர் பதில் சொல்வதற்குள், அவரது எஜமானன் தொடர்ந்தார்.

'சுல்தானின் குழுவினர் இந்தக் கோட்டையிலிருந்து அனுமதியின்றி யாராவது வெளியேறுவதைக் கண்டால், அது நம்

அனைவருக்கும் மரணமாக இருக்கும். அவர் என்ன சுமந்து செல்கிறார் என்பது உங்களுக்குத் தெரியும்...' இஸ்மாயில் தெளிவாக நடுங்கினார். அவர் ஒரு நேர்த்தியான ஆனால் பெரிய மென்மயிர் அங்கியை அணிந்திருந்தார், அது அவரை பருமனாகத் காட்டியது. நிச்சயமாக, இஸ்மாயில் ஒரு துருக்கியருக்கு உயரமானவர். கிட்டத்தட்ட ஆறு அடி. ஆனால் அவர் மெலிந்தவராக இருந்தார். அவரது கண்கள் எப்போதும் கலங்கியதாகத் தோன்றியது. குளிர் காலத்திலும் அவர் வியர்த்துக் கொண்டிருந்தார்.

'நான் சரியான நேரத்தில் அவரை அணுகினேன், என் ஆண்டவரே,' தாலிப் தனது எஜமானரின் நரம்புகளைத் தணிக்க லேசாக சிரித்துக்கொண்டே உறுதியளித்தான். 'தொழுவத்திற்கு அருகில். உங்கள் புதிய வழிமுறைகளை அவர் பெற்றுள்ளார்.'

'அவர் இப்போது எங்கே?' திட்டங்களில் ஏற்பட்ட திடீர் மாற்றத்தால் இஸ்மாயில் விடாப்பிடியாக இருந்தார். 'கடிதம் எங்கே? அது என் பைத்தியக்கார சகோதரனின் கைகளில் விழ நான் விரும்பவில்லை. ஆனால் நான் அதை அனுப்ப விரும்புகிறேன், அதை நினைவில் கொள்ளுங்கள். எங்கள் அட்டவணை மட்டுமே மாறிவிட்டது. வேறு எதுவும் இல்லை. சுல்தான் இவ்வளவு சீக்கிரம் திரும்பி வருவார் என்று நான் எதிர்பார்க்கவில்லை.'

கஜினியின் சுல்தான் முகமதின் மிகவும் வலிமையான சகோதரர் இஸ்மாயில் தனது மனதை மாற்றும் நிலை கொண்டவர். இது அவருக்கு வேலை செய்தவர்களுக்கு மிகவும் கடினமாக இருந்தது. ஆனால் தாலிப் இதை எப்படி நிர்வகிப்பது என்பதைக் கற்றிருந்தான்.

'தூதர் - உங்கள் தலைமை சமையல்காரர் - சமையலறைக்குத் திரும்பிச் சென்றுவிட்டார்,' என்று தாலிப் கூறினான். 'கடிதம் பாதுகாப்பாக சரக்கறையில் எங்கோ மறைத்து வைக்கப்பட்டுள்ளது என்று நான் நம்புகிறேன். ரஷீத் சமயோசிதமானவர். நீங்கள் கவலைப்பட ஒன்றுமில்லை, என் ஆண்டவரே.'

இஸ்மாயில் அடைக்கப்பட்ட ஜன்னலுக்கு நடந்தார். அவர் தெற்குச் சாலையைப் பார்த்தார், அது பெரிய ஆனால் ஒதுக்குப்புறமான குஸ்கான் கோட்டைக்குச் சென்றது - முப்பது ஆண்டுகளாக இதுதான் அவரது சிறை.

ஒரு பெரிய தூசி மேகம் கோட்டையை நோக்கி நகர்ந்து கொண்டிருந்தது.

கஜினியின் முகமது. மற்றும் அவரது அரச பரிவாரங்கள்.

இஸ்மாயில் தனக்குள் கரும்பித்தம் எழுவதை உணர்ந்தார். அவர் கசப்புடன் சிரித்தார்.

'கவலைப்பட ஒன்றுமில்லையே?' என்று இஸ்மாயில் கோபத்துடன் கேட்டார். 'அதைப் பற்றி என்ன?' அவர் ஜன்னல் வழியாக, தூரத்தில் தன் அண்ணன் முகமது தன்னை நோக்கி நடந்து வரும் திசையைக் காட்டினார். 'அந்த மோசடி முகமதைப்பற்றி நாம் கவலைப்படக்கூடாது, இல்லையா? ஒரு வாழ்நாள் முன்பு நான்

ஆட்சியாளராக ஆனபோது கவலைப்பட வேண்டாம் என்றும் எனக்குச் சொல்லப்பட்டது! அது எனக்கு நிறைய நன்மைகளைச் செய்தது. அந்த காட்டுமிராண்டி முகமதை நான் சந்திக்கும் போதெல்லாம், எனக்கு வேதனையைத் தவிர வேறொன்றுமில்லை!'

மூன்று தசாப்தங்களுக்கு முன்பு கஜினியின் ஆட்சியாளர் பதவியிலிருந்து அவரை நீக்கி, குஸ்கான் கோட்டையில் வீட்டுக் காவலில் வைத்த தனது அண்ணன் முகமதின்மேல், இஸ்மாயில் தடுப்பு ஜன்னல் வழியாக துப்பினார். ஆனால் இஸ்மாயிலின் திறமைகள், நம்பிக்கை மற்றும் விதி ஆகியவை அவரால் சரியாக துப்பக்கூட முடியாத அளவுக்கு இருந்தன. கம்பிகளில் இருந்து சில எச்சில் தெறித்து, அவரது விலையுயர்ந்த அங்கியின் மீது விழுந்தது. இஸ்மாயில் அலறிக் கொண்டு தனது அங்கியை சுத்தமாகத் துடைக்கத் தொடங்கினார், அவரது கண்களில் கண்ணீர் வழிந்தது.

தாலிப் இருந்த இடத்திலேயே இருந்தான். அமைதியாக. அசையாமல். இஸ்மாயில் தனது பீதியில் ஒன்றை அனுபவிக்கும்போது எதிர்வினையாற்றுவது சரியல்ல என்று அவனுக்கு நன்றாகத் தெரியும்.

'*முப்பது வருடங்கள், என் நண்பரே,*' இஸ்மாயில் கோபத்துடன் தொடர்ந்தார். 'இரத்தக்களரிக்கு நடுவில் இந்தக் கடவுள் கைவிடப்பட்ட கோட்டையில் முப்பது வருடங்கள் நான் கழித்திருக்கிறேன், அதே நேரத்தில் கொள்ளையர் என் சிம்மாசனத்தில் அமர்ந்து, என் செல்வங்களை அனுபவித்து, என் பெண்களைக் கொள்ளையடிக்கிறார்!'

தலை குனிந்த ஒரு அமைதியான தாலிப், தனது ஆலோசனையை அடக்கிக்கொண்டிருந்தான். *இது சரியான நேரமில்லை.*

'கொடுங்கோலன்!' இஸ்மாயில் இறுதி வார்த்தையை உமிழ்ந்தார். அவர் இப்போது அதிகமாக மூச்சு விட்டார். கோபத்தால் சோர்வடைந்தார். அவர் தனது மேஜைக்கு நடந்து சென்று ஒரு கோப்பை தண்ணீரை எடுத்து, கடகடவென்று குடித்தார். கையின் பின்புறத்தால் வாயைத் துடைத்துக்கொண்டு, தனது வேலைக்காரனும் நம்பிக்கைக்குரியவருமான தாலிப்பைப் பார்த்தார். 'ஆனால் அந்த துஷ்டன் வருகைக்கு நான் நன்றியுள்ளவனாக இருக்கிறேன்... அது அவனது வெற்றிகளைக் காட்டுவதற்காக இருந்தாலும் கூட. குறிப்பாக கடந்த இரண்டு வருகைகள்... அவர்கள் இறுதியாக மிருகத்தின் பலவீனங்களை, அதன் சுரண்டக்கூடிய பலவீனங்களை எனக்குக் காட்டிவிட்டார்கள்.'

'உண்மைதான், என் ஆண்டவரே,' தாலிப் அழுத்தமான புன்னகையுடன் கூறினான். *பேச வேண்டிய நேரம் இதுதான்.*

'உனக்குத் தெரியும், அந்த ஆபத்தான யோசனையை அவரது தலையில் விதைத்தது நான்தான்...' இஸ்மாயில் சிறிது நேரம் நிறுத்தி, சுவரில் இருந்த செப்புக் கண்ணாடியைப் பார்த்தார், அவரது சொந்த அறிவுசார் புத்திசாலித்தனத்தைப் பாராட்டினார்,

அது அவரது கருத்தில், அவரது மிருகத்தனமான சகோதரனின் புத்திசாலித்தனத்தைவிட மிக அதிகமாக வெளிப்பட்டது. அவர் ஜன்னல் வழியாக சுழலும் தூசியைப் பார்த்தார். ‘அவர் தூண்டிலை பிடித்துவிட்டார் என்று என்னிடம் சொல்ல இங்கே இருக்கிறார் என்று நம்புகிறேன்.’

தாலிப் தலையசைத்தான். ‘நானும் அப்படித்தான் நினைக்கிறேன்.’

‘இப்போது வா,’ என்று இஸ்மாயில் தனது அறை வாசலுக்கு நடக்கத் தொடங்கினார். ‘காவலர்களையும் பாடகர்களையும் தயார் செய்யுங்கள். முகமது கிட்டத்தட்ட இங்கே வந்துவிட்டார். அவர் வரும்போது நாம் அனைவரும் கோட்டை வாயிலில் இருப்பது நல்லது, இல்லையெனில் அவர் நம் இல்லாமையை ஒரு சாக்காகக் கொண்டு நம் அனைவரையும் தூக்கிலிடுவார்.’

கஜினியின் சுல்தான் முகமது கோட்டையில் பார்வையாளர் மண்டபமாகச் செயல்பட்ட ஒரு பெரிய, வட்ட வடிவ கல் மண்டபத்தின் நடுவில் அமர்ந்திருந்தார். அவரது மனைவி கௌசரி ஜஹான் அவருக்கு அருகில் அமர்ந்திருந்தார். பார்வையாளர் மண்டபத்தின் வளைந்த சுவரில் தீப்பந்தங்கள் வரிசையாக இருந்தன, அவற்றின் தீப்பிழம்புகள் அந்த இடத்தை மிகவும் தேவையான ஒளி மற்றும் சிறிது அரவணைப்புடன் நிரப்பின. அறையின் வடக்கு வளைவில் ஒரு நெருப்பிடம் இருந்தது, அது ஒரு உறுமும் சுடரால் எரிந்தது, இது குளிரை கணிசமாகக் கட்டுப்படுத்த உதவியது. ஜன்னல்கள் மூடப்பட்டிருந்தன, பனிக்கட்டி-குளிரான இரவுக் காற்று வெளியே வராமல் இருக்க அவற்றின் மீது தடிமனான திரைச்சீலைகள் வரையப்பட்டிருந்தன. ஆனால் சிறிது குளிர்ந்த காற்று இன்னும் உள்ளே ஊடுருவியது. ஆஃப்கானிஸ்தானில் அது உச்ச குளிர்காலம். ஒரு மேஜை போடப்பட்டிருந்தது. உணவு மற்றும் மதுவுடன், சுல்தானின் பயண நீதிமன்றத்தின் ஒரு பகுதியாக இருந்த பல பிரபுக்கள் மற்றும் அரச குடும்ப உறுப்பினர்கள் அதைச் சுற்றிக் கூடியிருந்தனர்.அவரது ராணி கௌசரி ஜஹான், தனது கணவரின் அருகில் பெருமையுடன் அமர்ந்திருந்தார். அரசவைக்குரிய மிடுக்கும் மயக்க வைக்கும் அளவுக்கு அழகாகவும் இருந்தார். உயரமான, ஐந்து அடி ஒன்பது அங்குல உயரத்திற்கு மேல். மெலிந்த உடல், மெல்லிய மற்றும் அழகான கைகால்கள். வெளிர் தோல், சிவப்பு நிறத்தில் உயர்ந்த கன்ன எலும்புகள். கூர்மையான முக அம்சங்கள் மற்றும் தாடை. உணர்வுகளைத் தூண்டும் நீல-பச்சை நிறத்தில் இருந்த அகன்ற கண்கள். நேர்த்தியான, நீண்ட கழுத்து, அதுவே அழகுக்கு உரியது. அவள் துருக்கியர் அல்ல என்பது தெளிவாகத் தெரிந்தது; அவளுடைய அம்சங்கள் அவள் பெரும்பாலும் இந்தியாவின் காஷ்மீரைச் சேர்ந்தவள் என்பதைத் தெளிவுபடுத்தின.

இப்போது ஐம்பத்தொன்பது வயதாகும் முகமது, கௌசரியைவிட ஐந்து வயது மட்டுமே மூத்தவர். ஆனால் ராணி அவரை விட பல தசாப்தங்கள் இளையவராகத் தெரிந்தார். சிலர், நீங்கள் இருபது வயதில் எப்படித் தெரிகிறீர்கள் என்பது உங்கள் பெற்றோர் உங்களுக்கு ஆசீர்வதித்த மரபணுக்களால் தீர்மானிக்கப்படுகிறது என்றும், ஐம்பது வயதில் நீங்கள் எப்படித் தெரிகிறீர்கள் என்பது நீங்கள் வாழ்ந்த வாழ்க்கையின் விளைவாகும் என்றும் கூறுகிறார்கள். மற்றும் சிலர், எந்த வயதிலும் நீங்கள் எப்படித் தெரிகிறீர்கள் என்பது நீங்கள் எவ்வளவு அழகு சாதனங்களை உபயோகிக்கிறீர்கள், உங்கள் மருந்தாளர் பயன்படுத்திய சூனியத்தைப் பொறுத்தது என்றும் கூறுகிறார்கள். பலர் கௌசரியை ஒரு சூனியக்காரி என்று நினைத்தார்கள். ஆனால் மிகச் சிலரே அதை சத்தமாகச் சொன்னார்கள். வெளிப்படையான காரணங்களுக்காக.

மறைக்கப்படாத இருபாலினப் போக்குகள் இருந்தபோதிலும், ராணி முகமது மீது மிகப்பெரிய செல்வாக்கைக் கொண்டிருந்தார் என்று பரவலாக நம்பப்பட்டது. உண்மையில், கௌசரி ஜஹான் இல்லையென்றால், முகமது இந்த நேரத்தில் ஆண் காதலர்களை மட்டுமே தேர்ந்தெடுத்திருப்பார் என்று பலர் அமைதியாக கிசுகிசுத்தனர். அவளுடைய உடல் காந்தத்தன்மை, மூர்க்கமான அறிவு மற்றும் எப்போதும் கவர்ச்சிகரமான ஆனால் கையில் எட்டாத திறன் ஆகியவற்றால் அவர் அடிமைப்படுத்தப்பட்டார். மேலும் அவள் முகமதிற்கு ஆழ்ந்த விசுவாசி என்பதையும் சந்தேகத்திற்கு இடமின்றி ஏற்றுக்கொள்ளப்பட்டது.

சமாதான காலத்தில், மெய்க்காப்பாளர் படையின் தலைவராக நியமிக்கப்பட்ட முகமதின் நம்பகமான ஜெனரலான அபு காசிம், தனது எஜமானரின் பின்னால், அவருக்கு இருபுறமும் பத்து மெய்க்காப்பாளர்களுடன் ஒதுங்கி நின்றார். காசிம் தனது சுல்தான் உட்பட அவர்கள் அனைவரையும் விட உயர்ந்து நின்றார். அவரது மழுங்கிய, தெளிவற்ற அம்சங்கள் அவரது இறந்த கண்களுக்குள் இருண்ட வெற்றிடத்தை வடிவமைத்தன. உணர்ச்சியற்ற அவர் ஒரு விழிப்புடன் கூடிய அருவருப்பான விலங்கைப்போல அசையாமல் நின்றார். அவரது இமைக்காத கண்கள் சிறிது தூரத்தில் அமர்ந்திருந்த இஸ்மாயிலின் மீது பதிந்திருந்தன. முகமதின் அரச பரிவாரங்களுடன் வந்த சில பிரபுக்கள், மண்டபத்தைச் சுற்றி வைக்கப்பட்டிருந்த மேசைகளில் அமர்ந்தனர்.

ஐந்து சுவைப்பவர்கள் பிரதான மேசையைச் சுற்றிக் கூடி, முகமதுக்கும் அவரது மனைவிக்கும் பரிமாறப்படுவதற்கு முன்பு உணவை சுவை பார்த்தனர். விஷம் கலக்கப்படாமல் இருக்கிறதா என்று. கௌசரி யாரையும் நம்பவில்லை.

ரஷீத், கண்ணியமான தூரத்தில் நின்றார். தலைமை சமையல்காரர் தனது திறமைகளைக் கொண்டாடினார்.

ருசித்து முடித்ததும், விருந்து தொடங்கியது. குனிந்து முகமதுக்கு உணவளித்த ஒரு இளைஞன், முப்பத்தைந்து வயதுக்கு மேல் இல்லாத,

அசாதாரணமான பெண்மை அழகுடன் இருந்தான். அவன் உயர்ந்த கன்ன எலும்புகள் மற்றும் வெளிர், கிட்டத்தட்ட ஒளிஊடுருவக்கூடிய தோலைக் கொண்டிருந்தான். அவனது மெலிந்த, திரவ உடலமைப்பு ஒரு நடனக் கலைஞரின் நெகிழ்ச்சியைக் கொண்டிருந்தது. அவனது விரல்கள் நீளமாகவும், மென்மையானதாகவும் இருந்தன. பளபளப்பான தோல். அவனது விரிவான உடை, சுல்தானுக்குப் பணிவுடன் சேவை செய்தாலும், ஒரு உன்னதமான தோற்றத்தை வெளிப்படுத்தியது.

'இந்த இறைச்சி எனக்குப் பிடிக்கும் அயாஸ்,' என்று முகமது குறிப்பிட்டார், ஆட்டு இறைச்சியின் பாதி காலைக் கடித்தார். 'எனக்கு இன்னும் வேண்டும். இன்னும் வேண்டும்!' என்று அவர் வெறித்தனமான தீவிரத்துடன் கர்ஜித்தார்.

'உங்களுக்கு இது பிடித்ததில் மகிழ்ச்சி, என் ஆண்டவரே,' பாராட்டு வேறு திசையில் செலுத்தப்பட்டதால் ஏற்பட்ட எரிச்சலை மறைத்து, இஸ்மாயில் பணிவுடன் கூறினார். 'ரஷீத் ஒரு சிறந்த சமையல்காரர்.'

'சரியாகச் சொன்னாய், இஸ்மாயில்!' முகமது சிரித்தார். 'உங்கள் சமையல்காரரின் பெயர் உங்களுக்குத் தெரியுமா?' அவரது வாயிலிருந்து எச்சிலும் இறைச்சித் துண்டுகளும் வெளியேறின. சில அவரது அரிதான, கூர்மையான தாடியில் சிக்கிக்கொண்டன. 'உங்களுக்குச் சேவை செய்யும் இந்தப் பெண்களின் பெயர்கள் உங்களுக்குத் தெரியுமா, கௌசரி?' என்று அவர் கேட்டார், அவள் பக்கத்தில் நின்ற பெண்களைக் காட்டி.

ராணி மூக்கை உயர்த்தி, இஸ்மாயிலைப் பார்ப்பதற்குமுன், ஆணவத்துடன் சிரித்தாள். 'உண்மையில் இல்லை, இல்லை.' கௌசரி ஜஹானின் பட்டுப் போன்ற குரல் காஷ்மீரின் தால் ஏரியில் பிரபுத்துவ இமயமலை புல்புல் பறவைகளின் கம்பீரமான குரலைப் போல இருந்தது.

இஸ்மாயிலின் பலவீனமான முணுமுணுப்புகளுடனும், அவரது மூத்த சகோதரரின் அவமானகரமான கேலிப் பேச்சுகளுடனும் இரவு உணவு நேரம் கடந்துவிட்டது. விரைவில் முகமது தனக்குள் பேசிக் கொண்டிருந்தார், கஜினியில் மிகவும் சதைப்பற்றுள்ள இறைச்சியையும், தனது தலைநகரில் அடக்குமுறையற்ற வானிலையையும் கண்டு பொங்கி எழுந்தார். ஒரு ஆடு தன் இறப்பை அறிந்ததுபோல இஸ்மாயில் வெட்கத்தால் சிவந்து மௌனத்தில் மூழ்கினார்.

திடீரென்று, சுல்தான் தனது போக்கை மாற்றினார். உரத்த குரலில், அவர்களின் இறக்கும் தந்தை இஸ்மாயிலை கஜினியின் அமீராகவோ அல்லது ஆளுநராகவோ நியமித்த சில மாதங்களுக்குள் தனது தம்பியைத் தோற்கடித்ததாக அறிவித்தார். முகமது இஸ்மாயிலுக்கு தனது கருணையை நினைவூட்டினார். அவர் அவரை உயிருடன் தோலுரித்து, தலை துண்டிக்கப்பட்டு, அவரது சடலத்தை

கஜினியின் வாயில்களில் தொங்கவிட்டிருக்கலாம் - இஸ்மாயிலின் ஆதரவாளர்களில் பெரும்பாலோரை அவர் செய்தது போல. அதற்கு பதிலாக, அவர் இஸ்மாயிலை இந்த ஆடம்பரமான குஸ்கான் கோட்டையில் வாழ அனுமதித்தார்.

'நான் அன்பாக இல்லையா, சகோதரா?' என்று முகமது முன்னோக்கி குனிந்து, மது அருந்தி, ஆக்ரோஷமாகவும், கேலியாகவும் இருந்த கண்களுடன் கேட்டார்.

'நிச்சயமாக, பெரிய அரசே!' என்று இஸ்மாயில் உடனடியாகப் பதிலளித்தார், ஒரு நொடி தாமதம் கூட தவறாகப் புரிந்து கொள்ளப்படும் என்று பயந்தார்.

'எந்தவொரு திறமையான ஆட்சியாளரும் தனது குடும்பத்தின் அனைத்து ஆண் போட்டியாளர்களையும் படுகொலை செய்வது துருக்கியர்களிடையே உள்ள பாரம்பரியமல்லவா? ஒரு பெருமையை வெல்லும்போது சிங்கங்கள் செய்வது போல. நான் உங்களுக்கு அதைச் செய்திருக்க முடியும். நான் செய்தேனா?'

'இல்லை, நீங்கள் செய்யவில்லை, என் சகோதரரே,' இஸ்மாயில் கூறினார், அவரது பலவீனமான குரல் இன்னும் பலவீனமாக ஒலித்தது. பயம் அவரது இதயத்தைப் பற்றிக் கொண்டது, ஏனென்றால் இது எங்கே போகிறது என்று அவருக்குத் தெரியாது. 'உங்கள் கருணை ஒப்பிடமுடியாதது. நியாயத்தீர்ப்பு நாள் வரை உங்கள் நினைவாக பாடல்கள் பாடப்படும்.'

'நான் உங்களை ஒரு அடிமையாக்கியிருக்க முடியும். நம் தந்தை அனுபவித்த விதிக்கு உங்களைத் திருப்பி அனுப்பியிருக்க முடியும்.'

முகமது மற்றும் இஸ்மாயிலின் தந்தை செபுக்டெகின் ஒரு காலத்தில் அடிமையாக இருந்தவர். பல துருக்கிய பழங்குடியினர் அரேபியர்கள், மங்கோலியர்கள் மற்றும் பாரசீனர்கள் போன்ற மிகவும் சக்திவாய்ந்த இனங்களுக்கு அடிமை வீரர்களாக பணியாற்றினர். ஆனால் காலப்போக்கில், அவர்களில் பலர், முழுமையான துணிச்சலாலும், இரக்கமின்மையாலும், தங்கள் சொந்த சுதந்திர ராஜ்யங்களை நிறுவினர். அதனால்தான், உலகம் முழுவதும், முதல் துருக்கிய வம்சங்கள் பெரும்பாலும் அடிமை வம்சங்கள் என்று அழைக்கப்பட்டன.

'நீங்கள் அப்படிச் செய்யவில்லையே, என் ஆண்டவரே,' என்று இஸ்மாயில் கூவினார். 'என் மீதான உங்கள் அன்புக்கு எல்லையே இல்லை.'

கிட்டத்தட்ட எல்லோரும் இப்போது சாப்பிடுவதை நிறுத்திவிட்டார்கள். இந்தத் தொடர்பு எங்கே போகிறது என்று யாருக்கும் தெரியாது. ஆனால் அது சாதாரணமானது அல்ல என்பது தெளிவானது. பாதரசம்போல மாறி மாறிப் பேசும் முகமதுக்கும் கூட.

சுல்தான் அபு காசிமை நோக்கித் திரும்பி தலையசைத்தார்.

'எல்லோரும் கிளம்புங்கள்,' அபு காசிம் எப்போதும் அச்சுறுத்தும் வகையில் ஆழமான ஏற்ற இறக்கத்துடன் இருந்த குரலில் அறிவித்தார்.

அரச பரிவாரத்தைச் சேர்ந்த பிரபுக்கள், ஊழியர்கள், அனைவரும் உடனடியாக தங்கள் உணவைக் கைவிட்டு வெளியேறும் இடத்திற்கு விரைந்தனர், முகமதுவின் உத்தரவை அவசரமாக செயல்படுத்த ஆர்வமாக இருந்தனர். அவர்களுக்கு மிகவும் ஆச்சரியமூட்டும் வகையில், அபு காசிமும் மெய்க்காப்பாளர்களுடன் வாசலுக்குச் சென்றார்.

இஸ்மாயிலும் நிச்சயமற்ற நிலையில் எழுந்தார்.

'இஸ்மாயில், உட்கார்,' முகமது உத்தரவிட்டார்.

இஸ்மாயில் தனது நாற்காலியில் சரிந்தார். இப்போது அவர் உறவு கொண்டிருந்த ஒரே நபர்களான அவரது ஊழியர்களின் ஆறுதல் கூட்டத்திலிருந்து அவர் நீக்கப்பட்டார். பயம் அவரது குடலைப் பிடிப்பதை உணர்ந்தார், அது கிட்டத்தட்ட ஈயமாக மாறியது. அவரது தொண்டையில் மூச்சுத் திணறல் உணர்ந்தார். அவரது கைகள் குளிர்ச்சியாகவும் ஈரமாகவும் இருந்தன.

அவருக்குத் தெரியுமா? அவருக்கு எப்படித் தெரியும்? அல்லாஹ், கருணை காட்டுங்கள்.

இஸ்மாயில் பதட்டத்துடன் சுற்றிப் பார்த்தார். முகமதைத் தவிர, பார்வையாளர் மண்டபத்தில் இப்போது இன்னும் இரண்டு பேர் மட்டுமே இருந்தனர். ராணி கௌசரி ஜஹான் மற்றும் சமீபத்தில் லாகூரின் மன்னராக நியமிக்கப்பட்ட மாலிக் அயாஸ் - மாலை முழுவதும் முகமதைப் பற்றி பகட்டாரவாரம் செய்து கொண்டிருந்த அழகான மனிதர். மாலிக் அயாஸ், நடைமுறை நோக்கங்களுக்காக, ஒரு ஆளுநராக இருந்தபோதிலும், அவருக்கு ராஜா என்ற பிரமாண்டமான பட்டம் வழங்கப்பட்டது. ஏன் என்பது அனைவருக்கும் தெரியும்.

ராணியும் மாலிக்கும் இஸ்மாயிலை ஒரு மந்தமான முகபாவத்துடன் பார்த்துக் கொண்டிருந்தனர். எவ்வளவு முயற்சி செய்தாலும், இஸ்மாயிலால் என்னவென்று யூகிக்க முடியவில்லை. அவர் இன்னும் பதட்டமடைந்தார்.

'என் ஆண்டவரே, நான் உங்களுக்கு என்ன செய்ய முடியும்?' என்று இஸ்மாயில் பணிவுடன் கேட்டார்.

முகமது கௌசரியையும் அயாஸையும் பார்த்தார். கிட்டத்தட்ட எதையோ மீண்டும் உறுதிப்படுத்துவது போல். பின்னர் அவரது கண்கள் இப்போது பயந்த இஸ்மாயிலை நோக்கித் திரும்பின.

'என் தம்பி,' முகமது பேசினார், அவரது குரல் ஆச்சரியப்படும் விதமாக கனிவானது - நம்பமுடியாதது, ஏனெனில் அது முகமதுக்கு அதிகம் பயிற்சி இல்லாத தொனி. 'இத்தனை வருடங்களாக நீங்கள் எப்படி உணர்ந்திருப்பீர்கள் என்பதை என்னால் கற்பனை செய்து பார்க்க முடிகிறது. இந்தக் கடவுள் கைவிடப்பட்ட கோட்டையில்...'

இஸ்மாயிலின் மனம் ஏற்கனவே துடித்துக் கொண்டிருந்தது. *நான் கொல்லப்படப் போகிறேன். அவர் என்னை எப்படிக் கொல்வார்? விஷம் குடிப்பதா? தலை துண்டிக்கப்படுவதா?*

'... இது மிகவும் வசதியான கோட்டை என்றாலும்...' முகமதுவின் குரல் கிட்டத்தட்ட சலிப்பான தொனியில் தொடர்ந்தது. 'ஒரு பெரிய, அழகான கோட்டை.... நான் இங்கே வாழ்ந்திருக்க மாட்டேன்...'

நான் உயிருடன் தோலுரிக்கப்பட மாட்டேன் என்று நம்புகிறேன். அல்லாஹ், அதை வலியற்றதாக்கு. நான் உங்களிடம் கெஞ்சுகிறேன்.

'ஆனால் என் தம்பி, நான் மாற்றங்களைச் செய்ய வந்திருக்கிறேன்... பரிகாரங்களைச் செய்ய.'

முகமதின் வார்த்தைகளைக் கேட்டு இஸ்மாயில் மீண்டும் கவனத்திற்குத் திரும்பினார். *பரிகாரங்களா?*

'நான் மிகவும் நேசிக்கும் மக்களின் அறிவுரைக்கு எதிராக...' முகமது தனது மனைவியை விரைவாகப் பார்த்தார். அவள் உதடுகளைப் பிதுக்கினாள். 'நமது துருக்கிய பாரம்பரியத்திற்கு மாறாக...' முகமது இப்போது இஸ்மாயிலின் கண்களை கடுமையாகப் பார்த்துக் கொண்டிருந்தார். 'நான் உன்னை விடுவிக்கிறேன், இஸ்மாயில்.'

இஸ்மாயிலால் தன் காதுகளை நம்பவே முடியவில்லை. *என்ன?!*

'நான் உங்களை வீட்டிற்கு அழைத்துச் செல்கிறேன், என் சகோதரனே,' என்று முகமது கூறினார். 'கஜினியிடம். எனக்கு திட்டங்கள் உள்ளன. அவற்றை நிறைவேற்ற நீங்கள் எனக்கு ஆதரவளிக்க வேண்டும் என்று நான் விரும்புகிறேன். என் பக்கத்தில் இருங்கள்.'

'என்... *ஆண்டவரே?*' இஸ்மாயில் திகைத்துப் போனார்.

முகமது இஸ்மாயிலைப் பார்த்து, 'நீங்கள் கஜினியின் ஆளுநராகவும், ஜமா மசூதியின் க்ராண்ட் மஃப்டி, சட்ட நிபுணராகவும் இருப்பீர்கள், இஸ்மாயில். அது எப்படி ஒலிக்கிறது?'

கஜினியின் ஆளுநர் தலைநகரின் அனைத்து அரச சார்பற்ற அரசுத்துறைகளுக்கும்பொறுப்பாகஇருப்பார்,சுல்தானுக்குநேரடியாக அறிக்கை அளிப்பார். ஒரு மூத்த நிர்வாக அதிகாரி. கஜினியில் உள்ள முக்கிய மசூதியான ஜமா மசூதியின் சட்ட நிபுணரின் பங்கு இன்னும் ஆச்சரியமாக இருந்தது. இது ஒரு பாதிரியார் மதப் பணி. இந்த இரண்டு பதவிகளுக்கும் நியமிக்கப்பட்டது இஸ்மாயிலுக்கு தற்காலிக மற்றும் மத சக்தியைக் கொடுத்தது. ஒரு அரிய சேர்க்கை.

இந்தச் செய்தி இஸ்மாயிலுக்கு மின்னலைப் போல் தாக்கியது. அவர் குஸ்கானில் பல தசாப்தங்களாகக் கழித்த பிறகு, தனது சகோதரர் வாழும் வரை சுதந்திரக் காற்றை சுவாசிப்பார் என்ற நம்பிக்கையை அவர் கைவிட்டார். ஆனால் இது? கஜினியின் ஆளுநரா? ஜமா மசூதியின் மத மற்றும் சட்ட நிபுணரா? அவரால் தனது காதுகளை நம்ப முடியவில்லை. 'நான் ... எனக்குப் புரிகிறதா என்று எனக்குத் தெரியவில்லை, என் ஆண்டவரே,' என்று அவர் நிலை தடுமாறி கூறினார், அவரது உதடுகளின் ஓரங்களில் ஒரு பதட்டமான புன்னகை படபடத்தது.

‘நீ எனக்கு வேலை செய்ய வர வேண்டும், முட்டாள்!’ முகமதின் குரல் இப்போது கரகரப்பாக இருந்தது. எரிச்சலூட்டியது. ‘நம் தந்தையின் சிறிய ராஜ்ஜியத்தை நான் கைப்பற்றி, அதை பூமியின் மிகப்பெரிய மற்றும் பணக்கார பேரரசுகளில் ஒன்றாக மாற்றியுள்ளேன், ஆஃப்கானிஸ்தான், பலுசிஸ்தான் மற்றும் பஞ்சாப் முழுவதும், ஈரானின் சில பகுதிகள் மற்றும் பெரும்பாலான கசாக், உஸ்பெக், தாஜிக் மற்றும் துர்க்மென் பிரதேசங்கள் என் கட்டுப்பாட்டில் உள்ளன. இப்போது, நான் அதை அடுத்த கட்டத்திற்குக்கொண்டு செல்ல வேண்டும். நீங்கள் எனக்கு உங்கள் கடமையை நிறைவேற்ற வேண்டும். நீங்கள் செய்வீர்களா, இல்லையா?’

‘எனக்கு மகிழ்ச்சி, என் ஆண்டவரே,’ இஸ்மாயில் பணிவுடன் மூச்சுத் திணறினார். அவரது அதிர்ஷ்டத்தில் ஏற்பட்ட திருப்பத்தை அவரால் இன்னும் நம்ப முடியவில்லை. ‘நான் நன்றியுள்ளவனாக இருப்பேன்... எங்கள் குலத்திற்கும் எங்கள் குடும்பத்திற்கும் நீங்கள் செய்த அனைத்திற்கும் நன்றி. நான் உங்களுக்கு என்றென்றும் விசுவாசமாக இருப்பேன். நீங்கள் என்னிடம் கேட்ட அனைத்தையும் நான் செய்வேன். நான் உங்களைத் தவறவிடமாட்டேன்.’

முகமது கௌசரியையும் அயாஸையும் ஒரு “நான் சொன்னேன் இல்லையா” என்ற முகபாவத்துடன் பார்த்தார்.

‘ஆனால் ...’ இஸ்மாயில் பதட்டத்துடன் பேசினார். ‘ஜாமா மசூதியின் தற்போதைய நிபுணர் என்னவானார்?’

‘இறந்துவிட்டார்.’

‘இறந்துவிட்டாரா?’

‘இறந்துவிட்டார். துரதிர்ஷ்டவசமாக, தொழுகைக்கான அழைப்பிலிருந்து திரும்பும்போது மினாரட்டின் படிக்கட்டுகளில் இருந்து விழுந்தார்.’

இஸ்மாயில் தனது பதட்டத்தைத் தாண்டி இப்போது தெளிவாக யோசித்துக்கொண்டிருந்தார். அவர் புன்னகைக்கவோ அல்லது மனதில் ஓடும் எண்ணங்களைக் கூறவோ கூடாது என்பதை உறுதிசெய்யும் அளவுக்குத் தெளிவாக இருந்தார். நிச்சயமாக. ‘படிக்கட்டுகளில் இருந்து கீழே விழுந்தார்.’ எவ்வளவு வசதியான ஒரு பதில்.

‘ஆனால் இந்த துரதிர்ஷ்டவசமான விபத்துக்கு முன்பே, நான் அவரிடம் உங்கள் யோசனையைப் பற்றிப் பேசினேன்... உண்மையில் எங்கள் யோசனை.’

முகமது எந்த யோசனையைக் குறிப்பிடுகிறார் என்பதை இஸ்மாயில் சரியாக அறிந்திருந்தார். எங்கள் யோசனை! அவர் தூண்டில் போட்டார்!

‘ஆனால்...’

‘ஆனால்?’ இஸ்மாயில் கேட்டார்.

'புனித குர்ஆனுக்குப் பிறகு நமது இரண்டாம் நிலை வேதங்களான பல்வேறு ஹதீஸ்களை அவர் எனக்கு மேற்கோள் காட்டிச் சென்றார்... வெளிப்படையாக...' இவ்வாறு அவர் கூறியபோது முகமதின் முகம் வெறுப்பில் சுருண்டது, '... அது எப்போதும் ஒரு அரபியாக இருக்க வேண்டும்... அது ஒரு துருக்கியராக இருக்க முடியாது... அவர் தவறாகச் சொன்னார், வெளிப்படையாக. என்ன தவறு என்பதை என்னால் நிரூபிக்க முடியவில்லை.'

இஸ்மாயில் மூச்சைப் பிடித்துக் கொண்டார். புரிகிறது. *இப்போது அவருக்கு நான் ஏன் தேவை என்று எனக்குத் தெரியும். கடந்த முப்பது வருடங்களாக நான் புனித குர்ஆனையும் பல ஹதீஸ்களையும் படித்து வருகிறேன் என்பது அவருக்குத் தெரியும். நான் ஒரு ஹாஃபிஸ், காவலாளி, ஏனென்றால் நான் புனித குர்ஆனை மனப்பாடம் செய்தவர்களில் ஒருவன். அதனால்தான் அவர் என்னை நிபுணராக்க விரும்புகிறார், அப்போதுதான் அவர் விரும்பியதைச் செய்வதற்கான வேதபூர்வ நியாயத்தை நான் கண்டுபிடிக்க முடியும்.*

இஸ்மாயில் கடுமையாகப் பேசினார், 'மறைந்தவர் ஒரு அரபு என்பதை புறக்கணிக்க முடியாது... ஒருவேளை அது அவரது கருத்தை மழுங்கடித்திருக்கலாம். துருக்கியர்கள் நாங்கள் இஸ்லாமிற்கு எவ்வளவு செய்திருக்கிறோம் என்பதை அவர் எவ்வாறு பாராட்ட முடியும்...'

முகமது தனது கையை உயர்த்தி இஸ்மாயிலை நோக்கி சுட்டிக்காட்டினார், இது முழுமையான உடன்பாட்டைக் குறிக்கும் அவரது சைகை. பின்னர் அவர் கௌசரி மற்றும் அயாஸைப் பார்த்தார்.

'சரி, நீங்கள் என்ன சொல்கிறீர்கள்?' முகமது இஸ்மாயிலைக் கேட்டார்.

'உங்களை ஆதரிக்காமல் இருப்பது துரோகம்' என்று இஸ்மாயில் தீவிரமாகச் சொன்னார். 'உங்களை ஆதரிப்பது எங்கள் முழு குடும்பம் மற்றும் குலத்தின் நலனுக்காகவும் இருக்கும்.'

கௌசரி ஜஹான் தனது பரவசமடைந்த கணவரைப் பார்த்தாள். அவள் தனது கருத்து வேறுபாட்டை மறைத்தாள். இதெல்லாம் தவறாக நடந்து கொண்டிருந்தது. அவள் ஒருபோதும் இஸ்மாயிலை விரும்பவில்லை. அவர் மிகவும் புத்திசாலி. தந்திரமான புத்திசாலி.

எப்போதும் பிரமாண்டமான சைகைகளில் ஈடுபடும் முகமது, இஸ்மாயிலை நோக்கி தனது கைகளை நீட்டினார். 'என் கைகளைப் பிடி, என் சகோதரனே.'

இஸ்மாயில் முன்னோக்கிச் சென்றார். அவர் அதை மிக விரைவாகச் செய்தார், சந்தேகத்திற்கிடமான மாலிக் அயாஸும் உடனடியாக தனது நாற்காலியில் இருந்து எழுந்தார், ஒரு பாதுகாப்பு கை சுல்தான் முகமதை நோக்கி நீண்டது. இஸ்மாயில் ஒரு முழங்காலில் குனிந்து தனது மூத்த சகோதரனின் இரு கைகளையும் பிடித்துக் கொண்டு, கண்களில் கண்ணீருடன் மேலே பார்த்தார்.

'இன்னொரு பிரச்சினை இருக்கிறது, இஸ்மாயில்,' என்று முகமது கூறினார். 'நீங்கள் தீர்க்க வேண்டிய ஒன்று.'

'எதுவும், பெரிய அரசே!' இஸ்மாயிலின் குரல் கிட்டத்தட்ட மிகவும் ஆர்வமாக இருந்தது.

முகமது தொடர்ந்தார், 'உங்களுக்குத் தெரியும், நான் கஜினியில் ஒரு பெரிய மசூதியைக் கட்டியிருந்தேன். ஜமா மசூதி. அனைத்து இஸ்லாமிய ராஜ்ஜியத்திலும் மிகப் பெரியது. இஸ்லாத்தின் சக்தியையும் நமது ஒரே உண்மையான கடவுளையும் வெளிப்படுத்தும் ஒரு மசூதி. நான் *காஃபிர்களின்* நாட்டிலிருந்து நினைவுச்சின்னங்களைக் கொண்டு வந்தேன் - அவர்களின் புறஜாதி கடவுள்களின் உடைந்த துண்டுகள். மசூதியின் முன் படிகளுக்கு அடியில் புதைக்கப்பட்ட அவற்றை விசுவாசிகளால் ஒரு நாளைக்கு ஐந்து முறை மிதிக்கச் செய்தேன். அது அற்புதமாக இருந்தது, இஸ்மாயில். அற்புதம்! *காஃபிர்களை* அழிப்பவன், *காஃபிர்களாக* என்னைப் பாராட்டுவதற்கு இதைவிட சிறந்த சான்று எதுவுமில்லை! ஆனால் பின்னர் ...' முகமது இடைநிறுத்தினார். அவர் ஆழ்ந்த மூச்சை எடுத்து மயக்கத்தில் மூழ்கினார்.

அறையில் அமைதி நிலவியது. காற்று சில்லென்றது.

'என் ஆண்டவரே?' இஸ்மாயில் கிசுகிசுத்தார்.

'பூகம்பம் ஏற்பட்டது,' சுல்தான் பதிலளித்தார்.

'பூகம்பமா?'

'ஆமாம். மூன்று வருடங்களுக்கு முன்பு.'

இஸ்மாயில் தனது அதிர்ச்சியை மறைத்தார். மூன்று வருடங்கள்? எனக்கு எதுவும் தெரியாது? நான் எவ்வளவு தனிமைப்படுத்தப்பட்டிருக்கிறேன்?

முகமது தொடர்ந்தார், 'இது நகரத்தின் பெரும்பகுதியை தரைமட்டமாக்கியது, இஸ்மாயில். ஜமா மசூதி உட்பட. நான் ஒரு பெரிய மறுகட்டமைப்புக்கு உத்தரவிட்டிருந்தேன். நிறைய செய்யப்பட்டுள்ளது. ஆனால் எல்லாம் வெளிப்படையாக இல்லை. அந்த பன்றி இந்து அடிமைகள் எவ்வளவு சோம்பேறிகள் என்பது உங்களுக்குத் தெரியும்... மறைந்த நிபுணர் - அவர் ஒரு விரலைக் கூட உயர்த்தவில்லை. ஒத்துழைப்பு இல்லை. நான் எனது பெரிய நடவடிக்கையை எடுக்க வேண்டுமானால், ஜமா மசூதியை விரைவாக மீண்டும் கட்ட வேண்டும் என்பதை நீங்கள் புரிந்துகொள்வீர்கள் என்று நான் நம்புகிறேன். அந்த முட்டாள் என்னிடம் தனிப்பட்ட முறையில் பூகம்பத்தை ஏற்படுத்தியது புத்தர் என்று நம்புவதாகச் சொன்னான். "கடவுள்களின் சாபம்," என்று அவர் கிட்டத்தட்ட திகிலுடன் கூறினார்! கற்கள் சபிக்கின்றனவா? சொல்லுங்கள்? சொல்லுங்கள்?!'

'இது அபத்தமானது!' இஸ்மாயில் வெடித்தார். 'மறைந்தவர் ஒரு முட்டாள்... இன்னும் மோசமானவர், மதம் மாறியவன், ஒரு

விசுவாசதுரோகி! ஒரு மத துரோகிக்கு ஒரே ஒரு தண்டனைதான் உண்டு: தலை துண்டிக்கப்படுதல்!'

இஸ்லாமிய ஹதீஸ்களைப் படித்ததன் படி, ஓரினச்சேர்க்கைக்கும் மரண தண்டனை உண்டு என்பதை இஸ்மாயில் மேலும் விளக்க விரும்பவில்லை என்பது உண்மைதான். ஆனால் யாரும் முகமதுக்கு மரண தண்டனை வழங்கப் போவதில்லை.

'சரியாகச் சொன்னாய்!' முகமது சீறினார்.

'மறைந்தவர் தனது பழைய மதத்தை தனது இதயத்தில் உயிர்ப்புடன் வைத்திருந்தார் என்று நான் எப்போதும் சந்தேகித்தேன்,' என்று இஸ்மாயில் தொடர்ந்தார். 'அவரது பெற்றோர் இருவரும் புத்த மதத்தினர் என்பது உங்களுக்குத் தெரியும் என்று நான் நம்புகிறேன். அவர் கூட இளமைப் பருவத்தில் மிகவும் தாமதமாக இஸ்லாமிற்கு மாறினார் என்று நினைக்கிறேன். ஆனால் நமது சட்டங்கள் மிகவும் தெளிவாக உள்ளன. அனைவரும் இஸ்லாமிற்கு மாற அனுமதிக்கப்படுகிறார்கள், உண்மையில் ஊக்குவிக்கப்படுகிறார்கள். ஆனால் நீங்கள் இஸ்லாமிலிருந்து வெளியேற முடியாது. அதற்கான தண்டனை மரணம். நீங்கள் மதம் மாறியவுடன், வேறு எந்த மதத்தையும் மதிக்க முடியாது. அல்லது புத்தர் போன்ற வேறு எந்த கடவுளையும் ஒப்புக்கொள்ளமுடியாது. அது மதத் துரோகம்.'

பெரும்பாலான துருக்கியர்கள் புத்த மதத்தினர், அவர்கள் இஸ்லாமிற்கு மாறியது ஒப்பீட்டளவில் சமீபத்தில்தான். உண்மையில், முகமது மற்றும் இஸ்மாயிலின் தந்தை செபுக்டெகின் கூட தனது குழந்தைப் பருவத்தில் ஒரு பௌத்தராக இருந்தார். பெரும்பாலான துருக்கியர்கள் பௌத்தர்கள் மற்றும் அவர்கள் மதம் மாறிய மதத்தின் மீது குறிப்பாக ஆக்ரோஷமாக இருப்பதற்கு இதுவும் ஒரு காரணமாகும். அவர்களின் புதிய மதமான இஸ்லாமின் மீதான தங்கள் விசுவாசத்தை நிரூபிக்க இதுவே எளிதான வழி.

'ஆனால் நான் அரபு நிபுணரை மதத் துரோகம் செய்ததாகக் குற்றம் சாட்டியிருந்தால் யார் என்னை நம்பியிருப்பார்கள்?' என்று முகமது கேட்டார். 'ஏனென்றால் இதை என்னிடம் தனிப்பட்ட முறையில் மட்டுமே சொல்வதில் அவர் மிகவும் புத்திசாலி. பொதுவில், அவர் ஒரு நல்ல முஸ்லிம் போல் நடித்தார்.'

பெரும்பாலான இஸ்லாமிய சாம்ராஜ்யங்களில், பொதுமக்கள் மதகுருமார்களை ஆட்சியாளர்களைப் போலவே சக்திவாய்ந்தவர்களாகக் கருதினர். எனவே ஒரு மன்னர் ஒரு முல்லாவை பகிரங்கமாக ஆட்சி செய்வது எளிதல்ல, குறிப்பாக முல்லா தனது கருத்தை நிரூபிக்க ஏதேனும் வேதங்களை மேற்கோள் காட்டினால்.

'படிக்கட்டுகளில் இருந்து கீழே விழுந்த பிறகு அவர் இறந்ததும் நல்லதுதான்' என்று இஸ்மாயில் கூறினார்.

'ஆம். அது அல்லாஹ்வின் தண்டனை.'

‘உண்மை. அல்லாஹ்வின் தண்டனை. ஏனென்றால் அல்லாஹ் எப்போதும் ஞானமுள்ளவன், கருணையுள்ளவன்.’

‘எனவே நாம் ஒருவரையொருவர் புரிந்துகொள்கிறோம்,’ என்று முகமது எழுந்து கூறினார். சந்திப்பு முடிந்தது. கௌசரியும் அயாஸும் எழுந்தார்கள்.

இஸ்மாயில் ஒரு வசந்த காலத்தில் இருக்கும் கோழியைப் போல எழுந்தார். இறுதியாக அவர் உள்ளே சக்தி பாய்வதை உணர்ந்தார். ‘ஆம், சரிதான் பெரிய அரசே. அல்லது நான் சொல்ல வேண்டுமானால், விரைவில் பெரிய கலீஃபாவாக வரப்போகிறவர்.’

கலீஃப் என்பது அரபு வார்த்தையான கலீஃபாவிலிருந்து உருவானது, இதன் பொருள் துணை அல்லது வாரிசு என்று பொருள். கலீஃபாக்கள் நபியின் பிரதிநிதிகள் என்றும், அவர்கள் முழு இஸ்லாமிய உலகத்தையும் அரசியல்-மதத் தலைவர்களாக ஆட்சி செய்தார்கள் என்றும் நம்பப்பட்டது. அரசின் அதிகாரமும் மதத்தின் அதிகாரமும் அந்த ஒரு பதவியில் இணைந்திருந்தன. கலீஃபா என்பது எந்தவொரு முஸ்லிம் மன்னரும் அடையக்கூடிய மிக உயர்ந்த பதவியாகும். இஸ்லாம் தோன்றியதிலிருந்து, கலீஃபாக்கள் எப்போதும் அரேபியர்களாகவே இருந்தனர். ஆனால் அரேபியர்கள் இனி அவ்வளவு சக்திவாய்ந்தவர்கள் அல்ல. துருக்கியர்கள் இப்போது மிகவும் சக்திவாய்ந்த இஸ்லாமிய சமூகமாக இருந்தனர். மேலும் ஒரு துருக்கியர், குறிப்பாக அவர், கலீஃபாவாக மாற வேண்டிய நேரம் இது என்று முகமது முடிவு செய்திருந்தார். பாக்தாத்தில் தற்போதைய அப்பாஸிட் கலீஃபா, ஒரு அரபி, பலவீனமடைந்து, பாரசீக புயிட் வம்சத்தின் கட்டுப்பாட்டில் இருந்தது, முகமதின் மனதில் பணியை எளிதாக்கியது.

முகமது சிரித்தார். ‘நல்லது. நாம் ஒருவரையொருவர் நன்றாகப் புரிந்துகொள்கிறோம்.’

இஸ்மாயில் குனிந்தார். *நான் உன்னைப் புரிந்துகொள்கிறேன். ஆனால் நீ என்னைப் புரிந்து கொள்ளவில்லை, முட்டாள். போர்க்களம், அது உன் பகுதி. ஆனால் இது ... இது அறிவு மற்றும் மதத்தின் களம் ... இது என்னுடையது. என் பிறப்புரிமை என்னுடையதாக இருக்கும் ... என்னுடையது ...*

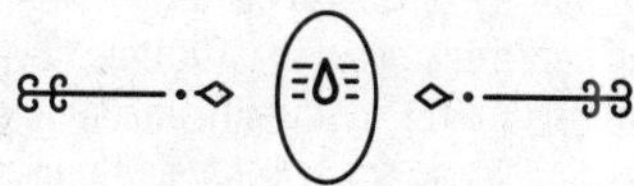

அத்தியாயம் 3

பழிவாங்கலுக்கான அழைப்பு

கங்கைகொண்ட சோழபுரம்

சோமேஷ்வரும் இக்பாலும் நரசிம்மனை சந்தித்து இரண்டு வாரங்கள் கடந்துவிட்டன. சோழபுரம் காவல்துறைத் தலைவர் வணிகர்களை வீட்டு விருந்தினர்களாக அழைத்து வந்தார். ஹரிணி வயதானவர்களை மிகுந்த கருணையுடன் வரவேற்றார். எல்லாவற்றிற்கும் மேலாக, இந்திய முறையில், *அதிதி தேவோ பவ,* அல்லது *விருந்தினர் கடவுள்* என்று நம்பப்படுகிறது. ஆனால் சோம்நாத்தில் இரண்டு வணிகர்களும் அனுபவித்த மற்றும் கண்ட துன்பங்களுக்காக அவளுக்கு மிகுந்த அனுதாபம் - அல்லது மாறாக, பச்சாதாபம் - இருந்தது. மிக முக்கியமாக, சிவபெருமானை அவமதித்ததன் பழிவாங்கும் நெருப்பு அவளிலும் வலுவாக எரிந்ததால், அவர்களின் காரணத்தை அவள் அடையாளம் கண்டாள்.

வணிகர் இரட்டையரின் இருப்பு நரசிம்மனுக்கு ஒரு புதிய உணர்வை அளித்தது. அவர் நன்றாக தூங்குவதை ஹரிணி கவனித்தாள். பதக்கத்தை தனது கைகளால் சிறிது நேரம் சலிக்காமல் தொட முடியும். ஆண்கள் எளிமையான உயிரினங்கள், பெண்களைப் போல மிகுந்த உணர்ச்சி மற்றும் உளவியல் சுய பகுப்பாய்விற்கு உட்பட்டவர்கள் அல்ல. பெரும்பாலான ஆண்களுக்கு, கடந்த கால அதிர்ச்சியை நிர்வகிக்க சிறந்த வழி அதைப் பற்றி பேசாமல் இருப்பதுதான்; அதற்கு பதிலாக, அவர்கள் ஒரு உயர்ந்த குறிக்கோளுக்கு தங்களை அர்ப்பணித்துக் கொள்வார்கள். சிவபெருமானைவிட உயர்ந்த குறிக்கோள் என்ன இருக்க முடியும்?

விஜயனுக்கும் நரசிம்மனுக்கும் உள்ள உறவும் மேம்பட்டிருந்தது. அவர்கள் இப்போது கொண்டிருந்த குறிக்கோளுடன் ஒப்பிடும்போது

அவர்களது தொழில்முறை பொறாமை சிறியதாகத் தோன்றியது. கோவிலில் இரண்டு வயதானவர்களை அவர்கள் சந்தித்த நாளிலிருந்து, விஜயன் மாலையில் நரசிம்மனை சந்தித்து வந்தார். ஆரம்பத்தில் அவர் சோம்நாத்தைச் சேர்ந்த ஆட்களை மட்டுமே சந்திக்க விரும்பினார் என்பது தெளிவாகத் தெரிந்தது. ஆனால் பின்னர் அவர் வேலை விஷயங்களிலும் நரசிம்மனிடம் ஆலோசனை கேட்கத் தொடங்கினார்.

இருப்பினும், அவர்களின் அனைத்து உந்துதலுக்கும், அனுபவம் வாய்ந்த மற்றும் நன்கு பயிற்சி பெற்ற சோழ வீரர்களாக இருந்ததால், நரசிம்மனும் விஜயனும் பேரரசரை அணுகுவதற்கு முன்பு வணிக இரட்டையரின் சான்றுகளை கவனமாக சரிபார்த்தனர். நரசிம்மன், இயற்கையாகவே, தனது மன்னரால் உடனடியாக ஒரு பார்வையாளர் அனுமதிக்கப்படுவார் என்று எதிர்பார்த்தார். அவர் ஒரு நண்பராக இருந்தார். மேலும் அவர் ஏமாற்றமடையவில்லை. அடுத்த நாளே அவர்களுக்கு ஒரு சந்திப்பு வழங்கப்பட்டது. ஒரு சுருள் வந்திருந்தது. அது சோழ வம்சத்தின் ஏகாதிபத்திய முத்திரையைத் தாங்கியிருந்தது: கண்களில் கூர்மையான கருப்பு உருண்டைகளைக் கொண்ட ஒரு மூர்க்கமான தங்கப் புலி, ஒரு பாதத்தை உயர்த்தி, பேரரசின் எதிரியை வீழ்த்தத் தயாராக இருந்தது.

அவர்கள் இப்போது ஒரு தனிப்பட்ட நேர்காணலுக்காகத் தயாராக இருப்பார்கள். பூமியின் மிக சக்திவாய்ந்த மனிதரான ராஜேந்திர சோழனுடன்.

‘நீங்கள் அனுப்பிய கடிதத்தில்... சோம்நாத்தில் என்ன நடந்தது என்று நான் சொன்ன அனைத்தையும் நீங்கள் குறிப்பிட்டீர்களா, பெரிய நரசிம்மன்?’ சோமேஷ்வரர் தனது கேள்வியுடன் பதட்டமான அமைதியைக் கலைத்தார்.

சோமேஷ்வரரையும் இக்பாலையும் பேரரசரின் அரண்மனையின் நெருப்பு எரியும் கருங்கல் மண்டபத்தில் நரசிம்மன் அழைத்துச் சென்று கொண்டிருந்தார். அது சூரிய அஸ்தமனத்திற்குப் பிறகு, சூரியனின் மங்கலான ஒளி தீப்பந்தங்களிலிருந்து பிரகாசத்துடன் கலந்தது. குகை நடைபாதையில் அவர்கள் நடந்து செல்லும்போது நான்கு காவலர்கள் அவர்களைச் சுற்றி நின்றனர்.

‘அன்று நடந்த அனைத்து நிகழ்வுகளையும் நான் விவரித்தேன், சோமேஷ்வர்ஜி,’ என்று நரசிம்மன் உறுதியளித்தார். ‘பேரரசர் அனைத்து முக்கியமான விளக்கங்களையும் தானே விரிவாகப் படித்தார். மகா ராஜேந்திர சோழனிடம் ஒரு பொற்கால ஒழுங்குமுறை இருக்கிறது: அவர் உங்களைச் சந்திக்க ஒப்புக்கொண்டால், அவர் சந்திப்புக்கு நன்கு தயாராக இருப்பார். அவர் நேரத்தை வீணாக்க மாட்டார். நீங்கள் அவரிடம் என்ன சொல்ல விரும்புகிறீர்கள் என்பதைப் பற்றி ஆழமாக சிந்தியுங்கள்.’

அந்த ஆண்கள் ஒற்றை கோப்பில் ஒரு வளைந்து நெளியும் படிகளில் ஏறினர், அவர்களுக்கு முன்னால் இரண்டு காவலர்கள், பின்புறத்தில் இரண்டு காவலர்கள்.

சோமேஷ்வர் சுற்றிப் பார்த்தார். வெளியில் இருந்து பார்த்தால், சோழ அரண்மனை மிகப்பெரியதாகவும், அலங்கரிக்கப்பட்டதாகவும், பிரமாண்டமாகவும் இருந்தது. அது ஒரு கருங்கல் மையத்தைக் கொண்டிருந்தது, மணற்கல் மற்றும் மரத்தால் கூடுதலாக அமைக்கப்பட்டது. கருங்கல்லின் கருப்பு, மணற்கல்லின் இளஞ்சிவப்பு மற்றும் மரத்தில் வரையப்பட்ட பல சாயங்கள் ஒரு ஆடம்பரமான அரண்மனை இல்லத்திற்காக உருவாக்கப்பட்டன, அது ஒரு மாயமந்திரக் கதையிலிருந்து நேரடியாக வந்தது போல் தோன்றியது. பெரும்பாலான தென்னிந்திய ஆதிக்கக் கட்டிடங்களைப் போலவே - கோவில்கள், அரண்மனைகள், பல்கலைக்கழகங்கள் - அரண்மனையும் முனிவர்கள், அப்சரஸ் தேவதைகள், தெய்வங்கள் மற்றும் கடவுள்களின் சிக்கலான செதுக்கங்கள் மற்றும் சிற்பங்களால் வர்ணனைப் படுத்தியிருந்தன. அவை எண்ணற்ற வண்ணங்களில் ஆடம்பரமாக வரையப்பட்டன. சராசரியாக, தென்னிந்தியர்கள் தங்கள் தனிப்பட்ட ஆடைகளில் மிகவும் குறைத்து மதிப்பிடப்பட்டனர், ஆனால் அவர்களின் பல்கலைக்கழகங்கள், கோவில்கள் மற்றும் அரண்மனைகளின் கட்டிடக்கலைக்கு வரும்போது அது மிகவும் ஆடம்பரமாக இருக்கும்.

ஆனால் அரண்மனைக்குள், வெளியில் தெரிந்த ஆடம்பரத்தை சோமேஷ்வரால் பார்க்க முடியவில்லை. அவர்கள் சிறிய குறுகிய மண்டபங்களில் நடந்து சென்று கொண்டிருந்தனர், சாதாரணமான அறைகள் மற்றும் சுவர்களைக் கடந்து.

'இது பேரரசர், உன்னதமான நரசிம்மனின் தனிப்பட்ட ஊழியர்கள் மற்றும் பார்வையாளர்களுக்கான பாதையா?' சோமேஷ்வர் கேட்டார். 'ஏனென்றால், வெளியே ஒருவர் காணும் பிரம்மாண்டம் உள்ளே இல்லை. வெளிநாட்டு தூதர்களைப் போன்ற அதிகாரப்பூர்வமான பார்வையாளர்களுக்கு அரண்மனையின் அற்புதமான பகுதிகள் உள்ளன என்று நான் உறுதியாக நம்புகிறேன்.'

நரசிம்மன் தலையசைத்து நடந்து கொண்டே இருந்தார்.

'அரசர் அரண்மனையின் இந்தப் பகுதிகளை அதிகமாகப் பயன்படுத்தக்கூடும்,' என்று சோமேஷ்வர் கூறினார். அவரது பதட்டம் அவரை அதிகமாகப் பேச வைத்தது. 'ஒருவேளை இந்த உள் கட்டிடக்கலை பாதுகாப்பு காரணங்களுக்காகவும் இருக்கலாம்.'

நரசிம்மன் நடந்து கொண்டே இருந்தார். பதில் இல்லை.

மூவரும் இப்போது மற்றொரு மண்டபத்திற்குள் நுழைந்தனர், நடுவில் குறுகியதாகவும் இரண்டு முனைகளிலும் அகலமாகவும் இருந்தது. *கேரள மக்களின் தாள வாத்தியமான ஒரு பெரிய குவிந்த திமிலையின்* உட்புறத்திற்குள் நுழைந்தது போல் இக்பால் உணர்ந்தார். நடைபாதை முழுவதும் காவலர்கள்

நிறுத்தப்பட்டிருந்தனர், ஆனால் மிகப்பெரிய படை குறுகலான பாதையின் நடுவில் நிறுத்தப்பட்டிருந்தது. இயற்கையான ஒரு தடை. நல்ல பாதுகாப்பு நடவடிக்கை. இருபுறமும் இரண்டு பெரிய காவலர்கள் நிறுத்தப்பட்டிருந்த உயரமான வாசலில் நடைபாதை முடிந்தது. அவர்களை அழைத்துச் சென்ற ஏகாதிபத்திய காவலர்கள் நிழல்களுக்குள் பின்வாங்கினர்.

காவலர்கள் நரசிம்மனுக்கு வணக்கம் செலுத்தினர். பெரிய மனிதர் தனது வலது கையை மார்பில் வைத்து இராணுவ சைகையைத் திருப்பிக் காட்டினார். அவர் ஆழ்ந்த மூச்சை எடுத்து தனது பதட்டமான தோழர்களைப் பார்த்தார்.

'இதுதான், சோமேஷ்வர் மற்றும் இக்பால். உங்கள் நேரம் இப்போது தொடங்குகிறது.'

சோமேஷ்வரும் இக்பாலும் பதட்டத்துடன் விழுங்கினர். அவர்கள் முன்னால் நடந்து செல்லும்போது அவர்களின் கால்கள் நடுங்கின.

இடது பக்கத்தில் இருந்த காவலர் பிரமாண்டமான கதவைத் திறந்தார், மூன்று பேரும் பேரரசரின் தனிப்பட்ட சந்திப்பு அறைக்குள் அணிவகுத்துச் சென்றனர், முதலில் நரசிம்மன், பின்னர் சோமேஷ்வர் மற்றும் இறுதியாக இக்பால்.

வடக்குப் பக்கத்தில் உள்ள பெரிய மண்டபத்தின் கடைசியில் ஒரு மனிதன் அமர்ந்திருந்தான்.

ஒரே ஒரு மனிதன் மட்டுமே.

வேறு யாரும் இல்லை.

அது, வாக்குறுதியளித்தபடி, ஒரு தனிப்பட்ட சந்திப்பு.

குண்டலினி தேவி விழித்தெழுந்தது போல, இரண்டு வணிகர்களின் முதுகெலும்பிலும் தூய மின்சாரம் பாய்ந்தது. இந்தியாவின் நீளம் மற்றும் அகலம் முழுவதும், வலிமைமிக்க சோழப் பேரரசர் ராஜேந்திரனைப் பற்றியும், அவரது தந்தை மறைந்த பேரரசர் ராஜராஜனைப் பற்றியும் அனைவரும் கேள்விப்பட்டிருந்தனர். தந்தை-மகன் மன்னர்கள் வாழும் புராணக்கதைகள், அவர்களின் பெயர்கள் அவர்களின் அந்தஸ்தைத் தூண்டும். ராஜராஜன் என்பது ராஜாக்களின் ராஜா. ராஜேந்திரன் என்பது ராஜாக்களின் இறைவன். இரண்டு வணிகர்களும் அறைக்குள் நுழைந்தபோது ஒரு திகைப்பூட்டும் தெய்வீகத்தை எதிர்பார்த்தனர். அவர்கள் நுழைவாயிலில் நின்று பரவசப்பட்டனர்.

அவர்களுக்கு முன், சோம்நாத் வணிகர்களைப் போலவே சதை மற்றும் இரத்தம் கொண்ட ஒரு மனிதனைக் கண்டார். ஒரு தேவதையை சந்தித்ததை விட இந்த அனுபவம் மிகவும் பிரமிப்பாக இருந்தது.

ஏனென்றால் அவர் அவர்களில் ஒருவர். அவர்களைப் போலவே. ஒரு இந்தியர்.

ஆனால் அதே நேரத்தில், அவர் இன்னும் மேலோங்கி இருந்தார். அற்புதமான சக்தியையும் அதே நேரத்தில் ஆடம்பரமற்ற பணிவையும் வெளிப்படுத்திய ஒரு மனிதர். உள்ளுணர்வுக்கு எதிரான, நம்பமுடியாத அளவிற்கு மயக்கும் பண்புகளின் கலவை.

தர்மத்தை கடைபிடித்தவர்.

கங்கைகொண்டவரே.

ராஜேந்திர சோழர்.

இருளான உருவம் கைப்பிடி மீசையுடன், ஆறு அடி உயரத்திற்கு சற்று குறைவாக, ராஜேந்திர சோழரின் அடர்த்தியான, கனமான புருவங்கள் ஆரஞ்சு நிற தீப்பொறிகள் பதிக்கப்பட்ட கருப்பு ரத்தின கல்லைப் போல மின்னும் ஒரு ஜோடி கண்களின் மீது வளைந்திருந்தன. அவர் அசாதாரணமான நன்கு கட்டமைக்கப்பட்டவர், ஒரு திறமையான வில்லாளரின் சக்திவாய்ந்த தோள்கள் மற்றும் முதுகுடன். அவரது வலிமையான மார்பு மெல்லிய இடுப்பு வரை சுருங்கியது, மேலும் ஒரு வாள்வீரனின் நுட்பமான மற்றும் திறமையான அசைவுகளில் திறமையான ஒரு போர்வீரனின் சக்திவாய்ந்த கால்கள் வரை. ஐம்பத்தொன்பது வயதில் அவர் இவ்வளவு கட்டமைப்பாக இருந்தது அவரது பிரமிக்க வைக்கும் ஒழுக்கத்தை வெளிப்படுத்தியது. அவரது உடலில் ஏராளமான போர் வடுக்கள் இருந்தன, இது ஒரு போர்வீரனுக்கு பெருமை சேர்க்கும் விஷயம். குறிப்பாக விரிவான ஒன்று அவரது வயிற்றில் ஒரு ஆழமான பள்ளம், பக்கவாட்டில் மெல்லிய தையல் அடையாளங்களுடன்; ஒருவேளை சமீபத்திய போரின் போது அவர் வயிற்றில் குத்தப்பட்டிருக்கலாம், காயம் இப்போதுதான் ஆறியிருக்கக்கூடும். வயதாகும்போது சிறிது மெலிந்திருந்த பேரரசரின் மென்மையான சுருண்ட கருப்பு முடி, அவரது தோள்களில் விழுந்து, துல்லியமாக சீவியிருந்தது. அவரது மயக்கும் கண்கள் கருணையையும் கூர்மையான அறிவையும் வெளிப்படுத்தின.

ஒரு பூணூல் அவரது இடது தோளில் இருந்து அவரது உடலின் வலது பக்கத்திற்கு ஓடியது. அவரது வலது தோளில் வைக்கப்பட்டிருந்த ஒரு சிவப்பு அங்கவஸ்திரம் அவரது சக்திவாய்ந்த மார்பு மற்றும் முதுகில் வழிந்தது. அது அவரது வெள்ளை வேட்டியின் மீது சுற்றப்பட்டிருந்த வாரின் இரு முனைகளிலும் ஊசிகளால் பாதுகாக்கப்பட்டது. தந்தம் மற்றும் தங்கத்தால் ஆன ஒரு புலிப் பல் அவரது மார்பில் தொங்கிக் கொண்டிருந்தது, கழுத்தில் ஒரு மெல்லிய கருப்பு நூலால் அது பொருத்தப்பட்டிருந்தது. அவரது காது மடல்களில் வைரக்கற்களைத் தவிர, வலிமைமிக்க சோழர் வேறு எந்த நகைகளையும் அணியவில்லை. அவரது தலை வெறுமையாக இருந்தது. அவர் அரச கிரீடத்தை அணியவில்லை.

ராஜேந்திர சோழர் பணிவுடன் தலையை ஆட்டினார், வாழ்த்து தெரிவிக்கும் விதமாக தனது உள்ளங்கைகளை இணைத்தார்.

'வணக்கம்,' என்று அவர் கூறினார், அதைக் கேட்ட எவரின் உள்ளத்திலும் எதிரொலிக்கும் ஆழமான குரலில்.

'என் ஆண்டவரே,' என்று நரசிம்மன் தூரத்திலிருந்து சத்தமாக அறிவித்தார், மார்பில் அடித்து, குதிகால்களை ஒன்றாக சேர்த்து, குனிந்தார். 'உங்களைச் சந்திக்க அனுமதிக்கப்பட்டதற்கு நான் நன்றியுள்ளவனாக இருக்கிறேன், மேலும் நீங்கள் குணமடையும் போது தனிப்பட்ட சந்திப்பைக் கோரியதால் ஏற்பட்ட சிரமத்திற்கு எனது மனமார்ந்த மன்னிப்பைத் தெரிவித்துக் கொள்கிறேன்.'

சோமேஷ்வரும் இக்பாலும் அமைதியாக இருந்தனர். அவர்கள் மயங்கினர். அந்த இடத்தில் வேரூன்றினர். நகரவில்லை. பேசவில்லை. அவர்கள் நடந்து சென்ற தனியார் அறையின் ரசனையான மற்றும் அடக்கமான நேர்த்தியைக் கவனிக்கவில்லை. சுவரில் சில அழகான சிற்பங்கள் மற்றும் ஓவியங்கள். அறையின் நீளத்தில் பொருத்தப்பட்ட தீப்பந்தங்கள் ஒளியையும் அரவணைப்பையும் பரப்பின. கிழக்கு மற்றும் மேற்கு சுவர்களில் பெரிய ஜன்னல்கள், இருபுறமும் பசுமையான தோட்டங்களுக்குள் திறந்தன. பூக்களின் நுட்பமான நறுமணமும், ஈரமான மாலை கடல் காற்றால் சுமந்து செல்லப்பட்ட பறவைகளின் ஆத்மார்த்தமான கீச்சொலியும்.

ராஜேந்திர சோழன் அமர்ந்த இடத்திற்குப் பின்னால், வடக்கு சுவர் முழுவதையும் உள்ளடக்கிய ஒரு பெரிய ஓவியம் இருந்தது. அதன் மையத்தில், சிவபெருமான், அவரது *தட்சிணாமூர்த்தி* வடிவத்தில், அதாவது, *தெற்கு நோக்கிய கடவுள்* என்று பொருள்படும். சிவபெருமானின் இடது மற்றும் வலதுபுறத்தில், மண்டியிட்டு, மகாதேவரை நோக்கி, உள்ளங்கைகள் நமஸ்காரத்தில் இணைக்கப்பட்டு, தலைகள் குனிந்திருந்தன, அவர்கள் கடவுளின் ஊழியர்களைப் போல. மனிதர்களின் ஓவியங்கள் குறிப்பிடத்தக்க வகையில் உயிரோட்டமானவை மற்றும் எளிதில் அடையாளம் காணக்கூடியவை. சிவபெருமானின் வலதுபுறத்தில் மறைந்த ராஜராஜ சோழனும், இடதுபுறத்தில் அவரது மகனும், தற்போதைய பேரரசருமான ராஜேந்திர சோழனும் இருந்தனர்.

வலிமைமிக்க சோழர்கள் தங்களை இப்படித்தான் பார்த்தார்கள்.

ராஜராஜ சோழனும் ராஜேந்திர சோழனும் பூமிக்குரிய சக்தி, மகத்துவம், பிரமாண்டம், அதிகாரம் மற்றும் மேலாதிக்கம் என அனைத்தையும் கொண்டிருந்தாலும், அவர்களினுள் அவர்கள் தங்களை சிவபெருமானின் வெறும் ஊழியர்களாக மட்டுமே பார்த்தார்கள்.

அற்புதமான சக்தி மற்றும் ஆடம்பரமற்ற பணிவு. ஒரு அரிய சேர்க்கை.

'வாருங்கள், உட்காருங்கள்,' என்று ராஜேந்திர சோழன் அன்பாகச் சொன்னார்.

ஆனால் சோமேஷ்வரும் இக்பாலும் ஒரு விண்மீனால் மயங்கிய மான்களைப் போல வெறித்துப் பார்த்துக் கொண்டே இருந்தனர்.

தன்னை முதன்முறையாகச் சந்திக்கும் சாதாரண மக்களிடம் தான் அடிக்கடி இந்த தாக்கத்தை ஏற்படுத்துவதை ராஜேந்திர சோழன் அறிந்திருந்தார். வழக்கம்போல, இதுபோன்ற சந்தர்ப்பங்களில் அவரது இரக்கமும் கருணையும் வெளிப்பட்டன. அவர் நரசிம்மனைப் பார்த்து தலையசைத்தார்.

சோழபுரத்தின் காவல் துறைத் தலைவர், சோமேஷ்வரரை மெதுவாக முழங்கையால் தட்டி அவரது பதட்டமான மயக்கத்திலிருந்து மீட்டார். மூவரும் மண்டபத்தின் கடைசி முனைக்கு நடக்கத் தொடங்கினர். ராஜேந்திர சோழனுக்கு முன்னால் மூன்று வசதியான ஆடம்பர நாற்காலிகள் வைக்கப்பட்டிருந்தன.

நரசிம்மன் நாற்காலிகளை அடைந்து, முட்டியிட்டு மீண்டும் தலை குனிந்து வணங்கினார்.

‘உட்காருங்கள், நரசிம்மன்,’ என்றார் ராஜேந்திர சோழன். ‘உட்காருங்கள்.’

சோமேஷ்வரும் இக்பாலும் முழங்காலில் குனிந்து, தங்கள் தலைகளைத் தரையில் தொட்டு, தங்கள் கைகளை முன் வைத்து, பேரரசருக்கு முன்பாக முழுமையாக வணங்கினர். ராஜேந்திர சோழன் நரசிம்மனைப் பார்த்து, அவர்களை உட்கார வைக்க சைகை செய்தார். அவர் அப்படியே செய்தார்.

நாற்காலிகளில் அமர்ந்திருந்த சோமேஷ்வரும் இக்பாலும் இன்னும் பதட்டமாகவே இருந்தனர். இருவரின் உள்ளங்கைகளும் நமஸ்காரத்தில் ஒன்றாக இணைக்கப்பட்டிருந்தன. இதுதான் தங்களுக்குக் கிடைத்த சிறந்த வாய்ப்பு என்பதை அவர்கள் அறிந்திருந்தனர். அவர்கள் நான்கு ஆண்டுகளாக இந்த தருணத்திற்காகக் காத்திருந்தனர். அதை அவர்கள் குழப்ப விரும்பவில்லை.

ராஜேந்திர சோழன் மீண்டும் ஒருமுறை, பணிவுடன் பேசினார். ‘எனக்குத் தெரியும். நரசிம்மன் எனக்கு எல்லா விவரங்களையும் எழுதியுள்ளார். நீங்கள் பார்த்ததையும், துன்பப்பட்டதையும்...’ பேரரசர் மூச்சு வாங்கினார். எதையோ மதிப்பிடுவது போல. ‘உங்களுக்காக நான் என்ன செய்ய முடியும், உன்னதமான சோமேஷ்வரரே? உங்களுக்கு என்ன வேண்டும்?’

ராஜேந்திர சோழன் என்ன செய்கிறார் என்பதை நரசிம்மன் அறிந்திருந்தார். சோமேஷ்வரையும் இக்பாலையும் அவர் மதிப்பிடுகிறார். அவர்கள் நம்பகமானவர்களா என்று. அனைத்து வெற்றிகரமான தலைவர்களுக்கும் மிகவும் அவசியமான ஒரு திறமை, மற்றவர்களை விரைவாக மதிப்பிடும் திறன். திறமையான தலைவர்கள் பல ஆண்களைச் சந்திக்கிறார்கள், மேலும் அவர்களுக்கு நிறைய செய்ய வேண்டியிருக்கிறது, சாதாரண மனிதர்களைப் போல, மற்றவர்களின் உந்துதல்களை உண்மையிலேயே மதிப்பிடுவதற்கு பல ஆண்டுகள் எடுக்கும் நேரம் அவர்களுக்கு இல்லை. சாதனை

படைத்த தலைவர்கள் பொதுவாக நேர்த்தியான மனநிலையைக் கொண்டுள்ளனர். மற்றவர்களைச் சந்திக்கும்போது அவர்களிடம் பேசும் உள்ளுணர்வு. இந்த உள்ளுணர்வுதான் அவர்களின் வெற்றிக்கு முக்கிய காரணியாகும்.

'என் பேரரசரே...' என்றார் சோமேஷ்வர். இந்த தருணத்திற்காகவே அவர் ஒரு உரையைத் தயாரித்திருந்தார். அவர் அதைப் பயிற்சி செய்திருந்தார். பல முறை. ஆனால் அது மறந்துவிட்டது. இந்த நேரத்தில் அவர் உணர்ந்த அனைத்து உணர்ச்சிகளையும் பொருட்படுத்தாமல், ஒரு புத்திசாலி, அனுபவம் வாய்ந்த தொழிலதிபர் - உலகின், இல்லாவிட்டாலும் இந்தியாவின் மிகவும் வெற்றிகரமான வணிகர்களில் ஒருவர் - பெரும்பாலான நல்ல வணிகர்களைப் போலவே, அவர் வரிகளுக்கு இடையில் படிக்க முடியும். நீங்கள் உண்மையிலேயே முக்கியமானவர்களைச் சந்திக்கும்போது, நீங்கள் நிலைமையை மதிப்பிடுகிறீர்கள், தயாரிக்கப்பட்ட உரையை சத்தமாகப் பேசுவதற்குப் பதிலாக, அவசரமாகப் பேசுகிறீர்கள்.

'நான்...' சோமேஷ்வர் நின்று, ராஜேந்திர சோழனுக்குப் பின்னால் உள்ள ஓவியத்தையும், சிவபெருமானையும், இரண்டு சோழப் பேரரசர்கள் வணங்குவதையும் ஒரு பார்வை பார்த்தார். 'என்ன திட்டமிடப்படுகிறது என்பதை என்னால் யூகிக்க முடிகிறது ஐயா. ஏனென்றால், சிவபெருமானின் மீதான உங்கள் பக்தியை எந்த உயிருள்ள மனிதனும் சந்தேகிக்க மாட்டான். மேலும் ... உங்களிடம் இல்லாத எதையும் நான் வழங்க முடியாது. போர்வீரர்கள் அல்லது வளங்கள். ஆனால் பெரிய பேரரசரே, நான் நான்கு ஆண்டுகளாக எதிரியைத் திட்டமிட்டு ஆய்வு செய்து வருகிறேன். என்னுடைய எல்லா செல்வங்களையும், அதுவும் அளவிட முடியாதது அல்ல, இந்த நோக்கத்திற்காக மட்டுமே அர்ப்பணித்துவிட்டேன். என் குடும்பம், என் நகரம், என் ஆன்மாவாக இருந்த கோவில், என் பெயருக்குக் காரணமான கோவில் ஆகியவற்றை இழந்துவிட்டேன். இந்தப் பணியைத் தவிர வேறு எதுவும் என்னிடம் இல்லை. இந்த யுகத்தின் ராவணனை வேட்டையாடும் அணிலாக இருக்க என்னை அனுமதியுங்கள்.'

சோமேஷ்வர், ராமருடன் போரிட்ட இந்திய இதிகாச ராமாயணத்தின் வில்லன் ராவணனைப் போன்றவர் முகமது என்று உண்மையிலேயே நம்பினார். ஆனால், அனைத்து அறிக்கைகளையும் படித்த ராஜேந்திர சோழர், இந்தப் பணி ராமாயணம் மாதிரி இருக்காது என்பதை உணர்ந்தார். ராவணன் தனது அனைத்து தவறுகள் மற்றும் அசுரத்தனங்களுக்கு மத்தியில், குறைந்தபட்சம் சில *தர்மத்தால்* சூழப்பட்டிருந்தார். முகமது ராவணனைவிட மிகவும் மோசமானவர். அவர் அளவிட முடியாத ஒரு காட்டுமிராண்டி. மேலும் இந்திய வேதங்கள் அத்தகைய எதிரிகளை எதிர்த்துப் போராடும்போது தெளிவாக உள்ளன: *ஷதே ஷத்யம் சமாச்சாரேத்;* *துன்மார்க்கரை இன்னும் கொடூரமான துன்மார்க்கத்துடன் நடத்த வேண்டும்.*

ஆனால் ராஜேந்திர சோழன் அதில் கவனம் செலுத்தவில்லை. சோமேஷ்வர் மிகவும் நுட்பமான முறையில் வழங்கிய முக்கிய செய்தியை அவர் உணர்ந்திருந்தார்.

அவர் நான்கு ஆண்டுகளாக எதிரியைப் படித்து வருகிறார். அது விலைமதிப்பற்றது.

ராஜேந்திர சோழன் சோமேஷ்வரின் முகத்தையும் அவரது கண்களையும் ஆழமாகப் பார்த்தார். பின்னர் அவர் இக்பாலை நோக்கித் திரும்பினார். இக்பால் கழுத்தில் தொங்கிய கருப்பு நூலில் அணிந்திருந்த பதக்கத்தைக் கண்டார். அரபு எழுத்துக்களில் பதக்கத்தில் 7 8 6 எண்கள் பொறிக்கப்பட்டிருந்தன. இது 'அருளாளனும், மிக்க கருணையாளருமான அல்லாஹ்வின் பெயரால்' என்ற வாசகத்தை அடையாளமாகக் குறிக்கிறது. அந்த சொற்றொடரில் உள்ள எழுத்துக்களின் எண் மதிப்புகளை நீங்கள் கூட்டினால், அது 7 8 6 ஆகும். பல இந்திய முஸ்லிம்கள் இந்த சரியான பதக்கத்தை அணிந்திருப்பதை ராஜேந்திர சோழன் அறிந்திருந்தார். ஆனால் பின்னர் அவர் இக்பாலின் நெற்றியைக் கவனித்தார். அதில் சாம்பல் நிற புனித சாம்பலால் செய்யப்பட்ட மூன்று கிடைமட்ட கோடுகள் அவரது புருவத்தின் குறுக்கே ஓடின, சோமேஷ்வரின் நெற்றியில் இருப்பது போல. இரண்டு வணிகர்களும் பிரகதீஸ்வரர் கோயிலுக்கு அதிகாலையில் சிவபெருமானிடம் பிரார்த்தனை செய்யச் சென்றிருப்பது தெளிவாகத் தெரிந்தது.

ராஜேந்திரரின் உள்ளுணர்வு உந்தியது. அவர் நரசிம்மனை நோக்கி, எளிமையாகவும் தெளிவாகவும் பேசினார். 'அவர்களை அழைத்து வாருங்கள்.'

'ஆம், என் ஆண்டவரே.' இரண்டு வணிகர்களையும் எப்போது, எங்கு அழைத்துச் செல்ல வேண்டும் என்பதை நரசிம்மன் அறிந்திருந்தார். ராஜேந்திரன் முடிவு செய்திருந்தார். சோமேஷ்வரும் இக்பாலும் இந்த பணியில் பங்கேற்கப் போகிறார்கள்.

நேர்மையான பழிவாங்கல். ஆண்மையின் மிக உயர்ந்த உந்துதல்.

'நன்றி, என் ஆண்டவரே,' என்று இரண்டு வணிகர்களும் கிட்டத்தட்ட ஒரே நேரத்தில் சொன்னார்கள். ராஜேந்திர சோழனின் மறைமுகக் கட்டளையின் அர்த்தத்தை அவர்களும் புரிந்துகொண்டிருந்தனர்.

சோமேஷ்வர் இக்பால் பக்கம் திரும்பினார், அவர் தனது தோளில் தொங்கிக் கொண்டிருந்த பையிலிருந்து கவனமாக, மிகுந்த மரியாதையுடன், ஒரு பொருளை எடுத்தார். சோமேஷ்வர் குறுக்கே கை நீட்டி தனது நண்பரிடமிருந்து சிறிய கல்லை எடுத்தார்.

அந்தப் பொருள் என்னவாக இருக்கும் என்று ராஜேந்திரன் உடனடியாக யூகித்தார். உறுதிப்படுத்த நரசிம்மனைப் பார்த்தார். தனது முன்னாள் தளபதியின் கண்களில் இருந்த உணர்ச்சியைக் கண்ட பேரரசர், தனது யூகம் சரியானது என்பதை உணர்ந்தார். அவர்

உடனடியாக தனது செருப்புகளைக் கழற்றி எழுந்து நின்றார். அவர் எழுந்திருப்பதைக் கண்டதும், மூவரும் எழுந்தனர். ராஜேந்திரன் கண்களில் கண்ணீர் வழிய, சோமேஷ்வரை நோக்கி நடந்தார்.

சோமேஷ்வர் வலிமைமிக்க பேரரசரின் முகத்தில் துயரத்தையும் சங்கடத்தையும் கண்டார். அவர் தலை குனிந்து, தனது உள்ளங்கைகளை உயர்த்தி, சோமநாத சிவலிங்கத்தின் உடைந்த துண்டை பேரரசரிடம் கொடுத்தார். ராஜேந்திரன் புனித நினைவுச்சின்னத்தை மெதுவாக எடுத்தார். அதை அவர் தனது மார்பில் பிடித்து, பின்னர் அதை தனது இரண்டு கைகளாலும் நெற்றியில் உயர்த்தி, நீண்ட நேரம் அங்கேயே வைத்திருந்தார்.

ராஜேந்திரன் தனது அதிகாரப்பூர்வ பட்டத்தில் தனக்கு சூட்டிக் கொண்ட பெயர்களில் ஒன்று *சிவசரண சேகரன் - சிவனின் பாதங்களை கிரீடமாக அணிந்தவர்.*

சக்கரவர்த்தி கல்லை மிகவும் இறுக்கமாகப் பிடித்திருந்ததால் அவரது கை முட்டிகள் வெண்மையாகின. *என்னை மன்னியுங்கள், ஆண்டவரே. இந்த அவமானம் நடந்தபோது நான் அங்கு இல்லாததற்கு என்னை மன்னியுங்கள்.*

ராஜேந்திரன் எப்போதும் பொதுவில் தனது உணர்ச்சிகளின் மீது மிகுந்த கட்டுப்பாட்டைக் காட்டுபவர். மற்றவர்கள் முன்னிலையில் அவரது கண்ணீர் கண்களில் இருந்து தப்பிக்கும் துணிச்சல் அரிதாகவே இருந்தது. ஆனால் இது... வலிமைமிக்க சோழனின் இதயத்தால்கூட இது தாங்க முடியாத அளவுக்கு அதிகமாக இருந்தது. பேரரசர் கண்களை மூடியபோது, அவரது கன்னத்தில் ஒரு துளி கண்ணீர் வழிந்தது, அவரது உடல் ஆழமாகவும் வேதனையுடனும் துடித்தது. ராஜேந்திரனின் இடது நெற்றியில் ஒரு முக்கிய நரம்பு தீவிரமாகத் துடித்தது.

அவர் பெருமூச்சு விட்டு தனது மனதிற்குள் மெதுவாக மீண்டும் மீண்டும் கூறினார்.

என்னை மன்னியுங்கள், ஆண்டவரே.

சிதைந்த கல்லின் வழியாக தன்னை வெளிப்படுத்தும் பரந்த இதயமுள்ள சிவபெருமானால் மட்டுமே, இந்தத் துயரமான துக்க நேரத்தில் உதவ முடியும். அவர் தனது துக்கமடைந்த பக்தரை அமைதிப்படுத்தினார்.

துக்கம் தணிந்தவுடன், ராஜேந்திரனின் இதயத்தில் ஆவேசமான கோபம் எழுந்தது.

ஒரு எளிய மரணம் உதவாது. அது கொடூரமாக இருக்க வேண்டும். அது கடுமையாக இருக்க வேண்டும்.

‘ஒருபோதும் மறக்காதே, ஒருபோதும் மன்னிக்காதே,’ என்று இக்பால் தனது தாய்மொழியான வங்காள மொழியில், மண்டபத்திற்குள் நுழைந்ததிலிருந்து முதல் முறையாகப் பேசினார். சுருக்கமான மற்றும் சக்திவாய்ந்த வார்த்தைகள்.

'ஒருபோதும் மறக்காதே, ஒருபோதும் மன்னிக்காதே,' சோமேஷ்வர் தமிழில் பேசினார், கைகளை ஒன்றாக இணைத்தார்.

ராஜேந்திரர் இரண்டு வணிகர்களையும் பார்த்தார். *நாங்கள் மறக்க மாட்டோம். நாங்கள் மன்னிக்க மாட்டோம்.*

சோம்நாதர் பழிவாங்குவார். இந்தியத் தாய் பழிவாங்குவாள்.'

நேர்மையான பழிவாங்கல். ஆண்பால் நோக்கங்களில் மிகவும் சக்திவாய்ந்தது.

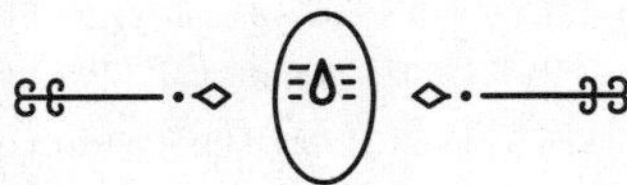

அத்தியாயம் 4

வீடு திரும்புதல்

ஆஃப்கானிஸ்தானில் கஜினியின் எல்லைகள்

‘நீங்கள் இறுதியாக வீடு திரும்பியுள்ளீர்கள், என் ஆண்டவரே.’ தாலிப் தனது எஜமானரைப் பார்த்தான், அவனது துருப்பிடித்த முகம் மிகுந்த மகிழ்ச்சியால் சுருங்கியது, அவனது சாம்பல் நிற ஆட்டு மயிர் அவனது கூர்மையான கன்னத்தில் பாய்ந்து, காற்று மீண்டும் வீசும்போது காட்டுத்தனமாக அசைந்தது.

கஜினியின் தரிசு வெள்ளை நிலப்பரப்பு அவர்களின் சோர்வடைந்த கண்களுக்கு முன்பாக நீண்டிருந்தது.

‘முப்பது வருடங்களாக... முப்பது வருடங்களாக நான் இந்த தருணத்தைக் கனவு கண்டேன், தாலிப்,’ என்று இஸ்மாயில் தனது அன்பான தாயகத்தைப் பார்த்து பதிலளித்தார். அவரது கண்கள் மின்னும் கண்ணீரால் குருடாயின.

சேறும் கல்லும் கலந்த பாதையில் கடைசி வளைவின் பள்ளத்தாக்கு விளிம்பில் இருவரும் நின்றனர். மாலை நேர வெளிச்சம், தூரத்தில் அரிதாகவே தெரியும் கோட்டைச் சுவர்களுக்கு ஒரு கல்லறை உணர்வை அளித்தது. அவர்களின் அற்பமான படை - வேலைக்காரர்கள் மற்றும் மெலிந்த காவலர்களின் படை - குறுகிய கணவாயில் அவர்களுக்குப் பின்னால் நின்றது, வலிமைமிக்க இந்துகுஷின் பனி அரண்களால் நேரடி பார்வையில் இருந்து மறைக்கப்பட்டது. அது தங்கள் எஜமானருடன் வாழ்ந்து, வயதானவர்களாகி, கண்டனம் செய்யப்பட்ட ஆண்களும் பெண்களும் கண்ட ஒரு காட்சி. புலம்பி, சதித்திட்டம் தீட்டினார்கள். குஸ்கானில் உள்ள ஒவ்வொரு ஆணும், பெண்ணும், குழந்தையும் தங்கள் தனிமைப்படுத்தலுக்குக் காரணமான மனிதனுக்கு -

அவர்களின் எஜமானரின் சகோதரனும், அவர்களின் அதிகாரத்தையும் சலுகையையும் அபகரித்தவருமான - கஜினியின் முகமது மீது.

இஸ்மாயில் தனது குதிரையைத் திருப்பி, ஐநூறு கோவேறு கழுதைகள், குதிரைகள் மற்றும் மாட்டு வண்டிகளைக் கொண்ட தனது படையைப் பார்த்தார். சரிவின் விளிம்பில் சோர்வடைந்த ஆண்களும் பெண்களும். அவர்கள் அசுர வேகத்தில் பயணிக்க வேண்டும் என்று அவர் வலியுறுத்தினார்.

'தாலிப், நாம் ஓய்வெடுப்போம். காலை வெளிச்சம் வரை காத்திருக்கலாம்.'

தாலிப்பின் தோள்கள் நிம்மதியுடன் தோய்வடைந்தன, அவனது கூன் முதுகு இன்னும் கொஞ்சம் வளைந்தது. மேகங்கள் புதிய பனியைத் தூவத் தொடங்கின, அவர்கள் இன்னும் தங்கள் தலைநகரிலிருந்து பிரித்த பெரிய உறைந்த ஏரியான தாஷ்தே நவூரைக் கடக்க வேண்டியிருந்தது. அவன் தனது மென்மயிர் அங்கியின் கழுத்தை காதுகளில் இழுத்து, கையுறை அணிந்த கையை உயர்த்தி, நிறுத்துவதற்கான சைகையை அளித்தான். படை விரைவில் பிரிந்து கலையத் தொடங்கியது. குதிரை வீரர்கள் இறங்கி மலையின் இடதுபுறத்தில் உள்ள வெற்று நிலத்தில் முகாமிட்டனர். சோர்வடையாத குழந்தைகள் சோர்வடைந்த பெரியவர்களைச் சுற்றி ஓடிக்கொண்டிருந்தபோது குளிரிலிருந்து தங்களைக் காப்பதற்கு தீ மூட்டப்பட்டது.

இஸ்மாயில் தனது குதிரையிலிருந்து நழுவி, மரத்துப்போன தாடைகள் சத்தமிடுவதைத் தடுக்க பற்களை கடித்தார். பனிக்கட்டி காற்று அவரது கைகளின் இடைவெளிகளில் ஊடுருவியது. அவர் தனது உறைபனி விரல்களால் சட்டை முனைகளைப் பிடித்தார்.

கஜினியின் புதிதாக நியமிக்கப்பட்ட ஆளுநரும் நிபுணரும் ஒரு தாழ்வான பள்ளத்தாக்கை நோக்கிச் சென்றார், அவரது பார்வை அனைத்து சாத்தியக்கூறுகளுக்கும் எதிராக, அவரது அதிகார இருக்கையாக இருந்த நகரத்தின் மீது நிலைநிறுத்தப்பட்டது. இருட்டில் வைரங்கள் போல பனித்துளிகள் விழுந்த இருண்ட பரப்பில் தாஷ்தே நவூரின் கண்ணாடி மேற்பரப்பு ஒரு பெரிய நீலக்கல் போல மின்னியது. தூரத்தில் மின்னும் கஸ்னாவிட் சுல்தானகத்தின் தலைநகரின் நெருப்புத் துண்டுகளில் அவர் தனது பார்வையை செலுத்தினார்.

'மிகவும் அழகாக இருக்கிறது,' என்று தாலிப் முணுமுணுத்தான்.

'அழகிற்கு அப்பால்.' இஸ்மாயில் தனது சுதந்திரத்தை ரசித்து சிரித்தார். 'இது விவரிக்க முடியாதது. நினைவுகள், தாலிப். நினைவுகள். நீண்ட காலமாக கடந்து வந்த மக்கள் மற்றும் நிகழ்வுகள் - என் பெற்றோர், என் குழந்தைப் பருவம் மற்றும் நான் அரியணை ஏறியது ... என்னவாக இருந்திருக்க முடியும் ... ஆனால் முகமதுக்கு ...'

'இது விரைவில் மீண்டும் உங்களுடையதாக இருக்கும், என் ஆண்டவரே,' என்று தாலிப் கூறினான், தனது எஜமானரை ஒரு

வெற்றிகரமான பார்வையை செலுத்தி, அதிகாரத்தின் வாய்ப்பை ருசித்தான். 'நீங்கள் சுல்தானின் மனதில் செல்வாக்கு செலுத்துவதில் விதிவிலக்கான பணியைச் செய்துள்ளீர்கள். அவரது லட்சியம் மற்றதைச் செய்யும். இதுவரை, கஜினியிலிருந்து பாக்தாத்திற்கு அனுப்பப்பட்ட செய்திகளில் முகமது கொன்ற பல *காஃபிர்கள்* மற்றும் அவர் அழித்த பல சிலைகள் பற்றிய செய்திகள் மட்டுமே இருந்தன. அவர்களின் பதில் வெளிப்படையாக அத்தகைய செய்திகளில் மகிழ்ச்சியாக இருந்திருக்கும். ஆனால் இப்போது, முகமது அவர்களையும் தேடி வருகிறார் என்று அவர்கள் கேட்கும்போது ... சரி ...' தாலிப் சிரிக்கத் தொடங்கினான்.

அப்பாஸிட் கலிஃபா அவர்களின் தலைநகரான பாக்தாத்தில் அமைந்திருந்தது. ஆனால் அப்பாஸிட்கள் முன்பு இருந்ததைப் போல சக்திவாய்ந்தவர்களாக இல்லை. அவர்கள் ஷியா முஸ்லிம்களான புயிட்ஸ் என்ற சக்திவாய்ந்த பாரசீக வம்சத்தின் திறமையான கட்டுப்பாட்டின் கீழ் இருந்தனர். மறுபுறம், துருக்கிய கஸ்னாவிட்களும் அரபு அப்பாஸிட்களும் சுன்னி முஸ்லிம்கள். நன்கு அறியப்பட்டபடி, பெரும்பாலான ஷியா மற்றும் சுன்னி வம்சங்கள் ஒருவரையொருவர் வெறுத்து, மற்றவர்களை விசுவாசதுரோகிகள் என்று அழைத்தனர்.

'ஷியாக்கள் என்பதால் முகமது தங்களுக்காக வருகிறார் என்று புயிட்ஸ் நினைக்க வேண்டும்,' என்று இஸ்மாயில் கூறினார். 'மேலும் அப்பாஸிட்கள் முகமது தங்களை கலீஃபாவாக மாற்ற விரும்புகிறார் என்று நினைக்க வேண்டும்.'

'அவர்கள் நிச்சயமாக தாக்குவார்கள்... என் ஆண்டவரே, சுல்தானை மாற்றுவதற்கு நீங்கள் அவர்களுக்கு வெளிப்படையான கூட்டாளியாக இருப்பீர்கள். விரைவில், எங்கள் அன்பான தாயகம் அதிலிருந்து விடுவிக்கப்படும்... அது...'

இஸ்மாயில் தனது வேலைக்காரனிடம் மகிழ்ச்சியுடன் திரும்பினார். 'அது என்ன, தாலிப்? உங்கள் தார்மிக கோபத்தை அடக்காதீர்கள்!'

தாலிப் உள்ளுக்குள் மகிழ்ச்சியாக இருந்தான். தனது எஜமானரின் பரவலான பதட்டம் மறைந்துவிட்டதை அவன் கவனித்திருந்தான். முப்பது வருட சித்திரவதை விரைவில் மறந்துவிட்டதால், அவர் இப்போது தன்னம்பிக்கையுடனும் இருந்தார். தனது எஜமானரின் தொடர்ச்சியான நம்பிக்கையையும் சார்பையும் அவன் விரும்பினான். 'அந்த ... கொடூரமான மிருகம் ...' தாலிப்பின் முகத்தில் அவன் உள்ளுக்குள் உணர்ந்ததை விட தீவிரமான ஒரு கோபம் பிரதிபலித்தது. 'நீங்கள் ஒரு நல்ல அரசராக இருந்திருப்பீர்கள், ஐயா. கஜினியும் இஸ்லாமும் ஒரு சிறந்த மகனை இழந்தன, என் ஆண்டவர் இஸ்மாயில். ஆனால் இப்போது, காலத்தின் கொடூரமான அலை இறுதியாக திரும்பும். நீங்கள் அரியணையில் உங்கள் சரியான இடத்தைப் பிடிப்பது உலகிற்கு நல்லது.'

'ஆம்! அமீர் மற்றும் முஃப்தி என்ற பட்டத்துடன் மட்டும் நாங்கள் நிற்க மாட்டோம் ...' என்று இஸ்மாயில் கூறினார். 'முகமது

தன்னை கலீஃபாவாக அறிவிக்கும் ஒரு கைப்பாவை மதகுருவை விரும்புகிறார். ஆனால் மிக விரைவில், அந்தப் பொம்மையே கயிறுகளை அறுத்து, பொம்மலாட்டக்காரனை ஒரு குறிக்கப்படாத கல்லறைக்கு அனுப்பும்!'

'நிச்சயமாக, நீங்கள் நகர்வீர்கள், என் ஆண்டவரே.'

உறைந்த நதியை இஸ்மாயில் உற்றுப் பார்த்தார். 'ஆனால் நாம் கவனமாகவும் மெதுவாகவும் நகர வேண்டும். கடந்த மூன்று தசாப்தங்களாக பல கூட்டணிகள் மாறியிருக்கும். கஜினியின் பிரபுக்கள் மற்றும் மதகுருமார்களின் ஆதரவை நாம் வெல்ல வேண்டும். முகமது மேற்கொண்ட இந்தக் கலீஃபாவின் தப்பிக்கும் செயலைச் செய்வது எளிதாக இருக்கும். பொறுமை. பொறுமை. இன்னும் கொஞ்சம் பொறுமை.'

தாலிப் சிரித்துக் கொண்டே சம்மதத்துடன் தலையசைத்தான், அரவணைப்பை உருவாக்க தனது கைகளை ஒன்றாகத் தேய்த்தான். கடந்த சில வாரங்களாக அவனது எஜமானர் உண்மையில் தன்னைத்தானே உணர்ந்து கொண்டார்.

'மது, என் ஆண்டவரே?' இரண்டு ஆண்களின் பின்னால் இருந்து நடுங்கும் பெண் குரல் ஒலித்தது.

அவர்கள் திரும்பினர்.

ஒரு மெல்லிய, சிறிய மெலிதான பணிப்பெண் ஒரு கையில் மதுவும், மறு கையில் இரண்டு மண் கோப்பைகளும் கொண்ட ஒரு சிறிய செம்மறி தோல் பையைப் பிடித்துக் கொண்டு நின்றாள்.

'சரியான நேரத்தில்,' இஸ்மாயில் கைதட்டிக் கொண்டே கூறினார். 'நன்றி, ரேஷ்மா. நீங்கள் இதை தாலிப்பிடம் கொடுக்கலாம். இரவு உணவு தயாரானதும் எங்களுக்குத் தெரியப்படுத்துங்கள்.'

அந்தப் பெண் குனிந்து மது நிரம்பிய தோல்புட்டி மற்றும் கோப்பைகளை தாலிப்பிடம் கொடுத்தார், அவர் அவளுக்கு ஒரு விரைவான புன்னகையை அளித்தார். அவள் அவசரமாக ஓடிச் சென்று, அவள் காதுகளையும் பாதி முகத்தையும் மூடியிருந்த மெல்லிய தாவணியைக் கடித்தாள். இஸ்மாயில் அவள் செல்வதைப் பார்த்தார்.

'அவள் அப்படி நம் மீது பதுங்கிச் செல்லாமல் பார்த்துக் கொள்ள வேண்டும், என் ஆண்டவரே,' என்று தாலிப் கூறினான். 'அவள் எவ்வளவு கேட்டாளோ எனக்குத் தெரியவில்லை.'

'முட்டாள்தனம், தாலிப்,' இஸ்மாயில் கூறினார். 'பிறந்ததிலிருந்து ஒவ்வொரு நாளும் தலையில் அடிபடும் ஒரு மழுங்கிய குழந்தையின் மூளை அவளுக்கு இருக்கிறது. நேற்று அவள் என்ன அணிந்திருந்தாள் என்பதைக்கூட அவளால் நினைவுபடுத்திக் கொள்ள முடியாது, நம் உரையாடல் ஒருபுறம் இருக்கட்டும்.'

தாலிப் கீழே பார்த்து அமைதியாக இருந்தான். *நல்லது. அவர் எதையும் சந்தேகிக்கவில்லை.*

'ஆனால் அவளைப் பற்றிப் பேசுகையில், கஜினிக்குத் திரும்புவதில் இன்னொரு நன்மை இருக்கிறது,' இஸ்மாயில் ஒரு தந்திரமான புன்னகையுடன் கூறினார். 'இப்போது நான் மகிழ்ச்சிக்காக வெறும் தோல் மற்றும் மெல்லிய எலும்புகளுடன் பழக வேண்டியதில்லை. படுக்கையில் இருக்கும் பெண்களில் எனக்குக் கொஞ்சம் கொழுப்பு, கொஞ்சம் துள்ளல் தேவை. இப்போது நாம் இருவரும் இழந்த இளமையை ஈடுசெய்வோம்!'

'நிச்சயமாக!' சிரித்தான் தாலிப். அவன் மதுத் தோலை அவிழ்த்து இரண்டு கோப்பைகளிலும் மதுவை ஊற்றினான்.

'இரவு உணவு தயாராக உள்ளது, என் ஆண்டவரே!' ரேஷ்மா அவர்களிடம் நடந்து வந்தாள், மீண்டும் கண்டுபிடிக்கப்படாமல், வெறுமையாக. 'தயவுசெய்து வாருங்கள். உணவும் மதுவும் உங்கள் கூடாரத்தை அடைந்துவிட்டன.'

இருவரும் முழுமையாக செயல்படும் முகாமை நோக்கி நடந்தபோது இஸ்மாயில் தலையசைத்து அந்தப் பெண்ணை அனுப்பினார்.

'சாப்பிடுவோம், குடிப்போம், தூங்குவோம். என் தவிர்க்க முடியாத எழுச்சிக்கு விழித்தெழுங்கள், தாலிப்.'

'கொடுங்கோலனின் வீழ்ச்சிக்கு, என் ஆண்டவரே.'

அத்தியாயம் 5

இரண்டு பேரரசர்களும் அவர்களின் ஆண்டவரும்

கங்கைகொண்ட சோழபுரம்

நரசிம்மன் வேகத்தைக் குறைத்து, சோமேஷ்வரும் இக்பாலும் தன்னை நெருங்க அனுமதித்தார். அவர் எரியும் ஜோதியை மேலே பிடித்தார். விடியல் சிறிது தூரத்தில் இருந்தது, பௌர்ணமி இரவு சோழபுரம் என்ற அழகிய நகரத்தை அமைதியாக ஒளிரச் செய்தது. ஆனால் ஜோதிகளின் ஒளி இன்னும் ஒளிர உதவியது.

இதுதான் மூதாதையர்கள் பாரம்பரியமாக பிரம்ம முகூர்த்தம் என்று குறிப்பிடும் இரவின் பகுதி. சூரிய உதயத்திற்கு முந்தைய இரவின் கடைசி கால்பகுதி, படைப்பாற்றலுக்கு மிகவும் சக்தி வாய்ந்ததாக நம்பப்படும் நேரம், ஏனெனில் இந்தக் காலகட்டத்தில் பீனியல் என்ற சுரப்பி மிகவும் சுறுசுறுப்பாக இருக்கும். அப்போது சிறந்த சிந்தனை மற்றும் கண்டுபிடிப்பு வேலைகளைச் செய்ய முடியும் என்று நம்பப்பட்டது. வயதான வணிகர்கள் விழித்திருக்க மிகவும் சீக்கிரமாக இருந்தது, ஆனால் கையில் இருந்த பணியின் முக்கியத்துவம் அவர்களை தூக்கத்தைத் தியாகம் செய்யத் தூண்டியது.

ராஜேந்திர சோழனை அவர்கள் அரச மாளிகையில் சந்தித்து ஐந்து நாட்கள் ஆகிவிட்டன. சோமேஷ்வர் இன்று காலைக்காக ஆவலுடன் காத்திருந்தார்.

பிரகதீஸ்வரர் கோயிலை நோக்கி அவர்கள் அமைதியாக நடந்து சென்றனர், அங்கு ராஜேந்திர சோழன் கஜினி முகமது

மீதான தாக்குதலைத் திட்டமிடுவதற்காக முக்கிய ஆலோசகர்களின் கூட்டத்தைக் கூட்டியிருந்தார்.

சோமேஷ்வர் கடைசி மூலையில் திரும்பியதும், கோயிலின் பிரம்மாண்டமான நிழல் திடீரென்று முழுமையாகத் தெரிந்தது. அது மிகப்பெரிய மகிமையுடன் உயர்ந்தது, அதன் நேர்த்தி பிரகாசமான நிலவொளியில் இன்னும் பிரமிக்க வைத்தது.

பிரகதீஸ்வரர் கோயில் வளாகம் ஒய்யாரமாக கட்டப்பட்டது, முற்றம் ஒன்றோடு ஒன்றாக அடுத்தடுத்ததாக அடுக்கி வைக்கப்பட்ட இரண்டு சதுரங்களிலிருந்து உருவாக்கப்பட்டது, சரியான வடிவியல் சமச்சீர்மையைக் காட்டியது. முற்றம் பல நுழைவாயில்கள் வழியாக நுழைந்து, ஒவ்வொன்றும் அலங்காரமாக செதுக்கப்பட்ட கோபுரங்களால் முடிசூட்டப்பட்டது. வளாகத்திற்குள் சன்னதிகள் இருந்தன, அவற்றில் பெரும்பாலானவை கிழக்கு-மேற்கு அச்சில் சீரமைக்கப்பட்டன. இந்த சன்னதிகள் பல்வேறு தர்ம மரபுகளைச் சேர்ந்த கடவுள்கள் மற்றும் தெய்வங்களுக்கு அர்ப்பணிக்கப்பட்டன. இதில் விஷ்ணு மரபில் இருந்து ராமர் மற்றும் கிருஷ்ணர், சிவ மரபில் இருந்து விநாயகர், முருகர் மற்றும் சக்தியின் வடிவங்கள் அடங்கும்.

ஆனால் வளாகத்தின் மையத்தில் உள்ள பிரதான கோயில் சிவபெருமானுக்கு அர்ப்பணிக்கப்பட்டது. இந்தக் கோயில் பிரம்மாண்டமான பரிமாணங்களைக் கொண்டிருந்தது, இருபதாயிரம் சதுர மீட்டர் பரப்பளவில் கட்டப்பட்ட மேடை. இந்தப் பிரம்மாண்டமான மேடையின் நுழைவாயிலில் நந்தியைக் குறிக்கும் ஒரு பெரிய அமர்ந்த நிலையில் காளை ஒன்று இருந்தது, கோயில் மண்டபங்கள் வழியாக அவரது எஜமானரான சிவபெருமான் இருந்த கருவறையை நோக்கி வணங்கிக்கொண்டிருந்தது. பிரதான கோயில் கட்டமைப்பில் நந்தியின் மூர்த்தி இருந்த இடத்திற்கு அருகில் ஒரு மகா மண்டபம், ஒரு பெரிய தூண் மண்டபம் இருந்தது. கட்டமைப்பின் மறுமுனையில் கருவறை இருந்தது. ஒரு அர்த்த மண்டபம், அல்லது பகுதி மண்டபம், பெரிய தூண் மண்டபத்தை கருவறையுடன் இணைத்தது. ஆறு அடி உயரமுள்ள இரண்டு கல் சிற்பங்கள் கொண்ட, குறிப்பிடத்தக்க வகையில் உயிருள்ள வாயில்காவலர்களால் பாதுகாக்கப்பட்டது. கருவறைக்குள் சிவபெருமான் ஒரு சிவலிங்க வடிவில் இருந்தார். பிரமாண்டமான லிங்கம் பதின்மூன்று அடி உயரத்திற்கும் மற்றும் அடிப்பகுதி யோனியின் சுற்றளவு கிட்டத்தட்ட அறுபது அடியாக இருந்தது.

கர்ப்பகிரகத்திற்கு மேலே உள்ள விமானம் அல்லது கோபுரம் பிரமிக்க வைக்கும் வகையில் நூற்று எண்பது அடி உயரத்தை எட்டியது. உலகின் மிக உயரமான ஒன்றாகும், ஆனால் பழைய சோழ தலைநகரான தஞ்சாவூரில் உள்ள சிவன் கோயிலை விட பத்து அடி குறைவு. அந்தக் கோயில் ராஜேந்திரனின் மறைந்த தந்தை ராஜராஜனால் கட்டப்பட்டது. பணிவின் காரணமாக, ராஜேந்திரன் தனது தந்தையின் தலைசிறந்த படைப்பை மிஞ்ச விரும்பவில்லை, வேண்டுமென்றே தனது சொந்த கோயில் விமானத்தை சற்றுக்

குறைத்தார். கோயில் கோபுரம் ஒன்பது நிலைகள் உயர்ந்தது, ஆனால் வரையறைகள் நுட்பமாக வளைந்திருந்தன, மேலும் உச்சியை நோக்கி சற்று குழிவானவை, விமானத்திற்கு ஒரு அசாதாரணமான ஆனால் குறிப்பிடத்தக்க பரவளைய வடிவத்தைக் கொடுத்தன. அந்தக் கோபுரம் தங்க முலாம் பூசப்பட்ட ஒரு பாரம்பரிய கலசம். கலச வடிவ வேலைப்பாடுடன், வானத்தை நோக்கித் திறந்திருந்த ஒரு சிக்கலான செதுக்கப்பட்ட தாமரை மொட்டால் மூடப்பட்டிருந்தது.

இந்த முழு கோயிலும் கடுமையான ஆண்மைய வடிவியல் வடிவங்கள் மற்றும் அழகான பெண்மைய வளைந்த கோபுரங்களின் நம்பமுடியாத கலவையாக இருந்தது. உண்மையிலேயே மகாதேவரின் அடையாளமாக, ஏனெனில் அவர் *அர்த்தநாரீஷ்வரர், பாதி ஆண்பால் மற்றும் பாதி பெண்பால் கடவுள்* என்றும் வணங்கப்பட்டார்.

சிவனுக்கு அர்ப்பணிக்கப்பட்ட பொறியியல் அற்புதத்தை மீண்டும் ஒருமுறை பார்த்தபோது சோமேஷ்வரின் தொண்டை இறுகியது. ஏனெனில் அது மேற்குக் கடலின் அருகே உள்ள அற்புதமான சோம்நாத் கோயிலை அவருக்கு நினைவூட்டியது.

கடவுள்களின் கடவுளான மகாதேவரின் வாசலில் இந்தப் பணிக்காக நாம் சந்திப்பது பொருத்தமானது.

கோயில் வளாகத்தின் பிரதான நுழைவாயிலில் உள்ள கோபுரத்தின் அருகே நூறு ஏகாதிபத்திய வீரர்கள் நின்று, வெறிச்சோடியிருந்த தெருக்களைக் காத்தனர். இன்னும் தூங்கிக் கொண்டிருக்கும் நகரத்தின் தெருக்கள். கோயில் வளாகத்தின் உயரமான சுவர்களின் மேல் உள்ள நடைபாதையிலும், சுற்றுப்புறம் முழுவதிலும் காவல்துறையினர் அமர்ந்திருந்தனர்.

வீரர்கள் தங்கள் முன்னாள் தளபதி நரசிம்மனுக்கு வணக்கம் செலுத்தி, அவரையும், இரண்டு வணிகர்களையும் கடந்து செல்ல அனுமதித்தனர், ஆனால் ஒரு உடல் சோதனைக்குப் பிறகுதான். முன்னாள் தளபதிகள்கூட விதிகளைப் பின்பற்ற வேண்டியிருந்தது. எல்லாவற்றிற்கும் மேலாக, இது சோழ நிர்வாகம்.

அவர்கள் வளாகத்திற்குள் நுழைந்தவுடன், மூவரும் தங்கள் காலணிகளை வைக்க இடதுபுறத்தில் உள்ள பெரிய கடைக்குச் சென்றனர். நரசிம்மன் தனது செருப்பைக் கழற்ற குனிந்தபோது தோளில் ஒரு கையை உணர்ந்தார்.

'பேரரசர் ஏற்கனவே உள்ளே இருக்கிறார்,' விஜயன் தனது தலைவரிடம் தெரிவித்தார்.

'நான் நினைத்தேன்.' நரசிம்மன் சிரித்தார். 'இந்த ஆடம்பரமும் விழிப்புணர்வும் நான் அதிகாலை கோயிலுக்குச் செல்வதற்காக என்று நினைக்கவில்லை.'

சந்திப்புக்கு முன் மகாதேவனிடம் பிரார்த்தனை செய்ய விரும்பியதால், கோயிலுக்கு அதிகாலையில் வரத் திட்டமிட்டுள்ளதாக நரசிம்மனுக்கு பேரரசரின் ஊழியர்களால்

ஏற்கனவே தெரிவிக்கப்பட்டிருந்தது. எனவே, விஜயனின் செய்தியால் அவர் ஆச்சரியப்படவில்லை.

விஜயன் தொடர்ந்து பேசினார் 'ஆனால் அவர் என்னைப் பார்த்தார், ஐயா.' துணை காவல்துறைத் தலைவரால் தனது உற்சாகத்தை அடக்க முடியவில்லை. 'சக்கரவர்த்தி எனக்கு முன்னால் சென்றார். அவர் தலையசைத்து என் வணக்கத்தை ஒப்புக்கொண்டார். நான் திகைத்துப் போனேன்.'

நரசிம்மன் அவரது தோளில் தட்டிக் கொடுத்து சிரித்தார். பேரரசரின் பேசும் தூரத்தில் இருப்பது ஒரு அரிய மரியாதை, அவர் தனது பேரரசின் பெரும்பாலான மக்களால் கிட்டத்தட்ட தெய்வீகமானவராக அறியப்பட்டார். 'போகலாம்.'

விஜயனைச் சேர்த்து நான்கு பேர் கொண்ட குழு, கோயில் வளாகத்தின் வழியாக பிரதான கோயிலுக்குச் செல்லும் உள் வாயிலை நோக்கி நடக்கத் தொடங்கியது.

'நில்லுங்கள்!'

ஏகாதிபத்திய காவலர்கள் உள் நுழைவாயிலில் தடுத்தனர், அவர்களின் ஈட்டிகள் ஒன்றோடொன்று மோதின. அவர்களின் தளபதி கண்ணன், நரசிம்மனை நோக்கி நடந்து வந்து, உடனடியாக அவரை அடையாளம் கண்டுகொண்டார். தளபதியின் பின்னால் ஒரு டஜன் வீரர்கள் காவலுக்கு நின்றார்கள், அவர்களின் ஈட்டிகளும் குறுக்கே சென்றன.

'காலை வணக்கம், தளபதி,' என்றார் கண்ணன்.

'இப்போது காவல் துறைத் தலைவர்,' நரசிம்மன் சரி செய்தார்.

'நீங்கள் எப்போதும் எங்கள் தளபதிதான், ஐயா.' கண்ணன் சிரித்து வணங்கினார். 'என்னை நீங்கள் அடையாளம் காணாமல் போகலாம், தளபதி. நான் கண்ணன், சோழ ஏகாதிபத்திய காவல்படையின் தளபதி. நீங்கள் ஒரு முறை என் உயிரைக் காப்பாற்றினீர்கள்.'

'அப்படியா?' நரசிம்மன் ஆச்சரியப்பட்டார்.

'நீங்கள் பல உயிர்களைக் காப்பாற்றியுள்ளீர்கள், தளபதி. ஆனால் நான் உங்களை இனி தாமதப்படுத்த மாட்டேன். பேரரசர் உங்களுக்காகக் காத்திருக்கிறார் என்பது எனக்குத் தெரியும். தயவுசெய்து, ஆவணங்கள்.'

நரசிம்மன் சிரித்தார். சோழ அதிகாரி எவ்வளவு பிரமிப்புடன் இருந்தாலும், அவர் நெறிமுறையை மீற மாட்டார். விதிகள் பின்பற்றப்பட வேண்டும். சிங்கத்தின் நற்பெயரைக் கொண்ட ஒரு தளபதிக்குக்கூட.

நரசிம்மன் தனது அங்கவஸ்திரத்தின் மடிப்புகளுக்குள்ளிருந்து, பேரரசரின் முத்திரையுடன் கூடிய அதிகாரப்பூர்வ அழைப்புமனுச் சுருளை எடுத்தார். கண்ணன் அந்தச் சுருளை விரைவாகப் பரிசோதித்தார். எல்லாம் சரியாக இருந்தது, நரசிம்மனும் அவரது

தோழர்களும் உள்ளே நுழைய அனுமதிக்கப்பட்டனர். திருப்தி அடைந்த அவர், ஆவணத்தை நரசிம்மனிடம் திருப்பிக் கொடுத்து, தனது முஷ்டியால் மார்பில் அடித்துக் கொண்டார். மரியாதையுடன் தலையைத் தாழ்த்தி, இராணுவத்திற்கு ஒதுக்கப்பட்ட முறையான வணக்கத்தைச் செய்து, பாதை தெளிவுபடுத்தப்பட்டதைக் குறிக்கும் வகையில் ஒதுங்கிச் சென்றார்.

சோழ வீரர்கள் தங்கள் ஈட்டிகளைப் பிரித்து, ஒரு உயர்மட்ட சண்டைப் படையின் அழகிய ஒத்திசைவுடன் ஒதுங்கி நின்றனர். அவர்கள் ராஜேந்திர சோழனின் தனிப்பட்ட இராணுவக் காவலர்கள்.

நரசிம்மன் தனது மார்பில் முஷ்டியால் அடித்துக் கொண்டு, இராணுவ வணக்கத்தை ஏற்றுக்கொண்டு லேசாக வணங்கினார். ஒரு தளபதி அல்லது முன்னாள் தளபதி செய்ய வேண்டியது போலவே.

அவரது வயதான தோழர்களான சோமேஷ்வர் மற்றும் இக்பால் அவரைப் பின்தொடர்ந்தனர். அவர் கோபுரத்தின் பாதைக்குள் நுழைந்தவுடன், ஒரு எண்ணம் அவரைத் தாக்கியது. அவர் திரும்பிப் பார்த்தார். வாயிலின் மறுபக்கத்திலிருந்து விஜயன் அவர்களைப் பார்த்துக் கொண்டிருந்தார்.

'எங்களுடன் வா, விஜயன்,' என்று நரசிம்மன் ஒரு விரைவான முடிவை எடுத்தார்.

சோமேஷ்வர் மற்றும் இக்பால் நரசிம்மனுடன் வருவதைக் கண்டதும், பேரரசருடன் என்ன விவாதிக்கப் போகிறார்கள் என்பதை விஜயனால் யூகிக்க முடிந்தது. புரிந்துகொள்ளக்கூடிய வகையில் மகிழ்ச்சியடைந்தார். கண்ணனை ஒரு விரைவான பார்வையை வீசினார், அவர் அவரைத் தடுக்க முயற்சிக்கவில்லை. விஜயன் விரைவாக நுழைவாயிலுக்குள் நுழைந்து நன்றியுடன் தனது தலைவனை நோக்கி தலையசைத்தார்.

நான்கு பேர் கொண்ட குழு வேகமாக முன்னோக்கி நடந்தது. வலது பக்கத்தில் வட்டப் பாதையில் ஒரு சலசலப்பு ஏற்பட்டதால் அவர்களின் கவனம் திசைதிருப்பப்பட்டது. சோழப் பேரரசின் பிரதமர் கதிரவன் வந்திருந்தார். கருமையான தோலுடன் முரண்படும் பால் வெள்ளை நிற பட்டு வேட்டி மற்றும் அங்கவஸ்திரம் அணிந்த கதிரவன், வயது முதிர்ந்தாலும் வியக்கத்தக்க வகையில் சுறுசுறுப்பாக நடந்து வந்தார். அவரது வெள்ளை தாடி, நேர்த்தியாக வெட்டப்பட்டது, சில பிடிவாதமான கருப்பு முடி இழைகளுடன் கூடிய மெழுகு பூசப்பட்ட வெள்ளை மீசையுடன், மெல்லிய உருவத்தின் ஒளிர்வை அதிகப்படுத்தியது. கதிரவனின் இருபுறமும் இருந்த காவலர்கள் பாதி அணிவகுத்து, பாதி ஓடி, அவருடன் வேகமாக செல்ல முயன்றனர்.

கதிரவன் இன்றுவரை சோழ வம்சத்தின் மிகவும் நம்பகமான அதிகாரி. அவர் பேரரசர் ராஜேந்திரனின் பெரிய தந்தை ராஜராஜ சோழனுக்கு சேவை செய்திருந்தார். இப்போது, பிரதமராக இருப்பதோடு மட்டுமல்லாமல், அடுத்தபடியாக இளவரசர் ராஜாதிராஜ சோழனுக்கு ஆலோசகராகவும் இருந்தார். பேரரசரின் நீண்ட கடற்படைப்

படையெடுப்புகளின்போது அவர் பேரரசை தன் கண்காணிப்பில் வைத்திருந்தார். அவர் சோழ அரசவையின் குரலாக இருந்தார்.

கதிரவன் தளபதியைக் கண்டு, இடதுபுறம் திரும்பி, அவரை நோக்கிச் சென்றார்.

'வணக்கத்திற்குரிய பிரதம மந்திரி கதிரவனே,' என்று நரசிம்மன் கூறினார், கைகளை ஒன்றாக இணைத்து மரியாதையுடன் வணங்கினார். விஜயனும் இரண்டு வணிகர்களும் அப்படியே செய்தனர்.

'நாம் தொடரலாம். பேரரசர் நமக்காகக் காத்திருக்கிறார்,' என்று கதிரவன் கூறினார், அவரது மெல்லிய வயதான குரல் அவரது அற்புதமான ஒளியைக் குறைக்கவில்லை. கதிரவன் நடக்கத் தொடங்கினார், மற்றவர்கள் வேகத்தைத் தொடர்ந்தனர். அல்லது குறைந்தபட்சம் அவர்கள் முயற்சித்தனர்.

'சேர நிலத்திலிருந்து நீங்கள் திரும்பி வந்திருக்கிறீர்கள் பிரதம மந்திரி. நீங்கள் சோர்வாக இருப்பீர்கள்,' என்று நரசிம்மன் கூறினார்.

'துன்மார்க்கருக்கு ஓய்வு இல்லை, என் நண்பரே,' என்று கதிரவன் கூறினார், அவரது கண்கள் மகிழ்ச்சியுடன் நடனமாடின. பிரதமர் தனது நகைச்சுவை உணர்வுக்கும் சுயமரியாதைக்குரிய நடத்தைக்கும் பெயர் பெற்றவர். ஆனால் வறண்ட அறிவு பேரரசின் நலன்களுக்கு முற்றிலும் விசுவாசமாக இருந்த ஒரு தந்திரமான, இரக்கமற்ற மனதை மறைத்தது. 'நரசிம்மன், உண்மையாகச் சொல்கிறேன்... என் மனது பேரரசுடன்தான் இருக்கின்றது... மகாதேவ் மேல் எனக்கு இருக்கும் பக்தி உங்களுக்குத் தெரியும்... ஆனால் சோழ வம்சத்தின் நலன்களை நான் கவனத்தில் வைக்கவேண்டும். நம் படை மலைப் போருக்குப் பயிற்சி பெற்றதில்லை. அது உங்களுக்குத் தெரியும். பேரரசுக்குப் பாதிப்பு ஏற்படுத்தும் ஒரு முழுமையான போரை நான் அனுமதிக்க மாட்டேன், காரணம் கௌரவமானதாக இருந்தாலும் சரி. வேறு ஏதாவது வழி கண்டுபிடிக்கவேண்டும்.'

சந்திப்புக்கு முன் கதிரவன் தன்னிடம் மோதியது ஒரு தற்செயல் நிகழ்வு அல்ல என்பதை நரசிம்மன் உணர ஆரம்பித்திருந்தார். சோழ வம்சத்தைப் பற்றிய நுட்பமான குறிப்பை மட்டும் அவர் தவறவிடவில்லை, பேரரசரை மட்டும் அல்ல. அவர்கள் கதிரவனின் ஒப்புதலைப் பெறும் ஒரு திட்டத்தை வகுக்க வேண்டும். மேலும், மலைப் போர் குறித்து பிரதமர் சரியாகச் சொன்னார், ஏனெனில் கஜினி கடும் குஷ் மலைகளில் உயரமாக இருந்தது, ஆனால் சோழ இராணுவம் கடற்படை மற்றும் சமவெளிப் போருக்குப் பயிற்சி பெற்றது.

பிரபுக்களின் வேகமான நடைக்கு ஏற்ப தன் வேகத்தை அதிகரிக்க சோமேஷ்வர் போராடியபோதும், பிரதமரின் வார்த்தைகளைக் கேட்டுக்கொண்டிருந்தார். அவரது இதயம் மூழ்கியது. பழிவாங்கும் நம்பிக்கை தனது வாழ்நாளில் நிறைவேறுமா என்று அவர் யோசித்தார். அல்லது எப்போதாவது.

கதிரவன், நரசிம்மன், சோமேஷ்வர், இக்பால் மற்றும் விஜயன் ஆகியோர் பிரதான கோயிலின் மகா மண்டபத்தில் அமர்ந்திருந்தனர். அவர்களுக்கு முன்னால் அர்த்த மண்டபம் இருந்தது, மேலும் முன்னால் கருவறை இருந்தது. கோயிலின் விதிவிலக்கான சமச்சீர் கட்டிடக்கலை மற்றும் கட்டுமானத்தின் காரணமாக, இந்த தூரத்திலிருந்துகூட கருவறையில் உள்ள சிவலிங்கத்தை நேரடியாக பார்க்க முடிந்தது. ராஜேந்திர சோழன் பின்னால் இருந்து சிவலிங்கத்தை பிரார்த்தனை செய்வதைக் கண்டனர். ராஜேந்திர சோழனுக்கு அருகில் ஒரு சகோதரனைப் போல இன்னொருவர் அமர்ந்திருந்தார். தூரத்தின் காரணமாக நரசிம்மனால் அவரைப் பின்னால் இருந்து அடையாளம் காண முடியவில்லை. அரச குருக்கள், பேரரசர் மற்றும் அவரது நண்பரின் பக்கவாட்டில் நின்றனர்.

'பேரரசர் அழைக்கும் வரை நாம் இங்கே காத்திருப்போம்' என்றார் பிரதமர்.

'நிச்சயமாக பேர்பெற்ற கதிரவனே,' நரசிம்மன் கூறினார்.

கதிரவன் இரண்டு வணிகர்களையும் பார்த்தார்.

'பிரதம மந்திரி, அவர்களை அறிமுகப்படுத்த அனுமதியுங்கள்' என்றார் நரசிம்மன். 'இவர் சோமேஷ்வரர், சோம்நாத்தைச் சேர்ந்த குஜராத்தி வணிகர். அது இந்தியாவின் கிழக்குப் பகுதிகளைச் சேர்ந்த வங்காள வணிகர் இக்பால். அவர்கள்...'

'ஆமாம், எனக்குத் தகவல் கிடைத்தது,' என்றார் கதிரவன். 'அந்தக் கொடூரமான நாளில் அவர்கள் சோம்நாத்தில் இருந்தார்கள்.' பிரதமர் சோமேஷ்வரரைப் பார்த்தார். 'அன்புள்ள சோமேஷ்வரரே, நீங்கள் என் வார்த்தைகளைக் கேட்டிருக்கலாம். அதற்காக நான் வருந்துகிறேன். கொடூரமான முகமதையும் பழிவாங்க விரும்புகிறேன். ஆனால்... பழிவாங்கல் என்பது கோபமான, பொறுமையற்ற இதயத்துடன் துரத்தப்பட வேண்டிய ஒன்றல்ல. அது குளிர்ந்த, இரக்கமற்ற, பொறுமையான மனதின் அமைதியான கணக்கீடுகளுடன் மேற்கொள்ளப்பட வேண்டும். நமக்குப் பழிவாங்கல் இருக்கும், ஆனால் நாம் தேர்ந்தெடுக்கும் நேரத்திலும் இடத்திலும். நேரம் சரியானதாக இருக்க வேண்டும் என்பது மட்டுமல்லாமல், உத்தியும் குறைபாடற்றதாக இருக்க வேண்டும்.'

பிரதமர் தனது வார்த்தைகளை முன்பே கேட்க விரும்பினார் என்பதை அறியும் அளவுக்கு சோமேஷ்வர் உலகைப் பார்த்திருந்தார். அந்த மனிதர் என்ன சொல்கிறார் என்பதன் அர்த்தத்தை அவர் புரிந்துகொண்டார். அவர் என்ன சொல்ல வேண்டும் என்பது அவருக்குத் தெரியும். 'நீங்கள் சொல்வது சரிதான், சிறந்த பிரதமரே. நமது குஜராத்தில் கூறப்படுவது போல், இரும்பு சூடாக இருக்கும்போது மட்டுமே நீங்கள் சுத்தியலால் அடிக்க வேண்டும். எளிமையாகச் சொன்னால், சரியான நேரத்தில் விஷயங்களைச்

செய்வது நல்லது. ஆனால் இன்னும் முக்கியமாக, தாக்கும் நேரத்தில் இரும்பு சூடாகவும், அரை-திடமாகவும் இருப்பது மட்டுமல்ல. தாக்கும் சுத்தியல் குளிர்ச்சியாகவும் கடினமாகவும் இருக்க வேண்டும் என்பதை நினைவில் கொள்ள வேண்டியது அவசியம்.'

கதிரவன் சிரித்தார். இந்த குஜராத்தி புத்திசாலி.

சோமேஷ்வர் தொடர்ந்தார். அவரது முக்கியமான செய்திக்குச் சரியான நேரம் இது. 'கஜினியில் எங்களுக்கு நம்பகமான தொடர்பு உள்ளது, என் ஆண்டவரே. மிக உயர்ந்த ஒருவர். மேலும், அந்தப் பகுதியில் சில நேர்மறையான முன்னேற்றங்களை நாங்கள் சமீபத்தில் கண்டறிந்துள்ளோம்.'

கதிரவன் மேலும் செய்தி வெளிப்படும் வரை காத்திருந்தார். சோமேஷ்வர் மேலும் எதுவும் சொல்லாதபோது, அவர் இன்னும் பரந்த அளவில் சிரித்தார். தனது சொந்த புத்திசாலித்தனத்தைவிட, புத்திசாலித்தனமானவர்களுடன் பேசுவதைவிட பிரதமருக்கு வேறு எதுவும் பிடிக்காது. சோமேஷ்வர் ஏன் மேலும் வெளிப்படுத்த காத்திருக்கிறார் என்பது அவருக்குத் தெரியும். 'நாம் பேரரசருக்காக காத்திருப்போம்.'

கதிரவன் விஜயனை நோக்கி புன்னகை புரிந்தார்.

'இவர் விஜயன், பிரதமர்,' என்றார் நரசிம்மன். 'என்னை வேலையைவிட்டு நீக்கினால் விரைவில் என் பதவியை இவருக்கு விட்டுக்கொடுப்பேன்.' விஜயன் மீண்டும் தயங்கியும் நிச்சயமற்றும் வணங்கினார். 'இங்கு வருவதற்கு முன்பு பாண்டிய பிரதேசத்தில் பல வருட போர்க்கால சேவையை அவர் செய்துள்ளார்,' என்று நரசிம்மன் விளக்கினார். 'எங்கள் திட்டமிடலுக்கு உதவ அவர் மதிப்புமிக்க நுண்ணறிவுகளை வழங்க முடியும் என்று நினைத்தேன்.'

விஜயன் அமைதியாக இருந்தார், நரசிம்மனின் அன்பான வார்த்தைகளுக்கு நன்றி தெரிவித்தார்.

'அவர் யார் என்று எனக்குத் தெரியும், தளபதி,' கதிரவன் நரசிம்மனிடம் கூறினார். 'பேரரசரும் நீங்களும் ஸ்ரீவிஜயத்தை கைப்பற்றச் சென்றபோது, நான்தான் அவரை காவல் தலைவராக நியமித்தேன் என்பதை நீங்கள் மறந்துவிட்டீர்கள். அவர் ஒரு நல்ல மனிதர்.'

'என் ஆண்டவரே' விஜயன் தனது கைகளை இணைத்து நமஸ்காரம் செய்தார்.

ராஜேந்திர சோழன் அவர்களைப் பார்க்கத் தயாராக இருந்தார்.

ஏகாதிபத்திய காவலர்கள் ஐந்து பேரையும் சுற்றித் தெளிவாக நிலைநிறுத்தி, அவர்களை பேரரசரிடம் அழைத்துச் செல்லத் தயாராக இருந்தனர். அவர்கள் ஐந்து பேரையும் பிரதான கோயிலின் மகா மண்டபத்திலிருந்து சந்திப்பு நடைபெறும் அர்த்த மண்டபத்திற்கு

அழைத்துச் சென்றனர். திறமையான கட்டிடக் கலைஞர்களும் பொறியாளர்களும் கடற்கரையில் மோதும் கடல் அலைகளின் சத்தம் அர்த்த மண்டபத்திற்குள் வரும் வகையில் கட்டமைப்பைக் கட்டியிருந்தனர், ஆனால் மிகப் பெரிய மகா மண்டபத்தில் அது கேட்கவில்லை. பக்தர்கள் கருவறையில் சிவபெருமானை வணங்கச் செல்வதற்கு முன்பு கடலின் சத்தத்தைக் கேட்க வேண்டும் என்று அவர்கள் விரும்பியிருக்கலாம்.

சோமேஷ்வரின் கண்களில் கடலின் சத்தம் கண்ணீரை வரவழைத்தது, ஏனெனில் அவர்கள், அந்தக் கொடூரமான நாளை அவருக்கு நினைவூட்டினர். அந்த பயங்கரமான மாலைப் பொழுதில், முகமது சோமநாதர் கோயிலை எரித்தபோது, கடல் சீற்றத்துடன் கரையில் மோதிய சத்தம் கேட்டது. அவர் தலையை அசைத்து நிகழ்காலத்தில் கவனம் செலுத்தினார்.

அதே கடல் சத்தங்கள் நரசிம்மனின் கண்களில் கண்ணீரை வரவழைத்தன. அவர் பார்த்ததற்காக அல்ல, ஆனால் அவர் செய்ததற்காக. வன்முறை அலைகள், இரத்தத்தால் அடர்த்தியான கடல் நுரை, மிதக்கும் வீங்கிய உயிரற்ற உடல்கள், துண்டிக்கப்பட்ட கைகால்கள், வலி மற்றும் துயரத்தின் தொண்டையை அடைக்கும் அலறல்கள்...

அந்த ஒரு குரல். அவரது ஆன்மாவை காயப்படுத்திய குரல். *இந்த வெற்றி மதிப்புக்குரியது என்று நம்புகிறேன்.*

நரசிம்மன் தனது கழுத்தில் கட்டப்பட்டிருந்த தங்க வளைய பதக்கத்தைப் பற்றிக் கொண்டு, தனது தோலில் குற்ற உணர்ச்சி மற்றும் வேதனையின் தீப்பிழம்புகளை உணர்ந்தார்.

இந்த வெற்றி மதிப்புக்குரியது என்று நம்புகிறேன், ஏனென்றால் உன் ஆன்மா இப்போது சபிக்கப்பட்டுள்ளது.

குரல் சத்தமாக மாறியது. மேலும் சத்தமாக மாறியது.

பின்னர், ஒரு நொடியில், பார்வையும் குரலும் மறைந்துவிட்டன. நரசிம்மன் சுற்றிப் பார்த்தார். யாரும் கவனிக்கவில்லை. அவர் தனது நெற்றியில் இருந்து வியர்வை துளியைத் துடைத்துவிட்டு பதக்கத்தை விட்டார்.

இறுதியாக அவர்கள் நின்றார்கள். துணைக்காவலர்கள் கலைந்து சென்றனர். மண்டபத்தின் இடது மற்றும் வலது விளிம்புகளில், தூண்களில் பேரரசரின் உயரடுக்கு காவலர்கள் வரிசையாக நின்றனர். அவர்கள் சிலைகள் போல அசையாமல் நின்றனர், உறையிடப்பட்ட கத்திகளின் பிடியில் தங்கள் வாள், அலை அலையான தோள்களில் அவர்களின் கேடயங்கள் தொங்கவிடப்பட்டன. இரண்டு தூண்களில் இடது மற்றும் வலது பக்கங்களில் அவற்றை இணைக்கும் சுவர் இருந்தது. இடது சுவரில் ஒரு சிற்பம் அதிர்ச்சியூட்டும் விளக்கத்துடன் பொறிக்கப்பட்டிருந்தது: ராஜேந்திர சோழனின் முடிசூட்டு விழா சிவபெருமான் முன்னிலையில். அவரது துணைவியார் பார்வதி தேவி அவரது இடதுபுறத்தில் நின்றார். மகாதேவர் கைலாய மலையில்

தனது சிம்மாசனத்தில் அமர்ந்திருந்தார். இளம் சோழர் அவர் முன் மண்டியிட்டபடி இருந்தார். சிவபெருமான், இளம் ராஜேந்திரனின் நேர்த்தியாக சீவப்பட்ட கூந்தலின் மேல் ஒரு எளிய மர கிரீடத்தை வைத்திருந்தார், அவருக்குப் பதிலாக பூமிக்குரிய சாம்ராஜ்ஜியத்தை ஆளும் உரிமையை கங்கைகொண்டாவுக்கு வழங்கினார். ஒரு தட்டையான பாறை மேற்பரப்பில் செதுக்கப்பட்ட படங்கள் சுவரில் பதிக்கப்பட்டன. இது கலைப்படைப்பை உடைய வாய்ப்பில்லாததாக மாற்றியது. இது நீடிக்கும். ராஜேந்திரனின் ஆட்சி உரிமை சிவபெருமானின் ஆசீர்வாதத்திலிருந்து பெறப்பட்டது என்பதை இது குறிக்கிறது. இது பிரதான கோயில் வளாகத்தின் வெளிப்புற வடக்கு சுவரில் உள்ள ஒரு பெரிய பதிப்பின் நகலாகும்.

ராஜேந்திர சோழன் புடைப்பு சிற்பத்தின் கீழ் நின்றார், நெருங்கி வரும் மனிதர்களுக்கு முன் நின்றார். அவரது நண்பர் அவரது வலதுபுறம் நின்றார். அவர்கள் ஒருவருக்கொருவர் மெதுவாகப் பேசிக் கொண்டிருந்தனர்.

அவர்கள் தங்கள் பேரரசரிடம் நடந்து சென்று அமைதியாக அவருக்குப் பின்னால் நின்றனர். கதிரவன் அருகில் வந்து பேரரசரின் காதில் மெதுவாக கிசுகிசுத்தான், 'எல்லோரும் இங்கே இருக்கிறார்கள், உன்னதமானவரே.'

ராஜேந்திர சோழன் திரும்பினார். அவரது நண்பர், மத்திய இந்தியாவில் உள்ள மால்வாவின் பேரரசர் போஜதேவ் பர்மரும் அவ்வாறே செய்தார்.

இந்தியா முழுவதும் அறிஞர்-மன்னர் என்று அறியப்பட்ட போஜதேவ் பர்மர், ராஜேந்திர சோழனின் அன்பான நண்பரும் கூட்டாளியும் ஆவார். கிழக்கு ராஜஸ்தான், மத்தியப் பிரதேசம், சத்தீஸ்கர் மற்றும் வடக்கு மகாராஷ்டிராவின் சிறிய பகுதிகள் முழுவதுமான மத்திய இந்தியாவின் பெரும்பகுதியை அவர் ஆட்சி செய்தார். வடக்கு தக்காணத்தின் சாளுக்கியர்களையும் வங்காளத்தின் பாலர்களையும் தோற்கடிக்க ராஜேந்திரனும் அவரும் ஒரு கூட்டணியை உருவாக்கினர். இந்திய நிலத்தின் நிலப்பரப்பு என்னவென்றால், சாளுக்கியர்கள் சோழர்களின் உடனடி வடக்கு அண்டை நாடுகளாக இருந்தனர். மேலும், பர்மர்கள், சாளுக்கியர்களின் உடனடி வடக்கு அண்டை நாடுகளாக இருந்தனர். பர்மர்களின் கிழக்கே பாலர்களின் ராஜ்ஜியம் அமைந்திருந்தது.

பண்டைய இந்திய அறிஞர் சாணக்கியர், ஒரு விரிவடையும் பேரரசுக்கு அவர்களின் உடனடி அண்டை நாடு எப்போதும் எதிரியாகவே இருக்கும் என்று கூறியிருந்தார். மேலும் அந்த எதிரியின் அண்டை நாடு சாத்தியமான கூட்டாளி. எனவே, சோழர்களும் பர்மர்களும் கூட்டாளிகளாக இருந்து, தங்கள் நெருங்கிய அண்டை நாடான சாளுக்கியர்களை கூட்டாகத் தாக்குவார்கள் என்பது தர்க்கரீதியானது. போஜதேவ் ராஜேந்திரனைப் போலவே இருந்தார் என்பதற்கும், தென்னிந்தியப் பேரரசர் போஜதேவின் அமானுஷ்ய கவிதை மற்றும் நாடகங்களுக்கு

உண்மையிலேயே ரசிகராகத் திகழ்ந்தார் என்பதற்கும் இது உதவியது. இது அவர்களின் நட்புறவை மேலும் வலுப்படுத்தியது. தென்கிழக்கு ஆசியாவைக் கைப்பற்றும்போதும் போஜதேவ் ராஜேந்திரனுடன் சென்றார். எனவே மால்வாவின் பேரரசர் முதலில் நரசிம்மனைப் பார்த்து தலையசைத்தார். நரசிம்மன் பணிந்து வணங்கினார், ஏனென்றால் அவர்கள் ஸ்ரீவிஜயத்திற்கு கடல் பயணத்தில் முன்பு சந்தித்திருந்தனர்.

'வணக்கம்,' ராஜேந்திர சோழர் அந்த மனிதர்களை வரவேற்றார்.

'நமஸ்தே,' என்று போஜதேவ் பர்மர் கூறினார்.

இரு பேரரசர்களுக்கும் மரியாதை செலுத்தும் விதமாக அங்கிருந்த அனைவரும் வணங்கினர்.

'நான் என் நண்பன் போஜரிடம் சொல்லிக் கொண்டிருந்தபடி... இந்த புடைப்புச் சிற்பத்தை நான் நியமித்தபோது,' என்று ராஜேந்திரன் சுவரை நோக்கி சைகை செய்தபடி கூறினார், '... போஜரின் மக்கள் கைலாசம் என்று அழைக்கும் மலையான கைலாசத்தின் இறைவனின் ஊழியனாக நான் எப்போதும் இருப்பேன் என்பதை எனக்கும் என் மக்களுக்கும் ஒரு நீடித்த நினைவூட்டலாக இது இருக்க வேண்டும் என்று நான் நினைத்தேன். இதுவரை நான் அடைந்த அனைத்து சாதனைகளும், நான் கைப்பற்றிய நிலங்கள், நான் அழித்தவர்கள், நான் சேகரித்த செல்வம், நான் கட்டிய நகரம் - அவை என் பெருமைக்கும் என் அகங்காரத்திற்கும் மட்டுமே சேவை செய்தன. கோயில்கள் மற்றும் தொண்டு நிறுவனங்களை கட்டுபவராக மட்டுமே என் தெய்வீக எஜமானருக்கு சேவை செய்ய எனக்கு வாய்ப்பு கிடைத்தது. இப்போதுதான் நான்... இல்லை, நம் அனைவருக்கும்... போர்வீரர்களாக சிவபெருமானுக்கு சேவை செய்ய வாய்ப்பு வழங்கப்பட்டுள்ளது.'

ராஜேந்திரன் போஜதேவைப் பார்த்தார்.

'என் நண்பன் ராஜேந்திரா, உங்கள் எண்ணங்களை நான் எதிரொலிக்கிறேன்,' போஜதேவ் கூறினார். 'நான் பிரதேசங்களை வென்றுள்ளேன், ஒரு புதிய தலைநகரைக் கட்டியுள்ளேன், ஒரு சமஸ்கிருத பல்கலைக்கழகத்தை நிறுவியுள்ளேன், அணைகள் மற்றும் நீர் கால்வாய்களைக் கட்டியுள்ளேன்... உங்களைப் போலவே, இது ராஜாக்களான எங்கள் பணி என்பதை நான் அறிவேன். அது நம் மக்களுக்கு நாம் செய்ய வேண்டிய கடமை. ஆனால் இப்போது, நம் கடவுள், மகாதேவருக்கு நாம் செய்ய வேண்டிய கடமை பற்றியது. சிவபெருமானின் சக பக்தர்களாக நமக்கு ஒரு பணி வழங்கப்பட்டுள்ளது.'

அந்த மனிதர்கள் பேரரசர்களின் வார்த்தைகளுக்கு செவி சாய்த்தனர்.

'சோமநாதரின் மேல் இருந்த பழியை தீர்ப்போம்,' என்று ராஜேந்திர சோழன் கூறினார், அவரது குரல் அமைதியானது, ஆனால் அவரது கண்களில் தெரியும் நெருப்பு, மரியாதைக்கான தமிழ்

அரவணைப்பைச் சேர்த்தது. பிரதமர் கதிரவனைச் சுருக்கமாகப் பார்த்து ராஜேந்திரன் தொடர்ந்தார், ‘கஜினியைச் சேர்ந்த அந்த காட்டுமிராண்டியான முகமதை நாம் ஏன் தாக்கக்கூடாது என்பதற்கான தர்க்கத்தை நான் கேட்க விரும்பவில்லை. அதை எப்படிச் செய்ய வேண்டும் என்பதுதான் உங்கள் அனைவரிடமிருந்தும் நான் கேட்க விரும்புகிறேன்.’

‘ஆம், மாட்சிமையானவரே.’ கதிரவனின் பதில் உடனடியாக இருந்தது.

‘உட்காரலாம்.’

சில வீரர்கள் விரைவாக வசதியான மெத்தைகளைக் கொண்டு வந்து தரையில் விரித்தனர். ராஜேந்திர சோழன், போஜதேவ் பர்மர் மற்றும் ஐந்து பேரும் அமர்ந்தனர், அவர்கள் அனைவரும் கருவறையில் உள்ள சிவலிங்கத்திற்கு முதுகைக் காட்டாமல் கவனமாக இருந்தனர்.

‘முதலில், எத்தனை வீரர்களை நாம் திரட்ட முடியும், எவ்வளவு சீக்கிரம்?’ ராஜேந்திரர் தெளிவாகத் தொடங்கினார். ‘இரண்டாவதாக, கஸ்னாவிட் தலைநகரை எப்படி அடைவது, ஏனென்றால் நாம் எந்தப் பாதையில் சென்றாலும், வழியில் பல இந்திய ராஜ்ஜியங்கள் இருக்கும், அவர்கள் நம் இராணுவத்தை கடந்து செல்ல விடமாட்டார்கள், ஏனெனில் அவர்கள் தங்கள் நிலங்களை நாம் கைப்பற்றுவோம் என்று பயந்துவிடுவார்கள்.’

‘உங்கள் முதல் கேள்விக்கு பதிலளிக்கும் விதமாக, எங்கள் நிலையான இராணுவத்தில் ஐம்பதாயிரம் முதல் அறுபதாயிரம் வீரர்கள் உள்ளனர், என் ஆண்டவரே,’ கதிரவன் கூறினார். ‘ஐயாயிரம் ஏகாதிபத்திய காவலர்கள் உட்பட. நீங்கள் மற்ற பிரதேசங்களுக்கும் உங்கள் அடிமை மாநிலங்களுக்கும் அழைப்பு விடுத்தால் அந்த எண்ணிக்கையை இரட்டிப்பாக்கலாம், ஆனால் அந்தப் படைகள் வர பல மாதங்கள் ஆகும். நிச்சயமாக, மால்வாவைப் பற்றி எனக்குத் தெரிந்ததிலிருந்து, உங்கள் சிறந்த நண்பரும் கூட்டாளியுமான பேரரசர் போஜதேவ் பர்மர் இன்னும் ஐம்பதாயிரம் வீரர்களைக்கொண்டுவர முடியும்.’

கதிரவனைப் பார்த்து சிரித்தபடியே போஜதேவ் ராஜேந்திர சோழனிடம் திரும்பினார். ‘உங்கள் பிரதமரை நீங்கள் ஏன் விரும்புகிறீர்கள் என்பது எனக்குப் புரிகிறது. அவரது உளவுத்துறை வலையமைப்பு நன்றாக உள்ளது. எனது மால்வா படைகளின் வலிமை குறித்த அவரது மதிப்பீடு சரியானது.’

ராஜேந்திர சோழனும் சிரித்தார். ‘இருப்பினும், நான் அவரை நன்கு அறிந்திருந்தால், ஒரு “ஆனால்” வருகிறது...’

கதிரவன் மெதுவாக சிரித்தார். ‘இது ஒரு முக்கியமான “ஆனால்”, உன்னதமானவர்களே... நாம் அதிக எண்ணிக்கையிலான துருப்புக்களை ஒன்றிணைக்க முடியும், ஆனால் நமது நிலையான துருப்புக்கள் நான்கு வருட கொடூரமான படையெடுப்புக்கு பிறகு

திரும்பி வந்துள்ளன என்பதையும் நாம் நினைவில் கொள்ள வேண்டும். மால்வா நிலையான இராணுவத்தில் இருப்பது போல. துருப்புகள் சோர்வடைந்துவிட்டதால், புதியவர்கள் பணியமர்த்தப்பட்டு பயிற்சி பெற வேண்டும். அதற்கு நேரம் எடுக்கும். அணிவகுத்துச் செல்லத் தயாராக இருக்க குறைந்தது ஒரு வருடம் ஆகும் என்பது எனது மதிப்பீடு. பின்னர், கஜினியின் உயரமான மலைகள் வரை இவ்வளவு பெரிய இராணுவத்திற்கு உணவு மற்றும் பொருட்களுக்கான தளவாடச் சங்கிலியை அமைப்பது ஒரு சவாலாக இருக்கும். அதையும் நாம் சரிசெய்ய வேண்டும். ஆனால் நான் ஆட்சேர்ப்பு மற்றும் தளவாடங்களைப் பற்றி மட்டுமே பேசுகிறேன், என் ஆண்டவரே. துணிச்சலான நரசிம்மன் என்னைவிட இராணுவ உத்தி மற்றும் தந்திரோபாயங்களை நன்றாகப் புரிந்துகொள்கிறார்.'

ராஜேந்திரன் நரசிம்மனிடம் திரும்பினார்.

'பிரதம மந்திரி சொல்வதை நான் ஒப்புக்கொள்கிறேன், என் ஆண்டவரே,' நரசிம்மன் கூறினார். 'பணியாளர்கள் உட்பட நமது முழு இராணுவத்தையும் திரட்டுவதற்கு நேரம் எடுக்கும். ஆனால் அது உண்மையான பிரச்சனை அல்ல... நமது அனைத்து துருப்புகளையும் கஜினிக்குக்கொண்டு செல்வதுதான் உண்மையான பிரச்சனை.'

'ஆம்,' என்று கதிரவன் ஒப்புக்கொண்டார். 'அனைத்து நேர்வழிப் பாதைகளும் அடைக்கப்பட்டுள்ளன.'

நரசிம்மன் தொடர்ந்தார், 'நாம் மேற்குப் பாதையில் சென்றால், கர்நாடகா, மகாராஷ்டிரா மற்றும் தெலுங்கானாவின் சாளுக்கிய இராஜ்ஜியம், பின்னர் குஜராத்தின் சோலங்கி இராஜ்ஜியம் ஆகியவற்றைக் காண்போம். அவர்கள் நம்மைத் தோற்கடிக்கும் அளவுக்கு வலிமையற்றவர்களாக இருக்கலாம், ஆனால் நம் இராணுவத்தை பலவீனப்படுத்தி, நம் வீரர்களில் பலரைக் கொல்லும் சக்தி அவர்களிடம் உள்ளது நாம் கஜினியை அடைவதற்குள். பேரரசர் போஜதேவ் தன் படைகளுடன் சோலங்கி ராஜ்ஜியம் வழியாகவும் போராட வேண்டியிருக்கும்...'

'இரு பேரரசர்களும் ஏற்கனவே இந்த ராஜ்ஜியங்களுடன் போர்களில் ஈடுபட்டுள்ளனர்,' என்று கதிரவன் கூறினார். 'எனவே சாளுக்கியர்களிடமும் சோலங்கிகளிடமும் அவர்களின் பிரதேசங்கள் வழியாக கஜினிக்கு செல்ல விரும்புகிறோம் என்று சொன்னாலும், அவர்கள் நம்மை நம்ப மாட்டார்கள். நாம் அவர்களைக் கைப்பற்ற வந்ததாக அவர்கள் கருதுவார்கள்.'

விஜயன் குறுக்கிட்டு, 'நாம் சோலங்கிகளைக் கடந்து சென்றாலும், தார் பாலைவனத்துடன் போராட வேண்டியிருக்கும், அங்கு நாம் சிந்துவை அடைவதற்கு முன்பே, மைய கஸ்னாவிட் பிரதேசத்தை அடைவதற்கு முன்பே இவ்வளவு பெரிய இராணுவத்திற்கான பொருட்கள் தடைபடும். பல தடைகள் உள்ளன.'

'ஒப்புக்கொள்கிறேன்,' ராஜேந்திரா கூறினார். 'மேற்குப் பாதை நல்லதல்ல.'

ஒரு தகுதியான நுண்ணறிவை வழங்கியதில் விஜயன் தனது நெஞ்சை சற்று உயர்த்திக் கொண்டார்.

'வேறு வழிகள் என்ன?' என்று போஜதேவ் கேட்டார்.

'கடற்படைப் பாதை எப்படி?' என்று இக்பால் கேட்டார்.

'இவ்வளவு பெரிய படையை கப்பல்களில் ஏற்றிச் செல்ல முடியாது... தளவாடங்கள் மற்றும், மிக முக்கியமாக, ஒருங்கிணைப்பு சிக்கல்கள் உள்ளன,' என்று கடற்படைப் போர்களில் அபார அனுபவம் பெற்ற நரசிம்மன் கூறினார். 'அதிக எண்ணிக்கையிலான கப்பல்கள் வழியாக கடலில் தொடர்புகொள்வது மிகவும் கடினம். வெவ்வேறு நேரங்களில் இராணுவத்தின் தனித்தனி பகுதிகள் தரைவழி தாக்குதலை மேற்கொள்ளலாம், அதுவும் குவாதரில் உள்ள எதிரியின் கஸ்னாவிட் பிரதேசத்தில். அவை எதிரியால் சிறிய குழுக்களாக எளிதில் தோற்கப்படும். நினைவில் கொள்ளுங்கள், கஜினியுடனான போர் முதன்மையாக நிலப் போராக இருக்கும், தென்கிழக்கு ஆசியாவில் கடலில் நடத்தப்பட்ட எங்கள் போர்களைப் போலல்லாமல்.'

ராஜேந்திர சோழன் மறைமுக எரிச்சலுடன், 'நீங்கள் அனைவரும் பிரச்சினைகளை பட்டியலிடுகிறீர்கள். எனக்குத் தீர்வுகள் தேவை!'

ராஜேந்திர சோழன் என்ன செய்கிறார் என்பது கதிரவனுக்குத் தெரியும். பேரரசரின் திட்டம் என்னவென்று அவரால் யூகிக்க முடிந்தது. ஆனால், மற்றவர்கள் தனது திட்டங்களை ஏற்றுக்கொள்ளும் வகையில் விவாதங்களை நடத்துவதில் அவர் எப்போதும் நம்பிக்கை கொண்டிருந்தார் - இறுதித் திட்டம் அவர்களின் சொந்த ஆலோசனை என்று அவர்கள் நம்புவார்கள். வெளிப்படையான தவறான தேர்வுகள் முதலில் விவாதிக்கப்பட்டு அனைவராலும் சுட்டு வீழ்த்தப்படட்டும், பின்னர் தர்க்கரீதியான விருப்பம் வெளிப்படும். மேலும் தர்க்கரீதியான நடவடிக்கை ஒரு நபரிடமிருந்து வரும் என்று ராஜேந்திரன் எதிர்பார்த்தார்.

பேரரசர் சோமேஷ்வரைப் பார்த்தார்.

'மாட்சிமையானவரே,' என்று சோமேஷ்வர் முதல் முறையாகப் பேசினார். 'நான் இராணுவ மூலோபாயவாதி அல்ல. ஆனால் நான் நான்கு ஆண்டுகளாக இந்தத் தாக்குதலை யோசித்துத் திட்டமிட்டு வருகிறேன்... நான் ஒரு யோசனை சொன்னால்: இந்தத் தாக்குதலுக்கு ஒரு சிப்பாயின் அகன்ற வாள் தேவையில்லை, ஆனால் ஒரு அறுவை சிகிச்சை நிபுணரின் கத்தி தேவை.'

ராஜேந்திரன் சோமேஷ்வரைப் பார்த்து, சமநிலையற்று தோன்றினார், ஆனால் நரசிம்மன் திகைத்துப் போனார்.

'கொலையாளிகளை அனுப்பச் சொல்கிறீர்களா?' என்று நரசிம்மன் கேட்டார். 'அது போரின் கொள்கைகளுக்கு எதிரானது. நாங்கள் மனிதர்களைப்போல போராடுகிறோம். நியாயமாகவும், நேர்மையாகவும் நம்முடன் சண்டையிட எல்லா வாய்ப்புகளும் உள்ள எதிரி வீரர்களுடன் நாங்கள் வெளிப்படையான போர்களில்

ஈடுபடுகிறோம். பின்னர் அவர்களைத் தோற்கடிக்கிறோம். இரத்தம், வியர்வை மற்றும் துணிச்சலின் மூலம் பெற்ற வெற்றியில் மரியாதை இருக்கிறது. தந்திரமாக பதுங்கி, கோழைகளைப்போல மறைத்து, நம் எதிரி தூங்கும்போது அவன் கழுத்தை அறுப்பதில் எந்த மரியாதையும் இல்லை.'

நரசிம்மன் உறுதிப்படுத்தலுக்காக ராஜேந்திர சோழனைப் பார்த்தார். ஆனால் அவரது பேரரசர் எதுவும் சொல்லவில்லை.

'துணிச்சலான நரசிம்மனே,' என்றார் சோமேஷ்வர், 'ஆச்சார்யா சாணக்கியரின் எழுத்துக்களைப் படித்தீர்களா?'

சாணக்கியரின் படைப்புகள் உட்பட இந்தியாவின் பல பண்டைய நூல்களைப் படித்த அறிஞர்-ஆட்சியாளரான போஜதேவ் பர்மர் லேசாக சிரித்தார்.

இந்திய துணைக்கண்டம் முழுவதும் சாணக்கியர் மிகப் பெரிய அரசியல், பொருளாதாரம், ஆட்சி, போர் மற்றும் சமூகக் கோட்பாட்டாளர்களில் ஒருவராக உலகளவில் கருதப்பட்டார். அனைவரும் அவரைப் பற்றிக் கேள்விப்பட்டிருந்தனர், ஏனெனில் சாணக்கியர் இந்திய வரலாற்றில் மிகப்பெரிய பேரரசின் பிறப்பை வழிநடத்தி, உலக வரலாற்றில் மிகப்பெரிய பேரரசான மௌரிய நாட்டை உருவாக்கியவர். ராஜேந்திர சோழர் மற்றும் போஜதேவ் பர்மரின் காலத்திற்கு கிட்டத்தட்ட ஆயிரத்து நானூறு ஆண்டுகளுக்கு முன்பு.

'நிச்சயமாக, ஆச்சார்ய சாணக்கியர் யார் என்று எனக்குத் தெரியும்,' என்று நரசிம்மன் பதிலளித்தார்.

'நீங்கள் அவருடைய புத்தகங்களைப் படித்தீர்களா, உன்னத நரசிம்மன்?' சோமேஸ்வரர் கேட்டார்.

நரசிம்மன் அமைதியாக இருந்தார். துரதிர்ஷ்டவசமாக, பெரும்பாலான இந்தியர்கள் சாணக்கியரைப் பற்றி கேள்விப்பட்டிருந்தனர், ஆனால் மிகச் சிலரே அவரைப் படித்திருந்தனர்.

'ஆச்சார்ய சாணக்கியர் சொன்ன விஷயங்களில் ஒன்று,' என்று சோமேஷ்வர் தொடர்ந்தார், 'வெளிப்படையான போர் என்பது மிகவும் மரியாதைக்குரிய விருப்பம்தான், ஆனால் அது எப்போதும் கடைசி விருப்பமாக இருக்க வேண்டும். ஏனெனில் திறந்த போர் மிகவும் கணிக்க முடியாதது. வெற்றி அல்லது தோல்வியை ஒருபோதும் உறுதியாகக் கூற முடியாது. அதுவும், பெரும்பாலும், திறந்த போரில், இணைச் சேதம் ஏற்படுகிறது. அப்பாவிகள் காயமடைவார்கள், இல்லையா?'

நரசிம்மன் உறைந்து போனார். *இந்த வெற்றி மதிப்புக்குரியது என்று நம்புகிறேன்.*

ராஜேந்திரன் தனது நண்பர் நரசிம்மனைப் பார்த்தார் எதுவும் பேசாமல். நரசிம்மன் தலையை லேசாக அசைத்து, கழுத்தில் தொங்கும் வளையப் பதக்கத்தை தொடாமல் இருக்க மிகுந்த சுயக்கட்டுப்பாட்டைப் பயன்படுத்தினார்.

‘அப்படியானால் திறந்த போரை முயற்சிப்பதற்கு முன் என்ன வழிகள் உள்ளன?’ சோமேஷ்வர் தொடர்ந்தார். ‘ஆச்சார்யா சாணக்கியரின் கூற்றுப்படி, இவை சாம, தான, தண்ட, பேதம் - ராஜதந்திர பேச்சுவார்த்தை, லஞ்சம், தண்டனை மற்றும் எதிரி அணிகளில் பிளவுகளை உருவாக்குதல். சாமம் செய்வதில் எந்த அர்த்தமும் இல்லை, ஏனென்றால் முகமது ராஜதந்திரத்தைப் புரிந்து கொள்ளாத ஒரு காட்டுமிராண்டி. அப்போது சோம்நாத்ஜியைக் காப்பாற்ற லஞ்சம் கொடுக்க முயற்சித்தேன், ஆனால் முகமது மறுத்துவிட்டார். அவருடைய புனித நூல்கள் சிலைகளை அழிக்கவும், *காஃபிர்களைக்* கொல்லவும் கூறுவதாக அவர் என்னிடம் கூறினார். எனவே மீதமுள்ள ஒரே வழிகள் தண்டம் மற்றும் பேதம் மட்டுமே. அவரைக் கொல்லுங்கள், ஆனால் கஜினிக்குள் ஒரு உள்நாட்டுப் போரை ஏற்படுத்தும் வகையில். வெறிபிடித்த நாய்கள் நம்மைத் தாக்க நேரம் இல்லாதபடி ஒருவருக்கொருவர் சண்டையிடட்டும்.’

ராஜேந்திர சோழன் ஆர்வத்துடன் முன்னோக்கி சாய்ந்தார்.

‘நன்மதிப்பு என்ற கேள்வி எழுந்தால்,’ சோமேஷ்வர் கூறினார் - அவர் ராஜேந்திர சோழனையும் போஜதேவ் பர்மரையும் பார்த்துக் கொண்டிருந்தார், ஆனால் அவரது வார்த்தைகள் நரசிம்மனை நோக்கிச் சொல்லப்பட்டவை என்பது தெளிவாகத் தெரிந்தது - ‘ஒரு சிப்பாய்க்கு தைரியம் இருக்கிறது, சந்தேகமில்லை. ஆனால் ஒரு போர்க்களத்தில், அவர் தனது நண்பர்களால் சூழப்பட்டிருக்கிறார். அவர் வெற்றி பெற்றால், அவருக்கு வெகுமதி கிடைக்கும் என்பது அவருக்குத் தெரியும். அவர் இறந்தால், அவரது துணிச்சலைப் பற்றிய பாடல்கள் பாடப்படும் என்பது அவருக்குத் தெரியும். ஆனால் ஒரு கொலையாளி அல்லது உளவாளியைப் பற்றி யோசித்துப் பாருங்கள். அவர் எதிரி பிரதேசத்தில் தனியாக இருக்கிறார். அவர் பிடிபட்டு கொல்லப்பட்டால், அவரது அரசரே அதை ஏற்றுக்கொள்ள முடியாது என்று அவருக்குத் தெரியும். அவர் வெற்றி பெற்றாலும், அவரை வெளிப்படையாகப் பாராட்டவோ பதக்கம் வழங்கவோ முடியாது என்பது அவருக்குத் தெரியும், ஏனென்றால் அது படுகொலையின் முழு நோக்கத்தையும் அழிக்கிறது. அப்படியானால் ஒரு கொலையாளி அல்லது உளவாளி ஏன் அவர் இதை செய்கிறார்? ஒரு காரணம், ஒரே ஒரு காரணம். மரியாதையைவிட உயர்ந்த ஒரு காரணம்.’

கதிரவன் குஜராத்தி வணிகரால் ஈர்க்கப்பட்டார்.

சோமேஷ்வர் தொடர்ந்தார், ‘அந்தக் காரணம் தேசபக்தி. நமது தாய்நாட்டின் மீதான அன்பு. ஒரு நாட்டின் உளவாளிகளும் கொலையாளிகளும் அவர்கள் செய்வதைச் செய்வதற்கான ஒரே காரணம் அதுதான்... அது வெறும் மரியாதையைப் பற்றியது அல்ல. அவர்களின் செயல்கள் தர்மத்திற்கும் அதர்மத்திற்கும் இடையிலான கோட்டைக் கடக்கின்றன என்பதை அவர்கள் அறிவார்கள். அவர்கள் செய்யும் வேலையின் காரணமாக அவர்கள் தங்கள் சொந்த ஆன்மாகளைச் சபிக்க நேரிடும் என்பதை அவர்கள் அறிவார்கள். அவர்களின் பணிக்கு ஒருபோதும் பகிரங்கமாக நன்றி பெற

மாட்டார்கள் என்பதை அவர்கள் அறிவார்கள். அதற்காக அவர்கள் அங்கீகாரம்கூட பெற முடியாது என்பதையும் அவர்கள் அறிவார்கள். ஆனால் அவர்கள் முன்னேறிச் சென்று அதைச் செய்கிறார்கள். ஏன்? அவர்களின் கடவுள்கள், மக்கள் மற்றும் தாய்நாட்டிற்கு நல்லது. உளவாளிகளும் கொலையாளிகளும் வீரர்களைவிட உயர்ந்தவர்கள் என்று நான் நம்புகிறேன்.'

சுற்றிலும் அமைதி நிலவியது.

'மேலும் முக்கியமாக,' சோமேஷ்வர் தொடர்ந்தார், 'படுகொலைகளுடன், இணைச் சேதத்திற்கான வாய்ப்புகள் - இது வெளிப்படையான போரில் மிகவும் பொதுவானது - மிகவும் அரிதானது. ஒரு அறுவை சிகிச்சை நிபுணரின் கத்தி தேவையற்ற முறையில் கூடுதல் சதையை வெட்டுவதில்லை.'

இந்தக் கடைசி பேச்சு நரசிம்மனை கடுமையாக தாக்கியது. மிகவும் கடினமாக இருந்தது.

'சோமேஷ்வர், உங்கள் யோசனை என்ன?' ராஜேந்திரர் கேட்டார். 'கொலையின் ஒரு பகுதியை நான் புரிந்துகொண்டேன். நாம் திட்டமிட முடியும். ஆனால் கஸ்னாவிட்களிடையே பிளவு மற்றும் முரண்பாடுகளை உருவாக்குதல்... அதை எப்படிச் செய்வது?'

'முகமதைக் கொல்வது மட்டும் போதாது, என் ஆண்டவரே,' என்றார் சோமேஷ்வர். 'பெரும்பாலான துருக்கியர்கள் தங்கள் மதத்தின் தீவிரமான விளக்கத்தைப் பின்பற்றுகிறார்கள். இந்த மக்கள் உலகம் கண்டிராத மிகப்பெரிய கொலை இயந்திரங்கள். அவர்களுக்கு எந்த வருத்தமும் இல்லை, குற்ற உணர்வும் இல்லை, தயக்கமும் இல்லை. நம்பிக்கைக்கு அப்பாற்பட்ட காட்டுமிராண்டித்தனம். அவர்கள் உண்மையிலேயே தங்கள் கூட்டத்திற்கு வெளியே உள்ள அனைவரையும் சித்ரவதை செய்யப்பட்டு, கொல்லப்பட வேண்டிய விலங்குகளாகவே பார்க்கிறார்கள். நம்மை கையாளும் போது அவர்களுக்கு மரியாதை உணர்வு இல்லை... *அல் தகிய்யா* என்ற மிகவும் நுணுக்கமான கருத்தை அவர்கள் சிதைத்து தவறாகப் புரிந்து கொண்டுள்ளனர்; அவர்களின் சொந்த நிலைப்பாடுகள் பலவீனமாக இருக்கும்போது *காஃபிர்களிடம்* பொய் சொல்லவும் தவறாக வழிநடத்தவும் அவர்களின் மதம் அனுமதிக்கிறது என்று அவர்கள் கூறுகிறார்கள். எனவே, அவர்களுடனான ஒரு சமாதான ஒப்பந்தம் ஒன்றுமில்லை, ஏனென்றால் அவர்கள் பலவீனமாக இருக்கும் வரை மட்டுமே அது நீடிக்கும். அவர்கள் வலிமையானவுடன், அந்த சமாதான ஒப்பந்தத்தை அவர்கள் தங்கள் கடவுளின் பெயரால் சத்தியம் செய்திருந்தாலும்கூட, அவர்கள் மீறுவார்கள். அவர்கள் வெறிபிடித்த நாய்களின் கூட்டத்தைப் போன்றவர்கள். நிரந்தர அமைதி சாத்தியமில்லை. நீங்கள் தொடர்ந்து அவர்களுடன் சண்டையிட வேண்டும்.'

ராஜேந்திரனும் போஜதேவும் ஒரு முஸ்லிம் முன்னிலையில் இதுபோன்ற பேச்சுகளால் சங்கடப்பட்டு இக்பாலை நோக்கிப் பார்த்தனர்.

'என் நண்பர் சோமேஷ்வர் பாய் சொல்வது சரிதான், உயர்ந்தவர்களே,' என்றார் இக்பால். 'இந்த துருக்கியர்கள் என் மதத்தை நம்ப முடியாத அளவுக்குத் திரித்துவிட்டார்கள். நான் இந்திய இஸ்லாமைப் பின்பற்றுகிறேன், இது இந்த துருக்கியர்கள் பின்பற்றுவதிலிருந்து மிகவும் மாறுபட்ட விளக்கம். எனது இஸ்லாம் எனக்கு மிகவும் வித்தியாசமான பாடங்களைக் கற்பிக்கிறது. புனித குர்ஆன் 109ஆம் அத்தியாயத்தின் 6 ஆம் வசனத்தில், *லாகும் தீனுக்கும் வலியா தீன்* என்று கூறுகிறது. இதன் பொருள், *உங்களுக்கு உங்கள் மதம், எனக்கு என் மதம்.* மேலும், இந்திய முஸ்லிம்களாகிய எங்களுக்கு, எங்கள் வார்த்தைதான் எல்லாமே. அல்லாஹ் நம்மைப் பார்த்துக் கொண்டிருப்பதாக நாங்கள் நினைப்பதால், நாங்கள் ஒருபோதும் எங்கள் வாக்குறுதிகளை மீற மாட்டோம், மேலும் நாம் ஒழுக்கக்கேடாக நடந்து கொண்டால் அவர் தீர்ப்பு நாளில் நம்மைத் தண்டிப்பார். துருக்கியர்கள் இஸ்லாம் என்ற மகத்தான மதத்தை தங்கள் வெற்றிக்கும் காட்டுமிராண்டித்தனத்துக்கும் ஒரு கருவியாக மட்டுமே பயன்படுத்துகிறார்கள் என்பது தெளிவாகிறது. அவர்களின் வாக்குறுதிகள், அல்லாஹ்வின் பெயரால் செய்யப்பட்டிருந்தால்கூட, அவர்களுக்கு அர்த்தமற்றவை. அவை இஸ்லாமிற்கே அவமானம். அவர்கள் உண்மையிலேயே வெறி பிடித்த நாய்களைப் போன்றவர்கள்.'

'இக்பால், துருக்கியர்கள் மீதான உங்கள் வலியையும் கோபத்தையும் நான் புரிந்துகொள்கிறேன்,' என்று ராஜேந்திர சோழன் கூறினார். 'இஸ்லாம் எங்கள் சேர பிரதேசங்களுக்கு வணிகர்கள் மூலம் வந்தது. மேலும் இது எங்கள் நிலங்களுக்கு அமைதியான மற்றும் நேர்மறையான கூடுதலாகும். சேர முஸ்லிம்கள் எங்கள் மரபுகளை மதிக்கிறார்கள், நாங்கள் அவர்களின் மரபுகளை மதிக்கிறோம். அது அப்படித்தான் இருக்க வேண்டும். இந்த துருக்கியர்கள் தங்கள் காட்டுமிராண்டித்தனத்தால் இஸ்லாமின் உன்னத மதத்தை அவமதிக்கிறார்கள்.'

'அப்படியானால் சோமேஷ்வர், நாம் என்ன செய்வது?' என்று கதிரவன் கேட்டார்.

'வெறி பிடித்த நாய்களை சமாளிக்க சிறந்த வழி, அவற்றை ஒன்றுக்கொன்று சண்டையிட வைப்பதுதான். மேலும் அவற்றை ஒன்றுக்கொன்று சண்டையிடுவதில் மும்முரமாக வைத்திருப்பதுதான்.'

'நாம் அதை எப்படி செய்வது?'

'அதிர்ஷ்டவசமாக, அரேபியர்களும் பாரசீகர்களும் துருக்கியர்களை வெறி பிடித்த நாய்களாகவே பார்க்கிறார்கள்.'

'ஆனால் அவர்களும் முஸ்லிம்கள் இல்லையா?'

‘ஆம், அரேபியர்கள்தான் அசல் முஸ்லிம்கள். ஆனால் அவர்கள் மிகவும் பண்பட்ட கூட்டம். அவர்கள் அறிவியல், இசை, இலக்கியம் மற்றும் பிற நாகரிகத் துறைகளில் ஆர்வமாக உள்ளனர்.’

‘இதற்கும் முகமதுக்கும் என்ன சம்பந்தம்?’

‘கலிஃபாத்.’

‘கலிஃபாத்?’

‘கிலாஃபத் என்ற வார்த்தையைப் பற்றி பல இந்தியர்கள் கேள்விப்பட்டிருக்கிறார்கள். அது எதிர்ப்பு என்று அவர்கள் நினைக்கிறார்கள். உண்மையில், இது கலிஃபாத்தை உச்சரிப்பதற்கான வழிகளில் ஒன்றாகும். மேலும், தொழில்நுட்ப ரீதியாக, கலிஃபா முழு இஸ்லாமியத்திற்கும் தலைவர். ஒவ்வொரு இஸ்லாமிய ராஜ்ஜியத்திலும், மதகுருமார்களும் அரச குடும்பமும் தனித்தனியாக உள்ளனர். மேலும் அவர்களுக்கு இடையேயான பதற்றம் எப்போதும் நீடிக்கிறது, ஏனெனில் இருவரும் இஸ்லாமில் சக்திவாய்ந்தவர்கள். ஆனால் கலிஃபா வேறுபட்டவர், ஏனெனில் அவருக்கு அரச மற்றும் மதகுருமார் ஆகிய இரண்டு அதிகாரங்களும் உள்ளன. முழு இஸ்லாமிய உலகிலும் ஒரே ஒரு உயிருள்ள கலிஃபா மட்டுமே இருக்க முடியும். அதுதான் சட்டம்.’

‘நீங்கள் இதை நம்புகிறீர்களா?’ போஜதேவ் இக்பாலிடம் கேட்டார்.

இக்பால் உடனடியாக பதிலளித்தார், ‘உலகின் இந்தப் பகுதியில், நபிகள் நாயகம் அவர்களைப் பின்பற்றிய முதல் நான்கு நேர்வழி பெற்ற கலீஃபாக்களை மட்டுமே நாங்கள் நம்புகிறோம். அவர்கள் கலீஃபா அபுபக்கர், கலீஃபா உமர், கலீஃபா உத்மான் மற்றும் கலீஃபா அலி. நாங்கள் வேறு யாரையும் பின்பற்றுவதில்லை. இப்போது வாழும் யாரும் கலீஃபாவாக இருக்க முடியாது என்பது எங்கள் கருத்து.’

ராஜேந்திரன் சோமேஸ்வரரிடம், ‘அப்படியானால் இது நமக்கு எப்படி ஒரு வாய்ப்பை அளிக்கிறது?’

‘இஸ்லாம் தோன்றியதிலிருந்து, கலீஃபா எப்போதும் ஒரு அரபியாகவே இருந்து வருகிறார். தற்போதையவர் ஒரு அப்பாஸிட் கலீஃபா, அவருடன் சோழப் பேரரசும் வர்த்தகம் செய்கிறது. அவர் தனது மூதாதையர்களைவிட மிகவும் பலவீனமானவர், மேலும் பாரசீக புயிட் வம்சம் அவரை திறம்பட கட்டுப்படுத்துகிறது.’

‘மற்றும்?’

‘மேலும் முகமது தன்னை கலீஃபாவாக அறிவிக்க விரும்புகிறார்.’

ராஜேந்திர சோழன் நிமிர்ந்து, இறுதியாக இவ்விரண்டையும் ஒன்றாக இணைத்தார். ‘கஜினியில் மதகுருமார்களும் அரசர்களும் ஒருவருக்கொருவர் சண்டையிடுகிறார்கள். பாரசீகர்கள், அவர்களின் அரபு கூட்டாளிகளுடன், துருக்கியர்களுக்கு எதிராகப் போராடுகிறார்கள். அனைவரும் முகமதின் படுகொலையால் தூண்டப்படுகிறார்கள்.’

'ஆம், அதுதான் திட்டம். எல்லாம் சரியாக நடந்தால், கஸ்னாவிட் துருக்கியர்களுக்கு எதிராக அரேபியர்களின் பக்கத்தில் செல்ஜுக் துருக்கியர்களைக்கூட நாம் பெற முடியும். அந்த வழியில் உள்நாட்டுப் போர் எந்த நேரத்திலும் முடிவடையாது.'

'கலீஃபாவாக மாறுவதற்கான முகமதின் திட்டங்களில் நீங்கள் எவ்வளவு உறுதியாக இருக்கிறீர்கள்?'

சோமேஷ்வர் இக்பால் பக்கம் திரும்பினார், அவர் தனது பையிலிருந்து ஒரு சுருளை எடுத்தார். சோமேஷ்வர் குனிந்து அதை ராஜேந்திர சோழனிடம் வழங்கினார். மேலும் அவர் ஒரு தாளையும் கொடுத்து, 'அரசே, செய்தி குறியீட்டில் உள்ளது. அதை நீக்க இந்த மறைகுறையாக்கும் விசை தேவை.'

ராஜேந்திர சோழன் சுருளையும் மறைகுறையாக்கும் விசையையும் கதிரவனுக்குக் கொடுத்தார்.

கதிரவன் ஒரு பன்மொழி நிபுணர் மற்றும் வெவ்வேறு எழுத்துப் பிரதிகளில் திறமையானவர். குறியீட்டு-புரிதல் கொள்கைகளிலும் அவர் நன்கு தேர்ச்சி பெற்றிருந்தார். ஆனால், மறைகுறியாக்கும் விசை கிடைத்ததால் இது எளிதாக இருந்தது. அது ஒரு குறுகிய செய்தியாகவும் இருந்தது.

கதிரவன் குறுகிய நேரத்தில் குறுஞ்செய்தியைப் புரிந்துகொண்டார். 'முகமது கலீஃபாவாக விரும்புகிறார். இதுதான் வாய்ப்பு.'

'ம்ம்,' போஜதேவ் பர்மர் முணுமுணுத்தார்.

'இந்த முத்திரையை நான் அடையாளம் காண்கிறேன்,' கதிரவன் தொடர்ந்தார். 'இது அரச கஸ்னாவிட் முத்திரை. ஆனால் மற்றொன்றை எனக்குத் தெரியாது.'

'அது,' சோமேஷ்வர் விளக்கினார், 'கஜினியில் உள்ள ஜமா மசூதியின் நிபுணரின் முத்திரை.'

எல்லோரும் மௌனத்தில் மூழ்கினர். இந்த சதி மிகவும் உயர்ந்தது. கஸ்னாவிட் அதிகார அமைப்பின் உச்சத்திற்குச் சென்றது. அரச குடும்பத்தைச் சேர்ந்த ஒருவர் மற்றும் நிபுணர் இருவரும் சதியில் ஈடுபட்டிருந்தனர்.

சோமேஷ்வர் இதை மிகச் சிறப்பாகத் திட்டமிட்டிருந்தார்.

'ம்ம். இது... மிகவும் சுவாரஸ்யமானது.' ராஜேந்திர சோழன் போஜதேவைப் பார்த்தார், அவர் தலையசைத்தார். அரசர் தன் முன் அமர்ந்திருந்த ஐந்து பேரிடம் திரும்பினார். 'இதைப் பற்றி யோசிக்க எங்களுக்கு ஒரு வாரம் அவகாசம் கொடுங்கள்,' என்று சோழப் பேரரசர் கூட்டத்தை முடிவுக்குக் கொண்டு வந்தார்.

சோமேஷ்வர் தலையசைத்து வணங்கினார். ராஜேந்திர சோழனும் போஜதேவ் பர்மரும் மற்ற ஆதாரங்கள் மூலம் அனைத்துத் தகவல்களையும் சரிபார்க்க விரும்புவார்கள். அது புரிந்துகொள்ளத்தக்கது.

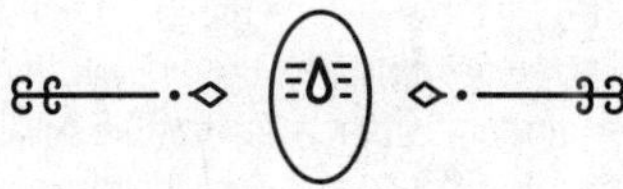

அத்தியாயம் 6

மனைவியின் புத்திமதி

கஜினி

கஜினியின் ராணி கௌசரி ஜஹான், முகமதின் குளிர்கால அரண்மனையின் தாழ்வாரங்கள் வழியாக, தனது பெண்கள் மற்றும் திருநங்கை காவலர்களால் சூழப்பட்டிருந்தார். அவளுடைய மென்மையான, நீண்ட விரல்கள் அவளுடைய தட்டையான வயிற்றில் பிணைக்கப்பட்டிருந்தன. அவளுடைய நீண்ட, ஒளி ஊடுரவும் வெளிர்-நீல நிற ஆடை பாரசீக பளிங்குக் கல்லால் செய்யப்பட்ட தரையைத் துடைத்தது. கிட்டத்தட்ட கண்ணுக்குத் தெரியாத ரோஜா-தங்கச் சங்கிலியில் ஒன்றாகக் கட்டப்பட்ட பெரிய பாஸ்ரா முத்துக்கள் அவளுடைய மெல்லிய கழுத்தை அலங்கரித்தன, அவளுடைய காதுகள் செம்பட்டை முடியின் பசுமையான அலைகளால் மறைக்கப்பட்டன. ராணி சிந்தனையுடன் சுறுசுறுப்பாக நடந்தாள். அவள் ஒரு கையால் கழுத்தில் இருந்த முத்துகளைப் பற்றிக்கொண்டாள். கோபத்தில் அவற்றை இழுத்து அலபாஸ்டர் தரையில் உருட்டிவிடுவது போல. அல்லது தான் சாதிக்க இவ்வளவு கொடுத்ததை இழந்துவிடுவோமோ என்ற பயத்தை அவள் உணர்ந்திருக்கலாம். எப்படியிருந்தாலும், முத்துகள் அவளுடைய அற்புதமான அழகான கழுத்தைச் சுற்றியே இருந்தன.

குளிர்கால சூரியன் மலைகளுக்குப் பின்னால் நழுவியது. அது ஒரு பதட்டமான காலை மற்றும் ஒரு சோர்வான நாளாக இருந்தது. நாடுகடத்தலில் இருந்து திரும்பிய இஸ்மாயில், கஜினியின் ஆளுநராகவும் ஜமா மஸ்ஜித்தின் நிபுணராகவும் முறையாக நியமிக்கப்பட்டார். மதிய வேளையில் நீதிமன்றம் முழுமையாக நிறைந்திருந்தது. கஸ்னாவிட் சுல்தானகம் முழுவதிலுமிருந்து வந்த பிரதிநிதிகள் மசூதி வளாகத்தில் கூடியிருந்தனர். முகமது ஆடம்பரத்துடனும், திறமையுடனும் கூட்டத்தில் உரையாற்றினார்.

சந்தேகத்திற்கு இடமின்றி அவர் முன்னதாக புகைத்த காந்தஹார் அபின் அவருக்கு உதவியது.

அன்று மதியம் நடந்த குழப்பம் அவள் கண்களுக்கு அசிங்கமாக இருந்தது. சுல்தான் திடீரென்று தனது அரண்மனைக்குச் சென்றார். அவர் சென்றதை யாரும் கவனிக்கவில்லை. இருப்பினும், ராணி அதை மறந்துவிடவில்லை. அவள் கணவர் தனது காதலன் மாலிக் அயாஸுடன் நழுவிச் சென்றதை ஒரு மீன்கொத்தி சிறிய மீனைப் பார்ப்பதுபோல அசையாமல் பார்த்துக் கொண்டிருந்தாள். இதற்கிடையில், இஸ்மாயில், பிரபுகளுடன் கலந்து, பழைய பிணைப்புகளையும் நட்பையும் மீண்டும் இணைத்துக் கொண்டிருந்தார்.

கௌசரி ஒரு சிலைபோல இன்னும் சில மணி நேரம் நீதிமன்றத்தில் அமர்ந்திருந்தார், வார்த்தைகளால் அடக்கப்பட்ட கோபம் அவளுக்குள் பாய்ந்தது.

முட்டாள்!

ராணி தனது கணவரின் படுக்கையறையின் வளைந்த வாசலை அடைந்தாள். அது இனி அவளுடையது அல்ல. கதவு திறந்திருந்தது, ஆனால் திரைச்சீலைகள் இழுக்கப்பட்டிருந்தன. முகமது மற்றும் அவரது காதலரின் அடக்கமான குரல்களையும் சிரிப்பையும் கௌசரி ஜஹான் கேட்டார்.

கதவிலிருந்து பத்து கெஜம் தூரத்தில் நிற்கும்படி அவள் தன் கூட்டத்தினருக்குக் கட்டளையிட்டாள். அவர்கள் வரிசையில் கண்ணியமாக நின்றனர். அச்சுறுத்தலில்லாமல். ஆனால் நடவடிக்கைக்குத் தயாராக இருந்தனர்.

இரண்டு காவலர்களின் வணக்கங்களையும் அவள் புறக்கணித்தாள். அவர்களில் ஒருவன் தைரியத்தை சேகரித்து, தனது ஈட்டியை சாய்வாக பிடித்துக் கொண்டு கௌசரியின் வழியைத் தடுத்தான். ராணி தன் பாதையில் நின்று, மெதுவாகத் தலையைத் திருப்பி, தனது படுக்கையறைக்குள் நுழைய தடுப்பவனை எதிர்கொண்டாள்.

‘ஒதுங்கி நில், ஈனனே,’ கௌசரி மெதுவாக மூச்சு விட்டாள்.

காவலரின் உடல் சிலிர்த்தது.

‘உடனே! உன் முகம் என் நினைவில் பதிவதற்குள்.’

மகிழ்சியற்ற காவலர் அவளுடைய கொடூரமான நற்பெயரை அறிந்திருந்தான், இப்போது பிசாசுக்கும் ஆழ்கடலுக்கும் இடையில் - அவரது சுல்தான் மற்றும் ராணிக்கும் இடையில் - சிக்கிக் கொண்டான். ஒரு கண் சிமிட்டலில், அவன் எந்தப் பக்கத்தைத் தேர்ந்தெடுக்க வேண்டும் என்பதை நினைவில் கொண்டு நின்றான். வெளியேறும் வழிகளுக்காக அவனது மனம் கடுமையாய் போராடியது.

அறையில் குரல்கள் அமைதியாகிவிட்டன. முகமதும் அயாஸும் அவள் இருப்பதை அறிந்திருந்தனர், சந்தேகமில்லை.

'ஆயிரம் ஆயிரம் மன்னிப்புகள், பெரிய ராணி,' காவலர் மன்னிப்புக் கேட்டான். 'பெரிய சுல்தானின் நேரடி உத்தரவுகளின்கீழ் நான் செயல்படுகிறேன். யாரையும் உள்ளே அனுமதிக்க வேண்டாம் என்று எனக்கு அறிவுறுத்தப்பட்டது. அவர் லாகூர் மன்னருடன் சில அவசர அரசு விஷயங்களைக் கவனித்துக் கொண்டிருக்கிறார்.'

மற்றமொறு காவலர் தீவிரமாக தலையசைத்தான், தனது சக ஊழியர் அந்தத் தடையை எடுத்ததில் தெளிவாக நிம்மதி அடைந்தான். ராணியின் மனதில் தனது முகத்தைப் பதிக்க அவனுக்கு எந்த எண்ணமும் இல்லை. தன்னைத் தாண்டிச் சென்ற கீழ்நிலை அதிகாரிகளை அவள் தொந்தரவான ஈக்கள் போல நசுக்குவது அவன் அறிந்ததே.

கௌசரி ஜஹானின் உதடுகள் ஒரு கொடிய புன்னகையில் விரிந்து, அவளுடைய நேர்த்தியான மயக்கும் முகத்தை சிதைத்தன.

'அவசரம், நான் நிச்சயமாக நம்புகிறேன். ரகசியமும்கூட' என்றாள். 'இப்போது, நான் உள்ளே செல்லப் போகிறேன். முட்டாள், உன் ஈட்டியை நேராக்கு. உன் குடும்பத்தை நீ கவனித்தில்கொண்டால், கஜினியின் ராணியை கடந்து செல்ல அனுமதிப்பாய். இல்லையென்றால், உன்னுடைய இந்த ஈட்டியில் நான் என்னைத் துடைத்துக் கொள்வேன். என் இரத்தம் உறிஞ்சப்படும்... உனக்கு என்ன நடக்கும் என்று நினைக்கிறாய்?'

கௌசரி தன் கூட்டாளிகளைத் திரும்பிப் பார்த்தாள். 'ஹக்கீம்?' அவள் மெதுவாகக் கூப்பிட்டாள்.

'தயார், அரசியே,' ஆப்பிரிக்க வம்சாவளியைச் சேர்ந்த ஒரு பெரிய அண்ணகர் பதிலளித்தார். அவர் தனது வாளின் முனையில் கையை வைத்தார். பயந்துபோன காவலரின் கண்களைப் பார்த்து, பின்னர் ஒரு பெரிய அடியை முன்னோக்கி எடுத்தார். ஆறு அடிக்கு மேல் உயரமுள்ள எட்டு பிரமாண்டமான கட்டுமான அண்ணகர்கள், ஹக்கீமின் பின்னால் வந்தனர். சிலர் வாள்களையும், மற்றவர்கள் டமாஸ்கஸ் எஃகினால் செய்யப்பட்ட மெல்லிய கத்திகளையும் வைத்திருந்தனர்.

சுல்தானின் காவலர்கள் சிலைகள் போல நின்றனர். பின்வாங்கவில்லை, முன்னேறவில்லை. பயம் அவர்களின் தசைகளையும் மனதையும் கைது செய்தது. ஹக்கீமும் அண்ணகர்களும் இன்னும் ஒரு அடி எடுத்து வைத்தனர். காத்திருந்தனர்.

'என் அரசியே, கருணை காட்டுங்கள்,' துணிச்சலுடன் காவலாளி முழங்காலில் விழுந்து, ஈட்டியைப் பிடித்துக் கொண்டு கெஞ்சினார். அவரது கூட்டாளி அவரது வழியைப் பின்பற்றினார். 'உங்கள் வருகையை சுல்தானுக்கு அறிவிக்க என்னை அனுமதியுங்கள். என் உயிரைப் பணயம் வைக்காமல் உங்கள் உத்தரவை நான் மீற முடியாது, எனக்குப் புரிகிறது. ஆனால் சுல்தானுக்கும் நான் கீழ்ப்படியாமல் இருக்க முடியாது.'

‘அது அவசியமில்லை,’ ஒரு மனிதனின் வெண்ணெய் போல மென்மையான இசைக் குரல் குறுக்கிட்டது. பேச்சாளர் சுல்தானின் படுக்கையறையிலிருந்து ஒரு திருட்டுப் பூனை போல வெளிப்பட்டார்.

மாலிக் அயாஸ்.

முகமதின் அரசவையில் மிகவும் செல்வாக்கு மிக்க குரல்களில் ஒன்றாக இருப்பதாக வதந்தி இருந்தது. அவரது வலிமையான போட்டியாளரான கௌசரி ஜஹானுக்கு அடுத்தபடியாக. சில சமயங்களில், அவரது செல்வாக்கும் அவளுக்குச் சாதகமாக இருக்கும்.

உயரமாகவும் மெலிதாகவும் இருந்த அவரது அழகான தோல் வெள்ளை மண்ணியம் போல மின்னியது. அவரது மெல்லிய உதடுகள் பிரிக்கப்பட்டு, பால்-வெள்ளை, குறைபாடற்ற முறையில் சீரமைக்கப்பட்ட பற்கள் வரிசையாக இருந்தன. அந்த இளைஞன் ஒரு பணக்கார, கருஞ்சிவப்பு நிற வெல்வெட் அங்கி அணிந்திருந்தார். அவர் ஒரு துருக்கிய பிரபுவைப் போல தோற்றமளித்தார், ஆனால் துருக்கிய அம்சங்கள் இல்லாமல். அமானுஷ்ய தங்க-பழுப்பு நிற அலை அலையான கூந்தல், மெலிதான மற்றும் கூர்மையான முக அம்சங்கள் மற்றும் பழுப்பு மற்றும் பச்சை நிற மயக்கும் கலவையான கண்கள் ஆகியவற்றுடன். பலர் அழகைக் கொண்டு பார்வையாளர்களை திகைக்க வைக்கும் போது, ஜார்ஜியாவைச் சேர்ந்த முன்னாள் அடிமை மாலிக் அயாஸ், நேர்த்தியான கௌசரி ஜஹானைத் தவிர வேறு எவருடனும் போட்டியிடவில்லை என்று பலர் உணர்ந்தனர். முகமது அவரை மிகவும் நேசித்தார் என்பதில் ஆச்சரியமில்லை.

அயாஸ் தனது இறகுகள் கொண்ட தலைக்கவசத்தை ஒரு மலர்ச்சியுடன் கழற்றி, கஜினியின் ராணியை வணங்கினார்.

கௌசரி ஜஹான் தனது பெரிய கண்களை பிளவுகளாக சுருக்கி, தனது கணவரின் காதலனை நோக்கி விஷப் பார்வையைப் பதித்தாள்.

அந்த ஒய்யாரமானவனும் ஒரு ஏளனமான புன்னகையுடன் மீண்டும் திரும்பினான். உருவக கத்திகள் வரையப்பட்டன. அயாஸும் கௌசரியும் ஒருவரையொருவர் முறைத்துப் பார்த்தனர், மேலும் இரண்டு பொறாமை கொண்ட சிங்கங்கள் தங்கள் சக்தியின் மூலமான ஆண் சிங்கத்திற்காக சண்டையிட்டுக் கொள்கின்றனபோல இருந்தது.

ஆனால் இந்த முறை பின்வாங்கியது அயாஸ்தான். ‘நீங்கள் போகலாம், என் ராணி,’ என்று அவர் லேசான ஏளனத்துடன் கூறினார். ‘இன்று இரவு என் வேலை முடிந்தது.’

கௌசரி ஜஹான் பதிலளிக்கவில்லை. மாலிக் அயாஸ் வெளியேறியதும், அவள் திரும்பி தனது அலி காவலர்களை ஓய்வெடுக்க உத்தரவிட்டாள். பின்னர் அவள் வறண்ட புல்வெளியில் கோடையைத் தணிக்க படரும் வட துருவத்தின் உறைபனிபோல படுக்கை அறைக்குள் நடந்தாள்.

அறை மிகப் பெரியதாக இருந்தாலும், அது கதகதப்பாகவும் வசதியாகவும் இருந்தது. மையத்தில் ஒரு பெரிய படுக்கை இருந்தது,

அதன் விரிந்திருந்த விரிப்புகள் வியர்வையால் நனைந்திருந்தன. அறையின் வலது பக்கத்தில் படுக்கையை நோக்கி, பட்டுப்போன்ற தரை மெத்தைகள் வரிசையாக இருந்தன. இரண்டு மெத்தைகளுக்கு இடையில் அலங்காரமான புகைபிடிக்கும் குழாய்கள் நிரப்பப்பட்டு, பயன்படுத்தத் தயாராக இருந்தன. மரத்தாலும் அலபாஸ்டராலும் செய்யப்பட்ட ஒரு அற்புதமான வட்ட மேசை அறையின் இடது பக்கத்தில் தனிமையான அழகில் அமர்ந்திருந்தது. அதன் மீது பயன்படுத்தப்பட்டகோப்பைகளால்சூழப்பட்டஒருபீங்கான்ஜாடியில் மது வைக்கப்பட்டிருந்தது. அறையின் நான்கு மூலைகளிலும் உள்ள கல் பீடங்களில் உலோக எண்ணெய் விளக்குகள் வைக்கப்பட்டன. இரண்டு விளக்குகள் எரியவில்லை. அறையின் மூச்சுத் திணறல் எல்லைகளிலிருந்து சிறிது நிவாரணம் அளிக்க ஒரு பெரிய ஜன்னல் ஒரு குறுகிய பிளவுக்குத் திறக்கப்பட்டது. ஆனால் அதனால் எந்தப் பிரயோஜனமும் இல்லை.

முகமது முகத்தில் ஒரு புன்னகையுடன் அறையின் நடுவில் நின்றார். தனது கதகதப்பான இரவு அங்கியை போர்த்தி, தலையில் மண்டை ஓடு போன்ற தொப்பி வடிவ வழுக்கையைத் தன் நீண்ட, அழுக்கு நிறைந்த விரல் நகங்களால் சொரிந்தார். சுல்தான் தனது மனைவியை ஒரு நீல நிற வெல்வெட் தரை மெத்தையில் உட்கார அழைத்தார், அவரது ஆடம்பரமான நடத்தையில் எந்த வெட்கமும் இல்லை. அவளைப் பார்ப்பதில் அவர் மிகவும் மகிழ்ச்சியடைந்ததாகத் தோன்றியது.

ராணி அவள் இருந்த இடத்திலேயே நின்றாள்.

‘கௌசரி!’ முகமது மகிழ்ச்சியுடன் தனது கைகளை விரித்தார். அவரது வலது கை ஒரு மது கோப்பையைப் பிடித்திருந்தது. அவர் தடுமாறி முன்னேறும்போது சிறிது மது தரையில் சிந்தியது. ‘என் அன்பான தோழி. என் மிகவும் நம்பகமான ஆலோசகர். என் மனைவி.’

ராணி அசையாமல் உறைந்து நின்றாள். இருப்பினும், அவள் தன் நாகரிகத்தை இழக்கவில்லை.

‘என் ஆண்டவரே,’ அவள் ஒரு மரியாதைக்குரிய வணக்கத்துடன் வரவேற்றாள்.

முகமது அழகற்ற வெள்ளிக் கோப்பையிலிருந்து மதுவை ஒரு வாய் குடித்துவிட்டு அவளை நோக்கி நடந்தார். ஒரு முறை அந்தக் கோப்பையை ஒருவரின் தலையில் உடைத்திருந்தார் - அவருக்கு யார் என்று நினைவில் இல்லை - எனவே அது அவருக்குப் பிடித்த கோப்பைகளில் ஒன்றாகும்.

“நான் திடீரென கொண்டாட்டங்களிலிருந்து வெளியேறியதற்கு நீங்கள் என்னை மன்னித்துவிட்டீர்கள் என்று நான் உறுதியாக நம்புகிறேன், என் ராணி,” என்று அவர் மெதுவாகக் கூறினார், அவளிடமிருந்து இரண்டு அங்குல தூரத்தில் நின்று அசைந்தார். “அயாஸ்...” என்று அவர் கதவை நோக்கிச் சுட்டிக்காட்டினார். “மாலிக்

அயாஸ்...” என்று அவர் மீண்டும் கூறினார். “அவரும் நானும் சில முக்கியமான விஷயங்களைப் பற்றி விவாதிக்க வேண்டியிருந்தது.”

அவரது மூச்சு துர்நாற்றம் வீசியது. கௌசரி பின்வாங்கவில்லை. அதற்கு பதிலாக, அவள் தனது கணவரின் உயர்த்தப்பட்ட மணிக்கட்டை உறுதியளிக்கும் சைகையில் மெதுவாகப் பிடித்தாள். முகமது ஒரு சிறிய அடி பின்வாங்கினார். அவள் கண்கள் அவரது உடலை தலை முதல் கால் வரை ஊர்ந்து பார்த்தன. அவர் தெளிவாக போதையில் இருப்பதையும், விபச்சாரத்தின் வாசனை வீசுவதையும் கவனித்தன. அவரது தாடி முடிச்சு போடப்பட்டு, சிந்தப்பட்ட மதுவால் நனைந்திருந்தது. அவரது தலையில் இருந்த முடி, மீதமுள்ள அனைத்தும், நிமிர்ந்து நின்று, அவரை கோமாளி போலக் காட்டியது.

ராணி அவரது ஈரமான தாடியின் வழியாக விரல்களை நீட்டி, இழைகளை கவனமாக அவிழ்த்தாள். அவள் தன்னுள் எழுந்த பித்தத்தை விழுங்கினாள்.

நான் செய்ய வேண்டியவை...

‘நீங்கள் எனக்கு விளக்கம் சொல்லக் கடமைப்பட்டவர் இல்லை, என் ஆண்டரே,’ அவள் அன்பாகக் கிசுகிசுத்தாள், முகமதின் அங்கியை இறுக்கி, அவரை சூடாக வைத்திருக்க அவரது கழுத்துப்பட்டியை இழுத்தாள். ‘நீங்கள் என் ஆண்டவன் மற்றும் எஜமானன். உங்கள் வார்த்தைதான் சட்டம், உங்கள் செயல்கள் கேள்விக்கு அப்பாற்பட்டவை.’

முகமது மகிழ்ச்சியடைந்த குழந்தையைப் போல சிரித்தார். அவர் அவள் கன்னத்தைத் தொட்டு, தன் ஆள்காட்டி விரலை அவள் மேல் உதட்டில் வைத்தார். ‘நீ இல்லாமல் நான் என்ன செய்வேன் என்று எனக்குத் தெரியவில்லை, கௌசரி,’ அவர் குடிபோதையில் இருந்த குரல் உயர்ந்த தொனியில் இருந்தது. ‘நீ எப்போதும் என்னை மிகுந்த பக்தியுடன் கவனித்துக் கொள்கிறாய்.’

‘சாம்ராஜ்ஜியத்தைக் கவனித்துக் கொள்ளும் மனிதனை யாராவது கவனித்துக் கொள்ள வேண்டும்,’ என்று ராணி பதிலளித்தாள், அவளுடைய நீல-பச்சை நிறக் கண்களால் ஒரு தாயின் பார்வையை செலுத்தினாள். ‘என் ஆண்டவரே, நான் எப்போதும் என் கருத்தை உங்களிடம் தெரிவித்திருக்கிறேன், எனக்குத் தேவையானதை உங்களுக்கு அறிவுறுத்தும் சுதந்திரத்தை நீங்கள் எப்போதும் எனக்கு வழங்கியுள்ளீர்கள்.’

முகமதின் முகபாவனை எரிச்சலாக மாறியது. இந்தப் பெண்ணைத் தவிர, அவரது ராஜ்ஜியங்களுக்கும் அவரது விதிக்கும் அவர் முழுமையான எஜமானர். அவரது மனைவி. அவரது ராணி. அவர் முன் நின்ற ஒரே நபர் தண்டனையின்றி அவரை பாதிக்கக்கூடியவர். மற்றவர்கள் சொல்ல நடுங்கும் விஷயங்களை அவள் சொன்னாள்.

மந்திரவாதி. சூனியக்காரி.

அவள் மீது மோகம் கொண்டிருந்தார், அவளைப் பார்த்த தருணத்திலிருந்தே அவர் தன் நிலையில் இல்லை.

முகமது பல சந்தர்ப்பங்களில் இரவு நேர பிரசங்கங்கள் மீதான தனது வெறுப்பை வெளிப்படுத்தியிருந்தார் ஆனால் அவள் பின்வாங்க மாட்டாள் என்பது அவருக்கு நன்றாகவே தெரியும்.

'இன்று மிகவும் நீண்ட நாளாக ஆகிவிட்டது, கௌசரி,' அவர் புலம்பினார். 'என் சகோதரனுக்கு மரியாதை செலுத்தும் விழாக்கள் என்னை சோர்வடையச் செய்துவிட்டன, நீயும் சோர்வாக இருப்பாய். அதையும் மீறி நீ இங்கே இருந்தால், இது முக்கியமானதாக இருக்க வேண்டும். சரி, சொல்லு, என் அன்பே. நான் உனக்கு என்ன செய்ய முடியும்?'

ராணி தன் பார்வையைத் தரையில் தாழ்த்தி, வேதனையான தயக்கத்தால் முகத்தை கவனமாக மறைத்தாள். பொம்மலாட்ட பொம்மையைப்போல சுல்தான் அவள் முகத்தை மெதுவாக உயர்த்தி, அவள் கன்னத்தில் கையை வைத்தார். அவர் அவள் கண்களைப் பார்த்து, தன் புதர் புருவங்களை உயர்த்தினார். கௌசரி ஜஹான் தலையை லேசாக அசைத்து கையை அசைத்து, தோல்வியுற்றவளாக நடந்து செல்வது போல் நடித்தாள்.

முகமது விரைவாக தனது நடிப்பை முடிவுக்குக்கொண்டு வந்து ராணியின் மணிக்கட்டைப் பிடித்து, அவளை முரட்டுத்தனமாகப் பின்னுக்கு இழுத்தார். அவள் அவர் மார்பில் மோதி, முகம் சுளித்தாள், பின்னர் அதிர்ச்சியடைந்த முகமதின் முகத்தைப் பார்த்தாள்.

'சொல்லு, உன் வருகையின் நோக்கம் என்ன,' அவர் உறுமினார், அவள் மணிக்கட்டைச் சுற்றி தனது பிடியை இறுக்கினார். ராணியின் கண்கள் பயத்தால் மேகமூட்டப்பட்டன. வார்த்தைகளால் மென்மையாக நடந்துகொண்டாலும், முகமது ஒரு கொள்ளையடிக்கும் விலங்கு என்பதை அவள் நன்றாக அறிந்திருந்தாள். அவள் தன் அன்பான கணவனின் பல கொடூரமான அடிகளையும் தாங்கி அதை பொருட்படுத்தாமல் இருந்திருக்கிறாள்.

'யாரும் என்னை எதிர்க்க மாட்டார்கள், அதை ஒருபோதும் மறந்துவிடாதே!,' என்று முகமது குரைத்து, கண்களில் காமமும் ஆத்திரமும் கலந்த ஒரு விசித்திரமான கலவையுடன் அந்தப் பெண்ணைப் பார்த்தார். 'நீ இங்கே இருக்கிறாய், இல்லையா? இப்போது என்னிடம் பேசு.'

'இது ஒன்றும் புதிதல்ல.' யூதர்கள் *சட்ஸ்பா* என்று அழைத்த - *தீவிர துணிச்சலுடன்* - தன் உள்ளுணர்வு பயத்தை எதிர்த்துப் போராடினாள். அவள் தன் பிடியைத் தளர்த்த கையை முறுக்கினாள். அவளுடைய கோபத்தால் கவரப்பட்டு, அவர் அதை விட்டார்.

'நான் உன்னை அடிக்க ஆரம்பிப்பதற்கு முன்னால் பேசு!'

'இதைப் பற்றி நான் உங்களை எச்சரித்தேன். இப்போது உங்கள் சகோதரன் வரப்போவது நம்முடைய துரதிஷ்டம் முகமது. நாம் எல்லோரும் - நான், உங்கள் பிள்ளைகள், வாரிசுகள், நீங்களும்

கூட,' கௌசரி கடுமையாகப் பேசினாள். 'நீங்கள் அவரை கஜினியின் ஆளுநராகவும், பெரிய முஃப்தியாகவும் ஆக்குவதற்கு முன்னால், இஸ்மாயில் ஒரு நாடுகடத்தப்பட்ட துரோகி என்பதை மறந்துவிடாதீர்கள். அவரை அந்த குஸ்கான் நரகத்தில் அழுக விட்டுட்டு, ஆடம்பரமாகவும், ஆரவாரமாகவும் தலைநகருக்குக் கொண்டு வரக்கூடாது.'

முகமது எரிச்சலால் விறைத்துப் போனார். அவர் மது கோப்பையை கீழே எறிந்தார். அது நீல நிற வெல்வெட் மெத்தையில் விழுந்தது. நேர்த்தியான ஆந்திர வெல்வெட் துணி, சிந்திய மதுவால் கருமையாகி, தன் சுற்றுப்புறத்தை சுத்தமாகவும் சுகாதாரமாகவும் வைத்திருக்க வேண்டும் என்ற அவளது வெறியை விடாமுயற்சியுடன் கட்டுப்படுத்திக் கொண்டதைப் பார்த்தார். சுல்தான் தன் கையின் பின்புறத்தால் வாயைத் துடைத்துவிட்டு ராணியைப் பார்த்தார்.

'முடிவு என்னுடையது, கௌசரி,' என்று அவளுக்கு நினைவூட்டி, தனது போதையில் இருந்து தெளிவாகப் பேசப் போராடினார். 'நாம் இதைப் பற்றிப் பேசினோம். கடந்த காலத்தில் என்ன நடந்திருந்தாலும், அவர் என் சகோதரர். அவர் என் இரத்தம். எனக்கு ஒரு கேள்வி கேட்காத கீழ்ப்படிதல் கொண்ட ஒரு அலுவலர், ஒரு பொம்மை... இஸ்மாயில் என்னை கலீஃபாவாக அறிவிப்பார். அவர் இப்போது எனக்குக் கடமைப்பட்டவர், என்னைக் காட்டிக் கொடுக்க மிகவும் மிகவும் பயப்படுவார்.'

கௌசரி வார்த்தையின்றி ஒரு கல் பீடத்திற்கு நடந்தார், அதன் மீது திறந்த உலோக விளக்கு வைக்கப்பட்டது. முகமது அவளைப் பின்தொடர்ந்தார்.

'என் ஆண்டவரே,' அவள் தன் வேதனையான முகத்தை அவர் பக்கம் திருப்பி, தீப்பிழம்புகளின் மீது தன் கைகளை சூடேற்றினாள். 'உங்கள் நம்பிக்கையைப் பகிர்ந்து கொள்ளாததற்கு என்னை மன்னியுங்கள். நீங்கள் விரும்பினால், என் நிலைமையை ஒரு சித்தப்பிரமை கொண்ட ஆனால் விசுவாசமான பெண்ணின் கவலைகளாகக் கருதலாம். என்னை திருப்திப்படுத்தவும் - நீங்கள் இல்லாமல் நான் ஒன்றுமில்லை என்பது உங்களுக்குத் தெரியும்.'

முகமது தனது கைகளை நெருப்புக்கு அருகில் கொண்டு வந்தார். அவர் கௌசரியின் கைகளை விலக்கினார். ராணி பின்வாங்கி, முகமதுக்கு சூட்டின் அரவணைப்பை விட்டுச் சென்றார்.

'நான் எப்போதும் உன்னை மகிழ்விக்கவில்லையா, என் அன்பே?' என்று அவர் திரும்பி தன் மனைவியிடம் மெதுவாகக் கேட்டார். அவர் அவளுடைய தலைமுடியைச் சேகரித்து, அவளுடைய நீண்ட கழுத்தின் பின்புறத்தில் ஒரு விரலைச் சுற்றி, பின்னர் அவள் முதுகின் சிறிய பகுதி வரை ஓட்டினார். 'இது ஒரு சோர்வான நாள், ஆனால் இரவு இளமையாக இருக்கிறது. இந்த முட்டாள்தனமான உரையாடலை முடித்துவிட்டு, நாம் ஏதாவது செய்யலாம். நான் உன் பிரிவால் தவித்தேன்!'

முகமது கௌசரியைத் திருப்பி, தன் கைகளைச் சுற்றிக் கொண்டு அவள் முதுகில் அழுத்தினார். கௌசரி அதை எவ்வளவு விரும்புகிறார் என்பதை அவள் அறிந்திருந்தாள், அவருடைய வன்முறையான, வெறித்தனமான பாலியல் பசிக்கு அவள் முழுமையாக அடிபணிய வேண்டியிருக்கும்முன் அவளுக்கு இன்னும் சில விலைமதிப்பற்ற தருணங்கள் மட்டுமே உள்ளன என்று விரைவாகக் கணக்கிட்டாள்.

‘நாம் இதைப் பற்றி விவாதித்திருக்கிறோம், என் அன்பே,’ என்று கௌசரி தன் கைகளால் அவன் கைகளை மூடிக்கொண்டு விரல்களைப் பின்னிப் பிணைத்தபடி சொன்னாள். ‘ஆனால் இந்தக் கலீஃபா என்ற பட்டம் நமக்கு எந்த நன்மையும் செய்யாது என்று நான் உறுதியாக நம்புகிறேன். அந்தப் பாம்பு இஸ்மாயில் உங்களிடம் என்ன சொன்னாலும், நீங்கள் அதிலிருந்து விலகி இருக்க வேண்டும். இந்த முட்டாள்தனமான கற்பனையை அவன் உங்கள் தலையில் விதைத்துவிட்டான்.’

அவளுடைய தகாத வார்த்தைகளால் திகைத்துப்போன முகமது, முகம் சுளித்து பின்வாங்கினார். கௌசரி ஒரு கனமான நரம்பைத் தொட்டிருந்தாள். சுல்தானின் ஆணவம் புண்பட்டது.

‘நான் ஏன் கலீஃபாவாக இருக்கத் தகுதியற்றவன் என்று நினைக்கிறாய்?’ என்று அவர் கோபமாகவும், காயப்பட்டும் கேட்டார். ‘நான் இந்தியாவிற்கு எதிரான எனது வருடாந்திர ஜிஹாத்களை, மதத்தின் நல்ல பின்பற்றுபவனைப் போல, பலமுறை *காஃபிர்களின்* நகரங்களைக் கொள்ளையடித்து அழித்திருக்கிறேன். ஒரே உண்மையான கடவுளின் பல வெற்றிகளின் கோப்பைகளாக, ஒரு நல்ல விசுவாசத்தைப் பின்பற்றுபவனைப் போல, அவர்களின் நாட்டிலிருந்து சொல்லொணா செல்வத்தையும், புறஜாதி கடவுள்களின் நினைவுச்சின்னங்களையும் நான் திரும்பக் கொண்டு வந்துள்ளேன். ஒரே உண்மையான கடவுளுக்கு அஞ்சலி செலுத்தும் விதமாக நான் பெரிய ஜமா மசூதியைக்கூட கட்டினேன். இதையெல்லாம் நான் மதத்தின் பின்பற்றுபவனாகச் செய்திருக்கிறேன். பாக்தாத்தில் உள்ள கலீஃபாவில் எனது சுரண்டல்கள் தொடர்ந்து அறிவிக்கப்படுகின்றன. நான் அனுப்பும் பணத்தைப் பற்றி அவர்களுக்கு நிச்சயமாக எந்தப் பிரச்சனையும் இல்லை. அப்படியானால், கௌசரி, இந்த உலகில் அல்லாஹ்வின் பிரதான ஊழியராக நான் ஏன் தகுதியற்றவன்? நான் ஏன் கலீஃபாவாக இருக்கக்கூடாது?’

‘இது விசுவாசத்தின் நல்ல பின்பற்றுபவராக இருப்பது பற்றியது அல்ல, என் ஆண்டவரே. நீங்கள் தெளிவாகவே நமது மதத்தின் மிகப்பெரிய உயிருள்ள பக்தர். அதற்கு நீங்கள் செய்யும் சேவைகள் ஈடு இணையற்றவை, தற்போது தன்னை கலீஃபா என்று அழைத்துக் கொள்ளும் மனிதர்கூட உங்களைப் போல இருக்க முடியாது.’

முகமது கோபப்படாமல் முகம் சுளித்தார்.

'இருப்பினும்,' கௌசரி தொடர்ந்து கூறினாள், அவளுடைய நடத்தை உறுதியிலிருந்து நுட்பமாக ஒரு தீவிர ரசிகரின் வேண்டுகோளுக்கு மாறியது. 'இது போன்ற ஒரு அரபு அல்லாதவருக்கு ஆபத்தான மற்றும் கடுமையான சர்ச்சைக்குரிய பட்டத்தை நீங்கள் பின்பற்ற வேண்டுமா? அப்பாஸிட் கலீஃபாவின் ஆதரவுடன் நீங்கள் சுல்தானானீர்கள், மேலும் *காஃபிர்களின்* நிலங்களுக்கு *தார் அல்-இஸ்லாமை* விரிவுபடுத்துவதாக நீங்கள் அவர்களுக்கு உறுதியளித்தீர்கள். கலீஃபாவும், பையிட்களும், உங்கள் சகோதரரை அந்த அத்துமீறலை எதிர்த்துப் போராடியபோது, உங்களுக்கு உதவ தங்கள் சொந்தப் படைகளை அனுப்பினர். இஸ்மாயில் உங்களை உங்கள் வலிமையான கூட்டாளிக்கு எதிராகத் தூண்டுகிறார் என்பதை நீங்கள் ஏன் பார்க்கவில்லை?'

'என் ராணி, உன் கவலை எனக்குப் புரிகிறது. ஆனால் பையிட்களும், அப்பாஸிட்களும் எனக்கு உதவியபோது, நான் பலவீனமானவன். இப்போது, நான் அவர்களை விட மிகவும் வலிமையானவன். பட்டங்கள் யதார்த்தத்துடன் ஒத்துப்போக வேண்டும். அயாஸ் கூட இது ஒரு நல்ல யோசனை என்று நினைக்கிறார். இது இஸ்லாமிய உலகில் எனது பாரம்பரியத்தை எதிர்காலத்திலும் உறுதிப்படுத்தும்.'

கௌசரி கண்களைச் சுழற்றினாள். 'அயாஸுக்கு அவருடைய பயன் என்னவென்று தெரியும். எனக்குத் தெரியும் என் அரசே. நான் அதைப் பற்றி பொறாமைப்படவில்லை. ஆனால் அவர் கெஞ்சிப் பிழைப்பவர். நீங்கள் அவரை உட்காரச் சொன்னால், அவர் ஒரு நாற்காலியைக்கூட தேட மாட்டார்; அவர் எங்கிருந்தாலும் உட்காருவார்!'

'நீ அதிகமாக யோசிக்கிறாய், கௌசரி. நான் கவலைப்பட எந்தக் காரணத்தையும் காணவில்லை. இஸ்மாயிலுடன் இல்லை. அவர் என்னைப் போலவே ஒரு வயதானவர். அவரது லட்சியங்களைத் தூண்டுவதற்கு அவருக்கு வாரிசு இல்லை. அவர் ஏன் எனக்கு எதிராக சதி செய்ய வேண்டும்?'

'என் அரசே... தயவுசெய்து கேளுங்கள்...'

'இது அல்லாஹ் எனக்காக நிர்ணயித்த விதி. என்னால் அதை உணர முடிகிறது. எனக்குத் தெரியும்.'

'உங்கள் மனம் உறுதியாக இருந்தால் சரி, என் ஆண்டவரே,' அவள் ஒப்புக்கொண்டாள். 'நம் குடும்பத்தின் பாதுகாப்பு குறித்து உங்களிடமிருந்து ஒரு உத்தரவாதம் வேண்டும். நம் கொல்லைப்புறத்தில் ஒரு பாம்பு இருப்பதாக நான் நம்புகிறேன், அதன் பெயர் இஸ்மாயில். அவரது நோக்கங்கள் தூய்மையானவை என்பதை எனக்கு நிரூபிக்கவும் – உங்களையும், நான் சொந்தமாக நினைக்கும் உங்கள் குழந்தைகளையும் நேசிக்கும் ஒரு மனைவியிடமும்.'

'நிச்சயமாக!' முகமது சிரித்துக்கொண்டே அவள் இடுப்பைச் சுற்றி தனது கைகளைச் சுற்றிக் கொண்டு, அவளை இழுத்து அணைத்தார்.

கௌசரிக்கு குழந்தைகள் பிறக்க வாய்ப்பில்லை என்பது அவருக்குத் தெரியும், மேலும் துரதிர்ஷ்டவசமாக அவர் கொல்ல வேண்டியிருந்த தனது முதல் மனைவியிடமிருந்து வந்த தனது இரட்டை மகன்களை அவள் நேசித்து கவனித்துக்கொள்வதில் மகிழ்ச்சி அடைந்தார். 'சரி, சொல், எப்படி ... இஸ்மாயிலின் உண்மையான நோக்கங்களை எப்படி அளவிடுவது, ம்ம்ம்? நாம் அவரை எப்படி சோதிக்க முடியும்?'

கௌசரி வெட்கத்துடன் சிரித்து அவரிடம் உருகினார். 'ஜமா மசூதியை அதன் முந்தைய மகிமைக்கு மீட்டெடுக்க நீங்கள் ஏன் அவருக்கு ஆறு மாதங்கள் அவகாசம் கொடுக்கக்கூடாது?' அவள் முகமதின் சுருக்கப்பட்ட கன்னத்தில் ஒரு விரலை ஓடவிட்டாள்.

'ஆறு மாதங்கள்!' முகமது கூச்சலிட்டார், பின்னர் அவரது மூக்கை அவள் கழுத்தில் புதைத்தார், அவளுடைய முடி ஒரு செம்பட்டை பட்டு நூல் குவியல் போல அவரை மூடியது. அவர் அவளுடைய ரோஜா நறுமணத்தை சுவாசித்தார், பின்னர் அவளை கடுமையாக கடித்தார். அவள் அமைதியாக சிணுங்கினாள். 'ஆறு மாதங்கள் சாத்தியமற்றது. அது ஒரு பெரிய அமைப்பு, அது பெரிய நிலநடுக்கத்தால் விழுந்தது, உனக்குத் தெரியும். மூன்று ஆண்டுகளில் அதை மீண்டும் கட்ட முடியவில்லை. பாவம் இஸ்மாயில். ஆறு மாதங்களில் அதைச் செய்வார் என்று நீ எப்படி எதிர்பார்க்கிறாய்?'

'என் ஆண்டவரே,' என்று ராணி அவரிடம் இருந்து கிண்டலாக விலகி, தனது மயக்கும் நீல-பச்சை நிற கண்களால் முகமதைப் பார்த்தபடி முணுமுணுத்தாள். 'ஆறு மாதங்கள் என்பது ஒரு மனிதன் அரியணைக்கும் நம்பிக்கைக்கும் தனது விசுவாசத்தை நிரூபிக்க போதுமான காலம். ஏற்கனவே நிறைய நடந்துவிட்டது. உங்கள் மேற்பார்வையில் மசூதியை அதன் முந்தைய மகிமைக்கு மீட்டெடுக்கும் முயற்சிகள் மேற்கொள்ளப்பட்டுள்ளன. மேலும், உங்கள் தலைநகரில் உள்ள மிகப்பெரிய மசூதியை நீங்கள் முழுமையாகக் கொண்டிருக்க முடியாது, உங்களை நீங்களே கலீஃபாவாக அறிவிக்க முடியாது, இல்லையா?'

'என் சகோதரர் எவ்வளவு முயற்சி செய்தாலும் இந்த நோக்கத்தை அடைய முடியாவிட்டால் என்ன செய்வது?' என்று முகமது கேள்வி எழுப்பி, ராணியின் மங்கலான உடையின் பின்புறத்தில் இருந்த கயிறுகளை அவிழ்க்கத் தொடங்கினார். அவள் திரும்பி, அதை அவருக்கு எளிதாக்கினாள்.

'இந்தப் பணியை அவர் சரியான நேரத்தில் முடிக்கவில்லை என்றால், அவர் உங்களுக்கான தனது உறுதிப்பாட்டை நிரூபிக்கத் தவறிவிடுகிறார், என் ஆண்டவரே,' என்று முகமது மீண்டும் தன் முதுகில் அழுத்துவதை உணர்ந்த கௌசரி ஜஹான் கூறினார். 'சரியான கவனம் மற்றும் வளங்களுடன், உங்கள் சகோதரர் ஆறு மாதங்களுக்குள் பணியை முடிக்க முடியாது என்பதற்கு எந்தக் காரணமும் இல்லை. ஜமா மசூதியை மீண்டும் கட்டுவதற்கான உங்கள் முயற்சிகளை நாசப்படுத்தியது முந்தைய முஃப்திதான். இஸ்மாயில் அதைவிட சிறந்தவராக இருக்க வேண்டும். தன்னை

நேசிப்பவர்களிடமிருந்து சாத்தியமற்றதைக் கோர சுல்தானுக்கு முழு உரிமை உண்டு. அவர்கள் அதை வழங்க வேண்டும். என் ஆண்டவரே, நீங்கள் என்னிடம் கேட்டதை நான் எப்போதும் கொடுத்ததில்லையா?'

'ம்ம்.' முகமது கௌசரியின் ஆடையை விலக்கத் தொடங்கியபோது, அவர் சம்மதிக்க வேண்டிய கட்டாயத்தில் இருந்தார்.

'நான் கொடுத்தால், உங்கள் சகோதரர் இஸ்மாயிலும் கொடுக்க வேண்டும். அவர் தோல்வியுற்றால், இஸ்மாயிலுக்கு உங்களுக்கு பயனுள்ளதாக இருக்கும் திறனோ நோக்கமோ இல்லை என்பதை நீங்கள் உறுதியாக நம்பலாம், குறிப்பாக நீங்கள் கலீஃபாவாகும்போது. கஜினியின் வலிமைமிக்க முகமது இப்னு செபுக்தேகின், உங்கள் மனைவியாக, உங்களுக்கு எச்சரிக்கை செய்வது... உங்களுக்கு ஆலோசனை வழங்குவது... எனது கடமை.'

கங்கைகொண்ட சோழபுரம்

இக்பால் கல் முகத்துடன் அமர்ந்திருந்தார், ஏனென்றால் அவருக்கு என்ன எதிர்பார்க்க வேண்டும் என்று உண்மையிலேயே தெரியவில்லை. நரசிம்மனும் கதிரவனும் அவருக்கு எதிரே அமைதியாகவும் நிதானமாகவும் அமர்ந்திருந்தனர், என்ன நடக்கப் போகிறது என்பதை அவர்கள் அறிந்தவர்கள் போல. அவர்கள் தங்கள் பேரரசரை அறிந்திருந்தனர். சோமேஷ்வர் அமைதியாக இருந்தார். குஜராத்தி வணிகர் உலகத்தைப் போதுமான அளவு பார்த்திருந்தார், அவர் ஒரு சந்திப்பிற்கு அழைக்கப்பட்டிருந்தால், அவரது தகவல்கள் இருமுறை முழுமையாக சரிபார்க்கப்பட்டிருக்கும். ஆனால் ராஜேந்திர சோழனும் போஜதேவ் பர்மரும் எவ்வாறு தொடர விரும்புவார்கள் என்பது அவருக்குத் தெரியவில்லை - ஏனெனில் அவர் தனது வீட்டில் வசித்து வந்ததிலிருந்து இப்போது நண்பராகிவிட்ட காவல்துறைத் தலைவர் நரசிம்மன், இந்தச் சந்திப்பிலிருந்து என்ன எதிர்பார்க்க வேண்டும் என்பதில் அமைதியாக இருந்தார். விஜயன் தனது நாற்காலியில் சுருங்கி, தனது இருக்கையை மற்றவர்களைவிட சற்று பின்னால் வைத்திருந்தார்; இந்த கௌரவக் கூட்டத்திற்குத் திரும்ப அழைக்கப்பட்டதில் அவர் கிட்டத்தட்ட ஆச்சரியப்பட்டார். இதற்குமுன் அரச அரண்மனையில் உள்ள ராஜேந்திர சோழனின் தனிப்பட்ட அறைக்குள் இருந்ததில்லை.

பிரகதீஸ்வரர் கோயிலில் சந்திப்பு நடந்து ஒரு வாரம் ஆனது. ராஜேந்திர சோழனும் போஜதேவ் பர்மரும் தாங்கள் விரும்பிய அனைத்தையும் நிரூபித்தனர். உலகின் சிறந்த உளவு அமைப்பின் ஆதரவு ராஜேந்திரனுக்கு இருந்தது; அவர்களை ஈடுபடுத்த ஒரு

வாரம் போதுமானதாக இருந்தது. மேலும் போஜதேவின் உளவுத்துறை சேவைகளின் அணுகலும் கஸ்னாவிட் பிரதேசங்களுக்குள் ஆழமாகச் சென்றது.

விரைவில், காவலர் பேரரசர்களின் வருகையை அறிவித்தார்.

'உட்காருங்கள், உட்காருங்கள்,' என்று ராஜேந்திரன் தனது சிம்மாசனத்தில் அமர்ந்தபடி கூறினார்.

போஜதேவ் பர்மருக்கு சமமான பரிமாணங்களைக் கொண்ட இரண்டாவது சிம்மாசனம் ராஜேந்திரனுக்கு அடுத்ததாக இருந்தது. மேன்மையான சோழர் தனது நண்பர்களை மரியாதையுடன் நடத்துவது எப்படி என்று அறிந்திருந்தார்.

ஏழு பேர் கொண்ட குழு அமர்ந்ததும், பேரரசர்களின் மெய்க்காப்பாளர்கள் அறையின் முனைக்குத் திரும்பிச் சென்றனர். காதில் விழும் தூரத்தில். ஆனால் அவர்களின் பார்வைக் ோட்டிற்குள்.

ராஜேந்திரன் தனது நண்பர் போஜதேவைப் பார்த்தார், பின்னர் தனக்கு முன்னால் அமர்ந்திருந்த மனிதர்களைப் பார்த்து, நரசிம்மனின் மீது கூடுதலாக ஒரு கணம் கண்களை ஊன்றினார். அவர் திடீரென்று பேசத் தொடங்கினார். 'சரி, நாம் என்ன செய்வோம்...'

அனைவரும் முன்னோக்கி சாய்ந்தனர்.

'கஜினியின் மையத்தில் ஒரு கொலைப் படையை அனுப்புவோம். இந்த பணிக்காக சோழ பேரரசின் காவலில் இருந்து எனது சிறந்த நாற்பது பேரை நான் நியமிப்பேன். பேரரசர் போஜதேவ் ஏற்கனவே இங்கே இருக்கும் தனது தனிப்பட்ட மெய்க்காப்பாளர் படையிலிருந்து பத்து பேரை ஒதுக்குவார். இந்தப் பணிக்குழு - இந்த மண்டலம் - கண்டறிதலில் இருந்து தப்பிக்க போதுமானதாக இருக்கும், மேலும் ஒரு வழக்கமான இராணுவத்தால் எளிதில் கண்காணிக்கப்படாது. ஆனால் அது ஆதரவு மற்றும் காப்புடன் ஒரு கொடிய படையாக இருக்கும் அளவுக்கு பெரியதாக இருக்கும். தேவைப்பட்டால், அது ஒரு நல்ல அளவிலான அரண்மனையைத் தாக்கி, எதிரியின் இதயத்தில் ஒரு கத்தியை செலுத்த முடியும்.'

பிரதம மந்திரி கதிரவன் உட்பட அனைவரும் சம்மதத்துடன் தலையசைத்தனர், ஏனெனில் இந்தத் திட்டம் பேரரசின் நீண்டகால நலன்களைப் பாதிக்காமல் இலக்கை அடையும். ஆனால் பயனுள்ளதாக இருக்க, குழுவிற்கு ஒரு தலைவர் தேவை. இந்தக் கொலைக் குழுவின் தலைவராக யார் இருப்பார்கள்? பேரரசரிடம் பதில் இருந்தது.

'நேற்றுதான் எனக்கு ஒரு கோரிக்கை வந்தது, அதை நான் மகிழ்ச்சியுடன் ஏற்றேன்,' என்று ராஜேந்திரன் கூறினார். அவர் நரசிம்மனிடம் திரும்பி, 'காவல்துறைத் தலைவர் நரசிம்மன் படையை வழிநடத்த முன்வந்துள்ளார், அவருடைய கோரிக்கையை நான் மகிழ்ச்சியுடன் ஏற்கிறேன்.' பேரரசர் நரசிம்மனை பெருமையுடன் தந்தையைப் போன்ற புன்னகையுடன் பார்த்தார்.

சொல்லப்படாத செய்தி தெளிவாக இருந்தது: *எனது மிகச்சிறந்த போர்வீரன் திரும்பிவிட்டார்.*

சோமேஷ்வர் உண்மையிலேயே ஆச்சரியப்பட்டார். அவர் நரசிம்மனைப் பார்த்தார்.

நரசிம்மன் விளக்க வேண்டிய அவசியத்தை உணர்ந்தார். அவர் வணிகரைப் பார்த்தார். 'நீங்கள் சொல்வது சரிதான், சோமேஷ்வர். படுகொலைகள் அரிதாகவே இணைச் சேதத்தை ஏற்படுத்துகின்றன ... மேலும் ஒரு வெல்ல முடியாத அரக்கனைக் கொல்கின்றன ...' நரசிம்மன் வளைய பதக்கத்தை தொட்டார், பின்னர் அவர் தொடர்ந்தார், 'ஒருவேளை அவர் பலரை சித்திரவதை செய்ததைப் போல அவரை சித்திரவதை செய்த பிறகு ... அது ஆன்மாவை சுத்திகரிக்கும்.'

சோமேஷ்வர் சிரித்துக்கொண்டே தனது நண்பரின் கையைப் பிடிக்க கையை நீட்டினார்.

ராஜேந்திரன் சோமேஷ்வர் மற்றும் இக்பால் பக்கம் திரும்பினார். 'தயவுசெய்து உங்கள் அனைத்து தகவல்களையும் புலனாய்வு அறிக்கைகளையும் நரசிம்மன் மற்றும் என் ஆட்களுடன் பகிர்ந்து கொள்ளுங்கள். நாங்கள் அதை இங்கிருந்து எடுத்துச் செல்வோம். கஜினியின் கசாப்புக்காரனை நாங்கள் பிடிப்போம்.'

சோமேஷ்வரின் முகம் சுருண்டது. அவர் கிட்டத்தட்ட காயமடைந்ததாகத் தோன்றியது. 'இந்தப் பணியில் நாங்கள் உடன் வர விரும்புகிறோம், மாட்சிமை தாங்கியவரே. தயவுசெய்து இதை எங்களிடமிருந்து பறிக்க வேண்டாம்.'

போஜதேவ் பர்மர் குறுக்கிட்டார், ஏனெனில் குஜராத்தி வணிகரிடமிருந்து இந்த எதிர்வினையை அவர் எதிர்பார்த்திருந்தார். 'எங்களை தவறாகப் புரிந்து கொள்ளாதீர்கள், சோமேஷ்வர். ஆனால் இக்பாலும் நீங்களும் வயதானவர்கள். பேரரசர் ராஜேந்திரனும் நானும் உங்கள் தைரியத்தை மதிக்கிறோம் என்றாலும், நீங்கள் போர்வீரர்கள் அல்ல. இது ஒரு ஆபத்தான பணியாக இருக்கும். பலர் உயிர் பிழைக்க முடியாமல் போகலாம். நரசிம்மன் சில சமயங்களில் கடினமான முடிவுகளை எடுக்க வேண்டியிருக்கும், ஒருவேளை வேறு வழியில்லாமல் மக்களை விட்டுச் செல்ல வேண்டியிருக்கும்.'

சோமேஷ்வர் உடனடியாக பதிலளித்தார், அவரது குரல் சத்தமாக ஒலித்தது. அவரது மனம் தெளிவாக இருந்தது. 'நான் என்கிற சோமேஷ்வர், உங்கள் அனைவரையும், சிவபெருமானையும் என் சாட்சியாகக் கொண்டு, இந்தப் பயணத்தின் வெற்றிக்கு அச்சுறுத்தலாக இருந்தால், இந்தப் பயணத்தின் எந்த நேரத்திலும் என்னை இறக்க விட்டுவிட நான் தளபதி நரசிம்மனுக்கு அனுமதி அளிக்கிறேன். நூறு வயது வரை இங்கே ஒரு நிறைவற்ற வாழ்க்கையை வாழ்வதைவிட இந்தப் பயணத்தில் இறப்பதையே நான் விரும்புகிறேன். ஏனென்றால், ஒரு நாள் சிவபெருமானுக்குச் சேவை செய்வது கூட, பல தசாப்த கால எளிதான வாழ்க்கையைவிட மதிப்புமிக்கது.'

இக்பால் தலையசைத்து, தனது சம்மதத்தையும் காட்டினார். சோமேஷ்வர் உணர்ச்சிவசப்பட்ட பதிலைக் கொடுத்திருந்தாலும், இக்பால் தர்க்கத்துடன் தலையாட்டினார். 'நாங்கள் அந்நிய தேசத்தில் வழிகாட்டிகளாகவும், மொழிபெயர்ப்பாளர்களாகவும் பயனுள்ளதாக மாறுவோம், என் பிரபுக்களே. நாங்கள் அங்கு வர்த்தகம் செய்ததால் அவர்களின் உள்ளூர் மொழிகளை நன்கு அறிந்திருக்கிறோம், மேலும் அவர்களின் பழக்கவழக்கங்கள் மற்றும் நெறிமுறைகளைப் பற்றி எங்களுக்கு நியாயமான பரிச்சயம் உள்ளது. மேலும், அங்கு ஒரு ரகசிய கிளர்ச்சிக் குழுவுடன் நாங்கள் தொடர்பு கொண்டுள்ளோம். அவர்கள் எங்களை நம்புகிறார்கள். நாங்கள் பெரிதும் உதவுவோம்.'

ராஜேந்திர சோழன் மற்றும் போஜதேவ் பர்மரின் கண்கள் சற்று ஈரமாயின. அவர்கள் பெரிய பேரரசர்களும், கடுமையான போர்வீரர்களும் என்பதால், அவர்கள் மற்ற வீரர்களிடமிருந்து வீரத்தை எதிர்பார்த்தார்கள். ஆனால் வயதான வணிகர்களிடமிருந்து இந்த உடல் தைரியத்தைக் காண்பது முற்றிலும் வேறுபட்டது. இந்த வயதான, மெல்லிய, சைவ உணவு உண்பவர், வன்முறையற்ற குஜராத்தி வணிகர், கடவுள் மகாதேவ் மற்றும் தாய்நாட்டின் மீதான அவரது பக்தி, மற்றும் அவரது நண்பர், வங்காள முஸ்லீம், வலிமிகுந்த ஒல்லியான, வயதான மனிதர், நரைத்த முடியுடன், தனது சொந்த மக்கள் யார் என்பதை மனதளவில் சரியாக அறிந்திருந்தார், அவர்களை மிகவும் நேசித்தார்.

ராஜேந்திரன் தனது சம்மதத்தை தெரிவித்தார். 'சரி. இக்பாலும் நீங்களும் போகலாம், சோமேஷ்வர்.'

பிரதமர் நரசிம்மனை நோக்கித் திரும்பினார். 'உங்கள் ஆட்களைத் தேர்ந்தெடுக்கத் தொடங்கிவிட்டீர்களா, தளபதி? நான் உங்களை மீண்டும் "தளபதி" என்று அழைக்க முடியும் என்று நினைக்கிறேன்?'

'ஆம்,' என்று நரசிம்மன் புன்னகையுடன் கூறினார். 'சில நாட்களில் எனக்கு ஒரு பட்டியல் தயாராக இருக்கும், என் ஆண்டவரே. விஜயன், இறுதியாக, அவர் மிகவும் தகுதியான பதவியைத் திரும்பப் பெறுவார். கங்கைகொண்ட சோழபுரத்தின் காவல்துறைத் தலைவர். முன்பு இருந்ததைப் போல செயல் தலைவர் மட்டுமல்ல, உண்மையான, முழுமையாக நியமிக்கப்பட்ட தலைவரும் கூட.'

விஜயனுக்கு இன்று ஏன் அழைப்பு விடுக்கப்பட்டது என்பது இப்போது புரிந்தது. சுவரில் இருந்த ஓவியத்தை அவர் சுருக்கமாகப் பார்த்தார். மகாதேவரின் காலடியில் ராஜராஜனும் ராஜேந்திரனும். இப்போது அவர் ஏன் அழைக்கப்பட்டார் என்பது அவருக்குத் தெரிந்துவிட்டது. ஆனால் அவரது அழைப்பு வேறுபட்டது என்பதை அவர் உடனடியாக உணர்ந்தார். 'தளபதி, ஐயா,' அவர் நரசிம்மனிடம் கூறினார். 'எனக்கு இந்தப் பதவி வேண்டாம்.'

'என்ன?' நரசிம்மன் அதிர்ச்சியடைந்தார், அறையில் இருந்த மற்ற அனைவரையும் போலவே. நகரத்தின் காவல் தலைவராக இருப்பது விஜயனின் லட்சியம் என்று அவர்கள் அனைவரும் அறிந்த ஒன்று.

'நான் உங்களுடன் வர விரும்புகிறேன். கஜினிக்கு.'

ராஜேந்திரன் குறுக்கிட்டார். 'நீங்கள் அதைச் செய்யத் தேவையில்லை, விஜயன்.'

'உங்களுடன் உடன்படாததற்கு ஆயிரம் மன்னிப்புகள், மாட்சிமையானவரே. நான் வருவது தேவையற்றது என்று எனக்குத் தெரியும். ஆனால் எனக்கு வரவேண்டும்,' என்று விஜயன் கூறினார், அவரது குரல் லேசாக நடுங்கியது. 'சோமேஷ்வரர் சரியாகச் சொன்னது போல், நான் நூறு வயது வரை இங்கே ஒரு நிறைவேறாத வாழ்க்கையை வாழ்வதைவிட இந்தப் பணியில் இறப்பதையே நான் விரும்புகிறேன். என் ஆண்டவரே, இந்த நிலங்களில் சோழர்கள் இப்போது ஆதிக்கம் செலுத்தும் சக்தியாக இருக்கலாம், ஆனால் மதுரையின் பாண்டிய நிலங்களின் மகன்கள் மட்டுமே சக்தி தேவியின் தாய்ப்பாலால் வளர்ந்தவர்கள்... நாங்கள் அவளுடைய மகன்கள். அவளுடைய கணவனும், எங்கள் தந்தையுமான சிவபெருமான் அவமதிக்கப்பட்டுள்ளார். மகன்கள் தாயின் நீதியான பழிவாங்கலின் அழைப்பை மதிக்க வேண்டும்.'

சக்கரவர்த்தி துணிச்சலான விஜயனைப் பார்த்தார், உணர்ச்சிகள் அவரது வார்த்தைகளை நெரித்தன. அவரது தந்தை ஒரு காலத்தில் அவரிடம் சொன்ன ஒன்றை அவர் புரிந்துகொண்டார். ஒரு தேசம் அதன் உயிர்வாழ்விற்கும், அந்நிய காட்டுமிராண்டிகள் அதை நகம், மண்டை ஓடு மற்றும் வெட்டாமல் இருப்பதை உறுதி செய்வதற்கும், எப்போதும் தேவை ஒரே ஒரு விஷயம்: அதைக் காப்பாற்ற சாகத் தயாராக இருக்கும் மக்கள். இந்தியாவில் இதுபோன்ற மனிதர்களுக்கு ஒருபோதும் பற்றாக்குறை இருந்ததில்லை. இந்தியத் தாயின் மீதான அவர்களின் பக்தியால்தான் தங்கள் குடும்பங்களை வறுமையிலும், மிகுந்த வேதனையிலும், ஆன்மாக்களின் காயப்பட்ட வடுகளுடன் விட்டுச் செல்கிறார்கள்.வேண்டியதெல்லாம் அவர்கள் திறம்பட செயல்பட அர்ப்பணிப்பு மற்றும் தன்னலமற்ற தலைமைத்துவம்தான்.

'துணிச்சலான விஜயன், நான், ராஜேந்திர சோழன், எனக்கு வழங்கப்பட்ட அதிகாரங்களுடன், உடனடியாக உங்களை சோழப் படையில் படைப்பிரிவு தலைவர் பதவிக்கு உயர்த்துகிறேன்.'

விஜயன் திகைத்துப் போனார். அவர் எழுந்து, மண்டியிட்டு, பேரரசரை தலை வணங்கினார்.

'படைப்பிரிவு தலைவர் விஜயன் எழுந்திரு.'

விஜயன் மீண்டும் குனிந்து தனது நாற்காலியில் அமர்ந்தார்.

'உயிர்களுக்கு ஆபத்து ஏற்படும் என்பது எனக்குத் தெரியும்,' என்று பேரரசர் தொடர்ந்தார். 'உங்களில் யாரும் மரணத்திற்கு பயப்படுவதில்லை என்பதையும் நான் அறிவேன். ஆனால் எல்லோரும் தங்கள் குடும்பங்களைப் பற்றி கவலைப்படுகிறார்கள். உங்களுடன் வரும் ஐம்பது வீரர்களின் குடும்பங்களுக்கு ஐந்து கிராமங்களின் வருவாயை நான் ஒதுக்குகிறேன். அவர்கள் உயிருடன் திரும்பினாலும் சரி, இறந்தாலும் சரி, சோழப் பேரரசு

அவர்களின் குடும்பங்களைக் கவனித்துக் கொள்ளும். என்றென்றும். படைப்பிரிவு தலைவர் விஜயன், ஒரு முழு கிராமத்தின் வருவாயை உங்களுக்காகவும் உங்கள் குடும்பத்திற்காகவும் ஒதுக்குகிறேன். தளபதி நரசிம்மன், ஐந்து கிராமங்களின் வருவாயை உங்களுக்காகவும் உங்கள் குடும்பத்திற்காகவும் ஒதுக்குகிறேன். சோழ வம்சம் ஆட்சி செய்யும் வரை சோழர்கள் உங்களையும் உங்கள் குடும்பங்களையும் கவனித்துக்கொள்வார்கள்.'

ராஜேந்திர சோழன் முதியவர்களிடம் திரும்பினான். 'சோமேஷ்வர் மற்றும் இக்பால், நீங்கள் ஏற்கனவே பல கிராமங்களின் மதிப்பைவிட மிகவும் செல்வந்தர்கள். செல்வங்கள் உங்களுக்கு ஒரு பொருட்டல்ல. எனவே, ராஜராஜனின் மகனான நான், ராஜேந்திரன், உங்கள் சிலைகள் சரியான சாயலில் செதுக்கப்பட்டு, பிரகதீஸ்வரரின் உள் கோயில் வளாகத்தில், சோழ வம்ச உறுப்பினர்களின் சிலைகளுக்கு அடுத்ததாக வைக்கப்படும் என்று உங்கள் இருவருக்கும் உறுதியளிக்கிறேன். அந்தக் கல் சிலையின் மூலம், நீங்கள் இருவரும் மகாதேவரின் தெய்வீக வடிவத்தை என்றென்றும் பார்க்கலாம்.'

போஜதேவ் பர்மர் மேலும் கூறினார், 'பர்மர் வம்சத்தின் சார்பாக, அனைத்து வீரர்களுக்கும் இதேபோன்ற மானியத்தை நான் உறுதியளிக்கிறேன். இந்த நோக்கம், பர்மர்கள் உயிருடன் இருக்கும் வரை இந்த மனிதர்கள் அல்லது அவர்களின் சந்ததியினர் யாரும் எதையும் வேண்ட மாட்டார்கள்.' சோமேஷ்வர் மற்றும் இக்பால் பக்கம் திரும்பி, போஜதேவ் தொடர்ந்தார், 'நான் போஜ்பூரில் ஒரு புதிய கோவிலைக் கட்டுகிறேன், பெரிய வணிகர்களே. அது போஜேஸ்வர் கோயில் என்று அழைக்கப்படும். அந்த அமைப்பு முடிந்ததும், உங்கள் சிலைகள், உங்கள் தோற்றத்தில், இந்தக் கோவிலின் உள் வளாகத்தில் வைக்கப்படும் என்று நான் சபதம் செய்கிறேன்.'

உணர்ச்சிவசப்பட்ட சோமேஷ்வர் மற்றும் இக்பால் ராஜேந்திர சோழன் மற்றும் போஜதேவ் பர்மரின் கால்களைத் தொடுவதற்குக் குனிந்தனர். ஆனால் பேரரசர்கள் உடனடியாக பின்வாங்கினர். 'நீங்கள் எங்களைவிட மூத்தவர்கள். தயவுசெய்து இதை செய்யாதீர்கள்.'

'மேலும் ஒரு விஷயம், தளபதி,' போஜதேவ் பர்மர் நரசிம்மனிடம், 'கஜினியில் எனக்கு ஒரு விலைமதிப்பற்ற சொத்து இருக்கிறது. ஒரு நீண்டகால முகவர். உந்துதல்கள் வேறுபட்டவை, ஆனால் பழிவாங்குவதற்கான இந்த நபரின் விருப்பம் எங்களுடையதை விடக் குறைவானதல்ல. இந்த முகவரிடமிருந்து உங்களுக்கு உதவி கிடைக்கும்.'

'நான் அவரை அல்லது அவளை எப்படித் தொடர்பு கொள்வது?'

'உங்களால் முடியாது. சரியான நேரத்தில் முகவர் உங்களைத் தொடர்புகொள்வார். ஏற்கனவே ஒரு செய்தி அனுப்பப்பட்டுள்ளது. அந்த நபரின் செயல்பாட்டுப் பெயரை நீங்கள் தெரிந்து கொள்ள வேண்டும். இந்திய ஐரோப்பிய இனத்தைச் சேர்ந்தவர் – காகேசியன்.'

'காகேசியன்?'

'ஆம். நான் ஒரு முறை அவன் உயிரைக் காப்பாற்றினேன். என்னை நம்புங்கள், இந்த நபரிடமிருந்து எந்த உதவியும் விலைமதிப்பற்றதாக இருக்கும்.'

நரசிம்மன் போஜதேவைப் பார்த்து தலையசைத்தார். 'நன்றி, மாட்சிமையானவரே.'

ராஜேந்திர சோழன் தனது அரியணையில் இருந்து எழுந்தார். மற்ற அனைவரும் எழுந்து நின்றனர்.

தமிழ்ப் பேரரசரிடமிருந்து இறுதி உத்தரவு எளிமையானது. 'போய் அவரைப் பிடியுங்கள், என் புலிகளே. மிஷன் கஜினி இன்று தொடங்குகிறது.'

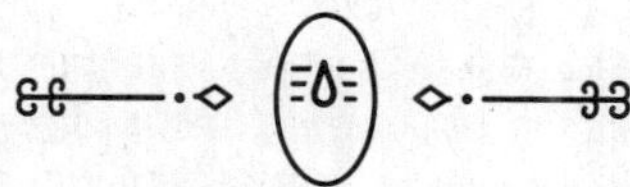

அத்தியாயம் 7

திட்டங்களும் யாத்ரீகர்களும்

சேரப் பிரதேசம், கேரளா, இந்தியா

நரசிம்மனும் விஜயனும் சேர நாட்டில் உள்ள சபரி மலைகளின் புனித காடுகளின் சரிவுகளில் வெறுங்கால்களுடன் நடைபயணம் மேற்கொண்டனர். கொலைக் குழுவிற்கு ராஜேந்திர சோழன் இறுதி ஒப்புதல் அளித்து இரண்டு வாரங்களுக்கும் குறைவாகவே ஆகியிருந்தது. நரசிம்மன் தலைமையிலான ஐம்பது வீரர்கள் - விஜயன் துணைத் தளபதியாகப் பணியாற்றினார், சோமேஷ்வர், இக்பால் மற்றும் பலருடன் உடனடியாகப் புறப்பட்டனர். மேற்கத்தியர்கள் குளிர்கால சங்கராந்தி என்று அழைக்கும் மகர சங்கராந்தியின் இரவு அது. சூரியக் கடவுள், சூரியன், மகர ராசிக்கு இடம்பெயர்ந்து, வடக்கு நோக்கி தனது பயணத்தைத் தொடங்கினார் - உத்தராயணம், இந்து மதம், புத்த மதம் மற்றும் சமண மதங்களின் தர்ம மதங்களுக்கு மிகவும் மங்களகரமான நேரம்.

மாலை நேர குளிர்கால வானத்தின் ஒளி, பூங்காவனத்தின் அடர்ந்த பசுமை மூடியை ஊடுருவப் போராடியது - பூங்கா காடு. ஆரஞ்சு, பலாப்பழம் மற்றும் வாழை மரங்களால் சூழப்பட்ட அடர்ந்த புதர்களுக்கு மத்தியில் சிதறடிக்கப்பட்ட பக்தர்கள் குழுக்கள் கொத்தாக நடந்தனர். அவர்கள் மேற்கு நோக்கி *ருத்ரன் மற்றும் மோகினியின் மகனான ஐயப்பனின்* இருப்பிடத்தை நோக்கி ஒரு பிரம்மாண்டமான, தன்னை ஒழுங்கமைத்த நடையில் நகர்ந்தனர். இளமைப் பருவக் கடவுள் மிக நீண்ட காலத்திற்கு முன்பே சபரி மலைகளில் குடியேறினார்.

'இதை நான் நம்பவில்லை ஐயா. மீண்டும் உள்நாட்டிற்குச் செல்லவா நாம் கொல்லம் வரை சவாரி செய்தோம்!' விஜயன் கோபமடைந்தார் - எரிச்சலிலும்கூட, தன்னைப் பொதுவில் தளபதி

என்று குறிப்பிட வேண்டாம் என்று நரசிம்மன் அறிவுறுத்தியதை அவர் மறக்கவில்லை. அவர் தனது தோளில் கட்டியிருந்த அம்புகளின் அம்பறாத்தூணியின் வாரை இழுத்தார். 'வயதான ராஜசிங் கொல்லத்தில் ஒரு கப்பலைத் தயாராக வைத்திருந்திருக்க வேண்டும்! நாம் சேர துறைமுகத் தலைநகரில் இருந்தோம்! நாம் உடனடியாக கஜினிக்குப் புறப்பட்டிருக்கலாம். அதற்கு பதிலாக, இதோ நாம் புனித யாத்திரையில் இருக்கிறோம். மன்னித்துவிடு ஐயப்பனே!'

இங்கே யாத்ரீகர்களின் பாரம்பரிய கருப்பு உடையில் பக்தர்களின் இருண்ட நிழல்கள், கடவுளான ஐயப்பனுக்கு அர்ப்பணிக்கப்பட்ட மகிமையின் கூக்குரலை உற்சாகத்துடன் கோஷமிட்டபடி, ஆவிகளின் கூட்டத்தைப் போல காட்டில் சறுக்கிச் சென்றன.

சுவாமியே சரணம் ஐயப்பா! நான் ஐயப்பனிடம் தஞ்சம் அடைகிறேன்!

'*ராஜா* ராஜசிங், விஜயன். நீங்கள் சேர ஆட்சியாளரையும் ராஜேந்திர சோழனின் நம்பகமான அடிமையையும் பற்றிப் பேசுகிறீர்கள்,' என்று நரசிம்மன் திருத்தினார். 'மேலும், இங்கு வருவது எனது முடிவு. ராஜசிங்கரின் தர்க்கம் சரியானது.'

ராஜசிங் நரசிம்மனை தனது சோழப் படையை சபரி மலைகளுக்கு திருப்பி விடுமாறு நம்பவைத்திருந்தார். அதற்கான காரணங்கள் நுணுக்கமானவை, ஆனால் முக்கியமானவை.

மேற்கு கடற்கரையில் இருந்த சேர ஆட்சியாளர், பல அரேபியர்களுடன் வர்த்தகம் செய்தார், அவர் துருக்கிய வீரர்களை தங்கள் கப்பல்களில் பாதுகாப்புக்காக நியமித்தார். துருக்கியர்கள் அற்புதமான போர்வீரர்கள் ஆனால் மோசமான மாலுமிகள். தான் பார்த்த எல்லாவற்றிலிருந்தும், சோமேஷ்வர் மற்றும் இக்பால் முஸ்லிம் கலாச்சாரம் மற்றும் துருக்கிய வாழ்க்கை முறை பற்றி நன்கு அறிந்திருந்தனர் என்று ராஜசிங் ஒப்புக்கொண்டார். ஆனால் அவர்கள் வணிகர்களாக எதுவும் செய்ய முடியாத ஒரு விஷயமாக - அவர்களின் தோற்றத்திற்காக - அதைப் பயன்படுத்துவதில் இருந்து தடைசெய்யப்பட்டது. அவர்கள் மிகவும் வெளிப்படையாக இந்தியர்களாகத் தோன்றினர். மேலும் துருக்கியர்கள் முஸ்லிம்களாக இருந்தாலும் கூட, கருமையான சருமம் கொண்ட மக்கள் மீது பெரும் சார்புகளைக் கொண்டிருந்தனர். அவர்கள் ஆப்பிரிக்க முஸ்லிம் மதம் மாறியவர்களை *அபத்,* அதாவது *வேலைக்காரன்* அல்லது அடிமை என்று அழைத்தனர். மேலும் அவர்கள் இந்திய முஸ்லிம் மதம் மாறியவர்களை *பாஸ்மண்டாக்கள்* என்று கேலி செய்தனர், அதாவது *பின்தங்கியவர்கள்* என்று பொருள். வெள்ளை நிறமுள்ள பாரசீக மற்றும் அரபு முஸ்லிம்கள் மட்டுமே துருக்கிய நீதிமன்றங்களில் மிக உயர்ந்த பதவிகளுக்கு உயர அனுமதிக்கப்பட்டனர். கருமையான சருமம் கொண்ட மற்ற முஸ்லிம்களுக்கு, திறமையான போர்வீரர்களாக இல்லாவிட்டால், பொதுவாக கழிப்பறை சுத்தம் செய்தல், வடிகால் பராமரிப்பு, சாலை அமைத்தல் போன்ற வேலைகள் ஒதுக்கப்பட்டன.

எனவே, சோமேஷ்வர் மற்றும் இக்பால், எதிரியைப் பற்றிய அனைத்து புரிதலுக்கும், நிச்சயமாக அவர்களின் வெளிப்படையான நோக்கத்திற்கும், ஒருவர் நம்பும் அளவுக்கு பயனுள்ளவர்களாக இருக்கமாட்டார்கள். அதனால், துருக்கிய தோற்றமுடைய ஆனால் இந்தியாவுக்கு விசுவாசமான இதயம் கொண்ட ஒருவருடன் ராஜசிங் ஒரு சந்திப்பை ஏற்பாடு செய்திருந்தார். சபரி மலைகளில் ஒரு சந்திப்பில் இந்த வழிகாட்டியை சந்திக்க அவர்கள் தயாராக இருந்தனர்.

நரசிம்மனும் விஜயனும் தங்கள் குழுவுடன் புனித யாத்திரை இடத்துக்குப் பயணம் செய்தனர். பின்னர் அவர்கள் தனியாக சந்திப்புக்காகப் புறப்பட்டனர். மீதமுள்ள குழுவை மலைகளின் அடிவாரத்தில் உள்ள ஒரு விருந்தினர் மாளிகையில் விட்டுச் சென்றனர். ஏனென்றால் சக்திவாய்ந்த கட்டமைப்புகள் மற்றும் அதிக ஆயுதம் ஏந்திய மனிதர்களின் ஒரு பெரிய கும்பல் ஒரு புனித யாத்திரை இடத்தில் தேவையற்ற கவனத்தை ஈர்க்கும்.

அவர் சொன்னதைக் கேட்ட பிறகு, விஜயனின் விரக்தியையும் பொறுமையின்மையையும் நரசிம்மன் புரிந்துகொண்டார். ரகசியம் மற்றும் வெளிப்பட்டுவிடும் அபாயம் இருந்தபோதிலும், அவர் தனது மனைவி ஹரிணியிடம் இந்த பணியைப் பற்றிச் சொல்லியிருந்தார். சோம்நாத்தைச் சேர்ந்த இந்த இரண்டு ஆண்களை அவள் ஏற்கனவே அறிந்திருந்தாள், மேலும் அவர்கள் மேற்கொள்ளும் பணியை அவளுடன் பகிர்ந்து கொள்ள வேண்டிய கட்டாயம் ஏற்பட்டது. தளபதி கண்ணீர் மல்க பிரியாவிடை பெற்றார். அவரது மனைவி பணியை முடிக்க எதிர்பார்த்ததைவிட அதிக நேரம் எடுத்தாலும், பாதுகாப்பாகவும் ஆரோக்கியமாகவும் திரும்பி வருவேன் என்ற வாக்குறுதியை அவர் அளித்தார்.

இருப்பினும், சோழ தலைநகரிலிருந்து வெகு தொலைவில் வசித்து வந்த விஜயன் போன்றவர்களுக்கு இது வேறுபட்டது. விடைபெறுதல் அல்லது ரகசிய கடிதப் பரிமாற்றம்கூட சாத்தியமில்லை. அவர்களிடம் ஒப்படைக்கப்பட்ட உன்னதமான கடமையை விரைவாக முடிக்க அவர்கள் ஆர்வமாக இருந்தனர். ஏனெனில் அது விரைவாக வீடு திரும்புவதைக் குறிக்கும்.

சேர பிரதேசத்திற்குள் தங்கள் மாற்றுப்பாதையைப் பற்றி விஜயனின் எண்ணம் நீக்கப்படவில்லை. இது ஒரு தேவையற்ற கவனச்சிதறல் என்று அவர் உண்மையிலேயே நினைத்தார். மேலும், சோழ ஆட்சியாளரிடம் சேர மன்னரின் விசுவாசம் குறித்து அவர் எப்போதும் சந்தேகங்களைக் கொண்டிருந்தார். 'இந்த அமல் நபரைப் பற்றி எனக்கு அவ்வளவு உறுதியாகத் தெரியவில்லை...'

சேர மன்னர் ராஜசிங், நரசிம்மனை அழைத்துச் செல்ல வேண்டும் என்று வலியுறுத்திய 'துருக்கிய தோற்றமுடைய ஆனால் இந்தியாவுக்கு விசுவாசமான' நபர் அமல். மேலும், கொல்லம் போன்ற இராணுவமயமாக்கப்பட்ட கப்பல் கட்டும் தளத்தில் இருந்து பயணம் செய்வதில் உள்ள ஆபத்துகளை சாதுர்யமான சேரர் உணர்ந்திருந்தார்,

இது தற்போதைய காலத்தைப் போல அமைதியான நேரத்தில் செயலற்றதாகவும் காலியாகவும் இருக்கும். அவர்கள் அங்கிருந்து பயணம் செய்தால், சோழப் படை மற்றவர்களால் கவனிக்கப்படும். அதற்கு பதிலாக, அவர் நரசிம்மனுக்கு தனது படைகளை கொச்சியின் பரபரப்பான மற்றும் வழக்கமாக நெரிசலான வணிக நகரத்திலிருந்து யாருடைய கவனத்தையும் ஈர்க்காத ஒரு வணிகப் படகில் கொண்டு செல்லுமாறு அறிவுறுத்தினார். பலுசிஸ்தான் மற்றும் அரபு கடற்கரைக்கு அருகில் கடலில் ரோந்து சென்ற அரபு கடற்படையினருக்கும் வணிகப் படகு எந்த சந்தேகத்தையும் எழுப்பாது. கொச்சிக்கு செல்லும் வழியில் சபரி மலைகளிலிருந்து ராஜசிங்கின் முன்மொழியப்பட்ட முகவர் அமலை அழைத்துச் செல்ல நரசிம்மன் முடிவு செய்திருந்தார்.

'இப்போது வா, என் நண்பரே,' என்று நரசிம்மன் வலியுறுத்தினார், தனது துணையுடன் சரிவில் நீண்ட நடைப்பயணத்தை மேற்கொண்டார். 'அமலை சுட்டிக்காட்டி ராஜசிங் நமக்கு ஒரு உதவி செய்துள்ளார். அவர் வாவர் சன்னதியின் பாதுகாவலர்களில் ஒருவர், மேலும் அந்த சன்னதி ஐயப்பனின் சகோதரியின் வீடு. அமல் ஒரு முஸ்லிம் அறிஞர் மற்றும் கஸ்னாவிட் துருக்கிய மொழி உட்பட பிற மொழிகளில் தேர்ச்சி பெற்றவர். மேலும் அவர் திபெத்தியர் என்பதால், அவர் ஒரு துருக்கியராகவும் நடந்து கொள்ளலாம். அவர் நமக்கு விலைமதிப்பற்றவராக இருப்பார்.'

விஜயன் தலையசைத்தார். அவர் இன்னும் நம்பவில்லை. ஆனால் ஒரு நல்ல சிப்பாயைப் போல, அவர் தனது தளபதியுடன் ஒரு கட்டத்திற்குமேல் வாதிடவில்லை.

இது ஒரு எளிய சந்திப்பாக இருக்கும்,' என்று நரசிம்மன் கூறினார். 'நீங்கள் அறிவதற்கு முன்பே இது முடிந்துவிடும். மேலும், *மகர சங்கராந்தியின்* போது இங்கு இருப்பதில் நமக்கு இருக்கும் நல்ல அதிர்ஷ்டத்தைப் பயன்படுத்திக் கொள்வோம். இது ஒரு நல்ல சகுனம், நம் வெற்றிக்காக நான் இறைவனிடம் பிரார்த்தனை செய்ய விரும்புகிறேன்.'

விஜயன் இந்த முறை இன்னும் உறுதியுடன் தலையசைத்தார், இருவரும் அமைதியாக முன்னேறினர். அவர்கள் மற்ற யாத்ரீகர்களுக்கு அருகில் இருந்தனர், எந்தவொரு சிப்பாயும் எப்போதும் இருப்பதுபோல. ஆனால் பதட்டமில்லாமலும். அவர்கள் தங்களுக்கும் அருகிலுள்ள பக்தர்கள் குழுக்களுக்கும் இடையில் போதுமான இடைவெளி விட்டுச் சென்று, ஏதேனும் இடையூறு ஏற்பட்டால் மக்கள் கூட்டத்தில் கலந்துகொள்ள தயாராக இருந்தனர்.

'நம்மைப் பின்தொடர்கிறார்கள்,' என்று விஜயன் திடீரென்று சாதாரணக் குரலில், முன்னால் பார்த்தபடி, முகபாவனை மாறாமல், தன் தளபதியுடன் வானிலை பற்றி விவாதிப்பது போலச் சொன்னார்.

'நம்மைப் பின்தொடர்பவர்கள் யார் என்று எனக்குத் தெரியும்,' என்று நரசிம்மன் கிசுகிசுத்தார். 'இந்த மனிதர்கள் நம்முடைய பாதையுடன் ஒத்துப்போக பலமுறை தங்கள் பாதையை

மாற்றிக்கொண்டிருக்கிறார்கள், அது ஒரு தற்செயல் நிகழ்வு என்று கூற முடியாது.'

விஜயன் ஒப்புக்கொண்டதாக தலையசைத்தார். 'எனக்குத் தெரியும். இன்று மதியம் நாம் நம் ஆட்களுடன் குடிபெயர்ந்தபோது அவர்களும் ஓய்வு இல்லத்தில் இருந்தார்கள்.'

நரசிம்மன் பதில் சொல்லவில்லை. நேராகப் பார்த்துக்கொண்டே நடந்தார்.

'ராஜசிங்கின் வேலயாக இருக்குமோ, நீங்கள் என்ன நினைக்கிறீர்கள்?' சேரர்கள் மீது பாண்டியருக்கு இருந்த சந்தேகம் தெளிவாகத் தெரிந்தது.

'இல்லை,' நரசிம்மனின் பதில் உடனடியாக இருந்தது. 'அவர் நம்மைக் கொல்ல விரும்பியிருந்தால், கடலில் அதைச் செய்திருப்பார். எந்த சந்தேகமும் அவர் மீது விழுந்திருக்காது. அவர் இதை தனது சொந்தப் பிரதேசத்தில் செய்ய மாட்டார். இது வேறு யாரோ.'

சோழ வீரர்கள் அனைவரையும் ஓய்வு இல்லத்தில் விட்டுச் சென்றதற்கு விஜயன் வருத்தப்பட்டார். நரசிம்மனின் பயங்கரமான போர்வீரர்-புகழை அவர் முன்பே கேள்விப்பட்டிருந்தார். ஆனால் ஒப்பீட்டளவில் சமீபத்தில் கங்கைகொண்ட சோழபுரத்தில் தளபதியை அவர் சந்தித்ததால், அந்த நற்பெயர் எவ்வாறு இப்போது நேரில் பார்ப்பவருடன் பொருந்துகிறது என்பதை அவரால் கணிக்க முடியவில்லை. வன்முறை வெறுத்துப்போன பல சிறந்த வீரர்களைப் பற்றி விஜயன் கேள்விப்பட்டிருந்தார். அவர்கள் நூற்று எண்பது டிகிரி திரும்பி முற்றிலும் அமைதியான, வன்முறையற்ற சைவ உணவு உண்பவராக மாறினர். நரசிம்மன் ஒரு முறை கரப்பான் பூச்சியை மிதிக்கத் தயங்குவதைக்கூட அவர் பார்த்திருந்தார். அனைத்து இந்தியர்களையும் போலவே, விஜயனும் அகிம்சை மனிதர்களைப் போற்றும் அதே வேளையில், அச்சுறுத்தல் வரவிருக்கும் நேரத்தில், விஜயன் தனது பக்கத்தில் நரசிம்மனின் போர்வீரர் அவதாரத்தை விரும்பியிருப்பார். கொடூரமான துருக்கியர்களை எதிர்கொள்ளும்போது நரசிம்மனின் பழைய வடிவம் திரும்பும் என்பதை அவர் அறிந்திருந்தார். ஆனால் தனது சக இந்தியர்களைப் போலவே தோற்றமளிப்பவர்களுக்கு எதிராகவா? ஒருவேளை இல்லை. அவர் இந்த எண்ணங்களை தனக்குள்ளேயே வைத்திருந்தார்.

'உங்கள் உத்தரவு என்ன, ஐயா?' என்று விஜயன் கேட்டார். 'நாம் அவர்களை எதிர்கொள்ள வேண்டுமா?'

'இல்லை,' சோழ தளபதி உறுதியாக பதிலளித்தார். 'நாம் ஒரு ரகசியப் பணியில் இருக்கிறோம். நம் மேல் கவனத்தை ஈர்க்க முடியாது. நாம் அவர்களைப்போலவே நடந்துகொள்வோம். அவர்கள் சண்டையிட்டால், நாமும் சண்டையிடுவோம்.'

'நீங்கள் சொல்வது போல், ஐயா.'

அந்த ஜோடி சிறிது நேரம் அமைதியாக நடந்து சென்றது, ஆனால் வழக்கத்திற்கு மாறாக எதையும் சந்திக்கவில்லை. அவர்கள்

இறுதியாக ஐயப்பன் கோவிலின் பிரமாண்டமான கல் நுழைவாயிலை அடைந்து உச்சியைத் தொட்டனர்.

அது ஒரு பெரிய கருங்கல் அமைப்பாக இருந்தது, அதைச் சுற்றி உயரமான யானை வடிவ பீடங்கள் இருந்தன, அவை பெரிய நெருப்பு கிண்ணங்களுடன் கூடியவை. நுழைவாயிலில் கோவிலின் தலைமை தெய்வத்தின் அழகிய மூர்த்தி - ஐயப்பன், ஒரு கர்ஜிக்கும் புலியின் அருகே உயரமாக நின்றார். அவரது தலை பெருமையுடனும் மன உறுதியுடனும் உயர்ந்தது. அவர் ஒரு கையில் ஒரு வில்லையும், மறுபுறம் மூன்று அம்புகளையும் வைத்திருந்தார்.

கோயில் வளாகத்தின் சுற்றளவில் குதிரையில் இருந்த கோயில் காவலர்கள் இருந்தனர். கால்களில் ரோந்து சென்ற காவலர்கள் பக்தர்களை மரியாதையுடன் ஒரு ஒழுங்கான வரிசையில் செல்ல வழிநடத்தினர். வாயிலின் உள்ளே அனுமதிப்பதற்கு முன்பு பக்தர்களிடம் அவர்கள் கேள்வி கேட்பதை சோழ நிலங்களைச் சேர்ந்த இரண்டு பேரும் கவனித்தனர். ஒரு உயிருள்ள யானை நுழைவாயிலில் நின்று, அதன் பாகனின் அறிவுறுத்தலின்படி, தன் தும்பிக்கையை உயர்த்தி, ஒவ்வொரு பக்தரின் தலையிலும் மெதுவாக வைத்து, அவர்கள் உள்ளே நுழையும்போது அவர்களை ஆசீர்வதித்தது.

“நாம் கிட்டத்தட்ட வந்துவிட்டோம்,” என்று கிசுகிசுத்தார் நரசிம்மன், பழங்கால கோயிலின் வாயிலில் அடைக்கப்பட்டிருந்த பக்தர்களின் கூட்டத்திற்கு இடையில் இடம் தேடிக்கொண்டிருந்தார். “முதலில் தெய்வீக அருளைப் பெறுவோம். பின்னர் நாம் வாவர் சன்னதிக்குச் செல்வோம்.”

பின்தொடர்ந்தவர்கள் பின்தங்கியதாகத் தோன்றியது. ஒருவேளை அது ஒரு தவறான எச்சரிக்கையாக இருக்கலாம். ஆனால் நரசிம்மனின் உள்ளுணர்வு இன்னும் அவரை எச்சரித்துக்கொண்டே இருந்தது.

‘ஆனால் பதினெட்டு புனிதப் படிகளில் நாம் ஏற முடியாது,’ என்று விஜயன் கூறினார். கண்டிப்பான நாற்பத்தொரு நாள் விரதத்தைச் செய்தவர்கள் மட்டுமே கருவறைக்குச் செல்லும் பதினெட்டு படிகளில் ஏற அனுமதிக்கப்பட்டனர். நரசிம்மனும் விஜயனும் தவம் செய்யவில்லை. விஜயன் கடந்து செல்லும்போது ஒரு பளபளப்பான செப்புத் தூணைக் கவனித்தார்.

’நிச்சயமாக, ஏறவே கூடாது,’ என்று அதே பளபளப்பான செப்புத் தூணைப் பார்த்துக் கொண்டிருந்த நரசிம்மன், மிகவும் பளபளப்பாக இருந்ததால், அது அவர்களுக்குப் பின்னால் இருந்த காட்சியை நன்றாகப் பிரதிபலித்தது. ‘நம் நண்பர்கள் ...’

‘... சில நண்பர்கள் நம்மை கண்டுபிடித்துவிட்டார்கள்,’ என்று விஜயன், நரசிம்மனின் வாக்கியத்தை முடித்தார், பின்தொடர்பவர்களின் எண்ணிக்கையை விரைவாக எண்ணினார். ‘அவர்கள் ஒரு கூட்டமாக இருக்கிறார்கள். பதினான்கு பேர்.’

'ம்ம்,' என்றார் நரசிம்மன்.

விஜயன் கண்களைச் சுருக்கிக் கொண்டார். 'இந்தக் கூட்டத்திலும், அந்த முரட்டுத்தனமான கோயில் காவலர்களைச் சுற்றியும் அவர்கள் நம்மைத் தாக்குவார்கள் என்று நான் நினைக்கவில்லை.' அவர் திடீரென்று முதுகை நிமிர்த்தினார். 'அவர்களில் ஒருவர் அமலாக இருந்தால் என்ன செய்வது? நாம் தேடுபவர் நம்மைத் தேடி வந்தால் என்ன செய்வது? நம்மை அளவிடுகிறார்களா?'

'சாத்தியம் ...' என்று நரசிம்மன் ஒப்புக்கொண்டார். 'ஆனால் அவர் இங்கே இல்லை, வாவர் சன்னதியில் நம்மைச் சந்திக்க வேண்டும். எனவே நம் ஆளை கைவிட வேண்டாம் ...'

'ஆம், ஐயா.'

கூட்டத்திற்குள் மறைந்து ஏதாவது நடப்பதுவரை காத்திருக்கும் யோசனை விஜயனுக்குப் பிடிக்கவில்லை. ஆனால் அவர்களுக்கு வேறு வழியில்லை.

அந்த இரண்டு பேரும் பாம்பு போன்று செல்லும் யாத்ரீகர்களின் வரிசையில் நுழைந்து மெதுவாக கோயில் வாசலை நோக்கி முன்னேறினர். பல பக்தர்கள் ஆயுதம் ஏந்தியிருந்தனர். புலிகள், சிறுத்தைகள் மற்றும் பிற இரை பிடிக்கும் விலங்குகளின் தாயகமாக இருந்த இந்த அடர்ந்த காடுகளில் இது ஒரு பொதுவான நடைமுறை.

நாம் ஒரு வலையில் சிக்கிவிட்டோமா? நரசிம்மன் தலையை ஆட்டினார். அவர் ராஜசிங்கை நம்பினார், ஒரு எளிய காரணத்திற்காக - ராஜேந்திர சோழன் சேர மன்னனை நம்பினார். சோழப் பேரரசர் விதிவிலக்கான மனிதர்களை கணிப்பவராக இருந்தார். மேலும், ராஜசிங் ஒரு சிறந்த சிவ பக்தர் என்பது அனைவருக்கும் தெரியும். அதற்குமேல் கஜினியின் முகமதை குறிவைக்கும் பணியை இயல்பாகவே ஆதரிப்பார். மிகவும் உறுதியாக, அமலின் தொழில், இந்தியாவில் உள்ள அனைத்து மதங்களையும் சேர்ந்த பொதுவான பின்பற்றுபவர்களிடையே நிலவிய நட்பு, நல்லிணக்கம் மற்றும் சகோதரத்துவத்தின் அடையாளமாக இருந்தது. தலைமுறை தலைமுறையாக மிகுந்த விசுவாசத்துடனும் அர்ப்பணிப்புடனும் ஐயப்பனை வணங்கி வந்த முஸ்லிம்களின் வம்சாவளியைச் சேர்ந்தவர். சபரிமலை இறைவனின் புகழ்பெற்ற முஸ்லிம் பக்தரான வாவரின் வம்சாவளியைச் சேர்ந்தவர். முன்னூறு ஆண்டுகளுக்கு முன்பு அந்த பயங்கரமான அரபு கடற்படை படையெடுப்பிலிருந்து வாவர் இந்த கோயிலைப் பாதுகாத்தார். தனது சொந்த இஸ்லாமிய நம்பிக்கையைப் பின்பற்றினாலும், இந்து நம்பிக்கையைப் பாதுகாப்பதாக சத்தியம் செய்யப்பட்ட ஒரு வம்சாவளியைச் சேர்ந்தவர் அமல். எதிரியின் நம்பிக்கையைப் பகிர்ந்து கொள்ளலாம், ஆனால் அவர் இந்தியாவின் மகன்.

இது வேறு ஏதாவது விஷயமாக இருக்கலாம்...

'*சுவாமியே சரணம் ஐயப்பா! சுவாமியே சரணம் ஐயப்பா!*' கூட்டம் இப்போது வெறித்தனமாக இருந்தது, நுழைவாயிலில் இருந்த காவலர்கள் இன்னும் பல அடி தொலைவில் இருந்தனர்.

‘இந்த வருடம் கொஞ்சம் மெதுவாகப் போகிறது, இல்லையா?’ அவர்களுக்குப் பின்னால் இருந்து ஒரு அமைதியான குரல் வந்தது. சோழபுரத்தைச் சேர்ந்த ஆண்கள் தங்கள் தோள்களுக்கு மேல் பார்த்தார்கள், அவர்களின் தசைகள் இறுக்கமாக இருந்தன. அவர்களுக்குப் பின்னால் ஒரு உயரமான, பருமனான பக்தர் நின்று கொண்டிருந்தார், அவர் ஒரு இனிமையான புன்னகையுடனும் வெறுப்புடனும் இருந்தார். அவர் அவர்களைப் பின்தொடர்ந்து வந்த குழுவில் இல்லை. அவரது சுத்தமாக மொட்டையடிக்கப்பட்ட முகம் கடும் வானிலையால் தாக்கப்பட்டதுபோல இருந்தது. நரசிம்மனைப் போலவே கிட்டத்தட்ட உயரமான அந்த மனிதர் மற்ற யாத்ரீகர்களைப் போலவே கருப்பு வேட்டி மற்றும் கழுத்தில் மணிகள் பதித்த ருத்ராட்ச மாலைகளை அணிந்திருந்தார்.

‘பொதுவாக, வாயில்களில் காவலர்கள் யாரும் இருப்பதில்லை,’ என்று புதியவர் ஒரு தேவையற்ற விளக்கத்தை அளித்தார். அவர் அன்பாக, மிகவும் அன்பாகப் பேசினார். அது அமைதியற்றதாக இருந்தது. ‘மக்கள் தங்கள் விருப்பப்படி வந்து செல்வார்கள்.’

நரசிம்மன் அவரது கண்களை அன்பாகப் பார்த்து புன்னகைத்தார், பின்னர் திரும்பிச் சென்றார். சோழ வீரர்கள் அபாயம் வருவதை உணர்ந்தனர். அவர்கள் தங்கள் வாள்களின் பிடியில் கைகளை ஊன்றினர். தயார்.

ஒருவேளை இந்த மனிதனும் அவர்களைத் துரத்துபவர்களுடன் வேலை செய்து கொண்டிருக்கலாம்... எனவே இப்போது, பதினைந்து எதிரிகள் இருக்கலாம்.

நரசிம்மன் முகம் சுளித்து, அந்த மனிதனின் உச்சரிப்பை உணர முயன்றார். அது விசித்திரமாகப் பரிச்சயமானது. ஆனால் மர்ம மனிதன் அடுத்துப் பேசிய வார்த்தைகள், இருவரையும் அதிர்ச்சிக்குள்ளாக்கியது... ஒரு பயங்கரமான ஆனால் அமைதியான குரலில் கூறப்பட்ட அமில வார்த்தைகள்.

‘உங்களுக்கு கோபம் வரவில்லையா? ராஜேந்திர சோழனின் வெறிபிடித்த நரக வேட்டைக்காரனான நரசிம்மனை ஒரு தெருக் குரங்கு போல காத்திருக்க வைக்க இந்தக் காவலர்களுக்கு எவ்வளவு தைரியம்? பழிக்கப்பட்டவரின் கோபத்தில் இந்த மனிதர்களைக் கொல்ல நீங்கள் எழுந்து செல்ல மாட்டீர்களா?’

இருவரும் திகைத்துப் போனார்கள். அவர்களின் போர்வை விலகிவிட்டது. காட்டு வேகத்துடனும் திருட்டுத்தனத்துடனும், அவர்கள் ஒற்றுமையாகச் சுற்றினர். நரசிம்மன் அந்த மனிதனின் தோளில் ஒரு சக்திவாய்ந்த பிடியை கைகளால் செய்தார். நட்பான சைகை அந்நியனின் முகத்திலிருந்து நிறத்தைக் குறைத்தது, அவனது புன்னகைக்கு பதிலாக ஒரு ஆச்சரியமான முகபாவனை வந்தது. அவன் தன் இடுப்புவாரில் அடைத்திருந்த கத்தியை இழுத்தான், ஆனால் விஜயன் உடனடியாக அவன் கையைப் பிடித்து ஒரு வேகமான அசைவில் அதை முறுக்கி, கத்தியின் தட்டையான, குளிர்ந்த எஃகை ஊடுருவியவரின் முதுகில் அழுத்தினார்.

'பெருமாள், என் நண்பனே!' என்று நரசிம்மன் ஒரு புன்னகையுடன், ஒரு சீரற்ற பெயரைப் பயன்படுத்தி, கூட்ட நெரிசலில் இருந்த அந்த மனிதனை இழுத்துச் சென்றார். 'இவ்வளவு வருடங்களுக்குப் பிறகு உன்னை இங்கே சந்திப்பது அருமை. நாம் பேசுவோம்!'

அவர்களின் ரகசியப் போர்வை வெளிப்பட்டது எப்படி என்பதை அவர் தெரிந்து கொள்ள வேண்டும், யார் பொறுப்பு என்பதைக் கண்டுபிடிக்க வேண்டும்.

'ஆம், பெருமாள்,' விஜயன் கடித்த பற்களுக்கு இடையில் இருந்து சீறி, அந்த மனிதனின் மணிக்கட்டை இறுக்கி அதை முறுக்கினார். கத்தி கீழே விழுந்தது. விஜயன் அதை தன் காலால் ஈரமான பூமியில் புதைத்தார்.

கூட்ட நெரிசலில் சிக்கியவர்களைத் தடுத்து, அந்த மனிதர்கள் வளைந்து நெளிந்து, சிறைபிடிக்கப்பட்டவரின் தோழர்களைத் தடுத்தனர். கூட்டத்தை விட்டுவிட்டு, அவர்கள் விரைவில் அடர்ந்த, ஊடுருவ முடியாத காட்டுக்குள் நுழைந்தனர். அவர்களுக்குப் பின்னால், அடக்கப்பட்ட மனிதனின் கூட்டாளிகள் பக்தர்களின் கடலில் அவர்களின் தலைவரை அவசரமாகத் தேடினர். ஆனால் சிறைபிடிக்கப்பட்டவர்களும் சிறைபிடித்தவர்களும் இரவில் மறைந்துவிட்டனர்.

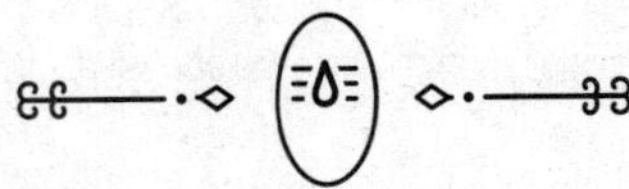

அத்தியாயம் 8

இரக்கம் ஒரு கத்தி

சேர பிரதேச பூங்காவின் காடு

கோயில் விளக்குகள் மற்றும் யாத்ரீகர் நடைபாதையின் மங்கலான இடத்திலிருந்து விலகி, ஆண்கள் ஒரு புல்வெளிச்சத்தில் நின்றனர், அதில் அடர்ந்த மரங்கள் சிலவற்றின் வழியாக நிலா வெளிச்சம் ஊடுருவியது. விஜயன் அந்த மனிதனின் அங்கவஸ்திரத்தை பயன்படுத்தி ஒரு உயரமான, மெல்லிய மூட்டி பழ மரத்தில் அவனது கைகளைப் பாதுகாப்பாகக் கட்டினார். மரத்தின் பிரதான தண்டில் புள்ளியாக இருந்த ரோஜா நிற பழங்களின் கசப்பான சாறு, ஊடுருவியனின் வேட்டியை நனைத்து, அவனது கால்களில் இருந்து இரத்தம் கசிவது போன்ற கொடூரமான தோற்றத்தை அளித்தது. ஆயுதம் இல்லாதபோதும், அந்த மனிதன் போராடிய விதம், அவன் ஒரு பயிற்சி பெற்ற வீரன் என்பதை நரசிம்மனுக்கும் விஜயனுக்கும் தெளிவுபடுத்தியது. ஆனால் நிச்சயமாக சோழர் அல்ல. மேலும் அவன் உயிருடன் இருக்கும் மிகவும் கொடூரமான வீரர்களில் ஒருவரான நரசிம்மனுக்கு இணையாக இல்லை. குறிப்பாக இப்போது சோழ தளபதி தனது போர்த்திறமையை மீட்டெடுத்த நிலையில்.

நரசிம்மன் தனது சக்திவாய்ந்த முன்கையை ஊடுருவியனின் மார்பில் திணித்து, அவனை மரத்தில் அழுத்தினார். மரத்தைச் சுற்றி கைகள் பின்னால் கட்டப்பட்ட நிலையில், எதிரி அசையாமல் நின்றான். சோழ தளபதி தன் கத்தியை உருவி எதிரியின் தொண்டையில் வைத்தார், அதே நேரத்தில் விஜயன் தன் அம்பறாத்தூணியிலிருந்து ஒரு அம்பை எடுத்து அதை தன் வில்லின் நாணில் குத்தினான். அவர் திரும்பிப் பாதுகாப்புடன் நின்று, எதிரியின் துணைவர்களைத் தேடிக் கொண்டிருந்தார்.

'பேசு,' நரசிம்மன் அச்சுறுத்தும்விதமாகக் கேட்டார். 'நீ யார்? என் பெயர் உனக்கு எப்படித் தெரியும்? நீயும் உன் ஆட்களும் ஏன் எங்களைப் பின்தொடர்ந்தீர்கள்? நீ அமலா? நீ அமலுக்கு வேலை செய்கிறாயா?'

கைதி ஆணவத்துடன் சிரித்தான். 'அமல் யார்?'

நரசிம்மன் தன் கத்தியின் முனையால் அந்த மனிதனை முதுகில் அடித்தார். 'என் பெயர் உனக்கு எப்படித் தெரியும்?'

அந்த மனிதன் சிறிது இரத்தத்தைத் துப்பினான். அவன் நரசிம்மனைப் பார்த்தான், அவனது உடலின் ஒவ்வொரு துளையிலிருந்தும் வெறுப்பும் ஆத்திரமும் வழிந்தது. 'உன் பெயர் யாருக்குத் தெரியாது? உன் காட்டுமிராண்டித்தனமான இரத்த வெறியும் துன்புறுத்தலும் யாருக்குத் தெரியாது?'

விஜயன் தங்கள் கைதியைப் பார்க்கத் திரும்பவில்லை. எதிரியின் கூட்டாளிகள் எங்கிருந்து தாக்குவார்கள் என்பதைப் பார்க்க அவரது கண்கள் முன்னோக்கி இருந்தன. நரசிம்மன் ஒரு காலத்தில் எவ்வளவு கொடூரமானவர் என்பதை அவர் கேள்விப்பட்டிருந்தார். ஆனால் தளபதியை அறிந்ததிலிருந்து அவர் அதைப் பார்த்ததில்லை.

நரசிம்மன் தனது எதிரியை உற்றுப் பார்த்தார், அவரது கண்கள் சீராகவும் இரக்கமற்றதாகவும், அவரது தொனி அச்சுறுத்தும் விதமாகவும் இருந்தன. 'உன் இழிவுகளுக்கு எந்த பயனும் இல்லை. ஒரு தொல்லை தரும் எலியைப் போல வெட்டுவதற்கு முன், எனக்கு சில பயனுள்ள தகவல்களைக் கொடு துஷ்டனே.'

விஜயனின் இரத்தம் குளிர்ந்தது. அது வெறும் வார்த்தைகள் அல்ல. அது அந்த தொனி. அவர் தன் தளபதியை இப்படி ஒருபோதும் பேசுவதைக் கேட்டதில்லை. சோழனின் எதிரிகள் நரசிம்மனுக்கு ஏன் இவ்வளவு பயப்படுகிறார்கள் என்பது இப்போது அவருக்குப் புரிந்தது. ஆனால் ஒரு நல்ல சிப்பாயைப் போல, அவர் கண்களை சரியான திசையில் செலுத்தினார். முன்னால் இருந்த மரங்களை நோக்கினார். அவர்களின் கைதியின் தோழர்கள் அவரைத் தேடுவார்கள்.

"நீ இன்றே இறந்துவிடுவாய், நரசிம்மன். வாதாபி ஆட்சி செய்வான்! சத்தியாஷ்ரயத்திற்குப் பழிவாங்கப்படும்!" என்று கூறினான்.

நரசிம்மன் திகைத்துப் போனார்.

சத்யாஷ்ரய... சாளுக்கியர்கள்... நம் நிலங்களில்? இவ்வளவு ஆழமாக?!

சோழர்களும் சாளுக்கியர்களும் இரண்டு தசாப்தங்களுக்கும் மேலாக, அவ்வப்போது போரிட்டுக் கொண்டிருந்தனர். முதல் போர்கள் கி.பி.1008இல் நடந்தன... அப்போதைய பட்டத்து இளவரசர் ராஜேந்திர சோழன், சாளுக்கியப் பேரரசர் சத்யாஷ்ரயனுடன் ஆண்டு முழுவதும் தொடர்ச்சியான பேரழிவுப் போர்களில் போரிட்டார், கடைசிப் போர் கிருஷ்ணா நதிக்கரையில் உள்ள தோனூரில்

நடந்தது. ராஜேந்திர சோழன் சத்தியாஷ்ரயனை போரில் கொன்றார், மேலும் அந்தப் பகுதியை பாதித்த மிகவும் வன்முறை மோதல்களில் ஒன்று சாளுக்கியர்களின் தோல்வியுடன் முடிந்தது. அவர்கள் ஒரு தசாப்தத்திற்கும் மேலாக தங்கள் காயங்களை அசைபோட்டு, கி.பி. 1019இல் மீண்டும் சோழர்களைத் தாக்கினர். ராஜேந்திர சோழன் கடுமையாகப் போரிட்டார். அவரது தளபதி தெற்கு சாளுக்கிய நிலங்கள் வழியாக ஒரு கொடூரமான தாக்குதலை நடத்தி, இரத்தக்களரியும் அதிர்ச்சியூட்டும் பிரமிப்பு படையெடுப்பில் எதிரிகளை மீண்டும் சரணடையச் செய்தார். சோழர்கள் அப்போதைய சாளுக்கிய இராஜ்ஜியத்தின் பெரும்பகுதியை இணைத்துக்கொண்டனர். பின்னர் சாளுக்கியர்கள் தங்கள் தலைநகரான வாதாபிக்கு பின்வாங்கினர், மேலும் ஒரு தசாப்த காலம் அமைதி ஆட்சி செய்தது.

இந்தத் தொடர் போர்கள் இந்திய துணைக்கண்டத்தின் தெற்குப் பகுதியில் ஒரு தீர்க்கமான சோழ மேலாதிக்கத்தை அமல்படுத்தின. இது நரசிம்மன் என்ற ஒரு கடுமையான இளம் சோழ வீரனின் எழுச்சியையும் பறைசாற்றியது, அவர் முதலில் கி.பி.1008இல் வெறும் துணைத் தலைவராக சாளுக்கியர்களுக்கு எதிராக துணிச்சலுடனும் கடுமையாகவும் போராடினார், அப்போது அவர் ராஜேந்திர சோழனின் கண்களில் பட்டார். பின்னர் கி.பி.1019இல், சாளுக்கிய நிலங்கள் வழியாக இரத்தக்களரி தாக்குதலின்போது சோழப் படையைத் தளபதியாக வழிநடத்தியபோது. அவர்கள் நரசிம்மனை வெறுத்ததில் ஆச்சரியமில்லை.

நரசிம்மனுக்கு ஏற்பட்ட எண்ணம் தெளிவாகத் தெரிந்தது. *அவர்களின் கடைசி தோல்வியிலிருந்து ஒரு தசாப்தம் கடந்துவிட்டது. சாளுக்கியர்கள் நமக்கு எதிராக மற்றொரு போரை திட்டமிடுகிறார்களா? என் படை பற்றி அவர்களிடம் யார் சொன்னார்கள்? எங்கள் இருப்பிடத்தை வெளிப்படுத்தினார்களா?*

சாளுக்கிய சிப்பாய் நரசிம்மனின் ஒரு கேள்விக்குத் தானே பதிலளித்தான். 'கொல்லத்தில் உங்களைப் பார்த்தது ஐயப்பனின் ஆசிர்வாதம். உங்கள் முகத்தை என்னால் ஒருபோதும் மறக்க முடியாது. நீங்கள் என் தோழர்கள் அனைவரையும் கொடூரமாகக் கொன்றீர்கள். நீங்கள் என்னை உயிருடன் விட்டுவிட்டீர்கள்... நீங்கள் கேலி செய்தீர்கள்...'

எனக்கு நினைவிருக்கிறது...

'ஆமாம்...' நரசிம்மன் குறுக்கிட்டு, உறுமினார். இரத்தவெறி பிடித்த போர்வீரன், குற்ற உணர்வு மற்றும் வருத்தத்தின் அடுக்குகளின்கீழ், ஆழமாக புதைந்து, மெதுவாக மீண்டும் வெளிப்பட்டான். ஏனென்றால், நீண்ட காலத்திற்குப் பிறகு, கொல்லத் தகுதியானவன் என்று அவர் நம்பிய ஒரு மனிதன் அவர் முன் நின்றான். 'எனக்கு நினைவிருக்கிறது... நான் சொன்னேன் என்று நினைக்கிறேன் — எலிகள் இன்னும் தங்கள் படுக்கைகளை நனைக்கும் போது நான் கொல்ல மாட்டேன் என்று நான் சொன்னேன்... ஒருவேளை நீ இப்போது கொல்லத் தகுதியானவனாக இருக்கலாம்.'

சாளுக்கிய சிப்பாய் கோபத்தில் பற்களைக் கடித்தான். *இறுதியாக அவனுக்கு நினைவுக்கு வருகிறது... இப்போது அவனைக் கொல்ல வேண்டிய நேரம் இது.*

அந்த நேரத்தில், நரசிம்மன் சாளுக்கியனின் குரல்வளையைக் கடுமையாகத் தாக்கினார். அவரது கத்தியின் முனையால் ஒரு கொடூரமான அடி. குரல்வளை தொண்டையில் ஒரு சுரப்பி, இது தைராய்டு குருத்தெலும்பினால் ஆனது. இது குரல் நாண்கள் உட்பட, குரல்வளையின் சுவர்கள் மற்றும் முன் பகுதியைப் பாதுகாக்கிறது. இவை அனைத்தும் கொடூரமாக நசுக்கப்பட்டன.

'நீ உன் தோழர்களைக் கத்திக் கூப்பிட திட்டமிட்டிருந்தாய், இல்லையா, எலி?' நரசிம்மன் கொடூரமாகச் சிரித்தார்.

சிப்பாய் வலியால் துடித்துக் கொண்டிருந்தான், ஏதோ சத்தம் எழுப்ப கடுமையாக முயன்றான். ஆனால் அவனது அழிக்கப்பட்ட குரல்வளையால் எதுவும் செய்ய முடியவில்லை.

'அவரைக் கொல்லுங்கள், தளபதி,' விஜயன் மெதுவாக சீறினார். 'ஐயப்பனின் ஆசியால்தான் கொல்லத்தில் நம்மைப் பார்த்ததாக அவன் கூறினான். அவர்கள் நம்மைக் கண்டுபிடித்தது தற்செயல் நிகழ்வு. நம் படையைப் பற்றிய எந்த உளவுத் தகவலும் அவர்களிடம் இல்லை. நம் பணி பாதுகாப்பானது. நாம் அவனை விரைவாகக் கொன்று இங்கிருந்து வெளியேற வேண்டும்.'

'ஒருவேளை...' என்று நரசிம்மன் கிசுகிசுத்தார், சாளுக்கியனை விட்டு ஒருபோதும் கண்களை எடுக்கவில்லை.

'தளபதி...'

'இந்த பூச்சியால் இனி பேச முடியாது, எப்படியிருந்தாலும்,' என்றார் நரசிம்மன்.

நரசிம்மன் தனது துணிச்சலான இடது கையால் சாளுக்கியனின் நெற்றியை மரத்தின் மீது தள்ளி, தனக்குத் தாக்க ஒரு தடையற்ற இடத்தைக் கொடுத்தார். பின்னர், மிக மெதுவாக, ஒரு அறுவை சிகிச்சை நிபுணரின் வெட்டுத் திறன்களுடன், அவர் தனது கத்தியால் எதிரியின் தொண்டையை வெட்டினார். கழுத்தின் வலது விளிம்பிலிருந்து, ஒரு மாசற்ற வட்ட வெட்டு மூலம், இடது வரை. ஆழமானது. மிகவும் ஆழமாக, அவர் கழுத்து நரம்புகளை மட்டுமல்ல, கழுத்து நாளம் மற்றும் இதயத்தின் இரத்தக் குழாய் தமனிகளையும் வெட்டினார். இடது மற்றும் வலது இரண்டும். ஒரு நீரூற்றில் இருந்து இரத்தம் பீறிட்டு வெளியேறியது, நரசிம்மனின் முகத்தை அடர் சிவப்பு நிறத்தில் குளிப்பாட்டியது.

விஜயன் திரும்பிப் பார்த்து அந்தக் கொடூரமான காட்சியைக் கண்டார். இரத்தக்கறை படிந்த, உண்மையில் இரத்தத்தில் நனைந்த நரசிம்மன். வாழ்க்கையில் முதல் முறையாக, அவர் மிகுந்த பயத்தை உணர்ந்தார். 'தளபதி... இங்கிருந்து வெளியேறுவோம்...'

நரசிம்மன் அங்கவஸ்திரத் துணியை அவிழ்த்தார். சாளுக்கியனைக் கட்டப் பயன்படுத்தப்பட்ட ஒன்று. உயிரற்ற உடல்

தரையில் சுருண்டது. பின்னர் அவர் முகத்தையும் கத்தியையும் துடைக்க அதே அங்கவஸ்திரத்தைப் பயன்படுத்தினார். அவர் குரல் அமைதியாக இருந்தது. 'இல்லை. மீதமுள்ளவர்களை நாம் வேட்டையாட வேண்டும். நமக்கு பதில்கள் தேவை. அவர்களுக்கு எவ்வளவு தெரியும்?'

'தளபதி...'

நரசிம்மன் விஜயனை சோர்வாகப் பார்த்தார்.

'உங்கள் கட்டளைப்படி, ஐயா' என்றான் விஜயன்.

அவர்கள் மூன்று மணி நேரத்திற்கும் மேலாக வேட்டையாடி வந்தனர். கோயிலில் வரிசையில் நின்ற நரசிம்மனை எதிர்கொண்ட ஒருவன் உட்பட, சோழப் படையைக் கண்டுபிடித்து கண்காணித்த குழுவில் பதினைந்து சாளுக்கிய வீரர்கள் இருந்தனர். அணியில் இப்போது இரண்டு பேர் மட்டுமே உயிருடன் இருந்தனர்.

நரசிம்மன் பதின்மூன்று பேரை, ஒவ்வொருவராக முறையாக வீழ்த்தினார். விலங்குகளின் குரல்கள் மற்றும் கூச்சல்கள் மூலம் மந்தையை ஒருவருக்கொருவர் பிரித்தல்போல. சிறுத்தையின் வேகத்துடனும், சிறுத்தையின் அமைதியுடனும் சரியான நேரத்தில் நகர்தலைபோல. கொன்று, இருளில் பின்வாங்குதலைபோல. தனது தளபதி கட்டளையிட்டபடி, விஜயன் சில முறை உதவி செய்தார், ஆனால் அவர் பெரும்பாலும் நிழலில் பின்னால் சென்று, நரசிம்மனைப் பார்த்துக் கொண்டிருந்தார், சில சமயங்களில் பிரமிப்புடனும், மற்ற நேரங்களில் பயத்துடனும். கொல்லும் திறன்களை ஒரு கலைப் படைப்பு என்று அழைக்க முடியாத அளவுக்கு சிறந்ததை ஒருபோதும் பார்த்ததில்லை.

'தளபதி...' விஜயன் மெதுவாகச் சொன்னார்.

'ம்ம்.'

'இரண்டு உயிர் பிழைத்த வீரர்களும் முன்னால் இருக்கிறார்கள்.'

'என்னால் அவர்களைப் பார்க்க முடிகிறது.'

'தளபதி, நான் உரிமையுடன் பேசலாமா...'

'ம்ம்.'

'முதலில் வந்தவனைத் தவிர வேறு எவனையும் எந்தக் கேள்வியும் நாம் கேட்கவில்லை. நாம் அனைவரையும் கொன்றுவிட்டோம். என்ன பயன்? அவர்களில் பதின்மூன்று பேர் இப்போது இறந்துவிட்டனர். அவர்களைப் பற்றி நமக்கு இன்னும் எதுவும் தெரியாது... அதாவது...'

'யாராவது நம்மை முதுகில் இருந்து தாக்க முடியும் என்று தெரிந்தால் நாம் கேள்விகள் கேட்க முடியாது. அவர்கள் அனைவரும் வில் மற்றும் அம்புகளை ஏந்தியவர்கள்.'

விஜயன் அமைதியாக இருந்தார்.

‘இது போன்ற சூழ்நிலையில், மற்றவர்கள் எங்கே என்று தெரியாதபோது, முதலில் வந்தவரிடம் கேள்வி கேட்டிருக்கலாம். அல்லது மற்றவர்கள் அனைவரும் இறந்துவிட்டபோது, கடைசியாக வந்தவரிடம் கேட்கலாம்.’

விஜயன் தலையசைத்தார்.

‘நான் இடதுபுறம் வெகுதூரம் நகர்கிறேன். நான் ஒரு பறவை கூக்குரலை எழுப்பும்போது, சாளுக்கியனை நோக்கி வலதுபுறமாக அம்பை விடுங்கள். அவரது தொண்டை வழியாக.’

‘சரி, ஐயா,’ விஜயன் கூறினார். இடதுபுறத்தில் இருந்த சாளுக்கியன்தான் கட்டளைகளை வழங்குகிறான் என்பதை மங்கலான நிலவொளியில் அவரால் பார்க்க முடிந்தது. எனவே வலதுபுறத்தில் இருந்தவனைக் கொல்வது தர்க்கரீதியானதாகத் தோன்றியது, ஏனென்றால் அவனுக்கு குறைவாகவே தெரியும்.

நரசிம்மன் சத்தம் இல்லாமல் நழுவினார். தனது தளபதியைப் போன்ற ஒரு பெரிய மனிதர் இவ்வளவு திருட்டுத்தனமாக எப்படி நகர முடியும் என்பது விஜயனைக் கவர்ந்தது. அவர் சத்தம் எழுப்பாமல், தனது அம்பறாத்தூணியிலிருந்து மெதுவாக ஒரு அம்பை எடுத்தார். அம்பை தனது வில்லில் பூட்டி இலக்கை நோக்கிச் செலுத்தக் காத்திருந்தார்.

பின்னர் அது வந்தது. பறவைக் கூச்சல். ஆனால் அது மிகவும் கச்சிதமாக இருந்தது. ஒருவேளை அது ஒரு உண்மையான பறவையாக இருக்கலாம். விஜயன் குழப்பமடைந்தார். அவர் காத்திருந்தார். அவரது தளபதி இன்னும் சரியான இடத்தை அடையவில்லை என்றால் என்ன செய்வது? அவர் மேலும் கேட்க சிரமப்பட்டார். மங்கலான நிலவொளியில் சாளுக்கியர்கள் ஒருவரையொருவர் பார்த்துக் கொண்டிருப்பதை அவரால் பார்க்க முடிந்தது. இடதுபுறத்தில் இருந்தவன் வலதுபுறத்தில் இருந்த வீரனிடம் ஏதோ கிசுகிசுத்துக் கொண்டிருந்தான். அவர்கள் நகரப் போவது போல் தோன்றியது. கடைசியாக இருந்ததைவிட பொறுமையற்ற மற்றொரு பறவைக் கூச்சல் கேட்டது. உடனடியாக, விஜயன் வில்லின் நாணை இழுத்து அம்பை வெளியிட்டு, அவர் செய்தபடியே அம்பின் முனையை அசைத்தார். ஏவுகணை ஒரு நேர்கோட்டில் பறந்து, அதன் அச்சில் சுழன்று, மோதியது. வலதுபுறத்தில் இருந்த சாளுக்கிய வீரனின் தொண்டைக்குள். அவன் கழுத்தின் மறுபக்கத்தில் அம்புக்குறி வெளிப்பட்டது, தண்டு உள்ளே ஆழமாகப் புதைந்தது. சிப்பாய் சரிந்து, தொண்டையைப் பிடித்துக்கொண்டு, தனது சொந்த இரத்தத்தில் மூழ்கத் தொடங்கினான்.

இடதுபுறத்தில் இருந்த சாளுக்கிய வீரன் உடனடியாக தரையில் விழுந்தான், அவன் கால்களை தரையில் குந்திக்கொண்டு. எதிரி அம்புகளுக்கு எதிராக ஒரு தர்க்கரீதியான பாதுகாப்பாக அவனது வலது கையில் கத்தி உயரமாகப் பிடிக்கப்பட்டது. ஒரு சிறிய இலக்கை வழங்கி முக்கிய உறுப்புகளை கால்கள் மற்றும் கைகளால் மூட ஒரு யுக்தி.

மிகவும் தர்க்கரீதியானது.

ஆனால் கத்தியுடன் நெருங்கி வரும் எதிரிக்கு அவ்வளவு தர்க்கரீதியானது அல்ல.

நரசிம்மன் கண்மூடித்தனமான வேகத்தில் தனது இரு கைகளிலும் கத்திகளுடன் முன்னேறினார்.

தென்கிழக்கு ஆசியாவில், 'பாம்பை அழித்தல்' என்று அழைக்கப்படும் ஒரு கத்திச் சண்டை முறை உள்ளது. இதன் பொருள் எதிராளியின் மூட்டுகளை குறிவைத்து அதன் அமைப்பையும் செயல்பாட்டையும் அழிக்க வேண்டும். குறியீடாக, ஆயுதம் 'பல்' மற்றும் அதை ஏந்திய கை 'பாம்பு'. பாம்பிலிருந்து கோரைப் பற்களை அகற்றுவது உடனடியாக பாதுகாவலரின் முதன்மை அச்சுறுத்தலை நீக்குகிறது.

நரசிம்மன் இரக்கமின்றி சாளுக்கியனின் வலது முன்கையின் தசைகளை விரல்களுடன் இணைக்கும் மணிக்கட்டில் உள்ள அவரது நெகிழ்வு தசைநாண்களை வெட்டினார். ஒரு எளிய அறுவை சிகிச்சை தாக்குதலால் சாளுக்கியனின் வாள் கையின் விரல்கள் அசையாமல் போய், கத்தி அவரது கையிலிருந்து விழுந்தது. பாம்பு சிதைந்து போயிருந்தது. எதிரி வீரன், தாக்குதல் எப்படி நடந்தது என்று அறிவதற்கு முன்பே அவன் விழுந்தான்.

அதே மென்மையான அசைவில், நரசிம்மன் தரையில் உருண்டு சாளுக்கியனைக் கீழே அடக்கினார். வீரன் வேதனையான வலியில் அலறியதால், நரசிம்மன் தனது இடது கையால் அவனை வெட்டினார். கை, முழங்காலின் அடிப்பகுதியை தாடை எலும்பின் மேல் பகுதியுடன் இணைக்கும் பட்டெல்லா தசைநார் வழியாக வெட்டியது. சாளுக்கியன் தொடர்ந்து பரிதாபமாக கத்த, நரசிம்மன் மற்றொரு காலின் பட்டெல்லா தசைநார் வழியாக சாதாரணமாக வெட்டினார். ஒரு கணத்தில், நரசிம்மன் கத்தி சண்டைகளில், *மொபிலிட்டி கில்* என்று அழைக்கப்படும் வலுவிழக்கச் செய்யும் ஒன்றைச் செய்துவிட்டார்.

சாளுக்கிய சிப்பாயின் தொடை தசைகளிலிருந்து கீழ் கால்களுக்கான 'இணைப்பு' துண்டிக்கப்பட்டதால், அவனால் நகர முடியவில்லை. அவனது வலது முன்கையிலிருந்து விரல்களுக்கான தசை இணைப்பு துண்டிக்கப்பட்டதால், அவனால் கத்தியையும் எடுக்க முடியவில்லை. அவனால் செய்ய முடிந்ததெல்லாம் வலியால் துடிப்பதுதான். நரசிம்மனை நோக்கி அவதூறுகளை வீசினான்.

கடைசி சாளுக்கிய சிப்பாயை நரசிம்மன் எவ்வளவு விரைவாக ஒரு உதவியற்ற ஊனமுற்றவராக மாற்றினார் என்பதைப் பார்த்து, விஜயன் வாய் பிளந்தவாறு ஓடி வந்தார்.

விஜயன் சில வினாடிகளுக்கு முன்பு அம்பு எய்திய சிப்பாயை சுட்டிக்காட்டி நரசிம்மன் அமைதியாக உத்தரவிட்டார், 'அவனை முடித்துவிடு'.

விஜயன் தனது கத்தியை உருவி, குனிந்து, சாளுக்கிய வீரனின் விலா எலும்புக் கூண்டில், அவனது இதயத்தில் ஆழமாக குத்தி, அவனை துயரத்திலிருந்து மீட்டார்.

அவர் தன் தளபதியிடம் திரும்பியபோது, நரசிம்மன் தன் கத்தியைத் துடைத்துக் கொண்டிருப்பதைக் கவனித்தார். 'இதை மேலே இழுத்து மரத்தில் கட்டிவிடு, விஜயன்.'

'அப்படியே, ஐயா.'

'நீ எவ்வளவு வேண்டுமானாலும் கத்தலாம்,' இனிமேல் கிசுகிசுக்க வேண்டிய அவசியம் இல்லாமல் நரசிம்மன் உறுமினார். 'உன்னைக் காப்பாற்ற யாரும் வரமாட்டார்கள். நாம் கோயிலிலிருந்து மிக மிக தொலைவில் இருக்கிறோம். ஆனால் நீ விரைவாகப் பேசினால், உன் துன்பத்தை நாங்கள் போக்குவோம்.'

சாளுக்கியன் வலியால் கத்திக் கொண்டே இருந்தான். அவன் கைகள் அவன் அங்கவஸ்திரத்துடன் பின்னால் இருந்த அசோக மரத்தைச் சுற்றி கட்டப்பட்டிருந்தன. அவன் கால்கள் இப்போது நடைமுறையில் பயனற்றதாக இருந்ததால், அவன் விழாமல் இருக்க, அவனுடைய சக வீரனின் அங்கவஸ்திரம் அவன் அக்குள்களுக்குக் கீழே எடுத்து மேலே உள்ள கிளையில் கட்டப்பட்டிருந்தது. அவன் நரசிம்மனுடன் கண் மட்டத்தில் கட்டப்பட்டிருந்தான்.

சாளுக்கியன் சபித்து அலறிக் கொண்டே இருந்தான். ஆனால் அவன் சொன்னது எதுவும் புரியவில்லை.

நரசிம்மன் முன்னோக்கிச் சென்று வீரனின் வலது தோளில் குத்தி, கத்தியை ஆழமாகத் தோண்டினார். சாளுக்கியன் மீண்டும் நடுங்கும் வலியில் அழுதபோது, நரசிம்மன், 'பேசு! உனக்குக் கருணை கிடைக்கும். நம் பணியைப் பற்றி உனக்கு என்ன தெரியும்? நான் இங்கு வருவது உனக்கு எப்படித் தெரியும்?'

சாளுக்கியன் பதில் சொல்லவில்லை. சோழ தளபதியை நோக்கி சாபங்களைத் துப்பிக்கொண்டே இருந்தான்.

நரசிம்மன் விஜயனை நோக்கித் திரும்பினான். 'கொஞ்சம் உட்காரலாம். இவன் சோர்வடையட்டும். பிறகு அவன் பேசுவான்.'

'சரி, ஐயா.'

'அவனை எழுப்புங்கள்' என்று நரசிம்மன் கட்டளையிட்டார்.

சாளுக்கிய சிப்பாய் இரத்தப்போக்கு காரணமாக சுயநினைவை இழந்திருந்தான், கால்களில் பலத்த காயங்கள் இருந்தபோதிலும் நிற்க வேண்டிய கட்டாயம் ஏற்பட்டது. விஜயனின் சில அறைகள் மற்றும் முகத்தில் சிறிது தண்ணீர் தெளிக்கப்பட்டதால், சிப்பாய் விழித்தான்.

'பின்வாங்குங்கள் விஜயன்.'

விஜயன் கட்டளையிட்டபடி செய்தார். வானைப் பார்த்தார், விடியல் வருவதை கவனித்தார். பகலில் இந்த மலைகளில் அதிகமான பயணிகள் வருவார்கள். அவர்களை எளிதாக கண்டுகொள்ள முடியும். அவர்கள் எதைக் கண்டுபிடிக்க வேண்டியிருந்தாலும், அதை விரைவாகக் கண்டுபிடிக்க வேண்டும்.

'இப்போது பேச வேண்டும் போலிருக்கிறதா?' என்று நரசிம்மன் கேட்டார்.

சாளுக்கியன் சரணடைந்தது போல் மயங்கி விழுந்தான். 'அவர் பெயர்... விக்ரம்.'

'யாருடைய பெயர் விக்ரம்?'

'எங்கள் தலைவர்... கோயிலில் உங்களைத் தாக்கியவர்... நீங்கள் கொன்ற முதல் மனிதர்.'

நரசிம்மன் அமைதியாக இருந்தார்.

'சாளுக்கிய-சோழப் போரில்... அவரது நண்பர்கள் அனைவரையும்... கொன்றீர்கள்.'

'இது போர். நாங்கள் வீரர்கள். அது எப்படி வேலை செய்கிறது என்பது எங்களுக்குத் தெரியும். நான் அவர்களைக் கொல்லவில்லை என்றால், அவர்கள் என்னைக் கொன்றிருப்பார்கள். இது இப்போது பண்டைய வரலாறு. நீங்கள் அதைத் தாண்டி வர வேண்டும்.'

'ஒரு மனிதனின்... பழிவாங்கும் உரிமையை நீங்கள் மறுக்கிறீர்களா?'

நரசிம்மன் அமைதியாக இருந்தார். ஏனெனில் அவருடைய பணியும் பழிவாங்குவது பற்றியது.

"மறுப்பீர்களா?'

நரசிம்மனுக்கு அதைப் பற்றிப் பேச விருப்பமில்லை. 'என்னுடைய பணியைப் பற்றி நீங்கள் எப்படிக் கண்டுபிடித்தீர்கள்?'

'என்ன... பணியை...?'

நரசிம்மன் சாளுக்கிய வீரனின் கண்களை உற்றுப் பார்த்தார். அவன் உண்மையைச் சொல்கிறான் என்பதை அவரால் உணர முடிந்தது. 'அப்படியானால், இங்கே எங்களை எப்படிப் பின்தொடர்ந்தீர்கள்?'

'நாங்கள் இங்கே இருந்தோம்... ஒரு வர்த்தகக் குழுவைப் பாதுகாத்தோம்... கொல்லத்தில் உங்களைப் பார்த்தோம். தளபதி விக்ரம்... எங்கள் பணி நோக்கத்தை மாற்றி, உங்களைக் கண்டுபிடிக்க முடிவு செய்தார்... உங்களைக் கொல்லவும் முடிவு செய்தார்.'

நரசிம்மன் விஜயனைப் பார்த்தார். அவரது துணை அதிகாரி சொன்னது சரிதான். இது ஒரு தற்செயலான நிகழ்வு.

சாளுக்கியன் விஜயனைப் பார்த்தான். 'உங்களுக்கு எதிராக எங்களுக்கு எதுவும் இல்லை... எங்களுக்கு நரசிம்மனின் தலை மட்டுமே வேண்டும்.'

'அது உங்களுக்குக் கிடைக்காது,' என்றார் நரசிம்மன்.

'நாங்கள் சில அரபு கூலிப்படையினரை வேலைக்கு அமர்த்தியிருந்தோம்... கடலில் உங்களை வேட்டையாட... ஒருவேளை நாங்கள் உங்களைத் தவறவிட்டிருக்கலாம்... ஆனால் நீங்களும் உங்கள் குழுவினரும் உள்நாட்டுக்குத் திரும்பியபோது... நாங்கள் அதிர்ஷ்டசாலிகள் என்று நினைத்தோம். உங்களை இங்கு அழைத்து வர நாங்கள் திட்டமிட்டோம்.'

விஜயன் ஆழ்ந்த மூச்சுவிட்டார். *அரேபியர்களின் கூலிப்படையினர். கடலில். எங்களை வேட்டையாட பணம் கொடுத்து... அடடா.*

சாளுக்கியன் சரிந்து விழுவது போல் தோன்றியது. அவன் ஏதோ முணுமுணுத்தான் மிகவும் மென்மையாக.

நரசிம்மன் இன்னும் தெளிவாகக் கேட்க முன்னோக்கி சாய்ந்தார். அந்த இரவில் சோழ தளபதி செய்த முதல் தவறு அதுதான். விலை உயர்ந்தது.

தசைநாண்களில், குறிப்பாக மணிக்கட்டில் ஆழமான காயங்கள் இருந்தால் இரத்தம் விரைவாக உறைவதில்லை. காயம் இரத்தத்தை கசிந்து கொண்டே இருக்கும். அந்த இரத்தம் மரத்தின் பின்னால் சாளுக்கியனின் கைகளைக் கட்டப் பயன்படுத்தப்பட்ட அங்கவஸ்திரத்தில் சொட்டிக் கொண்டிருந்தது. துணியில் இரத்தம் கசிந்ததால், அது துணியை மென்மையாகவும் வழுக்கும் தன்மையுடனும் மாற்றியது. இதன் விளைவாக, இரவு முழுவதும் மெதுவாகப் போராடிய சாளுக்கியன், தனது காயமில்லாத இடது கையை விடுவித்துக் கொண்டான். விரல்கள் இன்னும் முன்கை தசைகளுடன் இணைக்கப்பட்டிருந்த இடத்தில். அந்தக் கையில் இன்னும் பிடி இருந்தது.

நரசிம்மன் அருகில் சாய்ந்தவுடன், சாளுக்கியன் உடனடியாக தனது வாரிலிருந்து ஒரு அம்பை இழுத்து, தனது இடது கையை தளர்த்தி, நரசிம்மனின் வயிற்றில் நேராகக் குத்தினான். அதைப் பார்த்த நரசிம்மன் அந்த நொடியில் தப்பிக்கும் நடவடிக்கையை எடுத்தார். கீழே வழுக்கி இடதுபுறம் திரும்பினார். ஆனால் அது மிகவும் தாமதமாகிவிட்டது. அவரால் அடியைத் தவிர்க்க முடியவில்லை. அம்பின் முனை கடுமையாக வெட்டப்பட்டு, நரசிம்மனின் வலது மேல் முதுகு மற்றும் வலது தோள்பட்டை பகுதியில் ஆழமாகச் சென்றது. விஜயன் திகிலடைந்து முன்னோக்கி ஓடி சாளுக்கியனின் கையைப் பிடித்தார்.

'தளபதி!'

அது ஒரு சிறிய காயம் போல் தோன்றியது. நிச்சயமாக, வலிமைமிக்க நரசிம்மனின் மேல் முதுகில் வெறும் அம்புக்குறி காயத்தால் மட்டுமே அவர் இறந்துவிட மாட்டார்.

சாளுக்கியன் இப்போது சத்தமாக சிரித்தான். 'தளபதி விக்ரம்! நான் அவனைப் பிடித்துவிட்டேன்! நான் அசுரனைப் பிடித்துவிட்டேன்! நாம் பழிவாங்கிவிட்டோம்!'

கோபமடைந்த விஜயன் தனது வாளை உருவி சாளுக்கியனின் மார்பில் குத்தினார். அவன் இதயத்தில் ஆழமாகச் சென்ற வாள் உடனடியாக அவனைக் கொன்றது.

'தளபதி!'

வலிமைமிக்க நரசிம்மனின் உடல், வேர்கள் வரை கொடூரமாக வெட்டப்பட்ட ஒரு பெரிய வெல்ல முடியாத தேக்கு மரத்தைப் போல பூமியில் மோதியது. அற்புதமான போர்வீரனுக்கு உலகம் இருளின் படுகுழியில் கரைந்தது.

'தளபதி!'

விஜயன் நரசிம்மனை தூக்க முயன்றார். ஆனால் அந்த மெலிந்த பாண்டியனுக்கு நரசிம்மன் மிகவும் பருமனாக இருந்தார். அம்பின் நுனியில் மிகவும் சக்திவாய்ந்த விஷம் கலந்திருக்க வேண்டும் என்று அவர் யூகித்தார்.

'தளபதி, தூங்காதீர்கள்! கண்களைத் திறங்கள்!'

விஷம் சம்பந்தப்பட்டிருக்கும்போது தூங்குவதுதான் மிக மோசமான விஷயம் என்பதை அவர் அறிந்திருந்தார். குறிப்பாக வாசனை இல்லாத விஷம். அவர் தளபதியை அசைத்துக்கொண்டே இருந்தார், அவருள் பீதி எழுந்தது.

தளபதி, உயிருடன் இருங்கள். தயவுசெய்து உயிருடன் இருங்கள்.

பின்னர் அவர் காதுகளில் ஏதோவொன்று கேட்டது.

மென்மையான தரையில் பல குதிரை குளம்புகள் மோதிய சத்தம்.

மீனாட்சி தேவி, கருணை காட்டுங்கள்.

மக்கள் அவர்களை நோக்கி வந்து கொண்டிருந்தனர்.

விஜயன் தனது வாளை உருவி, புதிய அச்சுறுத்தலை எதிர்கொள்ளத் திரும்பினார். புதிய தாக்குதலுக்குத் தயாராக இருந்தார். அவர் தனது மக்களின் போர் முழக்கத்தை கிசுகிசுத்தார். 'மதுரை மீனாட்சியால்...'

சூரியன் உதயத்தால் காட்டில் வெளிச்சம் மெதுவாக அதிகரித்துக் கொண்டிருந்தது.

மரங்களின் இடைவெளிகளில் சீருடை அணிந்த குதிரை வீரர்கள் தூரத்தில் வந்து கொண்டிருந்ததை விஜயனால் தெளிவாகக் காண முடிந்தது.

கோயில் காவலர்கள்.

அவர் நீண்ட, சோர்வடைந்த மூச்சை விட்டார்.

'உதவுங்கள்! இங்கே! உதவி செய்யுங்கள்!'

விஜயன் தனது வாள் முனையை சேற்றில் தள்ளி முழங்காலால் மூடினார். குதிரை வீரர்களுக்கு எந்த ஆபத்தும் இல்லை என்பதை உணர்த்துவதற்காக. தன்னை நோக்கி சவாரி செய்யும் காவலர்களை நோக்கி அவர் கை அசைத்தார்.

'இங்கே!' விஜயன் கூச்சலிட்டார். 'இங்கே! இந்த மனிதருக்கு உதவி தேவை!'

குதிரை வீரர்கள் சாதாரண உடையில் ஒரு லேசான, மெலிந்த சவாரி செய்பவரால் வழிநடத்தப்பட்டனர். முகமூடி போல தொங்கும் துணியுடன் கட்டப்பட்ட ஒரு பொருத்தமற்ற தலைக்கவசம் அவரது முகத்தின் பெரும்பகுதியை மறைத்தது. விஜயனை அடைந்ததும் தலைவர் தனது குதிரையை கடிவாளமிட்டார்.

பாண்டிய சிப்பாய் முழங்காலில் இருந்தார், கைகளை உயர்த்தி வாளின் பிடியிலிருந்து விலக்கி வைத்திருந்தார். அவர் எந்தத் தீங்கும் செய்ய விரும்பவில்லை என்பதில் எந்த குழப்பமும் இருக்கக்கூடாது என்று அவர் விரும்பினார். ஏனென்றால் காவலர்கள் ஏற்கனவே பல இறந்த உடல்களைப் பார்த்திருப்பார்கள்.

மெலிந்த தலைவருக்கு அருகில் தனது குதிரையில் அமர்ந்திருந்த மற்றொரு காவலர், தன் கோபத்தை மறைக்கமுடியாமல் பேசினார். ‘இவ்வளவு கொலை! இந்தப் புனித பூமியைச் சுற்றி! இது அபத்தமானது, உன்னதமான அமல்! இதை எப்படி அனுமதிக்க முடியும்? அவர்கள் உங்கள் விருந்தினர்கள் என்று நீங்கள் சொன்னீர்களே?!’

மெலிந்த தலைவர் அமல், தனது தோழரை அமைதியாக இருக்க சைகை செய்தார்.

‘கேளுங்கள், என் தளபதி நரசிம்மனுக்கு உதவி தேவை,’ என்று விஜயன் தனது தளபதியை சுட்டிக்காட்டி அழுதார். ‘அவர் விஷ அம்பினால் குத்தப்பட்டுள்ளார்.- அவருக்கு இப்போது மருத்துவ சிகிச்சை தேவை. வலிமைமிக்க சோழ பேரரசரின் பெயரால், நான் அதைக் கோருகிறேன்...’

‘நீ எதையும் கேட்கக்கூடாது!’ கோபமடைந்த காவலாளி கத்தினார். ‘நீங்களும் உங்கள் தளபதியும் இங்கே சட்டங்களை மீறிவிட்டீர்கள். நாங்கள் கோயில் காவலர்கள். நாங்கள் பேரரசருக்குப் பதிலளிக்கவில்லை. எங்கள் கடவுள்களுக்கு நாங்கள் பதிலளிக்கிறோம்.’

‘அவருக்கு உதவ வேண்டிய கடமை உங்களுக்கு இருக்கிறது!’ தனது தளபதியைக் காப்பாற்ற தனக்கு சிறிது நேரமே இருக்கிறது என்பதை விஜயன் அறிந்திருந்தார்.

‘அமைதியாக இரு!’ என்று, அவர்கள் அமல் என்று அழைத்த குதிரைவீரன் கத்தினான்.

விஜயன் அமைதியாகிவிட்டார். பல காரணங்களுக்காக. முதலாவதாக, மெலிந்த தலைவர் அமலின் தெளிவான கட்டளையிடும் தொனியால். ஆனால் இன்னும் அதிகமாக, தலைவரின் தெளிவான பெண்மையின் குரலால்.

அமல், ஒரு துணைத் தலைவர், மற்றும் வாவர் கோவிலின் அமர்ந்திருக்கும் பாதுகாவலரான அகமதுல்லாவின் மூத்த குழந்தை. மூத்த குழந்தை ஒரு மகன் அல்ல, ஒரு மகள்.

தலைவரின் முகத்தை மூடியிருந்த துணி தளர்ந்து, சிறிய கண்கள், ஒரு சிறிய, கூர்மையான மூக்கு மற்றும் அதிகாலை

சூரிய ஒளியில் ஒளிரும் மெல்லிய உதடுகளுடன் மென்மையான, வெளிறிய முகத்தை வெளிப்படுத்தியது. அவள் தோள்கள் நேரான பட்டுப்போன்ற முடியால் முடிசூட்டப்பட்டது. கேரள முஸ்லிம் அகமதுல்லா மற்றும் திபெத்திய பௌத்தரான தாஷி ஆகியோரின் மகள் அமல். அவரது திபெத்திய பாரம்பரியம் அவரது தோற்றத்தை தெளிவாகக் காட்டியது.

'இதற்கெல்லாம் என் மன்னிப்பை ஏற்றுக்கொள்ளுங்கள், சிறந்த தலைமைக் காவலரே,' அமல் தனக்கு அருகில் இருந்த கோயில் காவலரிடம் பணிவுடன் கூறினார். 'உங்களுக்கு ஏற்பட்ட தொந்தரவு மற்றும் அவமானத்துக்கு நான் மிகவும் வருந்துகிறேன். தயவுசெய்து இந்த சூழ்நிலையை கையாள என்னை அனுமதியுங்கள்.'

அமலுக்கு மிகப்பெரிய நம்பகத்தன்மை இருந்தது. தலைமைக் காவலர் தனது கோபத்தைக் கட்டுப்படுத்த ஆழ்ந்த மூச்சை எடுத்து அமல் நிலைமையைக் கையாள அனுமதித்தார்.

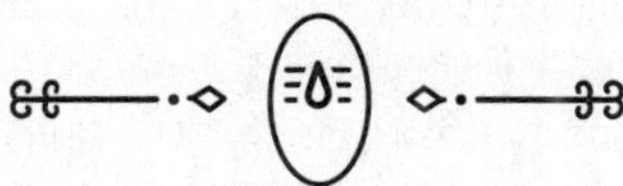

அத்தியாயம் 9

பாசாங்குக்காரனின் சதித் திட்டம்

கஜினி, ஆஃப்கானிஸ்தான்

இஸ்மாயில் முட்டை வடிவ கண்ணாடியைப் பார்த்து பக்கவாட்டில் நகர்ந்தார். பளபளப்பான செம்பினால் ஆன அந்தக் கண்ணாடி ஒரு மகிழ்ச்சியான பிம்பத்தைப் பிரதிபலித்தது. அவர் தன் கன்னத்தை உயர்த்தி தன்னையே கடினமாக, சிரிக்காமல் உற்றுப் பார்த்தார்.

ஒரு வேலைக்காரச் சிறுவன் அவர் தோள்களில் ஒரு பெரிய மென்மயிர் அங்கியை போட கைகளை நீட்டினார்.

மோசமாக ஒன்றும் இல்லை. அப்படி மோசமாக எதுவும் இல்லை.

முஃப்தியின் மாளிகையில் உள்ள பளபளப்பான படுக்கையறையை ஆராய்ந்து கடைசியில் சிரித்தார். அவருடைய வேலைக்காரர்கள் வில்லுடன் பின்வாங்கினர். அவர் மீண்டும் கண்ணாடியில் தன்னைப் பார்த்தார்.

பாவம் கஜினி! இத்தனை வருடங்களாக கோரமான அரக்கன் தன்னை கடவுளாக நினைத்திருந்தான். இந்த அருமையான மனிதனை ஒரு ஆட்சியாளராக அது ஏற்கனவே அனுபவித்திருந்தது. கவலைப்பட வேண்டாம்... நான் இப்போது திரும்பி வந்துவிட்டேன்...

இஸ்மாயில் ஒரு மாதத்திற்கும் மேலாக இங்கு குடியேறி இருந்தார். கஜினி அரச குடும்பத்தின் இரண்டாவது மூத்த ஆணின் பிரம்மாண்டமான மாளிகை அடுத்தபடியாக இரண்டாவது இடத்தில் இருந்தது சுல்தானின் அரண்மனை. கவர்னர்-முஃப்தி கடந்த மாதம் தனக்கு புதிதாகக் கிடைத்த சுதந்திரத்தை அனுபவித்து மகிழ்ந்தார்.

இஸ்மாயில் தனது விழித்திருக்கும் நேரத்தை வீட்டிற்குள் கழிக்கவே முடியவில்லை. குஸ்கானில் மூடிய சுவர்கள் மற்றும் வரையறுக்கப்பட்ட இடங்களை அவர் வெறுத்தார். சூரிய உதயத்திற்கு முன்பே அவர் எழுந்தார், திறந்த வெளியில் இருக்க

விரும்பினார். ஒவ்வொரு காலையிலும், அவர் தன்னை சுத்தம் செய்து, அழகுபடுத்திக் கொண்டார், காலை உணவை சாப்பிட்டார், ஜமா மசூதியின் கோபுரத்திற்கு விரைந்தார், தனிப்பட்ட முறையில் விசுவாசிகளை விடியல் தொழுகைக்கு அழைத்தார்.

பின்னர் அவர் நாளின் மீதமுள்ள நேரத்தை மக்களையும் இடங்களையும் பார்வையிடச் சென்றார். சில சமயங்களில் அவர் பிரபுக்கள் அடிக்கடி வரும் ஜன்னத்-இ-அதான் தோட்டத்திற்குச் சென்றார். மற்ற நேரங்களில் அவர் காலித் பஜாரைத் தேர்ந்தெடுத்தார், நாள் முழுவதும் கூட்டமாக பேரம் பேசும் விவசாயிகளுடன் இருந்தார். இஸ்மாயில் படிப்படியாக தன்னை சாதாரண மக்களுக்கு அறிமுகப்படுத்திக் கொண்டார். அவர் ஒரு நாள் ஆட்சி செய்யத் தீர்மானித்திருந்தார். இது எளிதாக இருந்தது.

மறுபுறம், பிரபுக்களை மகிழ்விப்பது மிகவும் கடினமாக இருந்தது. கஜினியில் ஒரு புதிய அதிகார நபராக அவரை ஏற்றுக்கொள்ள அவர்கள் ஆர்வம் காட்டவில்லை.

ஜமா மசூதியிலிருந்து வந்த தொழுகை குரலுக்கு விசுவாசிகளில் ஒரு சிலரே பதிலளித்தனர். அவசரமாக சரிசெய்யப்பட்ட தற்காலிக கட்டமைப்பில் தவிர்க்க முடியாத சரிவு ஏற்படுமோ என்ற அச்சத்தில் பெரும்பாலானவர்கள் விலகியே இருந்தனர், இது ஒரு நடைமுறைக்கு மாறான காலக்கெடுவை பூர்த்தி செய்வதற்காக கட்டப்பட்டது. மூன்று ஆண்டுகளுக்கு முன்பு ஏற்பட்ட பயங்கரமான பூகம்பத்தின் போது அசல் மசூதி இரண்டாகப் பிளந்தது. உண்மையில் முழு நிலப்பரப்பும் துண்டு துண்டாகக் கிழிந்துவிட்டது.

தெய்வீக விளையாட்டான ஒரு மோசமான நிகழ்வில், பளிங்கு மற்றும் பிற விலையுயர்ந்த கற்களால் ஆன பணக்காரர்கள் மற்றும் வலிமைமிக்கவர்களின் அற்புதமான கட்டிடங்கள், சுல்தானின் அரண்மனை உட்பட, தூசியாக மாறின, அதே நேரத்தில் சேற்றாலும் கண்ணீராலும் ஆன ஏழைகளின் தாழ்மையான வீடுகள் இயற்கையின் கோபத்திலிருந்து தப்பித்தன. இயற்கை பேரழிவின் பின்னர், செல்வந்தர்கள் கொடூரமாக கடவுளின் விதி என்று சொல்லி நகரத்தின் விவசாயிகளிடமிருந்து பெறப்பட்ட குறைந்த ஊதிய உழைப்பைப் பயன்படுத்தி அவர்களின் ஆடம்பரமான வீடுகளை மீண்டும் கட்டியெழுப்பினர். பூகம்பத்தின் காரணமாக விவசாயிகள் அவர்கள் ஏற்கனவே இருந்ததைப் போலவே வறுமையில் வாடிய போதிலும், அவர்களுக்கு நியாயமான ஊதியம் வழங்கப்படவில்லை. ஏன்? ஏனென்றால், முகமதின் இந்தியாவுக்குள் நடந்த வழக்கமான தாக்குதல்களின் போது பிடிபட்ட ஏராளமான இந்து-பௌத்த அடிமைகளை எப்போது வேண்டுமானாலும் பதிலாளாக மாற்ற முடியும். அவர்கள் வெளிப்படையாக இலவச மற்றும் வாழ்வாதார அளவிலான உணவுப் பொருட்களுக்காக வேலை செய்தனர். எனவே, முரண்பாடாக, சட்டவிரோத குடியேறிகளைப் போலவே, அடிமைகளின் இருப்பு, பிரபுக்களை வளப்படுத்தியது. ஆனால் கஜினியின் பொதுவான குடிமக்களை வறுமையில் ஆழ்த்தியது.

சுல்தான் முன்மாதிரியாக வழிநடத்தினார். தனது சொந்த தேவைகள் மற்றும் ஆடம்பரங்களுக்காக நிலத்தின் வளங்கள் மற்றும் மக்கள் மீது முதலில் உரிமை கோரினார்.

சுல்தானின் பிரதிநிதிகள் அடுத்து வந்தனர். பின்னர் அவர்களின் துணை அதிகாரிகள் வந்தனர். துரதிர்ஷ்டவசமான தொழிலாளர்கள், தங்கள் வாழ்வாதாரங்களை இழந்து, மறுசீரமைப்பு முயற்சிகளின் சுழலில் விழுந்து, பேரழிவிலிருந்து தப்பிய நாளையே அழித்துவிடுவதுபோல அவதிப்பட்டனர். கட்டளைச் சங்கிலி படிப்படியாகக் குறைந்தது.

இந்த கட்டாய மறுகட்டமைப்பு மற்றும் பழுதுபார்ப்பு வெறி காரணமாக, கஜினியின் உயரடுக்கு நிலப்பகுதிகள் இரண்டு ஆண்டுகளுக்குள் தங்கள் முந்தைய மகிமையை மீண்டும் பெற்றன. முரண்பாடாக, ஜமா மசூதியைத் தவிர, அதன் பெரும்பாலான உள்கட்டமைப்புகள் மீட்டெடுக்கப்பட்டன. கஜினியின் முகமது தன்னைப் பக்தியுடன் அறிவித்துக்கொண்ட போதிலும், சக்திவாய்ந்த மற்றும் செல்வந்தர்களின் மாளிகைகளைவிட இதன் கட்டமைப்பு குறைவாகவே இருந்தது.

பக்தியுள்ள பழைய முந்தைய கிராண்ட் முஃப்தி, மசூதியின் தாமதம் மற்றும் தரமற்ற புனரமைப்புக்காக, வெளிப்படையாக, தனது உயிரைக் கொடுத்தார். ஆடம்பரமான சுல்தானை மறைமுகமாகக் குற்றம் சாட்டியதால், பயந்த மக்கள், முகமதின் துன்மார்க்கம் மற்றும் துஷ்பிரயோகத்திற்கு பயந்து தங்கள் அவமதிப்பை சுதந்திரமாக காட்டுவதை தவிர்த்தனர். ஆனால் அவர்கள் விரைவில் எளிமையான, சமய உணர்வுடைய, குறைந்தபட்சம் வெளிப்புறமாக, புதிய கிராண்ட் முஃப்தீபான இஸ்மாயிலை ஆதரித்தனர். இஸ்மாயில் கஜினி நகரத்தின் ஆளுநராகவும் பதவியேற்றார்.

இஸ்மாயில் மக்களைத் தன் சட்டைப் பையில் வைத்திருந்தார். அவர் பிரபுக்களைத்தான் மதம் மாற்ற வேண்டியிருந்தது. ஆனால் இரண்டையும் ஒரே நேரத்தில் பெறுவது எளிதல்ல. தனது முதுகுக்குப் பின்னால், பிரபுக்கள் அவரை 'ஜனரஞ்சகவாதி' போன்ற அவமானகரமான வார்த்தைகளால் அழைத்ததை அவர் அறிந்திருந்தார்.

'விருந்தினர்கள் இங்கே இருக்கிறார்கள், என் ஆண்டவரே,' அவரது நம்பத்தகுந்த தலைமை ஊழியரான தாலிப், இஸ்மாயிலின் சிந்தனைகளை குறுக்கிட்டு வாசலிலிருந்து கிசுகிசுத்தான். 'பிரதம மந்திரி குவாஜா ஹாசன் தலைமையிலான சுல்தானின் சபை பொறுமையிழந்து வருகிறது. பிரதமர் விரைவில் ஒரு விசாரணையை அனுமதிக்க முடியுமா என்று அறிய விரும்புகிறார். இல்லையென்றால் அவர் வெளியேறி தனது மற்ற கடமைகளைத் தொடர முடியும்.'

'அவரது கடமைகள்,' கண்ணாடியில் தனது பிரதிபலிப்பைப் பார்த்து இன்னும் ரசித்துக்கொண்டே இஸ்மாயில் கேலி செய்தார். 'கொழுத்த, துர்நாற்றம் வீசும் மோசடி செய்பவர் செய்யும் முதல் விஷயம், தனது வீட்டிற்குத் திரும்பிச் சென்று, ஒரு குடம் மதுவை

குடித்துவிட்டு, சில வேசிகளுடன் தனது படுக்கையில் விழுவதுதான். அவர்கள் காத்திருக்கட்டும், தாலிப். சுல்தானாகவோ அல்லது ராணியாகவோகூட இருந்திருந்தால் அவர்கள் புகார் செய்யாமல் பொறுமையாகக் காத்திருந்திருப்பார்கள், இல்லையா?'

'நிச்சயமாக, என் ஆண்டவரே! அவர்கள் காத்திருக்கட்டும்.'

இஸ்மாயில் தனது இறகுகள் கொண்ட தலைக்கவசத்தை எடுத்து, அதை அழகாக சீவிய சாம்பல் நிற முடிகளில் மெதுவாக வைத்தார். கண்ணாடியில் தனது பற்களைச் சரிபார்த்துக் கொண்டார். 'இன்று, அவர்கள் எனக்காகக் காத்திருக்கக் கற்றுக்கொள்வார்கள். நாளை, அவர்கள் எனக்காகக் *காத்திருப்பார்கள்,*' என்று அவர் முணுமுணுத்தார்.

'அப்படியே ஆகட்டும், என் ஆண்டவரே,' என்று தாலிப் ஒப்புக்கொண்டு, தனது எஜமானரை வணங்கி, வில்லுடன் அவரது முன்னிலையில் இருந்து விலகினான். இஸ்மாயில் சுவர் பக்கத்தில் இருந்த ஒரு படுக்கைக்கு நடந்தார். அவர் அதன் மீது விழுந்து, ஒரு தாழ்வான ஸ்டூலில் வைக்கப்பட்டிருந்த புகைக்கும் குழாயை நோக்கி கையை நீட்டினார். அதை உதடுகளுக்குக் கொண்டு வந்து, ஆழமாக உள்ளிழுத்து, தனது நரம்புகளை அமைதிப்படுத்த அடர்த்தியான அபின் புகையை எடுத்துக் கொண்டார். கவர்னர்-முஃப்தியின் மனம் அவர் ஏற்பாடு செய்த மேம்பட்ட கூட்டத்தில் விவாதிக்க விரும்பிய தலைப்புகளை ஆராய்ந்தது.

இருபது நிமிடங்கள் கழித்து அவர் பார்வையாளர் மண்டபத்திற்குச் சென்றார். அவர் அந்த இடத்தை நெருங்கும்போது, சுல்தானின் ஆறு மூத்த கவுன்சிலர்களின் மற்றும் ஏழாவது கவுன்சிலரின் தலைவரான குவாஜா ஹாசனின் அரட்டை சத்தம் கேட்டது. அவர்கள் சிரித்துக்கொண்டே, கொடூரமான வார்த்தைகளால் அவரை கேலி செய்து கொண்டிருந்தனர்.

இஸ்மாயில் ஒளிஊடுருவக்கூடிய இளஞ்சிவப்பு திரைச்சீலைகளை ஒதுக்கியபோது திடீர் அமைதி நிலவியது. அவர் அறைக்குள் நுழைந்து தனது கைகளை பின்னால் இணைத்துக் கொண்டார். கவர்னர்-முஃப்திக்கு முன்னால் அவர் அழைத்த ஏழு பேர் பிறை வடிவத்தில் அமர்ந்திருந்தனர். சிலர் தேநீர் கோப்பைகளைப் பிடித்தனர், மற்றவர்கள் அவர்களுக்காக அமைக்கப்பட்டிருந்த ஹூக்காக்களை புகைத்தனர்.

மரியாதை நிமித்தமாக யாரும் எழுந்திருக்கவில்லை. வினாடிகள் கடந்தன. பின்னர் ஒருவர் எழுந்து நின்றார்: குவாஜா ஹாசன். அவர் சாதாரணமாக வணங்கினார், பின்னர் முன்னோக்கி நகர்ந்தார், அவரது சுற்றளவு மோசமாக தயாரிக்கப்பட்ட *மஸ்காதி* போல, மென்மையான ஜெல்லி போன்ற பாரசீக இனிப்பு போல, நடுங்கியது. அவர் கவர்னர்-முஃப்திக்கு அருகில் நின்று நாடக ரீதியாக அவரது கையை முத்தமிட்டார். பின்னர் அவரைத் தழுவினார்.

இருவரும் அணைப்பை விடுத்து, ஒருவரையொருவர் முழங்கைகளால் பிடித்துக் கொண்டனர். ஹாசன் முதலில் பேசினார்.

‘உங்களை வீட்டில் பார்த்ததில் மகிழ்ச்சி, வித்தியாசமான இடங்களில் மோதாமல், என் ஆண்டவரே,’ என்று அவர் தெளிவாகக் கூறமுடியாத ஆணவத்துடன் கூறினார். ‘உங்கள் கருணை விவசாயிகளுக்கு மட்டுமே உரியது என்று எங்களில் சிலர் நினைக்கத் தொடங்கிவிட்டோம்.’

இஸ்மாயில் அன்பாகச் சிரித்துவிட்டு மற்ற மனிதர்களைப் பார்த்தார். எழுந்திருக்காமல், அவர்கள் சோம்பேறித்தனமாக தங்கள் கைகளை நெற்றியில் வைத்து சலாம் சொன்னார்கள். யாரும் மரியாதை காட்டவில்லை. அவர் அவமானப்பட்டாலும், சுல்தானின் ஆட்கள் பல தசாப்தங்களாக தனது சகோதரரின் முழுமையான புறக்கணிப்பை மட்டுமே பிரதிபலிக்கிறார்கள் என்பதை இஸ்மாயில் அறிந்திருந்தார். பிரதமர் தனது இருக்கையில் திரும்பிச் சென்று அமர்ந்தபோது கவர்னர்-முஃப்டி தனது இருக்கையில் அமர்ந்தார். மணிகள் நிறைந்த கண்களுடன், நீண்ட நகங்கள் கொண்ட விரல்களைப் பின்னிப் பிணைத்து, தனது பரந்த வயிற்றில் வைத்து, இஸ்மாயிலைப் பார்த்தார்.

‘என் ஆண்டவரே,’ என்றார் குவாஜா ஹாசன். ‘எங்களை வீட்டிற்கு அழைத்ததற்கு நன்றி. கஸ்னாவட் சுல்தானகத்தின் பிரதமராகவும், இந்த மனிதர்களின் தலைவராகவும், இந்த மரியாதைக்குரிய சபையை அறிமுகப்படுத்த எனக்கு அனுமதி கொடுங்கள்.’

ஹாசன் கவர்னர்-முஃப்திக்கு தனது அதிகாரத்தைக் மறைப்பதில் எந்த முயற்சியும் எடுக்கவில்லை, அதே நேரத்தில் பாதிக்கப்பட்ட பணிவை கவனமாக ஏற்றுக்கொண்டார், அடிமைத்தனத்தின் எல்லைக்குள்.

‘இது ஃபர்சாத், என் ஆண்டவரே, கருவூலத்தின் எஜமானர்,’ என்று குவாஜா ஹாசன், இஸ்மாயிலின் இடதுபுறத்தில் அமர்ந்திருந்த ஒரு குட்டையான, மெல்லிய, வழுக்கைத் தலையுள்ள, நடுத்தர வயது மனிதரை நோக்கி ஒரு விரலைக் காட்டினார். கருவூல அதிகாரியான ஃபர்சாத், கவர்னர்-முஃப்தியை நோக்கி சாதாரணமாக தலையசைத்து, பிரதமரை நோக்கி மரியாதையுடன் தனது பார்வையை மாற்றினார். இஸ்மாயில் ஒரு நம்பிக்கை தந்திரக்காரரின் எளிமையுடன் தனது கோபத்தை மறைத்துக் கொண்டார். தேவைப்படும்போது தனது உணர்ச்சிகளையும் ஆக்ரோஷத்தையும் மறைக்கும் திறமையை அவர் முழுமையாக்கிக் கொண்டார், தனது மூத்த சகோதரர் முகமது தனக்கு நினைவு தெரிந்தவரை அவரை கேலி செய்தும், சிறுமைப்படுத்தியும் வந்ததை எதிர்த்துப் தற்காத்துக் கொள்ள இந்தக் கலையைக் கற்றுக்கொண்டிருந்தார்.

ஆனால் அபினும்கூட உதவுகிறது என்று இஸ்மாயில் நினைத்தார்.

‘என் ஆண்டவரே,’ ஃபர்சாத்தின் அருகில் அமர்ந்திருந்த நபரைக் காட்டி குவாஜா ஹாசன் தொடர்ந்தார். ‘இவர் சுல்தானின் தலைமை ராஜதந்திரி ஜலீல். அவருக்கு அடுத்ததாக உச்ச நீதிபதி கஹ்ஹர் இருக்கிறார்.’

ஒவ்வொருவரும் ஆளுநர்-முஃப்தியின் திசையில் தலையசைத்தனர்.

'யஸ்தான் நகரக் காவலரின் தலைவர், பாகிஷ், வர்த்தகம் மற்றும் வர்த்தகத்தின் கட்டுப்பாட்டாளர். இறுதியாக... ம்ம்...'

ஹாசன் தடுமாறினார். கண்களைச் சுருக்கி, இடதுபுறத்தில் அமர்ந்திருந்த நபரை அடையாளம் தெரியாமல் பார்த்தார். வெட்கப்பட்ட இளைஞன் பிரதமரின் காதில் சாய்ந்து கிசுகிசுத்தான்.

'படித், கலை அமைச்சர்!' என்று குவாஜா ஹாசன் மகிழ்ச்சியுடன் அறிவித்தார். துருக்கியர்கள், பெர்சியர்களையும் அரேபியர்களையும் போல நாகரிகமாக இருக்க முடியும் என்பதைக் காட்ட முயன்றனர், கலைகளை ஊக்குவிப்பதன் மூலமோ அல்லது குறைந்தபட்சம் ஊக்குவிப்பதாக நடிப்பதன் மூலமோ.

படித் இஸ்மாயிலைப் பார்த்து வணங்கினார். 'மன்னிக்கவும், என் ஆண்டவரே,' என்று மரியாதையுடன் பேசினார். 'நான் சபைக்குப் புதியவன்.'

இஸ்மாயில் மென்மையாக அந்த இளைஞனைப் பார்த்து சிரித்தார்.

குவாஜா ஹாசன் கவர்னர்-முஃப்தியை எதிர்பார்ப்புடன் பார்த்தார்.

'*உங்கள்* அனைவரையும் வரவேற்கிறேன்.' இஸ்மாயில் பிரதம மந்திரியின் மீது கண்களைப் பதித்து, அன்புடன் சிரித்தார். '*உங்கள்* வருகையால் நான் பெருமைப்படுகிறேன்.'

'ஓ, என் ஆண்டவரே! அதைச் சொல்லாதீர்கள்!' குவாஜா ஹாசன், ஆடம்பரமாக கையை அசைத்தார். அவர் பின்னால் இருந்த மென்மையான மெத்தையில் சாய்ந்தார். 'எனது கவுன்சிலர்கள் அனைவரும் இங்கே இல்லாததற்கு நான் மன்னிப்பு கேட்டுக்கொள்கிறேன். ஒருவர் காணவில்லை...' அவர் விரைவாகக் குழுவை ஆராய்ந்தார். 'ஆ! நிச்சயமாக! மத விவகாரங்களுக்கான அமைச்சர் அஷ்டாக் இங்கே இல்லை.'

இஸ்மாயிலின் கண்கள் பிளந்தன.

'மன்னிக்கத்தக்க தவறு, நிச்சயமாக,' குவாஜா ஹாசன் தொடர்ந்தார். 'நீங்கள் கடைசியாக ஆட்சி செய்ததிலிருந்து கஜினியின் அலுவலகங்கள் நிறைய மாறிவிட்டன, என் ஆண்டவரே.' அவர் கனிவாக சிரித்தார்.

கவர்னர்-முஃப்தி தனது புன்னகையை திருப்பித் தரவில்லை. இது பிரதமர் மென்மையான தலையணையின் ஆறுதலைக் கைவிட்டு தனது முதுகை நேராக்கச் செய்தது.

'நாம் சிறிது நேரத்தில் அஷ்டாக்குக்கு திரும்புவோம்,' என்று இஸ்மாயில் உறுதியளித்தார். குவாஜா ஹாசனின் குழப்பமான பார்வையை அவர் ரசித்தார், ஒரு புத்திசாலித்தனமான உதவியாளர் ஒரு தட்டில் அவருக்கு வழங்கிய மதுக் கோப்பையை எடுத்தார்.

அவர் ஒரு வாய் குடித்தார். 'நீங்கள் சொல்வது சரிதான்,' இஸ்மாயில் தொடர்ந்தார். 'நிறைய மாறிவிட்டது. நிறைய குப்பைகளை சுத்தம் செய்ய வேண்டும். நிறைய உடைந்த பொருட்களை சரிசெய்ய வேண்டும்.'

குவாஜா ஹாசன் புருவங்களை உயர்த்தினார்.

'சொல்லுங்கள் பிரதம மந்திரி,' இஸ்மாயில் மெதுவாகச் சொன்னார். 'மூன்று வருடங்களுக்கு முன்பு கஜினியின் இதயத்தை பிளந்த நிலநடுக்கத்தில் நீங்கள் அனைவரும் தப்பித்தீர்கள், இல்லையா?'

'வெளிப்படையாகவே அப்படித்தான்.' ஹாசன் சிரித்துக்கொண்டே சுற்றிப் பார்த்தார். 'நிச்சயமாக, நாங்கள் இங்கே மீண்டும் உயிர்ப்பிக்கப்பட்ட சடலங்கள் அல்ல!'

ஆண்கள் பொம்மைகளைப் போல சிரித்தனர். ஒருவரைத் தவிர.

'சரியாக,' ஹாசன் தொடர்ந்தார். 'ஆம், நாங்கள் அல்லாஹ்வின் அருளால் உயிர் பிழைத்தோம். தப்பிக்காதவர்கள்... சுல்தானால் விரைவாக மாற்றப்பட்டனர். நீங்கள் ஏன் கேட்கிறீர்கள்?'

'நான் கொஞ்சம் படித்து வருகிறேன்,' இஸ்மாயில் கூறினார். 'நான் மக்களிடம் பேசி வருகிறேன். மிகப்பெரிய கட்டிடங்கள்தான் அதிகம் பாதிக்கப்பட்டதாகவும், மீண்டும் கட்ட அதிக நேரம் எடுத்ததாகவும் அவர்கள் என்னிடம் சொன்னார்கள். அதிகாரப்பூர்வ பதிவுகள் நிகழ்வையும் அதைத் தொடர்ந்து நடந்த மறுகட்டமைப்பு முயற்சிகளையும் விவரிக்கின்றன.'

'மன்னிக்கவும், என் ஆண்டவரே,' என்றார் பிரதமர். 'இந்த விசாரணை எங்கு செல்கிறது என்று எனக்குத் தெரியவில்லை. நாங்கள் உங்கள் வரவை மதிக்கின்றோம், ஆனால் நானும் என் ஆட்களும் கவனிக்க வேண்டிய கடமைகள் உள்ளன. எங்கள் நேரத்தின் தேவைகள் மிகவும் வலிமையானவை. ஆனால், மிகப்பெரிய கட்டிடங்களை மீண்டும் கட்டியெழுப்ப அதிக நேரம் எடுத்தது என்று நான் ஒப்புக்கொள்கிறேன். சுல்தானின் அரண்மனை இரண்டரை ஆண்டுகளில் முழுமையாக பழுதுபார்க்கப்பட்டது. தலைநகரின் பாதி குடிமக்கள் அதில் வேலை செய்தனர்.'

'சுவாரஸ்யமாக இருக்கிறது,' என்று இஸ்மாயில் குறிப்பிட்டார், பின்னர் மெதுவாகப் பேசினார். 'சுல்தானின் அரண்மனையை பழுதுபார்க்க இரண்டரை ஆண்டுகள் ஆனது, மேலும் ஜமா மசூதி கிட்டத்தட்ட என் சகோதரனின் வீட்டின் அளவைப் போன்றது. ஆறு மாதங்களில் அதை அதன் முந்தைய மகிமைக்கு மீட்டெடுக்க அவர் எனக்கு ஏன் ஆணையிட்டார் என்று ஆச்சரியமாக இருக்கிறது. கொஞ்சம் பேரார்வம், இல்லையா?'

'இது குறித்து எந்தக் கருத்தையும் தெரிவிக்க முடியாது என் ஆண்டவரே,' குவாஜா ஹாசன் இனிமையாக பதிலளித்தார். 'நீங்கள் என்னை விட உங்கள் சகோதரருக்கு நெருக்கமானவர்.'

இஸ்மாயிலின் முகபாவனை உறைந்தது.

‘அந்த அபத்தமான யோசனையை என் சகோதரனின் தலையில் நீங்கள்தான் திணித்தீரா?’ என்று ஆளுநர்-முஃப்தி கோரிக்கை விட்டார். ‘உங்கள் அலுவலகத்திலிருந்து மசூதி புனரமைப்புக்கான சுல்தானின் காலக்கெடுவை உங்கள் முத்திரையுடன் கூடிய ஒரு சுருளில் பெற்றேன்.’

குவாஜா ஹாசனின் முகம் சிவப்பாகியது. ‘நான் செய்யாத ஒன்றை நீங்கள் என் மீது குற்றம் சாட்டுகிறீர்கள்,’ என்று அவர் நடுங்கும் விதமாக பதிலளித்தார். அவரது குரலில் கடுமையான தன்மையைச் சேர்க்க முயன்றார், ஆனால் கிரீச்சிடும் சத்தத்துடன். ‘நீங்கள் உங்கள் சகோதரர், சுல்தான் மீது ஏதோ குறும்பு செய்ததாகக் குற்றம் சாட்டுகிறீர்கள். மன்னிக்கவும், என் ஆண்டவரே, ஆனால் நான் இந்த உரையாடலை நிறுத்த வேண்டும்.’

அவர் இருக்கையில் முன்னேறினார், அவரது அளவுள்ள ஒரு மனிதனுக்கு அது அதிக சுறுசுறுப்பு.

‘ஓ, மற்றும்,’ பிரதமர் தொடர்ந்தார், ‘நாம் பேசும்போதுகூட மணல் துகள்கள் மணிநேரக் கண்ணாடியில் பாய்கின்றன, என் ஆண்டவரே. நான் நீங்களாக இருந்தால், உடனடியாக வேலைக்குச் செல்வேன். விதி முந்தைய கிராண்ட் முஃப்தியை எவ்வாறு தண்டித்தது என்பது உங்களுக்குத் தெரியும் ...’

குவாஜா ஹாசன் இருக்கையிலிருந்து எழுந்திருக்கத் தொடங்கினார், ஆனால் தடுமாறினார். அவர் கழுத்தில் இருந்த கனமான தங்கச் சங்கிலிகள் அவர் தலையை மேலும் கீழே இழுத்தன. அவர் தன்னால் முடிந்த அனைத்து அலங்காரங்களுடனும் தன்னை நிமிர்த்திக் கொண்டார், அதே நேரத்தில் மற்ற ஆண்கள் புகைபிடிக்கும் குழாய்களையும் மதுக் கோப்பைகளையும் விரைவாக ஒதுக்கி வைத்தார்கள். அவர்களும் எழுந்து பொம்மைகளைப்போல அவரைப் பின்தொடர்ந்தனர்.

இஸ்மாயில் சலிப்படையாமல் அமர்ந்திருந்தார்.

‘பொறுங்கள், என் பிரபுக்களே.’ அவர் முணுமுணுத்து, ஒலி எழுப்பினார், உதடுகளில் மன்னிப்பு கேட்கும் புன்னகை ஒலித்தது. ‘நீங்கள் புண்பட்டிருக்கிறீர்களா? ஓ, ஆனால் இந்தக் கடினமான பணியில் நான் என் விரக்தியை வெளிப்படுத்திக் கொண்டிருந்தேன். நான் நண்பர்களின் கூட்டத்திலிருக்கிறேன் என்று நான் நம்புகிறேன். இல்லையா?’

‘விடைபெறுகிறேன், என் பிரபு,’ குவாஜா ஹாசன் கடுமையாகச் சொன்னார். ‘உங்களுக்குத் தெரியும், மசூதி புனரமைப்புக்கு ஏதேனும் ஆதரவு வேண்டுமென்றால், நீங்கள் அதைப் பற்றி என் துணைவருடன் விவாதிக்கலாம். அஷ்டாக். உங்கள் மத விவகாரத் துறை பொறுப்புகளுக்கான அனைத்து நிர்வாக ஆதரவையும் வழங்குவதற்கு அவர் பொறுப்பேற்றுள்ளார். இந்த சிறிய காலை விருந்துக்கு நீங்கள் அழைக்காதவர் அவர்தான்.’

குவாஜா ஹாசன் நடந்து செல்லத் தொடங்கினார். கோழிகளைப் போல, மற்ற அமைச்சர்கள் அவருக்குப் பின்னால் நடந்தனர்.

இஸ்மாயில் தனது மதுக் கோப்பையை பக்கவாட்டு மேசையில் வைத்துவிட்டு எழுந்து நின்று சிரித்தார். 'ஆனால், அன்புள்ள பிரதமரே, அஷ்டாக் எனக்கு மிகவும் உதவியாக இருப்பாரா என்று நான் சந்தேகிக்கிறேன். கஜினியின் கிராண்ட் முஃப்திஃபுக்கு நேரடியாக சேவை செய்யும் *மதக் காவலர் என் ஜுன்தின்-உல்-தின் அவரை அழைத்துச் சென்றிருப்பார்* என்று நான் பயப்படுகிறேன்...' அவரது குரல் மென்மையாகவும் கவர்ச்சிகரமாகவும் இருந்தது, ஆனால் அதில் உள்ள அச்சுறுத்தல் தெளிவாக இருந்தது.

குவாஜா ஹாசன் தனது தடத்தில் நின்றார். அவருக்குப் பின்னால் இருந்தவர்களும் அவ்வாறே செய்தனர்.

'நான் நினைக்கிறேன்,' என்று ஆளுநர்-முஃப்தி தொடர்ந்தார், 'அவர்கள் சில தொந்தரவான ஆதாரங்களைக் கண்டுபிடித்தனர். அஷ்டாக், *ஜாசியாவாக* சேகரிக்கப்பட்ட நிதியை மோசடி செய்து கொண்டிருந்தார். இது நமது இஸ்லாமிய அரசுக்கு *முஸ்லிம் அல்லாதவர்கள் செலுத்தும் மத அஞ்சலி*. எனவே இது மத காவல்துறையின் அதிகார வரம்பிற்குள் வருகிறது. எங்களைப் போன்ற ஒழுக்கமான மற்றும் பக்தியுள்ள மனிதர்களால் இதை மன்னிக்க முடியாது என்பதை நீங்கள் ஒப்புக்கொள்வீர்கள்.'

கவர்னர்-முஃப்தியின் வார்த்தைகள் அறையை வியத்தகு முறையில் மாற்றியது. சபையின் ஆண்கள் தங்கள் இடங்களில் வேரூன்றி நின்றனர். முடங்கிப் போயினர். சிலரின் முகத்தில் பீதி தெளிவாகக் காணப்பட்டது. மதக் காவல்துறை அவர்களில் ஒருவரைப் பின்தொடர ஒருபோதும் துணிந்ததில்லை; அது சக்தியற்றவர்களை மட்டுமே குறிவைத்தது. குவாஜா ஹாசன் வெளிப்புறமாக அமைதியாக இருந்தார், இஸ்மாயிலை வெறித்துப் பார்த்தார். கட்டுப்பாட்டை இழந்து தேவையற்ற எதிர்வினையைக் காட்ட அவர் மிகவும் அனுபவமுள்ள அரசவை உறுப்பினராக இருந்தார். ஆனால் அவரது நெற்றியில் ஒரு வியர்வை துளியின் சாயல் இருந்தது.

இஸ்மாயில் அந்தத் தருணத்தைக் கவனித்து ருசித்தார். *கொழுத்த ஆசாமியும் தனது கைகளை இந்த சுரண்டலில் வைத்துள்ளது, அது தெரிகிறது ... சுத்தியலை அடிக்க வேண்டிய நேரம் ...*

'இன்று காலை நீங்கள் உங்கள் படுக்கை விரிப்புகளிலிருந்து வெளியே வருவதற்கு முன்பு என் ஆட்கள் சுல்தானிடம் ஆதாரங்களை வழங்கினர்,' என்று இஸ்மாயில் கூறினார். 'அஷ்டாக்கின் வாழ்க்கை இப்போது என் அன்பு சகோதரரின் திறமையான கைகளில் உள்ளது. இந்த மோசடி பிரச்சினையை மேலும் விசாரிக்க அவர் என்னிடம் கேட்பார் என்று நான் நினைக்கிறேன். இதனால் பயனடைந்த அனைவரையும் விசாரிக்கச் சொல்வார்.'

குவாஜா ஹாசன் இஸ்மாயிலை தொடர்ந்து முறைத்துப் பார்த்தார், அவரது முகபாவனை முட்டாள்தனமாக இருந்தது. ஆனால் அவரது நெற்றியைச் சுற்றி மேலும் வியர்வைத் துளிகள் தோன்றின.

‘ஒருவேளை நீங்கள் எனக்கு உதவ முடியுமா, ஃபர்சாத்? ஒன்றாக நாம் இந்த விசித்திரமான வழக்கின் அடிப்பகுதிக்குச் செல்லலாம், ம்ம்?’ ஆளுநர்-முஃப்தி கருவூலத்தின் எஜமானரை நோக்கி ஒரு குறும்புப் பார்வையை வீசினார், அவர் தனது பார்வையை தரையில் திருப்பினார். ‘இந்த அழுகல் எவ்வளவு ஆழமாக ஓடுகிறது என்று பார்ப்போம். அல்லது எவ்வளவு உயரமாகச் செல்கிறது என்று பார்க்கலாமா?’

‘என் ஆண்டவரே...’ குவாஜா ஹாசன் மெதுவாகப் பேசினார், அவரது முகம் சிவந்தது, அவரது முகத்தில் கோபமும் பதட்டமும் கலந்திருந்தது. ‘இதைப் பற்றி எனக்குத் தெரியாது. என் மூக்கின்கீழ் நடக்கிறது! அந்த பன்றி, அஷ்டாக்! நான் அவரை நம்பினேன், நீதிமன்றத்தில் அவருக்கு வாய்ப்பு கொடுத்தேன்! அந்த எண்ணெய் பசையுள்ள அரேபியர்களை நாம் ஒருபோதும் நம்ப முடியாது. வெட்டுக்கிளிகளை உண்பவர்கள், நான் உங்களுக்குச் சொல்கிறேன். அவருக்கு விதிக்கப்பட்ட தண்டனை மிகக் கடுமையானதாக இருக்க வேண்டும். அவருக்கு ஒரே ஒரு தண்டனை மட்டுமே கிடைக்க வேண்டும். அதுதான்...’

‘மரணம்,’ என்று இஸ்மாயில் அச்சுறுத்தலாக முடித்தார். ‘சுல்தானிடமிருந்து எந்தவொரு மோசடிக்கும் தண்டனை மரணம். சொத்து வரியில் அரசுக்கு அதன் பங்கை வழங்காமல் ஒரு நிலத்தடி சந்தையில் *காஃபிர்* அடிமைகளை கடத்துவதற்கான தண்டனையைப் போலவே. இப்போது, எனக்கு ஆச்சரியமாக இருக்கிறது, இது உங்கள் மூக்கின் கீழ் எப்படி நடக்க முடியும், அன்புள்ள பிரதமரே? இன்னும் பல மோசடிகள் நினைவுக்கு வருகின்றன, உண்மையில்... போர் கொள்ளை விநியோகம்... இராணுவத்திற்கான பொருட்களை வாங்குதல்... தஜிகிஸ்தானில் இருந்து குதிரைகளை வாங்குதல்... பட்டியல் நீண்டு கொண்டே செல்கிறது. சில நேரங்களில், பல மோசடிகள் இருப்பதாக நான் நினைக்கிறேன். ஒருவேளை நீங்கள்கூட அவற்றையெல்லாம் அறிந்திருக்க மாட்டீர்கள், பெரிய குவாஜா. அல்லது நீங்கள் அறிவீர்களா?’ கடைசி வரியை கவர்னர்-முஃப்தி சரியாக வழங்கினார். மெதுவாகவும் கடுமையாகவும்.

அவரது தாக்குதல் எதிர்பார்த்த விளைவை ஏற்படுத்தியது. குவாஜா ஹாசன் தான் எப்போது தாக்கப்படுகிறோம் என்பதை அறிந்து கொள்ளும் அளவுக்கு புத்திசாலி. அவர் முகத்தில் ஏற்பட்ட அதிர்ச்சியை அவர் கட்டுப்படுத்தினார்.

இவ்வளவு குறுகிய காலத்தில் அவருக்கு எப்படி இவ்வளவு தெரியும்? பிரபுக்களில் யார் அவருக்குத் தகவல் சொல்கிறார்கள்?

அறையில் பதற்றம் தெளிவாகத் தெரிந்தது, அமைதியான கவர்னர்-முஃப்தியைத் தவிர மற்ற அனைவரையும் மூச்சுத் திணறடித்தது.

குவாஜா ஹாசனுக்குத் தெரியும். தனது பருமனான தோலைக் காப்பாற்ற அவர் வெளிப்படுத்த வேண்டிய தகவல் அவருக்குத் தெரியும்.

‘இது எனது யோசனை அல்ல, என் ஆண்டவரே—மசூதியைச் சரிசெய்வதற்கான இந்த ஆறு மாத காலக்கெடு,’ என்று பிரதமர் உடைந்து, குனிந்து, படுகொலைக்கு அழைத்துச் செல்லப்படும் ஆட்டுக்குட்டியைப் போல கத்தினார். அவரது தத்துவம் தெளிவாக இருந்தது: நீங்கள் சரணடையும்போது, முழுமையாக சரணடையுங்கள் - அப்போது எதிரி சிறிது கருணை காட்டலாம். ‘எனக்கு இதில் எந்த சம்பந்தமும் இல்லை. நான் தூதர் மட்டுமே, என் ஆண்டவரே; நான் விடப்பட்ட அம்பு.’

கவர்னர்-முஃப்தி குவாஜா ஹாசனிடம் நடந்து சென்று அவரது தோளில் கையை வைத்தார். ‘நீங்கள்தான் அம்பு, ஆம்,’ என்று இஸ்மாயில் கூறினார். ‘என் சகோதரன்தான் வில். வில்லாளி யார்?’

பிரதமர் தனது ஆட்களை கெஞ்சும், மூழ்கும் கண்களால் பார்த்தார். அவர்கள் தங்கள் பார்வையை தங்கள் கால்களுக்கு அல்லது சுவருக்கு மாற்றினர்.

எலிகள்!

குவாஜா ஹாசன் இஸ்மாயிலை நோக்கித் திரும்பினார்.

‘வில்லாளி ஒரு பெண், என் ஆண்டவரே,’ என்று பிரதமர் கிசுகிசுத்தார்.

எனக்குத் தெரியும்! இஸ்மாயில் நினைத்தார், ஆனால் அவர் அமைதியாக இருந்தார். அவள் பெயர் சத்தமாகப் பேசப்படுவதைக் கேட்க விரும்பினார். அது பிரதமரின் முழுமையான சரணடைதலைக் குறிக்கும்.

‘ராணி, கௌசரி ஜஹான் ...’ குவாஜா ஹாசன் இன்னும் மென்மையான தொனியில், சுவர்கள் கேட்கக்கூடும் என்று பயந்து தொடர்ந்தார். ‘அவள் நான்கு வாரங்களுக்கு முன்பு காலையில் சுல்தானின் குளிர்கால அரண்மனைக்கு என்னை அழைத்தாள். சுல்தான் தூங்கிக் கொண்டிருந்தார், ஆனால் ராணி அரச படுக்கையறையின் முன் அறையில் எனக்காகக் காத்திருந்தாள்.’

இந்த வெளிப்பாடு தன்னைத் துன்புறுத்தியவரை திருப்திப்படுத்தும் என்று நம்பி பிரதமர் நிறுத்தினார். அவர் ஏற்கனவே அதிகமாக வெளிப்படுத்தியிருந்தார். ஏனென்றால் இரண்டு யானைகள் சண்டையிடும்போது, முதலில் மிதிக்கப்படுவது பொதுவாக காலடியில் உள்ள புல்தான்.

‘தொடர்ந்து சொல்லுங்கள்,’ என்று கவர்னர்-முஃப்தி வலியுறுத்தினார். ‘உங்கள் வாழ்க்கை இந்தத் தகவலில்தான் தொங்குகிறது,’ என்று அவர் கொடூரமாக மேலும் கூறினார்.

தண்டனை விதிக்கப்பட்ட நபர் தொடர்ந்தார்.

‘உங்கள் நம்பிக்கையையும் குடும்பத்தின் மீதான பக்தியையும் சோதிக்க சுல்தானின் விருப்பத்தை அவள் எனக்கு தெரிவித்தாள், என் ஆண்டவரே.மசூதியில் பழுதுபார்க்கும் பணிகளை முடிக்க உங்களுக்கு ஆறு மாதங்கள் உள்ளன என்பதை உங்களுக்குத் தெரிவிக்கும்படி அவள் கேட்டாள். அன்றே உத்தரவை வரையச் சொன்னேன், ஆனால்

அதை உங்களிடம் கொண்டு வர மறந்துவிட்டேன். என் ஆண்டவரே, என் தவறை நினைவில் கொண்டவுடன் நான் அறிக்கையை அனுப்பினேன் என்று நான் உங்களுக்கு உறுதியளிக்கிறேன்.'

'இது நான்கு நாட்களுக்கு முன்பு,' இஸ்மாயில் உறைந்து நினைவு கூர்ந்தார். 'நேரத்தை மையமாகக் கொண்ட ஒரு உத்தரவு எனக்கு வந்து சேர வேண்டியது ஒரு மாதத்திற்குப் பிறகுதான் எனக்குக் கிடைத்தது. இப்போது அந்தப் பணியை முடிக்க ஆறு மாதங்களுக்குப் பதிலாக *ஐந்து* மாதங்கள் மட்டுமே உள்ளன.'

பிரதமர் தலை குனிந்தார். 'மன்னிக்கவும், என் ஆண்டவரே. அது ஒரு கவனக்குறைவான தவறு. நான்...'

'சந்தேகமே இல்லாமல் வேறு வேலையில் இருந்திருப்பீர்கள்.' இஸ்மாயில் புன்னகைத்து, நட்புடன் ஹாசனின் தோளைத் தட்டினார். 'உங்களுக்கும் உங்கள் ஆட்களுக்கும் விஷயங்கள் மிகவும் பரபரப்பாகப் போகப்போகிறது. உங்களுக்குத் தெரியும், இது போன்ற ஒரு பணியை மேற்கொள்ள எனக்கு ... வரையறுக்கப்பட்ட வளங்கள் உள்ளன .... ஜுன்டியின்-உல்-தின் புனிதச் சட்டத்தை நன்கு செயல்படுத்துபவர்கள், ஆனால் அவர்கள் மோசமான கல்வெட்டிகள். என்னைச் சுற்றி பின்னப்பட்டிருக்கும் இந்த வலையை அழிக்க எனக்கு உதவி தேவைப்படும்.'

அவர் வார்த்தைகளைச் சொல்லும்போது, இஸ்மாயில் அறையில் இருந்த ஒவ்வொருவரையும் கவனமாகப் பார்த்தார். சில நிமிடங்களுக்கு முன்பு, அவர்கள் அவரை மரியாதையின்றி நடத்தினர். அவர்கள் இப்போது வளைந்த உடல்களுடன், பயந்து, பணிவுடன் நின்றனர். முற்றிலும் பணிவுடன்.

'எனக்கு உங்கள் உதவி தேவைப்படும், என் நண்பரே,' இஸ்மாயில் கூறினார், மீண்டும் குவாஜா ஹாசனின் மீது கண்களைப் பதித்தார். 'நீங்களும் உங்கள் நல்ல மனிதர்களும் மசூதியில் பழுதுபார்க்க உடனடியாக பணத்தையும் தொழிலாளர்களையும் கண்டுபிடிப்பீர்கள்.'

'நீங்கள் என்ன சொன்னாலும், என் ஆண்டவரே.' குவாஜா ஹாசன் வழங்கப்பட்ட அவகாசத்தில் ஆர்வத்துடன் குதித்தார். 'நான் என்ன செய்ய வேண்டும் என்று விரும்புகிறீர்கள்?'

'கட்டிடக் கலைஞர்கள், பொறியாளர்கள், கல்வெட்டித் தொழிலாளர்கள், தண்ணீர் எடுத்துச் செல்லும் தொழிலாளர்கள்... இந்த முயற்சியில் தேவையான அனைவரையும் மற்றும் அனைத்தையும் கண்டுபிடியுங்கள். மசூதியைச் சுற்றி எனக்கு ஒரு தொழிலாளர் நகரத்தை உருவாக்குங்கள், அவர்கள் 24 மணி நேரமும் கூடுதல் நேரம் வேலை செய்வதைப் பாருங்கள். சுல்தானின் காலக்கெடுவை நான் சந்திப்பேன். நமது கூட்டு நன்மை அதைப் பொறுத்தது, இல்லையா?'

'நிச்சயமாக, என் ஆண்டவரே,' குவாஜா ஹாசன் ஆர்வத்துடன், ஒரு குட்டி யானையைப் போல தலையை மேலும் கீழும் ஆட்டினார். 'என்னால் முடிந்த அனைத்தையும் செய்வேன், நான் உங்களுக்கு உறுதியளிக்கிறேன். இப்போதே.'

'உடனடியாக,' இஸ்மாயில் ஒரு பள்ளி ஆசிரியரைப் போல தனது ஆள்காட்டி விரலை அசைத்துக்கொண்டே திரும்பத் திரும்பச் சொன்னார். 'இப்போதிலிருந்து, சுல்தான் மற்றும் ராணியிடமிருந்து நீங்கள் என் நலன்களைப் பாதுகாக்க வேண்டும் என்று நான் எதிர்பார்க்கிறேன். நீங்கள் ராணிக்கு மிகவும் நெருக்கமானவர் என்று கேள்விப்பட்டேன். அரச தம்பதியுடனான உங்கள் சந்திப்புகளில் நடக்கும் எதையும் பற்றிய நேரடித் தகவலை நான் எதிர்பார்க்கிறேன். *எல்லா* விஷயங்களிலும், *எல்லா* நேரங்களிலும் எனக்கு நன்கு தெரிந்திருக்க வேண்டும். அது புரிகிறதா?'

இஸ்மாயிலின் புதிய சூழ்ச்சிகளின் அளவு அவருக்குத் தெரியவந்தபோது பிரதமர் தனது வார்த்தைகளில் சிரமப்பட்டார். ஆனால் அவர் எப்போது தாக்கப்பட்டார் என்பது அவருக்குத் தெரியும்.

'என் ஆண்டவரே...' பிரதமர் கிசுகிசுத்தார். 'நீங்கள் கட்டளையிட்டபடி...'

எதிர்காலத்தில் பின்வாங்க எப்போதும் வாய்ப்புகள் இருக்கும். வாழ்க்கை நீண்டது... குவாஜா ஹாசன் தனது எண்ணங்களை தனக்குள்ளேயே வைத்திருந்தார். இஸ்மாயிலின் நீட்டிய வலது கையின் பின்புறத்தை முத்தமிட முன்னோக்கி குனிந்தார். மற்ற கவுன்சில் உறுப்பினர்களும் வரிசையாக நின்று இஸ்மாயிலின் கையை ஒவ்வொன்றாக முத்தமிட்டனர்.

அவர் விரும்பியதைப் பெற்ற இஸ்மாயில் திடீரென்று சுற்றிச் சுழன்று தனி அறைகளுக்குச் செல்லும் திரைச்சீலைகளை நோக்கி நடந்தார். அடிபணிந்த பிரதமரும் அவரது பிரதிநிதிகளும் உயிரற்ற சிலைகளைப் போல வேரூன்றி நின்றனர்.

'நீங்கள் செல்லலாம்,' என்று அவர் திரைக்குப் பின்னால் மறைந்து, பூரிப்புடன் கூறினார். 'உங்களை உங்கள் கடமைகளிலிருந்து நான் தடுக்க மாட்டேன்.'

கவர்னர்-முஃப்தியின் குரல் அடர்த்தியான காற்றில் மெதுவாக சிதறியது.

'அது சரியாக முடிந்தது ஐயா.' தாலிப்பின் செவிகள் பிரகாசித்தன. மாளிகையில் இஸ்மாயில் நிறுவியிருந்த ரகசிய உளவுத் துளையிலிருந்து உரையாடலை அவன் கவனமாகக் கேட்டுக்கொண்டிருந்தான். கூட்டத்திற்கான யோசனை தாலிபினுடையது என்றாலும், ஆளுநர்-முஃப்தியால் திட்டத்தை செயல்படுத்துவது குறைபாடற்றதாக இருந்தது. வேலைக்காரன் சிரித்தான். இது அவரது எஜமானரின் களம். அரசவை சூழ்ச்சி. அவர் அதற்காகவே படைக்கப்பட்டார். போர் மற்றும் வன்முறைக்காக

அல்ல. அது அவரது சகோதரர் முகமதின் இருப்பிடம். மேலும் எஜமானரின் இழப்பு ஆச்சரியப்பட வேண்டிய விஷயமல்ல.

தாலிப் மகிழ்ச்சியடைந்தார். ஏனென்றால் எஜமானர் நன்றாகச் செயல்பட்டால், விசுவாசமான ஊழியர்களும் செழிப்பார்கள்.

இஸ்மாயில் பாராட்டுக்கு எதிர்வினையாற்றவில்லை. 'கௌசரி ஜஹான்... அந்த காஷ்மீரி சூனியக்காரி... அவள் அதைச் செய்து முடித்தாள்.'

ஆனால் என் எஜமானரின் பீதி இன்னும் அப்படியே உள்ளது.

'பிரச்சனையைத் தீர்த்துவிட்டீர்கள், ஐயா,' தாலிப் உறுதியளித்தான். 'குவாஜா ஹாசனும் பெரும்பாலான பாரசீக அதிகாரிகளைப் போலவே சமயோசிதமானவர். மசூதியைக் கட்டி முடிக்கத் தேவையான அனைத்து வளங்களையும் அவர் சரியான நேரத்தில் கண்டுபிடிப்பார்.'

'ஆனால் கௌசரிக்கு எவ்வளவு தெரியும்?' இஸ்மாயில் கூச்சலிட்டார். பதட்டம் அவரது குரலை மேலும் கூச்சலிட வைத்தது. 'நாம் அனுப்பிய கடிதங்களைப் பற்றி அவளுக்குத் தெரியுமா?'

'இல்லை, அவளுக்குத் தெரியாது, ஐயா. நம் ஆட்கள் நம்பகமானவர்கள். சுல்தான் மீதான அவளுடைய கட்டுப்பாட்டிற்கு நீங்கள் மிகப்பெரிய அச்சுறுத்தல் என்பதை அவள் அறிந்திருப்பதால், அவள் தனது சாதாரண விளையாட்டுகளை விளையாடுகிறாள் என்று நினைக்கிறேன். சுல்தான் முகமதுடனான அவளுடைய உறவுதான் அவளுடைய ஒரே அதிகார ஆதாரம். காயமடைந்த ஓநாய் போல அவள் அதைப் பாதுகாப்பாள்.'

'நான் அவளைக் கண்காணிக்க விரும்புகிறேன். அவள் செய்யும் அனைத்தையும் பற்றி நான் கேட்க விரும்புகிறேன்.'

'ஆனால் பிரதமர் தான் சொல்வார் என்று கூறினாரே...'

'குவாஜா ஒரு மயில். குடும்பத்தினர் என்ன கேட்க அனுமதிக்கிறார்களோ அதை மட்டுமே அவர் அறிவார். அவர்கள் அவரை தங்கள் கட்டளைகளை நிறைவேற்ற மட்டுமே பயன்படுத்துகிறார்கள். குவாஜா ஹாசன் எனக்குக் கொடுக்கும் தகவல்கள் எப்போதும் இரண்டாம் நிலையாகவே இருக்கும். எனக்கு இன்னும் தேவை. ஒரு உள்ளார்ந்த மனிதனுக்கு மட்டுமே தெரிந்தது எனக்குத் தேவை.'

'என் ஆண்டவரே, அதில் ஆபத்துகள் உள்ளன... நான் பயன்படுத்த மாட்டேன்...'

'நான் அவள் மீது ஒரு கண் வைத்திருக்க விரும்புகிறேன்! நீ அவரிடம் சொல். அவர் என்னை ஒருபோதும் வேண்டாம் என்று சொல்ல மாட்டார்!'

தாலிப் தலையசைத்தான். யாரிடம் பேசுவது என்று அவனுக்குத் தெரியும்.

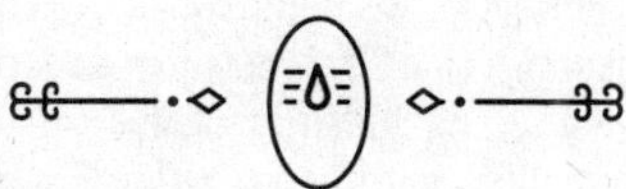

அத்தியாயம் 10

இரத்தமும் சொந்தமும்

அரபிக் கடலில்

கொச்சிக்கு தெற்கே சுமார் முப்பது மைல் தொலைவில் உள்ள கடலோர கிராமமான ஆலப்புழாவிலிருந்து நீரில் நழுவிய ஒரு சிறிய படகின் முன் தளத்தில் விஜயன் நின்றார். மரத்தாலான தடுப்பைச் சுற்றி தனது உள்ளங்கைகளைச் சுற்றிக் கொண்டு, வெல்வெட் கருப்பு வானத்தில் மின்னும் வடக்கு நட்சத்திரத்தைப் பார்த்தார்.

கஜினிக்குச் சென்ற கொலைப்படையின் துணைத் தளபதி கண்களை மூடி, இரண்டு வாரங்களுக்கு முன்பு புனித சபரிமலை கோயிலைச் சுற்றியுள்ள காடுகளில் சோழப் படையினரைக் கண்மூடித்தனமாகப் பாதித்த நிகழ்வுகளின் புயலால் அவரது மனம் நிரம்பி வழிந்தது. அங்குதான் நரசிம்மன் படுகாயமடைந்தார்.

அதிர்ஷ்டவசமாக, விஷம் பூசப்பட்ட அம்பு துணிச்சலான தளபதியின் எந்த முக்கிய உறுப்பையும் ஊடுருவவில்லை. ஆனால் காயம் ஆழமாக இருந்தது. அமலின் படைகள் அவரை மருத்துவமனைக்கு அழைத்துச் சென்ற நேரத்தில், அவரது சுவாசம் மேலோட்டமாக இருந்தது. மேலும் அவரது நாடித்துடிப்பு மிகவும் குறைவாக இருந்தது. அவரது உடல் குளிர்ச்சியாகவும், ஈரமாகவும், அவரது தோல் வியர்வையால் நனைந்திருந்தது. காயத்தைச் சுற்றியுள்ள தசைகள், குறிப்பாக அவரது முதுகு மற்றும் தோள்பட்டை, திடீரென நடுங்கின. அவரது கண்கள் மூடப்பட்டிருந்தன, இருப்பினும் அவரது கண் இமைகள் குழப்பத்தால் துடித்தன.

திடகாத்திரமான நரசிம்மன் மயக்கமடைந்து, அவரது மேல் முதுகில் ஒரு அம்பு பாய்ந்ததால் இவ்வளவு கடுமையான அறிகுறிகளை உருவாக்குவது மிகவும் அசாதாரணமானது. நிச்சயமாக, விஷம் மிகவும் சக்தி வாய்ந்தது.

ஆனால் அமல் நீண்ட வரிசையான பூசாரிகள் மற்றும் கடவுள் அருள்பெற்ற குணப்படுத்துபவர்கள் வம்சத்திலிருந்து வந்தவர். ஆயுர்வேத மருத்துவத்தின் ரகசியங்களை அவள் மற்றவர்களை விட நன்றாகப் புரிந்திருந்தாள். சன்னதி மருத்துவமனையில், அவள் விரைவாக விஷத்தை அடையாளம் கண்டு நரசிம்மனின் உயிரைக் காப்பாற்றினாள். இருப்பினும், விஷத்தின் விளைவுகள் மிகவும் கடுமையானவை, அது சோழ தளபதியின் வலது தோள்பட்டை மற்றும் கையை நடைமுறையில் முடக்கிவிட்டது. அவரது வாள் கை. ஒரு போர்வீரனுக்கு, இது மரணத்தைவிட மோசமானது. அவர் மிகவும் பலவீனமடைந்து படுக்கையில் இருந்தார்.

விஜயன் கண்களைத் திறந்து அந்த துரதிர்ஷ்டவசமான நாளைப் பற்றிய நினைவுகளிலிருந்து விடுபட்டார். அவர் திரும்பி, கடலோர கிராமமான ஆலப்புழாவிலிருந்து மறைந்து போகும் விளக்குகளை தெளிவற்ற முறையில் பார்த்து, படகின் மரத்தாலான தடுப்பில் சாய்ந்தார்.

அவர் மனம் அந்த நிகழ்வின் பின்விளைவுகளுக்குச் சென்றது. அவர்கள் சோழ படுகொலைப் படையின் மற்ற உறுப்பினர்களுடன் மீண்டும் சேர்ந்து, அமலின் உதவியுடன் அமைதியாக இருந்தனர். கடலில் அவர்கள் மீது எந்தத் தாக்குதலும் நடக்காமல் இருப்பதை உறுதி செய்வதற்காக, தனது நம்பகமான ஆட்களுடன் சேர்ந்து, சாளுக்கியர்கள் கொல்லத்தில் சந்தித்த அரபு கூலிப்படையினரை அவள் விரைவாகப் பிடித்துக் கொன்றாள். ஆனால் சாளுக்கியர்கள், அல்லது உண்மையில் அரபு கூலிப்படையினர் வேறு யாருடன் சதி செய்தார்கள் என்பது உறுதியாகத் தெரியவில்லை. சோழப் படையின் ரகசியத்தையும் அவர்களின் பணியையும் பராமரிப்பது மிக முக்கியமானது. எனவே, சோழர்கள் தங்கியிருந்த சபரி மலைகளின் அடிவாரத்தில் உள்ள ஓய்வு இல்லம் 'தற்செயலாக எரிந்து சாம்பலாகிவிட்டது'. அமல் வாவர் கோயில் கருவூலத்திலிருந்து நிதியைக் கொண்டு ஓய்வு இல்லத்தை வாங்க ஏற்பாடு செய்திருந்தாள், பின்னர் இறந்த சாளுக்கியர்களின் உடல்களையும், புதைக்கப்பட்ட நிலத்திலிருந்து உரிமை கோரப்படாத சடலங்களையும் அதில் நிரப்பியிருந்தாள். உரிமை கோரப்படாத உடல்களை சோழர் கவசத்தில் போர்த்தி, கட்டிடத்தை எரித்தாள். இதனால், ஒரு விரிவான புகைத் திரை உருவாக்கப்பட்டது. சோழர்களும் சாளுக்கியர்களும் பழிவாங்கும் வன்முறையின் களியாட்டத்தில் ஒருவரையொருவர் துடைத்துக்கொண்டதுபோல் தோன்றியது.

அமல், சோமேஷ்வர் மற்றும் விஜயன் ஆகியோர் சேர மற்றும் சோழ தலைமையகத்திற்கு இந்த சூழ்ச்சியைப் பற்றியும், ஆண்கள் பாதுகாப்பாக இருப்பதையும் தெரிவிக்க வேண்டாம் என்று முடிவு செய்தனர். ஒரு செய்தியை இடைமறிக்கும் ஆபத்து அவர்களின் பயனாளிகளின் மன அமைதியைவிட மிக அதிகம். நரசிம்மன் மற்றும் ராஜேந்திர சோழருக்கு மட்டுமே தெரிந்த ஒரு ரகசிய தகவல் தொடர்பு, அதைப் பற்றி தளபதி விஜயனுக்குத் தெரிவித்திருந்தார், ஒரு எளிய குறிப்பு மூலம் பேரரசருக்கு நேரடியாகத் தெரிவிக்கப்

பயன்படுத்தப்பட்டது: *பணி இன்னும் நடந்து கொண்டிருக்கிறது. பொருத்தமான நேரத்தில் மேலும் புதுப்பிக்கப்படும்.* நரசிம்மனின் கடுமையான காயம் பற்றிய செய்தி ராஜேந்திர சோழனுக்குத் தெரிவிக்கப்படவில்லை. இது பேரரசருக்கு தேவையற்ற சுமையாக இருக்கும் என்று நரசிம்மனும் விஜயனும் உணர்ந்தனர்.

இத்தனை முன்னெச்சரிக்கைகள் இருந்தபோதிலும், எப்போதும் சந்தேகப்பட்ட விஜயன், கொச்சியின் நன்கு அறியப்பட்ட வணிகத் துறைமுகத்திலிருந்து பயணம் செய்ய வேண்டாம் என்று முடிவு செய்தார், அதற்கு பதிலாக, அவர்கள் புறப்பட்ட துறைமுகத்திலிருந்து முப்பது மைல் தெற்கே உள்ள ஒரு சாதாரண மீன்பிடி கிராமமான ஆலப்புழாவிலிருந்து புறப்பட்டார். ஆலப்புழாவின் காயல்கள் திறந்த கடலுக்கு வழியைக் கொண்டிருந்தன.

அமல் கிராமத்தில் ஒரு சிறிய மீன்பிடிப் படகு வைத்திருந்த குடும்பம் இருந்தது. அது போதுமானதாக இருக்கும்.

ரகசியமாக, அவர்கள் பலுசிஸ்தான் கடற்கரைக்குப் புறப்பட்டனர்.

‘வலீத்?’

பக்கவாட்டில் இருந்து அமலின் மென்மையான குரல் மிதந்தது. விஜயன் திரும்பி, நிலவொளியில் மங்கலாக ஒளிரும் அவளுடைய இதய வடிவிலான முகத்தைப் பார்த்தார். விஜயன் அங்கு வந்தபோது கஜினியில் வாழ்க்கையில் கலக்க உதவும் வகையில், வலீத் என்ற பெயர் இப்போது விஜயனுக்கு இருந்தது. விஜயன், தனக்கு அளிக்கப்பட்ட அடையாளத்தில் நம்பகத்தன்மையுடன் பொருந்தக்கூடிய வகையில், உடனடியாக அந்தப் பெயரைப் பயிற்சி செய்யத் தொடங்குமாறு அமல் பரிந்துரைத்தாள்.

‘என்ன, அமல்?’ விஜயன் கேட்டார்.

‘இது தொழுகைக்கான நேரம்,’ அமல் அவருக்கு மெதுவாக நினைவூட்டினாள். ‘கஸ்னாவிட் நாடுகளில் யாரும் உங்களை சந்தேகிக்காதபடி செயல்பாடுகள் உங்களுக்கு இயல்பாக வர வேண்டும். பின்னர், நிச்சயமாக, நாங்கள் உங்களுக்காக அரபு பாடங்களை ஏற்பாடு செய்வோம். அதைத் தொடர்ந்து துருக்கிய கண்ணியமான நடத்தைகளிலும் பயிற்சி அளிக்கப்படும். வாருங்கள். எல்லோரும் காத்திருக்கிறார்கள்.’

விஜயன் அமைதியாக இருந்தார். அமல் ஒரு பெண் என்பதை அவர் இன்னும் ஏற்றுக்கொள்ளவில்லை. நிர்வாகம், உத்தி மற்றும் வழிசெலுத்தல் திறன் கொண்ட ஒரு பெண். இன்னும் அதிர்ச்சியூட்டும் விதமாக, தேவைப்படும்போது வன்முறையில் ஈடுபடும் திறன் கொண்டவள்.

அமல் விஜயனை முறைத்துப் பார்த்தாள். அவள் மார்பின் குறுக்கே கைகளைக் கட்டிக்கொண்டு முன்னேறினாள்.

‘கேள்... வலீத்,’ விஜயனின் கற்பனையான பெயரை அழுத்தமாகப் பயன்படுத்தி அவள் திரும்பத் திரும்பச் சொன்னாள். ‘நான் ஒரு

பேரரசரின் ஆணையால் இங்கு வரவில்லை. சேர நிலங்களின் மன்னர் என்னை இங்கே இருக்கச் சொன்னதாலும் நான் இங்கே இல்லை. என் நிலத்திற்கும் என் நம்பிக்கைக்கும் நான் கடமைப்பட்டிருப்பதால் நான் இங்கே இருக்கிறேன். நான் ஏதாவது செய்யச் சொன்னால், என் மனதில் இருக்கும் ஒரே குறிக்கோள் பணிதான்.'

விஜயன் உடனடியாக வருத்தப்பட்டார். 'மன்னிக்கவும், அமல். நீங்கள் தவறாகப் புரிந்துகொண்டீர்கள்...'

'உங்கள் அனைவரையும் கஜினிக்குப் பாதுகாப்பாக அழைத்துச் செல்வது எனது பொறுப்பு. மேலும் வரவிருக்கும் பணிக்கு உங்களை சிறப்பாக தயார்படுத்த வேண்டும். எனவே நாம் கட்டாயப்படுத்தப்படும் எந்தவொரு போருக்கும் வெளியே, நீங்கள் என் அறிவுரைகளைப் பின்பற்றுங்கள். நான் ஒரு பெண்ணாக இருக்கலாம், ஆனால் இந்தக் கப்பலில் நீங்கள் என் கட்டளைகளைப் பின்பற்ற வேண்டும்.'

'மன்னிக்கவும்,' என்றார் விஜயன். 'நான் அவமரியாதை செய்யவில்லை. அமல் ஒரு ஆணாக இருப்பார் என்று நாங்கள் அனைவரும் எதிர்பார்த்தோம்.'

'சரி, அமல் ஒரு பெண்,' அவள் சொன்னாள். 'அதைச் சமாளிக்கவும்.'

'சரி, மேடம்'

அமல் திரும்பி, கப்பலின் கைப்பிடியைப் பிடித்துக் கொண்டு தூரத்தை வெறித்துப் பார்த்தாள். இன்னும் கோபமாக.

விஜயன் பேச்சை மாற்றினார், சங்கடமான அமைதியை முடிவுக்குக் கொண்டு வந்தார். 'உங்கள் நிலத்திற்கும், நம்பிக்கைக்கும் உங்கள் கடமை ஏன்?'

அமல் குழப்பத்தில் முகம் சுளித்து விஜயனைப் பார்த்தாள்.

விஜயன் மேலும் தெளிவுபடுத்தினார், 'உங்கள் நிலத்திற்கும் உங்கள் நம்பிக்கைக்கும் இந்தப் பணிக்கு வர ஒப்புக்கொண்டதாக நீங்கள் சொன்னீர்கள்... எனக்குப் புரியவில்லை.'

'உங்களுக்குப் புரியவில்லை ஏனென்றால்... ஏனென்றால் என் நம்பிக்கை இஸ்லாம்? வெளிப்படையாக, அந்த காட்டுமிராண்டி துருக்கிய முகமதின் அதே நம்பிக்கையா?'

'ஆம்.'

அமல் ஆழ்ந்த மூச்சு விட்டாள். 'உங்களுக்குத் தெரியுமா... சோமநாதர் கோவில் அவமதிக்கப்பட்ட செய்தி பல வருடங்களுக்கு முன்பு மகர சங்கராந்தி நாளில் எங்களுக்குத் தெரிய வந்தது—நீங்கள் உங்கள் ஆட்களுடன் ஒரே நாளில், சில வாரங்களுக்கு முன்பு சபரி மலைக்குச் சென்றீர்கள்... நான் குழந்தையாக இருந்ததிலிருந்தே, நான் ஐயப்பனை வேறு எவரையும்விட அதிகமாக வணங்கி வருகிறேன்... என் சொந்த பெற்றோரைவிடவும் அதிகமாக அவரை வணங்கி வருகிறேன். வாவர் சன்னதியைப் பின்பற்றுபவர்களான எங்களுக்கும் அப்படித்தான். நாங்கள் முஸ்லிம்கள், ஆம். ஆனால்

நாங்கள் ஐயப்பனின் முஸ்லிம் பக்தர்கள். அதில் எந்த முரண்பாடும் இல்லை.'

விஜயன் தலையசைத்தார். அவர் புரிந்துகொண்டார். அவர் மீனாட்சி தேவியின் பக்தர். அவரது சகோதரி ஒரு பௌத்தர். அவரது தாயார் ஒரு சமணர். அவரது தந்தை உருவமற்ற நிர்குணத்தைப் பின்பற்றுபவர். நிராகர். இந்தியர்களிடம் எப்போதும் இப்படித்தான். தெய்வீகத்தின் அனைத்து வடிவங்களுக்கும் மரியாதை.

அமலின் குரல் தடுமாறியது. 'ஐயப்பனின் தந்தை அவமதிக்கப்பட்டார்... மிகவும் கொடூரமான முறையில்...'

கடவுள் சிவபெருமானுக்கும் மோகினி தேவிக்கும் பிறந்த மகன் ஐயப்பன். இது அனைத்து பக்தர்களுக்கும் தெரியும்.

'நான் கோயிலின் பக்தர்களுக்குத் தண்ணீர் விநியோகித்துக் கொண்டிருந்தேன்,' அவள் தொடர்ந்தாள். 'அன்று மகர சங்கராந்தி. சபரிமலையில் புனித யாத்திரையின் உச்சம். அன்று எத்தனை பக்தர்கள் வந்தார்கள் தெரியுமா?'

விஜயன் தலையை ஆட்டினார். இல்லை.

'பதினைந்து யாத்ரீகர்கள்!' அமல் தன் மென்மையான, நேரான முடியை காதுகளுக்குப் பின்னால் சுருக்கிக் கொண்டு கூச்சலிட்டாள். 'பதினைந்து—அவ்வளவுதான்! இந்த பதினைந்து ஆண்கள் அங்கே இருந்தார்கள், ஏனென்றால் தென்னிந்தியாவில் சோமநாதர் கோயிலில் - என் ஐயப்பனின் தந்தையான சிவபெருமானின் கோயிலில் - என்ன நடந்தது என்று இதுவரை கேள்விப்படாத ஒரே மக்கள் அவர்கள்தான். குடும்பத்தில் ஒருவரின் மரணத்திற்குப் பிறகு ஒரு குறிப்பிட்ட காலத்திற்கு இந்துகள் கோவில்களுக்குச் செல்வதில்லை என்று என் பாட்டி ஒருமுறை என்னிடம் சொல்லியிருந்தார். மேலும் குடும்பத்தில் ஒரு மரணம் ஏற்பட்டது... வலீத், அன்று மக்கள் துக்கம் அனுசரித்தனர். நமது கடவுளின் மகிமை, நமது மரியாதை, நமது பெருமை மற்றும் ஒற்றுமை ஆகியவை படுகொலை செய்யப்பட்டு அவமதிக்கப்பட்டதற்கு அவர்கள் துக்கம் அனுசரித்தனர்.'

'மதுரையிலும் அப்படித்தான் இருந்தது' என்று விஜயன் கூறினார். 'மீனாட்சி கோயிலில் கோயில் மணிகள் துக்கத்தில் பல நாட்கள் ஒலிக்கவில்லை.'

'இந்தச் செய்தியைக் கேட்டபோது நான் என் பெற்றோருடன் இருந்தேன்' என்று அமல் கூறினாள். 'வீதிகள் பல நாட்கள் வெறிச்சோடி காணப்பட்டன. ஒரே வீடுகளில் வசிக்கும் மக்கள் அன்று ஒருவருக்கொருவர் பேசவில்லை. நமது முந்தைய போர்களில், வெற்றியாளர் நிர்வாகத்தை மட்டுமே எடுத்துக் கொண்டனர். அவர்கள் கைப்பற்றிய வழிபாட்டுத் தலங்கள். ஆனால் இது, சில நூற்றாண்டுகளுக்கு முன்பு ஹன்கள் தாக்கியபோது நாம் கடைசியாகக் கண்ட காட்டுமிராண்டித்தனத்தின் மீள் வருகை ... அது எங்கள் ஆன்மாவை உடைத்தது ... '

‘ஆனால் மக்கள் எவ்வளவு விரைவாக இயல்பு நிலைக்கு திரும்பினார்கள் என்பதைப் பார்த்து நான் ஆச்சரியப்பட்டேன் ...’ விஜயன் மெதுவாகச் சொன்னார். ‘வழக்கமான வாழ்க்கைக்குத் திரும்புதல். சில மாதங்களுக்குள்.’

அமல் கூர்மையான மூச்சு எடுத்தாள். ‘ஆம் ... இந்தியர்களாகிய நமக்கு ஒரு வலிமை இருக்கிறது, அதுவே நமது பலவீனமும்கூட. நமது கடந்த கால வெறுப்பையும் துக்கத்தையும் நாம் விட்டுவிடுகிறோம். கௌதம புத்தர் நமக்கு அறிவுறுத்தியது போல. நாம் முன்னேறுவோம் ...’

‘*சரைவேதி, சரைவேதி.*’ ஆத்ரேய உபநிஷதத்திலிருந்து ஒரு பிரபலமான மந்திரத்தை விஜயன் மேற்கோள் காட்டினார், இது *நடந்து கொண்டே இரு, நடந்து கொண்டே இரு* என்று மொழிபெயர்க்கப்பட்டுள்ளது. அடிப்படையில், ஒருவர் கடந்த காலத்திலிருந்து முன்னேற வேண்டும், அப்போதுதான் மீண்டும் எழ முடியும்.

’இந்த மனப்பான்மை பல முறை வேலை செய்கிறது,...’ என்றாள் அமல். ‘நான் அதை மறுக்க மாட்டேன். கடந்த கால பகைமைகளிலும் துக்கத்திலும் நாம் மூழ்குவதில்லை. நாம் நம்மைத் தூக்கி எறிந்து முன்னேறுகிறோம். ஆனால் மற்ற தேசங்களைச் சேர்ந்த பலர் இந்தியர்களாகிய நம்மைப் போலல்லாமல் இருக்கிறார்கள். அவர்கள் முன்னேற மறுக்கிறார்கள். அதனால்தான் உலகெங்கிலும் உள்ள பல சமூகங்கள் தங்கள் மூதாதையர்களை ஒடுக்கியவர்களின் சந்ததியினரைக் குற்றம் சாட்டுவதைக் காணலாம். குற்றங்கள் நடந்து பல நூற்றாண்டுகளுக்குப் பிறகு, இப்போது இழப்பீடுகளையும் பழிவாங்கலையும் விரும்புகிறார்கள். மறுபுறம், இந்தியர்களாகிய நாம் பொதுவாக முன்னேறி நம் வாழ்க்கையை மீண்டும் கட்டியெழுப்புகிறோம். அதனால்தான் நாம் எப்போதும் மீண்டு வருகிறோம். அதனால்தான் நாம் எப்போதும் வெற்றி பெறுகிறோம். நாம் கடந்த காலத்தின் கைதிகளாக மாறுவதில்லை.’

‘உண்மைதான்.’

‘ஆனால் ...’ என்றாள் அமல். ஒரு ஞானி ஒருமுறை கூறியது போல், ஒரு நீண்ட தனிமொழியில் ‘ஆனால்’க்குப் பிறகு வருவதுதான் உண்மையிலேயே முக்கியமானது. ’நம்மில் பலர் மறந்துவிடலாம், ஆனால் நம்மில் சிலர் நினைவில் கொள்ள வேண்டும். நாம் நினைவில் கொள்ள வேண்டும், மேலும் நாம் பழி வாங்க வேண்டும். அதனால் நம் எதிரிகள் ஒரு பாடம் கற்றுக்கொள்ள வேண்டும்: அவர்கள் நமக்கு எதிராக குற்றங்களைச் செய்துவிட்டு, எதுவும் நடக்காதது போல் நடிக்க முடியாது. நம் எதிரிகளில் பலர் நம்முடன் வர்த்தகம் செய்து, நமது பொருளாதாரத்தில் பணம் சம்பாதிக்க விரும்புகிறார்கள், கடந்த கால குற்றங்களை இப்போதைக்கு விட்டுவிடச் சொல்கிறார்கள். நம் எதிரிகள் பின்னர் இரு வழிகளிலும் வெற்றி பெறுகிறார்கள்; அவர்கள் விரும்பும்போது நம்மைத் தாக்கலாம், ஆனால் நம்மிடமிருந்தும் பணம் சம்பாதிக்கலாம்.

அவர்களுக்கு இந்தியர்களைப் பிடிக்காது, ஆனால் அவர்கள் இந்திய பணத்தை விரும்புகிறார்கள். அது தொடர அனுமதிக்கப்படாது. அதனால்தான் இந்தியர்களில் சிலர் நினைவில் கொள்ள வேண்டும். தேவைப்பட்டால் நாம் நம் நேரத்தை ஒதுக்க வேண்டும். ஆனால் நாம் நினைவில் கொள்ள வேண்டும். நாம் திருப்பித் தாக்க வேண்டும். ஒருவேளை உடனடியாக அல்ல, ஒருவேளை சிறிது காலம் கழித்து. ஒருவேளை ஐநூறு ஆண்டுகளுக்குப் பிறகும்கூட. ஆனால் நாம் திருப்பித் தாக்க வேண்டும். அதனால் நம் எதிரிகளுக்கு ஒரு தெளிவான செய்தி அனுப்பப்படும்: நீங்கள் எங்களுக்கு தீங்கு நினைக்க விரும்பினால், எங்கள் உத்தரவாதமான பழிவாங்கலை உங்கள் கணக்கீடுகளில் சேர்க்கவும் - ஏனென்றால் நாங்கள் திருப்பித் தாக்குவோம். கடுமையாக.' அமல் விஜயனின் கண்களை நேரடியாகப் பார்த்தாள். 'ஆனால் இந்த பிடிவாதமான மறுப்பு மற்றும் பழிவாங்கும் விருப்பத்திற்கு, கவனம் மற்றும் ஒழுக்கம் தேவை.'

விஜயன் சிரிக்க ஆரம்பித்தார். 'அதுதான் இந்துக்களில் பலருக்கு இல்லை. எங்களுக்கு இன்னும் பல பலங்கள், படைப்பாற்றல், ஆர்வம், மன்னித்து முன்னேறும் திறன் உள்ளது... ஆனால் ஆம், நாங்கள் கவனம் செலுத்துவதையும் ஒழுக்கத்தையும் செய்வதில்லை. குறைந்தபட்சம், நம்மில் பெரும்பாலோர் செய்வதில்லை...'

அமல் சிரித்தாள். 'நான் ஒப்புக்கொள்கிறேன்... அதனால்தான் இந்திய முஸ்லிம்கள் எங்களுக்குத் தேவை. ஏனென்றால் நாங்கள் மிகவும் கவனம் செலுத்தும் ஒழுக்கமானவர்கள். உங்களிடம் உள்ள சில பலங்கள் எங்களிடம் இல்லை. ஆனால் எங்களிடம் வேறு பலங்கள் உள்ளன... அவற்றில் நிச்சயமாக கவனம் மற்றும் ஒழுக்கம் உள்ளது.'

விஜயன் சிரித்தார்.

அமல் தொடர்ந்தாள், 'அது இந்திய முஸ்லிம் சிவ பக்தர்களின் பொறுப்பு... நாம் கவனம் செலுத்தி ஒழுக்கமாக நடந்து கொள்ள வேண்டும். நாம் மறந்துவிடக் கூடாது. இந்த வெளிநாட்டினர் தங்கள் குற்றங்களுக்கான வலியை உணர வைக்க வேண்டும். அதனால் அவர்கள் மீண்டும் ஒருபோதும் அதைச் செய்யத் துணியக்கூடாது. அதனால்தான் நான் போராடுகிறேன். ஐயப்பன் மற்றும் அவரது தந்தை மகாதேவருக்காக.'

விஜயன் தலையசைத்தார். அவரது கைமுட்டிகள் பலமாக இறுகின. 'மதுரை மீனாட்சி அவர்களுக்காக நானும் போராடுகிறேன்.'

'என் தாய்நாட்டிற்குப் பங்களிக்க அல்லாஹ்வே எனக்கு இந்த வாய்ப்பை வழங்கியதற்கு நான் நன்றியுள்ளவளாக இருக்கிறேன். நான் என் கடமையைச் செய்வேன்.'

'நீங்கள் செய்வீர்கள் என்று எனக்குத் தெரியும்,' விஜயன் சிரித்தார்.

அமல் பதிலுக்குச் சிரித்துவிட்டு, விளையாட்டுத்தனமாக விஜயனைத் தோளில் லேசாகத் தட்டினாள். 'இப்போது நீங்கள்

வலீத்தின் வழிகளைக் கற்றுக்கொள்ள வேண்டும், அப்போதுதான் நாம் கஜினியில் இருக்கும்போது நீங்கள் ஒன்றிணைய முடியும்.'

'நான் வெளிப்படையாகச் சொல்லலாமா?' என்று விஜயன் கேட்டார்.

'நிச்சயமாக,' அமல் கூறினாள்.

எனக்கு மொழிகளைக் கற்பதில் எந்தத் திறமையும் இல்லை. சில நாட்களில் அல்லது சில வாரங்களில்கூட, நான் எவ்வளவு கடினமாக முயற்சித்தாலும், ஒரு அந்நிய மொழியைக் கற்றுக்கொள்ள முடியாது,' என்று விஜயன் ஒப்புக்கொண்டார்.

'நீங்கள் முயற்சி எடுக்க மாட்டீர்கள்' என்று பின்னால் இருந்து ஒரு பலவீனமான குரல் வந்தது. அது சோமேஷ்வரின் வழக்கமாக அமைதியாக இருக்கும் நண்பர் இக்பால். அவர் மெதுவாக வந்து சோழர்களிடமிருந்து பெற்ற தமிழில் பேச முயற்சித்துக் கொண்டிருந்தார்.

'ஐயா' விஜயன் அந்த முதியவரை வணங்கி மரியாதையுடன் கைகளை ஒன்றாகக் கூட்டினார்.

'நான் உங்கள் மொழியைக் கற்றுக்கொண்டேன். குறைந்தபட்சம் ஓரளவு. மிகக் குறுகிய காலத்தில்,' இக்பால் தொடர்ந்தார், குறுகிய காலத்தில் தான் எவ்வளவு சாதித்தேன் என்பதை வலியுறுத்த விரல்களால் சைகை செய்தார். 'நீங்களும் மொழியைக் கற்றுக்கொள்ளலாம். ஆனால் நீங்கள் முயற்சி செய்ய மாட்டீர்கள்.'

'நான் கடுமையாக என்னையே உந்தி முயற்சி செய்வேன் ஐயா,' விஜயன் உறுதியளித்தார்.

'சரி, வலீத்,' இக்பால், விஜயனின் கற்பனையான பெயரைப் பயன்படுத்திக் கொண்டார். 'கஜினியில் எங்கள் பணியை நிறைவேற்ற உங்கள் புதிய அடையாளத்துடன் பழகிக் கொள்ளுங்கள்.'

'சரி... நான் சத்தியம் செய்கிறேன்,' என்று விஜயன் கூறினார், இருப்பினும் தனது தளபதி இல்லாமல் தனது பணியை எப்படி நிறைவேற்றுவது என்று அவரால் யோசிக்க முடியவில்லை. 'தளபதி நரசிம்மன் எப்படி இருக்கிறார்?'

இக்பால் சிரித்துக்கொண்டே தலையை ஆட்டினார். 'அவர் ஒரு சிறப்பான மனிதர், உங்களுடைய தளபதி.'

'இன்னும் பயிற்சி செய்கிறாரா?' என்று விஜயன் கேட்டார்.

கடலில் சென்றதும், நரசிம்மனின் பலவீனம் குறைந்து, அவர் சிறிது வலிமையைப் பெற்றார், அது அவரை நகர அனுமதித்தது. ஆனால் அவரது வலது தோள்பட்டை மற்றும் கை செயலிழந்து போயிருந்தது. அமலும் அவரது திறமையான மருத்துவர்களும் அம்புக்குறியின் சில பகுதிகளை மட்டுமே பிரித்தெடுக்க முடிந்தது. காயத்தில் பாதிக்கப்பட்ட சில துண்டுகளை அகற்றுவது சாத்தியமில்லை. சாளுக்கியரால் குத்தப்பட்டபோது அம்புக்குறி எப்படியோ நரசிம்மனின் முதுகில் உடைந்தது. இது பல்வேறு

உலோகங்களின் வினோதமான கலவையாக இருக்கலாம். ஒருவேளை அதிநவீன, சோதனை தொழில்நுட்பத்தால் தயாரிக்கப்பட்டிருக்கலாம். இது ஒரு வகையில், ஒரு அறிவியல் பேரழிவாக இருந்திருக்க வேண்டிய ஒரு உலோகக் கலவையாகும் - தாக்கத்தின் போது துண்டு துண்டாகப் பிரிக்கப்படும் ஒரு உலோகம், பொருளின் பெரும்பாலான பாரம்பரிய பயன்பாடுகளுக்கு அதிகம் பயன்படாது. ஆனால் ஒரு அம்புக்குறியில் இது மிகவும் முக்கியமானதாக இருந்தது, ஏனெனில் அது ஒரு அறுவை சிகிச்சை நிபுணருக்கு எறிபொருளை அகற்றுவதை மிகவும் கடினமாக்கியது. மேலும் இந்தப் பொருள் மெதுவாக நரசிம்மனுள் விஷமாகியது.

ஆனால் சோழ தளபதியின் போர்வீரரின் மனப்பான்மை சாளுக்கியர்களுடனான மோதலால் மீண்டும் விழித்தெழுந்தது. மேலும் ஒரு போர்வீரனுக்கு, உடல் முடங்குவது என்பது பேச்சுவார்த்தை நடத்தப்பட வேண்டிய ஒரு தடையாகும், ஓய்வு பெறுவதற்கான ஒரு காரணம் அல்ல. நரசிம்மன் தனது சோழ வீரர்களுடன் தளத்திற்குக் கீழே தொடர்ந்து பயிற்சி செய்து வந்தார். ஒவ்வொரு நாளும். இடது கையால் வாளைப் பயன்படுத்தக் கற்றுக்கொண்டார். உண்மையில், அவர் மீண்டும் புதிதாகத் தொடங்கினார், ஆனால் அவர் ஏற்கனவே நல்ல முன்னேற்றம் அடைந்திருந்தார்.

'ஆம், அவர் இன்னும் பயிற்சி செய்து வருகிறார்,' என்று விஜயனின் கேள்விக்குப் பதிலளித்த இக்பால் கூறினார். 'தளபதி நரசிம்மனைப் போன்ற திறமையான ஒரு வீரரை நான் ஒருபோதும் சந்தித்ததில்லை.'

'இன்றிலிருந்து நரசிம்மனின் பெயர் நஸ்ருல்லா, ஐயா,' என்றாள் அமல். 'நான் உங்களுக்கு நினைவூட்டுகிறேன், சோமேஷ்வர் - சல்மான், நீங்கள்... நீங்கள் நிச்சயமாக இக்பால்தான். நான் இங்கே வலீதிடம் விளக்கிக் கொண்டிருந்தபடி,' அவள் விஜயனை நோக்கி கூர்மையாகப் பார்த்து, 'நாம் நமது புதிய அடையாளங்களில் பரிச்சயம் ஆக வேண்டும். நாம் வெறியர்களின் நாட்டுக்குப் பயணம் செய்கிறோம், ஐயா. நாம் குவாதருக்கு வரும்போது நமது செயல்திறன் மாசற்றதாக இருக்க வேண்டும். சிறிய தவறுகள்கூட விலை உயர்ந்ததாக இருக்கலாம். யாராவது உங்கள் கற்பனையான பெயரை அழைத்தால், அது உங்கள் பெயராக இருப்பது உங்களுக்குப் பழக்கமில்லாததால் நீங்கள் பதிலளிக்காமல் இருப்பதுபோல்.'

'நஸ்ருல்லா, சல்மான், நிச்சயமாக, நான் இக்பால்தான்,' என்று இக்பால் அந்த இளம் பெண்ணைப் பார்த்து அன்புடன் சிரித்தார்.

'நான் துடுக்காக நடந்து கொள்ளவில்லை' என்றார் விஜயன், 'ஆனால் நீங்கள் என்னுடையது அல்லாத ஒரு பெயரைச் சொல்லி என்னை அழைக்கும்போது அது விசித்திரமாக இருக்கிறது. எனது அடையாளமும் எனது நம்பிக்கையும் எனக்கு புனிதமானவை. "வலீத்" என்று என்னை அழைத்து, என் நம்பிக்கைக்கு புறம்பான பழக்கவழக்கங்களைப் பின்பற்றும்படி கட்டாயப்படுத்தப்படும் ஒவ்வொரு முறையும் நான் நடுங்குகிறேன்.'

அமல் அருகில் வந்து அவர் கண்களை நேராகப் பார்த்தாள்.

வலீத்... அல்லது விஜயன், அது உங்களுக்குப் பிடித்திருந்தால்,' அவள் சொன்னாள், 'நான் உங்களை ஒரு புதிய நம்பிக்கைக்கு மாற்ற முயற்சிக்கவில்லை. நீங்கள் பின்பற்றும் எந்த பழக்கவழக்கங்களும் உங்கள் சொந்த நம்பிக்கைக்கு முரணானவை அல்ல. அதற்கு மேல் எதுவும் இல்லை. மேலும் நீங்கள் ஒரு புதிய மொழியில் தேர்ச்சி பெற வேண்டிய அவசியமில்லை. நீங்கள் ஒரு சில முக்கியமான வார்த்தைகளையும் சொற்றொடர்களையும் கற்றுக்கொள்ள வேண்டும், மேலும் ஒரு சில சடங்குகளைப் பயிற்சி செய்ய வேண்டும். துருக்கியர்களின் பழக்கவழக்கங்களை ஒரு குறுகிய காலத்திற்கு ஏற்றுக்கொள்ளுங்கள்... மிகக் குறுகிய காலத்திற்கு. இந்த நோக்கம் நாம் யார் என்பதை மாற்றுவது பற்றியது அல்ல. மாறாக, இது நீங்களும் நாங்களும் - நம் வாழ்நாள் முழுவதும் வைத்திருந்த நம்பிக்கைகளுக்காகப் போராடுவது பற்றியது. இதில் என்னை நம்புங்கள். நான் உங்களிடம் கெஞ்சிக் கேட்டுக்கொள்கிறேன்.'

இக்பால் தமிழில் மகிழ்ச்சியுடன், 'புதிய பெயரையும் மொழியையும் கற்றுக்கொள்வது பெரிய விஷயமல்ல. இலக்கை அடைய ஒரே பாலம்' என்று கூறினார். 'பாலம் தாண்டியதும், பழைய அடையாளத்துக்குத் திரும்பு.'

'தாடி வளர்த்ததற்கு நன்றி. இது *லிஹ்யா* என்று அழைக்கப்படுகிறது,' அமல் சொன்னாள், அவள் குரல் விளையாட்டுத்தனமான மகிழ்ச்சியுடன் சிலிர்க்க வைத்தது. 'இது உங்களுக்கு நன்றாக இருக்கிறது.'

அதனுடன், அவள் திரும்பி நடந்தாள்.

விஜயன் முகத்தில் ரத்தம் பாய்வதை உணர்ந்தார். அவர் கன்னத்தைச் சுற்றியிருந்த இளம் சுள்ளியின் கரடுமுரடான முடியைத் தொட்டார். லேசாக சிரித்தார்.

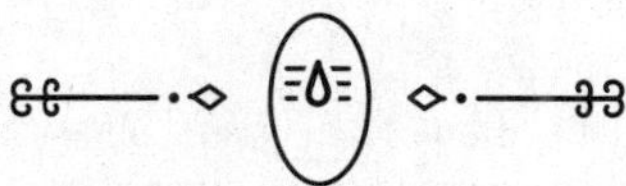

அத்தியாயம் 11

அந்நியர்கள் மத்தியில்

கஜினி, ஆஃப்கானிஸ்தான்

ஒரு அடிமைப் பெண் அமீரின் படுக்கையறையிலிருந்து தடுமாறி நடக்க முடியாமல் வெளியே வந்தாள். அவளது கலைந்த கூந்தல் அவளது வீங்கிய உதடுகளையும், காயமடைந்த தாடையையும் மறைக்க போராடியது. அவளது மெல்லிய தோலின்கீழ் உறைந்த இரத்தம் ஒரு இரத்தக்களரி வரைபடத்தைப் போலத் தோன்றியது. அது அவளுடைய இடது கருங்கண்ணின் குறுக்கே பாலமாகி, அவளுடைய தலைமுடியின் கோட்டில் மறைந்துபோனது. அவள் கேட்கக்கூடிய, ஆனால் வலிமிகுந்த அவநம்பிக்கையான அழுகையை வெளியிட்டாள்.

அவளுடைய சோதனையின் இந்த சமீபத்திய பகுதி அவள் உயிருக்கு பயத்தை ஏற்படுத்தியது. அவள் பயந்தாள்.

தாலிப் அவளை நோக்கி நடப்பதைக் கண்டதும், அவள் மார்பையும் முகத்தையும் தன் தாவணியால் மூடினாள். வெட்கமும் விவரிக்க முடியாத குற்ற உணர்வும் அவள் கண்களை மூட வைத்தது.

தாலிப் அருகில் வந்தான். அவன் உடனடியாக அடிமைப் பெண்ணை அடையாளம் கண்டான். யசாதே. பதின்மூன்று அல்லது அதிகபட்சம் பதினான்கு வயது சிறுமி. யாசிதி பழங்குடியினத்தைச் சேர்ந்தவள். அவளுடைய தந்தையும் ஆளுநர்-முஃப்தி இஸ்மாயிலின் அடிமை.

தாலிப்பால் அவளை நேருக்குநேர் பார்க்க முடியவில்லை. கீழே பார்த்தான். என்ன நடக்கிறது என்பதை ஒப்புக்கொள்ளாதது குற்றம் மறைந்துவிடும் என்பது போல. ஒரு சின்னப் பெண். ஒரு குழந்தை. எந்தக் குழந்தையும் தாங்கக்கூடாத துன்பம். தாலிப் நடுங்கினான்.

ஆனால் அவன் பல வருடங்களாக வாயை மூடிக்கொண்டு தன் எஜமானரின் குற்றங்களைப் புறக்கணிப்பது போல் நடிக்கக் கற்றுக்கொண்டான். அவன் தொடர்ந்து கீழே பார்த்தான். ‘போ... தயவுசெய்து போ... ரேஷ்மா...’

அந்தச் சிறுமி, யசாதே, பதில் சொல்லவில்லை. அவள் வெறுமையாக சுவரைப் பார்த்தாள். பயத்துடன்.

‘பிரதான வேலையாளின் அறைக்குச் செல்,’ என்று தாலிப் சொன்னான், இன்னும் தரையைப் பார்த்துக் கொண்டிருந்தான், அவன் கண்கள் அந்தப் பெண்ணின் கண்களிலிருந்து விலகின. ‘ரேஷ்மா... ரேஷ்மா உன்... உன் காயங்களுக்கு மருந்து போட உதவுவாள்...’

அந்தப் பெண் தன்னைத் தானே தலையசைக்க கட்டாயப்படுத்தி, ஆளுநரின் வீட்டுத் தலைவருடன் கண் தொடர்பு கொள்வதைத் தவிர்த்தாள். நடுங்கும் விரலால் தன் மேல் உதட்டிலிருந்து ஒரு துளி இரத்தத்தைத் துடைத்தாள். பின்னர் பாய்ந்து மண்டபத்தில் மறைந்தாள்.

‘தாலிப்?’ படுக்கை அறைக்குள் இருந்து இஸ்மாயிலின் குரல் ஒலித்தது. ‘அது நீங்களா?’

தாலிப் ஆழ்ந்த மூச்சை எடுத்து மீண்டும் நடுங்கினான். ஆனால் அவனுக்கு ஒரு வலுவான சுய பாதுகாப்பு உணர்வு இருந்தது. இவ்வளவு காலமாக அவன் உயிர் பிழைத்த ஒரே வழி அதுதான். தன் முகத்தில் புன்னகையை உருவாக்கி, தனது எஜமானரின் படுக்கையறைக்குள் நுழைந்தான்.

உள்ளே இருந்த காற்று அபின் வாசனையால் அடர்த்தியாக இருந்தது. இருமியபடி, தாலிப் தனது மூக்கின் முன் ஒரு கையை அசைத்து காற்றை வெளியேற்ற வீண் முயற்சி செய்தான்.

இஸ்மாயில் அறையின் இடது மூலையில் உள்ள பளபளப்பான தரை மெத்தைகளில் அரை ஆடை அணிந்தபடி அமர்ந்து, பாம்பு வடிவ குழாயிலிருந்து அபினை சுவாசித்தார். ‘வாருங்கள், பழைய நண்பரே. உட்காருங்கள்.’

தாலிப் குனிந்து தனது எஜமானரிடம் நடந்து சென்றான். அவன் மண்டியிட்டு, கவர்னர்-முஃப்தியின் கையை சடங்கு முறையில் முத்தமிட்டு, தனது எஜமானருக்கு அருகில் ஒரு சிக்கனமான மெத்தையில் அமர்ந்தான்.

‘இன்று மாலை நீங்கள் சோர்வாக இருக்கிறீர்கள்,’ இஸ்மாயில் மகிழ்வுடன் கூறினார். ‘எல்லாம் சரியாக இருக்கிறதா?’

‘ஒரு திறந்த புத்தகத்தைப் போல நீங்கள் என்னைப் படிக்க முடியும், என் ஆண்டவரே,’ என்று தாலிப் பதிலளித்தான். ‘குஸ்கானில் இருப்பதைவிட இங்கு நிர்வகிக்க இன்னும் நிறைய ஊழியர்கள் உள்ளனர். மேலும் அரச சபை ...’

இஸ்மாயில் தலையை ஆட்டினார். ‘ஆம், நீதிமன்றம் ... இது உண்மையில் ஒருவரை சோர்வாக்குகிறது.’

'ஆம், என் ஆண்டவரே. நிர்வகிக்க ஏராளமானவை. மேலும் இவை அனைத்தையும் மிகவும் கவனமாகச் செய்ய வேண்டும்.'

'நான் உங்களுக்குச் சொல்வதைச் செய்யுங்கள், விரைவில் நமக்கு முழுமையான கட்டுப்பாடு கிடைக்கும். பின்னர் நம் வீட்டை நிர்வகிப்பது போல் நீதிமன்றத்தையும் எளிதாக நிர்வகிப்போம்.' இஸ்மாயில் சிரித்தார்.

தாலிப் பணிவுடன் சிரித்தான்.

'நாம் கொண்டாட வேண்டும். எனக்கு நல்ல செய்தி கிடைத்துள்ளது,' என்று இஸ்மாயில் ஒரு கடிதத்தை உயர்த்திக் கூறினார்.

தாலிப் கீழே முத்திரையிடப்பட்ட வட்ட கருப்பு முத்திரையைப் பார்த்தான். முத்திரை உடைக்கப்பட்டிருந்தது.

இஸ்மாயில் தொடர்ந்தார், 'கலிஃபா – *நிஜமான* - மற்றும், மிக முக்கியமாக, அவர்களின் பாரசீக புயிட் கூட்டாளிகள், சுல்தானை *சமாளிக்க* கடல் வழியாக ஆட்களை அனுப்பியுள்ளனர்.நான் சொல்ல வருவது உங்களுக்கு புரியும் என நினைக்கிறேன்.' இஸ்மாயில் கண் சிமிட்டினார். 'என்னுடன் ஒரு புகையைப் பகிர்ந்து கொள்ளுங்கள். மகிழ்ச்சியாக இருங்கள்!'

கவர்னர்-முஃப்தி தனது இடதுபுறத்தில் இருந்த ஹூக்காவை நோக்கி சைகை செய்து தனது வேலைக்காரனை புகைக்கச் சொன்னார்.

'நன்றி, என் ஆண்டவரே,' என்றான் தாலிப். 'உண்மையில், இது ஒரு நல்ல செய்தி... நீங்கள் திட்டமிட்டபடி விஷயங்கள் சரியாக நடக்கின்றன. இந்த பாசாங்குத்தனமான மற்றும் மென்மையான பெர்சியர்கள் சிங்கம் போன்ற துருக்கியர்களுக்கு எதிராகப் பயன்பட்டிருப்பார்கள் என்று யார் நினைத்தார்கள்...'

இஸ்மாயில் மெதுவாகச் சிரித்தார். 'சில நேரங்களில், தண்ணீரைப் பயன்படுத்தி கல்லை அரிக்கலாம்.'

'சந்தேகத்திற்கு இடமில்லை. கஜினிக்குத் தகுதியான ஞானமுள்ள ஆட்சியாளர் நீங்கள்தான், என் ஆண்டவரே.'

'மிகவும் உண்மை,' இஸ்மாயில் ஒப்புக்கொண்டார்.

'என் ஆண்டவரே,' தாலிப் எச்சரிக்கையுடன் தொடர்ந்தான், 'நீங்கள் எப்போதும் கவனமாக இருக்கிறீர்கள் என்பது எனக்குத் தெரியும். நீதிமன்றத்தின் கட்டுப்பாட்டை நாம் பெற எப்படி இருக்கிறோம் என்கிற தோற்றத்தை பராமரிக்க வேண்டும். ஆனால் நம் பழக்கவழக்கங்களை வீட்டினுள் வைத்திருக்க வேண்டும், அப்போதுதான் அவற்றை நிர்வகிக்க முடியும்.' தாலிப் தனது சொந்த நலனுக்காக, இஸ்மாயிலின் பெண்களை அடிக்கும் பழக்கத்தைப் பற்றி முடிந்தவரை கவனமாகப் பேசிக் கொண்டிருந்தான். 'நாம் வெளியாட்களை உள்ளே கொண்டு வந்தால், கசிவுகளைக் கட்டுப்படுத்துவது எனக்குக் கடினமாக இருக்கலாம்.'

யசாதேயுடன் இருந்ததால் இஸ்மாயில் நல்ல மனநிலையில் இருந்தார். எனவே அவர் கேட்கத் தயாராக இருந்தார். 'சரி, சரி! அந்த அற்புதமான ஆப்பிரிக்க அடிமைப் பெண்ணை சந்தையில் இருந்து கொண்டு வராதே! இப்போது சந்தோஷமா?'

தாலிப் பணிந்து நின்றான். 'என் ஒரே நோக்கம் உங்கள் வெற்றி, என் ஆண்டவரே. உங்கள் வெற்றிதான் வாழ்க்கையில் எனது ஒரே குறிக்கோள்...'

'எனக்குத் தெரியும், எனக்குத் தெரியும்...' இஸ்மாயில் ஒரு விரிவான மனநிலையில் இருந்தார். 'இந்த யசாதே பெண் என்னுடன் போராட வேண்டும் என்று நான் விரும்புகிறேன், அப்போதுதான் நான் அவளை இன்னும் கொஞ்சம் அடக்க முடியும். அவள் கொஞ்சம் மந்தமானவள்... என் உணர்ச்சிவசப்பட்ட மற்றும் ஆழமான காதலுக்கு எந்தப் பிரதிபலனும் இல்லை.'

'நான் யசாதேவுக்கு அறிவுறுத்த முயற்சிப்பேன், ஐயா,' என்றான் தாலிப். 'அல்லது நாம் வேறு யாரையாவது பெறலாமா? வயதான ஒருவரைப் பெறலாமா?'

'இல்லை. அந்த யசாதே பெண்ணிடம் பேசுங்கள். அல்லது ஒருவேளை ... எனக்கு கருங்காலி தோல் மீது ஒரு பிரியம் இருப்பது உங்களுக்குத் தெரியும். வேறு யாராவது இருக்கிறார்களா?'

'இன்னும் சில மாதங்கள் ஆகும்... விரைவில் கஜினியின் அரியணை உங்கள் கைகளில் இருக்கும். அப்போது உங்களுக்குச் சொந்தமானதை நீங்கள் எடுப்பதை யாரும் தடுக்க மாட்டார்கள். இப்போதைக்கு, நாம் கவனமாக இருக்க வேண்டும்.'

'சரி... சரி... ஆனால் சீக்கிரம் கொண்டாட வேண்டாம்,' என்று இஸ்மாயில் கூறினார், அவரது முகபாவனை தீவிரமாக மாறியது. 'அந்த பைத்தியக்காரத்தனமான சூனியக்காரி - கௌசரி ஜஹான் - மசூதி புனரமைப்பை முடிப்பதை மிகவும் கடினமாக்குகிறாள். நகரத்திலிருந்து ஆட்சேர்ப்பு செய்வதைத் தடுக்க அவள் முதலில் முயன்றாள், அதனால் நான் ஹாசனின் அடிமைகளை அபகரிக்க வேண்டியிருந்தது. பின்னர் கட்டிடப் பொருட்களை வாங்குவதற்கான நிதியில் சிலவற்றை அவள் தடுத்தாள்... மரணதண்டனையில் வாள் வீசுவது போல காலக்கெடு நெருங்குகிறது.'

இந்த முறை தாலிப் முகஸ்துதியுடன் தலையசைத்தான்.

'என் மகனை நீங்கள் சந்தித்தீர்களா?' என்று இஸ்மாயில் கேட்டார். 'இந்தப் பணப் பிரச்சினையை அவனால் மட்டுமே தீர்க்க முடியும்.'

அனைவரும் அறியாத ஒன்று. இஸ்மாயிலுக்கு ஒரு மகன் இருந்தான். நியாயமாகச் சொன்னால், அவனது இருப்பு ஒப்பீட்டளவில் சமீப காலம் வரை இஸ்மாயிலிடமிருந்தே ரகசியமாக வைக்கப்பட்டிருந்தது. நல்லவேளையாக, அவரது மகன் ஒரு நல்ல பதவியில் இருந்தான். இஸ்மாயிலுக்கு உதவ மிகவும் தகுதியானவன்.

'ஐயா, நான் ஒரு சந்திப்பைக் கேட்டுள்ளேன். இன்று மதியம் அவருடன் பேசுவேன்.'

'ஒவ்வொரு கணமும் தாமதிப்பது நமக்கு ஆபத்து.'

'எனக்குப் புரிகிறது, என் ஆண்டவரே.'

'மேலும், குவாடருக்கு விரைவாகப் புறப்படத் திட்டமிடுங்கள். அப்பாசிட் கலீஃபாவின் தூதர்களை வரவேற்க எனக்கு ஒரு நம்பகமான மனிதர் தேவை.'

குவாடர் பலுசிஸ்தானின் முக்கிய துறைமுகமாக இருந்தது. இது பெரும்பாலும் நிலத்தை மையமாகக் கொண்ட கஸ்னாவிட் பேரரசின் கடற்படை வர்த்தக மையமாக செயல்பட்டது.

'சரி, ஐயா.'

மதியம் கஜினியின் பெரிய மசூதியின் நுழைவாயிலில் இஸ்மாயில் நின்றார், யசாதேவும் தாலிப்பும் தங்கள்மேல் கவனத்தை ஈர்க்காமல் சில படிகள் பின்னால் நின்றனர். யசாதேவை பொதுவில் காட்ட வேண்டாம் என்று தாலிப் பலமுறை அறிவுறுத்தியதற்கு எதிராக, இஸ்மாயில் அவளை மசூதி கட்டுமான இடத்திற்கு அழைத்து வர வேண்டும் என்று வலியுறுத்தினார். தனது எஜமானர் இஸ்மாயில், யாசிதி அடிமைப் பெண்ணின் மீது அதிக ஆர்வம் கொண்டுள்ளார் என்பதை தாலிப் உணர்ந்திருந்தான்.

ஜுன்தீன்-உல்-தின் அறுநூறு அடிமைத் தொழிலாளர்களை ஒழுக்கமான முறையில் அடிப்பதை இஸ்மாயில் பார்த்தார். அச்சமூட்டும் மதக் காவல்துறையினர் துல்லியமாக நடந்து, சாட்டையை அடித்து, மகிழ்ச்சியுடன் தடியை வீசினர்.

தொலைவில் குழந்தைகள் மற்றும் முதியவர்களால் நிரம்பிய கூண்டுகள் இருந்தன. இஸ்மாயிலின் உத்தரவின் பேரில், குழந்தைகள் மற்றும் முதியவர்கள் சுத்தம் செய்தல், கற்களுக்கு தண்ணீர் ஊற்றுதல் மற்றும் முக்கிய தொழிலாளர்களுக்கு உணவளித்தல் போன்ற குறைந்த கடினமான வேலைகளுக்குப் பயன்படுத்தப்பட்டனர். ஜுன்தீன்-உல்-தினின் ஒரு சிறிய கூட்டத்தால் பாதுகாக்கப்பட்ட கைதிகள், தங்கள் கூண்டுகளில் ஒட்டிக்கொண்டு, நம்பிக்கை மற்றும் வாழ்வதற்கான விருப்பமின்மையால் சோர்வடைந்த கண்களுடன் தங்கள் அன்புக்குரியவர்களைப் பார்த்தனர்.

கடந்த ஒரு வாரத்தில், *காஃபிர்* அடிமைகளின் வாழ்க்கை எதிர்பாராத திருப்பத்தை எடுத்தது. நகரின் புறநகரில் ஒரு பாதுகாப்பான வீட்டில் குவாஜா ஹாசனால் சிறையில் அடைக்கப்பட்டிருந்த ஆயிரக்கணக்கான ஆண்கள், பெண்கள் மற்றும் குழந்தைகள் கஜினியின் கறுப்புச் சந்தைக்கு கொண்டு

வரப்பட்டதிலிருந்து விலங்குகளைப் போல சிறைபிடிக்கப்பட்ட நிலையில் உயிர் பிழைத்து வந்தனர்.

கஸ்னாவிட் சுல்தானகத்திலும் அதைச் சுற்றியுள்ள நிலங்களிலும் பரவியிருந்த பல்வேறு மதங்களைச் சார்ந்த அடிமைகள் இவர்கள். அவர்கள் நடைமுறையில், குறிப்பிடத்தக்க விடாமுயற்சியுடன் கடைப்பிடித்த நம்பிக்கைகள், இப்போது அந்தப் பகுதிகளைக் கட்டுப்படுத்தும் விரோதப் படைகளை எதிர்கொண்டன. அவர்களில் யாசிதிகள், யூதர்கள், ஜோராஸ்ட்ரியர்கள், கிறிஸ்தவர்கள் ... ஆனால் அடிமைகளில் மிகப்பெரிய குழு, அவர்களின் பூர்வீக நிலத்தில் இருந்த மக்கள் தொகை காரணமாக, இந்துக்கள் மற்றும் பௌத்தர்கள்.

கவர்னர்-முஃப்தியின் இறுதி எச்சரிக்கையைப் பெற்ற பிறகு, குவாஜா ஹாசன் தான் விற்ற அடிமைகளை மீட்டெடுக்க தீவிரமாக முயன்றார், பாதிக்கப்பட்ட உரிமையாளர்களுக்கு அவர்கள் அவருக்குக் கொடுத்ததைவிட இரண்டு மடங்கு மற்றும் சில நேரங்களில் மூன்று மடங்கு அதிகமாக வழங்கினார். பின்னர் அவர் ஜமா மசூதியை பழுதுபார்க்கும் அவசரப் பணிக்காக, கிடைக்கக்கூடிய அனைத்து மனித சக்தியையும் திருப்பிவிட்டார்.

கவர்னர்-முஃப்தி இந்தப் புதிய அடிமைகளில் யாரையும் தனது தனிப்பட்ட ஊழியர்களாக எடுத்துக்கொள்ள மறுத்துவிட்டார். குஸ்கானில் பல ஆண்டுகளாக தனக்கு சேவை செய்தவர்களை மட்டுமே தனது வீட்டில் இருக்க விரும்பினார். கவர்னர்-முஃப்தி சிறையில் அடைக்கப்பட்டபோது அவர்கள் கூட்டாக அனுபவித்த துயரங்கள், சுல்தானுக்கு எதிராக வீட்டில் தீட்டப்பட்ட சதித்திட்டங்களை காட்டிக் கொடுக்காத ஒரு விசுவாசமான மக்கள் குழுவை உருவாக்கியது. நிச்சயமாக, எந்த அடிமைகளையும் அழைத்துச் செல்லாததற்குக் காரணம், கவர்னர்-முஃப்தி தனக்காக கூடுதல் உதவியை விரும்பவில்லை, மேலும் அனைத்து மனித சக்தியும் மசூதியின் மறுகட்டமைப்பிற்கு அர்ப்பணிக்கப்பட வேண்டும் என்று விரும்பினார் - இது இஸ்மாயிலின் பொது நற்பெயரை மேலும் மழுங்கடிக்கக்கூடியது.

'பணி கிட்டத்தட்ட சாத்தியமற்றது, ஐயா. இந்த இறுக்கமான காலக்கெடுவிற்குள் பழைய, ஓரளவு பழுதுபார்க்கப்பட்ட மசூதியின் இடிபாடுகளை அகற்றி, ஒரு புதிய கட்டமைப்பை மீண்டும் கட்டியெழுப்ப முடியாது,' என்று கவர்னர்-முஃப்தி மகத்தான மறுகட்டமைப்பு முயற்சிக்கு பொறுப்பேற்றிருந்த ஒரு கிறிஸ்தவ அடிமையான புட்ரஸ் விளக்கினார். அவர் அடிமைப்படுத்தப்படுவதற்கு முன்பு, ஒரு கட்டிடக் கலைஞராகவும் பொறியாளராகவும் இருந்தார். 'கூரையிலும் தரையிலும் ஏற்பட்ட பெரிய பிளவுகளின் வழியாக கட்டமைப்பை இணைக்க வேண்டும்,' என்று புட்ரஸ் கூறினார்.

இஸ்மாயில் கவனமாகக் கேட்டார்.

'இதற்காக, இடைவெளிகளில் உள்ள தளர்வான துண்டுகளை வெட்டி, பின்னர் உருகிய இரும்பினால் நிரப்ப வேண்டும். அது கட்டமைப்பை வலுப்படுத்தும். பின்னர் மீதமுள்ள குறைபாடுகளை காரையால் பூசுவோம், இதனால் நிறம் மற்றும் அமைப்பு தொடர்ச்சியை வழங்கும். இது ஒரு தொடக்கமாக மட்டுமே இருக்கும்...'

மசூதி வளாகத்தின் சுற்றளவில் திடீரென ஒரு சலசலப்பு ஏற்பட்டது. அறிவுள்ள கிறிஸ்தவர் வழங்கிய விளக்கத்திலிருந்து ஆளுநர்-முஃப்தி திசைதிருப்பப்பட்டார். மோசேயின் முன் கடல் பிரிந்து சென்றதுபோல மக்கள் கூட்டம் சென்றது. சுல்தானும் அவரது ராணியும் வந்துவிட்டனர்.

இஸ்மாயில் அவர்களை எதிர்பார்த்தார். அவர் கிறிஸ்தவரை ஒதுக்கி வைத்துவிட்டு, முகமதின் தனியார் காவலர்களையும், மசூதி படிகளின் அடிவாரத்தில் மட்டுமே பிரிந்து செல்லும் அரச தம்பதியினரைச் சுற்றி இறுக்கமாகச் சுற்றியிருந்த கௌசரியின் மந்திரி வீரர்களையும் பார்த்தார். முகமது முன்னோக்கி நடந்தார், அவரது மனைவி பரந்த நடைபாதைகள் மற்றும் சிறிய ஏறுகுழாயில் அழகாக சறுக்கினார். அரச தம்பதியினருக்குப் பின்னால் ஜார்ஜிய முன்னாள் அடிமையும், லாகூரின் மன்னரும், மிக முக்கியமாக, சுல்தானின் காதலருமான மாலிக் அயாஸ் இருந்தார்.

இஸ்மாயில் அரச தம்பதியினரை வரவேற்க வணங்கினார். புட்ரஸ் விரைவாக பின்வாங்கி யசாதே மற்றும் தாலிபுடன் இணைந்தார். இரண்டு அடிமைகளும் முழங்காலில் விழுந்தனர், அவர்களின் தலைகள் தாழ்ந்தன, அதே நேரத்தில் தாலிப் நின்று கொண்டிருந்தான்.

தாழ்வாரத்தை அடைந்ததும், காவலர்களும் மந்திரிகளும் குழுவைச் சுற்றி ஒரு சுற்றளவை உருவாக்கினர். இஸ்மாயில் நீட்டிய கைகளுடன் முகமதை நோக்கி நடந்தார். முகமது புன்னகைத்து தனது சகோதரனைத் தழுவினார், அவர் அரவணைப்பை உடைத்து தனது சகோதரனின் கன்னங்களிலும் பின்னர் அவரது வலது கையிலும் முத்தமிட்டார். கவர்னர்-முஃப்தி ராணியைப் பார்த்து, முதுகை வளைக்காமல் வணங்கினார்.

கௌசரி ஜஹான் யசாதேவையும் புட்ரஸையும் கவனமாகப் பார்த்தாள், அவளுடைய முகபாவனை கடுமையானது, புன்னகையற்றது. அவளுடைய கண்கள் யசாதேவின் மீது பதிந்திருந்தன, பின்னர் இஸ்மாயிலின் பக்கம் திரும்பின. அவள் தாலிப்பைக் கூட கவனிக்கவில்லை.

இஸ்மாயில் பார்வையைத் திருப்பிக் கொடுத்தார். ராணியின் நேர்த்தியான பளபளப்பான, மெல்லிய தங்கம் மற்றும் வெள்ளி நூல்களால் கைவேலை செய்யப்பட்ட அங்கி, அவளுடைய மெல்லிய இடுப்பைச் சுற்றி ஒரு வெள்ளி பட்டு வாரால் ஒன்றாகப் பிடிக்கப்பட்டது. அவளுடைய மார்பில், அவளுடைய நீண்ட, கறையற்ற கழுத்தில் ஒரு மெல்லிய நூலால் ஒரு பெரிய கருப்பு

கல் பிரகாசித்தது. அவளுடைய துளையிடும் நீல-பச்சை கண்கள் சந்தேகத்திற்கு இடமின்றி ஆனால் நீதித்துறை விரோதத்துடன் அவரைப் பார்த்தன.

'அந்தக் குழந்தைகளும் முதியவர்களும் ஏன் கூண்டில் அடைக்கப்பட்டு காட்சிப்படுத்தப்பட்டுள்ளனர்?' ராணி கோபத்துடன் கேட்டாள். 'இரத்தமும் மலமும் சேர்ந்து அசுத்தமான பன்றிகளைப் போல உள்ளனர். இது நான் இஸ்லாமைப் பற்றிக் கற்றுக்கொண்டதற்கு எதிரானது.'

'அடிமைகள் எங்கள் சொத்து, உன்னத ராணி.' இஸ்மாயில் அடக்கமாகச் சிரித்தார். முகமது தனது மனைவியைப் பார்த்து கண்களை உருட்டுவதை அவர் தவறவிடவில்லை. 'நாங்கள் விரும்பியபடி செய்ய... வலிமையானவர்கள் விழித்திருக்கும் ஒவ்வொரு தருணத்திலும் வேலை செய்கிறார்கள். துப்புரவுப் பணிகளுக்காகவும், தேவைப்படும் வேறு எந்த துணை வேலைகளுக்காகவும் பலவீனமானவர்கள் கூண்டுகளில் வைக்கப்படுகிறார்கள். கூண்டுகளில் உள்ளவர்கள்... அவர்கள் சிறந்தவர்கள்... அவர்கள் குறைவான வேலை செய்கிறார்கள். உலகம் முழுவதும் அறிந்தபடி, நமது துருக்கிய கருணை எல்லையற்றது. இந்த அடிமைப் பூச்சிகள் சரியான நேரத்தில் தங்கள் உணவைப் பெறுகின்றன, மேலும் அவர்கள் கனமான கற்களைச் சுமக்கும்போது சாட்டையால் அடிக்கப்படுவதில்லை. மேலும்... இரத்தத்திலும் மலத்திலும் புரள்கிறதா? அந்த மிகைப்படுத்தலால் நீங்கள் எனக்குக் கடுமையான அநீதி இழைக்கிறீர்கள், என் சீமாட்டியே. என் ஆட்கள் அடிமைகளையும் அவர்களின் கூண்டுகளையும் ஒவ்வொரு காலையிலும், சூரிய உதயத்திற்கு முன்னும், தண்ணீரால் கழுவுகிறார்கள்.'

'ஆ, நிச்சயமாக! ஒவ்வொரு காலையிலும் இந்த ஊட்டச்சத்து குறைபாடுள்ள பெரியவர்கள் மற்றும் குழந்தைகள் மீது *உறைபனி நீர்* பானைகள் வீசப்படுகின்றன.' ராணி மகிழ்ச்சியின்றி சிரித்தாள். 'உறைந்து இறப்பது சில நேரங்களில் ஒரு கருணையாக இருக்கலாம், நான் ஒப்புக்கொள்கிறேன்.'

'நிறுத்துங்கள், நீங்கள் இருவரும்!' என்று சுல்தான் சத்தமாக, உள்ளங்கைகளை நீட்டி, அவற்றைப் பிரித்து வைத்திருப்பது போலக் கூறினார். 'அடிமைகளுக்கு இரக்கத்தின் செய்தியை வழங்க ஆளுநர்-முஃப்தியின் வேண்டுகோளின் பேரில் நான் இங்கே இருக்கிறேன். மிக முக்கியமான பணிகளைச் செய்ய இந்த வேலையை சரியான நேரத்தில் முடிக்க நான் அவர்களை ஊக்குவிக்க வேண்டும்.' அவர் இஸ்மாயிலை கூர்மையாகப் பார்த்து, கடுமையான வெப்பத்தால் தனது சக்தி வறண்டு போகும்போது தரையில் துப்பினார். 'இந்த அடிமைகள் ஒவ்வொரு நாளும் ஈக்கள் போல விழுகிறார்கள், வேலை சோர்வான வேகத்தில் தொடர்கிறது.'

துளையிடும் அளவுக்குக் குளிரான இரவுகளின் மாறி மாறி வரும் உச்சநிலைகளும், வெயில் நிறைந்த நாட்களும்

அவர்களின் உயிரைப் பறித்துக் கொண்டிருந்தன. முகமது அதைப் பொருட்படுத்தவில்லை. அடிமைகளின் உணர்வுகளைப் பற்றி அவருக்கு கவலையில்லை. ஆனால் இறந்த அடிமைகளால் மசூதியைக் கட்ட முடியாது. குறைந்தபட்சம் அதைத்தான் கௌசரி அவருக்குச் சுட்டிக்காட்டியிருந்தார். பயமும், சாட்டையின் அடியும் இல்லாத இடத்தில் உந்துதல் வேலை செய்யும்.

'கடந்த வாரத்தில் எத்தனை பேர் இறந்தார்கள், இஸ்மாயில்?' என்று முகமது கேட்டார். 'இருபது?'

'இருபத்திரண்டு,' இஸ்மாயில் சோகமாகப் புதுப்பித்தார். 'ஆம், என் ஆண்டவரே, நீங்கள் அறிவிப்பைச் செய்து சமீபத்தில் நாம் விவாதித்ததைப் புனிதப்படுத்தினால் அது உதவியாக இருக்கும். உங்கள் வார்த்தைகள் அடிமைகளின் உயிர்வாழும் விருப்பத்தையும், வேலை செய்வதற்கான அவர்களின் ஆர்வத்தையும் பாதுகாக்கும்.'

முகஸ்துதி கொண்ட முகமது புன்னகைத்து தனது சகோதரனின் கன்னத்தில் தட்டினார்.

'நாம் இந்த உலகத்தை எடுத்து ஒன்றாக ஆட்சி செய்வோம், என் சகோதரனே,' என்று அவர் கூறினார். 'எனது நிலைப்பாட்டை முறைப்படுத்த எனக்கு உதவுங்கள், *அனைவரையும் - அனைவரையும்* - கஜினி மற்றும் ஒரே உண்மையான நம்பிக்கையின்கீழ் கொண்டு வருவோம்.'

இஸ்மாயில் ராணியைப் பார்த்து, பணிவுடன் தலை குனிந்தார். அவள் விலகிப் பார்த்தபோது, அவள் கண்கள் மீண்டும் மண்டியிட்ட அடிமைப் பெண் யசாதே மீது விழுந்தன. கௌசரியின் கண்கள் சுருங்கின, கிட்டத்தட்ட அவளுக்குப் புரிந்துணர்வு வருவது போல.

முகமது முதல் படியின் விளிம்பில் அடியெடுத்து வைத்து, தொண்டையைச் செருமிக் கொண்டு, கூட்டத்தினரிடம் பேசத் தொடங்கினார்.

'அளவற்ற அருளாளனும், மிக்க கருணையாளருமான அல்லாஹ்வின் அருளால்,' சுல்தான் உற்சாகமாக, 'உங்களுக்கு ஒரு தனித்துவமான வாய்ப்பை வழங்குகிறேன். நிந்தனையிலும் பாவத்திலும் வாழும் நீங்கள், *ஜன்னத்தை* அடைய இந்த வாய்ப்பைப் பெற்றதற்கு அதிர்ஷ்டசாலிகள் - மிகவும் அதிர்ஷ்டசாலிகள்.'

அடிமைகளும் அவர்களைக் கையாளுபவர்களும் சுல்தானை அசைக்க முடியாத கவனத்துடன் பார்த்தார்கள். *ஜன்னத்* என்பது முஸ்லிம்களுக்கு *மரணத்திற்குப் பிறகு* வாக்களிக்கப்பட்ட *சொர்க்கம்* என்பதை அவர்கள் அறிந்திருந்தனர். ஆனால் அவர்கள் *காஃபிர்களாக* இருந்ததால், அவர்கள் சொர்க்கத்திற்குச் செல்ல வாய்ப்பில்லை, மேலும் நரக நெருப்புக்குத் தயாராக வேண்டியிருந்தது. குறைந்தபட்சம் அவர்களின் இஸ்லாமிய மேற்பார்வையாளர்களால் அவர்களுக்குச் சொல்லப்பட்டது அதுதான்.

'உங்களைக் கொல்லுவதற்கு நான் கடமைப்பட்டிருந்தாலும், தேவைப்படும்போது கருணையும் பலனும் கொண்டவனாக இருக்க

என் பெரிய நம்பிக்கை எனக்குக் கற்றுக்கொடுக்கிறது,' என்று சுல்தான் தெளிவான, நீல, காலை வானத்தை நோக்கி கைகளை உயர்த்தினார். 'மகிழ்ச்சியுறுங்கள், ஏனென்றால் நான் ஒரு பரிசை கொண்டு வந்திருக்கிறேன்... உங்கள் பயனாளி - என் சகோதரர், கவர்னர்-முஃப்தி! - அவரால் வலியுறுத்தப்பட்ட பரிசு!'

முகமது நாடகபாணியில் மலர்ச்சியுடன் தனது சகோதரனை நோக்கிச் சுட்டிக்காட்டினார். இஸ்மாயில் பணிவுடன் வணங்கினார். சுல்தான் ஒரு சுருளை விரித்து அதை உயர்த்தினார்.

'கஜினியின் சுல்தானான நான், முகமது, தேர்ந்தெடுக்கப்பட்ட பாதுகாவலராகவும், ஒரே உண்மையான மதத்தின் பிரச்சாரகராகவும் எனது உரிமையைப் பயன்படுத்துகிறேன், இன்று உங்கள் முன் இந்த வாக்குறுதியை அளிக்கிறேன்.'

முகமதின் குரல் உச்சத்தை எட்டியபோது அடிமைகள் கேட்க சிரமப்பட்டனர்.

'இன்று, உங்கள் அடிமைத்தனக் கட்டிலிருந்து நீங்கள் விடுவிக்கப்பட்டு, உங்கள் புனிதப் பணியை சரியான நேரத்தில் முடித்தவுடன் சுல்தானகத்தின் மதத்தில் அனுமதிக்கப்படுவீர்கள் என்று நான் ஆணையிடுகிறேன். இன்றிலிருந்து நான்கு மாதங்களில் உங்களுக்குறிய இழப்பீடும் வழங்கப்படும்.'

சுல்தான் முகமது சுருளைச் சுருட்டி மேலே தூக்கினார். கூட்டம் மௌனமாக இருந்தது.

'*காஃபிர்களே,* கடினமாக உழைக்கவும், ஏனென்றால் உங்களுக்கு மீட்புக்கான அரிய வாய்ப்பு கிடைத்துள்ளது,' முகமது புன்னகையுடன் வலியுறுத்தினார். 'இந்த அதிகாரப்பூர்வ ஆணையை என் சகோதரனின் காவலில் விட்டுவிடுகிறேன்.'

சில ஆண்கள் வீண் நம்பிக்கையில் ஆரவாரம் செய்தனர். பெரும்பாலானவர்கள் அசையாமல், கலக்கமடைந்து, சோகமாக நின்றனர். பணி கிட்டத்தட்ட சாத்தியமற்றது என்பது அனைவருக்கும் தெரியும். அவர்கள் சபிக்கப்பட்டவர்கள். மரணம் ஒரு தண்டனை அல்ல, அது சுதந்திரம். அவர்கள் உண்மையில் அஞ்சியது மரணமல்ல, ஆனால் அவர்கள் உயிருடன் இருக்கும்போது அனுபவிக்கும் இடைவிடாத சித்திரவதை.

'என்ன ஆயிற்று...' என்று சுல்தான் கத்தினார், அடிமைகள் தனது கருணைக்கு உற்சாகம் காட்டாததால் அவரது எரிச்சல் அதிகரித்தது.

'சுல்தான் வாழ்க!' என்று பார்வையாளர்களிடமிருந்து அவசரக் குரல் எழுந்தது. ஊக்கத்தொகையைவிட பயம் மிகச் சிறப்பாக செயல்படுகிறது. 'கஜினியின் முகமது வாழ்க!'

'வாழ்க! வாழ்க! வாழ்க!' என்று அடிமைகள் கோஷமிட்டனர், தங்கள் உற்சாகத்தை வெளிப்படுத்தினர், தங்கள் உயிர்கள் அதைச் சார்ந்தது போல் கைதட்டினர்.

முகமது தனது சகோதரரிடம் சுருளைக் கொடுத்து, ஒரு புன்னகையுடன் கௌசரியை ஒரு விரைவான பார்வையால் சுட்டார்.

'சந்தோஷமா?' என்று சுல்தான் கேட்டார். 'இந்த அயோக்கியர்கள் உங்கள் காலக்கெடுவை அடைய அது தூண்டவில்லை என்றால், எதுவும் நடக்காது. இந்தப் பணியில் நீங்கள் *வெற்றிபெற* வேண்டும் என்று நான் விரும்புகிறேன், என் சகோதரரே.'

'நான் என்றென்றும் நன்றியுள்ளவனாக இருக்கிறேன், என் ஆண்டவரே,' என்றார் இஸ்மாயில்.

'நீங்கள் நன்றாக இருங்கள். தோல்வி நாம் விரும்பும் ஒரு தேர்வு அல்ல.'

கவர்னர்-முஃப்தி குனிந்தார், அவரது முகபாவனை பணிவாகவும் தன்மதிப்பற்றதாகவும் இருந்தது. அவர் தலையை உயர்த்தி, முகமதின் குறிக்கோளுக்கு அவர் கண்டுபிடிக்கத் தொடங்கிய வேத நியாயங்களை விளக்கத் தொடங்கினார். கௌசரியும் கவனமாகக் கேட்டார்.

அரச தம்பதியினரால் கவனிக்கப்படாமல், மாலிக் அயாஸ் தாலிப்பை நோக்கி நடந்து வந்தார். அவர்கள் இருவரும் முன்னால் இருந்த கஜினி அரச குடும்பத்தினரின் காதுகளுக்கப்பால் இருந்தனர், அவர்களுக்குப் பின்னால் அடிமைகளும் இருந்தனர்.

அயாஸ் தரையைப் படிப்பது போல் கீழே பார்த்து, விரைவாக முணுமுணுத்தார், அவரது தொனியில் அவரது வழக்கமான அழகான பாணியைப் போலல்லாமல், தெளிவாகவும், உறுதியாகவும், ஆழமாகவும் இருந்தது. 'முடிந்தது.'

'நன்றி, என் ஆண்டவரே,' தாலிப் கிசுகிசுத்தான். 'நான் கவர்னர்-முஃப்தியிடம் தெரிவிப்பேன்.'

'பத்தாயிரம் தங்க தினார்.'

தாலிப் ஆச்சரியப்பட்டான், ஆனால் ஒரு கணம் மட்டுமே. சம்பந்தப்பட்ட உறவைக் கருத்தில் கொண்டு, மாலிக் அயாஸ் இன்னும் கொஞ்சம் பணத்தை ஏற்பாடு செய்திருப்பார் என்று அவன் நினைத்திருந்தான். உண்மையில், இன்னும் நிறைய. ஆனால், ஒருவேளை, அது சந்தேகங்களை எழுப்பாதபடி மெதுவாகச் செய்யப்பட வேண்டும் என்று தாலிப் தனக்குள் நியாயப்படுத்திக் கொண்டான். கையில் இருந்த வேலை மிகவும் கடினமானதாகவும் ஆபத்தானதாகவும் இருந்தது. அது எவ்வளவு முக்கியமானதாகவும் இருந்தது என்பதை தாலிப் அறிந்திருந்தான். இந்த விஷயத்தில் இஸ்மாயிலின் சார்பாக முடிவுகளை எடுக்க தனக்கு அதிகாரம் உள்ளது என்பதையும் அவன் அறிந்திருந்தான்.

'இது இப்போதைக்கு நல்லது, ஐயா,' என்று தாலிப் கூறினான்.

மாலிக் அயாஸ் தாலிப்பைப் பார்த்தார். அவரது வழக்கமான வீராப்பான முகம் திரும்பியிருந்தது. அவர் உணர்ச்சியுடன் சிறிது

விரிசல் கொண்ட குரலில், 'என் தந்தையை நான் நேசிக்கிறேன் என்று சொல்லுங்கள்' என்று கிசுகிசுத்தார்.

இதைச் சொல்லிவிட்டு, அயாஸ் நடந்து சென்றார்.

தாலிப்பின் முகம் எந்த உணர்ச்சிகளையும் வெளிப்படுத்தவில்லை. அவர் தூரத்தில் இஸ்மாயிலைப் பார்த்து, பின்னர் தனது கண்களைத் தரையில் திருப்பினார். விசுவாசமான வேலைக்காரன், லாகூரின் மன்னர், சுல்தானின் காதலன் மாலிக் அயாஸை விரும்பினான்... ஆனால், ஒரு ஜார்ஜிய அடிமைப் பெண்ணின் மகனும், ஒரு தந்தையும்...

மகன் தன்னை எவ்வளவு நேசிக்கிறான் என்பதை அல்ல, தனது நீண்ட காலமாக இழந்த மகன் எவ்வளவு பயனுள்ளவன் என்பதை மட்டுமே பார்க்கும் தந்தை.

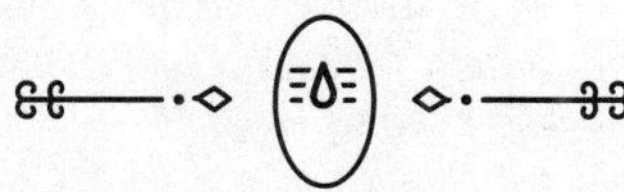

அத்தியாயம் 12

தப்பிப்பதற்கான விலை

நரசிம்மன் வலிமைமிக்க சோழப் படைக்கப்பலான சந்திரஹாசனின் முன் தளத்தில் நின்றார். அவரது ஆட்கள் ட்ரெபுசெட் எனும் பெரிய, கனமான கற்களை ஏந்தும் கருவியுடன் எந்த இடையூறும் இடைவெளியும் இல்லாமல் தாக்கினர்.

கருணை காட்டவில்லை.

தென்கிழக்கு ஆசிய நாடுகளான மலேசியா மற்றும் இந்தோனேஷியாவின் பெரும்பாலான நிலங்களையும் துறைமுகங்களையும் கட்டுப்படுத்திய சக்திவாய்ந்த பேரரசின் கப்பல்களான ஸ்ரீவிஜய கடற்படை, சிதைந்து கிடந்தது.

'ஏற்றுங்கள்!' என்று சோழ தளபதி தனது வாளை உயர்த்தி உத்தரவிட்டார். அரச மாலுமிகள் போர் இயந்திரங்களின் கவண்களில், எண்ணெயில் நனைத்த ஈட்டி வடிவ அம்புகளை வைத்தனர்.

'பற்றவைக்கவும்!'

இயந்திரங்களில் ஏற்றப்பட்ட எறிகணைகள் எரிந்தன.

'ஏவுங்கள்!' என்று நரசிம்மன் கர்ஜித்து, தனது வாளை ஒரு வளைவில் அசைத்தார். ஐந்து ட்ரெபுசெட்களின் நீண்ட கைகள் இரவுக் காற்றில் தங்கள் குண்டுகளை வீசின. மற்ற சோழக் கப்பல்கள் போர்க்கப்பலின் முன்னணியைப் பின்பற்றி, எரியும் ஏவுகணைகளை ஏவியது, அவற்றின் புகையும் வால்கள் சாம்பல்-கருப்பு பாம்புகளைப் போல இருண்ட வானத்திற்கு எதிராக நெளிந்தன.

எதிரி கப்பல்கள் குழப்பமான கைகலப்பில் பின்வாங்கின.

'தளபதி!'

நரசிம்மன் வலது பக்கம் திரும்பினார். அது பேரரச தூதர். போர் மூடுபனியில், அதுவும் நிலவொளியில் நடக்கும் கடற்படைப்

போரின் போது, தகவல்களைத் தெரிவிப்பது மிகவும் கடினமாக இருந்தது. பெரும்பாலும், தகவல்தொடர்புகளை சரியாக நிர்வகிக்காத கடற்படைகள், ஒரு உடைக்க முடியாத கடற்படையின் ஒரு பகுதியாக இல்லாமல், சுயாதீனக் கப்பல்களாகப் போரிட்டன. நீண்ட காலமாக சிப்பாய்-கடற்படை வீரர்களாகத் தேர்ச்சி பெற்ற சோழர்கள், கப்பல்களுக்கு இடையே ஒரு அதிநவீன தகவல் தொடர்பு அமைப்பை வைத்திருந்தனர், இது அவர்களின் பிரதான கம்பத்தில் ஏற்றப்பட்ட குறியீட்டு கொடிகளின் ஏற்பாட்டின் மூலம் எளிதாக்கப்பட்டது மற்றும் கப்பத்தின் உச்சியிலிருந்து எக்காளம் முழங்கின. அதன் இயல்பிலேயே, குறியீட்டுக் கொடிகள் அல்லது எக்காளங்கள் மூலம் அனுப்பப்படும் கட்டளைகள் எளிமையாக இருக்க வேண்டும், அதாவது 'தாக்குதல் துறைமுகம் வாக்கில்' அல்லது 'கப்பலின் வலதுகைப்புறம்' போன்றவை. சிக்கலான செய்திகளுக்கு வேகமாகச் செல்லும் கட்டர் கப்பல்களில் வரிசையாகச் செல்ல தூதர்கள் தேவைப்பட்டனர். ஒரு கடற்படைப் போரின் போது அவ்வாறு செய்வதற்கான செலவு மற்றும் ஆபத்து-இந்த அமைப்பு அரிதாகவே பயன்படுத்தப்பட்டது என்பதாகும். ஒரு தூதர், குறிப்பாக ஒரு அரச தூதர் அனுப்பப்படும்போது, செய்தி மிக முக்கியமானதாகக் கருதப்பட்டது என்பதையும் இது குறிக்கிறது.

'அணுகுங்கள்,' நரசிம்மன் உத்தரவிட்டார்.

தூதர் முன்னோக்கி நடந்து சென்று, வணக்கம் செலுத்தி, தோளில் கட்டப்பட்டிருந்த கவண் பையை நீட்டி, ஒரு முத்திரையிட்ட சுருளை வெளியே எடுத்தார்.

'இது பேரரசரிடமிருந்து வந்தது, பெரிய தளபதி.'

தெளிவானதைச் சொன்னதற்காக எரிச்சலடைந்த நரசிம்மன் தூதரை முறைத்துப் பார்த்தார். போரின் நடுவில் தூதர் வேறு யாரிடமிருந்து செய்தியைக் கொண்டு வருவார்? நரசிம்மன் கடற்படைத் தொடரணியின் பின்புறத்தைப் பார்த்தார், அங்குதான் பேரரசரின் பாதுகாப்புக்காக ராஜேந்திர சோழனின் கப்பலை தங்கச் சொன்னார்.

அவர் தனது துணைத் தளபதியிடம் திரும்பினார். 'இன்னும் ஒரு சரமாரி!'

அவரது வீரர்கள் துரதிர்ஷ்டவசமான ஸ்ரீவிஜயர்கள் மீது மேலும் ஒரு ஏவுகணைத் தொகுப்பை வீசத் தயாரானபோது, நரசிம்மன் முத்திரையைக் கிழித்து சுருளைப் படித்தார்.

'நரசிம்மன், என் சிங்கமே, நீ நன்றாகச் செய்துவிட்டாய். ஸ்ரீவிஜயன் கடற்படை அதன் எண்ணிக்கை அதிகமாக இருந்தபோதிலும் குழப்பத்தில் உள்ளது. அக்னி பகவானின் தீப்பிழம்புகள் அவர்களின் பாய்மரங்களை விழுங்குகின்றன. என் நண்பரே, போர் முடிந்துவிட்டது. தாக்குதலை நிறுத்து.'

நரசிம்மன் கோபத்தில் மூச்சைப் பிடித்துக்கொண்டு படிப்பதை நிறுத்தினார், ஆனால் தனது எஜமானர் மற்றும் எஜமானருடனான தனது கருத்து வேறுபாட்டை மற்றவர்களுக்குக் காட்டாமல் கவனமாக இருந்தார். இந்தப் பிரச்சாரத்தைத் தொடங்க தனது பேரரசரைத்

தூண்டியவர்களில், சீனாவின் சாங் அரச குடும்பத்தின் இளவரசி லேடி ஃபீ லின், ராஜேந்திர சோழரை தனது சொந்த நோக்கங்களுக்காக செல்வாக்கு செலுத்துவதாக அவர் நம்பினார். ஸ்ரீவிஜயன் கடற்படை பேரரசின் இரண்டாவது பெரிய துறைமுக நகரமான பனை விரிகுடாவை நோக்கி தப்பிச் சென்றபோது, சோழர்களால் தாக்கப்பட்டது. பனை துறைமுகம் மிகப்பெரிய தென்கிழக்கு ஆசிய வர்த்தக கூட்டமைப்புகளுக்கான தளமாக செயல்பட்டது, இவை அனைத்தும் ஸ்ரீவிஜயர்கள் பறிமுதல் செய்வதற்கு முன்பு இந்திய வர்த்தக சங்கங்களால் கட்டுப்படுத்தப்பட்டன. பழைய வர்த்தக வலையமைப்புகளை மீட்டெடுக்க சாங் சோழர்களுடன் கூட்டணி வைத்தது, ஆனால் சீனாவின் விளையாட்டு அவர்கள் கூறியது போல் வெளிப்படையானது அல்ல என்று நரசிம்மன் நம்பினார்.

தளபதி தனது பேரரசரின் கடிதத்தைத் தொடர்ந்து படித்தார்.

'நாம் அவர்களையெல்லாம் கொல்ல வேண்டிய அவசியமில்லை. நாம் போரை வென்றுவிட்டோம். அமைதியையும் வெல்ல வேண்டும். நாம் பேச்சுவார்த்தை நடத்த வேண்டும். அதற்கு, எனக்கு மறுபக்கத்திலிருந்து ஒருவர் பேச்சுவார்த்தை நடத்த வர வேண்டும். ஸ்ரீவிஜய பேரரசர் ராம விஜயவர்மன் நீங்கள் தாக்கிக்கொண்டிருக்கும் கப்பல் ஒன்றில் இருக்கிறார். துணிச்சலான மனிதர்கள் தொடர்ந்து போராடுவது பகுத்தறிவு என்று தெரிந்த பிறகும் நீண்ட நேரம் போராடுகிறார்கள். விஜயவர்மன் தைரியமானவர், அதில் எந்த சந்தேகமும் இல்லை. வெள்ளைக் கொடியைக் காட்ட சரியான நேரம் எது என்பதை அவரே உணர மாட்டார். உள்ளூர்வாசிகள் உண்மையான ஆட்சியாளர்கள் என்று அங்கீகரிக்கும் ஆட்சியாளர்களுடன் ஒரு ஒப்பந்தம் இல்லாமல் இந்தத் தீவுகளில் எனது ஆட்சியை நான் சட்டப்பூர்வமாக்க முடியாது என்பதை நினைவில் கொள்ளுங்கள். அராஜகம் மற்றும் கொந்தளிப்பு அல்ல, பிராந்தியத்தில் நீடித்த அமைதியையும் ஸ்திரத்தன்மையையும் கொண்டுவருவதே நம் குறிக்கோள். வீரரே, நீங்கள் நன்றாகச் செய்திருக்கிறீர்கள். இப்போது ஒரு ராஜாவாக என் பணியைச் செய்ய அனுமதியுங்கள். விஜயவர்மனை உயிருடன் என்னிடம் கொண்டு வாருங்கள்.'

'நான் பேரரசரிடம் என்ன சொல்ல வேண்டும், தளபதி?' என்று *தூதர் கேட்டார்.*

'ஸ்ரீவிஜயப் பேரரசருக்கு வெள்ளைக் கொடியை உயர்த்த சுதந்திரம் உள்ளது. நாங்கள் இந்துக்கள். அவர் ஒரு இந்து. அவர் சரணடைய முன்வந்தால் நாங்கள் போர் விதிகளைப் பின்பற்றுவோம் என்பது அவருக்குத் தெரியும் என்று நான் நம்புகிறேன்.'

அரச தூதர் அமைதியாக இருந்தார். போரில் தளபதியின் ஆக்ரோஷமான அணுகுமுறையை அவர் அறிந்திருந்தார். இந்தப் போரை முடிக்க அவர் விரும்பினார். அவர் அடிக்கடி சொல்வது போல், கடைசி எதிரி கப்பல் மூழ்கும்போதுதான் கடற்படைப் போர் முடிவடைகிறது. ஆனால் ராஜேந்திர சோழனின் நேரடி கட்டளையை நரசிம்மன் அரிதாகவே மீறமாட்டார் என்பதையும் தூதர் அறிந்திருந்தார்.

‘அவரது உத்தரவு பின்பற்றப்படும் என்று பேரரசரிடம் சொல்லுங்கள்.’

‘உத்தரவு, தளபதி.’ தூதர் வணக்கம் செலுத்தி தனது படகிற்கு விரைந்தார்.

நரசிம்மன் தலைமை தாங்குபவரைப் பார்த்தார்.

‘கப்பற்படையை தாக்குவதை நிறுத்தச் சொல்லுங்கள்,’ என்று அவர் கட்டளையிட்டார். ‘ஸ்ரீவிஜயக் கொடியை நோக்கி நகருங்கள். போர்க்கப்பல் கொக்கிகள் மற்றும் கைகலப்பு ஆயுதங்களைத் தயார் செய்யுங்கள்.’

‘ஐயா, கொடிக்கப்பல் திறந்த கடலுக்குச் செல்கிறது,’ என்று தலைவன் பதிலளித்தான். ‘அது தப்பி ஓடுகிறது.’

‘நாம் அவரை உயிருடன் பிடிப்போம்,’ என்று நரசிம்மன் உறுமினார், எதிரி கொடிக்கப்பலில் கடுமையாக கவனம் செலுத்தியபோது அவர் கண்கள் சுருங்கின. காற்றில் தனது சிங்கம் போன்ற தலைமுடி வீசியது. ‘விசையை அதிகப்படுத்துங்கள். வேகம்.’

‘விசையை அதிகப்படுத்துங்கள்,’ என்று தலைவன் மீண்டும் சொன்னான். ‘வேகம்!’

பிரிவுத் தலைவர்களுக்கு கட்டளையை அனுப்ப அவர் ஓடினார்.

‘விசையை அதிகப்படுத்துங்கள்! எதிரியின் கொடிக்கப்பலைத் துரத்த தளபதி கட்டளையிட்டார். ஸ்ரீவிஜயப் பேரரசர் தப்பி ஓடுகிறார்!’

கப்பல் மீது மோதிய வலுவான அலைகளால் அது திடீரென சாய்ந்து கனவுகளின் சரம் அறுந்தது. நரசிம்மன் மறுபடியும் கடலில் இருந்தார். ஆனால், இந்த முறை அவர் முன்பு இருந்ததை விட வலிமை குறைந்தவராக இருந்தார். வலது கை மற்றும் தோள்பட்டை செயலிழந்திருந்தன. இன்னும் பலவீனமாக இருந்தார், தன் உச்ச பலத்தில் இல்லை. நோய்வாய்ப்பட்டதால் தூக்கத்தைத் தூண்ட மருந்துகள் கொடுக்கப்பட்டன. மேல் தளத்தில் என்ன நடக்கிறது என்பது அவருக்குத் தெரியாது. அங்கு குழுவினர் கூடியிருந்தனர், ஒரு சாத்தியமான பேரழிவை எதிர்கொண்டனர்.

கடந்த காலத்தின் நினைவாக, கனவில், நரசிம்மன் வேட்டைக்காரனாக இருந்தார். தற்போதைய தருணத்தில், வேட்டையாடப்பட்டவர்களில் அவரும் இருந்தார்.

சோழ கப்பல் தண்ணீரில் முடிந்தவரை வேகமாக நகர்ந்தது, அடர்த்தியான கடல் மூடுபனி அதைச் சூழ்ந்து, ஒரு சில அடிகளுக்கு மட்டுமே தெரிவுநிலையை அழித்தது. ஆனால் வேட்டையாடும் ஆபத்திலிருந்து அவர்களை மறைக்க அது போதுமானதாக இல்லை. இரவின் மிகுதியான பகுதியை அந்நியக் கப்பல் அவர்களைப் பின்தொடர்ந்திருந்தது.

இப்போது விடியற்காலை நெருங்கிவிட்டது.

அடர்த்தியான திரவத்தைப் போல வந்துகொண்டிருந்த மூடுபனி, கணிக்க முடியாத வழிகளில் பாய்ந்தும், வெளியேறியும், கப்பலை

மெதுவாக்கும்படி குழுவினரை கட்டாயப்படுத்தியது. ஆனால் அது கப்பலை எதிரிகளிடமிருந்து மறைத்து அவர்களைப் பாதுகாத்தது.

‘கப்பல் மீண்டும் தாக்கத் தொடங்கியது!’ என்றார் விஜயன் விரைவாக ஆனால் மெதுவாக. அடர்த்தியான, ஒளிபுகா வெள்ளை மூடுபனி வழியாக அக்னிச்சிறகுகள் விழுந்தன. ‘குனியுங்கள்! இப்போதே!’

தளத்தில் இருந்த சோழர்கள் உடனடியாகக் குனிந்தனர். எரியும் உலோகக் கயிறு தலைக்கு மேல் தாழ்வாகப் பறந்து மரத் தடுப்பில் மோதியது. அது அந்தத் தடுப்பை துண்டு துண்டாகக் உடைத்து, பின்னர் கடலில் விழுந்தது.

ஒரு நெருக்கமான வெட்டு.

‘இப்படியே நாம் தொடர முடியாது,’ என்று சோமேஷ்வர் கிசுகிசுத்தார். உப்பு நிறைந்த கடல் நீரின் ஒரு பெரிய தெளிப்பு அவரை எலும்பு வரை நனைத்தது. ‘அவர்கள் ஒலியின் அடிப்படையில் குறிவைக்கக்கூடிய ஒருவரை வைத்திருக்கிறார்கள். இந்தக் குறைந்த தெளிவில் இந்த மாதிரியான துல்லியத்தைப் பெற எல்லோராலும் முடியாது!’

விஜயன் எதுவும் சொல்லவில்லை. ஆனால் சோமேஷ்வர் சொல்வது சரிதான் என்று அவருக்குத் தெரியும். அதனால்தான் அவர் தனது குரலைக் தாழ்த்தி வைத்திருந்தார். ஆனால் இந்த தந்திரோபாயம் ஒரு கட்டத்திற்கு மேல் பயனற்றது என்பதையும் அவர் அறிந்திருந்தார். கடலில் கப்பல் சத்தம் எழுப்பும். அது இயற்கையானது. ஒரு பயிற்சி பெற்ற வீச்சாளரால்தான் அதை செய்ய முடியும், குறிப்பாக அவர் ஒலியின் அடிப்படையில் குறிவைத்தால்.

சோமேஷ்வர் தொடர்ந்தார், ‘அதில் ஒன்று இப்போது எந்த நேரத்திலும் முட்டை ஓடு போல நம் கப்பலின் சட்டத்தை உடைக்கும்.’

ஆலப்புழாவில், சோழப் படை ஒரு வணிகப் படகில் பயணிக்கும் என்று அமல் முடிவு செய்திருந்தாள். குறிப்பிடத்தக்க ஆயுதப் பிடிகள் மற்றும் ட்ரெபுசெட் கொண்ட ஒரு கடற்படை இராணுவக் கப்பல், மேற்குக் கடலின் பாதைகளில் ஆதிக்கம் செலுத்தும் அரபு கடற்படைகளின் கவனத்தை ஈர்க்கும் என்பது தெளிவானது. மேலும் நரசிம்மனை கொல்ல ஒப்பந்தம் செய்யப்பட்ட அரபு கூலிப்படையினரை அவர்கள் கொல்லவில்லை என்று அவள் கருதினாள். கேரளாவில் அவர்கள் கொன்ற அரேபியர்களைத் தவிர ஒரு காப்புக் குழுவும் இருந்திருக்கலாம். சோழப் படை இப்போது அவர்களின் கையில் இருந்தது.

‘கடலில் உள்ள இந்த ஆபத்தான மூடுபனி நிறைந்த பகுதிக்குள் செல்வதன் மூலம் நாம் அவர்களை இழந்துவிடுவோம் என்று நினைத்தேன், ஆனால் அவர்கள் நம்மை ஏமாற்றினார்கள்,’ என்று அமல் கிசுகிசுத்தாள், தனது குரலை தாழ்த்திக் கொண்டாள், ஏனெனில் அவர்களின் எதிரிகள் தங்களுக்கு சாதகமாக உரத்த ஒலிகளைப் பயன்படுத்தலாம். ‘அவர்கள் நம்மைப் பின்தொடர்ந்தனர் ... இப்போது,

இந்த அம்புகளும் கிட்டத்தட்ட பூஜ்ஜியத் தெளிவுநிலைக்கும் இடையில், நாம் உண்மையிலேயே பிசாசுக்கும் ஆழ்கடலுக்கும் இடையில் சிக்கிக் கொண்டோம். நாம் ஏதாவது செய்ய வேண்டும்.'

காற்று திடீரென்று அதன் வேகத்தை அதிகரித்தது. அலைகள் மோசமான உணர்ச்சித் துடிப்பில் விருப்பமில்லாத காதலர்களைப் போல சரிந்தன. சிறிய சோழப் கப்பல் கைவிடப்பட்ட பிரார்த்தனைப் பூவைப் போல சுற்றித் திரிந்தது.

விஜயன் பல்லைக் கடித்தார். *இப்போது நமக்குத் புயல் தேவையா? மீனாட்சி தேவி, கருணை காட்டுங்கள்.*

'நாம் என்ன செய்ய முடியும்?' என்று விஜயன் கேட்டார். 'திரும்பி நாம் வில் அம்புகளுடன் போரிட வேண்டுமா?! அவர்களிடம் கனரக கடல் ஆயுதங்கள் உள்ளன.'

அமல் அமைதியாகிவிட்டாள். *நிச்சயமாக இல்லை. அது தற்கொலைக்கு ஈடாகும்.*

விஜயன் தனது ஆட்களிடம், 'வெள்ளைக் கொடியை உயர்த்தி, சரணடைவதைக் குறிக்க நிலையான இசையில் ஊதுகுழலை ஊதுங்கள்' என்று கட்டளையிட்டார். பின்னர் அவர் வணிகரின் கற்பனையான பெயரைப் பயன்படுத்தி சோமேஷ்வரை நோக்கித் திரும்பினார். 'சல்மான், அரேபியர்கள் கப்பலில் வரும்போது நீங்கள் அவர்களுடன் உரையாடலை வழிநடத்துவீர்கள். அவர்களின் மொழி உங்களுக்கு நன்றாகத் தெரியும்.'

'சரி, வலீத்,' என்று சோமேஷ்வர் பதிலளித்தார்.

'நல்லது,' என்று விஜயன் கூறினார். 'உங்கள் பாதுகாப்பிற்காக நான் இன்னும் சில ஆண்களுடன் அருகில் இருப்பேன். நீங்கள் விரும்பும் எந்த முறையையும் பயன்படுத்துங்கள், ஆனால் உங்கள் வேலை இந்தக் கப்பலில் நரசிம்மன் என்ற சோழ தளபதி இல்லை என்பதை அவர்களை நம்ப வைப்பது. நாம் கஜினி நிலங்களுக்குச் செல்லும் வழியில் உள்ள வர்த்தகர்கள் என்று தெளிவுபடுத்த வேண்டும்.'

ஊஷ்!

மற்றொரு குண்டு மேலே பறந்து ஒரு துளையை உண்டாக்கியது. மழை பலமாகப் பெய்தது, ஆண்கள் அனைவரும் நனைந்தனர். கப்பலில் இருந்த ஒரே பெண்மணியும் அப்படித்தான்.

'படைத்தலைவர், எனக்கு இன்னொரு யோசனை இருக்கிறது,' அமலின் சகோதரர் அன்சார் நம்பிக்கையுடன் பேசினார். அமலின் இளைய சகோதரர்கள் மூவரும் இந்தப் பணியில் அவளுடன் இருந்தனர். அன்சார் இளையவர்.

அன்சார் சேர கடற்படை பயணங்களில் பணியாற்றியதை விஜயன் அறிந்திருந்தார். கடல் போர் தந்திரோபாயங்களில் அவருக்கு அனுபவம் இருந்தது.

'எப்போதும் யோசனைகளுக்குத் தயார்,' என்றார் விஜயன்.

'நமது வலது பக்கம் நிறுத்தி வைக்கப்பட்டுள்ள உயிர்காக்கும் படகை இறக்கிவிடுமாறு நான் பரிந்துரைக்கிறேன்,' என்றார் அன்சார். 'அது ஒரு தொய்வுப் படகு. நான் அதில் ஏறுகிறேன். இந்த மூடுபனியிலும், விடியல் வெளிச்சத்திலும் எதிரியை அடையாளம் காணாமல் சுற்றி வளைக்கவும் என்னால் முடியும். அவர்கள் நம் கப்பலில் ஏறத் தயாராகும்போது அவர்களின் கப்பல் வேகத்தைக் குறைக்க வேண்டும், இது எனது பணியை எளிதாக்கும். எதிரியின் சுக்கான்கள், பின்புற எடைப்பாரம் மற்றும் நிலைநிறுத்திகளை நான் முடக்க முடியும்.'

'அவர்கள் துரத்துவதை நிறுத்துவதற்கு அது போதுமான சேதத்தை ஏற்படுத்துமா?' சோமேஷ்வர் கேட்டார்.

'பெரிய பாய்மரங்களைக் கொண்ட ஒரு கூர்மையான வளைந்த கப்பல் அதன் சுக்கான் இல்லாமல் அதன் நோக்கம் கொண்ட திசையையும் சமநிலையையும் பராமரிக்க முடியாது,' என்று அன்சார் விளக்கினார். 'குறிப்பாக காற்றும் மழையும் அதிகரித்தால். அது கவிழ்ந்துவிடும்.'

'ஆனால் கப்பல் கடலில் பயணிக்கும்போது இதைச் செய்வது எளிதல்ல,' என்று விஜயன் கூறினார். 'சிலர் அது சாத்தியமற்றது என்று கூறுவார்கள்.'

'இது கடினம், ஆனால் சாத்தியமற்றது அல்ல. குறைந்தபட்சம் எனக்கு இல்லை.'

விஜயன் சிரித்தார். 'அப்படியானால், அது மிக மிக விரைவாகவும், நம்மிடையே இடரற்ற ஒத்திசைவுடனும் நடக்க வேண்டும். நாங்கள் படகை அவிழ்த்து விடுவோம். நீங்களும் மற்ற இரண்டு பேரும் அதை எடுத்துக்கொண்டு மூடுபனிக்குள் மறைந்து விடுங்கள். கடல் கொந்தளிப்பாகி வருகிறது. நாம் தூண்டில் போட்டு படகை இழுக்கும் வரை உங்கள் சமநிலையை நிலைநிறுத்துங்கள். அதன் பிறகு, எதிரி கப்பலின் பின்புறம் உங்கள் வழியில் வட்டமிட்டு அவர்களின் கப்பலை நாசப்படுத்துங்கள்.'

'நான் தோல்வியடைய மாட்டேன், படைத்தலைவர்!' அன்சார் கூறினார்.

விஜயன் தன்னுடன் இருந்த இரண்டு வீரர்களை நோக்கித் திரும்பினார். 'அன்சாருடன் செல்லுங்கள். உங்கள் வில் மற்றும் அம்புகள் அவருக்கு கவசமாக இருக்கும். அவர் உயிருடன் இருக்க வேண்டும், ஏனென்றால் அரேபியர்கள் உணராமல் அவரால் மட்டுமே அவர்களின் கப்பலை சேதப்படுத்த முடியும்.'

'ஆம், ஐயா!' பர்மர் படைத் தலைவரான தசர்ணாவும், ஒரு சோழ வீரரும் ஒரே குரலில் தலை குனிந்து கூறினார்கள்.

'நானும் என் சகோதரனுடன் செல்வேன்' என்று அமல் கூறினாள்.

விஜயன் ஒரே நேரத்தில் கவலையுடனும் நிம்மதியுடனும் காணப்பட்டார். தொய்வுப் படகின் பணியை அறிந்ததால் கவலைப்பட்டார். 'ஆபத்தானது. இந்தப் பகுதிகளில்

கடல் கொந்தளிப்பாக மாறினால், நீச்சல் வீரர்களில் வலிமையானவர்கள்கூட நீரோட்டத்தால் இழுத்துச் செல்லப்படுவார்கள். ஆனால் அதே நேரத்தில், அவர் நிம்மதியடைந்தார். துருக்கிய வீரர்கள் *காஃபிர்* பெண்களை பாலியல் வன்கொடுமை மற்றும் தாக்குவதை நியாயமான விளையாட்டு என்று கருதுகிறார்கள் என்பதை அவர் அறிந்திருந்தார். மேலும் இந்தியாவைச் சேர்ந்த முஸ்லிம்கள்கூட துருக்கியர்களால் *காஃபிர்களாகக்* கருதப்பட்டனர். அரேபியர்கள் துருக்கிய வீரர்களைக் கப்பலில் வைத்திருந்தால், துருக்கியர்கள் இஸ்லாமிய குழுக்களில் சிறந்த போர்வீரர்கள் என்பதால், அமல் கப்பலில் பிடிபடாமல் இருந்தால் நல்லது.

விஜயன் பேசவில்லை. ஆனால் அவரது முகம் அனைத்தையும் கூறியது.

அமல் லேசாக சிரித்தாள். சர்வவல்லமையுள்ள கடவுள் பெண்களுக்கு ஆண்களைவிட மிக உயர்ந்த உள்ளுணர்வை அருளியுள்ளார். பேச அவர்களுக்கு வார்த்தைகள் தேவையில்லை. அவர்கள் முகத்திலிருந்தே படிக்க முடியும்.

விஜயன் தனது பார்வையைத் தடுத்ததை அவள் உன்னிப்பாகப் பார்த்தாள். அன்சார் அந்தத் தருணத்தை பார்க்காமலில்லை. அவன் சிரித்துக்கொண்டே தொண்டையைச் செருமிக் கொண்டான்.

'நாம் செல்ல வேண்டும், சகோதரி,' என்று அந்த இளைஞன் அவள் கையைப் பிடித்துக் கொண்டான்.

'உன்னைக் காட்டிக்கொள்ளாமல் பணியை முடிக்கவும்' என்றார் விஜயன், '... உன்னை உயிருடன் பார்க்க நான் விரும்புகிறேன். நாம் கஜினிக்கு வரும்போது அனைவரும் தயாராக இருக்க வேண்டும்.'

'நான் தோற்றுவிடுவது எளிதல்ல, வலீத்,' என்றார் அமல். 'நாங்கள் நான்கு பேரும் திரும்பி வருவோம்.'

தண்ணீர் எவ்வளவு தாழ்வாக இருக்கிறது என்பதை ஒலி மற்றும் உள்ளுணர்வின் அடிப்படையில் தீர்மானித்து, படகை மூடுபனிக்குள் இறக்கினர். பின்னர் அவர்கள் தங்கள் துணிச்சலான வீரர்களுக்கு உதவினார்கள். விஜயன் தனது வீரர்களை நோக்கித் திரும்பினார்.

'கம்பத்தில் ஒரு வெள்ளைக் கொடியை உயர்த்துங்கள்,' என்றார். 'சரணடைவதற்கு சமிக்ஞை செய்ய ஊதுகுழலை ஊதுங்கள். தளபதியின் அறைக்கு ஒரு காவலரை அனுப்புங்கள். சண்டை ஏற்பட்டு நாம் தோல்வியின் விளிம்பில் இருந்தால், நஸ்ருல்லாவின் இதயத்தில் ஒரு கத்தியை வீசச் சொல்லுங்கள்.' விஜயன் நரசிம்மனின் கற்பனையான பெயரைச் சொன்னார். 'அவரும் மரியாதையுடன் இறக்க வேண்டும். அமலின் மற்ற இரண்டு சகோதரர்களையும் கீழே அனுப்ப விரும்புகிறேன். வீரர்கள் மட்டுமே தளத்தில் இருப்பார்கள்.'

விஜயனின் தெளிவான உத்தரவுகள் திறமையாக நிறைவேற்றப்பட்டன. அமலின் சகோதரர்கள் ஆமிர் மற்றும் அல்தாஃப் ஒரு காவலருடன் கீழ் தளங்களுக்குச் சென்றனர்.

இதற்கிடையில், கீழே கடலில், அமலும் அவளுடைய மூன்று தோழர்களும் அடர்ந்த தாழ்வான மூடுபனி மற்றும் பலத்த காற்றின்கீழ் அமைதியாக சறுக்கிச் சென்றனர். அவர்களின் துடுப்புகள் கப்பலின் வலது பக்கத்திலிருந்து அவர்களைத் தள்ளியதால் அவர்களின் சிறிய படகு நிலையாக நின்றது.

‘மெதுவாக.’

கட்டளை ஒலித்தது. பாய்மரங்கள் மெதுவாக தாழ்த்தப்பட்டன. சோழ கப்பல் நேருக்கு நேர் கொண்டு வரப்பட்டது. அது வேகத்தைக் குறைத்தது.

பக்கத்தில் இருந்த குழுவினர் தயாராக இருந்தனர்.

குழல் ஒலித்தவுடன் சுடுவது நின்றது. மூடுபனி இருந்தபோதிலும், அவர்கள் வெள்ளைக் கொடியைப் பார்த்திருக்கலாம். ஆனால் குழலில் இருந்து வந்த செய்தி தெளிவாக இருந்தது.

நாங்கள் சரணடைகிறோம்.

விஜயன் மெதுவாக படகு நெருங்கி வருவதைப் பார்த்து, துறைமுகம் பக்கத்தில் சிறிது தூரத்தில், அவற்றுடன் மோதாமல் இருக்க நின்றார். விஜயன் இடதுபுறத்தில் தனது கப்பல் நகர்வதை உணர்ந்தார். அவர் கண்களைச் சுருக்கி, சற்றுத் தெளிவான மூடுபனி வழியாக படகுப் பகுதியைப் பார்த்தார். அரபுக் கப்பலின் தடுப்பின் ஓரத்தில் ஆண்கள் உயர்த்தப்பட்ட பல விதமான வளைந்த கத்திகளுடன் நின்றனர். இப்போது மிக அருகில், விஜயனால் கப்பலின் உச்சியில் கொடியைப் பார்க்க முடிந்தது. அதை அவர் உடனடியாக அடையாளம் கண்டுகொண்டார். இது ஒரு சாதாரண அரபுக் கப்பல் மட்டுமல்ல - அது ஒரு அப்பாஸிட் கப்பல்! கலீஃபாவின் நிர்வாகத்தால் சாசனம் செய்யப்பட்டது.

இவர்கள் தளபதியைக் கொல்ல ஒப்பந்தம் செய்யப்பட்ட அரபு கூலிப்படையினர் அல்ல. இது வேறு ஏதோ ஒன்று. அது என்னவாக இருக்க முடியும்? மீனாட்சி தேவி, கருணை காட்டுங்கள்.

அரபுகளின் பலமான முழக்கம் இயற்கையின் சக்திகளின் ஆரவாரத்தில் சேர்ந்தது.

‘*அல்லாஹு அக்பர்!*’

‘அவர்கள் என்ன சொல்கிறார்கள்?’ விஜயன் கேட்டார்.

‘இது ஒரு அரபு முழக்கம். *கடவுள் பெரியவர்* என்று அவர்கள் அறிவிக்கிறார்கள்,’ என்றார் சோமேஷ்வர்.

‘எல்லா கடவுள்களும் பெரியவர்கள், ஆனால் அவர்களின் கொண்டாட்டம் கொஞ்சம் ஆர்வக்கோளாறு என்று நான் சொல்வேன்.’ விஜயன் சிரித்தார். அவருக்குள் இருந்த போர்வீரன் விழித்துக் கொண்டான்.

சோமேஷ்வரும் சிரித்தார்.

அரேபியர்கள் தங்கள் கப்பல் வளைவை நோக்கி இரண்டு பிடிமான கொக்கிகளை வைத்தனர். இரண்டும் பிடித்துக்கொண்டன. சோமேஷ்வர் முதலில் சென்றார், இக்பால் அவரது பக்கத்தில்.

'நீ பின்னால் உள்ள மனிதர்களுடன் இரு, வலீத்,' சோமேஷ்வர் கூறினார். 'நினைவில் கொள்ளுங்கள், நீங்கள் ஒரு கூலிப்படை. குறைவாகவும் இல்லை, அதிகமாகவும் இல்லை. பேசப்படாவிட்டால் பேசாதே. அதிகமாக நடிக்காதே. தேவைப்படும்போது உங்கள் சொந்த மொழியில் ஒரு எளிய "ஆம்" அல்லது "இல்லை" என்று சொன்னால் போதும்.

'புரிந்தது.' விஜயன் தலையசைத்தார்.

'அமல் நமக்கு வைத்த பெயர்களை நினைவில் கொள்ளுங்கள்,' என்று சோமேஷ்வர் மேலும் கூறினார். 'உங்களை அழைக்க நான் "வலீத்" என்று மட்டுமே பயன்படுத்துவேன். எச்சரிக்கையாக இருங்கள். இது நெருப்பின் சோதனை. நெருப்பை எதிர்த்துப் போராடுவதன் மூலம் நாம் வெற்றி பெறுவதில்லை. நெருப்பை விலக்கி வைப்பதன் மூலம் நாம் வெற்றி பெறுகிறோம்.'

விஜயன் தலையசைத்து பின்வாங்கி, ராஜதந்திரப் பணியை வயதான வணிகர்களிடம் விட்டார்.

ஆறு அரபு ஆண்கள் விரைவாக அடுத்தடுத்து கயிறுகளைக் கடந்து சென்றனர், தலைவர் கடைசியாக வந்தார். அவர் ஒரு துணிச்சலான மனிதர். புதர் தாடியும், கண்களின் மேல் ஏறும் அளவுக்கு கனமான புருவங்களும் இருந்தன. காற்றில் இருந்த ஈரப்பதத்தால் அவை மின்னின. அவருக்கு மீசை இல்லை.

இரண்டு கப்பல்களின் பாய்மரங்களும் தளர்ந்திருந்தன. காற்று பலமாக இருந்தது. விஜயன் தங்கள் சொந்தக் கப்பலில் இருந்த தனது குழுவினரின் எண்ணிக்கை சிறப்பாக இருப்பதைக் கவனித்தார்.

அவர்களிடம் கனரக ஆயுதங்கள் உள்ளன. ஆனால் அவர்களின் பெரும்பாலான வீரர்கள் தங்கள் சொந்தக் கப்பலிலேயே தங்கியுள்ளனர். அவர்களுக்கு ஒரு நன்மை இருக்கிறது, ஆனால் தூரத்தில். நெருக்கமான போரில், நமக்கு ஒரு நன்மை இருக்கிறது, ஏனெனில் நம் சொந்தக் கப்பலில், அதிகமான வீரர்கள் உள்ளனர்.

அவர் தங்கள் கப்பலின் அருகில் மிதக்கும் எதிரியின் கப்பலை பார்த்தார். தடுப்புகளில் விழிப்புடன் கூர்ந்து கவனிக்கும் ஆட்களால் நிரம்பி வழிந்தது.

நல்லது. அவர்களின் கவனம் நம் மீது உள்ளது. இது அன்சாருக்கும் அமலுக்கும் உதவும்.

நூறு கெஜம் தொலைவில், அன்சார் படகைத் திருப்ப சமிக்ஞை செய்தார். அவர்கள் போதுமான தூரம் கடந்து, கவனிக்கப்படாமல், அரபுக் கப்பலின் பின்புறத்தை நோக்கித் திரும்பி வந்தனர்.

'அரபுக் கப்பலின் பின்புறத்திற்குச் செல்லுங்கள்,' அன்சார் துடுப்பு வீரர்களிடம் கிசுகிசுத்தார். 'சீக்கிரம்.'

தண்ணீர் திடீரென்று கொந்தளிப்பாக மாறியதால் கடல் அலைகளின் வேகம் அதிகரித்தன, காற்று திடீரென மேலும் சூறாவளி போல் ஆனது.

சிறிய படகின் சவால் இன்னும் கடினமாகிவிட்டது.

'கடுமையாக படகோட்டுவது பற்றி கவலைப்பட வேண்டாம்,' என்று தசர்ணா சிரித்தபடி கூறினார். 'நாம் எழுப்பும் எந்த சத்தமும் இந்த சிறிய புயலில் மூழ்கிவிடும்.'

இறப்பு அபாயத்தை எதிர்கொள்ளும்போது சிரிப்பதை வீரர்கள் துணிச்சலின் அடையாளமாகக் கருதினர்.

சிறிய படகு முன்னால் வளைந்து செல்லும்போது அமல் தன்னை நிலைபடுத்திக்கொண்டாள்.

அரபுத் தலைவர் சோழ-பர்மர் கப்பலின் பாலத்தில் சோமேஷ்வரிடம் நடந்து சென்றார். சோமேஷ்வர்தான் தலைவர் என்று எண்ணினார். அவரது அடிகள் கனமாக இருந்தன, கீழே ஈரமான தரை பலகை சத்தமிட்டது.

'உங்களுக்கு அமைதி உண்டாகட்டும்!' அந்த பெரிய மனிதர் அரபியில் வரவேற்றார். அவர் ஒப்பீட்டளவில் சிறிய வயதான இரண்டு வணிகர்களைவிட உயரமானவர். கடல் மணம் வீசும் கனமான பட்டு அங்கி அணிந்திருந்த அரபியரால் அங்கீகரிக்கப்படாமல், இக்பால் கவனமாகப் பார்த்தார். அவரது கழுத்தில் அப்பாஸிட் கலிஃபாவின் வட்டமான, கருப்பு முத்திரையுடன் அலங்கரிக்கப்பட்ட ஒரு தங்கப் பதக்கம் தொங்கியது. அவரது எளிய தலைக்கவசம், அவரது உடை மற்றும் நகைகளின் அழுக்கான பளபளப்புடன் முரண்பட்டது.

'உங்களுக்கும், ஐயா,' சோமேஷ்வர் பதிலளித்து, விரிவான மரியாதையுடன் குனிந்தார். இக்பால் அவரைப் பின்தொடர்ந்தார். 'நான் சல்மான் ஷா, இவர் என் நண்பர் இக்பால்,' என்று சோமேஷ்வர் தன்னை அறிமுகப்படுத்திக் கொண்டார். 'நாங்கள் இந்தியாவின் குஜராத் பகுதியைச் சேர்ந்த வணிகர்கள். உங்கள் வருகையால் மகிழ்ச்சி. எதற்காக என்று அறியலாமா?'

'நீங்கள் *தின்* இனத்தைச் சேர்ந்தவர்தானே?' என்று அந்த அரேபியர் கேட்டார், அந்தச் சிறிய இந்திய மனிதனின் நயமான அரபியைக் கண்டு ஆச்சரியப்பட்டார். *தின்* என்பது அவர்களின் *மதத்திற்கான அரபு வார்த்தை.*

'ஆமாம் ஐயா,' என்று இக்பால் ஆவலுடன் பதிலளித்தார். 'நீங்கள் எங்கள் அரபியை மன்னிக்க வேண்டும். அது எங்கள் தாய்மொழி அல்ல. எங்கள் குழு உறுப்பினர்கள் அனைவரும் *மோமின்கள்,* அல்ஹாவை சரணடைந்தவர்கள். பெரும்பாலோர் வேலைக்காரர்கள்

மற்றும் கூலிப்படையினர், சமீபத்தில் தங்கள் புற மதங்களிலிருந்து மதம் மாற்றப்பட்டவர்கள்.'

மதமாற்றம் பற்றிக் குறிப்பிடப்பட்டதில் மகிழ்ச்சியடைந்த அரபுத் தலைவர் தனது புதர் தாடியைச் சுழற்றி சிரித்தார். அவர் அரபு எழுத்துக்களுடன் கூடிய கருப்புக் கொடி, தனது கப்பலின் உச்சியில் பறந்து கொண்டிருந்ததை சுட்டிக்காட்டினார்.

'அந்தக் கொடியை நீங்கள் அடையாளம் காண்கிறீர்கள், இல்லையா?' என்று அவர் வினோதமாகக் கேட்டார். 'ஏன் எங்களை விட்டு ஓடினீர்கள்?'

'ஐயா, எங்களை மன்னியுங்கள், ஆனால் நாங்கள் பயந்துவிட்டோம்,' என்று சோமேஷ்வர் வெட்கத்துடன் சிரித்து விளக்கினார். 'இருண்ட இரவும் அடர்ந்த மூடுபனியும் உங்கள் கொடியை அடையாளம் காணவிடாமல் தடுத்தன. நாங்கள் உங்களை கடற்கொள்ளையர்கள் என்று நினைத்தோம், எங்கள் உயிருக்கு பயந்து, தப்பிக்க முயற்சித்தோம். ஆனால் உங்கள் கொடியை நன்றாகப் பார்த்தவுடன், நாங்கள் சரணடைவதற்கான ஊதுகுழலை முழங்கினோம், பாய்மரங்களைக் இறக்க உத்தரவிட்டோம். நீங்கள் எங்கள் ஆண்டவரும் எஜமானருமான கலீஃபாவின் நிர்வாகத்தைச் சேர்ந்தவர் என்பதை அறிந்து எங்களுக்கு நிம்மதியாக இருந்தது!'

விஜயன் காற்றில் நுட்பமான பதற்றத்தைக் கண்டறிந்தார். மற்ற ஐந்து அரேபியர்களும் சந்தேகத்துடன் அவர்கள் ஒவ்வொருவரையும் ஆராய்ந்து கொண்டிருந்தனர், அதே நேரத்தில் அவர்களின் தலைவர் இரண்டு முதியவர்களிடம் பேசினார்.

சுமார் நூறு கெஜம் தொலைவில், சிறு படகு கலீஃபா கப்பலின் வாலை அடைந்திருந்தது. அடர்த்தியான மூடுபனியால் உறுதியாகச் சொல்ல முடியவில்லை என்றாலும், பின்புற தளம் வெறிச்சோடி இருந்தது.

'மூடுபனி நம் பக்கம் இருக்கின்றது அன்சார்,' தசர்ணா மெதுவாகச் சொன்னான். 'பின்புறத்தில் கலீஃபா வீரர்கள் இருந்தாலும், அவர்களால் நம்மைப் பார்க்க முடியாது. சின்னக் கருணைகள். நாம் மூவரும் படகை நிலையாகப் பிடித்துக் கொள்வோம். அந்தச் சுக்கானை வெட்ட எவ்வளவு நேரம் ஆகும்?'

அன்சார் தனது காலுக்கு அருகில் இருந்த பையில், ஒரு கருவியை கவனமாக எட்டிப் பார்த்தபடி, கடுமையாகச் சிரித்தான். மரத்தை அறுப்பதற்கு ஏற்ற ஒரு பெரிய, கூர்மையான ரம்பக் கோப்பை வெளியே எடுத்தான். 'எனக்குத் தெரியவில்லை, சகோதரா. அது வெறும் கயிறாக இருந்தால் விரைவாக இருந்திருக்கும்.'

'இதனால் வெட்டுவது மிகவும் கடினம்,' என்றாள் அசல். 'நாம் திரும்ப வேண்டும்.'

அக்காவின் பாதுகாப்பான குரல் முன்னே வந்தது.

'இல்லை,' அனாசர் உறுதியுடன் கூறினான். 'வேறு வழி யோசிப்போம். நம்மை நம்பி இருக்கும் நண்பர்களை கைவிடக் கூடாது. நமது நாட்டின் பெருமையைக் காக்க வேண்டும். சுக்கானின் முனையையே வெட்டிவிடுகிறேன். இரும்பைவிட மரத்தை வெட்டுவது சுலபம். நான் செய்யப்போவதினால், அப்பாஸிட் கப்பலே மூழ்கிவிடும். சுக்கானின் அதிகமான பகுதி நீரின் அடியில் இருப்பதால், நான் நீருள் மூழ்கிச் செல்லவேண்டும். அது பரவாயில்லை. என்னால் முடியும்,' என்று அன்சார் தன் அக்காவிடம் கூறினான்.

அன்சார் எடுத்துக்கொண்டிருந்த மிகப்பெரிய ஆபத்தைப் புரிந்துகொள்ள தசர்ணாவுக்கு கடற்படை தந்திரோபாயங்கள் பற்றி போதுமான அளவு தெரியும். அவன் அந்த இளைஞனின் தோள்களைப் பிடித்துக் கொண்டு, 'என் சகோதரனே, அல்லாஹ்வுடனும் சிவனுடனும் போ' என்று கிசுகிசுத்தான். அவன் குரல் போற்றுதலால் நடுங்கியது.

அமல் வலியால் துடித்தது போல் தெரிந்தது. அவளுடைய சகோதரனின் யோசனை அவளுக்குப் பிடிக்கவில்லை. ஆனால் அவள் அமைதியாக இருந்தாள்.

அன்சார் பேசினான். 'நமது கப்பலில் பார்வைப்படாத பக்கத்திற்குத் திரும்பிச் சென்று பதுங்கும்படி நான் உங்களிடம் வேண்டுகிறேன், ஏனெனில் இங்கு இந்தப் பணி நாம் எதிர்பார்த்ததை விட அதிக நேரம் எடுக்கும்.' அவன் அமலைக் கூர்மையாகப் பார்த்தான். 'நான் பணியை முடித்துவிட்டு உங்களிடம் திரும்புவதற்கான வழியைக் கண்டுபிடிப்பேன், *ஆபா*. ஏனென்றால் உங்கள் பாதுகாப்பு குறித்து நான் கவலைப்பட்டால் என் வேலையில் கவனம் செலுத்த முடியாது. தயவுசெய்து நான் சொல்வதைக் கேளுங்கள். நீங்கள் நம் கப்பலில் பாதுகாப்பாக இருப்பீர்கள். இங்கே, நீங்கள் அனைவரும் அதிக நேரம் திறந்தவெளியில் வெளிப்படுவீர்கள்.'

அன்சார் கையை நீட்டி அமலின் கன்னத்தை அன்பாகத் தடவினான். அவள் அவன் கையைத் தள்ளிவிட்டாள்.

'அன்சார்,' அமல் சீறினாள். 'நாம் அனைவரும் இதில் ஒன்றாக இருக்கிறோம். நாம் ஒன்றாக வந்தோம், வேலை முடிந்ததும் *ஒன்றாகத் திரும்புவோம்.*'

'*ஆபா,* இது மிகவும் ஆபத்தானது,' என்று சகோதரன் பிடிவாதமாக பதிலளித்தான். அவன் எழுந்து நின்று பருத்தி இடுப்புத் துணியை மட்டும் அணிந்து மற்ற ஆடைகளை அகற்றினான். 'கவனிக்கப்படாமல் இங்கு வந்ததற்கு நாம் அதிர்ஷ்டசாலிகள், ஆனால் நம் அதிர்ஷ்டத்தை நீட்டிக்க வேண்டாம். இது ஒரு குறுகிய மற்றும் விரைவான பணியாக இருக்க வேண்டும். அது இப்போது அப்படி இருக்காது. நான் தண்ணீருக்குள் என்னை மறைத்துக்கொள்ள முடியும். ஆனால் படகு இங்கே அதிக நேரம் இருந்தால் அது ஒரு குறிப்பிடத்தக்க இலக்காகும்.'

அன்சாரின் தர்க்கம் சரியானது. ஆனால் அவனது சகோதரியின் இதயம் அதை ஏற்றுக்கொள்ள நேரம் தேவைப்பட்டது. தசர்ணா பொறுமையாக காத்திருந்தான்.

துணிச்சலான ஆண்கள் மற்ற துணிச்சலான ஆண்களின் பொறுமையான மரியாதைக்கு தகுதியானவர்கள்.

அமல், ஒரு சிப்பாய். தர்க்கத்தைப் புரிந்துகொண்டாள். ஆனால் அமல், சகோதரி, தனது சகோதரனை மட்டுமே பார்த்தாள். அவள் இறுதியாக ஒரு ஆழ்ந்த மூச்சை எடுத்து, எழுந்து நின்று அன்சாரை அணைத்துக் கொண்டாள், அவளுடைய இதயம் அவள் மார்பில் ஒரு கல் சுத்தியல் போல துடித்தது. அவள் கண்களை மூடிக்கொண்டு அவன் பெயரைக் கிசுகிசுத்தாள்.

'நான் ஒரு சிறந்த நீச்சல் வீரர், அது உங்களுக்குத் தெரியும், *ஆபா*,' அவன் தன் சகோதரியின் காதில் மெதுவாகப் பேசினான். 'நீ உன் அழகான கண்களைச் சிமிட்டுவதற்கு முன், உன்னை மேல்தட்டில் பார்ப்பேன்! என்னை மேலே இழுக்க அங்கே இரு!'

'நான் காத்திருப்பேன், அன்சார்... என்னை ஏமாற்றாதே.'

அன்சார் ஒரு புருவத்தை உயர்த்தி, முகத்தில் ஒரு கோணலான புன்னகை மிதக்க, 'நான் எப்போதாவது செய்திருக்கிறேனா, *ஆபா*?'

அமல் அவன் தலைமுடியை வருடினாள். 'நான் உன்னை நேசிக்கிறேன், குழந்தையே.'

'நானும் உன்னை நேசிக்கிறேன்.'

அந்த இளைஞன் அணைப்பை உடைத்து, படகின் விளிம்பிற்கு நகர்ந்து, தனது கால் விரலால் தண்ணீரை சோதித்தான். பின்னர் அவன் உள்ளே நுழைந்தான், ரம்பத்தை வலது கையில் இறுக்கமாகப் பிடித்திருந்தான்.

'நாங்கள் திரும்பி வருகிறோம்,' என்று தசர்ணா அறிவித்து, துடுப்புகளை கைகளில் எடுத்துக்கொண்டார். அவர் பின்புறத்திலிருந்து படகை செலுத்தினார், அமலும் மற்ற சோழ வீரரும் முன்பக்கத்திலிருந்து செலுத்தினர். இறுதியில், அடர்ந்த மூடுபனி வழியாக தங்கள் கப்பலுக்கு திரும்பும் வழியில் பயணித்தனர்.

அமலின் இடது கண்ணிலிருந்து ஒரு கண்ணீர் துளி தப்பித்து, அவள் முகத்தில் இருந்த குளிர்ந்த ஈரப்பதத்துடன் கலந்தது. அவள் திரும்பிப் பார்த்தாள்.

அன்சாரைப் பற்றிய எந்த அறிகுறியும் இல்லை.

சோழ-பர்மர் கப்பலின் மேல்தளத்தில், அரபுத் தலைவர் இரண்டு வயதானவர்களிடம் பேசினார்.

'என்னை அறிமுகப்படுத்திக் கொள்கிறேன். நான் பாக்தாத் கலீஃபாவின் படையில் ஒரு தளபதியான சையத் அல் நபானி,' என்று அவர் கூறினார். 'இந்தியாவின் சல்மான் ஷா, நீங்களும் உங்கள் ஆட்களும் இந்த நீரில் என்ன செய்கிறீர்கள் என்று சொல்லுங்கள்.'

'நாங்கள் ஒரு புனித யாத்திரையில் இருக்கிறோம், ஐயா,' சோமேஷ்வர் எந்த தயக்கமும் இல்லாமல் பதிலளித்தார். 'எங்கள் இலக்கு மெக்கா.'

'அப்படியானால், நீங்கள் தவறான திசையில் பயணிக்கிறீர்கள்,' என்று சையத் சந்தேகத்துடன் குரல் கொடுத்தார். 'மெக்கா மேற்கு நோக்கி உள்ளது,' என்று அவர் மேலும் கூறினார், கட்டைவிரலால் சுட்டிக்காட்டினார். 'நாங்கள் உங்களைச் சந்தித்தபோது நீங்கள் வடக்கு நோக்கிப் பயணித்துக் கொண்டிருந்தீர்கள். இந்த வானிலையில் நீங்கள் வழிதவறிச் சென்றிருக்கலாம். அல்லது நீங்கள் வேண்டுமென்றே என்னை தவறாக வழிநடத்தக்கூடும்.'

இக்பாலின் உள்ளம் பயத்தால் குமுறியது, ஆனால் சோமேஷ்வர் அமைதியாக இருந்தார்.

'என் வார்த்தைகளின் முழுமையற்ற தன்மைக்கு நான் பரிகாரம் செய்ய அனுமதியுங்கள், பெரிய ஆண்டவரே,' என்று அவர் தனது வார்த்தைகளை விரிவாக அலங்கரித்தார். 'மெக்கா எங்கள் *இறுதி* இலக்கு. நாங்கள் யாத்ரீகர்கள். நான் உங்களுக்கு உறுதியளிக்கிறேன். நாங்கள் குவாதரில் தரையிறங்கி, சுமை தாங்கும் மிருகங்களின் முதுகில் எங்கள் பயணத்தைத் தொடர விரும்புகிறோம். வழியில் பல ஆலயங்களில் நாங்கள் நிற்போம். *இன்ஷா அல்லாஹ்,* சுல்தான் யாமின்-உத்-தவ்லாவால் அபுல்-காசிம் முகமது இப்னு செபுக்தேகினால் கட்டப்பட்ட கஜினியில் உள்ள அற்புதமான ஜமா மசூதியுடன் தொடங்குவோம். பின்னர் நாங்கள் பெர்சியாவுக்குப் பயணம் செய்து, அங்கிருந்து அரேபியாவுக்குச் செல்வோம். எங்கள் மதத்தின் வழியூடாகச் சென்று மீண்டும் அதன் பிறப்பிடத்திற்குத் திரும்புவோம்.

விஜயன் சில வார்த்தைகளைப் புரிந்துகொண்டார்: சுல்தான், முகமது, கஜினி ...

அரேபியர்களிடம் நாங்கள் எங்கு செல்கிறோம் என்பதை அவர் சொல்லவில்லை என்று நம்புகிறேன். நாம் விரும்பும் கடைசி விஷயம் என்னவென்றால், அவர்கள் எங்களுடன் பயணம் செய்ய முன்வராமல் இருக்க வேண்டும்.

'எனவே நீங்கள் குவாதரில் தரையிறங்குவீர்கள்,' என்று சையத் தனது அடர்த்தியான புருவங்களை உயர்த்தி மகிழ்ச்சியுடன் சிரித்தார். 'பின்னர் கஜினிக்குப் பயணம் செய்யுங்கள். அங்குதான் நாங்களும் செல்கிறோம். ஒருவேளை நம் கப்பல்கள் ஒன்றாகப் பயணிக்கலாம். எங்கள் பாதுகாப்பை நீங்கள் பயன்படுத்தலாம் என்று நான் உறுதியாக நம்புகிறேன். நிச்சயமாக, எங்கள் உதவிக்கு நீங்கள் எங்களுக்கு பணம் செலுத்தலாம். இந்திய முஸ்லிம்கள் *காஃபிர்கள்* அல்ல என்பதால் அவர்கள் *ஜாஜியா* செலுத்த வேண்டியதில்லை என்றாலும், அவர்கள் கலிஃபாவிற்கு பங்களிக்க வேண்டும் மற்றும் அரபு பாதுகாப்பின் மரியாதைக்கு பணம் செலுத்த வேண்டும்.'

சோமேஷ்வரும் இக்பாலும் சங்கடமாக தங்கள் கால்களை அசைத்தார்கள். இதிலிருந்து அவர்கள் எப்படி மீள்வார்கள்? அவர்கள்

பணம் கொடுக்கத் தயாராக இருந்தனர், ஆனால் அரேபியர்கள் தங்களுடன் வருவதை அவர்கள் விரும்பவில்லை.

'நிச்சயமாக,' அப்பாஸிட் தலைவர் தொடர்ந்தார், விஜயனையும் மற்றவர்களையும் கூர்ந்து கவனித்து. சோமேஷ்வரிடம் தனது கவனத்தைத் திருப்பினார், 'என்னைக் கேட்டால், கஜினியும் பெர்சியாவும் நேரத்தை வீணடிப்பவை. நீங்கள் நேராக மெக்காவுக்குச் செல்ல வேண்டும். அங்கே உண்மையான முஸ்லிம்களைக் காண்பீர்கள். மற்றவர்கள் போலிகள், அவர்கள் தகுதியான முறையில் நடத்தப்படுவார்கள். நிச்சயமாக, எந்தத் தடையும் இல்லாமல், நேரடியாக மெக்காவுக்குச் செல்ல, உங்களுக்கு என்னிடமிருந்து அனுமதிச் சீட்டு தேவைப்படும்.'

சையத் ஒரு கொடூரமான புன்னகையை வெளிப்படுத்தி, வெளிப்படையான நிபந்தனையைச் சொல்லாமல் விட்டுவிட்டார் - 'ரசீது இல்லாமல் பணம் செலுத்துவதற்கு'.

அரேபியர் தானே அவர்களின் இக்கட்டான சூழ்நிலையிலிருந்து வெளியேற ஒரு வழியை வழங்குகிறார் என்பதில் நிம்மதியடைந்த இக்பால் சோமேஷ்வரிடம் திரும்பினார்.

'பாருங்கள், சல்மான் பாய்!' என்று அவர் பாசாங்காகச் சொன்னார். 'நாம் நேராக மெக்காவுக்குச் செல்ல வேண்டும் என்று நான் உங்களிடம் சொன்னேன். இப்போது இந்த அறிவுரை கலீஃபாவின் படையிடமிருந்து வந்தது! இது அல்லாஹ்வின் செய்தி. பாதையை சரிசெய்து நேரடியாக புனித நகரத்திற்குச் செல்ல நம்மிடம் போதுமான ஏற்பாடுகள் உள்ளன.'

சோமேஷ்வர் தனது கன்னத்தை சொறிந்து கொண்டு இக்பாலின் சமயோசிதமான யோசனையை ஏற்பதை தயங்குவதுபோல நடித்தார்.

* * *

தசர்ணா, அமல் மற்றும் சோழ சிப்பாயை ஏற்றிச் சென்ற படகு கப்பலின் துறைமுகத்திற்குத் திரும்பியது. அது பார்வையில்படாத பக்கம். விஜயன் தனது ஆட்களுக்கு கீழே உள்ள தண்ணீரைக் கண்காணிக்குமாறு வெளிப்படையாகக் கட்டளையிட்டிருந்தார். அவர்கள் மூவரும் சத்தமில்லாமல், மேல்தளத்தின் பக்கத்தில் நடந்துகொண்டிருந்தவைகளிலிருந்து விலகி கப்பலில் ஏறினார்கள்.

'அன்சார் எங்கே?' என்று ஒரு பணியாளர் கேட்டார்.

'அவர் விரைவில் திரும்பி வருவார்,' என்று தசர்ணா சுருக்கமாக பதிலளித்தார். அவர் அமலைப் பார்த்து ஒரு அனுதாபப் பார்வையை செலுத்தினார். 'என் சீமாட்டியே, கீழே உள்ள அறைகளுக்குச் செல்லுமாறு படைப்பிரிவு நமக்கு அறிவுறுத்தியது. நம் குழுவினர் மறுபுறம் அரேபியர்களுடன் ஈடுபட்டிருப்பது போல் தெரிகிறது.'

அமல் இயந்திரத்தனமாக தலையசைத்து, தன்னைப் பாதுகாப்பான அறைகளுக்கு அழைத்துச் செல்ல அனுமதித்தாள், அவள் கண்கள் கடலின் மீது பதிந்திருந்தன.

அன்சார் ...

தளத்தில் திரும்பிய சோமேஷ்வர், கலீஃபாவின் ஆட்களின் பிடியிலிருந்து தப்பிக்கும் முயற்சியில் தனது வேடத்தைத் தொடர்ந்தார். மேலும், நாசக்காரர்கள் தங்கள் பணியில் வெற்றி பெற்றால், முடங்கிப்போன அரபு கப்பல் அவர்களை எங்கும் பின்தொடராது.

'நான் உங்கள் இடத்தில் இருந்தால் உங்கள் ஆள் சொல்வதைக் கேட்பேன்,' என்று சையத் கூறினார். 'நான் ஏதோ வேலையாக கஜினிக்குச் செல்ல வேண்டும், ஆனால் நான் விரைவில் அங்கிருந்து கிளம்பிவிடுவேன். அது ஒரு பாசாங்குத்தனமான சர்வாதிகாரியால் ஆளப்படும் ஒரு பாழான நிலம். நான் உங்களுக்குச் சொல்கிறேன், இந்த உலகில் கிராண்ட் கலீஃபாவை மிஞ்சக்கூடிய ஆட்சியாளர் யாரும் இல்லை. அவருக்கு பூமிக்குரிய அனைத்துப் பகுதிகளின் மீதும் கடவுள் கொடுத்த அதிகாரம் உள்ளது. இந்திய மக்களே, என்னை அவரது பிரதிநிதியாக நம்புங்கள். நீங்கள் நேராக மெக்காவுக்குச் செல்ல வேண்டும்.'

'ஐயா, உங்கள் நல்லெண்ண ஆலோசனையைக் கவனிக்காமல் இருந்தால் நான் ஒரு முட்டாள்.' சோமேஷ்வர் பதட்டமாக சிரித்தார். 'ஒருவேளை நாம் பாதையை மாற்ற வேண்டும்.' பின்னர் அவர் பேச்சுவார்த்தைகளைத் தொடங்கினார். 'உங்கள் மகத்துவத்திற்கு பங்களிப்பதில் நான் மிகவும் மகிழ்ச்சியடைவேன்...'

சையத் சோமேஷ்வரை நோக்கித் பாய்ந்து அவரது தோள்களைப் பிடித்தபோது அவரது வாயிலிருந்து வார்த்தைகள் வெளிப்படவில்லை. அவர் அந்த முதியவரின் காது மடலைப் பிடித்தார். சோமேஷ்வர் சில வாரங்களுக்கு முன்பு வீட்டிலிருந்து புறப்பட்டபோது மடலில் இருந்த காதணிகளை அகற்றிவிட்டார், ஆனால் வயதாலும் வாழ்நாள் முழுவதும் அலங்காரத்தாலும் பெரிதாகிவிட்ட துளைகளை மறைக்க முடியவில்லை.

'உங்கள் காதுகள் துளைக்கப்பட்டுள்ளன!' என்று அரபு சீறினார். 'நீங்கள் *தின்* பின்பற்றுபவர் இல்லை! நீங்கள் ஒரு *காஃபிர்*, அழுக்கு வயதான பொய்யர்!'

'ஐயா, நான் சமீபத்தில் மதம் மாறியவன்,' சோமேஷ்வர் கெஞ்சினார். 'என் துளையிடப்பட்ட மடல்கள் என் முந்தைய வாழ்க்கையின் எச்சங்கள்.'

'நீங்கள் பொய் சொல்கிறீர்கள்!' என்று சயீத் கர்ஜித்தார்.

'இல்லை, என் ஆண்டவரே! நான் ஏன் பொய் சொல்ல வேண்டும்? நீங்கள் என்னை நம்ப வேண்டும். இந்தியர்கள் முஸ்லிம்களாகப்

பிறக்க முடியாது. வெளிப்படையாக. நாம் மதம் மாற வேண்டும். வாழ்வின் பிற்காலத்தில் மதம் மாறியதால் எங்களைத் தண்டிக்க முடியாது.'

அரேபியர் சந்தேகத்தில் இருந்தார். இந்தியர் உண்மையைச் சொல்கிறாரா அல்லது கப்பலில் சூழ்ச்சி இருக்கிறதா என்று அவரால் சொல்ல முடியவில்லை. ஆனால் சூழ்ச்சி நிச்சயமாக தளத்திலேயே தொடங்கியதாகத் தெரிந்தது. அது சோழ-பர்மர் கப்பலில் இருந்த அனைவரையும் திசைதிருப்பிய அரபு கப்பலின் மேல். கலிஃபா கப்பலில் இருந்தவர்கள் பீதியிலும் குழப்பத்திலும் திகைத்து ஓடிக்கொண்டிருந்தனர். விரைவில், அவர்கள் பார்வையில் இருந்து மறைந்தனர். அவர்கள் தங்கள் கப்பலின் பின்புறம் ஓடி, வேறு வகையான துரோகத்தைப் பற்றி கத்திக் கொண்டிருந்தனர்.

வில்களுடன் ஆயுதம் ஏந்திய அவர்கள், தங்கள் கப்பலின் பின்புறத்தில் இருந்து பொங்கி எழும் நீரின் முகத்தில் அம்புகளைப் பொழிந்தனர். சோழ கப்பலில் இருந்த அரேபியர்கள் குழப்பத்தில் தங்கள் சொந்தக் கப்பலைப் பார்த்தனர். சோமேஷ்வரர் மீதான சையத்தின் பிடி தளர்ந்தது.

'தாக்குங்கள்!' விஜயன் அந்த சமயத்தில் தனது வாளை உருவி கர்ஜித்தார். 'அவர்களை துண்டு துண்டாக வெட்டுங்கள். பிடி கயிறுகளை வெட்டுங்கள்!'

சோழ-பர்மர் வீரர்கள் உடனடியாக தங்கள் வாள்களை உருவிச் செயல்பட்டனர்.

சையத் திகைத்துத் திரும்பினார். சோழர்களின் கடுமையான படைப்பிரிவு அவரது கப்பலையும் கட்டளையையும் திரும்பப் பெற்றிருந்தபோது, இக்பாலும் சோமேஷ்வரும் பின்னணியில் மறைந்திருந்தனர். பாண்டியன் அரபுத் தலைவரைத் தாக்கி, அவரது கழுத்தில் இருந்த சங்கிலியை இழுத்தார். சையத் தனது கால்களை இழந்து, நிலையற்ற முறையில் தடுமாறினான்.

'பெரியவரே, உங்கள் அளவிலான ஒருவரை ஏன் நீங்கள் தாக்கக்கூடாது?' விஜயன் இடியுடன் சத்தமிட்டார். அவர் சையத்தின் கழுத்தைப் பிடித்து, தனது வாளை அரேபியரின் வயிற்றில் திணித்தார்.

கலிஃபா கப்பலின் தளபதி வேதனையில் அலறினார். ஆனால் உயிர்வாழ ஒரு அசாதாரண விருப்பத்தை வெளிப்படுத்தி, விஜயனின் தொண்டையைப் பிடித்து, ஆச்சரியப்படும் பலத்துடன் அவரைத் தள்ளிவிட்டார். இந்தியர் ஒரு கையில் அரபியின் உடைந்த சங்கிலியையும் மறு கையில் அவரது இரத்தக்கறை படிந்த வாளையும் பிடித்துக்கொண்டு தரைப் பலகையில் மோதினார். சையத் கர்ஜித்து, திரும்பி, தடுமாறி பிடி கயிறுகளை நோக்கிச் சென்றார். கைகலப்பில் அவை இன்னும் துண்டிக்கப்படவில்லை.

சோமேஷ்வரையும் இக்பாலையும் ஒரு சோழ வீரன் கீழ் தளத்திற்கு அழைத்துச் சென்றான், மீதமுள்ளவர்கள் எதிரி கப்பலில்

இருந்து கீழே இறங்கி வந்த அரபு வீரர்களுடன் சண்டையிட்டனர், ஒரு சில இந்தியர்கள் இரண்டு கப்பல்களுக்கும் இடையிலான பிடி கயிறுகளை ஆவேசமாக வெட்டினர். கலீஃபா கப்பலின் மேல்தளத்தில் புயல் மழைத்துளிகள் போல அம்புகள் விழுந்தன.

குழப்பம் மேலோங்கி நின்றது, அந்த இடம் நரகமாக மாறியது.

அதிக இரத்த இழப்புடன் தனது வலிமை மங்கிப்போன சையத், தனது கப்பலுக்குத் திரும்புவதில் கவனம் செலுத்தினார்.

'தளபதி!' என்று ஒரு அரபி கத்தினான்.

அவர் தடுப்பை நோக்கி கையை நீட்டி தனக்கு வீசப்பட்ட கயிற்றைப் பிடித்தார்.

'*காஃபிர்களே!*" சையத் சபித்தார், மற்ற கப்பலில் தனது ஆட்கள் கேட்கும் அளவுக்கு சத்தமாக கர்ஜித்தார், பெரும் இரத்த இழப்பு இருந்தபோதிலும் கோபத்தில் கத்தினார். 'ஏற்றுங்கள்... தேள்களே! அழிக்கவும்... கப்பலை!'

துரதிர்ஷ்டவசமாக அப்பாசிட் தளபதிக்கு, விஜயன் வேறு திட்டங்கள் வைத்திருந்தார். சோழர்களின் படைப்பிரிவு தனது வாளை ஒதுக்கி எறிந்துவிட்டு தனது வில்லை எடுத்தது. அவர் அம்பை பூட்டி ஏவுகணையை விடுவித்தார்.

டமால்.

அது அரபு தளபதியின் கழுத்தில் இருந்த அட்லஸ் எலும்பை உடைத்தது. அவரது தலை முன்னோக்கி சாய்ந்தது, அவர் தனது சொந்த இரத்தத்தில் மூழ்கத் தொடங்கினார். சையத்தின் கண்கள் மூடியது, அவரது உடல் கடலில் விழுந்தது.

இதற்கிடையில், சோழ வீரர்கள் அனைத்துக் கயிறுகளையும் துண்டிக்க முடிந்தது. அவர்களின் கப்பல் சுதந்திரமாக இருந்தது!

புயல் மேகங்களை ஒரு பேயின் பிரகாசத்துடன் மின்னல் கீற்று ஒளிரச் செய்தது.

விஜயன் தனது ஆட்களைப் பார்த்தார். 'பாய்மரங்களைத் தூக்குங்கள்!'

இரண்டு சோழர்கள் பாய்மரங்களை உயர்த்தினார்கள், மற்றவர்கள் தங்கள் கப்பலில் மீதமுள்ள அரேபியர்களுடன் தீவிரமாகப் போராடினர்.

அமல் தளத்திற்கு விரைந்தாள்.

'அன்சார்!'

விஜயன் அவளைத் தன் கைகளில் பிடித்துக் கொண்டார்.

'என்னை விடுங்கள்! என்னை விடுங்கள்!' அவரது சக்திவாய்ந்த அணைப்பில் அவள் உதவியற்றவளாகத் துடித்தாள். 'அன்சார்!'

'ஷுஷ், அமல்!' விஜயன் சமாதானப்படுத்தினார், அவளைப் பார்த்ததும் அவர் இதயம் நிம்மதியால் துள்ளிக் குதித்தது.

அவள் கலக்கமடைந்தாள். அவள் அமைதியாகவில்லை.

‘அமல்!’ அவள் வெறித்தனத்தைப் பார்த்து விஜயன் அழுதார், எதிரி கப்பலில் அவள் கண்கள் உறைந்தன.

ஒரு சக்திவாய்ந்த காற்று பாய்மரங்களை அவற்றின் முழு திறனுக்கும் விரித்தது. சோழ கப்பல் அரபு கப்பல் பிடியிலிருந்து தப்பித்து வேகமாக நகரத் தொடங்கியது.

ஆனால் அமல் விஜயனின் கைகளில் தொடர்ந்து போராடி, விடுபட முயன்றாள்.

‘அமல்!’ விஜயன் அவளை அமைதிப்படுத்த முயன்றார். ‘என்ன விஷயம்? நாம் பாதுகாப்பாக இருக்கிறோம்...’

அமல் பதிலுக்கு அழுதாள். தூரத்தில் பின்வாங்கும் எதிரி கப்பலை நோக்கி அவள் சுட்டிக்காட்டினாள். கலிஃபா கப்பலும் அதன் பாய்மரங்களை விரித்திருந்தது. துரத்தத் தயாராக இருந்தது. சோழப் படகுக்கு சக்தி அளித்த அதே பலத்த காற்று அரபுக் கப்பலின் பாய்மரங்களையும் நிரப்பியது. திடீரென்று, கலிஃபா கப்பல் ஆர்ப்பரிக்கும் கடலின் நடுவில் ஒரு கந்தல் பொம்மையைப் போல குலுங்கியது.

கப்பலின் கட்டுப்பாடுகள் இழந்தன. சுக்கான் மட்டுமல்ல, கீலும் கூட துண்டிக்கப்பட்டதாகத் தோன்றியது. ஒரு முரட்டு அலை மேல்தளத்தின் பக்கத்தில் மோதியது, மேலும் கப்பல் அதை நோக்கிச் செல்லும்போது பெரிதும் குதித்தது. காற்று பாய்மரங்களுக்குள் ஆழமாகச் சென்றதைப் போலவே, மற்றொரு கொடூரமான சக்திவாய்ந்த அலை தாக்கியது. எளிமையான சொற்களில், சுக்கான் கட்டுப்பாடு இல்லாத கப்பலுக்கு இது ஒரு சரியான புயல். பெரிய கப்பல் கவிழ்ந்து, அதன் பக்கவாட்டில் விழுந்தது. மின்னல் மின்னியது மற்றும் வானம் முழுவதும் இடி மின்னல் போல் ஒலித்தது. குருடாக்கும் மழை பேரழிவை மேலும் பார்வையிலிருந்து மறைத்தது.

அமல் குவியலாக சரிந்து விழுந்தாள். அழுது கொண்டிருந்தாள்.

அவன் அதைச் செய்தான் ... என் குட்டி தேவதை அதைச் செய்தான் ...

சுற்றிப் பார்த்தபோது விஜயனுக்கு உணர்தல் வந்தது. தசர்ணாவையும் அவர் அனுப்பிய மற்ற சிப்பாயையும் அவர் பார்த்தார். தசர்ணா கண்களில் கண்ணீருடன், கீழே விழுந்திருந்த அரபு கப்பலைப் பார்த்துக் கொண்டிருந்தார். பின்னர் அவர் தன் நிலையில் நின்று அரபு கப்பலின் பின்னால் உள்ள கடல் நோக்கி, தலையை ஆழமாகக் குனிந்து, முறையான பர்மர் இராணுவ வணக்கத்தைச் செய்தார்.

விஜயன் இறுதியாக என்ன நடந்தது என்பதைப் புரிந்துகொண்டார். துயரத்தில் கிசுகிசுத்தார், ‘அன்சார் ...’

அவர் மண்டியிட்டு அமலின் தோள்களை மெதுவாகப் பிடித்தார்.

நன்றாக நீந்துங்கள், சிறிய சகோதரரே. முடிவின்மை நோக்கி நன்றாய் நீந்துங்கள்.

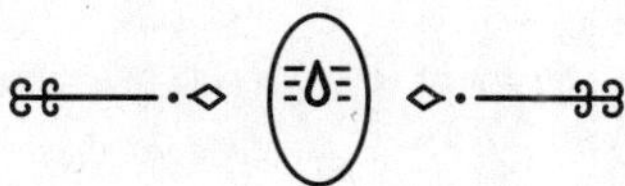

அத்தியாயம் 13

தலையணையின் கீழ் பாம்பு

கஜினி, ஆஃப்கானிஸ்தான்

தூக்கமில்லாத உரையாடல்களால் இருண்ட நட்சத்திரமற்ற இரவு உயிர்ப்புடன் இருந்தது. அடிமைகள் விழித்திருந்தனர், தொழிலாளர் முகாம் சுறுசுறுப்புடன் இருந்தது. கஜினியில் உள்ள ஜமா மசூதி மையத்தில் தெரிந்தது. சுற்றியுள்ள கூடாரங்களிலிருந்து வந்த ஜோதி சுடர்கள் பிரார்த்தனை இல்லத்தில் ஒரு நிறமாலை ஒளியை வீசின.

பூமி அரவணைப்பைத் தேடுவது போல் நடுங்கியது, அது தோல்வியுற்று ஒரு கடுமையான இரைச்சலுடன் காற்றைப் பிளந்தது. இன்னொன்று. பின்னர் இன்னொன்று. யசாதே தனது நூல் போர்வையைப் பிடித்துக்கொண்டு ஆறுதலைத் தேடிக்கொண்டிருந்தாள். ஆண்கள், பெண்கள் மற்றும் குழந்தைகள் பயத்தில் அலறிக் கொண்டு திகிலுடன் ஓடியதால் நடுக்கம் அதிகரித்தது.

பூம்!

பிரார்த்தனை இல்லத்தின் கீழ் பூமி இரண்டாகப் பிளந்தது.

விரிவடையும் பிளவிலிருந்து விலகி மக்கள் எல்லா திசைகளிலும் ஓடினர். யசாதே எழுந்து அந்த இடத்திலேயே அசையாமல் நின்றாள். படுகுழியில் இருந்து ஒரு மங்கலான நீல ஒளி வெளிப்பட்டது. மயக்கமடைந்த அவள் அதை நோக்கி நகர்ந்தாள்.

யசாதே பள்ளத்தாக்கின் விளிம்பில் நின்று இருளைப் பார்த்தாள். அவள் மூச்சு நின்றது. மூன்று பிரம்மாண்டமான பாதாம் வடிவ நீலத் துண்டுகள் அவளைப் பார்த்துக் கொண்டிருந்தன... கண்கள். இரண்டு கண்கள் கிடைமட்டமாக சீரமைக்கப்பட்டு, ஒன்றுக்கொன்று அருகில் வைக்கப்பட்டது. மூன்றாவது ஒன்று அவற்றுக்கு மேலே இருந்தது,

ஆனால் செங்குத்தாக இருந்தது. அவை அழகாகவும், கவர்ச்சியாகவும் இருந்தன. யசாதே அசைந்தாள்...

'எழுந்திரு, குழந்தாய்!'

யசாதே யாரோ அவளை அறைந்தது போல் உணர்ந்தாள்.

'எழுந்திரு!'

அவள் கரடுமுரடான பாயில் உருண்டு கண்களைத் திறந்து திடுக்கிட்டு எழுந்து அமர்ந்தாள். அவளுடைய மெலிந்த போர்வை வழியாகக் குளிர்ந்த காற்று வீசியது. அவளுடைய இதயம் வழக்கத்திற்கு மாறாக இருந்தது. விடியல் வந்தது. இரவு முடிந்துவிட்டது; அவளுடைய மக்கள் தங்கள் சூழ்நிலைகளின் மிருகத்தனத்திலிருந்து விடுபட்ட ஒரே நேரம் அதுதான் - ஓரளவுக்கு மட்டுமே, ஏனென்றால் ஜூன்தின்-உல்-தினும் பசியுள்ள ஓநாய்களின் கூட்டத்தைப் போல இரவு முழுவதும் அடிமை முகாம்களில் ரோந்து சென்றனர்.

கஜினியின் பெரிய மசூதியில் பணிபுரியும் அடிமைகளின் தாயகமான ஆட்டுத் தொழுவங்கள், 'இரக்கமுள்ள' கிராண்ட் முஃப்தியின் கட்டளைப்படி, மேல்நோக்கி அமைக்கப்பட்ட கரடுமுரடான துணியாலான தடுப்புகளுடனிருந்தன. படுக்கைகள் மற்றும் துளைகள் நிறைந்த போர்வைகள் காற்று மற்றும் பனிப்பொழிவிலிருந்து பாதுகாப்பின் பாசாங்கைத் கொடுத்தன.

சில வாரங்களுக்கு முன்பு, அவள் தன் தந்தையுடன் இஸ்மாயிலால் இங்கு மாற்றப்பட்டாள். மசூதி மறுகட்டமைப்புத் திட்டத்திற்கு ஆளுநர்-முஃப்தி தனது சொந்த அடிமைகளை நன்கொடையாக வழங்குவதாக பகிரங்கமாக சித்தரிக்கப்பட்டது; அது இஸ்மாயிலின் பொது பிம்பத்தை மேலும் மேம்படுத்தும் ஒரு தியாகமாகும். ஆனால், இஸ்மாயில் கட்டளையிடும் போதெல்லாம், யசாதே இன்னும் சில நாட்களுக்கு ஒருமுறை முஃப்தியின் ஆட்களால் அழைத்துச் செல்லப்படுவாள். மசூதியின் வேலைகள் முடிவடைந்தவுடன் மாலையில் அவள் தன் மக்களிடம் திருப்பி அனுப்பப்படுவாள். யசாதே தனது சொந்த சூழ்நிலைகளை நினைத்து வருத்தப்பட்டாள், ஆனால் அவர்கள் எந்த உரிமையும் இல்லாத அடிமைகள் என்பதை புரிந்துகொண்டாள். அவர்களின் கிராமம் சோதனை செய்யப்பட்ட நாளிலிருந்து கொள்ளையடிக்கும் கஸ்னாவிட் அடிமைகளின் தனிப்பட்ட சொத்தாக மாறிவிட்டது.

அவள் கண் சிமிட்டினாள். அடிமை ஆண்கள் மற்றும் பெண்களின் வெறித்தனமான கால்தடங்களால் பூமி துடித்துக் கொண்டிருந்தது, தெளிவாக பீதியடைந்தது. அலறல்கள் காற்றைத் துளைத்தன.

'என்ன நடக்கிறது அப்பா?' யசாதே புலம்பினாள்.

'சில ஆண்கள் ஜூன்தின்-உல்-தினைத் தாக்கியுள்ளனர்!' என்றார் முதியவர். 'அவர்கள் பூட்டுகளை உடைத்து, ஒருவருக்கொருவர் சங்கிலிகளை அறுத்துக்கொண்டனர். சீக்கிரம், பெண்ணே,

கொடுங்கனவு முடிந்துவிட்டது! எழுந்திரு, எழுந்திரு! நாம் இங்கிருந்து வெளியேறுவோம்!'

திகைத்துப்போன யசாதே அவசரமாக எழுந்து நின்றாள். தந்தையும் மகளும் ஒருவரையொருவர் பிடித்துக்கொண்டு, ஒரு திறப்பை நோக்கி ஓடினார்கள், இருபுறமும் ஜுன்தின்-உல்-தினை ஆச்சரியத்தில் ஆழ்த்திய துரோக அடிமைகளின் கும்பல் இருந்தது.

'நகருங்கள், நகருங்கள், சீக்கிரம்!' என்று ஒருவர் கட்டளையிட்டார். அடிமைகள் துணிச்சலுடன் தப்பிக்க அவர் வழிநடத்துவது போல் தோன்றியது. அவருடைய பல வாரங்களாக கழுவப்படாத தூசி படிந்த சுருள் நீண்ட கூந்தலுடன், வேலியின் இடைவெளியில் பாய்ந்து செல்லும் விடுவிக்கப்பட்ட கைதிகளின் வெளியேற்றலை கண்காணித்தார். யசாதேவும் அவளுடைய தந்தையும் திறப்பு வழியாக செல்லும்போது அவரை நன்றியுடன் பார்த்தனர்...... சுதந்திரத்திற்கு வழி.

'சீக்கிரம்!' கிளர்ச்சித் தலைவர் பின்னால் இருந்து அழைத்தார். 'நீங்கள் அனைவரும் ஒன்றாக இருங்கள்!'

கஜினி அரண்மனையின் மூலையில் உள்ள அறைக்குள் மிகவும் கலக்கமடைந்த இஸ்மாயில் நுழைந்தார். முகமது ஒரு அவசர தனிப்பட்ட கூட்டத்துக்கு அழைத்திருந்தார். இஸ்மாயில் அந்த இடத்தை ஆராய்ந்தார். குவாஜா ஹாசன் தனது மந்திரி குழுவினராலும், பயங்கரமான ஜெனரல் அபு காசிம் என்பவராலும் சூழப்பட்டிருந்தார். சுல்தானின் காலியான இருக்கையின் இடதுபுறத்தில் அவரது எதிரியான ராணி கௌசரி ஜஹான் அமர்ந்திருந்தார். தனது பாதையில் விழுந்த எவரையும் தாக்குவதற்காக வெறித்தனமாக ஒரு காட்டு யானை துடிப்பது போல சுல்தான் பதட்டமாக அறை முழுவதும் நடந்து சென்றார்.

முகமதின் வெறித்தனமான கண்கள் தனது சகோதரனைக் கண்டவுடன் 'இஸ்மாயில்!' என்று கர்ஜித்தார்.

அவரது சகோதரனின் குரல் இஸ்மாயிலின் இரத்தத்தை உறைய வைத்தது. அவர் முகமதின் கால்களில் விழுந்தார்.

'சகோதரரே!' என்று இஸ்மாயில் முகமதுவின் கால்களைப் பிடித்துக் கொண்டு அழுதார். 'என் ஆட்கள் ஒவ்வொரு மணி நேரமும் கண்காணித்து வந்தனர்,' என்று அவர் உருக்கமாகப் புலம்பினார். 'வெளிப்புற உதவி இல்லாமல் இது நடந்திருக்க முடியாது. வழி இல்லை!'

'ஆனால், உங்கள் ஆட்களில் முப்பது பேர் இறந்துவிட்டார்கள், மேலும் மூன்று பேர் படுகாயமடைந்துள்ளனர்,' என்று முகமது குரைத்து, ஒரு கொடூரமான நாய் போல தனது சகோதரனை உதைத்தார். 'எப்படி அடிமைகள் - வெறும் **ஆயுதம் ஏந்தாத**

அடிமைகள் - உங்கள் காவலர்களை முறியடித்து இப்படி தப்பிக்க முடிந்தது?'

இஸ்மாயில் எழுந்து நின்றார், பதிலடி கொடுக்க முடியாமல். அவரது சகோதரனின் கோபம் அவரை முடக்கியது. கடுமையாய் அமர்ந்திருந்த கௌசரி ஜஹானைப் பார்த்தார்.

லாகூரில் மிகக் குறைந்த நேரத்தையே கழித்த லாகூர் மன்னர் மாலிக் அயாஸ், சற்றுத் தொலைவில் சலிப்பான முகத்துடன் அமர்ந்திருந்தார்.

'குஸ்கானில் உள்ள அந்தக் குழியிலிருந்து உங்களை விடுவித்து இங்கு அழைத்து வந்ததற்கு நீங்கள் எனக்கு இப்படித்தான் பதிலடி கொடுக்கிறீர்களா?' என்று முகமது கேட்டார். 'நீங்கள் இங்கு வந்தபோதே இந்த துரோகம் உங்கள் மனதில் இருந்ததா, அல்லது என்னைச் சூழ்ந்திருக்கும் அண்டிப் பிழைப்போருடன் சேர்ந்து இதைத் திட்டமிட்டீர்களா?'

கெட்டுப்போன பால் போல சுருங்கிய குவாஜா ஹாசனைப் பார்த்து சுல்தான் முகத்தைச் சுளித்தார்.

'கொழுத்த கோமாளி, இதற்கும் உங்களுக்கும் ஏதாவது தொடர்பு இருந்ததா?' முகமது இப்போது குவாஜா ஹாசன் மீது தனது கோபத்தைத் திருப்பினார். 'என் சகோதரனுக்கு எதிராக என்னைத் தள்ளி, உங்கள் பரிதாபகரமான துரோக அடிமைகள் மீது மீண்டும் கட்டுப்பாட்டை மீட்டெடுக்க இதை நீங்கள் திட்டமிட்டீர்களா?'

'என் ஆண்டவரே, இல்லை!' பிரதமர் மூச்சுத் திணறினார். 'அல்லாஹ் என்னைத் தண்டிப்பாராக...'

'உங்கள் திருட்டுத்தனமான வணிகம் மற்றும் வரி ஏய்ப்பு பற்றி இஸ்மாயில் என்னிடம் சொன்னபோதே நான் உங்களைக் கொன்றிருக்க வேண்டும், பயனற்ற சேறே!' என்று கர்ஜித்தார் முகமது.

என் ஆண்டவரே!' என்று குவாஜா மூச்சுத் திணறி தரையில் விழுந்தார். 'நான் உங்களுக்கு உறுதியளிக்கிறேன், எனக்கும் இதற்கும் எந்த சம்பந்தமும் இல்லை! நிச்சயமாக ***ஒன்றுமில்லை***. உலகில் சரியான இடத்தை நீங்கள் பெறும் வகையில், மசூதி பழுதுபார்ப்புகளை முடிந்தவரை விரைவாக முடிக்க உதவுவதில் நான் உறுதியாக இருந்தேன். நம் அனைவருக்கும் கூட்டு பெருமைக்குரிய விஷயம்!'

'குவாஜா ஹாசன் உண்மையைச் சொல்கிறார், என் ஆண்டவரே.' கௌசரி ஜஹானின் குரல் பட்டுப்போன்றும் மென்மையாகவும் இருந்தது. அவள் எழுந்து, தன் கணவனிடம் மென்மையாகச் சென்று அவரது மார்பில் கை வைத்தாள். முகமதின் வெறி கொண்ட கோபம் சற்று தணிந்ததாகத் தெரிந்தது.

கௌசரி, முகமதின் தொண்டுகளைப் பற்றி சொல்லத் துவங்கினாள். 'பெரிய சுல்தானே, உங்கள் சகோதரனும் நீங்களும், கருணையால் நிறைந்த உங்கள் இதயங்களும், அடிமைகளின் விசுவாசத் திறனை தவறாக மதிப்பிட்டீர்கள் என்று நான் பணிவுடன் கூறுகிறேன். எல்லாவற்றிற்கும் மேலாக, அவர்கள் கைதிகள். அவர்கள்

எதிர்பார்த்ததை மட்டுமே செய்திருக்கிறார்கள். அவர்கள் சிறைபிடிக்கப்பட்டவர்களிடமிருந்து தப்பி ஓடிவிட்டார்கள்.'

'பெரிய ராணி, நீங்கள் அடிமைகளின் பக்கம் நிற்கிறீர்களா?' மாலிக் அயாஸ் கேட்டார்.

'இதை விட்டுவிடுங்கள், அயாஸ்,' என்று முகமது மாலிக் அயாஸை முறைத்துப் பார்த்தபடி கூறினார். பொறாமை கொண்ட கௌசரிக்கும் அயாஸுக்கும் இடையேயான விரோதம் அவருக்குத் தெரியும், அவர்கள் பொறாமை கொண்ட கள்ளக்காதலர்களைப் போல அவருக்காக சண்டையிட்டனர். இரண்டு பெண்களுக்கு நடுவில் நடக்கும் சண்டையைப் பார்க்கும் மனநிலையில் அவர் இல்லை.

'என் ஆண்டவரே,' என்று இஸ்மாயில் பேசினார், அவரது குரல் இன்னும் பயத்தில் நடுங்கியது. 'நிச்சயமாகச் சொல்வது இப்போது கடினம், ஆனால் ***காஃபிர்கள்*** காணாமல் போனது குறித்து நான் ஆரம்ப விசாரணையை நடத்தினேன். சேற்றுப் பனியில் ஜுன்தின்-உல்-தின்னை எதிர்த்து வந்தவர்களின் சில தடையங்களைக் கண்டறிந்துள்ளோம். அவர்கள் முதலில் அடிமை முகாமுக்கு ***வெளியே*** இருந்து தாக்கப்பட்டனர், பின்னர் அடிமைகள் தப்பி ஓடினர்.'

'அது உண்மையா?' முகமது புருவத்தை உயர்த்தினார். 'நீங்கள் எப்படி இவ்வளவு உறுதியாகச் சொல்ல முடியும்?'

'தொழிலாளர்களைக் காக்கும் பணியில் ஐம்பதுக்கும் மேற்பட்ட ஆயுதமேந்திய வீரர்கள் இருந்தனர்,' என்று இஸ்மாயில் கூறினார். 'இப்போது முப்பது பேர் இறந்துவிட்டனர், மூன்று பேர் காயமடைந்துள்ளனர், மீதமுள்ளவர்கள் காணவில்லை...'

'உன்னுடைய கருத்து என்ன?' என்று முகமது பொறுமையிழந்து தன் தம்பியை குறுக்கிட்டுக் கேட்டார். 'புதிர் போடாதே. உன் ஜுன்தீன்-உல்-தின் பயனற்ற போர்வீரர்கள். அவர்கள் பெண்களையும் குழந்தைகளையும் மட்டுமே கொடுமைப்படுத்த முடியும், உண்மையான ஆண்களுடன் சண்டையிட முடியாது. எனக்கு இதெல்லாம் ஏற்கனவே தெரியும். வெளியிலிருந்து யாராவது அடிமைகள் தப்பிக்க உதவியதாக நீங்கள் ஏன் நினைக்கிறீர்கள் என்று சொல்லுங்கள். சேற்றில் உள்ள தடயங்கள் உறுதியான ஆதாரம் அல்ல.'

'என் ஆண்டவரே, என் சகோதரரே,' சுல்தானுக்கு அதிக பொறுமை இல்லை என்று பயந்து இஸ்மாயில் அவசரமாகப் பேசினார். 'அடிமைகள் தாங்களாகவே நம் ஆட்களை வீழ்த்தியிருக்க முடியாது. என் ஆட்களிடம் ஆயுதங்கள் இருந்தன. அடிமைகளிடம் இல்லை. ஆனாலும் இந்த அடிமைகள் என் ஆட்களைக் கொன்று கிட்டத்தட்ட எந்த உயிரிழப்பும் இல்லாமல் தப்பினர். எப்படி?'

கதவில் உறைந்து நின்ற ஒரு வேலைக்காரனைப் பார்த்து இஸ்மாயில் அவசரமாக சைகை செய்தார். அந்த முதியவர் இரு கைகளிலும் வாளை கிடைமட்டமாகப் பிடித்தபடி உள்ளே விரைந்தார். அவர் முழங்காலில் விழுந்து முகமது பரிசோதிக்க வாளை உயர்த்தினார்.

சுல்தான் ஆயுதத்தைப் பிடுங்கினார். வேலைக்காரன் தலை துண்டிக்கப்படுவது போல் குனிந்தான். முகமது கண்களைச் சுருக்கி, துருப்பிடித்த வாளை பரிசோதித்தார். அவர் அதிர்ச்சியடைந்து இஸ்மாயிலைப் பார்த்தார்.

'இது என்ன?' என்று கேட்டார். 'இது எப்படி நடக்கும்? இது நகரக் காவலர்களின் வழக்கமான ஆயுதம். ஜுன்தின்-உல்-தின் அவற்றைப் பயன்படுத்துவதில்லை!'

'சரியாக, என் ஆண்டவரே!' என்று இஸ்மாயில் கூச்சலிட்டார். அவர் வேலைக்காரனை அசைத்து விரட்டினார். 'நகரத்தின் அதிகாரப்பூர்வமானவர்கள்தான் அடிமைகளுக்கு உதவினார்கள், எனக்கு அது உறுதியாகத் தெரியும்!' என்று கவர்னர்-முஃப்தி அறிவித்தார், அறையில் இருந்த அனைவரையும் ஒரு பார்வை பார்த்து, ஆனால் சுல்தானிடம் திரும்புவதற்கு முன்பு கௌசரி ஜஹான் மீது தனது பார்வையை குறிப்பிடத்தக்க அளவில் நீட்டித்தார். 'என் ஆண்டவரே, என் ஆட்கள் நகரக் காவலர்களின் சில முரட்டுப் பிரிவினரால் தாக்கப்பட்டார்கள் என்று நான் வாதிடுவேன்! ஒருவேளை, அவர்கள் யாரோ ஒருவரால் தூண்டப்பட்டிருக்கலாம்...'

ராணியின் முகத்தில் இருந்து இரத்தம் வடிந்ததால், அவளுடைய முகம் சிறிது சிறிதாக வெளிறியது. அவளின் திடீர் அசௌகரியம் இஸ்மாயிலின் கண்களிலிருந்து தப்பவில்லை.

'ஆம், என் ஆண்டவரே,' ஆளுநர்-முஃப்தி மேலும் கூறினார், ராணியின் மீது கண்களை பதித்து, 'நம்மிடையே ஒரு துரோகி இருக்கிறார். இந்த நேரத்தில் இந்த அறையில் உண்மையில் இல்லை, ஆனால் ***யாரோ*** உங்கள் திட்டங்களை நாசப்படுத்த முயற்சி செய்கிறார்கள். ஜமா மசூதியின் மறுசீரமைப்பை தாமதப்படுத்த. நீங்கள் கலீஃபாவாக மாறுவதைத் தடுக்க முயல்பவர் யாரையாவது உங்களுக்குத் தெரியுமா, என் ஆண்டவரே? நீங்கள் ஆக்கிரமிக்கப் பிறந்த புனித இருக்கைக்கு உயருவதைத் தடுக்க யார் இவ்வளவு துணிச்சலுடன் இருப்பார்கள்?'

'இது அபத்தமானது!' ராணி சிலிர்த்துப் பேசினாள். அவள் கழுத்தில் தொங்கவிடப்பட்டிருந்த கருப்பு பதக்கத்தைத் தொட்டாள். 'இதோ, ஒரு அபத்தமான சதி கோட்பாட்டின் மூலம் தனது தோல்வியை மறைக்க முயற்சிக்கும் ஒரு திறமையற்ற மனிதன். இந்த ராஜ்ஜியத்தில் யாராவது உங்களை எதிர்த்து நிற்கத் துணிவார்களா, என் ஆண்டவரே?' என்று அவள் முகமதை நோக்கிப் பார்த்தாள்.

சுல்தான் தனது மனைவியை நேராகப் பார்த்தார்.

'இது ஒரு துணிச்சலான தப்பித்தல், சரியாக என்ன நடந்தது என்பதை எங்களுக்குச் சொல்ல உயிருள்ள சாட்சிகள் யாரும் இல்லை,' என்று கௌசரி ஜஹான் தொடர்ந்தார். 'மேலும், கவர்னர்-முஃப்தியே கூறியது போல், ஐம்பது ஜுன்தின்-உல்-தின் வீரர்கள் இருந்தனர். முப்பத்து மூன்று பேர் மட்டுமே கணக்கிடப்பட்டுள்ளனர் - அவர்கள் அனைவரும் இறந்துவிட்டனர் அல்லது பலத்த காயமடைந்து பேச

முடியாத நிலையில் உள்ளனர். மற்ற பதினேழு ஜுன்தின்-உல்-தின் எங்கே? அவர்கள் காணாமல் போனது வசதியானது, இல்லையா?'

முகமது உதடுகளைச் சுருக்கினார். ஆனால் எதுவும் சொல்லவில்லை.

தனது கணவரின் தயக்கத்தைக் கண்டறிந்த ராணி தொடர்ந்து கூறினார்.

'மேலும், நகரக் காவலரின் ஆயுதங்களில் கை வைப்பது சாத்தியமில்லை,' என்று அவர் நம்பிக்கையுடன் கூறினார். 'பல வீரர்கள் மற்றும் காவலர்கள் அடிக்கடி விபச்சார விடுதிகள் மற்றும் சட்டவிரோத மதுபானக் கடைகளுக்கு செல்கிறார்கள். ஒரு ஜுன்தின்-உல்-தின் கூட தற்செயலாக ஆயுதத்தைத் திருடியிருக்கலாம். இந்த வாளை ஆளுநர்-முஃப்தியிடம் கொண்டு வந்தவர் சந்தேகத்திற்கு இடமின்றி தனது எஜமானரை தவறாக வழிநடத்தவும், ஒரு சக ஊழியரின் திறமையின்மையை மறைக்கவும் விரும்பியிருக்கிறார்.'

'இந்த வாள் என்னிடம் கொண்டு வரப்பட்டபோது இரத்தத்தில் நனைந்திருந்தது,' இஸ்மாயில் கோபமாகவும், சக்தியற்றவராகவும் உணர்ந்து எதிர்ப்பு தெரிவித்தார்.

'ஒரு மனிதனின் இரத்தமா அல்லது ஆட்டினுடையதா? வாள் எங்கே இருந்தது என்பதை யார் உறுதியாகச் சொல்ல முடியும்...'

'போதும்!' முகமது குறுக்கிட்டு தனது மனைவியிடம் கர்ஜித்தார். 'இஸ்மாயில், நீங்கள் இந்த விஷயத்தை விசாரித்து உங்கள் கூற்றுகளை நிரூபியுங்கள். சதிகாரர்கள் மீது ஏதேனும் ஆதாரங்கள் கிடைத்தால் என்னிடம் வாருங்கள்.'

'சரி, என் ஆண்டவரே,' என்றார் இஸ்மாயில்.

'உங்களுக்கும் இதுவே பொருந்தும், கௌசரி,' என்று சுல்தான் தனது மனைவியிடம் கூறினார். 'என் சகோதரர் சில கடுமையான குற்றச்சாட்டுகளைச் சொல்வதை நான் அறிவேன், ஆனால் ஒரு சில நகரக் காவலர்கள் முரட்டுத்தனமாக நடந்து கொண்டது சாத்தியமில்லை. நீங்களும் குவாஜா ஹாசனும் நகரக் காவலர்களை நிர்வகிக்கிறீர்கள். அவர்கள் மீது நடவடிக்கை எடுக்கவும். ஜுன்தின்-உல்-தினைத் தாக்குவதற்கு ஏதேனும் ஆயுதங்கள் வழங்கப்பட்டதா என்பதை நான் அறிய விரும்புகிறேன். மசூதியின் வேலை மீண்டும் தொடங்க இஸ்மாயிலுக்கு உதவவும் நான் விரும்புகிறேன். ஈத்-உல்-ஃபித்ருக்கு முன்பு நான் கலீஃபாவாக அறிவிக்கப்பட வேண்டும். நமக்கு அதிக நேரம் இல்லை.'

ராணி தலையசைத்து பிரதமருடன் ஒரு விரைவான பார்வையை பரிமாறிக்கொண்டார். குவாஜா ஹாசன் குனிந்தார்.

திரைக்கு அருகில் நிழலில் நின்ற காட்டுமிராண்டி மனிதனை முகமது பார்த்தார். அவரது முகத்தில் ஒரு சிறிய பின்னல் போன்ற ஒரு வடு இருந்தது. அது ஒரு பண்டைய தெருச் சண்டையிலிருந்து வந்தது.

அவர் துருக்கிய *கசாப்-இ-ஹிந்த்* என்று அழைக்கப்பட்டார். *இந்தியாவின் துருக்கிய கசாப்புக்காரன்.*

'அபு காசிம்,' முகமது கூறினார். 'முன்னேறவும்.'

அபு காசிம் தனது எஜமானரிடம் நடந்து சென்று ஒரு முழங்காலில் அமர்ந்தார். திருப்திகரமான வேலையை எதிர்பார்த்து அவர் முதுகுத்தண்டில் ஒரு சிலிர்ப்பை உணர்ந்தார்.

'அடிமைகளைக் கண்டுபிடியுங்கள்' என்று சுல்தான் கட்டளையிட்டார். 'எனது உயரடுக்குப் படையிலிருந்து இருநூறு குதிரை வீரர்களை அழைத்துச் செல்லுங்கள். அந்தக் *காஃபிர்* விலங்குகளை வேட்டையாடுங்கள். மசூதியின் முன் தலைகளால் ஆன ஒரு கூம்பு எனக்கு வேண்டும். எனது பிரதிஷ்டை விழாவிற்கான அலங்காரங்கள்.'

'உங்கள் விருப்பம், என் ஆண்டவரே!' துருக்கிய காசிம் தனது கையை மார்பில் உறுதியாக ஊன்றினார்.

'அவர்களையெல்லாம் கொல்லுங்கள்!' முகமது கோபத்தில் கர்ஜித்தார். 'ஆண்கள், பெண்கள், குழந்தைகள். கஜினியின் முகமதிடமிருந்து யாரும் தப்பிக்க முடியாது! சோம்நாத்தில் உங்கள் புனிதப் பணியைப் போல, இந்த செய்தி உலகம் முழுவதும் எதிரொலிக்கட்டும்!'

'மேலும் ... தளபதி!' இஸ்மாயில் அபு காசிமிடம் கூறினார். 'எனக்கு ஒரு அடிமைப் பெண் உயிருடன் இருக்க வேண்டும். முடிந்தால் அடிபடாமல்... அவள் பெயர் யசாதே. அவளை எளிதில் தவறவிட முடியாது. அவளுக்கு பதினான்கு வயது இருக்கலாம். நீண்ட பழுப்பு நிற அலை அலையான முடி மற்றும் பச்சை நிறக் கண்கள். அவள் அங்கிருக்கும் அழுக்கு விலங்குகளுள் மிகவும் அழகாக இருப்பாள்.' அவரது வார்த்தைகள் அனைவரையும் ஆச்சரியத்தில் ஆழ்த்தின. தன் சகோதரனின் முகத்தில் இருந்த குழப்பமான பார்வையைப் பார்த்து, இஸ்மாயில் மன்னிப்பு கேட்டார், 'என் ஆண்டவரே, உங்களை இப்படி தொந்தரவு செய்ததற்கு நான் வருந்துகிறேன். அந்தப் பெண் அவளுடைய விருப்பத்திற்கு மாறாக அழைத்துச் செல்லப்பட்டாள் என்பது எனக்குத் தெரியும். என் ஆண்டவரே, அவள் உயிருடன் திரும்ப வேண்டும். அவள் என் தனிப்பட்ட உதவியாளர்.'

மாலிக் அயாஸ் குறுக்கிட்டு, 'எனக்குத் தெரிந்தவரை, பெரிய சுல்தான், கவர்னர்-முஃப்தி இஸ்மாயில் தனது வீட்டு ஊழியர்களிலிருந்து பல அடிமைகளை மசூதி மறுசீரமைப்பு திட்டத்திற்கு உதவ கட்டுமானக் குழுவிற்கு மாற்றியுள்ளார்.' கௌசரி ஜஹானை கூர்மையாகப் பார்த்து, லாகூர் மன்னர் தொடர்ந்தார், 'என் ராஜாவே, மசூதியின் மறுகட்டமைப்பிற்கு உதவ பலர் தனிப்பட்ட தியாகங்களைச் செய்யத் தயாராக இல்லை.'

கௌசரி ஜஹான் மீதான தங்கள் பரஸ்பர வெறுப்பில் இஸ்மாயிலும் மாலிக் அயாஸும் கூட்டாளிகளாக மாறியிருக்கலாம் என்று சந்தேகித்து முகமது கண்களை உருட்டினார். 'நான் முன்பே

சொன்னேன், அதைத் தவிர்க்கவும், அயாஸ்'. 'இஸ்மாயில்', என்றார் முகமது 'உன் தியாகங்களை வெளியே காட்டிக் கொள்ளாதே. நீ வேலையை முடித்தால் நன்றாக இருக்கும்' என்றார். இறுதியாக, சுல்தான் அபு காசிமைப் பார்த்தார். 'அப்படியே ஆகட்டும், காசிம்! மற்றவர்களைக் கொன்றுவிடு, ஆனால் இந்தப் பெண்ணை உயிருடன், தீண்டப்படாமல் கொண்டு வா. என் சகோதரன் அவளை தன் வீட்டில் வேலையில் வைக்க விரும்புகிறான் என்று தோன்றுகிறது.'

கடைசியாக முகமது கூறியது அவரது குரலின் தொனியில் இருந்த வெளிப்படையான கிண்டலைக் கேட்டு இஸ்மாயில் அமைதியாக இருந்தார்.

அபு காசிம் எழுந்தார், அவரது முகத்தில் ஒரு தீய புன்னகை பூசியிருந்தது.

'நான் உங்களை ஏமாற்ற மாட்டேன், என் ஆண்டவரே,' என்று அந்த பயந்த மனிதன் உறுதியளித்தார். அவர் தன் எஜமானரை வணங்கி ஒரு துள்ளலுடன் அறையை விட்டு வெளியேறினார். அவர் நடத்தை வெளியே விளையாட விரைந்த ஒரு குழந்தையின் நடத்தையைப் போன்றிருந்தது.

முகமது தன் சகோதரனை கடுமையாகப் பார்த்தார். 'அந்த அடிமைகள் இறந்தவர்கள் இஸ்மாயில், உன் விளையாட்டுப் பொருளைத் தவிர மற்ற அனைவரும். ஆனால் மசூதியின் வேலை தொடர வேண்டும். மீண்டும் முயற்சியைத் *தவறவிடாதீர்கள்*.'

சுல்தான் பதிலுக்காகக் காத்திருக்காமல் கதவை நோக்கி நடந்தார். ராணியும் பின்னால் பின்தொடர்ந்தாள். மாலிக் அயாஸும் அவ்வாறே செய்தார்.

'ஆகட்டும், என் ஆண்டவரே.' இஸ்மாயில் பின்வாங்கும் நபர்களை வணங்கினார். அவர்கள் சென்றவுடன், அவர் குவாஜா ஹாசனை நோக்கித் திரும்பினார். பிரதமர் மயக்கமடைந்து விழுவார் போல் தோன்றியது. இஸ்மாயில் அவரை நோக்கி நடந்து சென்று பிரதமரின் முகத்திலிருந்து ஒரு அங்குல தூரத்தில் நின்றார்.

'ஹாசன்...' என்று சீறினார். அவர்கள் தனியாக இருக்கிறார்களா என்று சோதிக்க அவன் தோள்பட்டைக்கு மேல் பார்த்தார். பின்னர் அவர் ஜெல்லிபோல நடுங்கும் ஹாசனின்மேல் தன் கண்களைப் பதித்தார். 'அடிமைகளுக்கு உள்ளிருந்து உதவி இருப்பதாக நான் சொன்னேன். அதைப் புரிந்து கொண்டீர்களா?'

'புரிந்தது, என் ஆண்டவரே,' என்று ஹாசன் சொன்னார், அவர் தலை ஒரு நீரூற்றில் வைக்கப்பட்டது போல் ஆடிக்கொண்டிருந்தது. 'புனரமைப்பு தோல்வியடைய வேண்டும் என்றும், சுல்தான் நம்மை கோபத்தில் தூக்கிலிட வேண்டும் என்றும் யாரோ விரும்பினர். நான் என் தலையை இழக்கும் தருவாயில் இருந்தேன்.' பிரதமர் சத்தமிட்டுக் கொண்டே, தனது ஆள்காட்டி விரலையும் கட்டை விரலையும் நாடகத்தனமாக இணைத்தார்.

'நான் இருந்ததைப் போலவே,' இஸ்மாயில் கூறினார். 'அந்த "யாரோ" யார் என்பது நம் இருவருக்கும் தெரியும். இந்த விஷயத்தை விசாரித்து ஆதாரங்களை வழங்குமாறு சுல்தான் உத்தரவிட்டுள்ளார். நான் அதைச் சரியாகச் செய்ய விரும்புகிறேன். இதற்கிடையில், கௌசரி ஜஹான் இப்போது நம் வேலைக்கு ஆட்களை வழங்க வேண்டி கடமைப்பட்டுள்ளார். அடிமைகளின் பாதுகாப்பிற்கு நான் அவளைப் பொறுப்பேற்கச் செய்வேன். மேலும் ஏதேனும் அசம்பாவிதங்கள் நடந்தால் அவள் தோள்களில் நேரடியாக விழும்.'

'நல்ல யோசனை, என் ஆண்டவரே.'

'எனக்கு அதிக நிதி தேவை. அவற்றுக்கு ஏற்பாடு செய்யுங்கள்.'

'நான் செய்வேன், என் ஆண்டவரே. நான் செய்வேன்,' என்று பிரதமர் குனிந்து உறுதியளித்தார்.

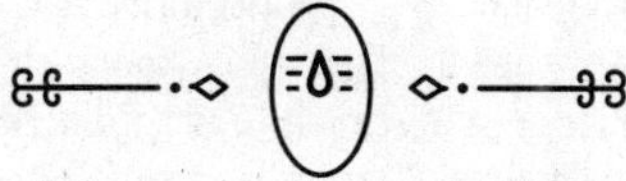

அத்தியாயம் 14

எதிரியின் கொல்லைப்புறத்தில்

அரபிக் கடலில் எங்கோ

‘நான் அதைப் பார்த்தால்தான் நம்புவேன்!’ அமல் பின்தொடர விஜயன் படிக்கட்டுகளில் ஏறி பிரதான தளத்திற்கு அதிரடியாக முன்னேறியபோது கூச்சலிட்டார்.

நரசிம்மன். அங்கு அவர் பிரதான தளத்தின் முன்புறம் இருந்தார். அவரது செயலிழந்த வலது கை அவரது உடற்பகுதியில் இறுக்கமாகக் கட்டப்பட்டிருந்தது, தோள்பட்டை கவண் ஒன்று வார்க்கப்பட்ட நிலையில் இருந்தது. அவரது செயலிழந்த வாள் வீசும் கை இப்போது பயனற்றதாக இருந்தது. அதனால் இனி ஒரு ஆயுதத்தைப் பயன்படுத்த முடியாது என்பது மட்டுமல்லாமல், உடல் நகரும்போது அது பயனற்றதாகவும் எந்தக் கட்டுப்பாடு இல்லாமலும் சுற்றித் திரிந்தது, மேலும் காயம் ஏற்படும் வாய்ப்புகளையும் அதிகரித்தது. உண்மையில், மற்றொரு கை காயமடைந்திருந்தால், அதை அவர் உணரக்கூட மாட்டார். தனது முதன்மை ஆயுதம் இல்லாத ஒரு போர்வீரன் - அவரது வாள் வீசும் கை - அதன் முதன்மை சக்தி மையம் இல்லாத குதிரையைப் போல இருந்தது: அதன் பின்னங்கால்.

ஆனால் இது சாதாரண போர்வீரன் அல்ல. இது நரசிம்மன். அவர்களின் தளபதி.

அவர் தனது கட்டுப்படுத்தப்பட்ட வலது கையின் முன்புறத்தில் ஒரு கேடயத்தையும், அவரது வலது தோளுடன் ஒரு பெரிய உலோக தோள்பட்டை வாரையும் இணைத்திருந்தார். கேடயமும் தோள்பட்டை பாதுகாப்பும் இரண்டு செயல்பாடுகளைச் செய்தன. அவை அவரது செயலிழந்த கைக்குக் காயம் ஏற்படுவதைத் தடுத்தன, மேலும் அதைப் பயன்படுத்த அனுமதித்தன, ஒரு வாள் வீரருக்கு ஒரு கேடயக் கை செய்யும் நோக்கத்திற்கு உதவியது. ஒரு அசைவற்ற கேடயக் கை,

ஆனால் ஒரு கேடயக் கை, அதை நரசிம்மன் இப்போது அடிகளைத் திசைதிருப்ப சாமர்த்தியமாகப் பயன்படுத்திக் கொண்டிருந்தார்.

மிக முக்கியமாக, நோய்வாய்ப்பட்ட விரிகுடாவில் அடைக்கப்பட்டிருந்த காலம் முழுவதும், அவர் கடுமையாகப் பயிற்சி செய்தார். அவரது இடது கை, வாள் விளையாட்டில் அவரது வலது கையைப் போலவே சிறந்தது என்பதை உறுதிசெய்தார்.

மேல் தளத்தில் இப்போது அவர் பர்மர் இராணுவத் தளபதியான தசர்ணனுடன் சண்டையிட்டுக்கொண்டிருந்தார். மிகவும் துணிச்சலாக, அவர்கள் மரப்பயிற்சி வாள்களைப் பயன்படுத்தவில்லை, ஆனால் உண்மையான ஆயுதங்களைப் பயன்படுத்தினர். மனிதனுக்குத் தெரிந்த சிறந்த எஃகுவால் - தென்னிந்தியாவில் இருந்து வூட்ஸ் எஃகு - தயாரிக்கப்பட்ட கூர்மையான வாள்கள். ஒரு மெல்லிய பட்டுத் துணியை இரண்டாக வெட்டி, ஒரு மனித எலும்பை சீராக வெட்டக்கூடிய எஃகு.

நரசிம்மனும் தசர்ணாவும் ஏற்கனவே பத்து நிமிடங்களுக்கும் மேலாக குத்திக் கொண்டும், சண்டையிட்டுக் கொண்டும் இருந்தனர்.

சோழ தளபதி தனது இரு கைகளையும் பயன்படுத்தும் ஒருவருடன் சண்டையிட்டுக் கொண்டிருந்தார். தசர்ணா தனது இடது கையில் ஒரு கேடயத்தையும் வலது கையில் ஒரு வாளையும் வைத்திருந்தார். பல ஆண்டுகளாக பயிற்சி செய்ததால், அவரது அனைத்து அசைவுகளும் தசை நினைவகமாக பாதுகாப்பாக சேமிக்கப்பட்டன. பயிற்சி மூலம் அவரது திறமை உள்ளுணர்வாக நேர்த்தியாக மெருகூட்டப்பட்டது.

ஆனால் நரசிம்மன் பாதகமாக இருந்த ஒன்றை ஒரு நன்மையாக மாற்றினார்.

புள்ளிவிவரப்படி, பத்து பேரில் ஒருவர் மட்டுமே இடது கை பழக்கம் கொண்டவர். வீரர்கள் தாங்கள் உருவாகும் சமூகத்தின் விகிதாச்சாரத்தைப் பின்பற்றுகிறார்கள் என்று வைத்துக் கொண்டால், பத்து வீரர்களில் ஒன்பது பேர் தங்கள் வலது கையால் போரிட பயிற்சி பெற்றிருப்பார்கள். தசர்ணா அவர்களில் ஒருவர். இடது கையால் போரிட்ட பத்து சதவீத வாள்வீரர்கள் வழக்கத்திற்கு மாறான கோணங்களில் இருந்து தாக்கும் நன்மையைக் கொண்டிருந்தனர். ஆனால் அவர்களின் தசை நினைவின் ஆழத்தில், வலது கை வாள்வீரர்கள் எவ்வாறு சண்டையிட்டார்கள் என்பதை அவர்களால் ஒருபோதும் அறிய முடியாது.

எதிரிகளின் அசைவுகளை முன்கூட்டியே அறிந்து கொள்வது வெற்றிக்கு மூல காரணம்.

நரசிம்மன் வலது கை பழக்கம் கொண்டவர் என்பதால் அவருக்குத் தெரியும்.

ஆனால் இப்போது, அவர் இடது கையால் சண்டையிட்டுக் கொண்டிருந்தார்.

நரசிம்மனுடன் பாரம்பரிய வாள் சண்டை முடிவில்லாமல் இருந்ததால், தசர்ணா வேறு ஏதாவது முயற்சி செய்ய நினைத்தார். ஆச்சரியப்படும் விதமாக, புதிதாகப் பயிற்சி பெற்ற இடது கையால் வாளைப் பயன்படுத்துவதில் தளபதி திறமையானவராக இருந்தார்.

தசர்ணா பக்கவாட்டில் சாய்ந்து, இடது கையை முன்னோக்கி செலுத்தி, தனது கேடயத்தால் கடுமையாகத் தள்ளினார். ஒரு குத்துச்சண்டை வீரர் தனது இடது கையால் முன்னோக்கி குத்தி, நரசிம்மனின் பலவீனமான மற்றும் செயலிழந்த வலது கையைத் தாக்க முயற்சிப்பது போல, அவர் தனது தற்காப்பை ஒரு ஆயுதமாகப் பயன்படுத்தினார். தளபதியை அவரது பின் காலில் வலுக்கட்டாயமாகத் தாக்கி, அவர் திட்டமிட்டிருந்த பக்கவாட்டு ஊசலாட்டத்திற்கு இடம் கொடுத்தார். அது ஒரு கொலைத் தாக்குதலாக இருந்திருக்கும்.

நரசிம்மனின் ஊனத்திற்கு எந்தச் சலுகையும் கொடுக்கப்படக்கூடாது. அதுதான் தளபதி வழங்கிய உத்தரவு.

தசர்ணாவின் கேடயம் தனது கேடயத்தின் மீது பயங்கரமாக மோதுவதை உணர்ந்த நரசிம்மன் பின்வாங்கினார். அவர் அசௌகரியத்தில் நெளிந்தார். தசர்ணா ஒரு கணம் தயங்கினார், ஆனால் பின்னர் வலதுபுறமாகத் திரும்பினார்.

அவர் தளபதியின் கட்டளைகளைப் பின்பற்றினார். எந்த இரக்கமும் இல்லை - ஏனென்றால் ஒரு உண்மையான எதிரி அதைக் காட்ட மாட்டார்.

ஆனால் தசர்ணா தனக்கு ஒரு பொறி வைக்கப்படுவதை அறியவில்லை.

நரசிம்மன் திடீரென்று பின்வாங்கினார், இதனால் அவரது வலது தோள்பட்டை தசர்ணாவின் உடலில் இருந்து விலகியது. ஆச்சரியப்பட்ட தசர்ணா தடுமாறி முன்னோக்கிச் சென்றார், அவரது பக்கவாட்டு வாள் சுழன்றது. திசை தவறியது. நரசிம்மன் வழியிலிருந்து சீராக விலகி, தனது இடது கையை ஒரு கொடூரமான குத்தலில், மேல்நோக்கிய கோணத்தில் மேலே கொண்டு வந்தார். முற்றிலும் வழக்கத்திற்கு மாறானது. வலது கை வீரருக்கு முற்றிலும் எதிர்பாராத கோணம், அந்தப் பக்கத்தில் கேடயம் இல்லாததால் பாதுகாப்பது கிட்டத்தட்ட சாத்தியமற்றது.

நரசிம்மன் சரியான நேரத்தில் நிறுத்தினார். அவரது வாளின் நுனி, கீழ் இடுப்பில் உள்ள தசர்ணாவின் தோல் கவசத்தைத் தொட்டது. அவர் நிறுத்தியிருக்காவிட்டால், நரசிம்மனின் கத்தி தசர்ணாவின் வயிற்றின் வழியாகச் சென்று, வயிற்று குழியில் உள்ள பெரும்பாலான உறுப்புகளை துண்டித்திருக்கும். அது ஒரு கொலைக் காயமாக இருந்திருக்கும்.

‘என்ன...’ அமல் பிரமிப்புடன் பார்த்துக் கொண்டிருந்தாள்.

இயற்கையான வாள் வீசும் கை செயலிழந்த ஒருவரின் குறிப்பிடத்தக்க வாள்வீச்சைக் கண்டு விஜயனும் திகைத்துப்

போனார். 'மீனாட்சி தேவியின் அருளால், தளபதி எப்படி அதைச் செய்தார்?'

பார்த்த வீரர்கள் தன்னிச்சையான கைதட்டல்களை எழுப்பினர். ஒரு சிறந்த போர்வீரனின் அரிய திறமைகளுக்கானது, அவர்களின் மூத்தவருக்கு. ஆனால் உண்மையான பாராட்டு, முகஸ்துதி அல்ல.

நரசிம்மன் தனது வாளை கீழே இறக்கி, தனது மூடிய இடது கை முஷ்டியால் மார்பில் பலமாக மோதினார். வறண்ட நதிப்படுகையின் மகிழ்ச்சியான வீரியம், பனிப்பாறை உருகும் புதிய நீர் வெடிப்பைப் பெறுவதை வெளிப்படுத்தியது. அவர் இடியுடன் கர்ஜித்தார், *'சேனாதிபதி ஸ்கந்தா!'*

ஸ்கந்தா என்பது *சிவபெருமான் மற்றும் பார்வதி தேவியின் மகனான கார்த்திக்கின் மற்றொரு பெயர். மேலும் சேனாதிபதி* என்பது *தளபதி என்று* பொருள். ஸ்கந்தா என்பது கடவுள்களின் படையின் தளபதி. இந்தியாவின் புனித பூமியில் வாழ்ந்த மிகப்பெரிய போர்வீரன். நடைமுறையில் அனைத்து இந்திய வீரர்களுக்கும், தைரியம் மற்றும் வீரத்தின் ஒரு தருணத்தில் அந்த சிறந்த போர்வீரனை நினைவில் கொள்வது மிகவும் இயல்பானது. ஒரு வீரச் சிப்பாய் அதிகம் தேடுவது உத்வேகம்.

சுற்றியிருந்த அனைத்து வீரர்களும் தங்கள் வாள்களை உருவி, காற்றில் உயர்த்தி, *'சேனாதிபதி ஸ்கந்தா!'* என்று சத்தமாக முழக்கமிட்டனர்.

விஜயனும் அமலும் தங்கள் வாள்களை உருவி *'சேனாதிபதி ஸ்கந்தா'* என்றனர். தசர்ணாவும் அதையே செய்தார்.

விஜயன் தனது வாளை உறையில் போட்டு, நரசிம்மனிடம் ஓடி, தளபதியின் வாளை எடுத்து, இரண்டு கைகளாலும் அதை உயர்த்தி, மரியாதையுடன் தனது தளபதியிடம் கொடுத்தார். நரசிம்மன் சிரித்து, தனது வாளைத் திரும்ப எடுத்து, சிரமமின்றி அதை உறைக்குள் செருகினார்.

விஜயன் உணர்ச்சிவசப்பட்டு, முன்னோக்கிச் சென்று நரசிம்மனை அணைத்துக் கொண்டார், அவர் விஜயனை அன்புடன் அணைத்துக் கொண்டார்.

'மீண்டும் வருக, ஐயா,' என்று விஜயன் பின்வாங்கி, அதிக உற்சாகத்துடன் சிரித்தார்.

'திரும்பி வந்தது நன்றாகவே இருக்கிறது, என் நண்பரே,' என்றார் நரசிம்மன்.

சண்டையின் உற்சாகம் முடிந்து, நரசிம்மன் சோர்வடைந்தார். விஜயன் அவரை தளத்திற்குக் கீழே உள்ள தனது அறைகளுக்கு அழைத்துச் சென்றார். தளபதி உடனடியாக தனது படுக்கையில் தூங்கிவிட்டார்.

‘தளபதி மீதமுள்ள நாள் முழுவதும் ஓய்வெடுக்க வேண்டும்,’ என்று அமலின் சகோதரர் ஆமீர் கூறினார். ‘அவருக்குக் கொடுக்கப்பட்ட மூலிகைச் சாறு அவரது வலியைக் குறைத்து, அவரை மிகவும் விழிப்புடன் இருக்கச் செய்தது. ஆனால் இனிமேல் எதுவும் அவரது இதயத்திற்கு நல்லதல்ல. அவர் குணமடைய ஓய்வெடுக்க வேண்டும். விஷத்தின் தாக்கம் இருக்கும் வரை அவரால் ஒரு கட்டத்திற்கு மேல் தன்னைத்தானே சமாளிக்க முடியாது.’

‘இப்போது விஷம் அவரது உடலில் இருந்து வெளியேற வேண்டாமா?’ என்று விஜயன் கேட்டார். அறையின் கடைசியில் தூங்கிக் கொண்டிருந்த நரசிம்மனை அவர் கவலையுடன் பார்த்தார். ‘சாளுக்கிய அம்பு ஏன் இன்னும் அவரைப் பாதிக்கிறது என்று எனக்குப் புரியவில்லை.’

‘உங்களுக்குத் தெரியும், சபரிமலையில் அம்பின் பல உடைந்த துண்டுகளை நாங்கள் பிரித்தெடுத்தோம். ஆனால் அது ஒரு சுத்தமான “பிரித்தெடுத்தல்” இல்லை’ என்று ஆமீர் கூறினார். ’பல சிறிய துண்டுகள் உள்ளே இருந்தன. அந்த துண்டுகள் எல்லா நேரங்களிலும் வலிக்கும். மேலும் அந்த உலோகத் துண்டுகள் மெதுவாக வெளியிடும் விஷத்தால் வேதியியல் ரீதியாக சிகிச்சையளிக்கப்பட்டிருக்கலாம், இது தளபதிக்கு நாம் கொடுக்கும் மருந்துகளை எதிர்க்கும்.’

‘மீதமுள்ள துண்டுகளை உங்களால் பிரித்தெடுக்க முடியாதா?’ விஜயன் கேட்டார்.

‘அப்போது அவற்றைக் கண்டுபிடிக்க முடியவில்லை. அவை சிறியவை. மிகச் சிறியவை. சதை இறுதியாக மூடப்படும்போது, நான் அந்த இடரை மேற்கொள்ள விரும்பவில்லை. மேலும், எதிர்க்கும் மருந்துகளின் வலிமையும் தளபதியின் சொந்த மீள்தன்மையும் அவர் இந்த சக்திவாய்ந்த விஷத்தை மிகவும் வலுவாக எதிர்த்துப் போராடி உயிருடன் இருப்பதை உறுதி செய்துள்ளன. இது நாம் தாக்க வேண்டிய ஒரு சிறந்த சமநிலை - எதிர்க்கும் மருந்துகள் விஷத்திற்கு எதிராக அவருக்கு வலிமையைக் கொடுக்கின்றன, ஆனால் மருந்துகளின் அதிகப்படியான அளவு மாரடைப்பை ஏற்படுத்தக்கூடும். இறுதியில், அந்த உலோகத் துண்டுகளில் உள்ள விஷம் தீர்ந்துவிடும் என்று மட்டுமே நாம் நம்ப முடியும். அல்லது கங்கைகொண்ட சோழபுரத்திற்குத் திரும்பியதும் சிறந்த உபகரணங்களைப் பயன்படுத்தி அறுவை சிகிச்சை செய்யலாம், மீதமுள்ள துண்டுகளை அகற்றலாம்... அதுதான் நீண்டகால தீர்வு. இப்போதைக்கு, விஷம் இன்னும் அவரது உடலில் இருப்பதால், நாம் தினமும் அதை எதிர்த்துப் போராட வேண்டும்.’

‘சரி,’ என்றார் விஜயன். அவரது தளபதி திரும்பி வந்துவிட்டார், ஆனால் இன்னும் முழுமையாக இல்லை.

விஜயன் தளபதி முன் மண்டியிட்டு அவரது கண்களைப் பார்த்தார்.

'உங்களைப் பாருங்கள், ஐயா,' என்றார் விஜயன், அவரது குரல் மகிழ்ச்சியால் நிரம்பி வழிந்தது.

மாலை நேரமாகிவிட்டது. நரசிம்மன் படுக்கையில் இருந்தார். முந்தைய சண்டையின் முயற்சிகளுக்குப் பிறகு இன்னும் சோர்வாக உணர்ந்தார். விஜயன் மட்டுமே அருகில் இருந்தார். மற்றவர்கள் அறையின் கடைசியில், கதவின் அருகே நின்றனர்.

'எப்படி...' என்று நரசிம்மன் கேட்டார். அவர் தொண்டையைச் செருமிக் கொண்டு தொடர்ந்தார், 'அப்பாசிட் தாக்குதலில், பன்னிரண்டு பேரை இழந்ததாகக் கேள்விப்பட்டேன்?'

'ஆம், தளபதி,' விஜயன் கடுமையாகச் சொன்னார். 'பன்னிரண்டு.'

'நஸ்ருல்லா ஒரு *தளபதி* அல்ல,' என்று நரசிம்மன் அந்த வார்த்தையைச் சரி செய்தார்.

'நிச்சயமாக, ஐயா. நஸ்ருல்லா *அண்ணா,*' என்றார் விஜயன்.

'அனைத்து இறுதிச் சடங்குகளும் முறையாக நடத்தப்பட்டதா?'

'ஆம். நாங்கள் அவர்களை கடலில் புதைத்தோம். அமல் மற்றும் அமீரின் சகோதரரான துணிச்சலான அன்சாரையும் இழந்தோம். அப்பாசிட் கப்பலை அழித்தவர் அவர்தான்.'

ஆமீரின் கண்கள் கண்ணீரால் நிரம்பியிருந்தன. அவர்கள் திரும்பிப் பார்த்தார்கள். தங்கள் தோழரின் கண்ணீரைப் பார்த்து அவரை அவமானப்படுத்த விரும்பவில்லை.

'*இன்னா லில்லாஹி வ இன்னா இலைஹி ராஜிஉன்,*' என்றார் நரசிம்மன்.

நரசிம்மன் புனித குர்ஆனில் இருந்து ஒரு அரபு சொற்றொடரை மேற்கோள் காட்டியிருந்தார். எல்லா முஸ்லிம்களும் அல்லாஹ்வுக்குச் சொந்தமானவர்கள், அவர்கள் அவனிடமே திரும்பி வருவார்கள் என்பது இதன் பொருள். வீரமிக்க அன்சாருக்கும் அவர் பின்பற்றிய நம்பிக்கைக்கும் மரியாதை நிமித்தமாக ஒரு பிரார்த்தனை செய்யப்பட்டது.

மற்ற அனைவரும், '*இன்னா லில்லாஹி வ இன்னா இலைஹி ராஜிஊன்*' என்று மீண்டும் மீண்டும் சொன்னார்கள்.

சோமேஷ்வரும் இக்பாலும் ஆமீரின் தோள்களைத் தொட்டனர். அவரது இழப்புக்காக தங்கள் நண்பருடன் இரங்கல் தெரிவித்தனர்.

அங்கு அமைதி நிலவியது.

'என் உடல் எரியும் தீப்பந்தம் போல இருக்கிறது.' நரசிம்மன் மௌனத்தைக் கலைத்து, ஆமீரின் அசௌகரியத்தைத் தணிக்க விஷயத்தை மாற்றினார். 'என் முதுகு வலியால் பிளவுபட்டுள்ளது. எனக்கு எப்போதும் குமட்டல் வருகிறது. ஒருவேளை ஒரு மனைவியுடன் வாழக் கற்றுக்கொள்வது போல, அதனுடன் வாழக் கற்றுக்கொள்வேன்.'

அவர்கள் அனைவரும் ஒன்றாகச் சிரித்தனர்.

ஆண்கள் எளிமையானவர்கள்.

ஒருவரால் எதுவும் செய்ய முடியாத, தாங்கிக்கொள்ள முடியாத வலியையும் துயரத்தையும் எதிர்கொள்ளும்போது, பெண்கள் தங்கள் நண்பர்களுடன் அதைப் பற்றிப் பேச விரும்புகிறார்கள். தங்கள் வலியைப் பகிர்ந்துகொள்வது சுமையின் எடையைக் குறைக்கிறது. மறுபுறம், ஆண்கள் தங்கள் துக்கம் மற்றும் வலியைப் பற்றி சிந்திக்காமல் இருக்க விரும்புகிறார்கள். அதற்கு பதிலாக, அவர்கள் பொதுவாக பேச்சை மாற்ற விரும்புகிறார்கள், பெரும்பாலும் நகைச்சுவையை ஒரு கேடயமாகப் பயன்படுத்துகிறார்கள். அதனால்தான் *கேலோஸ் ஹ்யூமர்,* அதாவது தூக்கு மேடை நகைச்சுவை என்று அழைக்கப்படும் நகைச்சுவை பாணி பெரும்பாலும் ஆண்கள் மத்தியில் பிரபலமாக உள்ளது, பெண்கள் மத்தியில் அல்ல. ஒருவர் சாகும் வரை தூக்கிலிடப்படுவதற்காக தூக்கு மேடைக்கு அழைத்துச் செல்லப்பட்டாலும், ஒருவரின் சொந்த நிலையைப் பார்த்து, முரண்பாடாகவும் நகைச்சுவையாகவும் சிரிப்பது மிகவும் ஆண்மைக்குரிய பண்புகளில் ஒன்றாகும்.

ஆண்கள் எளிமையான உயிரினங்கள்.

‘இப்போது நாம் நம் தாய்நாட்டில் காலடி எடுத்து வைக்கும்போது, ஹரிணி அண்ணியிடம் நான் சொல்லும் முதல் விஷயம் அதுதான், நஸ்ருல்லா அண்ணா,’ என்று விஜயன் எச்சரித்தார், மூத்த மைத்துனி மற்றும் மூத்த சகோதரருக்கான தமிழ் வார்த்தைகளைப் பயன்படுத்தி, உரத்த குரலில் சிரித்தார்.

நரசிம்மன் மற்றவர்களுடன் சேர்ந்து சிரித்தார்.

‘நீங்கள் இப்போது கட்டளையைத் திரும்பப் பெற வேண்டும், ஐயா,’ என்றார் விஜயன்.

‘இன்னும் இல்லை, வலீத்,’ எழுந்திருக்க சிரமப்பட்டு நரசிம்மன் கூறினார். ‘இன்னும் இல்லை...’

விஜயன் நரசிம்மனை எழுந்து நிற்க உதவ முயன்றார்.

‘இளம் ஆமீர் சொன்னதைக் கேட்டீர்கள்,’ நரசிம்மன் தொடர்ந்தார், தனது உள்ளங்கையை உயர்த்தி, தனது படைத்தலைவர் தனக்கு உதவுவதைத் தடுத்தார். ‘நான் ஒரு குறிப்பிட்ட வகையான மூலிகையை எடுத்துக்கொள்கிறேன், அது என்னை சிறிது நேரம் விழிப்புடன் வைத்திருக்கும். அது நல்லது. ஆனால் அந்த சிறுவன் வலி நிவாரணத்தை மிகைப்படுத்துகிறான், என்னை நம்புங்கள். உருகிய இரும்பு என் நரம்புகளில் பாய்ந்து, என் முதுகில் உள்ள ஒரு மையப் புள்ளியிலிருந்து தன்னை விடுவித்துக் கொள்வது போல் உணர்கிறேன். அந்த காயத்திலிருந்து வலி விரைவில் கட்டுப்பாட்டுக்குள் வரும் என்று நான் உறுதியாக நம்புகிறேன். ஆனால் ஒருவேளை எனக்கு இன்னும் நேரம் தேவைப்படலாம். ஒருவேளை, இப்போதைக்கு, நான் உங்களுக்கு ஆலோசகராகத் தொடரலாம். ஆனால் உங்களிடம் கட்டளை உள்ளது.’

‘நீங்கள் சொல்வது போல், ஐயா,’ என்றார் விஜயன். ‘நான் இப்போதைக்கு கட்டளையைக் கடைப்பிடிப்பேன்... ஆனால் இப்போதைக்கு மட்டும்...’

நரசிம்மன் சிரித்தார்.

‘சல்மனார்,’ என்றார் விஜயன், சோமேஷ்வரரிடம் திரும்பி. ‘நீங்கள் எங்களுக்கு கொடுத்தது போல், நஸ்ருல்லா அண்ணாவுக்கு ஒரு *கஃப்தான்* கிடைக்குமா?’

‘நிச்சயமாக,’ என்றார் சோமேஷ்வர். ‘உண்மையில், நஸ்ருல்லாஜியின் *கஃப்தான்* தயாராக உள்ளது.’

‘அருமை. நாமும் அவருடைய *லிஹ்யாவை* வெட்ட வேண்டும்—என்னுடையது போல.’ நரசிம்மனிடம் திரும்பி, விஜயன் தொடர்ந்தார், ‘அது தாடியைக் குறிக்கிறது. வெளிப்படையாக, அது ஒரு மரபுவழி முஸ்லிம் மனிதனுக்கு கட்டாயமாகும்.’

‘*லிஹ்யா*,’ நரசிம்மன் மெதுவாக மீண்டும் கூறினார். ‘சரி, உங்களுடையது மிகவும் நன்றாகப் பராமரிக்கப்படுகிறது. அது நன்றாக இருக்கிறது. நமது தர்ம சிந்தனை கொண்ட மூதாதையர்கள் அழகாக தாடி மற்றும் மீசையை வைத்திருந்தனர். நம்மில் பலர் இப்போது சுத்தமாக மொட்டையடித்துவிட்டோம். ஒருவேளை நாம் முக முடியை மீண்டும் ஃபேஷனுக்குக் கொண்டுவர வேண்டும்.’

‘ஆம், நாம் செய்ய வேண்டும்.’ விஜயன் தனது ஆட்டு முடியை தடவிக்கொண்டே சிரித்தார்.

நரசிம்மன் தனது இடது கையால் கண்களைக் மூடிக் கொண்டார். இன்று சூரியன் பலமாக இருந்தது, மேக மூட்டம் இல்லாத வானம். ஆனால் காற்று இனிமையாக இருந்தது, அவை சக்திவாய்ந்ததாகவும், குளிராகவும், ஈரப்பதமாகவும் வீசின, பகல் நேரத்தின் தனி நட்சத்திரத்தின் வெப்ப சக்தியைக் குறைத்தன.

‘வலீத் மற்றும் அமல்,’ என்று அவர் கூறினார், ‘இந்தியாவின் மூன்று தெற்கே உள்ள வம்சங்களின் தலைவர்கள் - சோழர்கள், பாண்டியர்கள் மற்றும் சேரர்கள் - *மூவேந்தர்கள், மூன்று மன்னர்கள்* என்று அழைக்கப்படுகிறார்கள் என்பது உங்களுக்குத் தெரியுமா என்று எனக்குத் தெரியவில்லை.’

கப்பலின் பிரதான தளத்தில் நரசிம்மன், விஜயன் மற்றும் அமல் நின்று கொண்டிருந்தனர். தடுப்பில் சாய்ந்து கொண்டிருந்தனர். அது பகல் நேரமாகிவிட்டது, நண்பகலுக்கு அருகில் இருந்தது. மேலும் பலுசிஸ்தான் கடற்கரை அதிக தொலைவில் இல்லை.

‘ஆம், ஐயா,’ என்றார் விஜயன். ‘ஆம்.’

நரசிம்மன் தொடர்ந்தார், ‘மூன்று வம்சங்களின் பிரதிநிதிகளும் இந்தப் படகில் இங்கே இருக்கிறார்கள். நான் சோழ நிலங்களைச்

சேர்ந்தவன், வலீத் பாண்டிய தலைநகரான மதுரையைச் சேர்ந்தவர், அமல் சபரிமலையின் சேர மலைப்பகுதியைச் சேர்ந்தவர். இந்த வம்சங்கள் சிவபெருமானின் மூன்று கண்களைக் குறிக்கின்றன. மேலும், நம் இறைவனுக்கு ஏற்பட்ட அவமானத்திற்கு நாம் பழிவாங்கப் போகிறோம்.'

'ஆம், நாம் செய்வோம்,' என்றார் விஜயன். '*ஹர ஹர மகாதேவ்.*' இது சிவபெருமானுக்கு விசுவாசமாக இருந்த அனைவரும் எழுப்பிய கூக்குரல், அதாவது *நாம் அனைவரும் மகாதேவர்கள். நாம் அனைவரும் கடவுள்கள்.*

'*ஹர ஹர மகாதேவ்,*' என்று நரசிம்மனும் அமலும் மீண்டும் கூறினர்.

மூவரும் சிரித்துக்கொண்டே தூரத்தைப் பார்த்தார்கள். இப்போது நிலம் தெரிந்தது. பரந்த கஸ்னாவிட் பேரரசு இந்தக் கரைகளிலிருந்து தொடங்கியது.

'முகமதின் தலைநகரான கஜினி, மலைகளில் உள்ள காந்தஹார் நிலத்தில் இருப்பதாக எங்களுக்குச் சொல்லப்பட்டது,' என்று அமல் கூறினாள்.

நரசிம்மனும் விஜயனும் தலையசைத்தனர்.

அமல் தொடர்ந்தாள், 'ஆனால், துருக்கியர்கள் சமீபத்தில், சில தசாப்தங்களுக்கு முன்புதான் இந்த நிலங்களுக்கு வந்தனர். அவர்களின் அசல் தாயகம் மத்திய ஆசியாவின் வறண்ட நிலங்களில் வடக்கே மிகவும் தொலைவில் உள்ளது. மேலும் அவர்களின் எளிய துருக்கிய மொழி, நாடோடி காட்டுமிராண்டிகளின் மொழி, வரையறுக்கப்பட்ட உச்சரிப்பு விருப்பங்கள் மற்றும் தொடரியல் கொண்டது என்பதை நாம் அனைவரும் அறிவோம். ஒருவேளை அவர்களின் மொழி காலப்போக்கில் மேம்படும். இப்போதைக்கு, எங்கள் மொழியில் "g" அவர்களின் மொழியில் "k" என்று உச்சரிக்கப்படுகிறது. எனவே நாம் செல்லும் நிலத்தின் அசல் பெயர் காந்தஹார் அல்ல, காந்தாரா.'

விஜயன் இரட்டைக் கேள்வி கேட்டான். 'இது மாதா காந்தாரியின் பூமியா? மகாபாரதத்தின் பூமியா?'

'ஆம்,' அமல் பதிலளித்தாள்.

'மேலும், சகுனி,' என்று சிரித்தபடி நரசிம்மன் கூறினார்.

அமல் தோள்களைக் குலுக்கி. 'மேலும், ஆம். கிட்டத்தட்ட ஒவ்வொரு குடும்பத்திற்கும் வெட்கப்பட வேண்டிய ஒருவர் இருக்கிறார்...'

நரசிம்மனும் விஜயனும் மெதுவாகச் சிரித்தனர்.

'இந்தியர்களான நாம் நிறைய இழந்துவிட்டோம். மாதா காந்தாரியின் நிலம் இப்போது அந்த காட்டுமிராண்டி முகமதால் ஆளப்படுகிறது' என்று விஜயன் கூறினார்.

'ம்ம்...' என்று நரசிம்மன் சோகமாகக் கூறினார்.

'நீங்கள் முன்பு கூறிய கருத்து, நஸ்ருல்லா அண்ணா,' அமல் கூறினார், 'மூன்று பெரிய வம்சங்கள் பகவான் மகாதேவரின் மூன்று கண்களைப் போல செயல்படுகின்றன...'

'ஆம்?'

'சிவபெருமானின் சின்னங்களில்,' அமல் கூறினார், 'அவரது மூன்று கண்கள் மட்டுமல்ல, பிறை நிலவும்'

'ஆம். அதனால்தான் அவர் *சந்திரசேகர்* என்றும் அழைக்கப்படுகிறார். *சந்திரனைத் தலையில் வைத்திருப்பவர்.*'

'பிறை நிலவு முஸ்லிம்களுக்கும் நமக்கும் புனிதமான சின்னம் என்பது உங்களுக்குத் தெரியுமா?' என்று அமல் கேட்டாள்.

'அப்படியா? எனக்குத் தெரியாது.'

'ஆம், அதுதான்.'

நரசிம்மன் சிரித்தார்.

அமல் தொடர்ந்தாள், 'நாங்களும் அவருடையவர்கள். அவர் நம்முடையவர். சிவபெருமான் இந்துக்களுக்கு மட்டுமல்ல. அவர் இந்தியர்களான நம் அனைவருக்கும் தெய்வீகமானவர்.'

'அதுதான் இந்திய மதம்,' என்றார் நரசிம்மன். 'ஒருவருக்கொருவர் நம்பிக்கைகளுக்கு பரஸ்பர மரியாதை செலுத்துவதன் அடிப்படையில் கட்டமைக்கப்பட்டது. முகமது கஜினி போன்ற மிருகத்தனமானவர்களுக்கு கிடைக்காத ஒன்று.'

விஜயன் அமலைப் பார்த்து மெதுவாகச் சிரித்தார். நரசிம்மன் அந்த மென்மையைக் கவனித்தார்.

'நாம் ஒன்றாக வலிமையானவர்கள்,' என்று அமல் தொடர்ந்தாள்.

'ஒன்றாக வலிமைய்யானவர்கள்,' என்று நரசிம்மன் கூறினார்.

'ஒன்றாக வலிமையானவர்கள்,' விஜயன் மீண்டும் கூறினார்.

குவாதர் துறைமுக நகரம் ஒரு அற்புதமான மூடுபனியில் முன்னோக்கித் தெரிந்தது.

இந்தியர்கள் வந்து கொண்டிருந்தனர். ஒன்றுபட்டு.

துருக்கியக் கறைபடிந்த முகமது ஆளப்படும் நிலத்திற்கு.

இந்தியர்கள் வந்து கொண்டிருந்தனர். அவர்கள் தங்கள் பழிவாங்கலை தீர்ப்பார்கள்.

'எங்களுடன் திரும்பி வா, *ஆபா,*' என்று உயிர் பிழைத்த வாவர் சகோதரர்களில் இளையவரான அல்தாஃப் தனது மூத்த சகோதரியிடம் வலியுறுத்தினார். ஆமீர் அமைதியாக தனது சகோதரியைப் பார்த்தார், அவரது முகபாவனை அல்தாஃபின் முகபாவனையை எதிரொலித்தது.

அமல் சிறுவர்களைப் பார்த்து சிரித்தாள். அவள் கடலை நோக்கித் திரும்பினாள். சோழக் கப்பலின் மேல் தளத்தில் சலசலக்கும் மக்களைப் பார்த்தார். மேலே கடற்பறவைகள் சத்தமிட்டன.

அவர்களின் கப்பல் குவாதர் துறைமுகத்தில் நிறுத்தப்படுவதற்கு அருகில் இருந்தது.

காற்றில் இருந்த குளிர்ச்சியிலிருந்து மதிய வெயிலின் ஒரு மென்மையான வெப்பம் வந்தது. அப்பாசிய மாலுமிகளுடனான மோதலில் இருந்து தப்பிய முப்பத்தெட்டு சோழ மற்றும் பர்மர் ஆண்கள் - அவர்களின் தளபதிகளுடன், கப்பலின் தடுப்பிலிருந்து பலகை நடைபாதை வரை நீண்டு செல்லும் கயிறு ஏணிகளில் இறங்கத் தயாராக இருந்தனர்.

‘நீங்கள் உங்கள் பங்கைச் செய்து, இந்தப் பணியில் எங்கள் நாட்டு மக்களுக்கு அடித்தளம் அமைத்துள்ளீர்கள்,’ என்று அல்தாஃப் கூறினார். ‘உங்கள் வேலை முடிந்தது. எங்களுடன் திரும்பி வாருங்கள், *ஆபா.* தந்தைக்கு நீங்கள் தேவை... அன்சார்...’

அல்தாஃப் உணர்ச்சிகளைக் கட்டுப்படுத்தியபோது அவரது குரல் தடுமாறியது.

‘நான் உன்னுடன் திரும்பி வர முடியாது, தம்பி.’ அமல் தனது தம்பியின் கன்னத்தை அன்பாகத் தொட்டாள். ‘சோழர்களையும் பர்மர்களையும் பயிற்றுவிக்கவும் வழிநடத்தவும் மட்டும் நான் இங்கு வரவில்லை. நான் நம் நாட்டின் பழிவாங்கலில் பங்கேற்பேன். நான் ஒரு குறிப்பிடத்தக்க பங்கை வகிக்கிறேனா இல்லையா என்பதை காலம் தீர்மானிக்கும், ஆனால் அந்தக் கொடுங்கோலன் தனக்குத் தகுதியான தண்டனையைப் பெற்ற பிறகுதான் நான் வெளியேறுவேன்.

விஜயன் சிறிது தூரத்தில் நின்று அந்தப் பெண்ணைப் பார்த்தார். முரண்பட்ட உணர்ச்சிகளால் அவர் கிழிக்கப்பட்டார். அவள் இந்தப் பணியில் பங்கேற்காவிட்டால், அவள் நீண்ட காலம் வாழ்வாள் என்பது அவருக்குத் தெரியும். மறுபுறம், அவள் அதில் ஒரு பகுதியாக இருந்தால், அவர்கள் இளமையிலே இறக்கக்கூடும், ஆனால் அவர்கள் ஒன்றாக இறந்துவிடுவார்கள். இருப்பினும், அமைதியான மனதுடன் யோசித்து, சொல்ல வேண்டிய சரியான விஷயம் என்ன என்று அவருக்குத் தெரியும்.

‘நீ திரும்பிச் செல்ல வேண்டும், அமல்,’ என்று பாண்டியன் அவளை நோக்கிச் சென்றார். ‘நாம் ஏற்கனவே இரண்டு ஆபத்தான சந்திப்புகளை எதிர்கொண்டுள்ளோம். பன்னிரண்டு பேரை இழந்துவிட்டோம், நம் தலைவர் காயமடைந்துள்ளார். இப்போது நாம் எதிரியின் கொல்லைப்புறத்தில் இருக்கிறோம். அல்தாஃப் சொல்வது சரிதான். உன் சகோதரர்களுடன் திரும்பிச் செல். உன் நோக்கம் நிறைவேறிவிட்டது.’

அமல் திரும்பி விஜயனை முழுமையாக எதிர்கொண்டாள்.

'நான் உன்னுடன் வருகிறேன், வலீத்,' என்று உறுதியாகக் கூறினாள். 'தேவைப்படும்போது நீ என்னைப் பாதுகாப்பாய் என்பதில் எனக்கு எந்தச் சந்தேகமும் இல்லை.'

விஜயன் சிரித்தார். 'உண்மையில், என் சீமாட்டியே, நீ என்னைப் பாதுகாப்பாய் என்று நான் நம்பியிருந்தேன்.'

அமல் பதிலுக்குச் சிரித்தாள். விஜயனின் முகம் பிரகாசித்தது. அந்தத் தருணம் அமலின் சகோதரர்களின் கண்களிலிருந்து தப்பவில்லை.

'அவளைக் கவனித்துக்கொள், என் நண்பரே,' என்றார் ஆமீர். 'அவள் அவளுடைய சகோதரர்களுக்கு உலகம். அவள் எங்கள் கண்களின் மணி.'

'எனக்குத் தெரியும்...'

ஆமீர் மெதுவாகச் சிரித்து விஜயனைத் தழுவிக் கொண்டார்.

'பாதுகாப்பாகத் திரும்பி கொச்சி துறைமுகத்திற்குச் செல்லுங்கள்,' என்றார் விஜயன். 'கடற்கரைக்கு அருகில், நம் நாட்டிற்கு எட்டக்கூடிய தூரத்தில் இருங்கள்.'

ஆமீர் சம்மதத்துடன் தலையசைத்தார்.

நரசிம்மன் குழுவை அணுகினார். அவர் முத்திரையிடப்பட்ட ஒரு சுருளை ஆமீரிடம் கொடுத்தார்.

'ஆமீர், இதை எடுத்து *கங்கைகொண்டானிடம்* கொடுங்கள். எதிரியின் வாசலுக்கு நாங்கள் பாதுகாப்பாக வந்துவிட்டோம் என்பதை அவருக்குத் தெரிவிக்க வேண்டும். மேலும் வெற்றிபெற நாங்கள் இங்கே இருக்கிறோம் என்பதையும் உறுதி செய்ய வேண்டும்.'

ஆமீர் முத்திரையிடப்பட்ட சுருளை எடுத்து தனது கவண் பையில் வைத்தார். அவர் தனது மார்பில் கையை வைத்து நரசிம்மனை வணங்கினார்.

'மேலும் ஆமீர், உங்கள் படகை சரியாக நான்கு வாரங்களுக்குப் பிறகு குவாதருக்குத் திருப்பி அனுப்புங்கள்,' விஜயன் மேலும் கூறினார். 'இன்னும் நான்கு வாரங்களுக்கு கப்பல்துறையில் இருங்கள். அதற்குள் நாங்கள் திரும்பி வரவில்லை என்றால், நாங்கள் தொலைந்து போனதாகக் கருதி திரும்பிச் செல்லுங்கள்.'

பேரரசரின் சிங்கங்கள் நரசிம்மன், விஜயன் மற்றும் அமல் ஆகியோர் கயிறு ஏணிகளில் இறங்கி துறைமுகக் கப்பல்துறையில் தங்கள் தோழர்களுடன் இணைந்தனர். நரசிம்மன் பலமுறை மற்றவர்களின் ஆதரவை மறுத்துவிட்டார், கீழே இறங்கும்போது தன்னை நிலைநிறுத்திக் கொள்ள தனது சக்திவாய்ந்த இடது கையைப் பயன்படுத்தினார். காலையில் அவர் சில குணப்படுத்தும் மூலிகைகளை எடுத்துக் கொண்டார். கப்பல் தளத்தில்

நின்றிருந்தவர்களிடம் அவர்கள் விடைபெற்று, பின்னர் அங்கிருந்த சலசலப்பைப் பார்த்தார்கள்.

இந்திய துணைக்கண்டத்தின் பிற பகுதிகளில் உள்ள துறைமுகங்களைப் போல இது பெரியதாக இல்லை. ஆனால் அது போதுமான அளவு பெரியதாக இருந்தது. இரண்டு தூண்கள் இருந்தன, இருபுறமும் கப்பல்கள் நிறுத்தக்கூடிய வசதியும், மேற்கில் ஒரு பாறை சரிவுக்கு எதிராக ஒரு கப்பல் தளமும், வெளிப்படையாக, ஒரு பக்கத்தில் மட்டுமே நிறுத்தக்கூடிய வசதியும் இருந்தன. மொத்தத்தில், இரண்டு தூண்களும் ஒரு கப்பல் தளமும் சுமார் பதினைந்து கப்பல்களை நிறுத்தக்கூடியதாக இருந்தது. பாறை சரிவு பகுதி ஒரு அலைதாங்கியாக செயல்பட்டது, துறைமுகத்தில் அலைகளின் தாக்கத்தைக் குறைத்தது, மேலும் கப்பல்கள் திறந்த கடலுக்குச் செல்வதற்கு ஒரு சுத்தமான சறுக்கு வழியை வழங்கியது. துறைமுகத்திற்கு சற்று கிழக்கே ஒரு உயரமான கலங்கரை விளக்கம் இருந்தது, அது இரவில் குவாடர் துறைமுகத்திற்கு கப்பல்களை வழிநடத்தியது. கிடங்குகள் துறைமுகத்தின் முழு நீளத்திலும் நீண்டிருந்தது. உள்நோக்கிச் செல்லும் சில தெருக்களிலும் அது நீண்டிருந்தது.

நரசிம்மன் மிகப் பெரிய துறைமுகங்களைக் கண்டிருந்தார். ஆனால் இது நியாயமான அளவில் இருந்தது. தளபதி தனது வீரர்களைச் சுற்றிப் பார்த்தார். அவர் எதுவும் சொல்லவில்லை. அவருக்குத் தேவையில்லை. செய்தி அவரது கண்களில் தெளிவாகத் தெரிந்தது. *நாம் இப்போது எதிரியின் கொல்லைப்புறத்தில் இருக்கிறோம். எப்போதும் விழிப்புடன் இருக்க வேண்டும்.*

வணிகர்கள் மற்றும் மாலுமிகள் தங்கள் கப்பல்களில் இருந்து பொருட்களை ஏற்றி இறக்கும் குரல்கள் காற்றை நிரப்பின.

சோமேஷ்வர் தனது உள் உடையில் பாதுகாப்பாகக் கட்டப்பட்ட பைக்குள் தேடினார். அப்பாஸிட் கேப்டனின் பதக்கம் அதில் இருந்தது. விஜயன் அதைப் பாதுகாப்பாக வைத்திருக்க அவருக்குக் கொடுத்திருந்தார். அது ஒரு விலைமதிப்பற்ற சொத்து – விவகாரமான சூழ்நிலைகளில் இது மிகவும் பயனுள்ளதாக இருக்கும்.

நரசிம்மன் தனது கண்களால் இடதுபுறத்தில் புத்திசாலித்தனமாக சைகை காட்டினார். சோமேஷ்வர் அவர் குறிப்பைப் பின்பற்றி, சில ஆண்கள் அவர்களை நோக்கி வேகமாக நடப்பதைக் கண்டார். துறைமுக அதிகாரிகள்.

மூன்று ஆண்கள் அவர்களை நோக்கி நடந்து வந்தனர். அவர்களின் உடைகள் மற்றும் அலங்காரம் தங்களுடையதைப் போலவே இருப்பதை விஜயன் கவனித்தார். ஆழ்ந்த திருப்தியை உணர்ந்தார். அமல் நன்றாகச் செய்திருந்தாள். அவர்கள் உள்ளூர் மக்களுடன் முழுமையாகக் கலந்தனர்.

‘உங்களுக்கு அமைதி உண்டாகட்டும்’ என்று சோமேஷ்வரை அணுகியபோது ஒரு வயதான துறைமுக அதிகாரி கூறினார். அவரது

உச்சரிப்பிலிருந்து, அவர் பாரசீகர் என்பது தெளிவாகத் தெரிந்தது. அவருக்குப் பின்னால் ஒரு கையில் காகிதத் துண்டையும், மறு கையில் ஒரு எழுதுகோலையும் ஏந்திய ஒரு கம்பி போன்ற இளைஞன் நின்றான், அவன் பதிவேடு காப்பாளன். வயதில் மூத்தவனான மூன்றாவது நபர் தனித்து நின்று சோழ-பர்மர் படையைக் கவனித்தான்.

‘உங்களுக்கும் அமைதி உண்டாகட்டும், ஐயா,’ என்று சோமேஷ்வர் மகிழ்ச்சியுடன் பதிலளித்தார். அவருக்குப் பின்னால், பலகை நடைபாதையில் இந்தியர்கள், உணவு, ஆயுதங்கள், உடைகள் மற்றும் பல்வேறு பொருட்களைக் கொண்ட தங்கள் பெட்டிகளை அடுக்கி வைத்தனர். துறைமுக அதிகாரி ஆர்வத்துடன் பரபரப்பான மனிதர்களைக் கவனித்தார்.

‘குவாதரில் உன் நோக்கம் என்ன?’ என்று அவர் கேட்டார். ‘அந்தப் பெட்டிகளில் என்ன இருக்கிறது?’

சோமேஷ்வர் சாதாரணமாகப் பின்னால் பார்த்துவிட்டு அவர் பக்கம் திரும்பினார். ‘உண்மையில் பெரிதாக ஒன்றுமில்லை,’ என்றார். ‘உணவு மற்றும் உடைகள். நாங்கள் கஜினியின் பெரிய மசூதிக்கு புனிதப் பயணம் மேற்கொண்டிருக்கிறோம். நாங்கள் இந்தியாவின் புறஜாதி நாடுகளிலிருந்து சமீபத்தில் மதம் மாறியவர்கள்.’ சோமேஷ்வர் தனது காதில் குத்தியதை விளக்குவதற்காக இதைச் சொல்ல முடிவு செய்திருந்தார்.

துறைமுக அதிகாரி முகம் சுளித்தார். ஆனால் அவர் கண்களில் தெளிவான பேராசை தெரிந்தது. சராசரியாக இந்தியர்கள் மிகவும் செல்வந்தர்கள் என்பதையும், சமீபத்தில் இஸ்லாத்திற்கு மாறியவர்கள் பொதுவாக தங்கள் விசுவாசத்தை நிரூபிக்க மிகவும் ஆர்வமாக இருப்பதையும் அவர் காலப்போக்கில் அறிந்திருந்தார். அதனால் அவர்களிடமிருந்து நிறைய பணம் சம்பாதிக்க முடியும். ‘உன் பெயர் என்ன, இந்தியனே?’

‘நான் சல்மான்,’ என்று சோமேஷ்வர் தன் கையை மார்பில் வைத்துக்கொண்டு பதிலளித்தார். ‘இக்பால் மற்றும் நஸ்ருல்லா, என் உதவியாளர்கள்.’ அவர் இக்பால் மற்றும் நரசிம்மனை நோக்கி சைகை செய்தார். ‘இங்கே இருப்பவர் வலீத், என் மருமகன், அமல் அவருடைய மனைவி,’ என்று அவர் விஜயனையும் சபரிமலையைச் சேர்ந்த வாவர் வாரிசையும் சுட்டிக்காட்டி முடித்தார்.

அமல் இந்த அறிமுகத்துடன் தனது இதயம் துடிப்பதை உணர்ந்தாள். அவள் விவேகத்துடன் விஜயனைப் பார்த்து சிரித்தாள்.

‘எங்கள் நோக்கத்தைப் பொறுத்தவரை,’ சோமேஷ்வர் தொடர்ந்தார், ‘சுல்தான் முகமது இப்னு செபுக்தேகின் தனது வெற்றியின் நினைவுச்சின்னமாக கட்டிய பெரிய மசூதியைப் பார்க்க விரும்புகிறோம். நாங்கள் எங்கள் பிரார்த்தனைகளைச் செய்துவிட்டு, பின்னர் சாலை வழியாக மெக்காவுக்குப் புறப்படுவோம். ஒட்டகங்கள் மற்றும் குதிரைகளை வாங்குவதில் நீங்கள் எங்களுக்கு வழிகாட்ட முடியுமா?... மேலும், எங்கள் பொருட்களுக்கு இரண்டு வண்டிகள்?’

துறைமுக அதிகாரி அன்புடன் சிரித்தார், ஒரு கொக்கியில் புழு இல்லாமல், ஒரு கயிற்றை எறிந்து, இலவசமாக மீன் வழங்கப்பட்ட ஒரு மீனவரைப் போல. அவர் திரும்பி தனக்குப் பின்னால் இருந்த ஆர்வமுள்ள முதியவருடன் உரையாடினார். அவர் தலையை அசைத்து எரிச்சலுடன் பெருமூச்சு விட்டார். சோமேஷ்வர் தனது அன்பான புன்னகையை வீசி கவனமாகக் கேட்டார். அவர் பல தசாப்தங்களாக உலகம் முழுவதும் உள்ள துறைமுகங்களில் வர்த்தகம் செய்திருந்தார். விளையாட்டு எப்படிப் போகும் என்பதை அவர் சரியாக அறிந்திருந்தார்.

துறைமுக அதிகாரி இறுதியாக சோமேஷ்வரைப் பார்க்கத் திரும்பினார். 'இந்தியாவைச் சேர்ந்த சல்மான். ஒரு கணம் ஒதுங்கிச் செல்லலாமா? காகித வேலைகளைப் பற்றி விவாதிக்க.'

'நிச்சயமாக ஐயா,' சோமேஷ்வர் பணிவுடன், குனிந்து கூறினார். என்ன 'காகித வேலைகள்' பற்றி விவாதிக்கப்பட வேண்டும் என்பதை அவர் சரியாக அறிந்திருந்தார்.

சிறிது நேரம் கழித்து சோமேஷ்வர் திரும்பினார். துறைமுக அதிகாரிகள் மகிழ்ச்சியுடன் விலகிச் செல்வதை நரசிம்மன் பார்க்க முடிந்தது.

'எல்லாம் சரியாகிவிட்டதா ஐயா?' என்று சோமேஷ்வரின் ஊழியரைப்போல் நரசிம்மன் தனது பாத்திரத்திலேயே இருந்தார்.

'ஆம், நஸ்ருல்லா,' என்றார் சோமேஷ்வர். பின்னர் சோமேஷ்வர் இக்பாலை நோக்கித் திரும்பி, ஒரு மகிழ்ச்சியான புன்னகையுடன் கிசுகிசுத்தார், 'எளிய விதிகளை ஒருபோதும் கேள்வி கேட்காதீர்கள். எப்போதும் எளிய விதிகளைப் பின்பற்றுங்கள்!'

இக்பால் மெதுவாகச் சிரித்தார். 'எப்போதும் எளிய விதிகளைப் பின்பற்றுங்கள்.'

நரசிம்மன் முகம் சுளித்தார். 'எளிய விதிகள் என்றால் என்ன?'

'இது சல்மான் *பாய்க்கும்* எனக்கும் இடையேயான ஒரு தனிப்பட்ட நகைச்சுவை,' என்றார் இக்பால்.

'அதைக் குறைவாக தனிப்பட்டதாக்குங்கள்,' என்றார் நரசிம்மன். 'எளிய விதிகள் என்றால் என்ன?'

சோமேஷ்வர் தெளிவுபடுத்தினார், 'அப்படியானால் இது இப்படித்தான், நஸ்ருல்லா. ஊழல் நிறைந்த அதிகாரிகளுக்கு லஞ்சம் கொடுக்கும் போது, இந்த எளிய விதிகளைப் பின்பற்றுகிறோம். அவை எப்போதும் வேலை செய்கின்றன. முதலில், அதிகாரியை நன்றாகப் படியுங்கள். அவர்கள் கோபப்படும் அளவுக்கு மிகக் குறைவாக தொகை சொல்லவேண்டாம். உங்கள் உண்மையான விளையாட்டு என்னவென்று சந்தேகப்படும் அளவுக்கு அதிகமாகவும் இல்லை. முதல் சலுகையில் அவர்கள் உங்களிடம் பேச்சுவார்த்தை

நடத்தும்போது, உங்களை எதிர்த்து “வெற்றி” பெறும் மகிழ்ச்சியை அவர்கள் பெறட்டும். மிக முக்கியமாக, அவர்களிடம் பேசும்போது எப்போதும் அடிமையாக இருங்கள். மிகவும் அடிமையாக. அவர்களின் 'நான்' எனும் முனைப்பு அவர்களுக்கு மிகவும் பிடித்தமானது.'

நரசிம்மன், தானே ஒரு அரசு ஊழியர், நேர்மையானவர் என்றாலும், கோபமடைந்தார். விளக்கம் கேட்டதற்கு அவர் வருத்தப்பட்டார். ஆனால் சோமேஷ்வரின் உத்தி சீராக செயல்பட்டதால், அவர் மேலும் கருத்து தெரிவிக்கவில்லை.

‘இப்போது நாம் எங்கே போவது, ஐயா?’ என்று நரசிம்மன் கேட்டார்.

‘நகரத்தின் மறுமுனைக்கு. ஒரு குறிப்பிட்ட வணிகரைச் சந்திக்க.’

சோமேஷ்வர் தனது உள் வேட்டியில் இணைக்கப்பட்ட பையில் இருந்து ஒன்றை எடுத்தார். அது ஒரு ரூபாய் மட்டுமே மதிப்புள்ள ஒரு கிழிந்த காகித நாணயம். சோமேஷ்வரின் கையில் இருந்த சிறிய மதிப்புள்ள உறுதிமொழிப் பத்திரத்தைப் பார்த்து நரசிம்மன் முகம் சுளித்தார். எல்லா காகிதத்திலும் இருந்த தனித்துவமான அடையாள எண்ணும் கிழிந்ததால் அது சேதமடைந்திருந்தது. இது இனி செல்லுபடியாகாது. அது பயனற்றது.

சோமேஷ்வர் தெளிவுபடுத்தினார், ‘இன்னொரு பாதி அவனிடம் இருக்கிறது.’

அப்போது அவ்வளவு பயனற்றது அல்ல.

நரசிம்மன் சிரித்தார். *இந்த குஜராத்தி வணிகர் மிகவும் புத்திசாலி. அவர் இளமையில் வந்திருந்தால், நமது சோழப் படையில் ஒரு இடத்தைப் பிடித்திருப்பார்.*

‘போகலாம்.’

‘நீங்கள் சொல்வது போல், ஐயா,’ என்றார் நரசிம்மன்.

சோமேஷ்வர் சோழ–பர்மர் வீரர்களை நோக்கித் திரும்பினார், அவர் இன்னும் தனது தொழிலாளர்களை வழிநடத்தும் வணிகரின் குணாதிசயத்தில் இருந்தார். அவர் தலையசைத்தார், ஆட்கள் பெட்டிகளைத் தூக்கத் தொடங்கினர்.

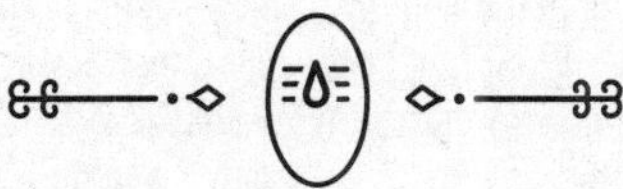

அத்தியாயம் 15

ஒரே நம்பிக்கை

ஆஃப்கானிஸ்தானின் இந்து குஷ் மலைகளில்

'புலா, நம் மக்கள் பின்தங்கியுள்ளனர். இந்தத் தப்பித்தலால் ஏற்படும் கஷ்டங்களைச் சமாளிக்க நாம் தயாராக இல்லை. முதலில் பசி மற்றும் தாகம், இப்போது இந்த வானிலை.'

தப்பித்த அடிமைகளின் குழுவின் தலைவரான புலா, அடியெடுத்து வைக்காமல் திரும்பிப் பார்த்தார். அடிமைகளாக மாறிய தப்பியோடியவர்களின் ஒரு பாம்பு போன்ற நெடுவரிசை அமைதியாக அவருக்குப் பின்னால் சென்றது. அவர்களின் தலைகள் குனிந்திருந்தன. அவ்வப்போது கரகரப்பான இருமல்களும் வெறிச்சோடிய முனகல்களும் பனியின் குளிர்ந்த ஏகபோகத்தை உடைத்தன.

'இந்தப் பருவத்தின் பிற்பகுதியில் பனி எதிர்பாராதது,' என்று புலா கூறினார்.

வெள்ளை பனி மூடிய மலைகளுக்குப் பின்னால் சூரியன் மூழ்கியது, இரும்பு-சாம்பல் மேகங்கள் இருண்ட வானத்தை மூடியிருந்தன. கடந்த பல நாட்களாக, கஸ்னாவிட் சுல்தானகத்தின் மத்தியப் பகுதிகளை ஒரு விசித்திரமான பனிப்புயல் தாக்கியிருந்தது.

'நாம் நோயையும் சமாளிக்க வேண்டியிருக்கலாம்,' என்று துணைத் தலைவர் தொடர்ந்தார். அரவணைப்புக்காக அவர் தனது உள்ளங்கைகளில் ஊதினார். 'பனி காய்ச்சலையும் உறைபனியையும் கொண்டு வந்துள்ளது.'

'நாம் இதுவரை எத்தனை பேரை இழந்துவிட்டோம், துருவ்?' என்று புலா தனது தற்காலிக துணை அதிகாரியிடம் கேட்டார்.

‘நம்மைப் போன்ற நான்கு போர் வீரர்கள், முன்னாள் வீரர்கள்,’ என்று துருவ் தனது போர்வையை தோள்களில் இறுக்கமாக இழுத்தார். ‘பின்புறக் காவலர் இதுவரை எந்த உயிரிழப்புகளையும் தெரிவிக்கவில்லை, இருப்பினும் அவர்கள் வருவதற்கு இன்னும் சிறிது நேரம் ஆகும் என்று நான் நினைக்கிறேன். சோர்வு, பசி மற்றும் காயத்தால் இறப்புகள் ஏற்படும். நம் உணவு தேடும் குழுக்கள் ஒவ்வொரு நாளும் குறைவான உணவுடன் திரும்பி வருகின்றன. புலா, இந்தக் குளிர், வறண்ட நிலங்கள், குறிப்பாக நம்மைப் போன்ற ஆயுதம் ஏந்தாத ஒரு கும்பலுக்கு சரியானதல்ல.’

‘நம்மிடம் நேரம் இல்லை,’ என்று புலா கூறினார். ‘யாராவது இறந்தால், இறுதிச் சடங்குகளைச் செய்ய நம்மால் முடியாது, விழுந்தவர்களை நம் தோள்களில் சுமக்க முடியாது. ஆனால், நம்மைத் துரத்துபவர்கள் நம்மைத் தேடி வர இலகுவாக, சடலங்கள் பாதையில் ரொட்டித் துண்டுகள் போல இருக்கும்...’

துருவ் தனது தலைவருடன் நடந்து செல்லும்போது பதட்டமான அமைதியுடன் புலா சொல்வதைக் கேட்டார்.

புலா தனது வாளின் பிடியைப் பற்றிக் கொண்டார். ‘நிச்சயமாக சுல்தான் நமக்குப் பின்னால் ஒரு வேட்டைக் குழுவை அனுப்பியிருப்பார். நான் நினைக்கிறேன்....’ என்று புலாவின் வார்த்தைகள் பின்னோக்கிச் சென்றன. அவர் தனது துணை அதிகாரியை கவலைப்படுத்த விரும்பவில்லை.

அன்றிரவு யாரோ புலாவிற்கும் அவரது ஆட்களுக்கும் ஆயுதங்களை பதுக்கிக் கொண்டு வந்திருந்தார்கள். ஆரம்பத்தில், கஜினியில் யாரோ ஒருவர் அவர்களுக்கு உதவ விரும்புவதாக அவர் கருதினார். யாராக இருந்தாலும் வந்தடைந்த பொருள்களுக்கு நன்றி. புலா உடனடியாக ஆயுதங்களைப் பயன்படுத்தி தனது சீடர்களையும் மற்ற அடிமைகளையும் தப்பிக்க சதி செய்தார். ஆனால் இப்போது இந்த முழு விஷயமும் ஒரு விரிவான வலை என்று அவர் சந்தேகிக்கத் தொடங்கினார். *கஜினியில் நமக்கு யார் உதவினார்கள்? ஏன்?*

‘ஐயா, அனைத்து மரியாதையுடனும்...’ என்று துருவ், புலாவின் சிந்தனைத் தொடரை உடைத்தார். ‘நாம்...’

‘கேள்விக்கு இடமில்லை,’ என்று புலா குறுக்கிட்டார். ‘நாம் இந்தியர்கள் செய்வது அதுவல்ல. அந்த காட்டுமிராண்டித்தனமான துருக்கியர்களைவிட நாம் சிறந்தவர்கள். நாம் *தர்மத்தின்படி* நடக்காவிட்டால், இறந்த பிறகு நம் கடவுள்களையும் நம் முன்னோர்களையும் எப்படி சந்திப்போம்?’

துருவ் அமைதியானார். அவர் சொல்ல விரும்பிய யோசனை தெளிவாக இருந்தது. தப்பிக்கும் குழு பிரிந்து செல்ல வேண்டும் என்பதுதான். புலாவின் கட்டளையின்கீழ் சுமார் ஐம்பது போர் வீரர்கள் இருந்தனர். பல மதங்கள் மற்றும் நாடுகளைச் சேர்ந்த சில நூறு அடிமைகள் - இந்துக்கள், புத்த மதத்தினர், சமணர்கள், கிறிஸ்தவர்கள், ஜோராஸ்ட்ரியர்கள், யாசிதிகள். மேலும் சில

இந்திய முஸ்லிம்களும் இருந்தனர், ஏனெனில் அவர்கள் மற்ற மதங்களைச் சேர்ந்த சக இந்தியர்களைக் கைவிட மறுத்துவிட்டனர். இந்த அடிமைகள் தங்களைத் தற்காத்துக் கொள்ளவோ அல்லது தங்களைத் தாங்களே கவனித்துக் கொள்ளவோகூட முடியவில்லை. கஸ்னாவிட் வீரர்கள் அவர்களைப் பிடித்தால், அவர்கள் உணவளிக்க வாய்களாகவும், பாதுகாக்க உடல்களாகவும் இருந்தனர். செய்ய வேண்டிய பகுத்தறிவு விஷயம் என்னவென்றால், கஸ்னாவிட் பிரதேசத்திலிருந்து வேகமாக வெளியேறும் ஐம்பது இந்திய வீரர்கள் பிரிந்து செல்வதுதான். அவர்கள் மீண்டும் சண்டையிட வலுவுடன் திரும்புவார்கள். ஒவ்வொரு அடிமையும் தன்னைத்தானே தற்காத்துக் கொள்ள முடியும்.

முன்னாள் அடிமைகளைக் கைவிடுவது விவேகமான செயலாக இருந்திருக்கலாம். ஆனால் அது தர்ம காரியம் அல்ல. அதனால், அதைச் செய்ய முடியாது - நிச்சயமாக *தர்மத்தின்* பாதையைப் பின்பற்றுபவர்களால் முடியாது.

துருவ் ஒரு நல்ல சிப்பாய். அவர் தனது தளபதியிடம் மேலும் கேள்வி கேட்கவில்லை.

'புலா!' என்று ஒரு இளைஞன் முன்னணியில் இருந்த இருவரை நோக்கி ஓட வந்தான். 'புலா! நில்!'

புலாவும் துருவும் நின்று திரும்பினர். தொடர்ந்து வரும் துயரமான மக்கள் கூட்டம் உடனடியாக நின்றது. சிலர் தரையில் மூழ்கினர், மற்றவர்கள் அணிவகுத்துச் சென்று அலைந்து திரிந்தனர். கூண்டு வண்டியின் முடிவில் எங்கோ, மீட்கப்பட்ட அடிமைப் பெண்ணான யசாதே, தனது தந்தை ஆரிஃப்பை ஒரு ஆண்கள் குழுவிற்கு அருகில் அமர உதவினாள்.

'என்ன, ஜெய்ன்?' என்று புருவத்தை உயர்த்தி புலா கேட்டான். 'யாராவது நோய்வாய்ப்பட்டிருக்கிறார்களா?'

'அப்படி இருந்திருந்தால் பரவாயில்லையே,' ஜெய்ன் ஹுசைன் மூச்சுத் திணறி பதிலளித்தார். 'ஆனால், சுமார் பத்து ஆண்களும் பெண்களும் நம்மை விட்டுப் பிரிந்து சென்றுவிட்டார்கள். அவர்கள் நம்மை கைவிட்டுவிட்டார்கள்.'

'நம்மை விட்டுவிட்டு ஓடிவிட்டார்களா?!' துருவ் அவநம்பிக்கையுடன் திரும்பத் திரும்பக் கேட்டார். 'அவர்களின் பாதுகாவலர்களான நம்மை விட்டுவிட்டு ஓடிவிட்டார்களா? இந்த பைத்தியக்காரத்தனமான, வன்முறை நிறைந்த நிலத்தில்?'

'அவர்களில் சிலருக்கு நாம் சுதந்திரத்தைத் *திணித்தோம்* என்று நான் பயப்படுகிறேன், துருவ்,' என்று ஜெய்ன் கூறினார். 'நாம் அவர்களை அவர்களின் ஆறுதலான மண்டலத்திலிருந்து வெளியே கூட்டிச் சென்றோம். அவர்கள் அதை விரும்பவில்லை. அவர்களில் அந்த கிறிஸ்தவ பொறியாளர் புட்ரஸ் மற்றும் அவரது குடும்பத்தினர் மற்றும் நண்பர்கள் உள்ளனர். புட்ரஸ் எப்போதும் தனது குழந்தைகளுக்கு சாப்பிட போதுமான உணவு இல்லை என்று

முணுமுணுத்துக் கொண்டிருந்தார். மேலும் அவர்கள் அனைவரும் ஒரு சிறந்த வாழ்க்கையை நோக்கிய அவர்களின் வாய்ப்பை நாம் அழித்துவிட்டதாக தொடர்ந்து புகார் கூறி வந்தனர். மசூதியின் வேலை முடிந்ததும் சுல்தான் அவர்களுக்கு குடியுரிமையை உறுதியளித்திருந்தார்.'

'நிச்சயமாக, அவர்கள் தங்கள் நம்பிக்கைகளையும் மரபுகளையும் - அவர்களின் இயேசுவை - கைவிட வேண்டியிருக்கும்,' என்று புலா அவமதிப்புடன் கூறினார். 'அவர்கள் சுதந்திரத்தையும் கண்ணியத்தையும் தங்களுக்குக் கிடைக்க வாய்ப்பில்லை என்று தெரிந்தும், அதற்கு ஈடாக தங்கள் ஆன்மாவைத் தியாகம் செய்ய தயாராக இருந்தார்கள்.'

'அவர்கள் நீண்ட காலத்திற்கு முன்பே தங்கள் சுதந்திரத்தையும் கண்ணியத்தையும் இழந்துவிட்டார்கள், புலா.' ஜெய்ன் தோள்களைக் குலுக்கிக் கொண்டார். 'பலருக்கு, ஒரு *திம்மி - இரண்டாம் தர குடிமகனாக* இருப்பது - இந்த துருக்கிய மிருகங்களால் பாலியல் பலாத்காரம் செய்யப்பட்டு, சித்திரவதை செய்யப்பட்டு, கொல்லப்படுவதைவிட சிறந்தது.'

புலா தலையை ஆட்டினார். *காப்பாற்றப்பட விரும்பாதவர்களை நீங்கள் எப்படிக் காப்பாற்றுவீர்கள்?*

ஆனால் பிரச்சனை அந்த அடிமைகளைக் காப்பாற்றுவது மட்டுமல்ல.

'உங்களுக்குத் தெரியாமல் அவர்கள் எப்படித் தப்பித்தார்கள்?' ஜெய்னிடம் புலா கேட்டார். 'அனைவரையும் கண்காணித்து, யாரும் வழிதவறிச் செல்வதைத் தடுக்கும் பணி உங்களிடம் இருந்தது.'

'கருணை காட்டுங்கள், புலா. நாங்கள் வெறும் ஐம்பது வீரர்கள், சோர்வாகவும் பசியாகவும் இருக்கிறோம். நாங்கள் தொண்ணூறு பயந்து நடுங்கும் ஆண்கள், பெண்கள் மற்றும் குழந்தைகளைப் பாதுகாக்கிறோம். இது சாத்தியமற்ற பணி. புட்ரஸ்ஸும் அவருடைய கட்சிக்காரர்களும் போய்விட்டார்கள். பனி அவர்கள் மறைந்து போக உதவியிருக்கும். அதை நாம் ஏற்றுக்கொள்வோம்.'

'தப்பியோடியவர்களுக்கு கொஞ்சமாவது அவமானம் இருந்தால் கஜினிக்கு திரும்பிச் சொல்ல மாட்டார்கள் என்று நம்புகிறேன்,' என்று துருவ் கவலையுடன் கூறினார். 'பனி ஒரு சாபக்கேடாக இருந்தது, ஆனால் அது நம் தடங்களை மறைத்துவிட்டது. இந்த தப்பியோடியவர்கள் நம் நல்வாய்ப்பை அழிக்க முடியும், மேலும் வேட்டைக்காரர்களை நேரடியாக நம்மிடம் அனுப்பவும் முடியும்.'

'நாம் வேகத்தை அதிகரிக்க வேண்டும்,' என்று புலா உத்தரவிட்டார். 'இப்போது ஓய்வெடுக்க நேரமில்லை. நமக்கு போதுமான உணவு இருக்கிறதா, ஜெய்ன்? அவை சிறிது காலம் நீடிக்குமா?'

'ஆம்,' என்று ஜெய்ன் கூறினார். 'நமக்குக் கிடைத்த சிறிய உதவியைப் பயன்படுத்தி ஜான் நல்ல வேலை செய்து வருகிறார்.'

ஜான் புலாவின் கட்டளையின்கீழ் இருந்த மற்றொரு இந்திய சிப்பாய். 'ஆனால் குடிநீர் தீர்ந்து போகிறது.'

'சரி, பனிப்பொழிவு இருக்கிறது,' என்று துருவ் நினைவுபடுத்தினார். 'தேவைப்பட்டால், பனித்துளிகளைப் பிடிக்க அனைவரும் தங்கள் நாக்குகளைத் தொங்கவிட்டு நடக்கட்டும். புலா சொல்வது சரிதான். நாம் நகர்ந்து கொண்டே இருக்க வேண்டும்.'

ஜெய்ன் ஹுசைன் தலையசைத்துத் திரும்பினார்.

'எழுந்திருங்கள்!' என்று அந்த கூட்டத்திற்குள் சென்று கூச்சலிட்டார், முகாம் அமைக்கத் தயாராக இருந்த அடிமைகளை அதிர்ச்சிக்குள்ளாக்கினார். 'நீங்கள் அனைவரும் எழுந்திருங்கள்! எதிரி நம் குதிகாலில் இருக்கிறார். நாம் நகர்ந்து கொண்டே இருக்க வேண்டும். ஓய்வெடுக்க வேண்டாம்! தொடர்ந்து நகர்ந்து கொண்டே இருங்கள்!'

வரிசையின் முடிவில், யசாதே உடனடியாக நகரத் தயாரானாள். 'எழுந்திருங்கள், தந்தையே. வாருங்கள் ...'

'*மெலெக் டவுஸ்,* கருணை காட்டுங்கள் ...' என்று ஆரிஃப் முனகினார், தனது *யாசிதி கடவுளை* அழைத்து, எழுந்து நிற்க சிரமப்பட்டார். 'நாங்கள் இப்போதுதான் அமர்ந்தோம் ...'

யசாதே திரும்பிப் பார்த்தாள். நடுங்கினாள்.

'ஹக்கீம், எனக்கு அவளுடன் ஐந்து நிமிடங்கள் தேவை. இன்னும் குறைவாக இருந்தாலும் பரவாயில்லை. தயவுசெய்து, தயவுசெய்து, என் சகோதரனே,' என்று குவாஜா ஹாசன் கெஞ்சினார்.

கௌசரி ஜஹானின் மெய்க்காப்பாளர் படையின் தலைவர் பிரதமரை உணர்ச்சியற்ற முறையில் பார்த்தார். அவர் ராணியின் தனிப்பட்ட அறைகளின் நுழைவாயிலில் ஒரு பெரிய தேக்கு மரம் போல அசையாமல் நின்றார்.

குவாஜா ஹாசன் பரிதாபமாகக் கெஞ்சினார், அவரது கண்களில் நீர் நிறைந்தன.

'ராணியை இப்போது தொந்தரவு செய்ய முடியாது,' என்று மந்திரி உறுதியாகக் கூறினார். 'அவள் ஓய்வெடுக்கிறாள்.'

குவாஜா ஹாசன் அசைய மறுத்துவிட்டார். 'தயவுசெய்து, ஹக்கீம் ... தயவுசெய்து ...'

'உனக்கு பைத்தியமா, ஹாசன்?' என்று ஹக்கீம் கேட்டார், இறுதியாக பொறுமை இழந்தார். சக்திவாய்ந்த ராணியின் செவி சாய்க்கும் வலிமைமிக்க போர்வீரன்-அலி, பாரசீக பிரதமரிடம் கண்ணியமாக இருக்க வேண்டிய அவசியமில்லை என்று நினைத்தார். 'ஏன் நீங்கள் எப்போதும் இந்த தெய்வீகமற்ற நேரத்தில் வருகிறீர்கள்? சூரிய உதயம் மூன்று மணி நேரம் தொலைவில் உள்ளது!'

'எனக்கு முழுமையாக ரகசியமாக இருக்கும் ஒரே நேரம் இதுதான்,' என்று குவாஜா ஹாசன் கூறினார். 'உனக்குப் புரிகிறது. அவளுக்கும் அப்படித்தான். சுல்தானகத்திற்கு உண்மையான விசுவாசியாக நான் அவளுக்கு உதவ முடியும்!'

ஹக்கீம் அவரைப் பாசாங்குத்தனமான ஆர்வமின்மையுடன் பார்த்தார். நள்ளிரவுக்கு மூன்று மணி நேரத்திற்குப் பிறகும், சூரிய உதயத்திற்கு மூன்று மணி நேரத்திற்கு முன்பும் ராணியிடம் பேசுமாறு குவாஜா ஹாசனின் துணிச்சலான நள்ளிரவு கோரிக்கைகளை ஒரு வாரமாக அந்த மந்திரி நிராகரித்து வந்தார். விந்தையாக, பகலில் ஒரு சந்திப்பைத் தேட அவர் எந்த முயற்சியும் எடுக்கவில்லை.

ஒரு சதி நடந்து கொண்டிருக்கிறது - அல்லது குவாஜா ஹாசன் பகிர்ந்து கொள்ள விரும்பும் ஒரு பயங்கரமான ரகசியம் இருக்கிறது.

'இப்போது அவளை நான் தொந்தரவு செய்ய முடியாது,' என்று மந்திரி உறுதியாகச் சொன்னார். 'அவள் ஓய்வெடுக்கிறாள். செய்தியை என்னிடன் சொல்லுங்கள் அல்லது நீங்கள் நான் இல்லாதபோது திரும்பி வாருங்கள்.'

'செய்தியை உங்களிடம் விட்டுச் செல்லவா?' குவாஜா ஹாசன் முகம் சுளித்தார். 'கண்டிப்பாக இல்லை! என் வேலை மிகவும் ரகசியமானது, அதை ராணியிடம் *மட்டுமே* சொல்ல முடியும். அவள் ஓய்வெடுக்கிறாள் என்பதில் உறுதியாக இருக்கிறீர்களா? திரைச்சீலைகளுக்கு அப்பால் இருந்து அவளுடைய குரலை என்னால் கேட்க முடிகிறது. அவள் ... அவளுடைய அறையில் யாரிடமோ பேசிக்கொண்டிருப்பது போல் தெரிகிறது,' என்று அவர் சத்தமாகச் சொன்னார், அவரது குரல் திரைச்சீலைகளுக்கு அப்பால் அறைக்குள் செல்லும் என்று நம்பினார்.

பதிலளிப்பது போல, அறைக்குள் இருந்து வந்த மெல்லிய குரல் திடீரென மறைந்தது. ஒரு சங்கடமான அமைதி நிலவியது. பதட்டம் அடர்த்தியானது.

'நம் பேச்சு அவர்களை தொந்தரவு செய்து தூக்கத்தில் முணுமுணுக்கச் செய்திருக்கலாம்,' என்று ஹக்கீம் சீறினார். 'அல்லது அவள் பிரார்த்தனை செய்து கொண்டிருக்கலாம். அது உங்களுக்கு தேவையற்றது! நீங்கள் செய்தியை என்னிடம் விட்டுச் செல்லலாம் அல்லது வெளியேறலாம். உங்களுடைய விருப்பம்.'

'சரி!' பிரதமர் கைவிட்டார். 'சரி! நான் செல்கிறேன். ஆனால் நான் திரும்பி வருவேன், நான் உங்களுக்கு உறுதியளிக்கிறேன். இந்த இரவுகளில் ஒரு இரவு, நீங்கள் என்னை உள்ளே அனுமதிப்பீர்கள். நான் அவளைப் பார்க்க இங்கே வருகிறேன் என்று நீங்கள் ராணியிடம்கூட சொல்லியிருக்க மாட்டீர்கள் என்று நான் பந்தயம் கட்டுகிறேன். அவள் சூழ்நிலையின் தீவிரத்தை புரிந்துகொண்டு என்னைச் சந்தித்திருப்பாள்.'

குவாஜா ஹாசன் திரும்பி, தனது வழக்கமான மெதுவான வால்ரஸ் போன்ற நடைக்கு பதிலாக, பென்குயின் போன்ற வேகத்தில்,

முடிந்தவரை வேகமாக முன் அறையிலிருந்து வெளியே நடந்தார். ஹக்கீம் கண்களை உருட்டி, பெருமூச்சுடன் தலையை ஆட்டினார்.

'அவன் போய்விட்டான்,' என்று திரைச்சீலைகளால் மூடிய கதவு வழியாக கிசுகிசுத்தார்.

திரைச்சீலைகள் பிரிந்தன. ராணி வெளியே வந்தாள். அவளுடைய அலை அலையான அடர் பழுப்பு நிற முடி அவள் முகத்தை மறைத்தபடி, அவள் முதுகில் படர்ந்து, அவள் இடுப்பைத் தொட்டது. ஒரு சூடான இளஞ்சிவப்பு இரவு அங்கியை அணிந்திருந்தாள். அவளது உடலில் ஒரு கம்பளி சால்வை போர்த்தப்பட்டிருந்தது. அவள் முதுகுத்தண்டில் ஒரு நடுக்கம் ஓடுவதை உணர்ந்தாள். அவளுடைய இடது புருவத்திற்கு மேலே தொடங்கி அவளுடைய மயிரிழையில் மறைந்திருந்த சிவப்பு நிற காயத்தைத் தவிர, அவளுடைய முகம் சாம்பல் நிறமாக இருந்தது.

'அவருக்கு ஏன் செய்தி புரியவில்லை?' அவள் கவலையுடன் கிசுகிசுத்தாள். 'அவர் ஏன் இந்த நேரத்தில் இங்கு வருகிறார்? குறிப்பாக *இந்த நேரத்தில் ஒவ்வொரு இரவும்! ஒரு வேளை..........'*

'அவர் ஒரு முட்டாள், ராணி,' என்று அவளை சமாதானப்படுத்தினார் ஹக்கீம். 'அவருக்கு எதுவும் தெரியாது. ... உங்களுக்குத் தெரியும்- யாருக்கு அவருடைய விசுவாசம் என்று வதந்திகள் இருந்தபோதிலும், அவரது நோக்கங்கள் உண்மையானதாக இருக்கலாம்.'

'அதைப் பற்றி எனக்குத் தெரியும்,' என்று கௌசரி ஜஹான் தனது சால்வையை இறுக்கமாகச் சுற்றிக் கொண்டு பதிலளித்தாள். 'அதனால்தான் நான் இரவும் பகலும் அவரைப் பார்க்க மறுத்துவிட்டேன். இந்தப் பறவை யாருடைய கூண்டிலிருந்து தப்பித்து ஓடுகிறது என்பது எனக்குத் தெரியும்.'

'ஆனால் அவர் நமக்கு உதவ முயற்சிக்கிறார் என்றால், ராணி....' என்று ஹக்கீம் பரிந்துரைத்தார். 'பறவை உண்மையிலேயே அதன் சிறைப்பிடிப்பை வெறுத்து அதன் சுதந்திரத்தை வாங்க முயற்சித்தால் என்ன செய்வது?'

'இந்தப் பறவை எந்தப் பாடலைப் பாட விரும்பினாலும், நான் அதை நம்பமாட்டேன், ஹக்கீம்,' என்று ராணி உறுதியாகக் கூறினாள். 'குவாஜா ஹாசன் ஒரு உயிர் பிழைத்தவர். நீங்களும் நானும் இங்கே நுழைவதற்கு முன்பே அவர் இங்கே இருந்தார், நாம் சென்ற பிறகும் அவர் இங்கே நன்றாக இருப்பார். யாரையாவது காட்டிக் கொடுத்து உயிர் பிழைப்பார். *யாரையும்.'*

குவாஜா ஹாசன் இரண்டு அடிமைகளின் உதவியுடன் தனது குதிரையில் ஏறினார். மூன்றாவது நபர் பக்கத்தில் குதிரையில் காத்திருந்தார். இரண்டு அடிமைகளும் அதிகமான நேரம் எடுத்து,

முதுகு உடையும் தருவாயில், அவமரியாதையாக சுழன்று கொண்டிருக்கும் பிரதம மந்திரி தனது குதிரையில் ஏற உதவுகிறார்கள் என்பதைப் பொறுமையின்றி கவனித்தார்.

குவாஜா ஹாசன் இறுதியாக தனது அதிக சுமை கொண்ட குதிரையின் மீது அமர்ந்து, அரண்மனையின் இரண்டாவது மாடியில் உயரமாக இருந்த ராணியின் ஜன்னலிலிருந்து வெளிப்படும் மங்கலான மஞ்சள் ஒளியைத் திரும்பிப் பார்த்து, இருட்டில் நடுங்கினார்.

கௌசரி ஜஹான் விழித்திருந்தார்.

பாரசீகப் பிரதமரின் பற்கள் இஸ்பானிய நடனத்தைபோல சத்தமிட்டன. அவர் தனது மென்மயிர் கழுத்துப்பட்டையை காதுகளில் இறுக்கமாகச் சுற்றிக்கொண்டு, குதிரையின் வயிற்றில் தனது குதிகால்களை அழுத்தினார். மூன்று பேரும் அவருடன் சவாரி செய்தனர், ஒருவர் முன்னும் ஒருவர் பின்னும்.

மூன்றாவது நபர் அவருக்கு அருகில் சவாரி செய்தார். கவர்னர்-முஃப்தி, இஸ்மாயில்.

'நீங்கள் என்ன பார்த்தீர்கள், கேட்டீர்கள்?' இஸ்மாயில் கேட்டார்.

'நான் மீண்டும் தோல்வியடைந்துவிட்டேன், என் ஆண்டவரே,' குவாஜா ஹாசன் கிசுகிசுத்தார், குதிரையில் ஏறும் முயற்சிகளின் விளைவால் இன்னும் மூச்சிரைத்தது. 'அந்த மோசமான மந்திரி அசைய மறுக்கிறார்.' அவர் தனது முதுகை நேராக்கினார். பருமனானவர்களுக்கு கடுமையான முதுகுவலி பிரச்சினைகள் இருப்பது பொதுவானது, குதிரை சவாரி செய்வது அதற்கு உதவாது. 'அந்த பயங்கரமான அரை மனிதன் ஹக்கீம் ஏன் எனக்கு உதவ வேண்டும்? இந்த நேரத்தில் ராணியுடன் ஒரு பேட்டி கேட்பது முட்டாள்தனமானது, ஆபத்தானதும்கூட. நள்ளிரவில் நாம் அவரது மனைவியைத் தொந்தரவு செய்கிறோம் என்பதைக் கண்டுபிடித்தால், சுல்தான் நம்மை உயிருடன் தோலுரிப்பார்.'

'ஹாசன்,' இஸ்மாயில் கூறினார், 'கடந்த வாரத்தில் நாம் நிறைய அறிந்துகொண்டோம். கௌசரி ஜஹானின் படுக்கையறையில் இந்த நேரத்தில் ஏதோ மர்மமாக நடக்கிறது. அவளுடைய குரலை நீங்கள் மீண்டும் கேட்டீர்களா?'

'மற்ற இரவுகளில் நான் செய்தது போல், தெளிவாக,' குவாஜா ஹாசன் கூறினார். 'அவள் என்ன செய்கிறாள் என்று நீங்கள் நினைக்கிறீர்கள், என் ஆண்டவரே? அவள் தூக்கத்தில் முணுமுணுக்கிறாள் என்று அந்த மந்திரி கூறுகிறார். அல்லது அவள் பிரார்த்தனை செய்து கொண்டிருக்கலாம்.. இந்த நேரத்தில் பிரார்த்தனை செய்கிறாளா?! அவள் உண்மையில் என்ன செய்கிறாள்? ஒரு உளவாளியைச் சந்திக்கிறாளா? ஒரு சதிகாரனையா? ஒரு காதலனையா?'

'இது பிரார்த்தனைக்கான பகல் நேரம் அல்ல,' என்று இஸ்மாயில் கூறினார். 'அவள் என்ன செய்தாலும் அது முட்டாள்தனம்.

சூனியக்காரியை வீழ்த்த இது சரியான வாய்ப்பு. ராணியின் இரவு நேர நடவடிக்கைகளை என் கவனத்திற்குக் கொண்டு வந்ததில் நீங்கள் நன்றாகச் செய்திருக்கிறீர்கள், ஹாசன். மிகவும் நல்லது.'

'உங்கள் ஆழ்ந்த கூர்மையான ஞானம் அவளுடைய தேடுதல்களின் முட்டாள்தனத்தை எனக்கு வெளிப்படுத்தியுள்ளது, என் ஆண்டவரே,' என்று ஹாசன் மனத்தாழ்மையுடன் கூறினார், அவரது முகமும் குரலும் அடிமைத்தனத்தின் கிட்டத்தட்ட சரியான சித்தரிப்பு.

ஆனால் போதுமானதாக இல்லை.

இஸ்மாயில் அந்த தொடர்ச்சியான முகஸ்துதியால் எரிச்சலடைந்தார், இது ஒரு முட்டாள் கூட கவனிக்க முடியாத அளவுக்குத் தெளிவாக இருந்தது. 'எனது ஆழ்ந்த கூர்மையான ஞானத்தைப் பற்றிய இந்தப் பேச்சை மறந்துவிடுங்கள்,' என்று இஸ்மாயில் குரைத்தார்.

'ஐயா, ஏற்கனவே மறந்துவிட்டேன்.'

'இந்த நேரத்தில் ஒவ்வொரு இரவும் அவளுடைய அறையில் என்ன நடக்கிறது என்பது பற்றிய தகவலை எனக்குக் கொடுங்கள்.'

'பெரிய ஆளுநரே, அதை எப்படிச் செய்வது என்று நீங்கள் எனக்கு வழிகாட்டினால் நல்லது. நான் எனது எல்லா தந்திரங்களையும் உபயோகித்துவிட்டேன். எனக்கு குழப்பமாக இருக்கிறது.'

இஸ்மாயிலிடம் பதில் இல்லை. அவர் முன்னால் பார்த்து தனது கடிவாளத்தை இறுக்கமாகப் பற்றிக்கொண்டார் - இன்னும் எரிச்சலடைந்தார்.

குவாஜா ஹாசன் தனது வாய்ப்பைப் பயன்படுத்திக் கொண்டார். ஒரு புத்திசாலித்தனமான விலங்கு மிகவும் சக்திவாய்ந்த வேட்டையாடுபவரால் மூலையில் வைக்கப்படும்போது, வேட்டையாடுபவரின் கவனத்தை மற்றொரு இலக்கை நோக்கித் திருப்புவதே சிறந்த தந்திரமாகும்.

'ஒருவேளை ஒரு ரகசிய நுழைவாயில் இருக்கலாம்...' என்று குவாஜா ஹாசன் கிசுகிசுத்தார். அவர் தனக்குள் ஏதோ யோசனை செய்வது போல இருந்தது.

பிரதமர் தனது கண்ணின் ஓரத்திலிருந்து ஹாசனின் திசைதிருப்பல் வேலையைப் பார்க்க முடிந்தது. ஆளுநர்-முஃப்தி இஸ்மாயில் அவர் சொன்னதைப் பற்றி தெளிவாக யோசித்துக் கொண்டிருந்தார். இப்போது கவனம் வேறொருவரின் மீது இருக்கும்.

குவாஜா ஹாசன் சிரித்தார், மெல்லியதாக. *கடவுளுக்கு நன்றி.*

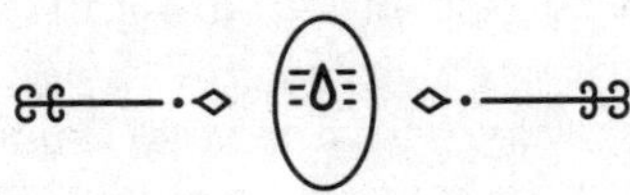

அத்தியாயம் 16

நீதியின் விலை

ஆஃப்கானிஸ்தானின் இந்து குஷ் மலைகளில் எங்கோ

ஆஃப்கானிஸ்தானின் இந்து குஷ் மலைகளில் புட்ரஸ் என்ற பொறியாளர் பின்னால் வரும் தனது மனைவி, குழந்தைகளைப் பார்த்தார். மிகவும் சோர்வடைந்த அவர்கள், அடர்த்தியான பனிப் படலத்தால் மூடப்பட்ட தரையில் தங்களை இழுத்துச் சென்றனர். உருகுதல் மற்றும் உறைபனியின் விரைவான சுழற்சிகளால் பனிக்கட்டிகள் உருவாகின. காற்று குளிர்ச்சியாக இருந்தது.

'வாருங்கள்! வாருங்கள்!' புட்ரஸ் தனது நண்பர்கள் மற்றும் குடும்பத்தினரை வற்புறுத்தினார். 'பனிப்பொழிவு நின்றுவிட்டது. கடவுள் நம்முடன் இருக்கிறார்! வாருங்கள்!'

தப்பித்த அடிமைகளின் கட்சியிலிருந்து தப்பியோடிய பத்து பேர் கொண்ட பலதரப்பட்ட கூட்டம் கஜினிக்குத் திரும்பிச் செல்ல முற்பட்டது. இந்த முயற்சி எவ்வளவு ஆபத்தானதாக இருந்தாலும், அவர்களின் முயற்சிகளுக்கு மதிப்புள்ளது என்று புட்ரஸ் அவர்களை நம்பவைத்திருந்தார். எல்லாவற்றிற்கும் மேலாக, மசூதி மீண்டும் கட்டப்பட்டவுடன் முகமது அவர்களுக்கு சுதந்திரத்தை உறுதியளித்திருந்தார். திரும்பிச் சென்று கவர்னர்-முஃப்தியிடம் சரணடைவது நல்லது.

கவர்னர்-முஃப்தியுடன் அவர் உருவாக்கிய நல்ல அபிப்பிராயத்தால் புட்ரஸ் உந்தப்பட்டார். மசூதி ஒதுக்கீடு சொர்க்கத்திலிருந்து *மன்னாவாக* வந்தது, அவர் தனது வாய்ப்புகளைக் கெடுக்க மாட்டார். சுதந்திரத்தை விரும்பும் ஒரு சிலரின் அவசர ஆசைகளுடன், தனது குழந்தைகளுக்கு ஒரு நல்ல

எதிர்காலத்தையும், நிலைத்தன்மையையும் அவர் எதிர்பார்த்தார். இஸ்மாயிலின் காவலில் இருந்து தப்பி ஓட பைத்தியக்காரக் கூட்டத்தால் கும்பலாக அழைத்துச் செல்லப்பட்டதற்கு அவர் மிகவும் வருந்தினார்.

மசூதியின் கட்டிடக்கலை வடிவமைப்புகள் பொருத்தமாகவும் சரியாகவும் இருப்பதை உறுதி செய்ய ஆளுநர்-முஃப்திக்கு நான் தேவை. அவர் என்னைப் பாதுகாப்பார்.

‘நமக்கு முன்னால் ஒரு கிராமம் தெரிகிறது. விரைவில் நமக்கு உணவும் ஓய்வும் கிடைக்கும்’ என்று புட்ரஸ் கூறினார்.

குழு வேகத்தை அதிகரித்தது. திடீரென்று, அடிவானத்திலிருந்து ஒரு சாம்பல் நிறப் பிளவு வெளிப்படுவதைக் கண்டார்கள்.

குதிரை வீரர்கள்.

கடுமையாகச் சவாரி செய்து வந்தார்கள்.

அவர்கள் நேராக சிறிய குழுவை நோக்கி வந்தனர்.

புட்ரஸின் மனைவி அவரிடம் ஓடி வந்து அவரது கையைப் பற்றிக்கொண்டு, ‘ஓ ஆண்டவரே! எங்களைக் காப்பாற்றுங்கள். இயேசுவே, எங்களைக் காப்பாற்றுங்கள்’ என்று சத்தமாகக் கத்தினாள்.

சூரியனின் ஒளியைக் குறைக்க தன் கண்களின்மேல் புட்ரஸ் கையை வைத்தார்.

குதிரைகள் வேகமாக நெருங்கி வந்தன. சவாரி செய்பவர்கள் அணிந்திருந்த வண்ணங்கள் இப்போது தெரிந்தன.

‘புட்ரஸ்!’ என்று கட்டிடக் கலைஞரின் மனைவி முழங்காலில் விழுந்து கத்தினாள். அவள் அந்த வண்ணங்களைப் பார்த்து, தன் இரட்டையர்களை அவள் பக்கம் இழுத்தபோது பீதி அவள் இதயத்தைப் பற்றிக் கொண்டது. ஏழு வயது குழந்தைகள் அவள் மார்பில் பதுங்கினர். அவள் தலையைக் குனிந்து, கடுமையாக ஜெபிக்கத் தொடங்கினாள். விரைவான, வலியற்ற மரணத்திற்காக ஜெபித்தாள்.

புட்ரஸின் குழுவினர்களால் இப்போது போர்வீரர்கள் அணிந்திருந்த வண்ணங்களை மேலும் மேலும் நன்றாகப் பார்க்க முடிந்தது.

மக்களிடையே ஒரு அலறல் எழுந்தது. ‘ஓடு!’

ஆனால் யாரும் அசையவில்லை.

விந்தையாக, புட்ரஸ் சிரித்துக் கொண்டிருந்தார்.

அவராலும் வண்ணங்களை அடையாளம் காண முடிந்தது. கஜினி இராணுவத்தின் சாதாரண வீரர்கள் பச்சை நிற அங்கி அணிவார்கள், ஆனால் இவர்கள் போர்வீரர்கள். வித்தியாசமாக இருந்தனர். அமைதிக் காலத்தில், அவர்கள் பொதுவாக வெள்ளை நிற ஆடைகளை அணிவார்கள். ஆனால் அவர்கள் போருக்குச் செல்லும்போது, அவர்கள் அனைவரும் கருப்பு நிற உடையணிந்து, வெள்ளை நூலில் தங்கள் கைகளில் ஒரு கர்ஜிக்கும் சிங்கத்தின் உருவத்தை கைவேலை செய்திருப்பார்கள்.

இவர்கள் சுல்தான் முகமதின் தனிப்பட்ட காவலர்கள், அவரால் தேர்ந்தெடுக்கப்பட்ட உயரடுக்கு வீரர்கள். அவர்கள் தப்பியோடிய அடிமைகளைத் துரத்திக் கொண்டிருந்தார்கள்.

புட்ரஸ் மெதுவாக கிசுகிசுத்தார், 'அபு காசிம்.'

துருக் கசாப்-இ-ஹிந்த். இந்தியாவின் துருக்கிய கசாப்புக்காரன்.

புட்ரஸின் மனைவி இப்போது சத்தமாக அலறிக் கொண்டிருந்தாள். 'புட்ரஸ், கசாப்புக்காரன் நம்மை கண்டுபிடித்துவிட்டான்! நாம் இறந்துவிடுவோம்! என் குழந்தைகள் இறந்துவிடுவார்கள்!'

தப்பியோடியவர்களின் கசப்பான கூட்டம் முடக்குதலில் உறைந்து போயிருந்தது.

'ஓடு!' மக்கள் தப்பிக்க ஒருவரையொருவர் பார்த்து கத்திக் கொண்டிருந்தனர். ஆனால் உண்மையில் யாரும் நகரவில்லை. அவர்கள் எங்கே ஓடுவார்கள்? இந்தச் சோர்வடைந்த, பசியுள்ள அடிமைகள் குதிரைகளைவிட வேகமாக ஓட முடியாது. அவர்கள் ஓடினாலும், ஒளிந்து கொள்ள எங்கும் இடம் இல்லை.

'புட்ரஸ்!' அவரது மனைவி கூச்சலிட்டாள். 'புட்ரஸ்!' என்று கூச்சலிட்டாள். 'புட்ரஸ்!' நாம் இறந்துவிடுவோம்!'

'அமைதியாக இரு, ஜெசிகா.' பதற்றமடையாத புட்ரஸ் தனது மனைவியை அமைதிப்படுத்த முயன்றார். 'உங்களால் பார்க்க முடியவில்லையா? நாம் காப்பாற்றப்பட்டோம்! நாம் ஒருபோதும் தப்பிக்க விரும்பவில்லை என்று சுல்தானின் ஆட்களிடம் கூறுவோம். நாம் கட்டாயப்படுத்தப்பட்டோம். அவர்கள் நம்மை நம்ப வேண்டும்! நாம் கஜினியை நோக்கி நடந்து கொண்டிருக்கிறோம், இல்லையா?'

நிச்சயமாக, ஆளுநர்-முப்தி இஸ்மாயில் என் குடும்பத்திற்கும் எனக்கும் பாதுகாப்பை உறுதி செய்ய அவர்களுக்கு அறிவுறுத்தல்களை வழங்கியிருக்க வேண்டும். தப்பித்த மற்ற அடிமைகளுடன் நான் இல்லாதது நல்லது - இஸ்மாயிலுக்கு என் விசுவாசத்தை என்னால் நிரூபிக்க முடியும்.

அவரது மனைவி நம்பிக்கையற்றவராகத் தோன்றினார். இன்னும் கிளர்ச்சியடைந்தார். 'சுல்தானின் ஆட்களிடம் நம் உயிரைக் காப்பாற்றும்படிக் கூறி நாம் சமாதானப்படுத்தலாம், ஆனால் அவர்கள் மற்றவர்களைப் பற்றி நம்மிடம் கேள்வி கேட்பார்கள். நீங்கள் என்ன செய்வீர்கள்? நீங்கள் அவர்களைக் காட்டிக் கொடுப்பீர்களா? துன்புறுத்துபவர்களின் கைகளில் மீண்டும் விழுவதை விட இறப்பதையே விரும்புபவர்கள் பலர் உள்ளனர்.'

புட்ரஸ் தலையை ஆட்டினார். 'அந்த முட்டாள் மக்களால் எதையும் சாதிக்க முடியாது. புலா முட்டாள்தனமாக இருக்கும் அளவுக்கு துணிச்சலாக இருக்கிறார்... ஆனால் நான் அவர்களை ஒருபோதும் காட்டிக்கொடுக்க மாட்டேன். இயேசு கிறிஸ்து என்னைப் பார்த்துக் கொண்டிருக்கிறார். நான் அவர்களை ஒருபோதும் காட்டிக்கொடுக்க மாட்டேன்.'

கட்டிடக் கலைஞர் கஸ்னாவிட் குதிரை வீரர்களை நோக்கி வெறித்தனமாக கைகளை அசைத்தார். அவரைச் சுற்றியுள்ள சிலர் பரிதாபகரமான நம்பிக்கையுடன் கை அசைத்தனர். மீதமுள்ளவர்கள் தோற்கடிக்கப்பட்டு தரையில் விழுந்தனர். புட்ரஸின் மனைவி தனது இரட்டைப் பெண்ணையும் பையனையும் பிடித்துக்கொண்டு கர்த்தருடைய ஜெபத்தை முணுமுணுத்தார்.

இருநூறு கஸ்னாவிட் குதிரை வீரர்கள் வேகத்தைக் குறைத்து, கிழிந்த கூட்டத்தை நெருங்கும்போது இரண்டு நேர்த்தியான நெடுவரிசைகளாகப் பிரிந்தனர். பயந்துபோன தப்பியோடியவர்களைச் சுற்றி அவர்கள் இரண்டு வட்டங்களை உருவாக்கி, ஒரு சிறிய சத்தத்தை எழுப்பி, சுல்தானின் மகிமை பாடினர். ஒரு இறைச்சித் துண்டைச் சுற்றி சுழலும் இரண்டு பெரிய விரியன் பாம்புகளைப் போல, எதிரெதிர் வளைவுகளில் அவர்கள் விளையாட்டுத்தனமாக சவாரி செய்தனர். புட்ரஸும் அவரது மக்களும் முழுமையான பணிவுடன் பார்த்தார்கள்.

மூன்று குதிரை வீரர்கள் வளைவுகளில் இருந்து விலகி, குழுவை நோக்கிச் சென்றனர். புட்ரஸ் நம்பிக்கையான புன்னகையுடன் தன்னை நிலைபடுத்திக் கொண்டார். துருக்கிய குதிரை வீரர்களின் மிருகத்தனமான தலைவருடன் அவர் உரையாற்றினார்.

'வணக்கம், ஐயா!' என்று அவர் அழுதார். முழங்காலில் விழுந்து, குதிரையில் ஏற்றப்பட்ட ராட்சதரின் முன் பணிந்தார். மற்ற தப்பியோடியவர்கள், அவரது மனைவி மற்றும் இரண்டு குழந்தைகள் உட்பட, பரிதாபகரமான சரணடைதலில் அவரைப் பின்தொடர்ந்தனர்.

'எழுந்திரு, பன்றிகளே!' என்று அபு காசிம் கர்ஜித்தார்.

கட்டிடக் கலைஞரும் அவரது தோழர்களும் உடனடியாக எழுந்து நின்று, கைகளைப் பற்றிக்கொண்டு மன்றாடினர்.

'நீங்கள்தான் தப்பித்த அடிமைகள்.' காசிம் சிரித்தார். 'ஆனால் ஏன் இவ்வளவு குறைவு? ஆயிரம் பேர் இருப்பதாக எனக்குத் தெரிவிக்கப்பட்டது.'

'நாங்கள் அந்த துரோகிகளிடமிருந்து தப்பித்தோம், என் ஆண்டவரே,' என்று புட்ரஸ் எச்சரிக்கையுடன் அந்த முரடனை நெருங்கிச் சென்றார். 'இன்னும் பலர் இருக்கிறார்கள். அவர்கள் எங்களை அவர்களுடன் தங்கும்படி கட்டாயப்படுத்தினர். ஆனால் நாங்கள் தப்பித்து கஜினிக்குத் திரும்பிச் சென்று கொண்டிருந்தோம். நாங்கள் இதில் எந்தப் பங்கையும் வகிக்கவில்லை.'

'சபிக்கப்பட்ட கோழை,' காசிம் தன்னைச் சுற்றியுள்ள மனிதர்களுடன் வேடிக்கையான பார்வைகளைப் பரிமாறிக் கொண்டு துப்பினார். 'இந்த அபத்தமான கதையால் மரணத்திலிருந்து தப்பிக்க முடியும் என்று அவர் நினைக்கிறார். இவர்கள் பனிப்புயலில் பின்தங்கியவர்களாக இருக்க வேண்டும்.'

துருக்கிய வீரர்கள் மகிழ்ச்சியில் சிரித்தனர்.

புட்ரஸின் இதயம் எச்சரிக்கையில் துடிக்கத் தொடங்கியது. அவரது முடிவு ஒருவேளை ஒரு மோசமான தவறாக இருக்கலாம்.

'தயவுசெய்து, ஐயா,' என்று அவர் கெஞ்சினார். 'எங்கள் நோக்கங்கள் மரியாதைக்குரியவை என்று நான் உங்களுக்கு உறுதியளிக்கிறேன். நான் புட்ரஸ். நாங்கள் கஜினிக்குத் திரும்பியவுடன் கவர்னர்-முஃப்தியிடம் நீங்கள் கேட்கலாம். அவர் என்னை நன்கு அறிவார். நான் ஜமா மசூதியின் பழுதுபார்ப்புகளின் தலைமை கட்டிடக் கலைஞர் மற்றும் பொறியாளர். சுல்தானுக்கு எனது விசுவாசம் முழுமையானது! நான் ஏற்கனவே இஸ்லாத்திற்கு என்னை உறுதியளித்துள்ளேன். நான் இப்போது ஒரே உண்மையான நம்பிக்கையைச் சேர்ந்தவன்.'

நான் இயேசு கிறிஸ்துவை தனிப்பட்ட முறையில் வணங்குகிறேன் என்பதை துருக்கியர்கள் எப்படி அறிவார்கள்? இயேசு புரிந்துகொள்வார் என்று நான் உறுதியாக நம்புகிறேன். நான் அதை என் குடும்பத்திற்காகச் செய்கிறேன்.

'அமைதியாக இரு, நாயே!' என்று அபு காசிம் கர்ஜித்து, குதிரையிலிருந்து குதித்தார். அவரது பல வீரர்கள் அவரைப் பின்தொடர்ந்து குதிரையிலிருந்து இறங்கினார்கள்.

அபு காசிம் சாதாரணமாக புட்ரஸை நோக்கி நடந்து சென்றார். அவர் தனது சக துருக்கியர்களைப் பார்த்து, ஏளனமாக நகைத்தார். அவர் கிறிஸ்தவருக்கு அருகில் வந்ததும், அபு காசிம் திடீரென்று கையை நீட்டி அவரது தொண்டையைப் பிடித்தார். கட்டிடக் கலைஞரின் மனைவி சிணுங்கி அமைதியாகிவிட்டாள். அவள் தனது குழந்தைகளின் முகங்களை அவள் உடலில் அழுத்தி, கிட்டத்தட்ட அவர்களை மூச்சுத் திணறடித்தாள். அவர்கள் சத்தமிட்டனர். அவள் இன்னும் அழுத்தினாள்.

'யசாதே யார்?' என்று உறுமினார் அபு காசிம். 'அவள் இங்கே இருக்கிறாளா?' அவர் நடுங்கும் கூட்டத்தை காட்டுக் கண்களால் பார்த்தார். 'நான் இங்கு ஒரு அழகான பெண்ணைப் பார்க்கவில்லையே.' அவர் புட்ரஸின் மனைவியைப் பார்த்து தரையில் துப்பினார்.

'இல்லை...' புட்ரஸ் மூச்சுத் திணறினார். அவரது முகம் நீலமாக மாறியது. அபு காசிம் தனது பிடியை விடுவித்தார். 'யசாதே... எங்களுடன் இல்லை... ஐயா!'

'அப்படியானால், உன்னால் எனக்கு எந்தப் பயனும் இல்லை,' என்று கஸ்னாவிட் ஜெனரல் ஏளனம் செய்தார்.

இந்தியாவின் துருக்கிய கசாப்புக்காரன் புட்ரஸின் கையை இரக்கமின்றி முறுக்கினார், கட்டிடக் கலைஞர் மிகுந்த வேதனையில் அலறினார். கிட்டத்தட்ட மனிதநேயமற்ற வலிமையுடன், அபு காசிம் புட்ரஸின் கையை மிகவும் கடினமாக முறுக்கினார், ஏழை கிறிஸ்தவரின் கை அதன் குழியிலிருந்து விடுபட்டது.

புட்ரஸ் தரையில் சரிந்தார். அவரது வலது கை ஒரு தளர்வான ஊசல் போல தொங்கி, இயற்கைக்கு மாறான கோணத்தில் விழுந்தது. அவர் வலியில் பொருத்தமற்ற முறையில் கூச்சலிட்டார், கிட்டத்தட்ட மயக்கத்தின் விளிம்பில் இருந்தார். அவர் ஒரு எளிய அறிவுஜீவி.

ஒரு போர்வீரன் அல்ல. வலியைத் தாங்கும் உடல் அமைப்பு இல்லை. அவரது மனைவி ஜெசிகா, தனது கணவருக்குப் பின்னால் சிறிது தூரத்தில் முழங்காலில், ஒரு சாவின் தேவதையைப் போல ஓலமிட்டாள்.

அபு காசிம் ஜெசிகாவைப் பார்த்தார். பின்னர் தனது வீரர்களிடம் திரும்பினார். 'அந்தப் பெண்ணை இங்கே கொண்டு வாருங்கள்.'

அவரது மனைவி மற்றும் குழந்தைகளுக்கு ஏற்பட்ட ஆபத்து திடீரென்று புட்ரஸை மீண்டும் உயிர்ப்பித்தது. பெரும்பாலான ஆண்கள் தங்கள் மனைவிகள் மற்றும் குழந்தைகளுக்காக மட்டுமே அனைத்தையும் செய்கிறார்கள். அவர்கள் அனைத்தையும் தியாகம் செய்வார்கள், தங்கள் மனைவிகள் மற்றும் குழந்தைகளுக்காக மட்டுமே. அவர்களின் உடல்நலம், உடல்கள், மனம், ஆன்மாக்கள். ஒழுக்கம்கூட. அவர்கள் அனைத்தையும் தியாகம் செய்வார்கள். அவர்களின் மனைவிகள் மற்றும் குழந்தைகளுக்காக மட்டுமே.

'என்... மனைவி மற்றும் குழந்தைகளை... போக விடுங்கள்... ஐயா,' புட்ரஸ் கெஞ்சினார். 'மேலும் நான்... அவர்கள் எங்கே இருக்கிறார்கள் என்று உங்களுக்குச் சொல்வேன்... யசாதே... ஆளுநரின் பெண்... வந்து...'

கஸ்னவிட் ஜெனரல் சிரித்தார். 'இறுதியாக.' அவர் தனது லெஃப்டினன்ட்களை நோக்கிப் பார்த்தார். 'இந்த *காஃபிர்களைப்* பற்றி நான் உங்களுக்கு என்ன சொன்னேன்? வலிமை இல்லை. சில பலமான அடிகள் கொடுத்தால் அவர்கள் முழுமையாக சரணடைகிறார்கள். அவர்கள் அடிமைகளாகப் பிறந்தவர்கள். உலகில் உள்ள உண்மையான ஆண்கள் நாம்தான்.' பதுங்கியிருந்த புட்ரஸை நோக்கித் திரும்பி, அபு காசிம் தொடர்ந்தார், 'சரி, சொல்லுங்கள். எந்த வழியில் அவர்கள் செல்கிறார்கள்? அவர்கள் எவ்வளவு தூரத்தில் இருக்கிறார்கள்? அவர்களில் எத்தனை பேர் பயிற்சி பெற்ற இராணுவ வீரர்கள்? எல்லாவற்றையும் சொல்லுங்கள்.'

'மேற்கு நோக்கி...' கட்டிடக் கலைஞர் தனது இடது கையால் சுட்டிக்காட்டி கத்தினார். 'அவர்கள் பெர்சியாவுக்குச் செல்கிறார்கள்... அவர்கள் சிறிய குழுக்களாகப் பிரிந்திருக்கலாம்... சுமார் பத்து பேர் மட்டுமே முன்னாள் வீரர்கள்... ஐயா.'

கட்டிடக் கலைஞரின் மனைவி மென்மையான மூச்சை விட்டாள். பெருமையால் அவள் மார்பு வீங்கியது. அவளுடைய கணவர் ஒரு நல்ல மனிதர். அது அவளுக்கு எப்போதும் தெரியும். அவர் ஒரு மரியாதைக்குரிய மனிதர். அவர் அனைத்தையும் செய்தார், குழந்தைகளுக்காக மட்டுமே. ஆனால் இந்த முக்கியமான நேரத்தில், தப்பியோடியவர்கள் தெற்கே, இந்தியாவை நோக்கிச் செல்கிறார்கள் என்ற உண்மையை அவர் வெளிப்படுத்தவில்லை.

அவர் விசுவாசமாக இருந்தார். அவர் ஒரு நல்ல மனிதர்.

ஜெசிகா அமைதியாக பெருமூச்சு விட்டார். அவர்கள் மரியாதையுடன் இறப்பார்கள். அவர்களின் இரட்சகர் திரும்பி

வரும்போது அவர்கள் வெட்கப்பட மாட்டார்கள். இயேசு கிறிஸ்து அவர்களை அன்புடன் வரவேற்பார்.

அபு காசிம் புட்ரஸைப் பார்த்துக் கொண்டே இருந்தார். சிறிது நேரம் அமைதியாக இருந்தார். அவர் பேசும்போது, அவரது குரல் பயங்கரமாக அமைதியாக இருந்தது. 'நீங்கள் நிச்சயமாக அப்படித்தான் சொல்கிறீர்களா?'

'அதுதான் உண்மை... ஐயா...'

கசாப்புக்காரர் தன் கத்தியை அதன் உறையிலிருந்து வெளியே எடுத்தார்.

'பாவம்,' என்று நாடகத்தனமான முகபாவனையை வெளிப்படுத்தி துப்பினார். 'உங்கள் கடைசி நேரத்தில் நீங்கள் பொய் கூறியதற்காக நான் வருத்தப்படுறேன். உங்கள் கிறிஸ்து உங்களை மன்னிப்பார் என்று நம்புகிறேன். ஏனென்றால் என் அல்லாஹ் மன்னிக்க மாட்டார்.'

புட்ரஸ் கண்களை மூடிக்கொண்டு தவிர்க்க முடியாததற்காகக் காத்திருந்தார்.

'நீங்கள் பொய் சொன்னீர்கள் என்று எனக்கு எப்படித் தெரியும் என்று உங்களுக்கு தெரிய வேண்டாமா?' என்று அபு காசிம் கேட்டார்.

புட்ரஸ் அமைதியாக இருந்தார். அதிகமாக மூச்சு வாங்கினார். வலி அவருடைய புலன்களை ஆட்கொண்டது.

'பட்டர், பக்கர், புட்ரஸ் அல்லது உங்கள் பெயர் எதுவாக இருந்தாலும், நீங்கள் ஒரு கட்டிடக் கலைஞராக இருக்கலாம், ஆனால் நீங்கள் அவ்வளவு புத்திசாலி இல்லை. நீங்களும் உங்கள் குழுவினரும் பனியில் விட்டுச் சென்ற தடயங்கள் *தெற்கிலிருந்து* வருகின்றன. தெளிவாக, பயணத்தைத் தொடங்கிய மக்கள் மேற்கு நோக்கிச் சென்றிருக்க முடியாது. நீங்களும் உங்கள் வழிதவறிச் சென்றவர்கள், தப்பியோடியவர்கள், எதுவாக இருந்தாலும் - நீங்கள் உண்மையில் எனக்கு உதவி செய்துள்ளீர்கள். இந்த சபிக்கப்பட்ட இடைவிடாத பனிப்பொழிவு உங்கள் தடங்களை மூடிவிட்டது. புதியவற்றுக்கு இப்போது நன்றி கூறுகிறேன். அவை என்னை என் இரைக்கு இட்டுச் செல்லும்.'

புட்ரஸ் தீவிர பயத்தில் நடுங்கிக் கொண்டிருந்தார்.

'நீ என்னிடம் பொய் சொல்லத் துணிந்தாயா? *துர்க் கசாப்-இ-ஹிந்திடம்* பொய் சொல்வாயா?'

அபுகாசிம்தனதுவாளைக்கடுமையாகச்சுழற்றினார்.அடிமிகவும் மூர்க்கமாக இருந்ததால், அது புட்ரஸை தோள்பட்டையிலிருந்து கீழ் இடுப்பு வரை இரண்டாகப் பிளந்தது. கிட்டத்தட்ட. திகிலடைந்த அலறல்கள் காற்றைப் பிளந்தபோதும், காசிம் தனது கத்தியை வெளியே இழுத்து மீண்டும் தாக்கினார். மீண்டும். மீண்டும். மீண்டும். ஒரு தீவிரமான கசாப்புக்காரன் இறைச்சியை செதுக்கி வெட்டுவது போல. புட்ரஸின் மனைவி மற்றும் பிற துரதிர்ஷ்டவசமான மக்களின் அழுகைகள் மகிழ்ச்சியான துருக்கியர்களின் வெற்றிக் கர்ஜனையின்

போது அவற்றின் கொடூரமான எதிரொலியைக் கண்டன. சில கைதிகள் காட்டுத்தனமாக ஓடி, மகிழ்ச்சியான குதிரை வீரர்களின் வட்டத்தில் மோதினர். மற்றவர்கள் வேரூன்றி, தங்கள் சொந்த பயங்கரமான முடிவை எதிர்பார்த்துக் காத்திருந்தனர்.

ஆனால் அபு காசிம் நிற்கவில்லை. இரத்த வெறியில் கட்டிடக் கலைஞரின் உடலை வெட்டிச் சாய்த்தார். மற்ற கஸ்னாவிட் வீரர்கள் குதிரையிலிருந்து இறங்கி, பதுங்கியிருந்த ஆண்களையும் பெண்களையும் நோக்கி நடந்தார்கள். தங்கள் வாள்களை உருவினார்கள். தங்கள் பாதையில் இருந்த அனைவரையும் கொன்றார்கள். மீதமுள்ளவர்கள் பனி மற்றும் இடியுடன் கூடிய குளம்புகளின் மூடுபனியில் வட்ட வடிவ பாய்ச்சலில் நுழைந்தனர். கொலை வெறியில் இருக்கும்போது கொண்டாட்டத்தில் அவர்கள் அடிக்கடி செய்வது போல சத்தமாக அலறினர்.

புட்ரஸின் மனைவி ஜெசிகா, தனது குழந்தைகளை தரையில் இருத்தி, ஒரு அழுக்கடைந்த கேடயம் போல தனது உடலால் மூடினார். அவள் குத்தப்பட்டு கொடூரமாக வெட்டப்பட்டபோதும், அவள் நகரவில்லை. அவள் தனது கடைசி மூச்சு வரை தனது சிறு குழந்தைகளைப் பாதுகாத்தாள்.

அது விரைவில் முடிந்தது. ஒரு காலத்தில் புட்ரஸாக இருந்த மனித சதை மற்றும் எலும்புகளின் முறுக்கப்பட்ட உடல், சிவப்பு நிற பனியால் சூழப்பட்ட ஒரு பெரிய சிவப்பு குட்டையில் கிடந்ததால், பிளவு நின்றது. அபு காசிம் சிதைந்த சடலத்தை ஒதுக்கித் தள்ளினார். அவர் சுற்றிப் பார்த்தார். வயது வந்த அடிமைகள் அனைவரும் இறந்துவிட்டனர். அவர்களில் பெரும்பாலோர் பல முறை வெட்டப்பட்டதால் அவர்கள் அடையாளம் காண முடியாதவர்களாக இருந்தனர்.

கொடூரமான சதை, எலும்புகள், தசைநார் மற்றும் இரத்தம் நிறைந்த அந்த குழியில், இளம் பயமுறுத்தப்பட்ட இரட்டையர்கள் கிடந்தனர். வெறும் ஏழு வயது. ஏழு வயதுதான்.

சிறுவனும் சிறுமியும் அபு காசிமை வட்டமான அதிர்ச்சியடைந்த கண்களுடன் முறைத்துப் பார்த்தார்கள். கண்ணீர் இல்லை. அழுகை இல்லை. அவர்கள் கண்டது கற்பனையின் எல்லைக்கு அப்பாற்பட்டது. எந்தவொரு எதிர்வினைக்கும் அப்பாற்பட்டது. சிறு குழந்தைகள் உணர்விழந்து அமர்ந்திருந்தனர். பக்கவாதம் தாக்கியதுபோல் இருந்தனர்.

துருக்கிய ஜெனரல் அவர்களின் மென்மையான, அப்பாவி முகங்களில் இருந்த பயங்கரத்தை ரசித்தார். அவர் அதை மிகவும் ரசித்தார். அவர் குனிந்து அவர்களின் கழுத்தைப் பிடித்து, இரத்தம் தோய்ந்த பூனைக்குட்டிகளைப் போல அவர்களை உயர்த்தினார்.

'பாருங்கள்!' என்று அவர் ஆரவாரம் செய்தார், அவரது முகத்தைப் பிளக்கும் ஒரு அகன்ற புன்னகையுடன். 'அவர்கள் எங்களுக்குச் சின்னஞ்சிறு விளையாட்டுப் பொருட்களை விட்டுச்

சென்றிருக்கிறார்கள்! என் சகோதரர்களே, உங்கள் உரிமைக்குரிய நிலுவைத் தொகையைப் பெற்றுக்கொள்ளுங்கள். நினைவில் கொள்ளுங்கள், நீங்கள் ஒரு *காஃபிருக்குச்* செய்தால் அது பாவமல்ல. *காஃபிர்களுடனான* நமது போரில் எல்லாம் நியாயமானது. எல்லாம் நியாயமானது!'

கஜினி, ஆஃப்கானிஸ்தான்

'கவர்னர் அயாஸ், தயவுசெய்து உங்கள் நேரத்தின் ஒரு கணம் வேண்டும்,' என்று இஸ்மாயில் கூறினார்.

குவாஜா ஹாசன் மற்றும் பிற இளைய அமைச்சர்கள் உட்பட ஆளும் குழு, மசூதியின் மறுகட்டமைப்பு முன்னேற்றத்தை மதிப்பாய்வு செய்ய கவர்னர்-முஃப்தியின் மாளிகையில் கூடியிருந்தது. கூட்டம் இப்போதுதான் முடிந்திருந்தது. அனைவரும் முன்னேற்றத்தில் திருப்தி அடைந்ததாகத் தோன்றியது. மேலும் புதிதாக அடிமைகள் ஏற்பாடு செய்யப்படவிருந்தனர், சிலர் கௌசரி ஜஹான் மூலமாகவும் கூட. எனவே புலாவின் தலைமையில் சில அடிமைகள் தப்பிச் சென்ற போதிலும், மசூதியின் கட்டுமானப் பணிகள் வேகமாக நடந்து கொண்டிருந்தன. கட்டிடக்கலை மற்றும் கட்டமைப்பு வடிவமைப்புகள் மட்டுமே பிரச்சினையாக இருந்தன. மசூதியின் வடிவமைப்புகள் பொருத்தமாகவும் சரியானதாகவும் இருப்பதை உறுதி செய்ய தனக்கு புட்ரஸ் தேவை என்பதை இஸ்மாயில் அறிந்திருந்தார். அரேபியா மற்றும் பெர்சியா போன்ற இஸ்லாமிய உலகின் அதிக படித்த பகுதிகளிலிருந்து கட்டிடக் கலைஞர்கள் மற்றும் பொறியாளர்கள் துருக்கிய கஜினிக்கு வரவில்லை. இஸ்லாமிய உலகின் இந்த இரண்டு பகுதிகளுக்கும், ஒருபுறம் அரபு மற்றும் பாரசீகத்திற்கும், மறுபுறம் துருக்கியருக்கும் இடையிலான பதற்றம் அனைவருக்கும் தெளிவாகத் தெரிந்தது. மேலும், துருக்கியர்களிடையே நல்ல கட்டிடக் கலைஞர்களையும் பொறியாளர்களையும் கண்டுபிடிப்பது கடினமாக இருந்தது, ஏனெனில் அவர்கள் பெரும்பாலும் கொலை செய்யும் நுண்கலைகளில் மட்டுமே நிபுணத்துவம் பெற்றவர்கள். கல்வி, கட்டிடக்கலை மற்றும் பொறியியல் போன்ற துறைகள் கூட, துருக்கியர்கள் பலவீனமானவர்கள் மற்றும் மென்மையானவர்கள் என்று கருதியவர்களுக்கு விடப்பட்டன. இப்போது, புட்ரஸ் போய்விட்டதால், மசூதியின் வேலை சில வருடங்கள் நின்றிருந்தால், அது போதுமானதாக இருக்கும் என்று இஸ்மாயில் முடிவு செய்திருந்தார். அதற்குள் அவர் முகமதை அகற்றியிருப்பார். புட்ரஸ் இல்லாவிட்டாலும், மசூதியின் கட்டுமானம் வேகமாக நடந்து கொண்டிருந்தது.

இஸ்மாயில், அவரது கருத்தில், வருங்காலத்திற்குமேல் உடனடி விஷயங்களில் கவனம் செலுத்தினார் என்பது சரிதான்.

'நிற்கவா? ஏன்?' என்று மாலிக் அயாஸ் கேட்டார்.

'லாகூர் மன்னரே, வேறு சில அவசர விஷயங்களைப் பற்றி நான் பேச விரும்பினேன்,' என்று இஸ்மாயில் பணிவாக மற்றும் மென்மையாக கூறினார்.

அயாஸ் கண்களை உருட்டி சத்தமாக பெருமூச்சு விட்டார். அவர் வெளிப்படையாக தோள்களைக் குலுக்கி, தனது இருக்கையில் சாய்ந்தார். 'ம்ம்ம்,சரி சரி.'

மற்ற அமைச்சர்கள் வெளிநடப்பு செய்தபோது இதைப் பற்றி அதிகம் யோசிக்கவில்லை. ஆனால் குவாஜா ஹாசன் அயாஸைப் பார்த்து தனக்குள் சிரித்துக் கொண்டார்.

அந்த பகட்டுக்காரன் இஸ்மாயில் தன்னிடம் இன்னும் கொஞ்சம் பணம் மட்டுமே கெஞ்சப் போகிறான் என்று நினைக்கிறான். ஆனால் லாகூர் மன்னருக்கு இன்னும் கடினமான ஒரு கேள்வி கேட்கப்படப் போகிறது என்பது தெரியாது... கௌசரி ஜஹான்...

குவாஜா ஹாசன் தன் எண்ணங்களை தனக்குள்ளேயே வைத்திருந்தார். அவர் பிரச்சனையை தன்னிடமிருந்து மாலிக் அயாஸுக்கு மாற்றிவிட்டார். *கடவுள் கருணையுள்ளவர். உண்மையில், கடவுள் பாரசீகராக இருக்க வேண்டும், ஏனென்றால் அவர் நமக்கு எல்லா மூளைகளையும் கொடுத்து ஆசிர்வதித்திருக்கிறார்.*

குவாஜா ஹாசன் உட்பட அனைவரும் சென்ற பிறகு அயாஸ் சில கணங்கள் காத்திருந்தார். குறிப்பாக அந்தப் பாம்பு, குவாஜா ஹாசன். இஸ்மாயிலுடன் தான் தனியாக இருப்பதை உறுதிசெய்த பிறகுதான் அயாஸின் முகபாவம் மாறியது. அவரது முகம் திடீரென்று கதகதப்பாகவும் மென்மையாகவும் மாறியது, மேலும் அதில் ஒரு பரந்த புன்னகை தோன்றியது. அவர் எழுந்து இஸ்மாயிலிடம் நடந்தபோது அவரது குரல் ஆழமாக மாறியது. 'அப்பா.'

அயாஸ் அவரைத் தழுவியபோது இஸ்மாயில் சிரித்துக்கொண்டே தனது கைகளைத் திறந்தார். வெளிப்படையான காரணங்களுக்காக அவர்களின் உறவு அனைவரிடமிருந்தும் ரகசியமாக வைக்கப்பட்டது. மாலிக் அயாஸின் பகிரங்கமாக அங்கீகரிக்கப்பட்ட வாரிசு இஸ்மாயிலுக்கு இருப்பதால், தனது சொந்த மகன்கள் அரியணை ஏறுவதைப் பாதுகாக்க முகமது லாகூர் மன்னரைக் கொல்ல நேரிடும். துருக்கிய அரச குடும்பங்கள் வன்முறை நாய்-தின்னும்-நாய் போட்டியின் வறண்ட நில மரபைப் பின்பற்றின.

மாலிக் அயாஸ் கூறியபடி, ஜார்ஜிய அடிமைப் பெண்ணைப் பற்றி தனக்கு உண்மையில் எந்த நினைவும் இல்லை என்று இஸ்மாயில் தனது வேலைக்காரன் தாலிப்பிடம் ஒப்புக்கொண்டார். குழந்தைத்தனமான உற்சாகமான மகன் அயாஸ், தனது தாயின் ஓவியங்களை நீண்ட காலமாக இழந்த தனது தந்தையிடம் காட்டிய போது இது நடந்தது. ஆனால் இஸ்மாயில் உண்மையில் ஓவியத்தில் உள்ள பெண்ணை நினைவு கூரவில்லை. பல பெண்களுடன் அவருக்கு தொடர்பு இருந்தது. இஸ்மாயில் பின்னர் தாலிப்பிடம்

கேட்டது போல், அவர் எப்படி அனைத்தையும் நினைவில் வைத்திருப்பார் என்று எதிர்பார்க்க முடியும்? அவர் பலவந்தமாக அழைத்துச் சென்ற பெண்களா? அயாஸின் தாயாரை அவர் நினைவில் கொள்வார் என்று எதிர்பார்ப்பது நியாயமற்றது மற்றும் நேர்மையற்றது.

இருப்பினும், மாலிக் அயாஸ் இப்போது ஒரு சக்திவாய்ந்த மற்றும் பயனுள்ள மனிதராக இருந்தார். எனவே இஸ்மாயில் தர்க்கரீதியான காரியத்தைச் செய்தார், மேலும், தனது நீண்ட காலமாக இழந்த மகனையும் அவரது தாயையும் நினைவில் வைத்திருப்பது போல் நடித்தார். அவரை அவர் மிகவும் நினைவு கூர்ந்ததாகக் கூறினார். முகமதின் கைகளில் சிறையில் அடைக்கப்பட்டதால் அவர்களிடமிருந்து பிரிய வேண்டிய கட்டாயம் ஏற்பட்டதாகவும் அவர் புகார் கூறினார்.

காதல் போருக்கு வழிவகுக்கும் என்று கூறுகிறார்கள். இருப்பினும், வரவிருக்கும் போர் காதலுக்கும் வழிவகுக்கும். அல்லது குறைந்தபட்சம் அதைப் பற்றிய அறிவிப்புகள் நடக்கும்.

'என் மகனே,' இஸ்மாயில் முணுமுணுத்து, மாலிக் அயாஸை இறுக்கமாக அணைத்துக் கொண்டார்.

'பணம் வருவது கொஞ்சம் தாமதமானது என்று எனக்குத் தெரியும், அப்பா,' என்றார் மாலிக் அயாஸ். 'ஆனால் இப்போதெல்லாம் சுல்தான் மிகவும் சந்தேகப்படுகிறார். எனக்கு ஒரு சில நாட்கள் கொடுங்கள். மசூதி கட்டுமானத்தில் எதுவும் குறுக்கிடாமல் பார்த்துக் கொள்கிறேன். அது உங்களுக்கு எவ்வளவு முக்கியம் என்பது எனக்குத் தெரியும்.'

'என் மகனே, உன்னிடமிருந்து நான் இதைவிடக் குறைவாக எதையும் எதிர்பார்க்க மாட்டேன்,' என்றார் இஸ்மாயில். 'நாம் ஒன்றாக கஜினியை ஆள்வோம்.'

'ஒன்றாக, நாம் ஒன்றாக ஆட்சி செய்வோம்... கடவுள் நம்முடன் இருக்கிறார்.'

'ஆனால் இன்று எனது வேண்டுகோள் பணத்தைப் பற்றியது அல்ல...'

'இல்லையா? வேறு ஏதாவது உங்களைத் தொந்தரவு செய்கிறதா, அப்பா?'

'ஆமாம்... கௌசரி ஜஹான்...'

மாலிக் அயாஸ் எரிச்சலுடன் மூச்சு விட்டார். 'அந்த சூனியக்காரி சுல்தானின் மீது ஒரு பேய் பிடியில் இருக்கிறாள். அதை அசைக்க என்னால் முடியாது. நான் என் கோபத்தின் இறுதி கட்டத்தில் இருக்கிறேன். அவள் என் திட்டங்களை எல்லாம் தடுக்கிறாள். லாகூரில் சில சீர்திருத்தங்கள் செய்ய விரும்பினேன்...'

'அவள் ஒரு சூனியக்காரி, மகனே, அதில் எந்த சந்தேகமும் இல்லை,' என்று இஸ்மாயில் குறுக்கிட்டார். லாகூருக்காக மாலிக் அயாஸ் வைத்திருந்த திட்டங்களில் அவருக்கு உண்மையில்

ஆர்வம் இல்லை. 'ஆனால் அவளை நம் திட்டத்திலிருந்து அகற்ற உதவும் ஒன்றை நான் தற்செயலாகக் கண்டுபிடித்துவிட்டேன் என்று நினைக்கிறேன்.'

'உண்மையாவா?' என்று மாலிக் அயாஸ் ஆர்வத்துடன் கேட்டார். அவர் தனது தந்தையின் பேச்சைக் கேட்க அருகில் சாய்ந்தார். மேலும் அவரிடமிருந்து என்ன எதிர்பார்க்கப்படுகிறது என்பதைக் கேட்கவும் ஆர்வமாக இருந்தார்.

இஸ்மாயில் நிறுவியிருந்த ரகசிய உளவுத்துறையிலிருந்து தாலிப் முழு கூட்டத்தையும் கவனித்துக் கொண்டிருந்தான். அவரது எஜமானர் அனைத்து கூட்டங்களையும் பார்த்து கருத்துகளையும் ஆலோசனைகளையும் வழங்க வேண்டும் என்று விரும்பினார். அவன் மாலிக் அயாஸுக்காக வருத்தப்பட்டான். இது முதல் முறை அல்ல. அவன் லாகூர் மன்னரை மிகவும் விரும்பினான். ஒரு காலத்தில் தன்னை ஒரு அனாதை என்று நம்பி, நீண்ட காலமாக இழந்த தனது தந்தையின் அன்பையும் அங்கீகாரத்தையும் தீவிரமாகத் தேடிய ஒருவர். தனது தந்தை தனது பெற்ற தாயை நினைவில் கொள்ளவில்லை என்பதை அறியாமல், அவரைப் பயன்படுத்தி, நிராகரித்தார். தனது தந்தை தன்னை லாபகரமாகப் பயன்படுத்துகிறார் என்பதை அறியாமல் இருந்தார். மேலும், அவர் தனக்கு பயனுள்ளதாக இருப்பதை நிறுத்தினால், அவரது தந்தை தன்னை அவ்வளவு விரைவாக நிராகரிப்பார் என்பதையும் அறியாமல் இருந்தார்.

மாலிக் அயாஸ் ஒரு அடிமை அந்தஸ்திலிருந்து உயர்ந்து பேரரசின் மிகவும் சக்திவாய்ந்த மனிதர்களில் ஒருவராக மாறியது தாலிப்பிற்கு அவருடன் ஒரு அடையாள உணர்வை அளித்தது.

ஆனால் தாலிப் வெறுமனே ஒரு வேலைக்காரன். அவனது பணி அவரது எஜமானர் இஸ்மாயிலுக்கு சேவை செய்வதாகும். இஸ்மாயிலின் வளர்ச்சியில் அவனது உயிர்வாழ்வு இருந்தது. அவன் தனது உணர்ச்சிகள் வழியில் வர விடமாட்டான். அவன் தலையை ஆட்டி, மீண்டும் உரையாடலில் கவனம் செலுத்தினான்.

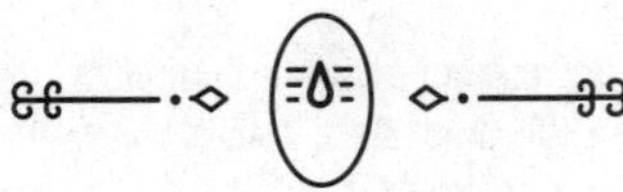

அத்தியாயம் 17

கணவாயிலில் நிழல்கள்

பனையின் அரச அரண்மனையின் நன்கு ஒளிரும் தனியார் நீதிமன்ற அறையில் பச்சை மற்றும் சிவப்பு அரச சிம்மாசனத்தில் ராஜேந்திர சோழன் அமர்ந்திருந்தார். ஸ்ரீவிஜயப் பேரரசின் தலைநகரம் தென்கிழக்கின் தொலைவில் அமைந்துள்ள பலேம்பாங் ஆகும். இருப்பினும், பனை, அரசின் இரண்டாவது பெரிய துறைமுக நகரமாக இருந்தது, எனவே அங்கு ஒரு அரச அரண்மனையும் கட்டப்பட்டது, ஸ்ரீவிஜய அரசர்கள் வருகை தரும் போதெல்லாம் விருந்தினர் மாளிகையாகப் பயன்படுத்தப்பட்டது.

ராஜேந்திர சோழனுக்கு அடுத்ததாக, அவரது இடதுபுறத்தில், அவரது சிறந்த கூட்டாளியும் நெருங்கிய நண்பருமான, மால்வாவின் ஆட்சியாளரான பேரரசர் போஜதேவ் பர்மர், தனது சொந்த பயணத்திற்கு உபயோகிக்கும் அரச சிம்மாசனத்தில் அமர்ந்திருந்தார்.

ராஜேந்திர சோழனுக்கு எதிரே, தாழ்மையான ஸ்ரீவிஜயத்தின் பெருமைமிக்க மன்னரான பேரரசர் ராம விஜயவர்மன் பாரம்பரிய சிம்மாசனத்தில் அமர்ந்திருந்தார். தோற்கடிக்கப்பட்ட மன்னராக, விஜயவர்மன் ஒரு சிம்மாசனத்தில் அமராமல் ஒரு சிறிய நாற்காலியில் அமர வேண்டும் என்று நெறிமுறை ஆலோசகர்கள் பரிந்துரைத்தனர். ஆனால் ராஜேந்திர சோழன் தர்மவாதி. தோற்கடிக்கப்படும்போதும் எதிர்த்து நிற்பதில் அவர் நம்பிக்கை கொண்டிருந்தார், ஆனால் அதேசமயம் வெற்றியில் கருணையும் பெருந்தன்மையும் கொண்டவர். விஜயவர்மனும் தனது சொந்த சிம்மாசனத்தில் அமர வேண்டும் என்று அவர் வலியுறுத்தினார். மேலும் நெறிமுறை அதிகாரிகளின் ஏற்பாடுகளில் மாற்றங்களைச் செய்யும் வரை பொறுமையாகக் காத்திருந்தார்.

ஆட்சியாளர்களின் அருகில், அவர்களின் இடது மற்றும் வலதுபுறத்தில், இரு படைகளின் தளபதிகளும் அட்மிரல்களும்

அணிவகுத்து நின்றனர். ஸ்ரீவிஜயனின் படை, சோழப் படை அதன் கூட்டாளிகளுடன் இருந்ததைவிட கிட்டத்தட்ட மூன்றில் இரண்டு பங்கு சிறியதாக இருந்தது. இந்த தீர்க்கமான தோல்வியில் முன்னாள் படை பல துணிச்சலான இராணுவத் தலைவர்களை இழந்திருந்தது.

பணியாளர்கள் மற்றும் உபகரணங்களைப் பொறுத்தவரை இராணுவ இழப்புகள் மிகவும் கடுமையாக இருந்ததால், ஸ்ரீவிஜயர்கள் மீண்டும் சோழர்களை எதிர்த்துப் போராட முடியாது, குறைந்தபட்சம் ஒரு தலைமுறை அல்லது இரண்டு தலைமுறைகளுக்கு.

சோழத் தளபதியான நரசிம்மன், ராஜேந்திர சோழனின் வலதுபுறத்தில், அவருக்குக் கிடைத்த மரியாதைக்குரிய இடத்தில் அமர்ந்தார். மூன்று அரசர்களின் சிம்மாசனங்களை விட குறிப்பிடத்தக்க அளவில் சிறியதாக இருந்த ஒரு நாற்காலியில், வெளிப்படையாக, ஆனால் ஒரு பெரிய நாற்காலியில்.

போஜதேவ் பர்மரின் இடதுபுறத்திலும், ராஜேந்திர சோழனின் இரண்டு இடம் தள்ளி இடதுபுறத்திலும், ஒரு சிறிய பெண்மணி தனது கைகளை மடியில் அழகாக ஊன்றி அமர்ந்திருந்தார். அவளுடைய மை நிற கருப்பு முடி அழுத்தமாக சீவப்பட்டு, கழுத்தின் அடிப்பகுதியில் ஒரு நேர்த்தியான கொண்டையாக கட்டப்பட்டிருந்தது. அவள் நெற்றியில் ஒரு முடி அழகாக விழுந்து, அவளது வில் வடிவ புருவங்களுக்கு மேலே ஒரு விளிம்பில் வெட்டப்பட்டிருந்தது. அவளுடைய சிறிய கண்கள் கோடு போடப்படாத இமைகளால் மூடப்பட்டிருந்தன. ஒரு மெல்லிய மேல் உதட்டின் மேல் ஒரு கூர்மையான மூக்கு அமர்ந்திருந்தது, அதற்குக் கீழே, திகைப்பூட்டும் வகையில், ஒரு பசுமையான, நிறைவான கீழ் உதடு இருந்தது. இதய வடிவிலான அலபாஸ்டர் முகத்தில் அழகிய அம்சங்கள் ஒன்றிணைந்தன. ராஜேந்திர சோழனின் மர்மமான சீன கூட்டாளியான இளவரசி ஃபீ லின், அறையில் இருந்தவர்களை நுட்பமான வெற்றியுடன் கவனித்தார்.

ராஜேந்திர சோழனின் முகாமில் இருந்த இந்தியர்களுக்கு ஃபீ லின் மீது சந்தேகம் இருந்தது. ஸ்ரீவிஜயர்களைத் தாக்க ராஜேந்திர சோழனை அவள் ஊக்குவித்ததை அவர்கள் அறிந்திருந்தனர். இந்திய வர்த்தகக் குழுக்களின் சொத்துக்களைப் பறிமுதல் செய்து சீனர்களிடம் ஒப்படைத்த ஸ்ரீவிஜயர்களின் அரசியல் சிக்கல் நிலைக்கு ஒரு இராஜதந்திர தீர்வு காணப்பட்டிருக்கலாம். சமீபத்திய சீன உள்நாட்டுப் போரில் தோற்ற அரச குடும்பத்தின் கிளையைச் சேர்ந்தவர் ஃபீ லின் என்பதை அவர்கள் அறிந்திருந்தனர். ஒருவேளை அவள் தனது சொந்த சாம்ராஜ்ஜியத்திற்குள் இருந்த தனது எதிரிகளை ராஜேந்திர சோழனின் கைகளால் பலவீனப்படுத்த விரும்பியிருக்கலாம். சீனர்கள் இந்தியர்களைப் போலவே அதிநவீன கலாச்சாரத்தைக் கொண்டிருந்தனர், ஆனால் அவற்றைப் படிப்பது நம்பமுடியாத அளவிற்கு கடினமாக இருந்தது. அவர்களின் உண்மையான விளையாட்டு என்ன என்பதை யாராலும் உறுதியாகக் கூற முடியவில்லை. அதிர்ஷ்டவசமாக, நரசிம்மனின் துணிச்சலாலும், கொடூரத்தாலும், சோழப் பேரரசுக்குப் போர் நன்றாக நடந்ததால், இந்தப் படையெடுப்பில் நிரந்தர இழப்பு ஏற்படவில்லை

ராஜேந்திர சோழன் ஒரு கனிவான புன்னகையுடன் தனது எதிரியைப் பார்த்தார்.

இந்தோனேசியாவின் ஸ்ரீவிஜயப் பேரரசர் ராம விஜயவர்மன், அறுபது வயதை அடையும் தருவாயில் இருந்த ராஜேந்திர சோழனின் வயதுக்கு ஒத்தவர். அவர் இந்தியப் பேரரசரைப் போலவே உடல்வாகுடனும், தசையுடனும் இருந்தார். இருப்பினும், இந்த நேரத்தில், அவர் தலையை சற்றுக் குனிந்து அமர்ந்திருந்தார். 'என் ஆண்டவரே, நான் ஒப்பந்தத்தில் என் முத்திரையை பதித்துவிட்டேன்.'

ராஜேந்திர சோழன் கிட்டத்தட்ட முழுமையான வெற்றியைப் பெற்ற போதிலும், பெருந்தன்மையுடன் இருந்தார். ராஜேந்திர சோழனின் ஆதிக்கத்தை ஒப்புக்கொண்டு, ஒவ்வொரு ஆண்டும் சோழ அரசவைக்கு ஒரு லட்சம் தங்க நாணயங்களை பெயரளவு காணிக்கையாக அனுப்பும் வரை, விஜயவர்மன் ஸ்ரீவிஜயப் பேரரசர் என்ற பட்டத்தைத் தக்க வைத்துக் கொள்ள வேண்டும் என்று சோழப் பேரரசர் வலியுறுத்தினார். மலாக்கா ஜலசந்தியில் வர்த்தகத்தைக் கட்டுப்படுத்திய சில துறைமுகங்களைத் தவிர, ஸ்ரீவிஜயர்களிடமிருந்து கைப்பற்றப்பட்ட பல பிரதேசங்களை அவர் திருப்பி கொடுத்தார். சோழ நிர்வாகம் அந்தத் துறைமுகங்களை நிர்வகித்து, அவற்றுக்கான நியாயமான வாடகையை ஸ்ரீவிஜயர்களுக்கு வழங்கும். இந்திய வர்த்தகக் குழுக்களிடமிருந்து ஸ்ரீவிஜயர்கள் கைப்பற்றிய இந்தத் துறைமுகங்களில் உள்ள கிடங்குகள், வர்த்தக அமைப்புகள் மற்றும் கப்பல் நிறுத்துமிடங்கள் இந்திய வணிகர்களிடம் திருப்பி கொடுக்கப்பட்டன. ஸ்ரீவிஜயர் அதிகாரத்துவத்தால் இந்தியர்களுக்கும் அவர்களது கூட்டணி வர்த்தகக் குழுக்களுக்கும் விதிக்கப்பட்டிருந்த பலவீனப்படுத்தும் உரிமம் மற்றும் கட்டுப்பாடுகள் நீக்கப்பட்டன. ஆனால், இவை எதுவும் சீனாவில் உள்ள சாங் பேரரசருக்கு அனுப்பப்படாமல் இருந்தால், இந்திய வர்த்தகக் குழுக்கள் ஸ்ரீவிஜயர் நீதிமன்றங்களுக்கு நியாயமான வரிகளையும் சுங்க வரிகளையும் செலுத்தும் என்று ராஜேந்திர சோழனால் உறுதியளிக்கப்பட்டது.

சோழர்களின் வெற்றியின் முழுமையைக் கருத்தில் கொண்டால், இது வியக்கத்தக்க வகையில் தாராளமான சமாதான முன்மொழிவாகும். ஒரு பெரிய பயங்கரமான ஆயுதத்தைப் பிடித்துக்கொண்டு, அன்பாகவும் மென்மையாகவும் பேசுவது எதிரிகளிடமிருந்து சிறந்த பதிலைப் பெறும் என்று ராஜேந்திர சோழன் நம்பினார். மேலும் அவர் சொல்வது சரி என்று மீண்டும் மீண்டும் நிரூபிக்கப்பட்டது.

ஆனால் ராஜேந்திர சோழனை ஆச்சரியப்படுத்தியது என்னவென்றால், விஜயவர்மன் எவ்வளவு மனச்சோர்வடைந்தவராகத் தோன்றினார் என்பதுதான். அவர் போர்க்களத்தில் தோற்றார், ஆனால் உண்மையில், மூலோபாய ரீதியாக அவர் அதிகம் இழக்கவில்லை. உண்மையில், சீனாவுக்குச் சென்று கொண்டிருந்த பணம் இப்போது இந்தியாவுக்குச் செல்லும். ஸ்ரீவிஜயர்கள் ஏழைகளாக இருக்க மாட்டார்கள்.

'அதற்கு நான் உங்களுக்கு நன்றி கூறுகிறேன், பெரிய பேரரசரே,' என்று ராஜேந்திர சோழன் தலையை ஆட்டிக் கொண்டு சிரித்தார்.

'என்னை ஒரு எஜமானராகக் கருதுவதற்குப் பதிலாக உங்கள் மூத்த சகோதரராகக் கருதுங்கள்.'

விஜயவர்மன் தலை குனிந்து, கைகளை குவித்து வணங்கினார். ஏனென்றால், ராஜேந்திர சோழன் வெற்றியில் அசாதாரணமாக கருணை காட்டினார் என்பது அவருக்குத் தெரியும். ஆனால் அவர் புன்னகைக்கவில்லை. 'நீங்கள் ஒரு சிறந்த மனிதர், சக்கரவர்த்தி பேரரசர் ராஜேந்திர சோழன். கௌதம புத்தர் எனக்கு சாட்சியாக இருப்பதால், சாக்கியமுனியின் சீடரும் ஸ்ரீவிஜயப் பேரரசருமான விஜயவர்மன் என்ற நான், சோழப் பேரரசருக்கு எதிராக நானோ அல்லது என் சந்ததியினரோ ஒருபோதும் கிளர்ச்சிக் கொடியை உயர்த்த மாட்டோம் என்று பகிரங்கமாக சத்தியம் செய்கிறேன்.'

ஸ்ரீவிஜயப் பேரரசரும் அவரது குடும்பத்தினரும் புத்த மதத்தைப் பின்பற்றுபவர்கள், இது இந்து மதம் மற்றும் சமண மதங்களுடன் சேர்ந்து, தர்ம மதக் குழுவை உள்ளடக்கியது. ஸ்ரீவிஜயத்தில் அவரது பொதுவான குடிமக்களில் பெரும்பாலோர் இந்துக்கள், ஆனால் பெரும்பாலான உயரடுக்கு, குறிப்பாக வணிக உயரடுக்கு, பௌத்தர்கள்.

'மகாதேவின் சாட்சியோடு,' ராஜேந்திர சோழன் கூறினார், 'சிவபெருமானின் ஊழியரும் ஒப்பற்ற ராஜராஜனின் மகனுமான ராஜேந்திரன் என்ற நான், உங்கள் மகள் ஓனாங் கியூவை எனது தலைமை மனைவிகளில் ஒருவராக மதித்து பார்த்துக்கொள்வேன் என்று பகிரங்கமாக சத்தியம் செய்கிறேன்.'

விஜயவர்மன் ஆச்சரியத்துடன் ராஜேந்திர சோழனைப் பார்த்தார். எதிர்காலத்தில் போர் ஏற்படாமல் இருக்க, இரண்டு அரச குடும்பங்களுக்கிடையில் திருமண உறவுகளை ஏற்படுத்துவது ஒப்பந்தத்தின் ஒரு நிபந்தனையாகும். அதற்காக, விஜயவர்மனின் மகள் ஓனாங் கியூவை ராஜேந்திர சோழனுக்கு மணம் செய்து கொடுக்க வேண்டும். அது முடிவு செய்யப்பட்டிருந்தது. ஆனால் முடிவு செய்யப்படாதது என்னவென்றால், ராஜேந்திரன் ஓனாங்கை தனது தலைமை மனைவிகளில் ஒருவராகக் கௌரவிப்பார் என்பதுதான்.

விஜயவர்மன் நன்றியுடன் தலையசைத்தார். ஆனாலும், அவர் சிரிக்கவில்லை. அவரது கண்களில் மிகுந்த துக்கமும் சோகமும் இருந்தன. இது வெறும் இராணுவ இழப்பு பற்றியது மட்டுமல்ல. வேறு ஏதோ இருந்தது.

ராஜேந்திரன் விஜயவர்மனின் முகத்தை கவனமாகப் பார்த்து, ஸ்ரீவிஜய பேரரசரின் மனதில் என்ன ஓடிக்கொண்டிருக்கிறது என்று யூகிக்க முயன்று கொண்டிருந்தார். சமாதான ஒப்பந்தத்தின் நீண்டகால நிலைத்தன்மைக்கு, விஜயவர்மன் புதிய ஏற்பாட்டை முழு திருப்தியுடன் முழுமையாக ஏற்றுக்கொள்ள வேண்டும் என்பதுதான் அவரின் தேவை. அதை உறுதி செய்ய வேறென்ன செய்ய முடியும் என்று அவரால் கண்டுபிடிக்க முடியவில்லை.

பின்னர் விஜயவர்மனே ஒன்றை வழங்கினார். 'என் பிரபு ராஜேந்திர சோழரே, உங்கள் அனுமதியுடன், நான் இன்னும் ஏதாவது கொடுக்க வேண்டும்.'

ராஜேந்திர சோழருக்கு எப்படி எதிர்வினையாற்றுவது என்று தெரியவில்லை. இது வழக்கத்திற்கு மாறானது. எல்லாம் ஏற்கனவே முடிவு செய்யப்பட்டு மூடப்பட்டிருந்தது. மேலும் ஒப்பந்தம் இரு தரப்பினரால் முத்திரையிடப்பட்டிருந்தது. ஆனால் அவர் எந்த எதிர்வினையையும் காட்டவில்லை. ராஜேந்திரன் முகத்தை அமைதியாக வைத்திருந்தார். மேலும், மிகவும் சரியாக, தனது சம்மதத்தை தலையசைத்து ஆமோதித்தார்.

விஜயவர்மன் வாசலில் பொறுமையாகக் காத்திருந்த தனது பூசாரியை நோக்கித் திரும்பினார். அவரது ஒரு தலையசைப்பில், அந்த பூசாரி திரும்பினார், இரண்டு காவலர்களும் பிரமாண்டமான கதவுகளைத் திறந்தனர். வெளியே ஒரு மனிதன், முற்றிலும் தங்கத்தால் செய்யப்பட்ட ஒரு சாதாரண அளவிலான நகைப் பெட்டியைப் பிடித்திருந்தான். அவனுக்குப் பின்னால், ஆறு பேர் கொண்ட ஒரு கூட்டம் ஒரு பெரிய அலங்காரமாக செதுக்கப்பட்ட தண்டு ஒன்றை ஏந்திச் சென்றது. ஆண்கள் அறைகளின் மையப்பகுதிக்கு அணிவகுத்துச் சென்றனர். அவர்கள் ஏதோ ஒன்றை - மிக மெதுவாக - ஓதிக் கொண்டிருந்தார்கள். பூசாரி அவர்களுடன் சேர்ந்து ஓதினார்.

ராஜேந்திர சோழன் உடனடியாகப் அவைகளை அடையாளம் கண்டுகொண்டார். அவை கருட புராணத்திலிருந்து வந்தவை. தர்ம வழியைப் பின்பற்றுபவர்களான இந்துக்கள், பௌத்தர்கள் மற்றும் சமணர்கள் - இறுதிச் சடங்குகளின் போது பொதுவாகப் பாடப்படும் பாடல்கள்.

ராஜேந்திரன் தனது வாளின் முனையை லேசாகத் தொட்டார், போஜதேவ் பர்மரைப் போலவே. ஏற்பாட்டின் விதிமுறைகளின்படி, சோழர் தரப்பு மட்டுமே ஆயுதங்களை ஏந்த உரிமை பெற்றது. ஸ்ரீவிஜயன் தரப்பு தங்கள் ஆயுதங்களை அறைக்குள் எடுத்துச் செல்ல அனுமதிக்கப்படவில்லை. ராஜேந்திர சோழன் கருணையுள்ளவர், ஆனால் முட்டாள் அல்ல.

விஜயவர்மன் தனது அரியணையில் இருந்து எழுந்து நரசிம்மனைப் பார்த்தார். 'துணிச்சலான தளபதியே, உங்களுக்காக ஒரு பரிசு கொண்டு வந்திருக்கிறேன்.'

நரசிம்மன் உடனடியாக எழுந்தார். அவர் எழுந்து நிற்க வேண்டியிருந்தது. அவர் வெறும் தளபதிதான். இப்போது அவருடைய பேரரசரின் கூட்டாளியாக இருந்த ஒரு ராஜா, அவரிடம் பேச எழுந்து நின்றபோது, அவரும் மரியாதையுடன் எழுந்தார்.

'பேரரசரே...' என்று ராஜேந்திர சோழனும் எழுந்து நின்றார். போஜதேவ் பர்மரும் எழுந்து நின்றார்.

'இந்தப் பெட்டிகளில் உடலுக்கு ஆபத்தானது எதுவுமில்லை, ஐயா,' என்றார் விஜயவர்மன். 'உங்களுக்கு எனது மரியாதைக்குரிய வாக்குறுதி. ஆனால் இது என் படையையும் கடற்படையையும் அழித்த தளபதிக்கு நான் கொடுக்க வேண்டிய ஒன்று. அதில் அவருக்குத் தகுதியானது மட்டுமே உள்ளது.'

நரசிம்மனுக்கு இதை எப்படி எதிர்கொள்வது என்று தெரியவில்லை. அவர் ஸ்ரீவிஜய பேரரசருக்கு மரியாதை செலுத்தும் விதமாக, தனது கைகளை ஒன்றாகச் சேர்த்தார், ஏனெனில் அவர் சமாதான ஒப்பந்தத்தை ஆபத்தில் ஆழ்த்த விரும்பவில்லை.

'போரின் போது நான் கடற்படை அட்மிரல் கப்பலில் இருந்தேன், தளபதி' என்றார் விஜயவர்மன்.

நரசிம்மன் குழப்பமடைந்தார். அப்போது அரச நிறங்கள் உயரமாகப் பறக்கும் அரச கப்பலில் யார் இருந்தார்கள்?

ஸ்ரீவிஜய பேரரசர் அதில் இருப்பதாகவும், ஒரு கோழையைப் போல தப்பித்து வருவதாகவும் கருதி நரசிம்மன் அரச கொடிக் கப்பலைத் தாக்கினார். கடற்படை அட்மிரல் கப்பலில் இருந்து தான் எதிர்கொள்ளும் தாக்குதல்கள், தப்பி ஓடிய தனது பேரரசரைக் காப்பாற்றுவதற்காக, தனது உயிரைப் பணயம் வைத்து, தீயை மூட்டி, சோழத் தாக்குதல்களைத் தன் மீது ஈர்த்துக் கொண்ட ஒரு துணிச்சலான கடற்படைத் தளபதியிடமிருந்து வருவதாகவும் அவர் கருதினார்.

ஆனால் உண்மையில், பேரரசர் விஜயவர்மன் தானே கடற்படை அட்மிரல் கப்பலில் இருந்தார், தனது உயிரைப் பணயம் வைத்து, சோழத் தாக்குதல்களைத் தன் மீது ஈர்த்துக் கொண்டார், இதனால் அரச கொடிக்கப்பல் தப்பிக்க முடிந்தது. ஆனால் ஏன்?

முதலில் புரிந்துகொண்டது ராஜேந்திர சோழன். ஓ மகாதேவ்!

ஒரு நல்ல மனிதன் தனது குடும்பத்திற்காக எதையும் செய்வான், குறிப்பாக தங்களைத் தற்காத்துக் கொள்ள முடியாதவர்களுக்காக, தன் உயிரைக் கூட தியாகம் செய்வான்.

விஜயவர்மன் சந்தேகத்தை உறுதிப்படுத்தினார். 'அன்றிரவு என் குடும்பத்தின் விலைமதிப்பற்ற உறுப்பினர்களை இழந்தேன்.'

விஜயவர்மனின் சிம்மாசனத்தின் வலதுபுறம் நரசிம்மன் சிறிது நேரம் பார்த்தார், அங்கு அவரது வளர்ந்த மகன் அமர்ந்திருந்தான். ஆம், அவர் இரண்டு மகன்களை இழந்தார், ஆனால் ஒருவன் இன்னும் உயிருடன் இருந்தான். அவரது வாரிசு இன்னும் உயிருடன் இருந்தான். இறந்த அவனது மற்ற மகன்களைப் பொறுத்தவரை... வேறு எந்த போர்வீரனும் எப்படி இருப்பான் என்று நரசிம்மன் யோசித்துக் கொண்டிருந்தார். இது போர்... ஆண்கள் கொல்லப்படுவது... ஆண்கள் இறப்பது... நாம் எதற்காக போர் புரிகிறோம் என்பது நம் அனைவருக்கும் தெரியும்.

நரசிம்மன் யூகிக்காதது ராஜேந்திர சோழனுக்கு ஏற்கனவே தெளிவாகத் தெரிந்தது.

இது விஜயவர்மனின் இரண்டாவது மனைவியைப் பற்றியது.

ஸ்ரீவிஜயப் பேரரசர் தனது பெரும்பாலான கடற்படையுடன் சுமத்ரா தீவின் வடக்கு முனையில் உள்ள இலெமூரிதேசத்திற்கு, நிக்கோபார் தீவுகளில் உள்ள சோழ கடற்படைத் தளத்திலிருந்து வெகு தொலைவில் இல்லாத இடத்திற்குப் பயணம் செய்ததாக சோழர்களுக்கு உளவுத்துறை தகவல்கள் கிடைத்தன. சுமத்ரா தீவின் தென்கிழக்கில்

உள்ள பெரிய துறைமுக நகரமான பனையில் ஸ்ரீவிஜயர்களுடன் போரிட சோழர்கள் எதிர்பார்த்தனர், இது ஒரு மிகவும் தற்காப்பான துறைமுகம். ஆனால், சோழர்களின் தாக்குதலால் ஏற்பட்ட குழப்பத்தை பயன்படுத்தி, இலெமூரிதேசத்தின் உள்ளூர் ஆளுநர் தனது சொந்தக் கிளர்ச்சியைத் தொடங்குவதாக அவர்களுக்கு உளவுத்துறையிலிருந்து செய்தி கிடைத்தது. ஒருவேளை விஜயவர்மன் அந்தக் கிளர்ச்சியை நசுக்கச் சென்றிருக்கலாம். இந்தப் புதிய சூழ்நிலையைக் கருத்தில் கொண்டு, விஜயவர்மன் அவசரமாக இலெமூரிதேசத்தை விட்டு வெளியேறிவிட்டதாக ஆச்சரியமான தகவல் கிடைத்தபோது, சோழர்கள் தங்கள் போர் உத்தியைத் திட்டமிட்டுக் கொண்டிருந்தனர். ஸ்ரீவிஜயப் பேரரசர் கடலில் இருந்தபோதே சோழர்கள் துரத்த முடிவு செய்தனர். நரசிம்மன் எப்போதும் கடல் காற்றை நன்கு அறிந்தவராகவும், கடற்படைத் தாக்குதல்களின் அற்புதமான தந்திரோபாய அமைப்பாளராகவும் இருந்தார். சோழர்களின் முன்னேற்றத்தின் வேகத்தால் அவர் ஸ்ரீவிஜயர்களை ஆச்சரியப்படுத்தினார், மேலும் பனை துறைமுகத்தின் பாதுகாப்பிற்குள் அவர்கள் தப்பிச் செல்வதற்கு முன்பே விஜயவர்மனின் கடற்படையைப் பிடித்தார். அது ஸ்ரீவிஜயர்களின் தலைவிதியை முடித்தது.

விஜயவர்மன் ஏன் கிளர்ச்சியை அடக்க இலெமூரிதேசத்திற்குச் சென்றார் என்று ராஜேந்திர சோழன் எப்போதும் யோசித்திருந்தார். அதற்கு பதிலாக அவர் தன் அட்மிரல்களில் ஒருவரை அனுப்பியிருக்க முடியும்.

நான் கேள்விப்பட்டதிலிருந்து, அவரது இரண்டாவது மனைவி இலெமூரிதேசத்தைச் சேர்ந்தவள். ஒருவேளை, இது கிளர்ச்சியை ஒழிப்பதற்கான பிரச்சாரமாக இல்லாமல் மீட்புப் பணியாக இருக்கலாம் என்று ராஜேந்திர சோழன் நினைத்தார்.

'அரசுக் கப்பல் கொடிகள் தலைகீழாகப் பறக்கவிடப்பட்டன, பெரிய தளபதி,' என்றார் விஜயவர்மன்.

அதன் அர்த்தம் நரசிம்மனுக்குத் தெரியும். அந்தக் கப்பலில் ஒரு குடும்பம் இருந்தது. எனவே, தாக்க வேண்டாம் என்று பொருள்.

ஆனால் அது இரவு நேரம்... தெளிவுநிலை குறைவாக இருந்ததால்... கொடிகளின் அமைப்பை நாங்கள் உறுதியாக நம்ப முடியவில்லை... அவர் செயலற்றவற்றவராக யோசித்தார்.

விஜயவர்மன் முதல் சிறிய நகைப் பெட்டியை வைத்திருந்த தாங்கியை கொண்டுவர சைகை செய்தார். பூசாரி தாங்கியுடன் நடந்து சென்று பெட்டியைத் திறந்தார்.

'இது நீங்கள் உங்கள் இயந்திரங்களால் குண்டு வீசிய அந்த அரசக் கப்பலில் இருந்து வந்தது, பெரிய தளபதி.'

'சக்கரவர்த்தி... நான் என்ன நினைக்கிறேன் என்றால்...' ராஜேந்திர சோழன் தலையிட முயன்றார்.

'தயவுசெய்து என்னைச் சொல்ல விடுங்கள், என் ஆண்டவரே,' விஜயவர்மன் ராஜேந்திர சோழனிடம் வலியுறுத்தினார். 'நான் இனி

ஒருபோதும் உங்களிடம் வேறு எதையும் கேட்க மாட்டேன். நான் எப்போதும் உங்கள் விசுவாசமான வேலைக்காரனாக இருப்பேன். ஆனால் தயவுசெய்து, இதை எனக்கு அனுமதியுங்கள்.'

ராஜேந்திர சோழன் அமைதியாகிவிட்டார். கலக்கமடைந்தார்.

நரசிம்மன் திறந்த நகைப் பெட்டியைப் பார்த்தார். உள்ளே ஒரு தங்க வளையம் இருந்தது. சற்று நீள்வட்டமாகவும் ஆனால் சரியான வட்டமாகவும் இல்லை. அது ஒரு மோதிரத்தைவிட மிகப் பெரியதாக இருந்தது, ஒரு வளர்ந்த பெண்ணின் வளையலாக இருக்க முடியாத அளவுக்கு சிறியதாக இருந்தது.

சோழ தளபதி இன்னும் குழப்பமடைந்தார்.

ராஜேந்திர சோழனும் அதைப் பார்த்தார்... ஐயோ மகாதேவ்... கருணை காட்டுங்கள்... அவனுக்கு இரண்டாவது மனைவியிடமிருந்து ஒரு குழந்தை பிறந்தது...

விஜயவர்மனின் இடது கண்ணிலிருந்து ஒரு துளி கண்ணீர் வழிந்தது, அவர் இதயம் இருந்த உடலின் பக்கம். 'இது என் மகளின் கொலுசு. என் மகள் ஓதிரத்தினத்தின் கொலுசு.'

நரசிம்மனின் வாய் அதிர்ச்சியால் திறந்தது. மகாதேவ்! என்னை மன்னியுங்கள்... என்னை மன்னியுங்கள்...

அந்தக் கொலுசு ஒரு வளர்ந்த பெண்ணுக்குச் சொந்தமானதாக இருக்க முடியாத அளவுக்கு சிறியதாக இருந்தது. அதன் அளவைப் பார்த்தால், கொலுசு அணிந்தவர் நான்கு அல்லது ஐந்து வயதுக்கு மேல் இருந்திருக்க மாட்டார்.

நான் ஒரு குழந்தையைக் கொன்றேன்... ஐயோ கடவுளே...

ராஜேந்திர சோழன் மீண்டும் தலையிட முயன்றார். 'என்னிடமிருந்து என்ன வேண்டுமானாலும் கேளுங்கள், உன்னத பேரரசரே,' என்று அவர் தனது இந்தோனேசிய சகாவிடம் கூறினார். 'நான் வேண்டாம் என்று சொல்ல மாட்டேன். ஆனால் என் தளபதியின் உயிரைக் கேட்காதீர்கள். அவருக்குத் தெரியாது... நம்மில் யாருக்கும் தெரியாது...'

'பெரிய பேரரசே...' போஜதேவ் பர்மர் கூறினார். 'நான் சொல்வதைக் கேளுங்கள், தயவுசெய்து... இது ஒரு பயங்கரமான தவறு... ஆனால் அது வேண்டுமென்றே செய்யப்படவில்லை...'

நரசிம்மன் இதுவரை பேச முடியாமல் திகைத்துப் போனார். ஆனால் ராஜேந்திர சோழன் மற்றும் போஜதேவ் பர்மரின் வார்த்தைகளைக் கேட்டு, அவர் பேசினார். 'இந்தக் கொடூரமான குற்றத்திற்காக நான் என் உயிரைக் கொடுப்பேன், பேரரசர் விஜயவர்மன் அவர்களே. என் மரணதண்டனையைக் கேட்க உங்களுக்கு உரிமை உண்டு.'

'உங்கள் உயிரை எடுக்க நான் விரும்பவில்லை,' என்று விஜயவர்மன் நரசிம்மனிடம் சொன்னார். 'நீங்கள் ஒரு துருக்கியன் அல்ல.' ஏனெனில் ஸ்ரீவிஜயத்தின் ஆட்சியாளர் தர்மம் தனக்கு என்ன கற்பித்தது என்பதை அறிந்திருந்தார். கஜினியின் துருக்கியர்கள் போன்ற ஒழுக்கக்கேடான உயிரினங்களுக்கு - குழந்தைகளைக்கூட

காயப்படுத்துவதில் எந்த குற்ற உணர்வும் இல்லாதவர்களுக்கு - சிறந்த தண்டனை மரணம்தான். மரண பயம் அவர்களை அப்படி நடந்து கொள்ள வைக்கும். ஆனால், இந்தியாவைச் சேர்ந்த அவரது எதிரிகள் போன்ற நாகரிக மனிதர்கள், ஒரு குழந்தையைக் கொன்றதில் இயற்கையாகவே மிகுந்த வருத்தத்தை உணர்வார்கள், மிக மோசமான தண்டனை விரைவான மரணத்தைவிட, குற்ற உணர்ச்சியுடன் கூடிய நீண்ட ஆயுளாக இருக்கும். 'நான் விரும்புவது இந்தக் கொலுசை உங்களுக்குக் கொடுக்க வேண்டும். ஓதிரத்னாவின் கொலுசை.'

நரசிம்மன் மூச்சைப் பிடித்துக் கொண்டார். அவர் கைகள் நடுங்கின. மகாபாரதக் காவியத்தில், குழந்தைகளைக் கொன்ற குற்றத்திற்காக, போர்வீரன் அஸ்வதாமனுக்கு, நெற்றியில் இருந்த தெய்வீக ரத்தினத்தால் ஏற்படும் வேதனை நிறைந்த, முடிவில்லாத வாழ்க்கையை அளித்து கிருஷ்ணர் தண்டித்தார். நரசிம்மனுக்கு, இந்தக் கொலுசு அந்த தெய்வீக ரத்தினத்தைப் போன்றது. இது அவரது பாதிக்கப்பட்ட, சீழ்பிடித்த ஆன்மாவிலிருந்து, முடிவில்லாத வலி சுழற்சியில் தொடர்ந்து சீழ் மற்றும் இரத்தம் வெளியேறச் செய்யும்.

'நித்திய தம்மத்தின் பெயரால்,' விஜயவர்மன், தர்மத்திற்கான பாலி மொழி வார்த்தையைப் பயன்படுத்தி, 'தளபதி நரசிம்மன், என் மகளின் சித்ரவதை செய்யப்பட்ட ஆன்மா உங்களை மன்னிக்கும் வரை, இந்த கொலுசு எப்போதும் உங்கள் மீது இருக்கும் என்ற உங்கள் மரியாதைக்குரிய உறுதியை நான் விரும்புகிறேன்.'

தாம் அறியாமலேயே செய்த குற்றத்தின் மிகப்பெரிய தன்மையைக் கண்டு, நரசிம்மன் முடங்கிப் போய், தலையசைத்து சம்மதித்தார். தண்டனையை ஏற்றுக்கொள்ளுவது மனிதர்களுக்கு அழகு.

விஜயவர்மன் கொலுசை எடுத்து நரசிம்மனின் திறந்த வலது உள்ளங்கையில் வைத்தார். சோழ தளபதி தனது உடலையும், மனதையும், ஆன்மாவையும் எரிப்பதை உணர்ந்ததுபோல நடுங்கினார். தன்னைத் தாக்கிய மிகப் பெரிய எதிரி வாள்களுக்குக்கூட அசையாத ஒரு மனிதன், அனைவரின் முன்னிலையிலும், ஒரு குழந்தையின் ஆபரணத்தால் வீழ்த்தப்பட்டான்.

ஆனால் விஜயவர்மன் இத்துடன் நிறுத்தவில்லை. அவரது துக்கம் இன்னும் எரிந்து கொண்டிருந்தது. பின்னால் நின்றுகொண்டு பெரிய பெட்டியை பிடித்துக் கொண்டிருந்தவர்களை முன்னேற அவர் சைகை செய்தார். அவர்கள் வந்தனர். விஜயவர்மன் தனது பூசாரியை பெட்டியைத் திறக்க சைகை செய்தார். நரசிம்மனைப் பார்த்து, 'இந்த வெற்றி மதிப்புக்குரியது என்று நம்புகிறேன், தளபதி' என்று கிசுகிசுத்தார்.

மிகப்பெரிய ஆபத்துகளிலிருந்துகூட பின்வாங்காத நரசிம்மன், துணிச்சலான நரசிம்மன், பதறிக்கொண்டிருந்தார். ஏனெனில், பெட்டிக்குள் என்ன இருக்கிறது என்பதை அவரால் யூகிக்க முடிந்தது.

ராஜேந்திர சோழனும் போஜதேவ் பர்மரும் கண்ணீர் வடித்தனர்.

பெட்டியின் மூடி முழுவதுமாகத் திறந்தது.

நரசிம்மன் தனது தலையின் பக்கவாட்டுகளைப் பிடித்துக்கொண்டு துயரத்திலும் திகிலிலும் கதறினார். அவர் செய்த செயலுக்காக அவர் இதயம், ஆன்மா, அழியாத மூதாதையர்கள் அவரை சபிப்பதையும் அவரால் கேட்க முடிந்தது.

அது ஒரு குழந்தையின் முற்றிலும் எரிந்த உடல். அவளுடைய அளவில், அவளுக்கு நான்கு அல்லது ஐந்து வயதுக்கு மேல் இல்லை. ஈட்டி வடிவ குண்டு ஒரு எச்சம் அவளில் புதைக்கப்பட்டிருந்தது. அந்த எறிபொருள், தெளிவாக, கொடூரமாக அந்தச் சிறுமியின் முதுகில், அவள் இடுப்பின் கீழ் முனையில் மோதியது. அது முழுவதும் வெடித்து, அவளுடைய குடல்கள் இருந்த முன்பக்கத்தில் வெடித்தது. நரசிம்மன் நன்றாக நினைவில் வைத்திருந்தார்: இந்த ஈட்டி வடிவ எறிபொருள்கள் எண்ணெயில் நனைக்கப்பட்டு, எறியும் இயந்திரங்களில் ஏற்றப்பட்டு, தீ வைக்கப்பட்டு, பின்னர் தப்பி ஓடிய ஸ்ரீவிஜயன் அரச கப்பலில் இடைவிடாமல் ஏவப்பட்டன. இந்த எரியும் எறிபொருள்களில் ஒன்று இந்த அப்பாவி சிறுமியை கொடூரமாகத் தாக்கியது. அது அவளுடைய வயிற்றுக் குழி வழியாக வெடித்தது. இது ஒரு விரைவான மரணமாக இருந்திருக்காது. அது அவளுடைய இதயத்தையோ அல்லது தலையையோ தாக்கியிருந்தால், சிறிய இளவரசி உடனடியாக இறந்திருப்பார். ஆனால் இது ... இந்த கொடூரமான குண்டு ... அது அவளுக்கு ஏராளமான இரத்தப்போக்கை ஏற்படுத்தியிருக்கும், அதே நேரத்தில் அவளை தீயில் எரித்திருக்கும். அவள் உயிருடன் எரிக்கப்பட்டிருப்பாள், இரத்தம் வெளியேறி, பல நிமிடங்கள். ஒரு வயது வந்த சக்திவாய்ந்த போர்வீரனுக்குக்கூட இது ஒரு பயங்கரமான, வேதனையான மரணமாக இருந்திருக்கும். இது ஒரு சிறுமி. ஒரு சிறுமி.

இனி இல்லை! *நரசிம்மனின் மனம் வேதனையில் அலறியது.* இனி கொலைகள் இல்லை!

நரசிம்மன் திடீரென்று முழித்தெழுந்தார். அவர் ஒரு பல்லக்கில் இருந்தார், நான்கு சோழ வீரர்கள் அவரைத் தூக்கிச் சென்றனர். அவர் இடது கை வளைய பதக்கத்தை இறுக்கமாகப் பற்றிக் கொண்டிருந்தது. அது அவர் கையை, மனசாட்சியை, ஆன்மாவை எரித்துக் கொண்டிருந்தது. அவர் மீண்டும் கண்களை மூடினார். *மன்னிக்கவும், ஓதிரத்னா. நான் மிகவும் வருந்துகிறேன்.*

‘நீங்கள் நலமா, நஸ்ருல்லா?’ என்று விஜயன் கேட்டார்.

விஜயன் படைக்கு அருகில் ஒரு குதிரையில் சவாரி செய்து கொண்டிருந்தார். இந்தப் பகுதிகளில் நிலவிய வானிலையில் ஏற்பட்ட காட்டுமிராண்டித்தனமான வேறுபாடு, பகலில் அதீத வெப்பமும், இரவில் உறைபனியும் நரசிம்மனை பலவீனப்படுத்தியிருந்தது. அமல் அவருக்கு மருந்துகள் கொடுத்துக் கொண்டிருந்தாள், ஆனால் ஓய்வெடுக்க அறிவுறுத்தப்பட்டது.

நரசிம்மன் தலையை ஆட்டினார். ‘நான் நலமாக இருக்கிறேன்.’

சோழ-பர்மர் படைப்பிரிவு குவாடருக்கும் கஜினிக்கும் இடையில் கால் பங்கு தூரத்தில் இருந்த குஸ்தாருக்குச் சென்று கொண்டிருந்தது.

சில நாட்களுக்கு முன்பு, சோமேஷ்வர் தனது தொடர்பாளரான குவாடரைச் சேர்ந்த வணிகரைச் சந்தித்தார். குஜராத்தி வணிகர் தனது கிழிந்த ஒரு ரூபாய் நோட்டைக் காட்டினார். மேலும் அவரது சக வணிகரான உள்ளூர் வணிகர், தனது சொந்த கிழிந்த பாதி நோட்டைக் காட்டினார். அது ஒரு சரியான பொருத்தம். உள்ளூர் குவாடர் வணிகர் சோமேஷ்வருக்கு தனது அடுத்த நிறுத்தம் குஸ்தார் நகரில் இருக்கும் என்றும், அங்கு ஃபிர்தௌஸ் என்ற நபரைச் சந்திப்பார் என்றும் தெரிவித்திருந்தார்.

சோமேஷ்வர் ஏற்கனவே ஃபிர்தௌஸைப் பற்றி கேள்விப்பட்டிருந்தார். அரச கஜினி நீதிமன்றத்தில், ஃபிர்தௌஸ்தான் அவர் *தொடர்பு* கொள்ள வேண்டிய நபர் என்று அவருக்குத் தெரிவிக்கப்பட்டிருந்தது. ஃபிர்தௌஸை எங்கு சந்திக்க முடியும், பாதுகாப்பான தொடர்பை ஏற்படுத்துவதற்கான கடவுச்சொல் என்ன என்பது அவருக்குத் தெரியாது. இப்போது அவருக்குத் தெரிந்தது.

இந்தியர்கள் குஸ்தாருக்குச் சென்று கொண்டிருந்தனர். கரடுமுரடான மலைப்பாங்கான நிலப்பரப்பின் வழியாக மெதுவாக பதுங்கிச் சென்றனர்.

குஸ்தார் ஒரு தூசி நிறைந்த சிறிய நகரம். ஷாஷன் மலைகளால் சூழப்பட்ட நான்காயிரம் அடிக்கு மேல் உயரத்தில் அமைந்துள்ள அதன் இருப்புக்கான ஒரே நோக்கம் குவெட்டாவுக்குச் செல்லும் சாலையில் ஒரு வழி நிலையமாக இருக்க வேண்டும். கஜினிக்கும் குவாதர் கடற்கரைக்கும் இடையிலான மிகப்பெரிய நகரமாக குவெட்டா இருந்தது, மேலும் கஜினிக்குச் செல்லும் பயணத்தில் ஒரு முக்கியமான தளமாகச் செயல்பட்டது.

கஸ்னாவிட் பேரரசுக்குள் ஒருவர் ஒளிந்து கொள்ள விரும்பினால், குஸ்தாரைவிட சிறந்த இடம் வேறு எதுவும் இல்லை. அங்கு முக்கியமானவர்கள் யாரும் வசிக்கவில்லை. ஆனால் மிக முக்கியமான மக்கள் கஜினிக்குச் செல்லும் வழியில் அல்லது அங்கிருந்து அந்த இடத்தைக் கடந்து செல்ல வேண்டியிருந்தது. சுருக்கமாக, நீங்கள் குஸ்தாரில் வாழ்ந்திருந்தால், நீங்கள் ஒருபோதும் செல்வாக்கு உடையவர்களின் பார்வையில் இருக்க மாட்டீர்கள், எனவே நீங்கள் பாதுகாப்பாக இருப்பீர்கள். ஆனால் குஸ்தாரின் உணவகங்கள், விடுதிகள் மற்றும் மசூதிகளில் அவர்களின் உரையாடல்களை நீங்கள் எப்போதும் கேட்க முடியும், இதனால் என்ன நடக்கிறது என்பதை நீங்கள் கண்டுபிடிக்க முடியும்.

ஒரு உளவாளி அல்லது இரட்டை முகவர் வெளிப்படையான பார்வையில் ஒளிந்து கொள்ள இது சரியான இடமாக இருந்தது.

சோமேஷ்வருக்கு ஃபிர்தௌஸின் பண்ணையைக் கண்டுபிடிக்க அதிக நேரம் எடுக்கவில்லை. கொடுக்கப்பட்ட வழிகாட்டுதல்கள்

குறைபாடற்றவை. குஸ்தாருக்கு வடக்கே, நகரத்திற்கு வெளியே, கஜினிக்குச் செல்லும் வழியில் பண்ணை இருந்தது. நடைமுறையில் அனைவரும் விரும்பியபடி குஸ்தாரியர்கள் அடிக்கடி அங்கு வரக்கூடாது, இதனால் அந்த இடம் ஒதுக்குப்புறமாகவே இருந்தது. ஆனால் ஃபிர்தௌஸ் தேவைப்பட்டால் நகரத்திற்குள் நுழையும் அளவுக்கு அது நெருக்கமாக இருந்தது. குஸ்தாருக்குள் அவர் ஒரு உலர் பழ வியாபாரி என்று அறியப்பட்டது.

சரியானது.

கஸ்னாவிட் அரச கிளர்ச்சியாளரின் முகவரான ஃபிர்தௌஸ் வயதானவர். சோமேஷ்வர் அவருக்கு ஐம்பத்தைந்து முதல் அறுபது வயது வரை இருக்கும் என்று மதிப்பிட்டார். ஃபிர்தௌஸ் பலவீனமானவர் மற்றும் கோபக்காரர். அவரது தலைமுடி அரிதாக, நரைத்து, திட்டுத் திட்டாக இருந்தது, அதே நேரத்தில் அவரது தாடி நிரம்பியிருந்தது, வெண்மையாகவும், அலையலையாகவும் இருந்தது. அவரது வயதான முகம் அவரது நண்டு போன்ற ஆளுமைக்கு இசைவாக இருந்தது. அவரது உதடுகளின் ஓரங்களில் ஆழமான கீழ்நோக்கிய கோடுகள் இருந்தன. கண்களுக்கு அருகில் சிரிப்பு கோடுகள் இல்லை. அவரது நெற்றியில் உள்ள சுருக்கங்கள் மிகவும் விரிவாகவும் ஆழமாகவும் இருந்தன, சர்வவல்லமையுள்ளவர் தனிப்பட்ட முறையில் ஒரு சுத்தியல் மற்றும் உளி எடுத்து அந்த மனிதனின் முகத்தில் செதுக்கியது போல் தோன்றியது. தன்னுள் எப்பொழுதும் ஒரு போராட்டம் தொடர்வதுபோல அவர் முகம் காட்டியது.

'சரி, நீங்கள் எனக்கு பதில் சொல்வீர்களா?' ஃபிர்தௌஸ் முரட்டுத்தனமாக கேட்டார். 'உங்களுக்கு என்ன வேண்டும்?'

ஃபிர்தௌஸ், சோமேஷ்வரையும் இக்பாலையும் மட்டுமே தனது மிகவும் எளிமையான மற்றும் வியக்கத்தக்க சுத்தமான குடிசைக்குள் அனுமதித்திருந்தார். மீதமுள்ளவர்கள் வெளியே காத்திருக்குமாறு சுருக்கமாகக் கேட்டுகொள்ளப்பட்டனர். குஜராத்தி வணிகர் ஒரு பாரம்பரிய இஸ்லாமிய பிரார்த்தனை பாயை அழகாக சுருட்டி சுவரில் கட்டப்பட்ட சுத்தமான விளிம்பில் வைக்கப்பட்டிருப்பதைக் கவனித்தார்.

'நான் குவாதரில் இருந்து வந்திருக்கிறேன், என் நண்பரே,' என்று சோமேஷ்வர் கூறினார்.

'நான் உங்கள் நண்பர் அல்ல. தெற்கிலிருந்து இங்கு வருபவர்கள் அனைவரும் குவாதரில் இருந்து வருகிறார்கள். வேறு எந்த இடத்திலிருந்தும் வர முடியாது. உங்கள் விஷயத்தைச் சொல்லுங்கள்.'

ஃபிர்தௌஸின் உச்சரிப்பை சோமேஷ்வரால் கண்டு பிடிக்க முடியவில்லை. அது இந்திய மொழியாகத் தெரிந்தது, ஆனால் அவர் முன்பு கேள்விப்பட்டதைப் போல எதுவும் இல்லை. குஜராத்தி கண்ணியமாக தேவையற்ற பேச்சைக் கைவிட்டு வேலையைத் தொடங்கினார். 'பூமியில் சொர்க்கமான இடத்திலிருந்து நான் வருகிறேன்.'

ஃபிர்தௌஸ் திடீரென்று சிறிது நேரம் அமைதியாகிவிட்டார். அவரது முகம் தெளிவாகத் தெரிந்தது. 'எல்லோரும் தங்கள் தாயகம் சொர்க்கம் என்று நினைக்கிறார்கள்.'

சோமேஷ்வர் தொடர்ந்தார், கடவுக்குறியீட்டில் அடுத்த வரியாக, 'சரி, நான் உண்மையைச் சொல்கிறேன். என் தாயகத்தில் எல்லாம் இருக்கிறது. செல்வம், அழகு, புத்திசாலித்தனம், தைரியம் மற்றும் ஆர்வம்.'

ஃபிர்தௌஸ் முதல் முறையாக லேசாக சிரித்தார். 'மன்னிக்கவும், என் நண்பரே, ஆனால் நீங்கள் பொய் சொல்கிறீர்கள். ஒருவேளை தெரியாமல், ஆனால் நீங்கள் பொய் சொல்கிறீர்கள். ஏனென்றால், தங்கள் நிலம் சொர்க்கம் என்று அவர்கள் கூறும்போது உண்மையைச் சொல்லும் ஒரே மக்கள் என் மக்கள்.'

சோமேஷ்வர் பரந்த அளவில் சிரித்தார். 'ஒரு நாள் உங்கள் தாயகத்தைப் பார்வையிட விரும்புகிறேன், என் நண்பரே.'

ஃபிர்தௌஸ் முகம் சுளித்தார். 'அந்தக் பேச்சு கடவுக்குறியீட்டின் ஒரு பகுதி அல்ல.'

'எனக்குத் தெரியும். நான் வெறுமனே அதைச் சொன்னேன். உங்கள் தாயகத்தைப் பார்வையிட நான் மிகவும் விரும்புகிறேன்.'

ஃபிர்தௌஸ் இந்த முறை பரந்த அளவில் சிரித்து, சோமேஷ்வரைத் தழுவினார். 'இறுதியாக, நாம் சண்டையை அரக்கர்களிடம் எடுத்துச் செல்வோம்.'

'நாம் செய்வோம், என் நண்பரே.'

'உங்கள் பெயர் என்ன?'

'சல்மான்.'

ஃபிர்தௌஸ் சோமேஷ்வரை முறைத்துப் பார்த்தார். அவரது இடது புருவம் உயர்ந்தது. 'அப்படியா?'

சோமேஷ்வர் அமைதியாக இருந்தார்.

'நான் உங்களை நம்ப வேண்டும் என்று விரும்புகிறீர்களா? பிறகு நீங்கள் என்னை நம்ப வேண்டும். மீண்டும், உங்கள் பெயர் என்ன?'

'சோமேஷ்வர்.'

ஃபிர்தௌஸ் சிரித்தார். 'இப்போது நீங்கள் உண்மையைச் சொல்கிறீர்கள்.'

'உங்கள் பெயர் என்ன?' சோமேஷ்வர் கேட்டார்.

ஃபிர்தௌஸ் முகம் சுளித்தார். 'ஃபிர்தௌஸ். நான் ஏன் உங்களிடம் பொய் சொல்ல வேண்டும்?'

சோமேஷ்வர் மெதுவாகச் சிரித்தார்.

ஃபிர்தௌஸ் ஜன்னலுக்கு வெளியே, இந்திய வீரர்கள் கூடியிருந்த திறந்தவெளிப் பகுதியை நோக்கினார். 'உங்களிடம் போதுமான ஆட்கள் இல்லை, சோமேஷ்வர்.'

'சல்மான். சல்மானை மட்டும் பயன்படுத்துங்கள்' என்றார் சோமேஷ்வர். 'தற்செயலாக நடந்தாலும் தவறு செய்ய என்னால் அனுமதிக்க முடியாது.'

'நீங்கள் சொல்வது சரிதான். மன்னிக்கவும்,' என்றார் ஃபிர்தௌஸ். 'ஆனால் என் கருத்து அப்படியேதான் இருக்கிறது. உங்களிடம் போதுமான ஆட்கள் இல்லை, சல்மான்.'

'எங்களிடம் சரியான எண்ணிக்கையிலான மக்கள் உள்ளனர். மிகக் குறைவாக இல்லை. அதே நேரத்தில், அதிகமாக இல்லை. நாங்கள் ஒரு வெளிப்படையான போரில் ஈடுபடவில்லை. நாங்கள் அவரைக் கொல்லப் போகிறோம்.'

'உங்கள் வீரர்கள்... அந்தப் பெண்ணைத் தவிர, அவர்களில் பெரும்பாலோர் துருக்கியர்களைப் போலத் தெரியவில்லை. அவள் அவர்களுக்கு நன்றாகப் பயிற்சி அளித்திருப்பாள், துருக்கிய மொழியைப் புரிந்துகொள்வார்கள் என்று நம்புகிறேன்.'

சோமேஷ்வர் சம்மதத்துடன் தலையசைத்தார்.

'அவர்கள் யார்? அவர்கள் எங்கிருந்து வருகிறார்கள்?'

'இப்போதைக்கு அது உங்களுக்குத் தெரியாவிட்டால் நல்லது என்று நினைக்கிறேன், ஃபிர்தௌஸ்,' என்றார் சோமேஷ்வர்.

ஃபிர்தௌஸ் சிறிது நேரம் சோமேஷ்வரைப் பார்த்தார். பின்னர் தோள்களைக் குலுக்கிக் கொண்டார். 'சரி, நான் யாருக்காக என் உயிரைக் கொடுக்கிறேனோ அவரால் நீங்கள் நம்பப்படுகிறீர்கள் என்றால், நீங்கள் என்ன செய்கிறீர்கள் என்பது உங்களுக்குத் தெரியும் என்று நான் நம்புகிறேன். என்னுடன் வாருங்கள்.'

'நாம் எங்கே போகிறோம்?' என்று மூவரும் ஃபிர்தௌஸின் குடிசையிலிருந்து வெளியேறும்போது சோமேஷ்வர் கேட்டார்.

சூரியன் உயரமான மலைகளுக்குப் பின்னால் மெதுவாக மறையும் போது ஃபிர்தௌஸ் ஒரு விளக்கைப் பிடித்துக்கொண்டு வழி நடத்திக் கொண்டிருந்தார். 'புறா கூண்டிற்கு.'

சோமேஷ்வர் சிரித்தார். அவர் இந்த ஃபிர்தௌஸை விரும்பத் தொடங்கினார். அவர் எந்த நேரத்தையும் வீணாக்கவில்லை. கஜினியில் உள்ள அவரது தொடர்புக்கு உடனடியாக பறவை மூலம் செய்தி அனுப்பப்படும். அவர் நீண்ட காலமாக முகமது மற்றும் அவரது குடும்பத்தினர் மீது தாக்குதலைத் திட்டமிட்டிருக்க வேண்டும். இறுதியாக நேரம் வந்துவிட்டது.

'கஜினியில் உள்ள உங்கள் *தொடர்பு* உடனடியாக பதிலளிக்குமா?' என்று சோமேஷ்வர் கேட்டார், இது ஒரு தீங்கற்ற கேள்வியாகத் தெரிந்தது.

ஃபிர்தௌஸ் கண்களில் மின்னலுடன் திரும்பிப் பார்த்தார். இந்தப் புத்திசாலித்தனமான குஜராத்தியை அவர் விரும்பத் தொடங்கினார். ஒருவர் வேறொருவரைப் பற்றி அலட்சியமாகப் பதிலளித்தால், அவர்கள் செய்யும் முதல் விஷயம், கேள்விக்குரிய நபரின் பாலினத்தைக் தெரிவிப்பதுதான். நீங்கள் வேறொருவரைப் பற்றிப் பேசும்போது பெரும்பாலான மொழிகளில் பாலினம் கட்டமைக்கப்பட்டுள்ளதால், நீங்கள் அலட்சியமாகப் பேசினால், நீங்கள் அவர் அல்லது அவள் அல்லது வேறு ஏதாவது மாறுபாட்டைப் பயன்படுத்துவீர்கள். நீதிமன்றத்தின் மூத்த மட்டங்களில் தொடர்பின் பாலினம் குறித்து சோமேஷ்வருக்கு ஒரு துப்பு இருந்தால், அவர் உடனடியாக கிளர்ச்சியாளரை அடையாளம் காண, களத்தைச் சுருக்குவார். 'நல்ல முயற்சி,' என்று ஃபிர்தௌஸ் பதிலளித்தார்.

சோமேஷ்வர் அமைதியாக சிரித்தார். ஃபிர்தௌஸ் எவ்வளவு கவனமாக இருந்தார், வெளிப்படையாக கவனம் சிதறினாலும்கூட. அவர் ஈர்க்கப்பட்டார்.

ஃபிர்தௌஸ் தூரத்தில் இருந்த இந்தியர்களை நோக்கித் திரும்பி, சத்தமாகப் பேசினார், 'நீங்கள் கொட்டகையில் இருக்கலாம். உங்கள் அனைவருக்கும் அங்கு போதுமான இடம் உள்ளது.'

விஜயன் உறுதிப்படுத்தலுக்காக சோமேஷ்வரைப் பார்த்தார். சோமேஷ்வர் தலையசைத்து, கூட்டத்தின் தலைவரைப்போல நடித்தார். விஜயன் உடனடியாக பண்ணையில் உள்ள பெரிய கொட்டகைக்குள் ஒரு முகாமை ஏற்பாடு செய்யத் தொடங்கினார்.

ஃபிர்தௌஸ் வேகமாக முன்னேறினார், அதைத் தொடர்ந்து சோமேஷ்வரும் இக்பாலும் வந்தனர். 'உங்கள் கேள்விக்குப் பதிலளிக்க, நான் கஜினிக்கு ஒரு செய்தியை அனுப்பும்போது, அவர்கள் தங்களால் முடிந்தவரை பதிலளிப்பார்கள். சில நேரங்களில் அது ஒரு நாள் மட்டுமே. சில நேரங்களில், சில வாரங்கள்கூட ஆகும்.'

'அவர்கள்?!' சோமேஷ்வர் முக்கிய தகவலைப் புரிந்துகொண்டார் - குறைந்தபட்சம் அவரது கருத்தில். அவர் ஆச்சரியப்பட்டார்.

ஃபிர்தௌஸ் தொடர்ந்து நடந்து சென்றார். அமைதியாக இருந்தார்.

'கஜினி நீதிமன்றத்தின் உயர் மட்டங்களில் ஒன்றுக்கு மேற்பட்ட கிளர்ச்சியாளர்கள் இருக்கிறார்களா?' சோமேஷ்வர் கேட்டார்.

'நான் எப்போது அப்படிச் சொன்னேன்?'

'நீங்கள் "அவர்கள்" என்றுதான் சொன்னீர்கள்.'

'ஆமாம், "அவர்கள்," "அவர்கள் என்றுதான் அடையாளப்படுத்திக் கொள்வார்கள். ஆனால் அவர்கள் ஒருவர்தான்.'

சோமேஷ்வர் இப்போது மிகவும் குழப்பத்தில் இருந்தார். 'எனக்குப் புரியவில்லை.'

'உங்களுக்கு புரியக்கூடாது.'

சோமேஷ்வர் மூச்சிரைக்க நடந்தார். மெலிந்த ஃபிர்தௌஸின் வேகத்தோடு ஒப்பிடமுடியவில்லை.

‘சில வாரங்களாக குவாதரிடமிருந்து எனக்கு எந்த செய்தியும் வரவில்லை,’ ஃபிர்தௌஸ் சாதாரணமாகச் சொன்னார்.

‘ம்ம்,’ சோமேஷ்வர்.

‘அங்கு துறைமுகத்துக்கு அப்பாஸிட் கப்பல் வந்ததாக நீங்கள் கேள்விப்பட்டதே இல்லை, இல்லையா? அது கலீஃபாவின் நிறத்தில்தான் இருக்கும்.’

சோமேஷ்வர் கொஞ்சமும் தயங்கவில்லை. ‘இல்லை, நான் கேள்விப்படவில்லை.’

அப்பாஸிட் கப்பலைப் பற்றி ஃபிர்தௌஸிடம் பிறகு பேசுவார். அந்த ஆளைப் பற்றி அவருக்கு நிச்சயமாகத் தெரிந்தவுடன். ஆனால், கலீஃபாவிடமிருந்து வந்த கப்பல், கஜினியில் இருக்கும் அரசவையோடு ஏதோ ஒரு பணிக்காக வந்திருக்க வேண்டும். கஜினியில் ஃபிர்தௌஸின் தொடர்பு அவருக்கு அதைப் பற்றித் தெரிவித்திருக்கலாம். சோமேஷ்வர் இக்பாலை மீண்டும் பார்த்தார். இக்பால் அதே முடிவுக்கு வந்திருப்பதை அவரது நண்பரின் முகபாவத்திலிருந்து அவர் புரிந்துகொண்டார்.

அவர்கள் அந்த இடத்திற்கு வந்துவிட்டார்கள். ஃபிர்தௌஸ் புறா கூண்டின் மரக் கதவைத் தள்ளித் திறந்தார். இருட்டாக இருந்தது. ஃபிர்தௌஸ் எடுத்துச் சென்ற லாந்தர் இங்கே மிகவும் பயனுள்ளதாக இருக்கும். ‘செய்தி மையத்திற்குள் வாருங்கள்.’

சூரியன் பல நேரம் முன்னே மறைந்துவிட்டது. இருட்டாக இருந்திருக்க வேண்டும். ஆனால் இல்லை. ஏனென்றால் சந்திரன் அதன் மென்மையான ஒளியை எல்லா இடங்களிலும் பரப்பியது. மேலும், பனி மலைகளைப் பற்றிய விஷயம் என்னவென்றால், அவை நிறைய ஒளியைப் பிரதிபலிக்கின்றன. இதன் விளைவாக, இன்னும் கொஞ்சம் தெளிவுநிலை இருந்தது.

முகாம் கொட்டகையில் அமைக்கப்பட்டிருந்தது, அது சூழ்நிலைகளைக் கருத்தில் கொண்டு மிகவும் வசதியாக இருந்தது. ஒரு நிறைவான இரவு உணவு சாப்பிட்டார்கள். ஒப்பீட்டளவில் மென்மையான படுக்கைகள் வைக்கோல் மற்றும் சணலால் செய்யப்பட்டன - முந்தைய வாரம் திறந்த வெளியில், உறைந்த, கரடுமுரடான மலைப்பகுதிகளில் தூங்கியதைவிட இது மகிழ்ச்சி அளித்தது. இந்தியர்கள் அனைவரும் சீக்கிரமாகவே தூங்கிவிட்டனர். இராணுவ அணிவகுப்புகளின் போது தங்கும் விதி என்னவென்றால், நீங்கள் எந்த நேரத்திலும் சாப்பிடவும் தூங்கவும் வாய்ப்பு கிடைத்தால், அதை நீங்கள் எடுத்துக்கொள்ள வேண்டும். சென்ட்ரி

கடமைகள் மற்றும் கண்காணிப்பு அட்டவணைகள் நிறுவப்பட்டன, மேலும் நியமிக்கப்பட்ட காவல் வீரர்கள் ஒவ்வொரு இரண்டு மணி நேரத்திற்கும் மாற்றப்படுவார்கள். இந்த வழியில் அனைவருக்கும் தூங்குவதற்கு நியாயமான வாய்ப்பு கிடைக்கும், மேலும் முகாமின் பாதுகாப்பு உறுதி செய்யப்படும்.

அவரது பொறுப்பில் உள்ள அனைத்து வீரர்களுக்கும் ஆறுதலும் பாதுகாப்பும் உறுதி செய்யப்பட்டது. ஒரு தளபதிக்கு வேறு என்ன வேண்டும்?

விஜயன் இப்போது ஓய்வெடுக்க முடியும். வடக்கு வேலிக்கு வெளியே, பெரிய பண்ணையின் விளிம்பில் தரையில் விரிக்கப்பட்ட ஒரு கம்பளத்தில் அமர்ந்தார். நிலப்பரப்பின் அழகு, தூரத்தில் எழும்பி வரும் பனி மூடிய மலைகள், தொலைதூர நீர்வீழ்ச்சியின் சத்தம், அந்தப் பகுதியெங்கும் பசுமையான தாவரங்கள் ஆகியவற்றால் அவர் மயங்கிப் போயிருக்க வேண்டும். குஸ்தார் என்பது ஏராளமான நீர்வளம் கொண்ட ஒரு சில பள்ளத்தாக்குகளில் ஒன்றாகும். வறண்ட பழுப்பு மற்றும் குளிர்ச்சியான வெள்ளை நிறத்தால் ஆதிக்கம் செலுத்தும் நிலத்தில் ஒரு பச்சைத் துளி.

கம்பீரம். வசீகரம். அழகு.

ஆனால் விஜயன் தனக்கு அருகில் அமர்ந்திருந்த அமானுஷ்ய அழகால் ஈர்க்கப்பட்டார்.

அமல்.

பாண்டிய போர்வீரன் அவள் கையை ஒரு கணம் பிடித்து பின்னர் அதை விடுவித்தார். அவர் தன் உள்ளங்கைகளை ஒன்றாகத் தேய்த்து அவற்றில் ஊதினார். அமல் தன் அருகில் இருந்த ஆண்மையுடன் கூடிய, ஆனால் நம்பமுடியாத அளவிற்கு கூச்ச சுபாவமுள்ள மனிதனைப் பார்த்து, புன்னகைத்தாள், பின்னர் வானத்தைப் பார்த்து, அதில் சிதறிக்கிடக்கும் எண்ணற்ற விண்மீன் கூட்டங்களை ரசித்தாள்.

‘இது மூச்சடைக்க வைக்கிறது,’ அவள் கிசுகிசுத்தாள். ‘என் வாழ்க்கையில் இதுபோன்ற எதையும் நான் பார்த்ததில்லை. இந்த உறைந்த பாலைவனம் வானத்தின் அழகை எப்படியோ மேம்படுத்துகிறது.’

‘ஆம்,’ விஜயன் கூறினார். ‘இதுவரை நான் பனியைப் பார்த்ததில்லை. இரவில், அது நிலத்தை வானத்தைவிட பிரகாசிக்க வைக்கிறது.’

‘எனக்கும் இதுவே முதல் முறை, வலீத்,’ அமல் கூறினாள். அவள் தன் தலைமுடியை விரல்களால் சீவி, அலைகளை காதுகளுக்குப் பின்னால் தள்ளினாள். பனியால் பெருக்கப்பட்ட நிலவொளி, அவளுடைய குறைபாடற்ற முகத்தில் பிரதிபலித்தது, அதை பிரகாசிக்கச் செய்தது. சர்வவல்லமையுள்ளவர் இந்த அழகான முகத்தை எந்தக் குறையும் இல்லாமல் படைத்திருந்தார். ‘நாம் எதிர்கொள்ளும் ஆபத்துகளை ஒதுக்கி வைக்க இயற்கை

அன்னை நம்மைத் தூண்டுகிறது. அதை ஒதுக்கி வைக்கவும் ... அந்த தருணத்தை அனுபவிக்கவும் ...'

அமல் விஜயனைப் பார்த்து வெட்கத்துடன் சிரித்தாள்.

ஆனாலும், அவர் தயங்கினார்.

அந்த சங்கடமான நிலை இல்லாவிட்டால் அந்த தருணம் அவ்வளவு கவர்ச்சியாக இருந்திருக்கும்.

'வலீத்...' என்று அமல் கிசுகிசுத்தாள்.

'ம்ம்?'

'விஜயன்...'

அமல் தன் பெயரைச் சொல்வதைக் கேட்டதும் விஜயனின் உடலில் மின்சாரம் பாய்ந்தது. அது நீண்ட நாட்களாகிவிட்டது. அவள் அவனை வலீத் என்று நீண்ட காலமாக அழைத்துக் கொண்டிருந்தாள். வேறு யாரும் அவர் நினைத்த பெயரைப் பயன்படுத்துவதை அவர் பொருட்படுத்தவில்லை. ஆனால் அவள் உதடுகளிலிருந்து, அவர் தன் சொந்தப் பெயரைக் கேட்க விரும்பினார். அவள் உதடுகள்...

அவர் முன்னோக்கி குனிந்தார். சற்று. இன்னும் தயங்கினார்.

அமல் பின்வாங்கவில்லை. அவள் சிரித்தாள், குளிரில் அவள் உதடுகள் நடுங்கின. அவள் கண்கள் அவனை மென்மையாகத் திரும்பிப் பார்த்தன. தன் கண்களின் நெருப்பால் அவனை சூடேற்றினாள். அவள் எதிர்பார்ப்பில் தன் கன்னத்தை உயர்த்தினாள், அவளுடைய இதயம் வெறித்தனமாக துடித்தது.

விஜயன் அவள் முகத்தை மெதுவாகப் பிடித்து அவர் முகத்தை அருகில் கொண்டு வந்தார்.

அவர் எதற்காகக் காத்திருந்தார் என்பது சொர்க்கத்திற்கு மட்டுமே தெரியும்.

அமலுக்குப் பொருமை இல்லை. அவள் அந்த தூரத்தை விலக்கி விஜயனை முத்தமிட்டாள். மென்மையாக. பின்னர் உணர்ச்சியுடன், அவர் உதடுகளைப் பிரிக்க. அவள் முனகி, அவரை தன் கைகளால் சுற்றி, அவரை நெருங்கினாள்.

விஜயன் சங்கடமாக பின்வாங்கினார். விலகிப் பார்த்தார். அமல் நேராக உட்கார்ந்து, அவள் பார்வையைத் திருப்பினாள். தன் எரியும் கன்னங்களை வருடினாள்.

'மன்னிக்கவும்... மன்னிக்கவும்...' பாண்டியன் முணுமுணுத்தார்.

'நான் வருந்தவில்லை, விஜயன்,' அமல் தெளிவுடன் சொன்னாள், அவருக்குப் பிடித்த பெயரைச் சொன்னாள்.

விஜயன் அவளைப் பார்த்து, செயலற்ற நிலையில் திகைத்தார். ஆனால் அவர் முகத்தில் ஒரு பரந்த புன்னகை ஒளிர்ந்தது. அவர் சொர்க்கத்தைத் தொட்டது போல் இருந்தது, மிகக் குறுகிய காலத்திற்கு. அவர் தன் தலையை அவள் தலைக்கு அருகில் நகர்த்தினார். பின்னர் மீண்டும் தயங்கினார்.

தனக்கு மிகவும் நல்லவள் என்று நினைக்கும் எந்தவொரு ஆணுக்கும் ஏற்படும் சாதாரண பயம்... *நான் விழித்தெழுந்து, இதெல்லாம் ஒரு கனவு என்பதை உணர்வேன்.*

இப்போது, பெரும்பாலான பெண்கள் மிகவும் அடக்கமாகவும் பதட்டமாகவும் இருக்கும் ஒரு ஆணைக் கண்டு மிகவும் எரிச்சலடைவார்கள். ஆனால் அமல் அப்படி அல்ல. அது எவ்வளவு சங்கடமாக இருந்தாலும், அவள் பொறுப்பேற்க வேண்டும் என்பது அவளுக்குத் தெரியும். இந்த மனிதன் அதற்கு தகுதியானவன். அவனது எளிமை அதற்கு தகுதியானது.

‘விஜயன், அது அனைவருக்கும் தெளிவாகத் தெரிகிறது. அது எனக்கும் தெளிவாகத் தெரிகிறது. அது உங்களுக்கும் தெளிவாகத் தெரிகிறது. ஆனால் யாராவது அதைச் சொல்ல வேண்டும்.’

விஜயன் அவளை உற்றுப் பார்த்தார். ஒரே நேரத்தில் பல எதிரிகளை எதிர்த்துப் போராடக்கூடிய அந்த மாபெரும் போர்வீரன், வெளிப்படையான வார்த்தைகளைச் சொல்ல தைரியத்தைக் கண்டுபிடிக்க போராடுவது போல் தோன்றியது.

‘சரி, நான் தெளிவாகச் சொல்கிறேன்,’ என்று அமல் சிரித்துக் கொண்டே சொன்னாள். ‘நான் உன்னை நேசிக்கிறேன். நீ என்னை நேசிக்கிறாய் என்பது எனக்குத் தெரியும்.’

கருநிறத் தோலில் இருந்தாலும், வெட்கத்தில் சிவந்த விஜயனின் முகத்தில் அந்த நிறம் அழகாகத் தோன்றியது.

‘சரி,’ அமல் தொடர்ந்தாள், இப்போது கிட்டத்தட்ட சிரித்தாள். ‘உனக்கு ஏதாவது சொல்ல வேண்டுமா?’

‘நான் உன்னை நேசிக்கிறேன்!’ விஜயன் திடீரென்று பேசுவதற்கு துணிச்சலுற்றார். அவள் மீண்டும் அவரை விட்டு விலகுவதற்கு முன்பு அதையெல்லாம் சொல்ல விரும்பினார். ‘நான் உன்னை மிகவும் நேசிக்கிறேன்... உன்னைப் பார்ப்பதை என்னால் நிறுத்த முடியவில்லை. உன்னைப் பார்க்கும்போது என் மூச்சு என்னிடம் இல்லை. உன்னைப் பார்க்காமல் இருந்தால் என் மூச்சு நின்றுவிடும் போல் இருக்கிறது... நாம் இருவரும் இந்த பைத்தியக்காரத்தனமான பணியில் இருந்து தப்பித்தால், நீ... அதாவது... நீ யோசிப்பாயா... அதாவது... நீ என்னை திருமணம் செய்து கொள்வாயா?’

அமல் அளவற்ற ஆச்சரியப்பட்டாள். முதலில், அவர் பேசவே இல்லை. இப்போது, அவர் இவ்வளவு சொல்லிவிட்டார்!

‘நான் உன்னை மணப்பேன், என் கூச்ச சுபாவமுள்ள போர்வீரனே,’ என்று அவள் சொல்லி சிரித்தாள்.

விஜயனால் தன் காதுகளை நம்ப முடியவில்லை. அவருக்குச் சந்தோஷம் தாங்கவில்லை. பாலேடு சாப்பிட்ட பூனை போல் தோன்றியது. ‘நான்... வாவ்... நான் சொல்வது... நான்... ம்ம்ம்... அது... அது... அருமை...’

அமல் இப்போது உணர்ச்சிவசப்பட்டு சிரித்தாள். அவள் அவர் மார்பில் தட்டினாள். அவர் தன் இருப்பை உணர்ந்தார். அதிகமாக

உணர்ந்தார். அவர் அவளை நோக்கி கை நீட்டி பின்னர் உறைந்து போனார். அவர் கண்களை சுருக்கி, தூரத்தைப் பார்த்தார். அமலின் காதுகளும் தயாராகின. அவர்கள் பார்வைகளைப் பரிமாறிக் கொண்டனர். வடக்கிலிருந்து ஒரு மந்தமான சத்தம் கேட்டது. ஒரு மங்கலான கூட்டம் பார்வைக்கு வந்தது. தெளிவற்ற வெளிச்சத்தால் அரிதாகவே தெரியும். வெகு தொலைவில். தூரத்தில் மலையை வரம்பிட்டது. ஒரு பெரிய அலை போல அவர்களை நோக்கி நகர்ந்தது.

அவர்கள் இன்னும் வெகு தொலைவில் இருந்தனர். குறைந்தது அரை மணி நேரம் முதல் நாற்பத்தைந்து நிமிடங்கள் வரை. அது ஒரு மரண அமைதியான இரவு, மலைகளில் இருந்த அமைதி அந்த ஒலியை ஒரு பெரிய தூரத்திற்கு எடுத்துச் செல்ல அனுமதித்தது.

விஜயனும் அமலும் உடனே எழுந்து நின்றனர்.

‘அது என்ன?’ என்று அமல் கேட்டார். ‘ஏதோ ஒரு கூட்டம்?’

பதட்டமடைந்த, காதல் வயப்பட்ட விஜயன், உடனடியாக மறைந்துவிட்டார். கூர்மையான, கடுமையான போர்வீரன் விஜயன் மீண்டும் தோன்றினார்.

‘அந்தத் தூரத்தைப் பார்க்க போதுமான வெளிச்சம் இல்லை,’ என்று விஜயன் உறுதியான நிலையான தொனியில் கூறினார். ‘என்னால் சொல்ல முடியவில்லை. கொட்டகைக்கு விரைந்து செல்லுங்கள். நம் வீரர்களை அணிதிரட்டுங்கள். வடக்கிலிருந்து ஏதோ ஒரு கூட்டம் வருகிறது.’

‘பொறு!’ என்றாள் அமல். அவள் வலது காதைப் பிடித்துக் கொண்டாள். ‘உனக்குக் கேட்கிறதா? அவர்கள் மனிதர்கள்தான், நிச்சயமாக.’

‘அவர்கள் கத்துவது போல் தெரிகிறது,’ என்றார் விஜயன். ‘அமல், நமக்கு அதிக நேரமில்லை. ஓடிப்போய் மற்றவர்களை எச்சரிக்கை செய். இந்த மக்கள் விரைவில் நம்மைத் தாக்குவார்கள். சோமேஷ்வர், இக்பால் மற்றும் ஃபிர்தௌஸ் ஆகியோரையும் எச்சரிக்கவும். அவர்கள் புறாக் கூண்டில் இருக்கிறார்கள்.’

* * *

ஃபிர்தௌஸ் கஜினியில் உள்ள தனது தொடர்புக்குக் கடிதத்தை எழுதி முடித்திருந்தார். கடிதத்தை குறியாக்கம் செய்ய வேண்டியிருந்ததால் அது நீண்ட நேரம் எடுத்தது. மேலும், அரச குடும்பங்கள் பயன்படுத்தியவை உட்பட, சோமேஷ்வர் இதுவரை பார்த்த எதையும்விட இந்த குறியாக்கம் மிகவும் வலுவானதாக இருந்தது. ஃபிர்தௌஸும் அவரது தொடர்பும் குறியாக்கக் குறியீட்டை அடிக்கடி மாற்றினர்; ஒவ்வொரு மாதமும் முதல் வெள்ளிக்கிழமை ஒரு புதிய குறியாக்க விசைத் தாள் கடிகாரம்போல் வந்து சேர்ந்தது.

அவர்கள் குழு மிகவும் கவனமானவர்கள். கஜினியின் முகமதிற்கு எதிரான இந்த சதிகாரர்கள், இதுவரை பிடிபடாமல் அல்லது கண்டுபிடிக்கப்படாமல் வந்ததில் ஆச்சரியமில்லை.

ஃபிர்தௌஸ் அந்தக் கடிதத்தை சோமேஷ்வர் மற்றும் இக்பாலிடம் காட்டினார், அவர்களும் அதில் மகிழ்ச்சியடைந்ததாகத் தோன்றியது. செய்தி எழுதப்பட்ட சிறிய காகிதத்துண்டை அவர் கவனமாக உருட்டினார், பின்னர் அதை ஒரு குப்பியில் போட்டு, ஒரு புறாவின் காலில் கட்டினார்.

பறவையைப் பிடித்துக் கொண்டு, ஃபிர்தௌஸ் கதவை நோக்கி தலையசைத்தார். சோமேஷ்வர் அதைத் திறந்தார்.

‘வெற்றி நமதே, உன்னதப் பறவையே,’ என்று ஃபிர்தௌஸ், பறவையை இரவுக் காற்றில் விடுவித்தார். ‘கஜினிக்கு எங்கள் செய்தியை எடுத்துச் செல்லுங்கள்.’

‘வெற்றி நமதே,’ என்று சோமேஷ்வர் கூறினார். ‘எங்கள் செய்தியை ‘அவர்களுக்கு’ எடுத்துச் செல்லுங்கள்.’

இக்பாலும் ஃபிர்தௌஸும் சோமேஷ்வரைப் பார்த்து புன்னகைத்தனர். மேலும் மேலும் உயரப் பறந்து கொண்டிருந்த பறவையைப் பார்க்க அவர்கள் திரும்பினர், ஒரு சிறிய சாம்பல் நிற பந்துபோல அது இருளில் விரைவில் கலந்தது.

பின்னர் அமல் கொட்டகையை நோக்கி ஓடுவதைக் கண்டார்கள். அவசரமாக அவர்களிடம் சைகை செய்து, தன்னுடன் சேருமாறு அவர்களுக்கு சைகை செய்தாள்.

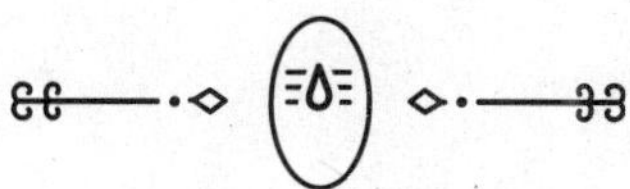

அத்தியாயம் 18

தாக்குதலுக்கு முன் ஒரு புயல்

ஆஃப்கானிஸ்தானின் குஸ்தாருக்கு வெளியே

சோழ-பர்மர் வீரர்கள் போருக்கு விரைவாகத் தயாரானார்கள். அவர்கள் தங்கள் வேட்டியை இராணுவ பாணியில் இறுக்கி, தங்கள் உடல் கவசங்களை அணிந்தனர். தங்கள் கை மற்றும் தாடைக்கவசங்களை இணைத்தனர். அவர்கள் தங்கள் ஆயுதங்கள் மற்றும் தலைக்கவசங்களை அணிந்தனர். தங்கள் வாள்கள் மற்றும் கத்திகளைச் சரிபார்த்தனர். தங்கள் கேடயங்களை தங்கள் பின்புறப் பிடிகளில் சரி செய்தனர். தங்கள் வில்களை நீட்டினர். மற்றும் அணிவகுப்பில் இறங்கினர். இவையெல்லாம் கொட்டகைக்குள் நடந்தது.

நரசிம்மன் கூடியிருந்த வீரர்களிடம் நடந்து சென்றார். அமலின் ஆலோசனையை எதிர்த்து, அவர் தனது வலியைக் குறைக்க அவருக்கு ஆற்றலைத் தரும் மருந்துகளை இரண்டு மடங்கு எடுத்துக் கொண்டிருந்தார். அவரது செயலிழந்த வலது கை அவரது உடலில் இறுக்கமாக கட்டப்பட்டிருந்தது, ஒரு தோள்பட்டை கவணை தடிமனான துணி இரட்டிப்பாக்கியது. அவரது கேடயம் அவரது கட்டப்பட்ட கையின் முன்பக்கத்தில் பாதுகாத்தது, மேலும் அவரது வலது தோளில் ஒரு பெரிய உலோக தோள்பட்டை கவசம் இணைக்கப்பட்டது. அவரது இரண்டு தாடைகளிலும் தாடைக்கவசங்கள், அவரது இயங்கக்கூடிய இடது கையில் ஒரு கைக்கவசம் பாதுகாப்பாக கட்டப்பட்டிருந்தன. அவரது உறை அவரது வலது பக்கத்தில் கட்டப்பட்டிருந்தது. அவர் வாளை சீராக வெளியே இழுத்து, அதை சரிபார்த்து, உறையில் வைத்தார். அவரது இடுப்பின் இடது பக்கத்தில் கட்டப்பட்டிருந்த சிறிய உறைகளில் இரண்டு கத்திகளும் பாதுகாக்கப்பட்டன.

பின்னர் அவர் தனது வீரர்களை ஆய்வு செய்யத் தொடங்கினார்.

விரைவில், அவர்கள் வெளியே உரத்த சத்தங்களைக் கேட்கத் தொடங்கினர்.

‘நஸ்ருல்லா சார்!’

அது விஜயனின் குரல்.

நரசிம்மன் தலையசைத்தார், அவரது வீரர்களில் ஒருவர் கொட்டகையின் கதவைத் திறந்தான். நரசிம்மனும் அமலும் வெளியே வந்தனர்.

விஜயன் நடந்து சென்றார். அவரைத் தொடர்ந்து ஒரு வெள்ளம்போல, ஆயிரத்துக்கும் குறைவான பசி, சோர்வு, கலக்கம் மற்றும் பீதியால் பாதிக்கப்பட்ட ஆண்கள், பெண்கள் மற்றும் குழந்தைகள் அடங்கிய ஒரு பெரிய கூட்டம். அனைவரும் பீதியில் இல்லை என்றாலும், அவர்களில் சுமார் ஐம்பது பேர் கட்டுப்பாட்டுடன், மக்கள் திரளை ஒழுங்கமைத்தனர்.

‘என்ன நடக்கிறது வலீத்?’ என்று விஜயனின் கற்பனையான பெயரைப் பயன்படுத்தி நரசிம்மன் கேட்டார்.

‘கஜினியிலிருந்து தப்பித்த அடிமைகள், ஐயா,’ என்று விஜயன் பதிலளித்தார். ‘அவர்களில் ஆப்பிரிக்கர்கள், யாசிதிகள், காப்டிக் கிறிஸ்தவர்கள், ஜோராஸ்ட்ரிய பெர்சியர்கள் உள்ளனர், ஆனால் அவர்களில் பெரும்பாலோர் நமது சக இந்தியர்கள் - இந்துக்கள், பௌத்தர்கள் மற்றும் முஸ்லிம்கள். அவர்கள் எப்படியோ தப்பி விட்டார்கள். சுமார் தொள்ளாயிரம் அடிமைகள் உள்ளனர். ஆனால் அவர்களிடம் ஐம்பது போர் வீரர்களும் உள்ளனர், அவர்கள் அனைவரும் இந்தியர்கள். அவர்கள் முகமதின் கூட்டத்தால் துரத்தப்படுகிறார்கள்.’

‘முகமதின் படைகள் இங்கே சவாரி செய்கின்றனவா?’

‘வெளிப்படையாக அப்படித்தான்.’

‘அவர்கள் எவ்வளவு தூரத்தில் இருக்கிறார்கள்?’

‘ஒருவேளை ஆறு அல்லது ஏழு மணி நேரம் தொலைவில் இருக்கலாம். அவர்கள் நாளை விடியற்காலையில் இங்கு வந்துவிடுவார்கள்.’

‘அவ்வளவு தூரம் பின்னால்?’ என்று நரசிம்மன் கேட்டார். ‘அப்படியானால் அவர்கள் அவர்களை எப்படிப் பார்த்தார்கள்?’

‘நானும் அதையேதான் கேட்டேன்.’

‘பதில் என்ன?’

‘அங்குள்ள மலைகளில், நீங்கள் உயரத்தில் இருந்தால், ஒரு குதிரை உங்களை அடைவதற்கு பல மணி நேரத்திற்கு முன்பே பார்க்கலாம். ஏனென்றால் ஒரு மலையிலிருந்து இறங்கி அடுத்த மலையில் ஏற எடுக்கும் நேரம் அதிகம். மேலும், அவர்கள் அந்தி வேளையில் மிக வேகமாகச் செல்ல முடியாது, இல்லையெனில் அவர்கள் இறந்துவிடுவார்கள்.’

'எத்தனை பேர் இருக்கிறார்கள்?'

'இருநூறு கஸ்னாவிட் குதிரை வீரர்கள்,' விஜயன் கூறினார்.

நரசிம்மன் கண்களைச் சுருக்கினார். *இருநூறு பேர் மட்டுமே. நம்மிடம் ஆயிரம் பேர் உள்ளனர். அதில் சுமார் நூறு பேர் பயிற்சி பெற்ற வீரர்கள். இது ஒரு அரிய வாய்ப்பு.*

'அவர்களை அபு காசிம் என்ற ஒருவர் வழிநடத்துகிறார்,' விஜயன் தொடர்ந்தார், 'அவர் தன்னை *துருக்கிய கசாப்-இ-ஹிந்த்* என்று அழைக்கிறார். *இந்தியாவின் துருக்கிய கசாப்புக்காரன்.*'

'சரி, கசாப்புக் கடைக்காரனின் கத்தியை அவன் மீது திருப்ப வேண்டும்,' அமல் கூறினாள்.

விஜயன் ஒப்புக்கொண்டார். 'மதுரை மீனாட்சியின் அருளால், அந்தக் காட்டுமிராண்டிகளைக் கொல்வதைவிட வாழ்க்கையில் வேறு சிறந்த விஷயம் இல்லை.'

'உங்களில் யார் தலைவர்?' நரசிம்மன் அடிமைகளிடம் கேட்டார்.

'நான்தான்,' புலா பதிலளித்தார்.

நரசிம்மன் புலாவைப் பார்த்தார். சோழ தளபதியின் உயரத்திற்கு கிட்டத்தட்ட சமமான உயரமுள்ள ஒரு மனிதர். கருமையான சருமம், அழகான தாடி முகத்துடன், புலாவின் உடல் தசைகள், மெல்லிய மற்றும் தசைநார் போன்ற தோற்றத்துடன் இருந்தது. ஆனால் அவரது தோலில் இருந்த நீட்சிக் குறிகள் அவரது தசைகள் முன்பு இன்னும் அழகாக இருந்ததைக் காட்டின. ஊட்டச்சத்து குறைபாடு அவரது உடலை பலவீனப்படுத்தியிருந்தது. ஆனால் அந்த குறைந்த நிலையிலும் கூட, புலா சுறுசுறுப்பாக நகர்ந்து, தனது இயல்பான போர்வீரர் திறன்களை வெளிப்படுத்தினார். வயதைப் பொறுத்தவரை, அவர் இருபதுகளின் நடுப்பகுதியிலிருந்து பிற்பகுதியில் இருப்பது போல் தோன்றினார். மேலும் அடிமைத்தனத்தில் பல ஆண்டுகள் கழித்த போதிலும், அவரது முகத்தில் ஒரு இயற்கையான பிரகாசம் இருந்தது. இவர் வழிநடத்தப் பழகிய மனிதர். தன்னைச் சுற்றியுள்ள பலவீனமானவர்களின் பொறுப்புகளை ஏற்கப் பழகியவர்.

'உன் பெயர் என்ன நண்பா?' என்று நரசிம்மன் கேட்டார்.

'நான் புலா. நீங்கள் விரும்பினால் புலகித்,' என்று புலா பதிலளித்தார். 'நான் வாதாபியின் சத்யாஷ்ரயரின் மகன் சாளுக்கியப் பேரரசர் ஜெயசிம்மனின் இளைய சகோதரர். பல ஆண்டுகளுக்கு முன்பு, சோலங்கிகள் மற்றும் பிற இந்திய வம்சங்களுடன் சோம்நாத்ஜியைப் பாதுகாக்க என் சகோதரர் சில துருப்புக்களுடன் என்னை அனுப்பினார். என் ஆட்களும் நானும், நகரத்தின் பல பாதுகாவலர்களும் கஸ்னாவித்துகளால் பிடிக்கப்பட்டோம். அன்றிலிருந்து நாங்கள் அடிமைகளாக இருக்கிறோம்.'

திகைத்துப் போன விஜயனும் அமலும் அவநம்பிக்கையுடன் முறைத்துப் பார்த்தார்கள். அவர்கள் தங்கள் தளபதி நரசிம்மனைப் பார்த்துவிட்டு, பின்னர் புலகித்தை நோக்கித் திரும்பினர்.

ஒரு சாளுக்கிய அரசர்!

புகழ்பெற்ற சோழ-சாளுக்கிய பகைமையை அவர்கள் நன்கு அறிந்திருந்தனர். அவர்கள் ஒருவருக்கொருவர் பல போர்களை சந்தித்திருந்தனர். மேலும் நரசிம்மனின் எஜமானரான ராஜேந்திர சோழன், பல ஆண்டுகளுக்கு முன்பு புலகித்தின் தந்தை சத்யாஷ்ரயரை கைகலப்பில் கொன்றுவிட்டார். புலகித் அப்போது ஒரு சிறு குழந்தையாக இருந்திருப்பார்.

மிகவும் நம்பமுடியாத வகையில், நரசிம்மன் இன்று இருந்த நிலைக்கு சாளுக்கிய கண்காணிப்புப் படைதான் பொறுப்பு, அவரது வலது கை செயலிழந்து போனதற்கு அவர்கள்தான் பொறுப்பு.

துருக்கியர்கள் அவர்களை அடைவதற்கு முன்பு அவர்களுக்கு ஒரு சிறிய ஓய்வு கிடைத்தது. நரசிம்மன் நேரத்தை வீணாக்க விரும்பவில்லை. 'இளவரசர் புலகித், என்னை நீங்கள் அடையாளம் காண்கிறீர்களா?'

புலா தலையசைத்தார். 'நஸ்ருல்லா என்பது உங்கள் உண்மையான பெயர் அல்ல என்பது எனக்குத் தெரியும்.'

நரசிம்மன் ஒரு கணம் தயங்கினார். பின்னர் பேசினார். 'உங்கள் தந்தை ஒரு சிறந்த மனிதர். நான் இன்னும் என் பேரரசருக்கு விசுவாசமாக இருக்கிறேன். இருப்பினும், உங்கள் தந்தை ஒரு சிறந்த மனிதர் என்பதை இது குறைக்கவில்லை. நடந்ததற்கு நான் வருந்துகிறேன்.'

புலா ஆழ்ந்த மூச்சை எடுத்தார். 'இது போர். போரில் நடப்பது இதுதான்.'

விஜயன் அடுத்துப் பேசினார். 'மகாபாரதத்தின் மாபெரும் போரில், இரு தரப்பிலும் சில நல்ல மனிதர்கள் இருந்தனர். பாண்டவர்கள் மற்றும் கௌரவர்கள் தரப்பில்.'

புலகித் விஜயனைப் பார்த்துவிட்டு, பின்னர் நரசிம்மனை நோக்கித் திரும்பினார். அவரது வார்த்தைகள் மென்மையாக ஆனால் தெளிவாக இருந்தன. 'கௌரவர்கள் நூறு பேர் இருந்திருக்கலாம். பாண்டவர்கள் ஐந்து பேர் இருந்திருக்கலாம். ஆனால் ஒரு வெளியாள் தாக்கினால், அவர்கள் நூற்று ஐந்து பேர்...'

புலகித் தர்மத்தின் இறைவன் என்று அழைக்கப்படும் மகா மன்னர் யுதிஷ்டிரரை மேற்கோள் காட்டியிருந்தார். எளிமையாகச் சொன்னால், ஒரு காட்டுமிராண்டி வெளியாள் தாக்கும்போது, *தர்மத்தின்* அனைத்து மக்களும் ஒன்றுபட வேண்டும் என்பதே செய்தி.

நரசிம்மன் புன்னகைத்து, நட்பின் சைகையில் தனது இடது கையை முன்னோக்கி நீட்டினார். 'நாம் 105 பேர்!'

'நாம் ஒரு 105 பேர்!' என்று புலகித், நரசிம்மனின் இடது கையை வலது கையால் பிடித்தார். சகோதர-வீரர்கள் ஒருவரையொருவர் பிடித்துக் கொள்வது போல.

'நாம் 105 பேர்!' என்று விஜயன் மீண்டும் மீண்டும் கூறி, தனது கையைக் கூட்டுப் பிணைப்பில் சேர்த்தார்.

அமல் எழுந்து மூன்று பேரின் கைகளைப் பிடித்தாள். 'நாம் 105 பேர்!'

'என் படைகள் உங்கள் கட்டளையினடியில்,' புலகித் நரசிம்மனிடம் கூறினார். மிகவும் அனுபவம் வாய்ந்த மற்றும் கடுமையான போர்வீரர் யார் என்பது அவருக்குத் தெரியும். தளபதி தலைமையை அவரிடம் ஒப்படைப்பதில் எந்த அவமானமும் இல்லை.

நரசிம்மன் தலையசைத்து முன்னோக்கி குனிந்தார். 'நம்மிடம் ஆச்சரியமான ஒரு குறி உள்ளது. அவர்கள் தொண்ணூறு அடிமைகளையும் ஐம்பது வீரர்களையும் துரத்துவார்கள் என்று எதிர்பார்க்கிறார்கள், அனைவரும் சோர்வாக, அனைவரும் பசியாக, அனைவரும் விரக்தியுடன். நாம் உணவில்லாமல் இருப்போம் என்று அவர்கள் எதிர்பார்ப்பார்கள். ஆனால் அது அப்படி இல்லை. நாற்பதுக்கும் மேற்பட்ட பயிற்சி பெற்ற வீரர்கள் நம்மிடம் இருப்பார்கள் என்று அவர்கள் எதிர்பார்க்கமாட்டார்கள். நம்மிடம் சுமார் ஆயிரம் பேர் ஆயுதம் ஏந்தியிருப்பார்கள் என்று அவர்கள் எதிர்பார்க்கமாட்டார்கள். ஏனென்றால் ஃபிர்தௌஸ் இங்கே ஆயுதக் குவியல்களை வைத்திருக்கிறார். நாம் அவர்களுக்காக பொறிகளுடனும், வெடிமருந்துகளுடனும் தயாராக இருப்போம் என்று அவர்கள் எதிர்பார்க்கமாட்டார்கள். அவர்கள் தாக்கி நம் அனைவரையும் படுகொலை செய்வார்கள் என்று எதிர்பார்க்கிறார்கள். நாம் மீண்டும் போராடுவோம் என்று அவர்கள் எதிர்பார்க்கவில்லை. இந்த ஆச்சரியமான சூழலை நாம் பயன்படுத்திக் கொள்ள வேண்டும்.'

புலகித், விஜயன் மற்றும் அமல் தலையசைத்தனர்.

'சரி, நாம் என்ன செய்வோம் என்பதை இங்கே தெளிவுபடுத்திக் கொள்வோம்.'

இரவு வெகுநேரமாகிவிட்டது. தப்பியோடிய அடிமைகளும் வீரர்களும் நரசிம்மன் வரைந்த திட்டங்களில் வேலை செய்து கொண்டிருந்தனர். ஷிப்டுகளில் வேலை செய்து, அனைவருக்கும் சிறிது தூக்கம் வரவும் நேரம் கொடுத்தார்கள். மேலும், ஃபிர்தௌஸ் தனது மிகப்பெரிய உலர் பழ வர்த்தக இருப்பை அனைவருக்கும் திறந்து வைத்திருந்தார். சரியானது. உலர் பழங்கள் எளிதில் கெட்டுப்போவதில்லை, எனவே பழையனகூட முழுமையாக உண்ணக்கூடியவை. மேலும் அவை மிகப்பெரிய ஆற்றலை அளிக்கின்றன. பாதுகாவலர்களுக்குத் தேவையானது இதுதான்.

பலர் தூங்கிக் கொண்டிருந்த பெரிய கொட்டகைக்குள் நெருப்பு மூட்டப்பட்டிருந்தது. ஆனால் வெளியே நெருப்பு மூட்டப்படவில்லை.

இரவில் துருக்கியர்கள் தங்களைக் கண்டுபிடிக்க அவர்கள் ஒரு கலங்கரை விளக்கத்தை வைக்க விரும்பவில்லை.

முன் வாயில் பாதுகாப்புக்கான தயாரிப்புகளுக்கு துருவ் பொறுப்பேற்றிருந்தார், மேலும் சோமேஷ்வர் பண்ணையின் மறுமுனையில், கொட்டகைக்குப் பின்னால் உணவு மற்றும் ஆயுதக் கூட்டத்தை நிர்வகிப்பதில் ஃபிர்தௌஸுடன் இருந்தார். அதனால்தான் அவர்கள் ஒருவரையொருவர் சந்திக்கவில்லை. நியாயமாகச் சொன்னால், இப்போது பண்ணையில் ஆயிரத்துக்கும் குறைவான மக்கள் இருந்தனர். ஆனால் சோமேஷ்வரின் வேலை முடிந்தது, முன் வாயிலில் இருந்த வேலிகளுக்கு அருகில் வந்தார். அங்குதான் அவர் அவரைப் பார்த்தார். அல்லது பார்ததாக அவர் நினைத்தார், ஏனென்றால் பல வருட அடிமைத்தனமும் கடின உழைப்பும் அந்த இளைஞனின் தோற்றத்தை மாற்றியிருந்தது.

'துருவா?!' என்று சோமேஷ்வர் நம்பமுடியாத அளவுக்கு திகைத்துப் போனார்.

வெளிச்சமின்மையும் அவரது சோர்வும் சோமேஷ்வரை அவரது மனம் தன்னை ஏமாற்றுகிறது என்று நினைக்க வைத்தது. ஆனால் அவர் கேட்க வேண்டியிருந்தது. அவன்...

துருவ் திரும்பிப் பார்த்தான். அந்த இளைஞன் சோமநாத் வியாபாரியைப் பார்த்தான், அவனது கருமையான இளமையான முகத்தில் அதிர்ச்சி அதிகமாக இருந்தது. 'அப்பா?!'

'துருவ்!!'

சோமநாதர் கோயில் மீதான தாக்குதலின் போது தான் இழந்ததாக அவர் நம்பிய மகன் அவன். மகாதேவரைப் பாதுகாத்து இறந்ததாக அவர் நம்பிய மகன் அவன்.

என் பையன் உயிருடன் இருக்கிறானா?

இந்த சில ஆண்டுகளில் அவன் முகம் ஒரு தசாப்த வயதை எட்டியது போல அவன் வித்தியாசமாகத் தெரிந்தான். ஆனால் பல வருட போர் மற்றும் கடின உழைப்பின் காரணமாக, அவனது நடுத்தர உயர மெலிந்த உடலில் இப்போது தசைகள் அலைக்கழிக்கத் தொடங்கின. அவனது இடது கன்னத்தில் ஒரு பெருமைமிக்க போர் வடு ஓடியது. அவனது மார்பில் இன்னொன்று அவனது உடலின் வலது பக்கம் ஓடியது. அவரது பையன் ஒரு ஆணாகிவிட்டான் என்பதை அறிவிக்கும் உன்னத அடையாளங்கள்.

என் மகன் உயிருடன் இருக்கிறான்!

இரவின் அமைதியில் சோமேஷ்வரரின் குரல் கோயில் மணியைப் போல ஒலித்தது. 'துருவ்! என் மகனே! துருவ்!'

பிரயாக்ராஜ் *சங்கமத்தில்* கங்கை மற்றும் யமுனை நதிகள் ஒன்றோடொன்று இணைவது போல ஆண்கள் ஒருவரையொருவர் கட்டிப்பிடித்தனர். விதியின் விளையாட்டு. துருவனை சொர்க்கத்திலிருந்து இழுத்து, அவன் தன் தந்தையை மீண்டும் ஒருமுறை கட்டிப்பிடிக்க வேண்டும் என்று நினைத்தது போல்

இருந்தது. புராணக்கதைகள் சொல்வது போல், மன்னர் பகீரதன், புனித கங்கை நதியை மேலே இருந்து பூமிக்குக் கொண்டு வந்ததைப் போல இருந்தது.

கண்ணீர் வெள்ளமாகப் பெருக்கெடுத்து ஓடியது.

உரத்த குரல்களைக் கேட்டு, மற்றவர்கள் என்ன நடக்கிறது என்பதைப் பார்க்கக் கூடினர். புலா தனது நம்பகமான லெஃப்டினன்ட்டை திகைப்புடன் பார்த்தார். நரசிம்மனும் விஜயனும் தங்கள் அன்பான பழைய நண்பருக்கு இரண்டாவது உயிர் கிடைத்தது போல் அழுது கொண்டிருந்தனர்.

அவரது மகன் உயிருடன் இருந்தான். மகாதேவ் போற்றப்பட வேண்டும். அவரது மகன் உயிருடன் இருந்தான்.

நரசிம்மன் தனது குழுவுடனும் தப்பியோடிய அடிமைகளுடனும் இரவு முழுவதும் பணியாற்றினார், அவர்களை ஷிஃப்டுகளில் காவலில் வைக்கவும் தூங்கவும் செய்தார்.

தனது முக்கிய லெஃப்டினன்ட்களான புலகித், விஜயன் மற்றும் அமல் மூலம், தளபதி நரசிம்மன் தனது திட்டங்கள் விரைவாக செயல்படுத்தப்படுவதை உறுதி செய்தார்.

முதலாவதாக, ஃபிர்தௌஸின் பண்ணைக்கு வடக்கே இரண்டு கிலோமீட்டருக்கு சுற்றுவட்டாரப் பாதுகாப்பை அமைத்தார், எதிரிகள் பற்றிய தகவல்களை வெளியிடுவதற்கான ஒரு அமைப்புடன், அவரது துருப்புக்கள் கண்ணில்படாமல் இருப்பதை உறுதி செய்தார்.

ஃபிர்தௌஸின் பெரிய ஆயுதக் கிடங்கும் திறக்கப்பட்டது. கஸ்னாவிட்களுக்கு எதிரான போருக்கு அவர் நீண்ட காலமாக தயாராகி வந்தார். தொண்ணூறு வீரர்களும் ஆயுதம் ஏந்தியிருந்தனர். வாள்கள், கேடயங்கள், ஒருவருக்கு குறைந்தது ஐந்து கத்திகள். மேலும் மிக முக்கியமாக, அவர்கள் அனைவரிடமும் வில் மற்றும் அம்புகள் இருந்தன. அவர்கள் தூரத்திலிருந்தே துருக்கியர்களை நோக்கி ஏவ முடியும்.

விடுவிக்கப்பட்ட அடிமைகளுக்கு ஆயுதங்களும் வழங்கப்பட்டன. அருகிலிருந்து குத்துவதற்கு கத்திகள், தூரத்திலிருந்து துருக்கியர்களைத் தாக்குவதற்கு நீண்ட ஈட்டிகள் மற்றும் கவைக்கோல்கள். துருக்கிய குதிரைகளை தூரத்திலிருந்தே தாக்குவது அவர்களின் முதன்மையான பணி என்று அடிமைகளிடம் கூறப்பட்டது. துருக்கியர்கள் குதிரையிலிருந்து இறங்கினால், அவர்கள் எளிதாக இரையாகிவிடுவர்.

சோழ–பர்மர்கள் தங்கள் குதிரைகளுடன் வந்திருந்தனர். அவற்றில் சுமார் நாற்பது குதிரைகள் அவர்கள் குவாதரில் வாங்கியிருந்தனர். சோழ–பர்மர் வீரர்கள் சிலர் மற்றும் புலகித்தின் சில

ஆட்கள் அடங்கிய கூட்டுப் படை இந்தக் குதிரைகளில் ஏறி ஆட்டுத் தொழுவத்திற்கும் பெரிய குடிசைக்கும் பின்னால் ஒளிந்து கொண்டு இருக்கும்படி சொல்லப்பட்டது. துருக்கியர்கள் பண்ணையில் ஒரு கைகலப்பில் சிக்கியவுடன், எதிரி என்ன நடக்கிறது என்பதை உணரும் முன்பே, அந்த அணி பக்கவாட்டில் இருந்து தாக்கி, முடிந்தவரை பல துருக்கியர்களைக் கொன்றுவிடும். அடிமைகள் தங்கள் மீட்புக்காக குதிரைப்படையைக் கொண்டிருப்பார்கள் என்று கஸ்னாவிட்கள் நிச்சயமாக எதிர்பார்க்க மாட்டார்கள்.

பேச்சு தேவையில்லை. தப்பித்த அடிமைகளிடையே உந்துதல் நிலைகள் அதிகமாக இதைவிட இருந்திருக்க முடியாது. ஓடுவதற்கு இடமில்லாத மூலைமுடுக்கில் மாட்டிக்கொண்ட இரை, கொடூரமான போராளிகளாக மாறக்கூடும், ஏனெனில் அவர்கள் இழக்க எதுவும் இல்லை.

எல்லாம் தயாராக இருந்தது.

அவர்கள் இப்போது செய்ய வேண்டியதெல்லாம் காத்திருப்பதுதான்.

சோமேஷ்வரின் இதயம், தனது மார்புக் கூண்டிலிருந்து வெளியேறத் துணிந்த ஒரு காட்டு மிருகத்தைப் போலத் துடித்தது. அவரால் தூங்கவே முடியவில்லை. அவர் அந்தக் காட்சியை உற்சாகத்துடன் பார்த்தார்.

அவர் தனது நண்பரிடம் திரும்பினார். ‘இக்பால், என் மகன் உயிருடன் இருக்கிறான்...’

இக்பால் சிரித்துக்கொண்டே சோமேஷ்வரின் தோளைத் தொட்டார், சமீபத்திய சூழ்நிலைகள் காரணமாக, அவரது கற்பனையான பெயரால் இன்னும் அழைத்தார். ‘சல்மான் *பாய்*, இப்போது உங்கள் மகன் இளவரசர் புலகித்தின் நம்பகமான அதிகாரியாகத் தெரிகிறான்.’

சோமேஷ்வர் தீவிரமாகத் தலையசைத்தார், அவரது பெருமை பிரகாசித்தது.

துருவ், தப்பியோடிய அரபு அடிமை ஜெய்ன் ஹுசைனுடன், நுழைவாயிலில் உள்ள வேலிகளுக்கு அருகில், நரசிம்மன் மற்றும் புலகித்தின் வழிகாட்டுதலின்கீழ் வேலை செய்து கொண்டிருந்தான். நீண்ட மற்றும் சுற்றுப்பாதையின் இரண்டு பக்கங்களிலும், வாயிலிலிருந்து உள் பண்ணை வரை உயரமான வேலிகள் ஒரு இயற்கையான தடையை ஏற்படுத்தின. மேலும், ஒரு பெரிய சரக்கு வண்டி கடந்து செல்லும் அளவுக்கு பாதை அகலமாக இருந்தது. துருக்கியர்கள் இந்தப் பாதையில், இரண்டு குதிரைகளின் வரிசையில் சவாரி செய்ய வேண்டியிருக்கும். அல்லது அவர்கள் ஒன்றாக

அழுத்தினால், மூன்று குதிரைகள்கூட. எப்படியிருந்தாலும், இடது மற்றும் வலதுபுறத்தில் உள்ள உயரமான, கிட்டத்தட்ட இரண்டு மீட்டர் உயர வேலிகளில் அவர்கள் சிக்கிக் கொள்வார்கள், இது அவர்களின் பார்வையைத் தடுக்கும். அவர்களின் குதிரைகளை ஊனப்படுத்தவோ அல்லது கொல்லவோ இது சரியான இடம். இருபுறமும் வேலிகளில் சிறிய துளைகள் அமைக்கப்பட்டிருந்தன, இதன் மூலம் விடுவிக்கப்பட்ட அடிமைகள் தங்கள் ஈட்டிகளையும் கவைக்கோல்களையும் கொண்டு ஊடுருவ முடியும். வரவிருக்கும் போரின் இந்தப் பகுதியை மேற்பார்வையிடுவது துருவின் பொறுப்பாகும்.

சோமேஷ்வரின் மார்பு பெருமையால் நிரம்பியது.

ஒரு மனிதனுக்கு இருக்கும் மிகப்பெரிய துக்கம், தன் குழந்தைகள் தனக்கு முன்பாக இறப்பதைப் பார்ப்பதுதான். சோமேஷ்வர் கிட்டத்தட்ட தனது முழு குடும்பத்துடனும் அதை அனுபவித்திருந்தார்.

ஒருவரின் குழந்தை மரித்தோரிலிருந்து திரும்புவதைக் காண்பது மிகப்பெரியது, எதிர்பாராதது என்றாலும், மகிழ்ச்சிகளில் ஒன்றாகும். முந்தைய இரவு சோமேஷ்வர் அதை அனுபவித்திருந்தார்.

உங்கள் மகன் மற்ற சாதனையாளர்களால் மதிக்கப்படுவதையும் நம்பப்படுவதையும் பார்ப்பது இன்னும் பெரிய மகிழ்ச்சி.

சோமேஷ்வர் இதைவிட அதிகமாக பெருமைப்பட முடியாது.

'இக்பால், ஒரு எறும்பைக் கூடக் கொல்லாத என்னைப் போன்ற வன்முறையற்ற சைவ குஜராத்தி தொழிலதிபர், துருக்கியர்களை எதிர்கொள்ளும் ஒரு போர்வீரனை உருவாக்க முடியும் என்று யார் நினைத்திருப்பார்கள்!'

இக்பால் மெதுவாகச் சிரித்தார். 'துருவ் தன் தாய் ஹேதல் வழியில் சென்றிருப்பார் என நினைக்கிறேன்' என்று கேலி செய்தார்.

சோமேஷ்வர் ஆரவாரமாக சிரித்துவிட்டு, விளையாட்டுத்தனமாக இக்பாலின் முதுகில் அடித்தார்.

இக்பால் சிரித்துக்கொண்டே தன் மனதில் இருந்ததைச் சொன்னார். 'இறுதியாக, இறுதியாக, அந்தக் கொடூரமான துருக்கியர்களில் சிலர் கொல்லப்படுவதை நாம் பார்ப்போம். நமது பழிவாங்கல் இப்போது தொடங்குகிறது. உங்கள் மகன் இந்தியாவின் பழிவாங்கும் வீரர்களில் ஒருவராக இருப்பார்.'

'*ஹர் ஹர் மகாதேவ்,*' சோமேஷ்வர் கிசுகிசுத்தார்.

ஹர் ஹர் மகாதேவ் என்றால் நாம் அனைவரும் மகாதேவர்கள்... நாம் அனைவரும் கடவுள்கள்.

'*ஹர் ஹர் மகாதேவ்,*' இக்பால் மீண்டும் கூறினார்.

பின்னர் வெளிச்சம் வந்தது.

குஸ்தார் மலைகளுக்கு கிழக்கே சூரியன் மெதுவாக தலையை உயர்த்தி, உலகைப் பார்த்து, மிக உயரமான மலையின் உச்சியை ஒளிரச் செய்வதை சோமேஷ்வர் பார்த்தார். வானம் தங்கள் அக்கினி நட்சத்திரத்தை வரவேற்று, அடர் சிவப்பு நிறத்தில் சிவந்தது.

ஒரு சாரணர் உள்ளே வந்தார். அதன் அர்த்தம் என்னவென்று சோமேஷ்வருக்குத் தெரியும். எதிரியின் குதிரைப்படை குஸ்தார் பள்ளத்தாக்குக்கு முன் கடைசி மலைப்பாதையில் ஏறுவதைக் கண்டனர். அவர்கள் சுமார் ஒரு மணி நேரம் தொலைவில் இருந்தனர்.

நேரமாகிவிட்டது.

போருக்கான நேரம்.

'அடடா...' விஜயன் கிசுகிசுத்தார்.

அவர் பொறுமையாகக் காத்திருந்தார். பண்ணையின் கிழக்கே ஒரு மரத்தில் ஏறி, வேலிகள் மற்றும் சிறிது தூரத்தில் உள்ள தோட்டத்தின் நுழைவாயிலின் தடையற்ற காட்சியை அனுபவித்தார். அவர் அம்பு எய்யும் தூரத்தில் இருந்தார். அமல் தனக்கு மேலே உள்ள கிளையில் நிறுத்தப்பட்டிருந்தாள். பார்வையில் இருந்து மறைக்கப்பட்டு பரவியிருந்த அண்டை மரங்களில் பத்து சோழ வீரர்கள் இருந்தனர். வில் மற்றும் அம்புகளுடன் ஆயுதம் ஏந்தியவர்கள், மற்றும் உயரமான இடத்தில் இருப்பது முக்கியமான தந்திரோபாய நன்மை. வேலிகளிலிருந்து தாக்குதல் காரணமாக அவர்களின் முன்னேற்றம் மெதுவாகும்போது, முடிந்தவரை பல துருக்கியர்களை தாக்குவதே அவர்களின் பணியாக இருந்தது. நாற்பது குதிரை வீரர்கள் புலகித்தின் கட்டளையின்கீழ், பண்ணையின் மேற்கே உள்ள மரங்களுக்கு இடையில், ஆட்டுத் தொழுவம் மற்றும் குடிசைக்குப் பின்னால் மறைந்திருந்தனர். அவர்கள் துருக்கியர்களை சரியான நேரத்தில் எதிர்கொள்வார்கள். மேலும் நாற்பது இந்திய வீரர்கள், நானூறு ஆயுதமேந்திய அடிமைகளுடன், நரசிம்மனின் கட்டளையின் கீழ் கொட்டகையில் காத்திருந்தனர். கொலை மண்டலம்.

துருவ், புலகித் மற்றும் விஜயன் ஆகியோருக்கு துருக்கியர்கள் கொட்டகையை அடைவதற்கு முன்பு முடிந்தவரை பலரைக் கொல்லும் பணி வழங்கப்பட்டது. அல்லது குறைந்தபட்சம் அவர்களை குதிரையிலிருந்து இறங்க செய்வதும், பின்னர் அவர்கள் அனைவரையும் கொல்ல வேண்டியது நரசிம்மனும் அவரது ஆட்களுமே.

'பனி?' என்று அமல் கிசுகிசுத்தாள், விஜயனின் 'அடடா' விற்கு பதிலளித்தாள்.

புதிய பனிப்பொழிவு இப்போதுதான் தொடங்கியது.

'ம்ம்,' விஜயன் பதிலளித்தார்.

'இது ஒரு பிரச்சனையே இல்லை,' அமல் கூறினாள். 'இது நம் பாதைகளையும், நாம் இரவில் செய்த வேலையையும் மறைக்கும். பழைய பனியில் சேறு காட்டிக்கொடுத்துவிடும்.'

'அது உண்மைதான். ஆனால் புதிய பனித்துளிகள் வேலியை மென்மையாக்கும். அது நம் போராளிகள் தங்கள் ஈட்டிகள் மற்றும்

கவைக்கோல்களால் குத்துவதை மிகவும் கடினமாக்கும். அடிமைகள் பயிற்சி பெற்ற வீரர்கள் அல்ல. தங்கள் குதிரைகளில் ஏற்றப்பட்ட துருக்கி யர்கள் நமக்கு மிகவும் ஆபத்தானவர்கள். அந்தக் குதிரைகள் ஊனமுற்றோ அல்லது கொல்லப்பட்டோ இருக்க வேண்டும்.'

அமல் தலையசைத்தாள். 'அதை துருவிடம் விட்டுவிடுவோம். அவருடன் இருநூறு பேர் உள்ளனர். போதுமான அளவுக்கு அதிகமான ஆண்கள். அவர் காப்பாற்றுவார் என்று நான் உறுதியாக நம்புகிறேன்.'

'துருவ்வின் பணிக்கு எதிராக விதி சதி செய்யாது என்று நம்புகிறேன், அவ்வளவுதான்.'

'எனக்கு அல்லாஹ் மீது நம்பிக்கை உள்ளது,' அமல் கூறினாள். 'அவர் இங்குள்ள துருக்கியர்களை நம்மால் படுகொலை செய்ய அனுமதித்துள்ளார். அது பலிக்கும்.'

'*இன்ஷா அல்லாஹ்,*' விஜயன் கூறினார்.

இன்ஷா அல்லாஹ் என்பது *அல்லாஹ்*வின் விருப்பத்துடன் கூடிய ஒரு அரபு வெளிப்பாடு.

'மேலும் சிவபெருமானின் ஆசியுடன்' என்றாள் அமல்.

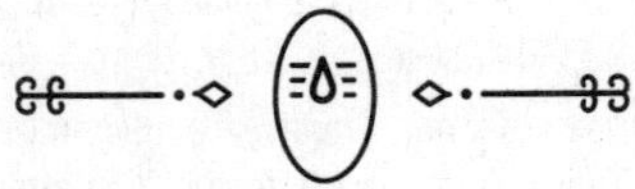

அத்தியாயம் 19

குஸ்தாரில் நடந்த போர்

ஃபிர்தௌஸின் பண்ணை, ஆஃப்கானிஸ்தானின் குஸ்தாருக்கு அருகில்

'ஆஆஆஆ! துருக்கியர்கள்ள்ள்ள்ள். வேண்டாம்ம்ம்ம்ம்.

ஒரு குழந்தை அலறியது. மற்ற குழந்தைகளும் அழத் தொடங்கின. ஒரு பெண்மணி அவர்களைப் பண்ணையின் முன்பகுதிக்கு கூட்டிச் சென்றாள்.

'இது ஒரு நாடகம்போல் இருக்கிறது,' என்று விஜயன் கிசுகிசுத்தார். அவர் இருந்த இடத்திலிருந்து எல்லாம் வெட்ட வெளிச்சமாகத் தெரிந்தது. 'அவர்கள் துருக்கியர்களின் கவனத்தைத் திருப்பி, தாக்கவைக்க வேண்டும். மாறாக வேறு விதமாக இருக்கிறது.'

குழந்தைகள் பண்ணைக் கதவை நோக்கி வேலி இருந்த பாதையில் ஓடினர். அவர்களுடன் இருந்த பெண்மணி அவர்கள் பின்னால் ஓடி, **'ஓடுங்கள் குழந்தைகளே, ஓடுங்கள்,'** என்று சொல்லிக் கொண்டிருந்தாள்.

'அவர்களின் உணவை சிறிது குறைக்கவெண்டும். சுறுசுறுப்பு அதிகமாக இருக்கிறது,' என்றாள் அமல், தன் கண்களை உருட்டி.

ஓடிச் செல்லும்போது குழந்தைகள் சிரித்தனர். அவர்களின் இளமைப் பருவத்தில், அவர்கள் அனுபவித்த அனைத்து துன்பங்களுக்குப் பிறகு, இது அவர்களுக்கு ஒரு விளையாட்டு போல இருந்தது. பலர் தரையில் தொங்கிக்கொண்டிருந்த அடர்த்தியான காலை மூடுபனியை, மேகங்களுடன் விளையாடுவதுபோல தள்ளிக்கொண்டிருந்தனர்.

விஜயன் தனது வலது கையால் சுட்டிக்காட்டினார். 'பார்.'

விஜயன் சுட்டிக்காட்டிய திசையைப் பார்க்க அமல் திரும்பினாள். தொலைதூர மலையின் உச்சியில் துருக்கியர்கள் தோன்றத் தொடங்குவதை அவளால் பார்க்க முடிந்தது. முன்னால் ஒரு பெரிய தனிமையான சவாரி. பேய்களைப் போல, குதிரை வீரர்கள் அவருக்குப் பின்னால் இருந்த அடர்ந்த மூடுபனியிலிருந்து வெளிப்பட்டனர், மலை உச்சியில் தெளிவாகக் கோடிட்டுக் காட்டப்பட்டனர். காலை மூடுபனி ஒரு ஒளியியல் மாயையை உருவாக்கி, அணிவகுத்து நின்ற எதிரியை மூடுபனியிலிருந்து வெளிவரும் பேய்களின் முடிவற்ற வரிசையைப் போலக் காட்டியது.

முன்னால் இருந்த பிரமாண்டமான துருக்கிய வீரர் தனது வளைந்த கத்தியை அதன் உறையிலிருந்து இழுத்து அதை உயரமாகப் பிடித்திருப்பதை விஜயனும் அமலும் கண்டனர்.

குழந்தைகளின் அலறல்கள் வேலை செய்தன. அவை சத்தமாக இருந்தன, அந்தச் சத்தம் மலைகளை நோக்கி எடுத்துச் சென்று எதிரொலியாக்கியது. துருக்கியர்கள், மக்கள் தங்கள் தோற்றத்தைக் கண்டு பயந்து நடந்து கொள்வதையே இயல்பாகக் கொண்டிருந்தனர்.

அபு காசிம் தனது ஆட்களிடம் திரும்பினார். ‘கவர்னர்-முஃப்தி விரும்பும் பெண்ணைக் கண்டுபிடியுங்கள்’ என்று எச்சரித்தார். ‘அவளுக்கு எந்தத் தீங்கும் செய்யக்கூடாது. மற்றவர்களைப் பொறுத்தவரை... கருணை இல்லை!’ என்று அவர் தனது கத்தியை முன்னோக்கிக் காட்டி கர்ஜித்தார். ‘நம்பிக்கைக்காக! சுல்தானுக்கு!’

‘நம்பிக்கைக்காக! சுல்தானுக்கு!’ என்று கஸ்னாவிட் வீரர்கள் ஆர்ப்பரித்தனர்.

‘அனைவரையும் கொல்லுங்கள்!’ என்று அபு காசிம் தனது குதிரையை உதைத்தார்.

அபு காசிமின் குதிரை அதன் தலையை வன்முறையில் உயர்த்தி அதன் பின்னங்கால்களில் ஏறியது. முன் குளம்புகள் தரையில் மோதின, மிருகம் ஒரு பயங்கரமான பாய்ச்சலில் ஓடியது. வேகமாக அடுத்தடுத்து, துருக்கிய குதிரை வீரர்கள் தங்கள் தலைவரைப் பின்தொடர்ந்து இடியுடன் முன்னேறினர்.

‘அவர்களையெல்லாம் கொல்லுங்கள்!’

அவர்கள் பண்ணையை நோக்கி விரைந்தனர். அவர்கள் ஐந்து முதல் பத்து நிமிட பயண தூரத்தில் இருந்திருக்கலாம்.

துருக்கியர்கள் தூண்டிலில் விழுந்துவிட்டனர்.

விஜயன் சத்தமாகப் பறவை கூப்பிடும் சத்தத்தை எழுப்பினார். *அவர்கள் வருகிறார்கள்.*

வேலிகளில் இருந்த துருவ் மற்றொரு பறவையின் குரலை எழுப்பினார். *நாங்கள் தயாராக இருக்கிறோம்.* துருவ்வுக்கு எதிரே உள்ள வேலிக்குப் பின்னால் இருந்த ஜெய்ன் ஹுசைனும் விசில் அடித்து பதிலளித்தார்.

மேற்கில் உள்ள ஆட்டுத் தொழுவம் மற்றும் பெரிய குடிசைக்குப் பின்னால் மறைந்திருந்த புலகித்தும் அவ்வாறே செய்தார். *நாங்கள் தயாராக இருக்கிறோம்.*

கொட்டகையிலிருந்து, நரசிம்மன் ஒரு ஆழமான பறவையின் கூக்குரலை எழுப்பினார். கிட்டத்தட்ட ஒரு உயிருள்ள மிகப்பெரிய வேட்டையாடும் பறவையான கழுகின் அலறல் போல. ஆழமான குரலில் வழங்கப்பட்டது. *அவர்கள் வரட்டும்!*

நரசிம்மனின் செய்தி பல தற்காப்புப் போர்களில் இந்தியர்கள் பயன்படுத்தும் ஒரு பேச்சுவழக்கு வார்த்தையாகும். அவர்கள் எதிரிகளை தங்கள் அழிவுக்குத் தூண்ட முயற்சிக்கும்போது. இந்தியில், ஒருவர் *ஆனே தோ* என்று கூறினர்! பஞ்சாபியில், அது *ஆன் தேயோ!*

அவர்கள் வரட்டும்!

—◦—

துருக்கியர்கள் பண்ணையின் வாயில்களை நோக்கி விரைந்தனர். உடனடியாக தடையைத் தாக்கினர்.

அடிமைக் குழந்தைகளும் அவர்களின் மேற்பார்வையாளரும் பண்ணையின் தெற்குப் பகுதியில் உள்ள கொட்டகைக்குள் முன்னமே ஓடிவிட்டனர். நரசிம்மன் கட்டளையிட்டபடி, தசர்ணா குழந்தைகளை மறுமுனைக்கு அழைத்துச் சென்றார், அங்கு அவர்கள் பார்வைக்கு மறைவாக, கொட்டகையின் பின்புறக் கதவு வழியாக நழுவிச் சென்றனர். வழிநடத்திய சில பெண்கள் அவர்களைக் கொட்டகையின் தெற்கே இருந்த அடர்ந்த காட்டுக்குள் கொண்டு சென்றனர். இங்குதான் அனைத்து குழந்தைகள், வயதான ஆண்கள் மற்றும் போரில் ஈடுபடாத பெண்கள், சில நூறு பேர் மறைந்திருந்தனர். சோமேஷ்வர் மற்றும் இக்பாலும் அங்கு இருந்தனர். அவர்களுக்கு வெளிப்படையான அறிவுறுத்தல்கள் வழங்கப்பட்டன: இந்தியர்கள் போரில் தோற்றுவிடுகிறார்கள் என்று அவர்கள் நினைத்தால், அவர்கள் நகரத்திற்கு விரைந்து சென்று, துருக்கியர்களால் பிடிக்கப்படுவதைத் தவிர்க்க அங்கு மற்றவர்களுடன் கலக்க முயற்சிக்க வேண்டும்.

இதற்கிடையில், தடையை எதிர்கொண்ட அபு காசிம் தனது துருப்புக்களை மூன்று குதிரை வீரர்களின் வரிசைகளாக உருவாக்கி, கரடுமுரடான பாதை வழியாக பண்ணைக்குள் அணிவகுத்துச் செல்ல உத்தரவிட்டார்.

துருக்கியர்கள் தங்கள் தோல் உடல் கவசங்களை அணியவில்லை என்பதை விஜயனும் அமலும் கவனித்தனர். அவர்கள் தங்கள் வில்களை ஏந்தவில்லை. அதிகப்படியான வில்லின் சரம் மறு வளைவுகள் மற்றும் சரங்கள் இரண்டையும் பலவீனப்படுத்தியதால்,

போர்வீரர்கள் போரில் உறுதியாக இல்லாவிட்டால் அரிதாகவே அவ்வாறு செய்தனர்.

வெளிப்படையாக, துருக்கியர்கள் ஓரே நிகழ்வில் படுகொலை செய்துவிடலாம் என்று எதிர்பார்த்தார்கள், கடுமையான போருக்கு அல்ல. அடிமைகளின் இந்த சோர்வான, கோழைத்தனமான கூட்டத்திற்கு தங்கள் வாள்களும் கத்திகளும் போதுமானதாக இருக்கும் என்று அவர்கள் நினைத்தார்கள்.

வீரர்களின் மிகப்பெரிய எதிரிகளில் அதீத நம்பிக்கையும் ஒன்று. இதனால் பல போர்கள் தோற்றுவிடுகின்றன.

‘அவர் மெதுவாக அணிவகுத்துச் செல்கிறார்,’ அமல் கிசுகிசுத்தார். ‘வளைந்த பாதை வழியாக வேகமாகச் செல்லவில்லை.’

இரண்டு வேலிகளுக்கு இடையேயான பாதை அடர்த்தியான காலை மூடுபனியால் மறைக்கப்பட்டிருந்தது, வேலிகளின் ஏராளமான இலைகள் மற்றும் புதர்கள் நடைமுறையில் ஒரு காப்பு போல வேலை செய்தன. மூடுபனி மிகவும் அடர்த்தியாக இருந்ததால், பாதையில் ஒரு மேகம் இறங்கியதைப் போல தோன்றியது. இதனால் பாதையைப் பயன்படுத்துபவர்களுக்கு தரை மட்டத்திலிருந்து இரண்டு அடி உயரம் வரை எதையும் பார்க்க கிட்டத்தட்ட சாத்தியமற்றது.

துருக்கியர்கள் வேகத்தைக் குறைக்க வேண்டியிருந்தது. இந்தப் பாதை வழியாக அவர்களால் வேகமாகச் செல்ல முடியாது. அவர்களின் குதிரைகள் தரையில் நழுவினாலோ அல்லது தடுமாறினாலோ என்ன செய்வது? இதன் விளைவு துருக்கிய குதிரைகள் மெதுவாகவும் கவனமாகவும் முன்னோக்கி ஊர்ந்து சென்றன. தொடர்ச்சியாக மூன்று குதிரைகள் நகர்ந்து, இடது மற்றும் வலதுபுறத்தில் உள்ள வேலிகளால் ஒன்றாக அழுத்தப்பட்டன.

இதுதான் சரியானது.

குத்துவது மிகவும் எளிதாக இருக்கும்.

அமல் சிரித்தாள். *அல்லாஹ் நம்முடன் இருக்கிறார்.*

மரங்களில் இருந்த தனது ஆட்களுக்கு விஜயன் பறவைக் கூச்சலிட்டார். *பொறுங்கள். இன்னும் தாக்குதல் தொடங்கவில்லை.*

துருக்கியர்களில் கடைசியாக இருப்பவர் வாயிலுக்குள் இருக்க வேண்டும், அப்போது யாரும் தப்பிக்க முடியாது என்று அவர் விரும்பினார்.

துருவ்வுக்கும் அதே யோசனை இருந்தது. எந்த அடிமையும் தனது உத்தரவைக் கேட்கும் வரை சத்தம் போடவோ அல்லது அவர்களின் ஈட்டிகள் அல்லது கவைக்கோல்களால் குத்தவோ கூடாது என்று அவர் கடுமையான உத்தரவுகளை வழங்கியிருந்தார். தாக்குதல் தொடங்கும்போது துருக்கியர்கள் யாரும் பின்னால் இருந்து சவாரி செய்ய வாய்ப்பளிக்க அவர் விரும்பவில்லை.

வேலிக்குப் பின்னால் மறைந்திருந்த துருக்கியர்களை துருவ்வால் பார்க்கவே முடியவில்லை. குதிரைகளின் சத்தத்தை

மட்டுமே அவரால் கேட்க முடிந்தது. விஜயனின் உரத்த பறவைக் கூச்சலிடும் குறிக்காக அவர் காத்திருந்தார்.

விஜயன் மரங்களின் உயரத்திலிருந்து, துருக்கியர்களின்மேல் சரியான பார்வை வைத்து, அவர்களின் கடைசி வரிசை குதிரை வீரர்கள் இறுதியாக பிரதான வாயிலில் வேலியால் சூழப்பட்ட பாதையில் வளைந்து செல்வதைக் கண்டார். துருக்கிய குதிரை வீரர்களின் முதல் வரிசை, வளைந்த வேலியின் பாதையின் மறுமுனையிலிருந்து சிறிது தூரத்தில் இருந்தது, ஃபிர்தௌஸின் பெரிய திறந்தவெளி பண்ணைக்குள் நுழையவிருந்தது.

அவர்கள் அனைவரும் உள்ளே நுழைந்தனர்.

பொறியில் விழுந்தனர்.

நேரம் வந்துவிட்டது.

விஜயன், தனது தெய்வத்தை, 'மதுரை மீனாட்சியின் அருளால்' என்று வேண்டினார்.

பாண்டியர், வேலிகளுக்குப் பின்னால் இருந்த தனது தோழர்களுக்கு, மயிலின் இனச்சேர்க்கை அழுகையின் சத்தத்தைப் பிரதிபலித்து, சத்தமாக விசில் அடித்தார்.

துருக்கியர்கள் வெளிப்படையான கேள்வியைக் கேட்டிருக்க வேண்டும்: அந்தப் பகுதியில் ஒரு மயில் என்ன செய்து கொண்டிருந்தது?!

ஆனால் இரத்த வெறியும் அதீத தன்னம்பிக்கையும் அவர்களின் சிந்தனையை மறைத்திருந்தது.

'தாக்கு!' என்று துருவ் கர்ஜித்தார். அவரது உத்தரவு சத்தமாகவும் தெளிவாகவும் இருந்தது.

கிட்டத்தட்ட உடனடியாக, பாதையின் எதிர் பக்கத்தில் வேலிக் கோட்டின் பின்னால் இருந்த ஜெய்ன் ஹுசைனும், 'தாக்கு!' என்று மூர்க்கமாகக் கத்தினார்.

அடிமைகள் தங்கள் ஈட்டிகளால் இரக்கமின்றி முன்னோக்கி குத்தத் தொடங்கினர். துருக்கியர்கள் சவாரி செய்த குதிரைகளின் வயிற்றில் ஆழமாகக் குத்தினர். அடிமைகள் யாரையும், குறைந்தபட்சம் தனக்குத் தெரியாமல் கொல்லாததால், அவர்கள் கொஞ்சம் தயங்கக்கூடும் என்று துருவ் கருதினார். குறிப்பாக அப்பாவிக் குதிரைகளைக் குத்தும்போது, கொடூரமான துருக்கியர்களுக்கு சுமை தாங்கும் மிருகங்களாக இருந்த ஒரே குற்றம் இது.

அதனால்தான் அவர் இருநூறு அடிமைகளை வசம் வைத்திருந்தார், அதனால் ஒவ்வொரு குதிரைக்கும் ஒரு கொலையாளி இருந்தார்.

ஆனால் விடுவிக்கப்பட்ட அடிமைகள் சிறிதும் தயங்கவில்லை. பல ஆண்டுகளாக அடக்கப்பட்ட கோபம் இறுதியாக ஒரு வழியைக் கண்டறிந்தது. அவர்கள் மீண்டும் மீண்டும் குத்திக்கொண்டே இருந்தனர். விரைவான கொடூரமான தாக்குதல்கள்.

ஈட்டிகளும் முட்கரண்டிகளும் அவற்றின் வயிற்றில் கொடூரமாக துளைத்ததால் குதிரைகள் வேதனையில் ஆவேசமாக முனகின. மிருகங்கள் காட்டுத்தனமாக குதிக்க ஆரம்பித்தன. அவர்களின் முதுகில் இருந்த துருக்கியர்கள் அதை தாக்குப்பிடிக்க தீவிரமாக முயன்றனர்.

'பதுங்கி தாக்குங்கள்!'

'பதுங்கி தாக்குங்கள்!'

துருக்கியர்களிடமிருந்து குரல் ஒலித்தது. ஆனால் அது மிகவும் தாமதமாகிவிட்டது. அவர்கள் சிக்கிக்கொண்டனர். துருவ் ஏற்கனவே குதிரைகளையும் வாயில் நுழைவாயிலில் வந்த துருக்கியர்களையும் கொன்றுவிட்டார். அவர்கள் அங்கேயே சரிந்து விழுந்தனர். தப்பிக்கும் பாதை அடைக்கப்பட்டது.

'குத்திக்கொண்டே இரு! குத்திக்கொண்டே இரு!' என்று துருவ் இடி முழக்கமிட்டார்.

குதிரைகள் கத்திகளிலிருந்து விலகிச் செல்ல தீவிரமாக முயன்றன, ஆனால் அவைகளுக்கு தப்பிக்க இடமில்லை. விலங்குகள் குறுகிய பாதையில் ஆபத்தான முறையில் நிரம்பியிருந்தன. மூன்று நெடுவரிசை குதிரைப்படையின் வலது மற்றும் இடது வரிசைகளில் இருந்த குதிரைகளுக்கு எந்த வாய்ப்பும் இல்லை. அடிமைகள் மீண்டும் மீண்டும் மிகவும் கொடூரமாக முன்னோக்கி குத்தியதால், பல விலங்குகளின் வயிறுகள் விரைவில் கிழிந்தன, அவற்றின் குடல்கள் மென்மையாக வெளியே வந்தன. சில அடிமைகள் தங்கள் ஈட்டிகளை மேல்நோக்கி நீட்டி, துருக்கியர்களையே குத்தி, அவர்களைக் கீறினர். துருக்கியர்களுக்கு எந்த வாய்ப்பும் இல்லை. அவர்களின் வாள்கள் குறைந்தபட்சம் ஒரு ஈட்டி தூரத்தில் இருந்த அடிமைகளை அடைய முடியவில்லை. துருக்கியர்களில் பலர் தங்கள் தீவிரமாகக் கிளர்ந்தெழுந்த குதிரைகளில் இருந்து விழுந்து மிதிக்கப்பட்டனர். மிருகங்களும் மனிதர்களும் விழுந்தபோது, இரத்தம் எல்லா திசைகளிலும் தெறித்தது, வெண்மையான பனி மூடிய பூமி கருஞ்சிவப்பு நிறமாக மாறியது.

பல போர்களில் பங்கேற்ற சாம்பல் நிற வீரரான அபு காசிம், நிலைமையை மாற்ற தனக்கு இன்னும் சிறிது நேரம்கூட இல்லை என்பதை உள்ளுணர்வாக அறிந்திருந்தார். அவர் திடீரென பதுங்கியிருந்து தாக்கினார்.

அதிக நம்பிக்கை. பல தளபதிகளின் வீழ்ச்சி.

'முன்னோக்கிச் செல்லுங்கள்,' என்று ஆவேசமான காசிம் இடியுடன் முழங்கினார். 'வெளியேற ஒரே வழி!'

'வெளியேற ஒரே வழி!'

கட்டளைகள் உடனடியாக குதிரைப்படை வழியாகச் சென்றன. ஒவ்வொரு குதிரை வீரரும் அதை சத்தமாகக் கத்தினர். துருக்கியர்களின் நேர்த்தியான பயிற்சி தொடங்கியது.

'முன்னோக்கிச் செல்லுங்கள்!'

நடுவில் இருந்த துருக்கிய குதிரை வீரர்கள் தங்கள் குதிரைகளை உதைத்து முன்னோக்கித் தள்ளத் தொடங்கினர், தங்கள் தோழர்களை இடது மற்றும் வலதுபுறமாக இறக்க விட்டுவிட்டனர். இரத்தம் சிந்திய பாதையில் வேகமாகச் சென்றனர், அடர்ந்த மூடுபனியைப் பொருட்படுத்தாமல். அவர்களின் தளபதி கட்டளையிட்டிருந்தார். அவர்கள் கீழ்ப்படிந்தனர்.

துருக்கியர்கள் அரக்கர்கள். ஆனால் அவர்கள் துணிச்சலான அரக்கர்கள்.

'முன்னோக்கிச் செல்லுங்கள்!'

துருக்கியர்களின் குதிரைப்படையில் கிட்டத்தட்ட மூன்றில் இரண்டு பங்கு பேர், கரடுமுரடான பாதையில் அழிக்கப்பட்டனர். ஆனால் மீதமுள்ளவர்கள், எழுபதுக்கும் மேற்பட்டவர்கள், பண்ணைகளின் திறந்த நிலத்திற்குள் சிதறினர்.

'படை அணிவகுப்பு!' அபு காசிம் கூச்சலிட்டார்.

ஆனால் அடிமைகள் முன்னோக்கிச் செல்லும்போது கத்திக் கொண்டிருந்ததால், அனைத்து துருக்கியர்களுக்கும் அவரது கட்டளை கேட்கவில்லை. வரிசையின் தலைப்பகுதியில் இருந்த சில துருக்கியர்கள் உள்ளுணர்வாக வேலியைச் சுற்றி சவாரி செய்தனர். குதிரை சவாரி செய்பவர்களை எதிர்த்துப் போராட வாய்ப்பில்லாத சில அடிமைகளைக் கொன்றனர்.

'படை அணிவகுப்பு!' என்று அபு காசிம் மீண்டும் கர்ஜித்தார்.

அவர் மேலும் பொறிகளை எதிர்பார்த்தார். அவர் சொன்னது சரிதான்.

துருக்கியர்கள் அணிவகுத்துச் செல்வதற்குள், கிழக்கு நோக்கிய மரங்களிலிருந்து கொடிய அம்புகளின் மழை அவர்கள் மீது விழுந்தது.

விஜயன் மற்றும் அமல். மேலும் பத்து சோழ-பர்மர் வீரர்கள்.

'விருப்பப்படி ஏவுங்கள்!' விஜயன் கூச்சலிட்டார்.

மரக்கிளைகளில் இருந்த இந்திய வில்லாளர்கள் உயரமான நிலத்தில் இருப்பதன் நன்மையைப் பெற்றனர். இது அவர்களின் இலக்கு சரியானதாகவும் உண்மையாகவும் இருப்பதை உறுதி செய்தது.

அவர்கள் கிட்டத்தட்ட தொடர்ச்சியாக சரமாரியாக இரக்கமின்றி அம்புகளை ஏவினர்.

நடைமுறையில் ஒவ்வொரு அம்பும் ஒரு இலக்கைக் கண்டது. துருக்கியர்களின் நிலையான கவசப் பாதுகாப்பு அல்லது தற்காப்பு நன்மை இல்லாமல் படையணிகள் மீண்டும் மீண்டும் தாக்கப்பட்டன. கூர்மையான ஏவுகணைகள் கஸ்னாவிட்களின் கண்கள், கன்னங்கள், தொண்டைகள், உடல்கள், கால்கள் ஆகியவற்றில் பாய்ந்து, பல துருக்கியர்கள் மீது பலமுறை தாக்கப்பட்டு, மனித முள்ளம்பன்றிகளைப் போலத் தெரிந்தனர்.

துருக்கியர்கள் உள்ளுணர்வாகத் திரும்பி பண்ணையின் மேற்கு நோக்கிச் செல்லத் தொடங்கினர். ஆனால் அவர்களின் பிரச்சனைகள் இன்னும் முடிவடையவில்லை. அவர்கள் மற்றொரு அம்புத் தாக்குதலுக்கு ஆளாகினர்.

புலகித் தனது நாற்பது குதிரை வீரர்களை போருக்கு அழைத்துச் சென்றார், அவர்கள் ஆட்டுத் தொழுவத்திற்கும் குடிசைக்கும் பின்னால் மறைந்திருந்தனர். புது மலர்ச்சியுடன். சோர்வடையாதவர். கொல்ல ஆர்வமாக இருந்தார். அவர்கள் குதிரையின் மீது சரமாரியாக அம்புகளை வீசினர், துருக்கியர்களை நோக்கி முன்னேறினர். கஸ்னாவிட்களில் இன்னும் பலரைக் கொன்றனர்.

இப்போது பீதியடைந்து பதற்றமடைந்த துருக்கியர்கள், ஒவ்வொரு திருப்பத்திலும் பதுங்கியிருந்து தாக்குதல் நடத்துவதைக் கண்டுபிடித்து, மீண்டும் தங்கள் குதிரைகளைக் கட்டுப்படுத்தி, திசையை மாற்றி, தெற்கு நோக்கி விரக்தியுடன் சவாரி செய்தனர். பண்ணையின் அந்த ஒரே பகுதியில்தான் அவர்கள் தாக்கப்படவில்லை.

மரங்களின் மீது இருந்த விஜயனின் படைகளின் அம்புகளும், துருக்கியர்களைத் துரத்தி வந்த புலகித்தின் குதிரை வீரர்களும், காட்டுமிராண்டிகள் மீது தொடர்ந்து தாக்கினர். மேலும் பல கஸ்னாவிட் வீரர்கள் விழுந்தனர், அம்புகள் இரக்கமின்றி அவர்கள் மீது மோதின.

‘கொட்டகைக்கு!’ துருக்கிய குதிரை வீரர்களிடமிருந்து ஒரு கூச்சல் எழுந்தது.

கொட்டகை காலியாகத் தெரிந்தது. வாசலில் யாரும் இல்லை. அதற்குள் இருந்து எந்த சத்தமும் வரவில்லை. அது பாதுகாப்பாகத் தோன்றியது. ஆனால் தோற்றங்கள் சில நேரங்களில் ஏமாற்றும்.

‘கொட்டகைக்கு!’ என்று கஸ்னாவிட்கள் மீண்டும் கூச்சலிட்டனர்.

பண்ணையில் நிறைந்திருந்த குழப்பத்திலும், கூச்சலிலும், மிகச் சிலரே தங்கள் தளபதி அபு காசிமின் உத்தரவைக் கேட்டனர். **‘கொட்டகைக்குள் செல்லாதே! சுற்றிச் செல்!’**

காசிம் சொன்னது சரிதான். இப்போது, அவர்கள் தாக்குதலை சரியாகத் திட்டமிட்ட ஒரு புத்திசாலித்தனமான இராணுவ மனப்பான்மையை எதிர்கொள்கிறார்கள் என்பதை அவர் உணர்ந்திருந்தார். கொட்டகையில் இன்னும் பெரிய பொறி அவர்களுக்காகக் காத்திருக்கும் என்று அவர் எதிர்பார்த்தார். அதைச் சுற்றிச் செல்ல விரும்பினார்.

ஆனால் அவரது வீரர்களில் இருவர் மட்டுமே அவரது கட்டளையைக் கேட்டுப் பின்பற்றினர்.

எஞ்சியிருக்கும் மற்ற கஸ்னாவிட் வீரர்கள் - இப்போது நாற்பது பேர் மட்டுமே - நேராக கொட்டகைக்குள் சென்றனர்.

நரசிம்மனின் பொறிக்குள். அவரது நாற்பது வீரர்களும் நானூறு நன்கு ஆயுதம் ஏந்திய அடிமைகளும் அவர்களுக்காகக் காத்திருந்தனர்.

அவர்கள் வரட்டும்!

அவர்கள் வரட்டும்! ஏனென்றால் அவர்கள் உயிருடன் திரும்பிப் போகமாட்டார்கள்!

கொட்டகைக்குள் சவாரி செய்த நாற்பது கஸ்னாவிட்களுக்கு எந்த வாய்ப்பும் இல்லை. நரசிம்மனின் வீரர்கள் அவர்களுக்காகக் காத்திருந்தனர், நேராகவும், முன்னேயும், பக்கங்களிலும். எளிதாக ஏவ தரையில் குத்தி வைத்துக்கொண்டிருந்த பல அம்புகளுடன் அவர்கள் தயாராக இருந்தனர். ஒரு அம்பு ஏற்கனவே அவர்களின் வில்லில் இருந்தது.

துருக்கியர்கள் உள்ளே நுழைந்தவுடன் ஏவுகணைகளின் பெருவெடிப்புடன் வரவேற்கப்பட்டனர். அவர்கள் எதிர்வினையாற்றுவதற்கு முன்பு, ஒவ்வொரு இந்திய சிப்பாயும் தரையில் இருந்து கூடுதலாக ஒரு அம்பை இழுத்து மற்றொரு சுற்று ஏவினான்.

'பின்வாங்குங்கள்!'

துருக்கியர்கள் தங்கள் குதிரைகளைத் திருப்பத் தொடங்கியபோது, புலகித்தும் அவரது குதிரை வீரர்களும் அவர்களுக்குப் பின்னால் சவாரி செய்தனர். கொட்டகையின் நுழைவாயிலில், இந்தியர்கள் தங்கள் நேரத்தை எடுத்துக் கொண்டு, நன்றாக குறிவைத்து, கஸ்னாவிட்களின் கடைசி வரிசையை நோக்கி சரமாரியாக வீசினர். அவர்களின் கழுத்தின் பின்புறத்தில், முடியின் கோடு தொடங்கும் இடம். ஒவ்வொரு அம்பும் அதன் அடையாளத்தைக் கண்டறிந்தது. கடைசி வரிசையில் இருந்த அனைத்து துருக்கியர்களும் இறந்து விழுந்தனர், அம்புகள் அவர்களின் தொண்டையை துளைத்தன.

இந்தியர்கள் தங்கள் எதிரியை பின்னால் இருந்து தாக்கவில்லை, ஏனெனில் அது அதர்மமாகக் கருதப்பட்டது. ஆனால் துருக்கியர்கள் மற்றவர்களை நடத்தியது போலவே நடத்தப்பட தகுதியுள்ளவர்கள்.

மகாபாரதத்தின் ஞானியான விதுரர் *'ஷதே ஷத்யம் சமாச்சரேத்' என்று கூறியது போல. துன்மார்க்கர்கள் மிகவும் துன்மார்க்கத்துடன் நடத்தப்பட வேண்டும்.*

பெரும்பாலான துருக்கியர்கள் ஏற்கனவே இறந்துவிட்டனர். உயிர் பிழைத்த சிலர் தங்கள் குதிரைகளில் இருந்து விழுந்தனர். முன்னாள் அடிமைகள் தங்கள் ஈட்டிகள் மற்றும் முட்கரண்டிகளுடன் ஆயுதம் ஏந்தியபடி முன்னோக்கி விரைந்தனர். அவர்கள் கஸ்னாவிட்களை மீண்டும் மீண்டும் குத்தினர். அவர்களில் சிலர் வெளியே ஓடி துருக்கியர்கள் தரையில் கிடப்பதைக் கண்டனர். சிலர் காயமடைந்தனர், சிலர் இறந்தனர். அடிமைகள் அனைவரையும் குத்தினர். மீண்டும் மீண்டும். பின்னர் அவர்கள் துருக்கிய இறந்த உடல்களை சிதைக்கத் தொடங்கினர்.

இதற்கிடையில், துருவ் தனது விடுதலை பெற்ற அடிமைகளின் குழுவை வழிப்பாதையில் அழைத்துச் சென்றார், அங்கு அவர்கள் கண்ட காயமடைந்த மற்றும் செயலிழந்த துருக்கியர்கள் அனைவரையும் மீண்டும் மீண்டும் கத்தியால் குத்தினர். அவர்கள் இறந்துவிட்டார்கள் என்பதை உறுதி செய்தனர். துருவ் வேண்டாம் என்று அறிவுறுத்திய போதிலும், இங்குள்ள சில அடிமைகளும் துருக்கிய சடலங்களை சிதைக்கத் தொடங்கினர்.

நரசிம்மனின் வீரர்கள் அவருடன் இருந்தனர். ஒழுக்கமானவர்கள். அவர்கள் இந்திய வீரர்கள். அவர்கள் பொல்லாதவர்களாக இருக்கலாம், ஆனால் ஒருபோதும் காட்டுமிராண்டித்தனமாக இருக்க முடியாது. அவர்கள் தங்கள் எதிரிகளின் சடலங்களை சிதைக்க மாட்டார்கள்.

இந்திய வீரர்கள் மேலும் உத்தரவுகளுக்காகக் காத்திருந்தனர். அவர்களின் தளபதி இன்னும் வெற்றி மகிழ்ச்சியுடன் தனது முஷ்டியை உயர்த்தவில்லை. தளபதி அது முடிந்துவிட்டது என்று சொல்லும் வரை போர் முடிவடையவில்லை.

நரசிம்மன் சுற்றிப் பார்த்தார். ஏதோ சரியாக இல்லையென்று உணர்ந்தார். அவரது உள்ளுணர்வு அவரை எச்சரித்துக்கொண்டே இருந்தது.

புலகித் கொட்டகைக்குள் வந்து குதிரையிலிருந்து இறங்கினார்.

'துருக்கிய தளபதி எங்கே?' என்று நரசிம்மன் கேட்டார்.

'அவரை என்னால் கண்டுபிடிக்க முடியவில்லை, தளபதி. அவர் கொட்டகையை நோக்கிச் சென்றிருந்தார். நான் அவரைப் பார்த்தேன். அவர் இங்கே இருக்க வேண்டும்...'

நரசிம்மன் விரைவாக, 'அடிமைகளை கொட்டகைக்குள் திருப்பி அனுப்புங்கள். அவர்கள் பாதுகாப்பாக இல்லை.......' என்றார்.

பின்னர் அவர்கள் உரத்த அலறல்களைக் கேட்டனர். கொட்டகையின் பின்னால் இருந்து. தெற்கு நோக்கி.

நரசிம்மனும் மற்ற இந்திய வீரர்களும் உடனடியாக தங்கள் குதிரைகளில் ஏறி சவாரி செய்யத் தொடங்கினர். குழப்பத்தை நோக்கி. தெற்கு நோக்கி.

சற்று முன்பு, கொட்டகையில் போர் நடந்து கொண்டிருந்தபோது, உயிர் பிழைத்த துருக்கியர்கள் பண்ணைப் பாதையில் படுகொலை செய்யப்பட்டபோது, அபு காசிம், தனது இரண்டு வீரர்களுடன், கொட்டகையின் பின்னால் சுற்றிச் சென்றார். தெற்கு நோக்கி. அங்கு ஒரு அடர்ந்த மரத் தோப்பைக் கண்டார். அவர் குதிரையிலிருந்து இறங்கி, தன்னுடன் சேர்ந்து குதிரையை கீழே இழுத்து ஒளிந்து கொண்டு, எலியைப் போல அமைதியாகிவிட்டார். தனது வீரர்களையும் அவ்வாறே செய்யும்படி கட்டளையிட்டார். பின்னர் அவர் அவர்களில் ஒருவரை அமைதியாக தோப்புக்குள் மறைவாகச்

சென்று அங்கு இருக்கும் பொறிகளைப் பற்றி அவருக்குத் தெரிவிக்கச் சொன்னார்.

குஸ்தார் நகரத்தின் பிரதான பகுதியை நோக்கி தப்பிச் சென்று, உள்ளூர் படைக்குத் தலைமை தாங்கி, பின்னர் பண்ணைக்குத் திரும்பி வந்து எல்லாவற்றையும் எரிக்கத் திட்டமிட்டார். ஆனால் தோப்பிலும் ஒரு பொறியை அவர் எதிர்பார்த்தார். மேலும் அவர் இயல்பாகவே எச்சரிக்கையாக இருந்தார்.

இருண்ட தோப்பின் ஆழத்தில், மரக் கோட்டின் விளிம்பில் யசாதே மூன்று துருக்கியர்களைப் பார்த்தாள். அங்கு ஒளி பிரகாசமாக இருந்தது. இந்தியாவின் துருக்கிய கசாப்புக்காரரான அபு காசிமின் கொடூரமான பாரிய வடிவத்தை அவள் அடையாளம் கண்டாள்.

அந்த இளம் பெண் மிகவும் அழுதாள். பயம் அவள் இதயத்தைப் பற்றிக் கொண்டபோது அவள் உடல் நடுங்கியது. அவள் பீதியடைந்த குரலில் தன் தந்தையிடம், 'நான் திரும்பிச் செல்ல முடியாது! நான் திரும்பிச் செல்ல மாட்டேன். அந்த அரக்கன்... கவர்னர்-முஃப்தி... அவன் என்னை அடிப்பான்! அவன் என்னைக் கடிப்பான்! அவன் எனக்கு அசிங்கமான செயல்களைச் செய்கிறான்... என் குடல் வலிக்கிறது... நான் உயிருடன் திரும்பிச் செல்ல முடியாது, அப்பா. நீங்கள் என்னைக் கொல்லுங்கள்! நீங்கள் இப்போது என்னைக் கொல்லுங்கள்!'

'அமைதி, யசாதே!' ஆரிஃப் தனது குழந்தையைக் கட்டிப்பிடித்தபடி கிசுகிசுத்தார். அவரது கன்னத்தில் ஒரு துளி கண்ணீர் வழிந்தது. 'கசாப்புக்காரன் உன் குரலைக் கேட்டுவிடப் போகிறான். ஆனால் நான் உனக்கு உறுதியளிக்கிறேன், நாம் உயிருடன் பிடிக்கப்பட மாட்டோம். நான் உறுதியளிக்கிறேன், என் அன்பான குழந்தையே.'

இதற்கிடையில், துருக்கிய சாரணர் தோப்பிலிருந்து அபு காசிமிடம் திரும்பியிருந்தார்.

'அங்கே வீரர்கள் இல்லை, என் ஆண்டவரே,' சாரணர் கிசுகிசுத்தார். 'பொறிகளும் இல்லை. தப்பியோடிய அடிமைகளில் சில நூறு பேர் மட்டுமே.'

'அடிமைகள் ஆயுதம் ஏந்தியிருக்கிறார்களா?' அபு காசிம் முணுமுணுத்தார்.

'இல்லை. பெண்கள் மற்றும் குழந்தைகள் மட்டும்தான். சில வயதானவர்களும்.'

'சரி. நாம் சுற்றித் திரிந்து தெற்கே புறப்படுவோம்.' முழுமையான இராணுவத் தோல்வியிலும் கூட, அபு காசிமின் ஆணவம் தோற்கடிக்கப்படவில்லை. அவர் தனது செயலை 'தப்பி ஓடுவது' அல்ல, 'புறப்படுவது' என்று தன்னைத்தானே அடையாளம் கண்டுகொண்டார். 'நாம் குஸ்தாருக்குச் சென்று அவர்களின் உள்ளூர் படையுடன் திரும்புவோம்.'

'என் ஆண்டவரே,' சாரணர் கிசுகிசுத்தார். 'அங்கே அழகான அடிமைப் பெண்ணையும் பார்த்தேன். யசாதே. கஜினிக்குத் திரும்ப அழைத்து வரும்படி நம்மிடம் கேட்கப்பட்டவள்.'

ஒரு மனிதன் எப்போது தோற்கடிக்கப்படுகிறான் என்பதை அறிந்து கொள்ள வேண்டும். ஏனென்றால் அப்போது அவன் புத்திசாலித்தனமான தேர்வுகளை எடுப்பான். ஒரு மகத்தான தோல்வியில், முக்கிய நோக்கம் உயிர்வாழ்வதாக இருக்க வேண்டும், சிறந்த விருப்பத்தைப் பெறுவது அல்ல. ஆனால் ஒரு மனிதன் தனது ஆணவத்தைக் கட்டுப்படுத்த மறுத்து, தான் தோற்கடிக்கப்பட்டதாக ஒப்புக்கொண்டால், அந்தத் தேர்வை எப்படிச் செய்ய முடியும்?

'சரி,' அபு காசிம் குரலை அடக்கிக் கொண்டார். பல விருப்பங்கள் அவரது தீர்ப்பை மறைத்தன. கஸ்னாவிட் வீரர்களின் இழப்பை ஈடுசெய்ய சுல்தானுக்குக் காட்ட வேண்டிய ஒன்று. அவரது காமத்தை திருப்திப்படுத்த ஒரு பெண். தப்பிப்பதற்கு முன்பு அவரது எதிரிகளுக்கு எதிராக பதிலடி கொடுக்கும் வழி. அவரது முடிவைத் தூண்டியது எதுவென்று யாருக்குத் தெரியும், ஆனால் அபு காசிம் தனது அதிர்ஷ்டத்தை இன்னொரு முறை முயற்சிப்பதில் ஆர்வம் காட்டினார். 'நாம் உள்ளே சவாரி செய்து, அவளைப் பிடித்து வெளியே வருவோம்.'

அபு காசிம் தோப்புக்குள் சவாரி செய்தவுடன், அடிமைகள் எச்சரிக்கையுடனும் பீதியுடனும் கத்தத் தொடங்கினர். கொட்டகையில் போர் இன்னும் தீவிரமாக இருக்கும் என்று அவர் நினைத்திருந்தார். அங்குள்ள அவரது அனைத்து வீரர்களும் உடனடியாகக் கொல்லப்பட்டனர் என்பது அவருக்குத் தெரியாது. மேலும் அவரது எதிரி நரசிம்மன் வாய்ப்பைப் பயன்படுத்திக்கொண்டு குதிரைகளுடன் அவரைத் தொடர தயாராக இருந்தார்.

'ஒரு துருக்கிய சிப்பாய்கூட உயிருடன் தப்பிக்கக்கூடாது!' நரசிம்மன் தனது குதிரைப்படைத் தலைவரிடம் கர்ஜித்தார். 'இங்கே என்ன நடந்தது என்பது பற்றி மற்றவர்களுக்கு எச்சரிக்க எந்த கஸ்னாவிட்டும் தப்பிக்கக்கூடாது!'

அவரது வீரர்கள் தங்கள் தளபதியைப் பின்தொடர்ந்ததால் அவரின் கட்டளைப்படி தெளிவாக இருந்தனர்.

அடர்ந்த மரங்களுக்கு இடையே உள்ள மெல்லிய இடைவெளிகளில் அபு காசிம் தப்பி ஓடிய யசாதேவை நோக்கி வேகமாகச் சென்றார். அவரது இருண்ட கண்கள் தீய வெற்றியாலும், காமத்தாலும் பிரகாசித்தன. அவர் தனது குதிரையில் சவாரி செய்துகொண்டே குனிந்து, அவளுடைய பளபளப்பான, பாயும் முடியைப் பிடித்து, அவளை தனது சேணத்தில் இழுக்க முயன்றார். யசாதே தலையை அசைத்தாள். அவரது பிடி நழுவியது. அவள் கத்தினாள். மற்றும், ஒரு மரத்தின் மேல் ஒரு பந்துபோல சுருண்டாள்.

'என் மகளை நீ அழைத்துச் செல்ல நான் அனுமதிக்க மாட்டேன், அசுரனே!' என்று ஆரிஃப் மிகுந்த துணிச்சலுடன் கத்தினார், தனது பலவீனமான கைமுட்டிகளால் காற்றில் குத்தினார்.

மற்ற அடிமைகள் தலைகீழாக ஓடிக்கொண்டிருந்தனர்.

அபு காசிம் தனது குதிரையை நிறுத்தி கீழே இறங்கினார். அவர் ஒரு கையால் ஆரிஃபின் கழுத்தைப் பிடித்து, பலவீனமான மற்றும் சோகமான முயலைப் போல அவரை மேலே இழுத்தார். தனது குறுகிய வாளை முதியவரின் வயிற்றில் ஆழமாகத் திணித்து, முதுகெலும்பைக் குத்தி, அவரது உடலை ஒதுக்கி எறிந்தார்.

யசாதே திகிலுடன் கத்தினாள் மற்றும் எழுந்திருக்க முயன்றாள். ‘அப்பா!’

ஆரிஃப் அவள் நீட்டிய கைகளில் விழுந்தார், அந்தப் பெண் மீண்டும் கீழே விழுந்தாள், அவளுடைய தந்தையின் சடலம் அவளை கீழே இழுத்தது.

‘அடச் சே!’ அபு காசிம் கத்தினார், வாளை மீண்டும் சேண உறையில் உறையிட்டார். ‘என்னை மறைத்துக்கொள்ளுங்கள்!’ என்று தனது ஆட்களிடம் கூறினார்.

கசாப்புக் கடைக்காரர் இறங்கும்போது, அபு காசிமின் வீரர்கள் அவருக்கு முன்னால் சவாரி செய்து அவரது பக்கவாட்டுகளைப் பாதுகாத்தனர். யசாதேவை தனது சேணத்தில் தூக்க அவர் ஆரிஃபின் இறந்த உடலை இழுக்க வேண்டியிருக்கும்.

துருக்கிய வீரர்களில் ஒருவர் பயத்துடன் திரும்பி தனது தளபதியைப் பார்த்தார். *இது அதிக நேரம் எடுக்கும்!*

அபு காசிம் சிரமமின்றி ஆரிஃப்பைத் தூக்கி, ஒரு கந்தல் பொம்மையைப் போல அவரது சடலத்தை வீசி எறிந்தார். இதற்கிடையில், சோமேஷ்வர் ஒரு மரத்தின் பின்னால் இருந்து நழுவி யசாதேவை நெருங்கினார்.

யசாதேவைத் தூக்குவதில் கவனம் செலுத்திய அபு காசிம், சோமேஷ்வரைப் பார்க்கவில்லை. குஜராத்தி வணிகர் ஒரு கத்தியை உயர்த்தி தனது முழு பலத்தையும் பயன்படுத்தி அதை கீழே இறக்கினார். அது துருக்கிய ஜெனரலின் தொடையில் பதிந்தது. அபு காசிம் வலியால் கர்ஜித்து யசாதேவை விடுவித்தார். பலவீனமான சோமேஷ்வரின் மற்றொரு அடியைத் தவிர்த்து அவர் குனிந்தார்.

சோமேஷ்வரின் வீரச் செயலிலிருந்து உத்வேகம் பெற்று, மற்ற அடிமைகளில் சிலர் கூடி, அபு காசிமின் பக்கவாட்டுகளைப் பாதுகாக்கும் இரண்டு குதிரை வீரர்கள் மீது கற்களை வீசத் தொடங்கினர்.

‘இந்தச் சிறுமியை நீங்கள் அழைத்துச் செல்ல மாட்டீர்கள்!’ என்று வயதான குஜராத்தி வணிகர் கத்தினார்.

அபு காசிம் முன்னோக்கி வந்து சோமேஷ்வரின் இடுப்பில் உதைத்தார். முதியவர் வலியால் துடித்து முழங்காலில் விழுந்தார். அவரது கத்தி தரையில் விழுந்தது.

அபு காசிம் தனது கத்தியை இழுத்து தனது இரண்டு கைகளாலும் அதை உயர்த்தினார். அவர் அதை ஒரே வேகமான அசைவில் கீழே வீசினார். ஒரு கொடூரமான அடி. கத்தி சோமேஷ்வரின் மண்டை

ஓட்டை உடைத்து இரண்டாகப் பிளந்து, கிட்டத்தட்ட அவரது வாய் வரை சென்று, உடனடியாக அவரைக் கொன்றது.

துருக்கிய கசாப்புக்காரன் கஜினியில் இந்தியர்களின் பணியைத் தொடங்கியவரின் சிதைந்த உடலிலிருந்து தனது ஆயுதத்தை எடுக்க முயன்றார். ஆனால் அது தடிமனான மண்டை ஓட்டின் எலும்பில் சிக்கிக் கொண்டது. அவர் செயலிழந்த யசாதேவைப் பார்த்தார், அவள் கண்கள் பயங்கரமாக விரிந்தன. அபு காசிம் அவளைப் பார்த்து எளக்காரமாக சிரித்தார். ‘ஒரு கணம், வேசி. எனக்காகக் காத்திரு.’

சோமேஷ்வரின் மண்டை ஓட்டின் எலும்பிலிருந்து விடுபட தனது வாளை பக்கவாட்டில் நகர்த்தி, கன்னங்களை வெட்டும்போது, கசாப்புக்காரனின் கண்கள் இரத்த வெறியால் வலிமிகுந்த முறையில் நடனமாடின. அபு காசிமுக்கு கத்தி முக்கியமானதாக இருந்தது. கடைசியில் தனது கத்தியை விடுவித்து, அதை மீண்டும் தனது உறைக்குள் நுழைத்தார்.

அவர் திரும்பி யசாதேவை தூக்கினார்.

அப்போதுதான் பல அம்புகள் அபு காசிமின் இரண்டு துருக்கிய வீரர்களையும் தாக்கின. அவர்கள் குதிரைகளிலிருந்து விழுந்தார்கள். இறந்தார்கள்.

இந்திய குதிரைப்படை மீட்புப் பணியில் ஈடுபட்டிருந்தது.

அபு காசிம் ஒரு சத்தத்தைக் கேட்டார். ஒரு தாழ்வான, சுழலும் கர்ஜனை. இடி போன்றது. விழித்திருக்கும் சிங்கத்தின் பயங்கரமான உறுமல் போல. அபு காசிமின் முதுகில் இருந்த முடி குதிரைத் தூரிகை போல இறுக்கமாக நின்றது.

உயர்ந்த மலையின் உச்சியில் காட்டுத் தீப்பிழம்புகள் போல இரண்டு வெறித்தனமான கண்கள் ஒளிர்ந்தன.

நரசிம்மன் சோமேஷ்வரின் சிதைந்த உடலைப் பார்த்துக் கொண்டிருந்தார். அவரது நண்பர். அவர் சிறுமியைப் பார்த்துக் கொண்டிருந்தார். அவள் முகத்தில் இரத்தம்.

அவரது வளையப் பதக்கம் அவரது தோலில் எரிந்தது.

அது நீதியைக் கோரியது.

சில நேரங்களில், ஒரே நீதி கொடூரமான மரணதண்டனைதான்.

அபு காசிம் சுற்றித் திரிந்தார். மரணத்தை உணர்ந்த ஒரு சிக்கிய விலங்கு. அவர் ஒரு அன்னிய உணர்ச்சியை உணர்ந்தார்.

பயம். திகில்.

நரசிம்மன் தனது கால்களை அசைத்து குதிரையிலிருந்து எளிதாக இறங்கினார். அபு காசிமிலிருந்து கண்களை எடுக்காமல், அவர் தனது வாளை உருவினார். அவர் தனது தலையைத் திருப்பி, செயலிழந்த வலது தோளில் இருந்த தடிமனான இரும்புக் கவசத்தை பின்னோக்கித் தள்ளினார். கேடயம் அவரது செயலிழந்த வலது கையில் இறுக்கமாகவும் உறுதியாகவும் கட்டப்பட்டிருந்தது. அவர்

வாளை தனது உடலில் இருந்து சற்று விலக்கி வைத்திருந்தார், அது அவரது இடது கையின் நீட்சி போல.

புலகித், தசர்ணா மற்றும் அவருக்குப் பின்னால் இருந்த இந்திய குதிரை வீரர்கள் தங்கள் மார்பில்.அடித்து கர்ஜிக்கத் தொடங்கினர்.

கொல்லுங்கள்! கொல்லுங்கள்! கொல்லுங்கள்!'

அபு காசிமால் அசைய முடியவில்லை. அவர் வெறித்தனமாக இருந்தார். தோப்பில் இருந்தவர்களின் கோஷம் ஒரு உச்சக்கட்டத்தை எட்டியது.

நரசிம்மன் மிருகத்தனமான துருக்கியரின் முன் நின்றார். அபு காசிம் யசாதேவை ஒரு மரக்கிளை போல கீழே இறக்கிவிட்டு, கிட்டத்தட்ட உடனடியாக தனது வாளை சுழற்றினார். இடதுபுறத்தில் இருந்து. பிரமாண்டமான நரசிம்மனை முடங்கிப்போன வலது பக்கத்தில் தள்ளும் நம்பிக்கையில். கடைசி நேரத்தில் இந்தியர் தனது வலது பக்கத்தை உயர்த்தினார். காசிமின் கடுமையான தாக்குதலை தனது நிலையான கேடயத்தால் ஒதுக்கி வைத்து, தனது சொந்த வாளால் மேல்நோக்கி வெட்டினார். நரசிம்மன் தனது தாக்குதலின் தொடர்ச்சியாக கஸ்னாவிட்டின் வலது முன்கையைப் பிடித்தார், உடலை நிமிர்த்தும் தசைகளை கொடூரமாக வெட்டி அதை செயலிழக்கச் செய்தார். துருக்கியரின் வாள் அவர் கையில் இருந்து ஒரு சிவப்பு நிற மின்னலில் பறந்தது, அவர் தனது கையின் கட்டுப்பாட்டை இழந்தார், மேலும் அவரது துண்டிக்கப்பட்ட தசைகளிலிருந்து இரத்தம் பீறிட்டது.

காசிம் பின்வாங்கினார். அவரது முகம் மிகுந்த பயத்தால் மேகமூட்டமாக இருந்தது. எதிரியின் தாக்குதல் எங்கிருந்து வந்தது என்பதைக்கூட அவர் பார்க்கவில்லை. ஆனாலும், அவரது வாள் கையின் முன்கை கொடூரமாக வெட்டப்பட்டது. அவருக்குத் தெரியும் ... அவர் ஒரு அசாதாரண போர்வீரனை எதிர்கொள்கிறார் என்பதை அவர் அறிந்திருந்தார். மனிதர்களில் ஒரு சிங்கம்.

அவருக்குத் தெரியும் ... அவர் இறந்த நிலையில் இருக்கிறார் என்பதை அறிந்திருந்தார்.

பின்னால் காத்திருந்த இந்தியர்கள் தங்கள் மார்பில் அடித்துக் கொண்டு, *'கொல்லுங்கள்! கொல்லுங்கள்! கொல்லுங்கள்!'* என்று கர்ஜித்தனர்.

காசிம் தனது நல்ல இடது கையால் விரைவாக தனது பக்கவாட்டில் நீட்டினார். அவரது பக்கவாட்டு வாளில் இருந்த கத்தியை நோக்கி. ஆனால் அவர் அதை இழுக்கும் முன்பே, நரசிம்மன், முடிந்தவரை வேகமாக நகர்ந்து, காசிமை நோக்கி தனது தோள்பட்டை கவசத்துடன் முன்னோக்கிச் சென்றார். அது தொலைதூர கருவியிலிருந்து ஏவப்பட்ட ஒரு பாறை ஏவுகணை போல வந்தது. கவசம் துருக்கியரை அவரது இடது தோளில் தாக்கியது. நரசிம்மனின் பருமனான இரும்பு தோள்பட்டை கவசம் காசிமின் தோள்பட்டை மூட்டை அதன் பலவீனமான இடத்தில் உடைத்து, தடிமனான

தோள்பட்டை எலும்பை அதன் குழியிலிருந்து வெளியேற்றியது. துருக்கிய கசாப்புக்காரனின் இடம்பெயர்ந்த தோள்பட்டை ஒரு மெல்லிய அடிமரத்தில் தொங்கும் உடைந்த மரக் கிளை போல சரிந்தது.

அபு காசிம் இப்போது வலியால் அலறிக் கொண்டிருந்தார்.

'கொல்! கொல்! கொல்!'

அவர் தனது வலது கையை காட்டுத்தனமாக சுழற்றி, வலிமைமிக்க சோழ வீரனை விரட்டும் ஒரு பயனற்ற முயற்சியில், தனது வேட்டையாடும் வேதனையின் சாம்பலில் இருந்து ஒரு பிரகாசமான ஃபீனிக்ஸ் பறவை போல எழுந்தார்.

அப்பாவியின் இரத்தக் கறையைக் கழுவுவதற்கான சிறந்த வழி, துன்மார்க்கரின் இரத்தத்தைச் சிந்துவதாகும்.

காயமடைந்த குழந்தையுடன் ஒரு பயங்கரமான போர் விளையாட்டை விளையாடுவது போல் நரசிம்மன் அடிகளைத் தவிர்த்தார். சிங்கம் தனது இரையுடன் விளையாடிக் கொண்டிருந்தது. துருக்கியர் தனது ஆட்டம் முடிந்துவிட்டது என்று அறிந்திருந்தார். அவர் ஒரு மூலையில் ஒதுங்கிய மிருகத்தைப் போல பின்வாங்கினார்.

அபு காசிம் கொலைகார வெறுப்புடன் நரசிம்மனைப் பார்த்தார். அவர் தனது உடைந்த கையைப் பற்றிக்கொண்டு, தளபதி மீது தெளிவற்ற துஷ்பிரயோகங்களை வீசினார். இருப்பினும், ஒரு வார்த்தை தெளிவாக இருந்தது.

காஃபிர்.

காஃபிர்.

காஃபிர்.

சோழ வலிமைமிக்கவன் இரக்கமின்றி தனது வாளைச் சுழற்றி, துருக்கியனின் வலது கையை முழங்கைக்கு மேலே சுத்தமாக துண்டித்தார். காசிம் துயரத்தில் கர்ஜித்ததால், இடைவெளியில் இருந்த காயத்தின் வழியாக இரத்தம் பெருக்கெடுத்து ஓடியது. நரசிம்மன் கஸ்னாவிட்டின் இடுப்பில் கடுமையாக உதைத்தார். துருக்கியன் தரையில் விழுந்தார்.

நரசிம்மன் ஒரு முழங்காலில் விழுந்து தனது வாளை காசிமின் தொண்டையை நோக்கி சுழற்றினார். கசாப்புக் கடைக்காரனின் தலையை வெட்டக்கூடிய ஒரு அடி. ஆனால் சோழ தளபதி துரதிர்ஷ்டவசமான துருக்கியரிடமிருந்து இரண்டு அங்குல தூரத்தில் நின்றார். பின்னர் அவர் கீழே பார்த்தார். புகழ்பெற்ற கடவுள் நரசிம்மன் தனது சொந்த மகனைக் கொல்ல முயன்ற அருவருப்பான அரக்கன் ஹிரண்யகசிபுவை எவ்வாறு அழித்தார் என்பதை அவர் நினைவு கூர்ந்தார்.

நரசிம்மன். அவர் பெயரிடப்பட்ட கடவுள்.

உயிருள்ள நரசிம்மன் தனது வாளை செங்குத்தாக திருப்பி, துருக்கியரின் வயிற்றில் இரக்கமின்றி கீழிருந்து குத்தினார். அந்தத்

தாக்குதல் மிகவும் கடுமையாக இருந்ததால், வாள் துருக்கியரின் முதுகு வழியாக வெடித்துச் சென்று காட்டு நிலத்தில் புதைந்தது.

சுற்றிலும் இருந்த அனைவரும் அந்தக் கொடூரக் காட்சியால் அசைவற்று நின்றனர்.

நரசிம்மன் மூர்க்கமாக கர்ஜித்தார். அவர் தனது மேற்கை உள்தசையை வளைத்து, வாளை இன்னும் ஆழமாகத் தள்ளினார். கிட்டத்தட்ட தெய்வீக கோபத்துடன். வாளின் பிடி துருக்கியரின் வயிற்றில் மோதியது. வாள், உண்மையில், ஆழமாக உள்ளே செல்ல முடியவில்லை.

கஸ்னாவிட் போர்வீரனை, தரையில் ஒரு கூடாரத்தை சரிசெய்வது போல, பூமியில் ஆணியடித்தது.

சோழ தளபதி சுற்றிப் பார்த்து, 'இந்த மனிதன் இரத்தம் கசிந்து சாகப் போகிறான்! யாரும் கருணை காட்ட மாட்டார்கள்! யாரும் இல்லை!' என்று இடியுடன் கத்தினார்.

இந்தியாவின் துருக்கிய கசாப்புக்காரரான அபு காசிம், வேதனையில் அலறிக் கொண்டே இருந்தான். அவன் இரத்தம் கசிந்து மரணத்தின் கருணை விடுதலையைக் காண இன்னும் ஒரு மணி நேரம் ஊளையிட்டுக் கொண்டே இருக்க வேண்டும்.

ஃபிர்தௌஸின் பண்ணையிலிருந்து, தெற்கில் ஒரு மலையை நோக்கி நிலம் உயர்ந்தது. பின்னர் குஸ்தார் நகரத்திற்கு ஒரு நீண்ட பாதை இருந்தது.

தாலிப் காலை முழுவதும் இந்த மலையில் இருந்தான். அவன் இரவில் தாமதமாகச் சென்று, மலையின் மேற்கூரையாக இருந்த காட்டிற்கு மாறி, தனது குதிரையை ஒரு மரத்தில் கட்டினான். பின்னர் பண்ணையை நன்றாகப் பார்க்க உயரமான மரம் ஒன்றில் ஏறினான்.

சோமேஷ்வருக்கு உதவிய உள்ளூர் குவாதர் வணிகர் தாலிபின் சொத்து. ஏன்? ஏனென்றால் பெரும்பாலான குவாதர்கள் கஜினியின் முகமதுவை வெறுத்தனர். அவர்கள் அவரது பேரரசின் ஒரு பகுதியாக இருக்க விரும்பவில்லை. குவாதரில் பெரும்பான்மை சமூகமாக இருந்த பலோச்கள் சுதந்திரத்தை விரும்பினர். இந்த உள்ளூர் வணிகர் தனது நம்பிக்கைகளின்படி செயல்பட்டவர். எனவே, அவர் வழக்கமாக முகமதுக்கு எதிராக வேலை செய்பவர்களை ஆதரித்தார். நிச்சயமாக, செயல்முறையை உயர்வூட்டுவதற்கு சிறிது பணம் எப்போதும் உதவியது.

சோமேஷ்வரின் திட்டங்களைப் பற்றி தாலிப் அறிந்ததே இதன் விளைவு. எதிரியின் எதிரி ஒரு நண்பன் என்பதால், முகமதுக்கு எதிராக ஒருவரைவிட இரண்டு பேர் சிறந்தவர்கள் என்று உள்ளூர்

குவாடாரி வணிகர் கருதினார். உள்ளூர் குவாடாரி வணிகர் சரியாகக் கருதினார்.

சோமேஷ்வர் குவாடாரி வணிகருக்குக் காட்டிய அப்பாஸிட் பதக்கத்தைப் பற்றியும் தாலிப் அறிந்திருந்தான். அவர் பயணம் செய்த குழுவின் திறமைகளை வெளிப்படுத்த, அதிக ஆயுத ஆதரவு தேவை. அது உள்ளூர் குவாதாரி வணிகரை நம்ப வைத்தது. ஃபிர்தௌஸின் பண்ணைக்குச் சென்று இந்தியர்களுடன் கூட்டணி வைக்க முடிவு செய்த தாலிப்பையும் அது நம்ப வைத்தது. தாலிப்பைப் பொறுத்தவரை, சுல்தான் கொல்லப்பட வேண்டும். முகமதைக் கொன்றது அரேபியர்களா அல்லது இந்தியர்களா என்பது முக்கியமல்ல.

தாலிப் மரத்தின் உச்சியில் இருந்து பார்த்துக் கொண்டிருந்தபோது, கொல்லப்படாமல் இந்தியர்களை அணுகுவதற்கான திட்டத்தை வகுத்துக் கொண்டிருந்தான். அப்போது திடீரென்று பள்ளத்தாக்கின் மறுபக்கத்திலிருந்து, வெகு தொலைவில் ஒரு குதிரைப்படைப் பிரிவு வெளிப்படுவதைக் கண்டான். குதிரைப்படை பண்ணைக்குச் சென்ற நேரத்தில், அபு காசிமின் தனித்துவமான வடிவத்தை அவனால் அடையாளம் காண முடிந்தது.

தாலிப் தனது துரதிர்ஷ்டத்தை சபித்தான். தனது பெருமைக்குரிய அரபு கூட்டாளிகளைப் போலவே இந்தியர்களும்கூட விதியால் கொல்லப்படுவார்கள் என்று தோன்றியது. ஏனென்றால், *இந்தியாவின் துருக்கிய கசாப்-இ-ஹிந்தின்* தாக்குதலில் யார் தப்பிக்க முடியும்?

பின்னர், அவன் தான் கற்பனை செய்யமுடியாத மிகவும் அற்புதமாக செயல்படுத்தப்பட்ட தாக்குதலைப் பார்த்தான். பாதையில் தாக்குதல், மரங்களில் வில்லாளர்கள், ஆட்டுத் தொழுவத்தின் பின்னால் இருந்து பக்கவாட்டில் வந்த குதிரைப்படை, பின்னர் கொட்டகையில் படுகொலை.

தாலிப் திகைத்துப் போனான். இந்த அளவிலான வீரர்களை அவன் இதற்கு முன்பு பார்த்ததில்லை. அவர்கள் தனது எஜமானர் இஸ்மாயிலின் நோக்கத்திற்கு ஏற்றவர்களாக இருப்பார்கள்.

அல்லாஹ் ஒரு கதவை மூடும்போது, இன்னொரு கதவைத் திறக்கிறான்.

தாலிப் தனது கடவுளுக்கு நன்றி தெரிவிக்க மேலே பார்த்து கிசுகிசுத்தான், 'முகமது, உன் நாட்கள் எண்ணப்பட்டுவிட்டன...'

இப்போது அவன் செய்ய வேண்டியதெல்லாம், இந்தப் பயமுறுத்தும் இந்தியர்களை எவ்வாறு அணுகுவது மற்றும் அவர்களின் பலத்தை தனது எஜமானரின் நோக்கத்திற்காக எவ்வாறு இணைப்பது என்பதைத் திட்டமிடுவதுதான்.

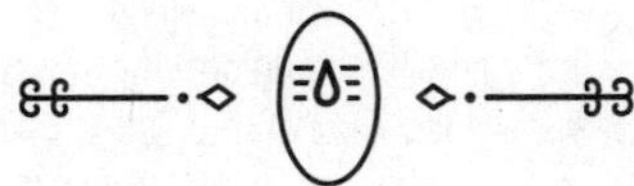

அத்தியாயம் 20

கடந்த கால பாவங்களின் கடன்

கஜினி, ஆஃப்கானிஸ்தான்

‘என் மகன்!’ கஜினியின் முகமது பெருமிதத்துடன் கூச்சலிட்டார். ‘என் இளம் சிங்கம். இந்தியாவை வென்றவனே!’

‘என் மாமா!’ என்றார் சுல்தானின் மருமகன் சலார் மக்ஸூத்.

ஜமா மசூதியின் மீட்டெடுக்கப்பட்ட தரையில் முகமதை நோக்கி மக்ஸூத் வேகமாக நடந்து சென்றார். இருவரும் போற்றுதலுடனும் அரவணைப்புடனும் தங்கள் கைகளால் ஒருவரையொருவர் சுற்றிக் கொண்டனர். முகமது சலார் மக்ஸூத்தின் இரு கன்னங்களிலும் மீண்டும் மீண்டும் முத்தமிட்டார். அவர் அவரைப் பார்த்து பரவசமடைந்தார்.

‘மாமா, *நீங்கள்தான்* இந்தியாவை வென்றவர்!’ சலார் மக்ஸூத் பணிவுடன் பதிலளித்தார். ‘நான் உங்கள் வேலைக்காரன் மட்டுமே, *காஃபிர்களின்* தேசத்தில் உங்களுக்காக நான் கட்டுப்பாட்டை பராமரிக்கிறேன்.’

‘அந்த எரிச்சலூட்டும் இந்தியர்கள் மீது கட்டுப்பாட்டை உறுதி செய்வதற்கான ஒரே வழி, அவர்களை மீண்டும் மீண்டும் தாக்குவதுதான்! அவர்கள் இரத்தக்களரி கரப்பான் பூச்சிகளைப் போல எழுகிறார்கள். அவர்கள் பெர்சியர்களைப் போல இல்லை ... அவர்கள் ஒரு முறை அடிபட்டாலும் கீழே விழ மாட்டார்கள் ...’

‘உண்மை ... சோகம், ஆனால் உண்மை. எனக்கு ஒரு கொள்கை இருக்கிறது. இந்தியாவில், ஒவ்வொரு காலையிலும், நான் எழுந்து சில இந்தியர்களை எதேச்சையாக அடிப்பேன். அவர்கள் தங்கள் இடத்தில், எங்கள் காலடியில் இருக்கக் கற்றுக்கொள்ளும் வரை அவர்களை அடித்துக் கொண்டே இருப்பேன்.’

முகமது கடுமையாக உற்றுப் பார்த்தார். 'மீண்டும் புறஜாதியினரிடையே பிரச்சனை உருவாகி வருவதாகக் கேள்விப்பட்டேன்?'

'பெரியதாக எதுவும் இல்லை... என்னால் அதைக் கையாள முடியும்,' என்று சலார் மக்ஸூத் பதிலளித்தார். 'ஷ்ரவஸ்தியை சேர்ந்த ஒரு கீழ்ஜாதி இந்து இளவரசர் கொள்ளையர்களின் கும்பலுடன் சுற்றித் திரிகிறார். ஒரு சிறிய எரிச்சல். நான் அவரை ஒரு ஈயைப் போல அடிப்பேன், மாமா! பண்டிகைகள் முடிந்ததும் நான் இந்தியா திரும்புகிறேன்.'

'ம்ம்ம்...' முகமது யோசித்தார். 'அவரது பெயர் என்ன?'

'சுஹேல்தேவ். கவலைப்படாதீர்கள். உலகின் சுல்தான், விரைவில் கலீஃபாக வருபவர், இதுபோன்ற சிறிய விஷயங்களைப் பற்றி சிந்திக்கத் தேவையில்லை. நான் இந்த சுஹேல்தேவை கையாள்வேன்.'

முகமது ஒரு பக்கமாகப் பார்த்தார். 'நான் உன்னை தாமதிக்கிறேன்! உன் அத்தை உனக்கு வணக்கம் சொல்ல ஆவலுடன் காத்திருக்கிறாள். உன் மாமா, என் சகோதரன், கஜினியின் ஆளுநர்-முஃப்தியும்தான்!'

'என் மரியாதைக்குரிய அத்தையே.' சலார் மக்ஸூத் நல்வணக்கம் செலுத்தி கௌசரி ஜஹானை வணங்கினார். ராணி மெதுவாக தலையசைத்தாள், கவனமாக வடிவமைக்கப்பட்ட ஒரு சூடான புன்னகை அவளுடைய அரச முகத்தை அலங்கரித்தது. சலார் மக்ஸூத் சுல்தானின் வலதுபுறம் நின்ற இஸ்மாயிலை நோக்கித் திரும்பினார். இதுவரை சந்திக்காத மாமாவை வணங்கினார்.

'என் மாமா! இறுதியாக, குஸ்கானில் இருந்து திரும்பினேன். நீங்கள் அங்கு ஒரு இனிமையான தங்குதலை அனுபவித்திருப்பீர்கள் என்று நினைக்கிறேன்.' இளம் கஸ்னாவிட் ஜெனரல் கஞ்சத்தனமான மற்றும் தாராள மனப்பான்மையுடன் சிரித்தார்.

'ஓ, மருமகனே! நீ மட்டும் நான் அங்கு இருக்கும்போது வந்திருந்தால் உன்னை ஆரவாரத்துடன் வரவேற்றிருப்பேன்,' என்று இஸ்மாயில் சிரித்தார். அவர் வலுவான அரவணைப்புடன் தன் கைகளை விரித்தார். சலார் மக்ஸூத் அரவணைப்பை ஏற்றார்.

'இந்தியாவில் உங்கள் வீரம் பற்றி என் சகோதரர் வான் அளவிற்குப் புகழ்கிறார், மருமகனே,' என்றார் இஸ்மாயில். 'கஸ்னாவிட் சுல்தானகம் கதைகளால் எதிரொலிக்கிறது. சுல்தானின் மகன்கள் கூட என் சகோதரனின் இதயத்தில் நீங்கள் வகிக்கும் சிறப்பு இடத்தை அனுபவிப்பதில்லை.'

'நீங்கள் மிகவும் கனிவானவர், என் ஆண்டவரே, கவர்னர்-முஃப்தி,' என்று சலார் மக்ஸூத் பணிவுடன் பதிலளித்தார்.

சலார் மக்ஸூத் ஒரு கூச்ச சுபாவமுள்ள இளைஞனை நோக்கி தனக்கு அருகில் வருமாறு சைகை செய்தார். அவர் இரண்டு படிகள் பின்னால் விவேகத்துடன் நடந்து கொண்டிருந்தார்.

'மாமா, நிச்சயமாக உங்களுக்கு என் வலது கை மனிதர் கெரிம் நினைவிருக்கும். இந்தியாவில் வெற்றிகளுக்கு அவரின் சமமான பொறுப்புகள் உண்டு.'

முகமது கூச்சலிட்டார். 'நிச்சயமாக! கெரிமைப் பற்றி குறிப்பிடாமல் சலார் மக்ஸூத்தை குறிப்பிடுவது கடினம்,' என்று அவர் கண்களில் மின்னலுடன் கூறினார். 'நீங்கள் உண்மையிலேயே ஒரு நல்ல இளைஞன், கெரிம்,' என்று அவர் மேலும் கூறினார், உயரமான, மெலிந்த மற்றும் இயற்கைக்கு மாறான சிகப்பு நிறமுள்ள கெரிமின் மீது மெதுவாக தனது பார்வையை செலுத்தினார். 'மிகவும் சரி.'

கெரிம் வெட்கப்பட்டார்.

இஸ்மாயில் சங்கடமாக ராணியைப் பார்த்தார், அசாதாரணமான எதிரொலிப்பைக் கண்டார். இஸ்லாத்தைப் பற்றிய அவர்களின் புரிதலில் ஓரினச்சேர்க்கை உறவுகள் அனுமதிக்கப்படவில்லை.

'நிச்சயமாக என் ஆண்டவரே,' என்று சலார் மக்ஸூத் கூறினார். 'நல்ல மனிதர்களைப் பற்றிப் பேசுகையில், நான் புறப்படுவதற்கு முன்பு அபு காசிமைச் சந்திக்க முடியும் என்று நம்புகிறேன். அவர் வேட்டைக்குச் சென்றிருப்பதாகக் கேள்விப்பட்டேன்.'

'ஆமாம்,' என்று சுல்தான் கூறினார். 'என்னுடன் நடந்து வாருங்கள், மருமகனே.'

இரண்டு பேரும் ஜமா மசூதியின் பிரதான மண்டபத்தை நோக்கிச் சென்றனர். மற்ற மூவரும் பின்னால் இருந்தனர்.

'அடிமைகள் எப்படித் தப்பித்தார்கள், மாமா?' என்று சலார் மக்ஸூத் கேட்டார்.

'மோசமான வேலை, மக்ஸூத்,' என்று முகமது கூறினார். 'மசூதியை மீட்டெடுக்க என் சகோதரர் சில *காஃபிர்களை* நியமித்தார். அவர்கள் ஒரு இரவு தப்பினர். பல காவலர்கள் கைகலப்பில் இறந்தனர். இது ஒரு உள்ளூர் சதி என்று இஸ்மாயில் சந்தேகிக்கிறார். கௌசரி அது அபத்தமானது என்று நினைக்கிறாள். நான் என் மனைவியையும் என் சகோதரனையும் மிகவும் நேசிக்கிறேன், ஆனால் அவர்கள் நிச்சயமாக ஒத்துப்போவதில்லை.'

'அது ரகசியமல்ல மாமா. ராணிக்கும் கவர்னர்-முஃப்திக்கும் இடையிலான மோதல் பற்றி முழு நகரத்திற்கும் தெரியும்.'

'நான் யாருடைய பக்கம் இருக்க வேண்டும்?'

'அதற்கு நான் உங்களுக்கு உதவ முடியாது மாமா.' சலார் மக்ஸூத் சிரித்தார். அவர் முகமதைப் பார்த்து, 'ஆமாம், அவர்களின் உட்பூசல்களால் முழு நிர்வாகமும் செயலிழந்து விட்டது என்பது உண்மைதான்.'

'இதையெல்லாம் மீறி, நாங்கள் இதைச் சாதித்துவிட்டோம்!' முகமது மகிழ்ச்சியுடன் கையை அசைத்து, பெரிய மசூதியைக் காட்டினார். 'இதுதான் நான் எனது புதிய பணியில் அடியெடுத்து வைக்கும் அற்புதமான இடம் - உயர்ந்த அதிகாரத்திலிருந்து எனக்கு

வழங்கப்பட்ட ஒரு அங்கீகாரம். நான் கலீஃபாவானதும், நான் மற்றொரு *ஜிஹாதுக்காக* இந்தியாவுக்குத் திரும்புவேன். நீங்கள் பேசும் இந்த புதுமையான இளவரசனை நாம் அடக்குவோம். நாட்டின் இந்து மற்றும் புத்த மன்னர்களை நாம் அழிப்போம். அவர்கள் அனைவரையும் நாம் மதம் மாற்றுவோம் அல்லது கொல்வோம். முன்னறிவிக்கப்பட்ட வெற்றியாளர்களான *கஸ்வா-இ-ஹிந்தின்* தீர்க்கதரிசனத்தை, *இந்தியாவின் ஆக்ரமிப்பு மற்றும் காஃபிர்களின் ஒழிப்பை* நான் நிறைவேற்றுவேன்.

‘அல்லது குறைந்தபட்சம் வட இந்தியா, இப்போதைக்கு. நாம் அவர்களின் ராஜ்ஜியங்களை ஒவ்வொன்றாகத் தேர்ந்தெடுக்கலாம். அவர்கள் சாதிகளாக ஆழமாகப் பிரிக்கப்பட்டுள்ளனர், அவர்களில் பலர் அகிம்சையை நம்புகிறார்கள்!’ சலார் மக்ஸூத் இதைச் சொல்லும்போது சீறினார். ‘மேலும் பெரும்பாலான பௌத்தர்கள் உண்மையில் நாம் அவர்களிடம் கருணை காட்டுவோம் என்று நினைக்கிறார்கள், ஏனென்றால் நாம் சமீப காலம் வரை பௌத்தர்களாக இருந்தோம்.’

முகமது சிரித்தார். ‘அவர்கள் முட்டாள்கள். அவர்களுக்குப் புரியவில்லை. நம் மூதாதையர்களை அழிப்பதன் மூலம் நம் புதிய நம்பிக்கைக்கு விசுவாசத்தை நிரூபிக்கிறோம். நமக்கு முன் இருந்தவர்கள் *காட்டுமிராண்டித்தனமான அறியாமையின் யுகமான ஜாஹிலியாவில்* இருந்தனர். நாம் இப்போது தூய்மையானவர்கள், ஏனெனில் நாம் ஒரு உண்மையான நம்பிக்கையை ஏற்றுக்கொண்டோம். நாம் நல்ல முஸ்லிம்கள் என்பதை நிரூபிப்போம். பௌத்தம் எங்கும் வாழ அனுமதிக்கப்படாது.’

‘உண்மை... ஆனால் தெற்கு இன்னும் கடினமாக இருக்கும்,’ சலார் மக்ஸூத் தொடர்ந்தார். ‘அவர்கள் இன்னும் போர்க்குணமிக்க இந்துக்கள்... உண்மையில், மிகவும் போர்க்குணமிக்க இந்துக்கள். அவர்கள் விலங்குகளை பலியிடுவதையும்கூட செய்கிறார்கள். ராஜேந்திர சோழன் மிகவும் சக்திவாய்ந்தவன்.’

‘சரி, அடுத்த தலைமுறைக்கு நான் ஏதாவது விட்டுச் செல்ல வேண்டும்.’

‘உண்மைதான் மாமா. இருப்பினும், **ஒரே உண்மையான நம்பிக்கையை** இந்தியாவிற்குக் கொண்டுவருவது கஜினியின் பொறுப்பு. அவர்கள் இஸ்லாத்திற்கு மாறும் வரை, அல்லது அவர்களின் கீழ் *திம்மி* அந்தஸ்தை ஏற்றுக்கொண்டு, பணமாகவும், பெண்களாகவும் நமக்கு *ஜாசியாவை* வழங்கும் வரை, அவர்களின் புறஜாதி மண்ணை அவர்களின் இரத்தத்தில் நனைப்போம்.’

‘*ஆமீன்...*’ என்று முகமது, *ஆமென் என்ற அரபு பதிப்பைப்* பயன்படுத்திக் கூறினார், இது ஒரு விசுவாசி பிரார்த்தனையின் முடிவில் தனது பிரார்த்தனையை நிறைவேற்றும்படி தனது கடவுளிடம் கேட்கும் சொல்.

‘*சும்மா ஆமீன்,*’ சலார் மக்ஸூத் பதிலளித்தார்.

இஸ்மாயிலும் கௌசரியும் மசூதியின் நுழைவாயிலுக்கு அருகில் சோகமாக நின்று கொண்டிருந்தனர். அழகான இளைஞன் கெரிம், அந்த அச்சுறுத்தும் ஜோடியை விட்டு விலகி, மைதானத்தை ஆராயச் சென்றான்.

ராணி ஆணவக் கண்களுடன் இஸ்மாயிலை நோக்கித் திரும்பினாள், ஆனால் அவர்களில் இருந்த கோபமான நெருப்பு தெளிவாகத் தெரிந்தது. இஸ்மாயிலைப் போலவே, நுணுக்கங்களைக் கவனிக்கக்கூடிய ஒருவருக்கும், குறைந்தபட்சம் தெளிவாகத் தெரிந்தது.

'ஒவ்வொரு இரவும் பன்றிக்கொழுப்பு நிறைந்த ஒரு தொட்டி என் அறைக்கு வெளியே வந்து காத்திருக்கிறது...' என்று அவள் சொன்னாள், அவளுடைய உரையாடல் மற்றும் பணிவான தொனியில்.

இஸ்மாயில் அவளைப் பார்த்தார், அவரது முகத்தில் ஒரு குழப்பமான வெளிப்பாடு இருந்தது, இருப்பினும் ராணி யாரைப் பற்றி பேசுகிறாள் என்பது அவருக்குத் தெரியும். 'பன்றிக்கொழுப்பு நிறைந்த தொட்டியா?'

ராணி இஸ்மாயிலை ஒவ்வாத கண்களுடன் பார்த்தபோது அவள் முகத்தில் லேசான சிரிப்பு இருந்தது. 'மக்கள் சொல்வது போல் நீங்கள் புத்திசாலி இல்லை.'

ஒரு அப்பாவி வழிப்போக்கருக்கு, ராணியும் கவர்னர்-முஃப்தியும் வானிலை பற்றி மகிழ்ச்சியுடன் விவாதிப்பது போல் இருக்கும். ஆனால் உரையாடல் ஒரு வாள் சண்டைக்குக் குறைவில்லை.

'ஓ,' இஸ்மாயில் பெருமூச்சு விட்டார், பின்னர் மெதுவாக சிரித்தார். 'அந்த பன்றிக்கொழுப்பு நிறைந்த தொட்டி... உங்களுக்கு நல்ல நகைச்சுவை உணர்வு இருக்கிறது, பெரிய ராணி. இந்த விளக்கத்தை நான் அவருக்குப் பயன்படுத்துவேன்.'

'என் அறைக்கு வெளியே அந்த பாரசீக நீந்தி வரும் நீர்யானை என்ன செய்து கொண்டிருந்தது என்பதை நீங்கள் இன்னும் எனக்குச் சொல்லவில்லை.'

இஸ்மாயில் சத்தமாக சிரித்தார். 'நீந்தி வரும் நீர்யானை...... நானும் அதைப் பயன்படுத்தப் போகிறேன்... ஆனால் உங்கள் கேள்விக்கு, எனக்கு அவ்வளவு தெளிவான விளக்கம் இல்லை. நீர்யானைக்கு அதன் சொந்த மனம் இருக்கிறது. இந்தப் பெர்சியர்களின் மூளை எப்படி வேலை செய்கிறது என்று யாரால் சொல்ல முடியும்?'

ராணியின் முகபாவனை தீவிரமாக மாறியது. 'நீர்யானை எந்த திசையிலும் நீந்திக் கொண்டு வரும்.. யார் கடுமையாக அடிக்கிறார் என்பதைப் பொறுத்து.'

'உண்மை. என் பணியாளர்கள் தப்பித்தபோது நான் அதை அனுபவித்தேன். உங்களுக்கும் அதற்கும் எந்தச் சம்பந்தமும் இல்லை என்று நான் உறுதியாக நம்புகிறேன்.'

'உங்கள் உறுதிதான் என் நம்பிக்கை.'

இஸ்மாயில் சிரித்தார். 'இருந்தும், மசூதி மீண்டும் கட்டப்பட்டுள்ளது.'

'ஏனென்றால் நான் உதவினேன்.'

'நீங்கள் செய்தீர்கள் என்று நான் உறுதியாக நம்புகிறேன்.'

'மீண்டும், நீங்கள் உறுதியாக இருப்பீர்கள் என்று நான் நம்புகிறேன்.'

இஸ்மாயில் பதிலுக்குச் சிரித்தார், பதிலளிக்க அக்கறை இல்லாமல் விலகிப் பார்த்தார்.

கௌசரியின் கண்கள் சிறிது நேரம் மின்னின. 'நீங்கள் மிகக் குறுகிய காலத்தில் திரும்பிவிட்டீர்கள்... கவனமாக இருங்கள், உன்னத ஆளுநர்-முஃப்தி.'

'என் பிறப்பே கவனமானதுதான், பெரிய ராணி. ஆனால் உங்கள் அதிகாரத் தளம் கவனமாக இருப்பதை நீங்கள் உறுதிசெய்கிறீர்களா?'

கௌசரி அமைதியாக இருந்தார். ஒரு பொது இடத்தில் சுல்தானைப் பற்றி மிகவும் வெளிப்படையாகக் குறிப்பிடப்பட்டதில் கோபமடைந்தார். ஆனால் அவள் தனது கோபத்தை நன்றாக மறைத்தாள். *இஸ்மாயில் இவ்வளவு துணிச்சலாகப் பேசுவதற்கு மிகவும் சக்திவாய்ந்தவராக இருக்க வேண்டும்.*

இஸ்மாயில் தனது நீண்ட, தளர்வான சட்டைகளுக்குள் தனது கைகளை வைத்தார். 'நான் வெளிப்படையாகப் பேச அனுமதி கொடுங்கள், அழகான ராணி. தேர்ந்தெடுக்கப்பட்ட பாதை ஆபத்தானது என்பது உங்களுக்குத் தெரியும். எந்தத் துருக்கியனும், எந்த அரபு அல்லாதவனும் அந்தப் பணியில் ஒருபோதும் ஏற்றுக்கொள்ளப்பட மாட்டான். நீங்கள் அவரைத் தடுக்க முயற்சித்தீர்கள் என்பது எனக்குத் தெரியும், ஆனால் உங்கள் அதிகாரத் தளம் சிறிது குறைவாக இருக்கிறது. நீங்கள் சொல்வதை அது கேட்கவில்லை. ஏதாவது அசம்பாவிதம் நடந்தால், உங்களுக்கு யார் இருப்பார்கள்? இப்போது பேரரசு முழுவதும் எனக்கு விசுவாசிகள் உள்ளனர். நீங்கள் என்னை நம்பலாம் ... ஆனால் அதற்கு, நீங்கள் நன்றாகத் தேர்ந்தெடுக்க வேண்டும்.'

கௌசரி ஜஹான் கண்களைச் சுருக்கினாள். வெளிப்படையான பேச்சால் திகைத்துப் போனாள். யாரும் காது கேட்கும் தூரத்தில் இல்லை என்பதை உறுதிப்படுத்த அவள் சுருக்கமாகச் சுற்றிப் பார்த்தாள். அவள் உடனடியாக தன் செய்கைக்கு வருந்தினாள். அவள் பலவீனத்தைக் காட்டிவிட்டாள். யாராவது கேட்கும் தூரத்தில் இருந்தால் இஸ்மாயில் இந்த வார்த்தைகளைச் சொல்லியிருக்க மாட்டார் என்பது அவளுக்குத் தெரியும்.

‘நீ என்ன சொல்ல வருகிறாய் என்பதை வைத்து உன்னைக் கொன்றுவிட முடியும்,’ என்று கௌசரி சீறினாள், அவள் வார்த்தைகள் மென்மையாகவும் கிட்டத்தட்ட ஒரு கிசுகிசுப்பாகவும் இருந்தன.

‘நான் என்ன சொல்ல வந்தேன், என் சீமாட்டியே?’ என்று இஸ்மாயில் மசூதிச் சுவர்களில் உள்ள கையெழுத்துப் பிரதிகளைக் காண்பிப்பது போல் கைகளை உயர்த்தி கிண்டல் செய்தார். ‘தயவுசெய்து அல்லாஹ்வின் ஆலயத்தை புனிதமற்ற எண்ணங்களால் கெடுக்காதீர்கள்... ஆனால் நீங்கள் விரும்பினால், நாம் இன்னும் பொருத்தமான இடத்தில் - என் அரண்மனையில் - சுதந்திரமாகப் பேசலாம். நாம் ஒன்றாக வேலை செய்தால் நாம் ஒருவருக்கொருவர் பலமாக இருக்க முடியும் என்று நான் நினைக்கிறேன். நான் நேரடியாகக் கேட்கிறேன், சிலரைப்போல் மறைந்திருந்து அல்ல... நான் உங்களை நன்றாக அறிய மட்டுமே முயற்சி செய்கிறேன். இன்னும் சிறப்பாக. எனக்கு ஏற்கனவே நிறைய தெரியும் என்றாலும்.’

அவனுடைய ஆணவத்தால் ராணி அதிர்ச்சியடைந்தாள்.

கோபமடைந்த அவள் விலகிப் பார்த்தாள். சுல்தானும் சலார் மக்ஸூத்தும் அவர்களை நோக்கித் திரும்பி நடந்து வருவதைக் கண்டாள்.

அவள் சிரித்துக்கொண்டே இஸ்மாயிலை நோக்கித் திரும்பினாள். ‘கவர்னர்-முஃப்தி, நாளுக்கு நாள் உங்களுக்குத் துணிச்சல் அதிகமாகி வருகிறது,’ அவள் மூச்சுத் திணறலுடன் சொன்னாள். ‘துணிச்சலுக்கும் முட்டாள்தனத்திற்கும் இடையே மிக மெல்லிய கோடு உள்ளது.’

சுல்தான் சந்தேகப்படாமல் இருக்க இஸ்மாயில் அன்புடன் சிரித்தார். ஆனால் அவரது தொனி தெளிவானது. ‘நான் ஒருபோதும் அந்தக் கோட்டைத் தாண்டமாட்டேன்.’

கௌசரி இஸ்மாயிலைப் பார்த்தார். ‘நீங்கள் அவ்வாறு செய்ய வேண்டும் என்று நான் பிரார்த்திக்கிறேன்.’

சுல்தானின் அரண்மனையில் உள்ள வேலைக்காரர்களின் அறைகளிலிருந்து யாலன் வெளியே வந்து தாழ்வாரத்தில் மெதுவாக நடந்தான். அவன் காலணிகள் அணியவில்லை, அவனது பதிவுகள் இறகு போல லேசானவை. சூரிய உதயத்திற்கு இரண்டு மணி நேரம் இருந்தது, அவனது பதட்டமான இதயம் அவனது காதுகளில் படபடத்தது.

அவன் பல ஆண்டுகளாக சுல்தானின் சமையலறை ஊழியர்களில் ஒருவனாக இருந்தான். அவனது பின்னணியின் மதிப்பு குறைவாக இருந்தபோதிலும், குவாஜா ஹாசனின் பரிந்துரையின் பேரில் அவன் நியமிக்கப்பட்டான். அந்த உதவியை

அவன் திருப்பிச் செலுத்த வேண்டிய நேரம் ஒரு நாள் வரும் என்பதை அவன் எப்போதும் அறிந்திருந்தான். அவன் மதக் காவல் துறையான ஜுன்தின்-உல்-தினுக்கு ரகசிய வேலை செய்து வந்தான், அது போதுமானதாக இருக்கும் என்று நம்பினான். ஆனால் அவனது இதயத்தில், அவன் செய்த வேலை பிரதமருக்குக் கடனைத் திருப்பிச் செலுத்தும் அளவுக்கு ஆபத்தானது அல்ல என்பதை அவன் அறிந்திருந்தான். இறுதியாக அவனிடம் கேட்கப்பட்ட வேலையில் உள்ள பெரிய ஆபத்தை எதிர்கொள்ள அவன் தயாராக இல்லை. இருப்பினும், அவனுக்கு வேறு வழியில்லை.

அவனது பணிக்கான தயாரிப்பில், முந்தைய வாரம்தான் அவன் சுல்தானின் தனிப்பட்ட ஊழியர்களின் குழுவிற்கு மாற்றப்பட்டிருந்தான்.

வெளிப்புற சுற்றளவில் ரோந்து செல்லும் ஊழியர்களைத் தவிர, அரண்மனை தூக்கத்தில் மூழ்கியிருந்தது. அவன் நட்சத்திரங்கள் நிறைந்த வானத்தைப் பார்த்துவிட்டு, தாழ்வாரத்தின் முனையை நோக்கி நடந்தான். அவன் கைப்பிடிகளில் கைகளை வைத்து, கீழே இருந்த தரையை ஆய்வு செய்தான். ஒரு குளிர் காற்று பனிக்கட்டிகள் போல அவன் முகத்தைக் குத்தியது. இரண்டு காவலர்கள் வலதுபுறம் திரும்பி அரண்மனையின் நீளத்தில் நடப்பதை அவன் கவனித்தான்.

ஆறு நிமிட வாய்ப்பு.

பின்னர் காவலர்கள் மீண்டும் வலதுபுறம் திரும்பி அவனிடமிருந்து வெகுதூரம் நடந்து செல்வார்கள். யாலன் சாய்ந்து தலையை மேல்நோக்கித் திருப்பினான். நிச்சயமாக, அவனுக்கு மேலே உள்ள ஜன்னலிலிருந்து ஒரு மங்கலான மஞ்சள் ஒளி வெளிப்பட்டது, அவனது இலக்கு அந்த ஜன்னல் இருக்கும் அறையில் இருக்கும் நபர் – தூங்கியோ விழித்திருந்தோ.

யாலன் கைப்பிடியின்மேல் ஏறி ஒரு தூணில் ஒட்டிக்கொண்டான். அவன் இடது பாதத்தை நீட்டி, மணற்கல் செங்கற்களுக்கு இடையில் ஒரு விரிசலில் ஒரு கால் பிடிப்பைக் கண்டான். அவன் இடது கையை நீட்டி குறுகிய வடிகால் விளிம்பைப் பிடித்தான். அவன் வலது கை விரைவாகப் பின்தொடர்ந்தது, பின்னர் வலது கால். இப்போது கடினமான பகுதி வந்தது. அவன் தனது இடது பாதத்தை ஒரு சுவர் விரிசலில் குறுகிய பாதத்தில் வைத்து, நெடுவரிசை தூணைப் பிடிக்க இடது கையை முடிந்தவரை அகலமாக நீட்டி, தன் பிடியை உறுதி செய்தான். பின்னர் அவன் ஏறத் தொடங்கினான். அவன் முதுகு, விரல்கள் மற்றும் கால்களில் கடுமையான அழுத்தம். அவன் தோள்கள் எரிந்தன, ஆனால் அவன் இலக்கை அடையும் வரை ஏறுவதைத் தொடர்ந்தான். மூச்சு விடாமல், அவன் தன் முன்கையை விளிம்பின் மேல் வைத்து மேலே இழுத்தான். அவன் ஜன்னல் விளிம்பின் மேல் குனிந்தான். மூன்று எண்ணிக்கையில் அவன் பாதி நின்று, ஜன்னல் சட்டகத்தைப் பிடித்து சமநிலையைக் கண்டான். அவன் தன் இடது கையை விட்டுவிட்டு சிறிது பதற்றத்தை விடுவித்தான். அவன் சட்டகத்தை மீண்டும் பிடித்துக் கொண்டான்.

ஒரு பெண்மணியின் மெல்லிய குரலைக் கேட்டான். அது ஒரு அரபு மந்திரம். அவன் மெதுவாக எழுந்து அறைக்குள் எட்டிப் பார்த்தான். அந்தப் பெண்மணி பட்டு போன்ற அரச படுக்கையறையின் தொலைதூரத்தில் மெல்லிய திரைச்சீலைகளுக்குப் பின்னால் அமர்ந்திருந்தாள். அவன் கால்களை மேலும் நேராக்கி உற்றுப் பார்த்தான்.

இரவு காற்றில் திரைச்சீலை அசைந்து, ராணியை வெளிப்படுத்தியது. அவள் தரையில் ஜன்னலில் சாய்ந்து அமர்ந்திருந்தாள். அவளது சிவப்பு நிற முடி கடலில் புயல் அலைகள் போல அவள் முதுகில் உருண்டு தரையில் ஒரு பிரகாசிக்கும் குவியலாக விழுந்தது. அவள் உடல் அவள் கவனத்தின் ஒளி வெளிப்படும் மூலத்தை மறைத்தது.

மென்மையாக ஒலித்த மந்திரங்கள் அவனை அடையும் நேரத்தில் கிட்டத்தட்ட அமைதியில் கலைந்துவிட்டன. அது அரபு மொழியில் இருப்பதை அவனால் கண்டுபிடிக்க முடிந்தது, அநேகமாக. வார்த்தைகள் என்னவென்று அவனுக்குத் தெரியவில்லை. பதில்களை வழங்க வேண்டும் என்று அவனுக்குத் தெரியும்.

ராணி, இந்த அசாதாரண நேரத்தில் நீ என்ன பாடுகிறாய்?

யாலன் திடீரென்று திடுக்கிட்டான்.

அவன் வலது முன்கையில் ஒரு குளிர்ச்சியான சறுக்கல் உணர்வை உணர்ந்தான். அவன் சீறிப்பாய்ந்து கையை அசைத்தான், ஜன்னல் சட்டத்தில் கிட்டத்தட்ட தனது பிடியை இழந்தான். ஒரு நத்தை விளிம்பின் மேலிருந்து சிறிது தூரத்தில் விழுந்தது. யாலன் மீண்டும் சட்டத்தைப் பிடித்தான். அதுவரை கவனிக்கப்படாமல், விழுந்த நத்தை ஜன்னல் விளிம்பின் மறுமுனையில் அமைதியாக அமர்ந்திருந்த ஒரு சிறிய பறவையை அதிர்ச்சிக்குள்ளாக்கியது. பயந்து, இறகுகள் கொண்ட உயிரினம் கூச்சலிட்டு, அதன் இறக்கைகளை நீட்டி பறந்தது.

யாலன் ஒரு அமைதியான பிரார்த்தனையைச் செய்துவிட்டு மேலே பார்த்தான். உறைந்து போனான்.

அவன் கண்கள் ஜன்னலில் நின்றிருந்த ராணியின் கோபமான பார்வையில் பதிந்திருந்தன. அவளுடைய மந்திரி காவலர் அவள் அருகில் நின்றார்.

திகில். பயம். அவன் ஒரு முயல் போல சிக்கிக்கொண்டான்.

யாலன் அவசரமாக நழுவ முயன்றான், ஆனால் ஹக்கீம் அவனது இரண்டு மணிக்கட்டுகளையும் பிடித்தார். அவன் உளவாளியின் அக்குள்களுக்குக் கீழே கைகளை நகர்த்தி ஒரு சிறிய நாய்க்குட்டியைப் போல அவனை மேலே இழுத்தார்.

கௌசரி ஜஹான் அவனைப் பார்த்தாள். அவள் ஹக்கீமை நோக்கித் திரும்பி, 'புனித ஏரி மற்றும் புனித மலையின் அருளால், நேரம் சரியாக இருந்தது' என்று கிசுகிசுத்தாள்.

யாலன் ஹக்கீமின் இரும்புப் பிடியில் சுற்றிக் கொண்டிருந்தான், விடுபட தீவிரமாக முயன்றான். எதுவும் செய்ய முடியவில்லை. ஹக்கீம் தனது பிரமாண்டமான இடது கையால் அவன் வாயை மூடியதால் சத்தம் வரவில்லை. ஆனால் அவன் இன்னும் முக்கிய தகவலைப் புரிந்துகொண்டான். *'நேரம் சரியாக இருந்தது.' அவள் என்னை எதிர்பார்த்தாளா? நான் இரையாகிவிட்டேனா?*

'நீ சத்தம் போட்டால் இறந்துவிடுவாய்,' என்று ஹக்கீம் கிசுகிசுத்தார்.

யாலன் தலையசைத்தான். இந்த வார்த்தைகள் அவனுக்குப் புரிந்தன.

மந்திரி மெய்க்காப்பாளர் தனது *பெஷ்காப்ஸ், கொடிய பாரசீக கத்தியிலிருந்து உளவாளியை* விடுவித்தார். அவனை தரையில் நேராகத் தள்ளினார். கௌசரி ஜஹான் யாலனை நோக்கி நடந்து சென்று அவனுக்கு அருகில் குனிந்தாள். அவன் அவளை முறைத்துப் பார்த்தான். அவளுடைய அமானுஷ்ய அழகில் உருகி, அவள் கண்களில் இருந்த அச்சுறுத்தலால் செயலிழந்து போனான்.

'நான் உன்னை அடையாளம் கண்டுகொண்டேன்,' என்று அவள் கிசுகிசுத்தாள். 'நீ ஜுன்தின்-உல்-தினுக்காக வேலை செய்கிறாய். அந்தப் பாம்பு இஸ்மாயில் இப்போது உண்மையில் எல்லை மீறிவிட்டான்...'

யாலன் தான் இங்கு வருமாறு ஆளுநர்-முஃப்தி இஸ்மாயில் அல்ல, ஆனால் பிரதமர் குவாஜா ஹாசனால் கட்டளையிடப்பட்டதாகச் சொல்லவிருந்தான், ஆனால் அவனுக்குச் சுய பாதுகாப்புக்கான உள்ளுணர்வு போதுமானதாக இருந்தது. அமைதியாக இருந்தான். சிறிய மனிதர்கள் சக்திவாய்ந்தவர்களின் சூழ்ச்சிகளை ஒருபோதும் உண்மையிலேயே புரிந்து கொள்ள முடியாது என்பதை அறிவார்கள்.

'மன்னிக்கவும், என் ராணி. நான் கட்டளைகளை மட்டுமே பின்பற்றினேன். நான் இப்போது உங்களைப் பின்தொடர்வேன். என்ன செய்ய வேண்டும் என்று சொல்லுங்கள்.'

கௌசரி சிரித்தாள். 'எனக்காக நீ என்ன செய்வாய், முட்டாள் மனிதனே?'

'உங்களுக்கு என்ன வேண்டுமானாலும், என் ராணி.'

கௌசரி தன் புருவங்களை உயர்த்தி மெதுவாகச் சிரித்தாள். எந்தவொரு உண்மையிலேயே நேர்த்தியான பெண்ணைப் போலவே, ஒரு சாதாரண மனிதனுக்கு அவள் ஏற்படுத்தும் காந்தம் போன்ற விளைவை அவள் அறிந்திருந்தாள். ஆனால் தொனியும் வார்த்தைகளும் சரியாக இருக்க வேண்டும்.

'சொல்லு, முட்டாள் மனிதனே,' கௌசரி சொன்னாள். 'என் அறைக்கு வெளியே இருந்து நீ என்ன கேட்டாய்?'

விரும்பாமல், யாலன் ராணியின் மார்பில் ஒரு குறுகிய பார்வையைப் பதித்தான். பல ஆண்களால் அவள் முன் தங்களைக்

கட்டுப்படுத்திக் கொள்ள முடியாது. அவள் தன் இதயத்திற்கு அருகில் இருந்த ஒரு பொருளைப் பிடித்துக் கொண்டு, அதை பார்வையிலிருந்து தடுத்தாள்.

'எனக்கு எதுவும் கேட்கவில்லை, என் ராணி. நீங்கள் அரபியில் பிரார்த்தனை செய்கிறீர்கள் என்று எனக்குப் புரிந்தது. ஆனால் வார்த்தைகளை என்னால் புரிந்துகொள்ள முடியவில்லை.'

'ம்ம்.'

'ம்ம்' என்று சொன்னபோது யாலன் இன்னும் பதட்டமாக உணர்ந்தான். அவன் தன்னை நிரூபிக்க முயன்று, தொடர்ந்து பேசினான். 'ஆனால் நான் உங்கள் உளவாளியாக இருக்க முடியும், என் ராணி. உங்களுக்குப் பிடித்த எந்தச் செய்தியையும் கொண்டு வர முடியும்.'

கௌசரி யாலனைப் பார்த்தாள். அவள் முகத்தில் ஒரு புன்னகை. அவள் ஆர்வமானது போல் நடித்தாள். 'செய்தி?'

'ஆம், என் ராணி. சுல்தான் பற்றிய செய்திகள். பிரதமரைப் பற்றி. கவர்னர்-முஃப்தியைப் பற்றி. நான் அதையெல்லாம் உங்களிடம் கொண்டு வருகிறேன்.'

ராணி சிரித்தாள். அவள் நேசித்த ஒருவனுக்காகவோ அல்லது ஒரு மனிதனுக்கு மூளை இருப்பதை மறக்கச் செய்ய வேண்டியிருந்தாலோ, அவளின் அந்த ஒரு புன்னகை போதும். ஒருவனின் மூளையை இயக்கமுடியாமல் வைக்கும். அதனால் அவன் அவள் சொல்வதைச் செய்வான்.

புன்னகை அதன் விளைவை ஏற்படுத்தியது. வெளிப்படையாக.

'என் ராணி, உங்களுக்கு நான் நித்திய விசுவாசத்தை உறுதியளிக்கிறேன்,' யாலன் துணிச்சலுடன் அவள் மார்பைப் பார்த்து மீண்டும் சொன்னான். 'நீங்கள் என்ன சொன்னாலும் நான் செய்வேன்.'

கௌசரி ஜஹான் தலையசைத்தாள். பின்னர் ஹக்கீம் பக்கம் திரும்பினாள். 'இந்த நல்ல மனிதனின் நாக்கை வெட்டு. அவன் எலும்புகளை உடை. ஆனால் அவன் முகத்தை அப்படியே வைத்திரு. அவன் குடும்பத்தை அழைத்துக்கொள். அவர்கள் பாதுகாப்பான வீட்டில் நம் விருந்தினர்களாக இருப்பார்கள். அவர்களுக்காக ஆயிரம் தங்க நாணயங்களை ஒதுக்கி வைக்கவும். கஜினி ராணியை ஒரு ஜுன்தின்-உல்-தின் உளவாளியின் கைகளில் படுகொலை செய்ய முயன்றதற்காக ஆளுநர்-முஃப்தி மீது முறையான குற்றச்சாட்டுகள் சுமத்தப்பட்டு விடிகாலையை வரவேற்கத் தயாராகுங்கள்.'

யாலன் அமைதியாக இருந்தான். தனக்குக் கிடைக்கும் தண்டனையைப் பார்த்து திகைத்துப் போனான். எந்த மனிதனும் தன் நாக்கை இழக்க விரும்புவதில்லை. ஆனால் ஆயிரம் தங்க நாணயங்கள் என்பது அவனது குடும்பம் என்றென்றும் கவனித்துக் கொள்ளப்படும் என்பதாகும். எந்த ஆணும் இதுபோன்ற வாய்ப்பை நழுவ விடமாட்டான்.

ஆனால், அந்த வாய்ப்பைப் பற்றி மேலும் சிந்திக்கவும், நன்மை தீமைகளை எடைபோடவும் அவனுக்கு நேரமில்லை. ஏனென்றால் அது உண்மையில் ஒரு சலுகை அல்ல. இது ஒரு இறுதி எச்சரிக்கை. ஹக்கீம் தனது பிரமாண்டமான முஷ்டியால் அவனை கடுமையாகப் பிடித்து மயக்கமடையச் செய்ததால் அவனது எண்ணங்கள் குறுக்கிட்டதால் அவனுக்கு நேரமும் இல்லை.

ராணி எழுந்து நின்று ஜன்னலுக்கு நடந்தாள். அவள் வானத்தில் சந்திரனைப் பார்த்தாள். அவள் தலையசைத்து சிரித்தாள். அவள் கண்கள் நத்தையின் மீது விழுந்தன. அது ஜன்னல் விளிம்பின் மையத்திற்கு விடாமுயற்சியுடன் ஊர்ந்து சென்றது. *எகிப்திய சாண வண்டு கெப்பரைப் போல.*

அவள் தன் வலது ஆள்காட்டி விரலின் நுனியில் நத்தையை எடுத்து, பயபக்தியுடன் நெற்றிக்கு அருகில் கொண்டு வந்து கண்களை மூடினாள்.

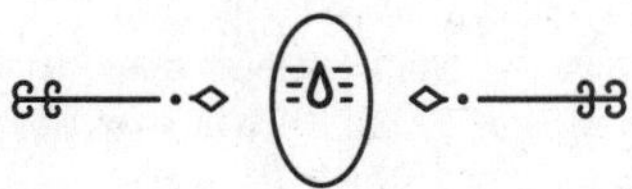

அத்தியாயம் 21

இதையெல்லாம் ஆரம்பித்த மனிதன்

ஃபிர்தௌஸின் பண்ணை, ஆஃப்கானிஸ்தானின் குஸ்தாருக்கு அருகில்

ஃபிர்தௌஸின் வீட்டுத் தோட்டத்தின் விளிம்பில் பனியில் துருவ் அமர்ந்திருந்தார். அவர் குளிரை உணரவில்லை. பாழடைந்த இளைஞனின் கரடுமுரடான, பனியால் குளிர்ந்த முகத்தில் சூடான கண்ணீர் மெல்லிய, மென்மையான பள்ளங்களை உருவாக்கியது.

தப்பியோடிய அடிமைகளைப் பின்தொடர்ந்த துருக்கிய வேட்டைக் குழு அழிக்கப்பட்டு இருபத்தி நான்கு மணி நேரம் கடந்துவிட்டது. ஒரு காலத்தில் பயந்த இந்திய துருக்கிய கசாப்புக்காரன் உட்பட கடைசி மனிதன் வரை வேட்டைக்காரர்களால் வேட்டையாடப்பட்டனர்.

வெற்றி கிடைத்தது. ஆனால் இழப்புகள் அதிகமாக இருந்தன.

முந்தைய மாலை, துருவ் தனது உன்னத தந்தை சோமேஷ்வரை முழு வேத சடங்குகளுடன் தகனம் செய்தபோது, அனைத்து இந்தியர்களும் மரியாதையுடன் நின்று, மென்மையான குஜராத்தி வணிகருக்கு துக்கம் அனுசரித்தனர். இறுதிச் சடங்கின் போது வழக்கமாக ஓதப்படும் கருட புராணத்தின் மென்மையான மந்திரங்கள், சோகமான விழாவுடன் சேர்ந்து கொண்டன. மனச்சோர்வு சந்தர்ப்பத்தைக் கருத்தில் கொண்டு இதுவரை இந்தியர்கள் தங்கள் முஸ்லிம் அடையாளங்களை எல்லா நேரங்களிலும் முன்னணியில் வைத்திருக்கும் நடைமுறை, தற்காலிகமாக கைவிடப்பட்டது. ஆனால் கோஷமிடுதல் முடிந்தவரை மென்மையாக செய்யப்பட்டது, எனவே ஒலி வெகுதூரம் செல்லாது.

போருக்கு முந்தைய இரவில் விதி தனது தந்தையுடன் மீண்டும் இணைத்ததாக துருவ் நம்பினார். ஆனால் விதி எப்படி இவ்வளவு

கொடூரமாக இருந்திருக்கும்? அவர்கள் இழந்த சொர்க்கத்தை சுருக்கமாக அவர்களுக்குக் காட்டியது, ஆனால் அதை மீண்டும் மிகவும் இதயமற்ற முறையில் எடுத்துச் சென்றது.

யசாதே தனது அன்பான தந்தை ஆரிஃபிற்கு யாசிதி சடங்குகளின்படி ஒரு கல்லறை தோண்டப்பட்டபோது தொடர்ந்து அழுதாள். அவரை அதில் அடக்கம் செய்தார்கள். அனைத்து இந்தியர்களும் விடுவிக்கப்பட்ட அடிமைகளும் அவளுக்கு ஆதரவளித்தனர். அமல் யாசிதி பெண்ணை ஒரு பாதுகாப்பான தாயைப் போல தனது சிறகின் கீழ் வைத்திருந்தாள்.

கஜினியின் தொடர்பான, துணிச்சலான பண்ணை உரிமையாளர் ஃபிர்தௌஸும் கொல்லப்பட்டார். ஃபிர்தௌஸ் ஒரு அடிமையைக் காப்பாற்ற துணிச்சலுடன் முயன்றபோது, காசிமின் ஆட்களில் ஒருவர் அவர் தலையை துண்டித்தார். சண்டையில் இக்பாலும் காயமடைந்தார், ஆனால் அவ்வளவு தீவிரமாக இல்லை. ஃபிர்தௌஸ் முறையான இஸ்லாமிய இறுதிச் சடங்குகளுடன் பண்ணை மைதானத்தில் அடக்கம் செய்யப்பட்டார். அனைவரும் கலந்து கொண்டனர்.

சுமார் அறுபது அடிமைகள் இறந்தனர், பெரும்பாலானவர்கள் பாதையில் நடந்த மோதலில் இறந்தனர். புலகித்தின் ஆட்களில் எட்டு பேர் மற்றும் சோழ வீரர்கள் இறுதியாக தங்கள் உயிரைத் தியாகம் செய்தனர். இறந்தவர்களின் அந்தந்த பாரம்பரிய நம்பிக்கைகளின்படி, அனைவருக்கும் முறையான இறுதிச் சடங்குகள் நடத்தப்படுவதை நரசிம்மன், விஜயன் மற்றும் புலகித் உறுதி செய்தனர்.

இருநூறு கஜினி வீரர்களின் சடலங்கள் கொட்டகையின் பின்னால் அடுக்கி வைக்கப்பட்டிருந்தன. அவர்கள் மீது பனி விழுந்தது. சிலர் உடல்களை அருகிலுள்ள ஒரு குன்றிலிருந்து சம்பிரதாயமின்றி வீசி, காட்டு விலங்குகளால் உண்ணப்பட வேண்டும் என்றும், துப்புரவுப் பறவைகளால் கொத்தப்பட வேண்டும் என்றும் விரும்பினர். அரக்கர்களுக்கு எந்த இறுதிச் சடங்குகளையும் செய்ய யாருக்கும் ஆற்றல், விருப்பம் அல்லது உந்துதல் இல்லை. முன்னாள் அடிமைகளில் முஸ்லிம்கள், அமல் உள்பட, தங்களைப் பொறுத்தவரை, இந்த மக்கள் முஸ்லிம்கள் அல்ல என்று நரசிம்மனிடம் கூறியிருந்தனர். உண்மையில், அவர்கள் இஸ்லாத்தின் நியாயமான பெயருக்கு ஒரு கறை. ஆனால் கஸ்னாவிட் துருக்கிய சடலங்கள் குறித்து நரசிம்மன் இன்னும் எந்த முடிவும் எடுக்கவில்லை. உடல்கள் அவ்வளவு விரைவாக உறைபனியால் அழுகாததால் அவருக்கு சிறிது நேரம் கிடைத்தது.

துருக்கியர்களின் கவசங்கள், ஆயுதங்கள் மற்றும் உயிர் பிழைத்த குதிரைகள் இந்தியர்களால் பயன்படுத்த கட்டளையிடப்பட்டன.

தனது கட்டுப்பாட்டில் இருந்த ஏராளமானோருக்கு காலை உணவு ஏற்பாடுகளை நரசிம்மன் கவனித்துக்கொண்டிருந்தபோது, பண்ணையின் ஒரு மூலையில் துருவ் தனியாக அமர்ந்திருப்பதைக் கண்டார்.

வெற்றி கிடைத்தது. ஆனால் இழப்புகள் அதிகமாக இருந்தன.

நரசிம்மன் துக்கத்தில் மூழ்கியிருந்த இளைஞனிடம் நடந்து சென்று அவர் அருகில் அமர்ந்தார். 'உங்கள் தந்தை நம்பமுடியாத நல்லொழுக்கமும் நோக்கமும் கொண்ட மனிதர், துருவ். அவர் மகாதேவரின் உண்மையான பக்தர். அவர் பாரதத் தாயின் சிறந்த மகன்.'

காலை சூரியனின்கீழ் பனி லேசாக உருகத் தொடங்கியது. தளபதிக்கு பதிலளிக்கும் விதமாக துருவ் மரியாதையுடன் தனது கைகளை ஒன்றாக இணைத்தார்.

நரசிம்மன் துருவின் தோளில் கையை வைத்தார்.

துருவ் தனது கண்ணின் ஓரத்தில் இருந்து வெளிப்பட்ட கண்ணீரைத் துடைத்தார். 'இது என்ன மாதிரியான சித்திரவதை... நான் என் தந்தையை சிறிது நேரம் பார்க்கிறேன். அவரைத் தழுவிக் கொள்கிறேன். அவரிடமிருந்து ஆசிகளைப் பெறுகிறேன். கடவுள்கள் இறுதியாக என்னை எதிர்க்கவில்லை என்பது என் அதிர்ஷ்டம். அதற்கு நன்றி. மறுநாள் காலையில், அவரது சிதைந்த உடலைக் காண்கிறேன்... நான் அறிந்த சிறந்த மனிதர்... அவர் இப்படி இறப்பதை நான் காண்கிறேன்... உண்மையிலேயே, என் தந்தையை அவரது அழிவுக்கு இட்டுச் சென்ற இறைவன் கொடூரமானவன். அவர் இந்தியாவில் இருந்திருந்தால் அவர் இன்னும் உயிருடன் இருந்திருப்பார்.'

'ஆனால் அப்போது *நீங்கள்* இறந்திருக்கலாம், துருவ்,' என்று நரசிம்மன் மெதுவாகச் சொன்னார். 'கஜினியிலிருந்து இந்தத் துணிச்சலான தப்பிப்பை நீங்கள் மேற்கொண்டிருந்தாலும், துருக்கியர்கள் உங்களை பின்தொடர்ந்திருப்பார்கள். நமது வீரர்கள் சரியான நேரத்தில் தலையிட்டார்கள். அவர்கள் உன் தந்தையின் காரணமாகத்தான் இங்கே இருந்தார்கள். இல்லாவிட்டால் நீயும் சக பயணிகள் அனைவரும் இந்நேரம் இறந்திருப்பீர்கள் என்பதில் எந்தச் சந்தேகமும் இல்லை.'

துருவ் திகைத்துப் போய் மௌனமானார். அவர் இதை இப்படிப் பார்க்கவில்லை.

'இப்படி யோசித்துப் பார். ஒருவேளை உன் தந்தை எங்களுடன் இங்கே அனுப்பப்பட்டிருக்கலாம், நீ உயிருடன் இருப்பதை உறுதி செய்வதற்காக... உன் தந்தை நம் அனைவரையும் இங்கு அழைத்து வந்திருக்கலாம், அதனால் அவர் மகன் அபு காசிமின் தாக்குதலில் இருந்து தப்பிக்க வழி செய்தார். பின்னர், உன் விதியை மாற்றி எழுதிவிட்டு, அவர் நகர்ந்தார்...'

துருவ் அமைதியாக இருந்தார். அவர் கன்னங்களில் கண்ணீர் வழிந்தது.

'கேள்வி என்னவென்றால்: உன் தந்தையின் தியாகத்தால் உனக்குக் கிடைத்த இந்த இரண்டாவது வாழ்க்கையை நீ எப்படிக் கொண்டு போவாய்?'

துருவ் ஆழ்ந்த மூச்சை எடுத்து கீழ் நோக்கினார்.

'என் பேரரசர் ராஜேந்திர சோழன் ஒரு முறை எனக்கு மிகவும் அழகான ஒன்றைச் சொன்னார்...'

துருவ் நரசிம்மனைப் பார்த்தார்.

நரசிம்மன் தொடர்ந்தார், 'நீ இழப்பாய் என்று நீ நினைத்துப் பார்க்காத ஒன்றை மகாதேவனால் எடுத்துச் செல்ல முடிந்தால், நீ பெறுவாய் என்று நீ நினைத்துப் பார்க்காத ஒன்றையும் அவர் உனக்கு அருள முடியும். நீ செய்ய வேண்டியது எல்லாம் தொடர்ந்து வாழ வேண்டும், தொடர்ந்து நடக்க வேண்டும். ஐதரேய உபநிஷத் சொல்வது போல், "*சரைவேதி, சரைவேதி.*" தொடர்ந்து நடந்து கொண்டே இருங்கள்.'

துருவ் கண்ணீருடன் கீழே பார்த்தார். 'என் தந்தை ஒரு காலத்தில் இதைப் போலவே ஏதோ சொன்னார். நான் கேட்கவில்லை... எனக்குப் புரியவில்லை...'

சோமேஷ்வர் அவர்களின் பண்டைய கலாச்சாரத்தை துருவுக்கு மீண்டும் மீண்டும் விளக்குவார். ஆனால் அப்போது துருவ் மிகவும் இளமையாகவும், கீழ்படியாதவராகவும் இருந்தார், எப்போதும் கவனமாகக் கேட்க முடியவில்லை. *நான் நீங்கள் சொல்வதை இன்னும் அதிகமாகக் கேட்டிருந்தால், அப்பா... நான் உங்களுடன் அதிக நேரம் செலவிட்டிருந்தால் நன்றாக இருந்திருக்கும்.*

'அப்படியெனில், உன் அப்பா சொல்வதை இப்போது கேள்.'

துருவ் தலையசைத்தார்.

'எழுந்திரு' என்றார் நரசிம்மன் பலமான தொனியில். 'உயிருள்ளவர்களின் தேசத்திற்குத் திரும்பி வா. உன் அப்பாவை மதிக்கின்ற, அவர்களின் ஞாபகத்திற்கு மரியாதை செலுத்து - உன் அப்பா விரும்பியது போல மாறு.'

துருவ்வின் கண்ணீர் இப்போது பெருக்கெடுத்து ஓடியது.

'உன் அப்பாவின் ஆன்மா இன்னும் இங்குதான் இருக்கிறது. அவர் பார்த்துக்கொண்டு இருக்கிறார். அவரைப் பெருமைப்படுத்து.'

நரசிம்மனும் துருவ்வும் இப்போது முக்கிய பண்ணைக் கட்டிடங்களை நோக்கி நடந்து கொண்டிருந்தார்கள்.

துருவ் ஆழ்ந்த மூச்சை எடுத்து, 'நான் இந்தியாவுக்குத் திரும்பிப் போகப் போவதில்லை, தளபதி. நான் உங்களோடு கஜினிக்கு வருகிறேன். என் அப்பா உங்களை இவ்வளவு தூரம் கூட்டி வந்தார். நான் அவருடைய பொறுப்பை நிறைவேற்றுவேன். மகாதேவர் சிவபெருமானுக்கு என் ஆன்மீகக் கடனை நான் செலுத்துவேன்... அதாவது, நீங்கள் உங்கள் கட்டளையின் கீழ் சேர அனுமதித்தால்.'

நரசிம்மன் சிரித்துக்கொண்டே துருவ்வை அவன் தோளில் தட்டினார். 'நீ நம் படையில் சேர்ந்தால் எனக்குப் பெருமை.'

துருவ் நின்று நரசிம்மனை முறைப்படி வணங்கினார்.

நரசிம்மன் தலையசைத்தார். அவரது குரல் கட்டளையிடும் குரலாக மாறியது. 'நிதானமாக, சிப்பாய்.' நரசிம்மன் திரும்பியபோது, இக்பால், விஜயன் மற்றும் புலகித் ஆகியோர் நெருங்கி வருவதைக் கண்டார்.

விஜயனும் புலகித்தும் வயதான இக்பாலுக்கு உதவினார்கள், அவர் அமைதியாக நடந்தார். இடது முன்கை மற்றும் வலது தொடையில் காயங்கள் ஏற்பட்டிருந்தன. துருவ் ஜெனரலிடமிருந்து பிரிந்து தனது தந்தையின் நண்பரை நோக்கி நகர்ந்தார். அந்த முதியவரின் கண்கள் அந்த இளைஞனின் மீது விழுந்தபோது மின்னியது. அவர் நின்று தனது கைகளை அகலமாக விரித்தார், அவரது சோர்வடைந்த முகத்தில் ஒரு குழந்தைத்தனமான புன்னகை. கண்ணீர் பெருக்கெடுத்து ஓடியது.

இருவரும் ஒரு வார்த்தை கூட பேசாமல் ஒருவரையொருவர் அணைத்துக் கொண்டனர்.

விஜயனும் இளம் புலகித்தும் நரசிம்மனிடம் நடந்து சென்று ராணுவ ரீதியில் நின்றனர். தளபதி தனது இடது கை முஷ்டியைக் கொண்டு வணக்கம் செலுத்தினார். ஒரு காலத்தில் எதிரிகளாக இருந்தவர்கள். தங்கள் தாயகத்தில் போரிடும் மாநிலங்களைச் சேர்ந்தவர்கள். இப்போது நரசிம்மனும் புலகித்தும் ஒருவரையொருவர் மரியாதையுடன் பார்த்துக்கொண்டனர். அவர்கள் இருவரும் தைரியத்துடனும் திறமையுடனும் அற்புதமாகப் போர் புரிந்தனர்.

'வணக்கம், தளபதி,' புலகித் தலையைக் குனிந்து கொண்டு, தனது உள்ளங்கைகளை ஒன்றாக இணைத்து அந்த மாபெரும் வீரனை நோக்கிப் பேசினார்.

'வணக்கம், இளவரசர் புலகித்,' என்றார் நரசிம்மன்.

புலகித் விஜயனைப் பார்த்துவிட்டு, பின்னர் நரசிம்மனை நோக்கித் திரும்பினார். 'நீங்கள் எங்கள் நாட்டை விட்டு வெளியேறுவதற்கு முன்பு என் மக்களுடன் உங்களுக்கு ஏற்பட்ட விரும்பத்தகாத சந்திப்பைப் பற்றி படைத்தலைவர் என்னிடம் கூறினார்.'

நரசிம்மன் சிரித்தார். 'உங்கள் வீரர்கள் எந்த மரியாதைக்குரிய மனிதர்களும் செய்வதைத்தான் செய்தார்கள் - அவர்களின் ராஜாவின் மரணத்துக்குப் பழிவாங்க முயன்றனர். நான் மீண்டும் சொல்கிறேன், உங்கள் தந்தை ஒரு சிறந்த மனிதர். அவர் மரியாதையுடனும் *தர்மத்துடனும்* போராடினார். நாம் எதிரெதிர் பக்கங்களில் இருப்பது துரதிர்ஷ்டவசமானது.'

'நாம் இப்போது எதிரெதிர் பக்கங்களில் இல்லை...'

'நாம் நிச்சயமாக இல்லை, உன்னத இளவரசே. உங்களை என் தோழர் என்று அழைப்பதில் நான் பெருமைப்படுகிறேன்.'

‘நீங்கள் விரும்பினால், உங்களை என் கூட்டாளி மற்றும் தளபதி என்று அழைப்பதில் நான் பெருமைப்படுகிறேன்.’

நரசிம்மன் ஆச்சரியப்பட்டார். ‘நீங்கள் எங்களுடன் கஜினிக்குத் திரும்பி வர விரும்புகிறீர்களா?’

‘ஆம்.’

‘ஆனால் நீங்கள் தப்பிக்கவில்லையா? ஏன் கழுதைப்புலியின் குகைக்குத் திரும்பிச் செல்ல வேண்டும்?’

‘அடிமைகளைக் காப்பாற்றி அவர்களை சுதந்திரத்திற்கு அழைத்துச் செல்ல நான் தப்பிச் சென்றேன். ஆனால் நான் கழுதைப்புலியின் குகைக்குத் திரும்பிச் செல்ல வேண்டும். நான் செல்ல வேண்டும். ஏன்? ஏனென்றால் குமட்டல் தரும் கழுதைப்புலி இன்னும் உயிருடன் இருக்கிறது. சிங்கங்கள் கழுதைப்புலிகளை வேட்டையாட விரும்புகின்றன!’

நரசிம்மன் சிரித்தார். ‘உன் பெரிய தந்தையை உன்னில் காண்கிறேன்... நீ எங்கள் அணியில் இருப்பது எனக்குக் கிடைத்த மரியாதை, இளவரசே.’

‘அப்படியானால், நான் எனும் புலகித், என்னுடன் பயணிக்கும் வீரர்களுடன், உங்கள் கட்டளைக்கு அடிபணிகிறேன்.’

‘உன் சேவையை ஏற்றுக்கொள்வது என் பாக்கியம், இளவரசே.’

என் பெயர் ‘புலகித்’, என்றார் புலகித்

நரசிம்மன் நெற்றியைச் சுருக்கினார்.

‘நான் உங்கள் சேவையில் இருக்கிறேன், தளபதி. நீங்கள் என்னை ‘இளவரசன்’ என்று அழைக்காதீர்கள். நான் ஒரு சிப்பாய்.’

நரசிம்மன் சிரித்தார். ‘சரி, புலகித்.’

‘எனக்கு ஒரு வேண்டுகோள் இருக்கிறது.’

‘அது என்ன?’

புலகித் தொடர்ந்தார், ‘மீட்கப்பட்ட அடிமைகளுக்கு நான் அவர்களை இந்தியாவுக்கு அழைத்துச் செல்வதாக உறுதியளித்திருந்தேன். நான் உங்களுடன் கஜினிக்குத் திரும்பினால், நான் அவர்களுக்கு அளித்த என் வார்த்தையை மீறுவேன். நாங்கள் *சாளுக்கியர்கள் சூரிய வம்சத்தினர்,* ராமரின் குலத்தினர். எங்கள் வார்த்தையை மீறுவதைவிட நாங்கள் இறப்பதே மேல். எனக்கு உதவ முடியுமா?’

‘புலகித், நான் உதவி செய்ய இருக்கும் வரை எந்தச் சாளுக்கியனும் தன் வாக்குறுதியை மீற மாட்டான். குவாதர் துறைமுகத்திற்கு வழிகாட்ட ஒரு குழுவை நான் ஏற்பாடு செய்வேன். இரண்டு வாரங்களுக்குப் பிறகு எங்கள் கப்பல் வந்து சேரும். எனவே போதுமான நேரம் இருக்கிறது. கப்பல்கள் அவர்களைப் பாதுகாப்பான இடத்திற்கு, இந்தியாவிற்கு அழைத்துச் செல்லும்.’

விஜயன் குறுக்கிட்டு, ‘இக்பால்ஜியை அவர்களுடன் அவர்களின் வழிகாட்டியாகவும் தலைவராகவும் அனுப்புமாறு

நான் பரிந்துரைக்கிறேன். அவர் காயமடைந்துள்ளார், அவரை வீட்டிற்கு அனுப்ப வேண்டும். அவரது கப்பல் குழுவினர் விடுவிக்கப்பட்ட அடிமைகளை அடையாளம் கண்டு அவர்களை ஏற அனுமதிப்பார்கள் என்பதை உறுதி செய்யும். பின்னர் நாம் ஒரு சிறிய குழுவுடன் கஜினிக்கு பயணிக்கலாம்.'

அவர்கள் இக்பாலை பார்த்தார்கள். அவர் ஆட்சேபிக்கவில்லை.

'அதுவும் சரிதான்,' என்றார் நரசிம்மன். திடீரென்று, அவர் தனது இடைவிடாத வலியில் கூர்மையான எழுச்சியை உணர்ந்ததால் முகம் சுளித்தார், மேலும் தனது இடது கையால் செயலிழந்த வலது கையை சரிசெய்ய முயன்றார்.

புலகித் கவலையுடன் அவரைப் பார்த்தான். 'உங்கள் சம்மதத்துடன், உங்கள் காயத்தைப் பாக்கலாமா? என் மக்கள் உங்கள் மீது பயன்படுத்திய ஆயுதம் என்னவென்பதை நான் அறிவேன்.'

நரசிம்மன் தலையசைத்தார். அவர்கள் ஃபிர்தௌஸின் குடிசைக்கு நடக்க ஆரம்பித்தார்கள்.

நரசிம்மனின் வலது கையில் இருந்த இணை மற்றும் கட்டுகள் அகற்றப்பட்டது. சோழ தளபதி திரும்பி புலகித் தனது முதுகைப் பரிசோதிக்க அனுமதித்தார். வாதாபியின் இளவரசன் விஷ அம்பினால் ஏற்பட்ட இருண்ட, ஓரளவு குணமான காயத்தின் மீது தன் கையை ஓடவிட்டார்.

'உங்களைத் தாக்கியதிலிருந்து இப்போது நீங்கள் எப்படி உணர்கிறீர்கள், தளபதி?' புலகித் கண்களைச் சுருக்கி, தோலில் இருந்த பச்சையான பிளவை ஆராய்ந்து கேட்டார். 'எல்லா அறிகுறிகளையும் சொல்லுங்கள்.'

'பயங்கரமானது,' நரசிம்மன் சுருக்கமாக பதிலளித்தார். 'நெருப்பு ஆறுகள் போல என் நரம்புகள் வழியாகப் பாயும் இந்த சபிக்கப்பட்ட தூண்டுதல் மூலிகைகள் செலுத்தப்படாதபோது நான் மிகவும் பலவீனமாக உணர்கிறேன். மூலிகைகள் என்னை உயிர்ப்பிக்கின்றன, ஆனால் பழையதை மறக்க ஒரு புதிய வலியையும் ஏற்படுத்துகின்றன. காயம் இருக்கும் இடத்தில் ஆழமான, எப்போதும் இல்லாத வலி இருக்கிறது... காயத்திலிருந்து உருகிய எஃகு வெளியேறுவது போல் உணர்கிறது. ஆனால் சில நேரங்களில் கூர்மையான, திடீரென புதிய அதிகரித்த வலி ஏற்படும்.'

'ஏதாவது குமட்டல்?' என்று புலகித் கேட்டார்.

'நிறைய இருக்கின்றது,' நரசிம்மன் பெருமூச்சு விட்டார். 'காலையிலிருந்து மூன்று முறை வாந்தி எடுத்தேன்.'

'இருமல்?'

'ஆம். குறிப்பாக ...'

'இரவில்?' புலகித் குறுக்கிட்டு, நரசிம்மன் மேலே சொல்வதைத் தடுத்தார்.

நரசிம்மன் திரும்பிப் பார்த்தார். ஆச்சரியப்பட்டார். 'இளவரசே, உங்களுக்கு அறிகுறிகள் சரியாகத் தெரியும் போலிருக்கிறது.'

'புலகித்'

நரசிம்மன் சிரித்தார். 'மன்னிக்கவும்... புலகித். ஆனால் என்னைத் துன்புறுத்துவது என்னவென்று உங்களுக்குத் தெரிந்திருப்பது போல் தெரிகிறது.'

'ஆமாம் என்றுதான் நினைக்கிறேன்,' என்றார் புலகித்.

நரசிம்மன் தீவிரமாக, 'நான் மெதுவாக செத்துக்கொண்டிருக்கிறேனா?,' என்றார்.

'இல்லை, அப்படி இல்லை என்று நினைக்கிறேன்,' என்றார் புலகித். 'இந்த விஷம் இப்போது உங்களைக் கொன்றிருக்க வேண்டும். இவ்வளவு காலம் உயிர் பிழைத்திருப்பது நம்பமுடியாதது. மேலும், நீங்கள் வெறும் நடமாடுவது மட்டுமல்ல, சண்டையிடும் திறனும் கொண்டவர்.'

'இது என்ன விஷம்?'

'நான் வாதாபியில் இருந்தபோது என் மக்கள் ஒரு புதிய *நச்சுப் பொருளை* முழுமையாக்கிக் கொண்டிருந்தார்கள். அது *குனாதி* என்ற சாம்பல் நிறப் பொருள், அம்புக்குறி அல்லது கத்தியின் உடையக்கூடிய இரும்புடன் கலக்கப்பட்டது. மிகச்சிறிய அளவு ஒரு மனிதனைத் துன்பப்படுத்தக்கூடும், மேலும் கணிசமான அளவு உடனடியாகக் கொல்லக்கூடும். ஒரு மனிதன் இறுதியில் இறந்து போவதற்கு முன்பு அவனது துன்பத்தை நீட்டிக்க சரியான அளவை நிர்வகிக்க என் மக்கள் கற்றுக்கொண்டதாகத் தெரிகிறது. இது உங்கள் உடலில் நுழைந்த விஷம் என்பது எனக்கு கிட்டத்தட்ட உறுதியாகிவிட்டது. அறிகுறிகள் சரியாகப் பொருந்துகின்றன.'

'சரி,' என்றார் நரசிம்மன் சோகமாக. 'அம்பு என் தோலை உடைத்தவுடன் நான் மயக்கமடைந்துவிட்டதாகச் சொன்னார்கள்'

புலகித் உதடுகளைப் பிதுக்கினார். 'நீங்கள் சொல்வது சரியானது.' புலகித் அமலை நோக்கித் திரும்பினார், அவரும் அவர்களுடன் சேர்ந்து கொண்டார். 'அமல்ஜி, அம்புக்குறி பிரித்தெடுப்பதற்கு முன்பு காயத்திற்குள் பிளந்து சிதைந்ததா?'

'ஆமாம், அப்படியே நடந்தது,' என்றாள் அமல். 'அதனால்தான் அவரது உடலில் இருந்து அம்புக்குறி துண்டுகளில் கணிசமான பகுதியை எங்களால் எடுக்க முடியவில்லை. அவை மிகவும் சிறியதாக இருந்ததால் அவற்றை அகற்ற முயற்சிக்கும் போது அதிக சேதத்தை ஏற்படுத்தியிருப்போம்.'

'ம்ம்...' என்றார் புலகித், 'அதுதான் என் மக்கள் உருவாக்கி வந்த புதிய தொழில்நுட்பம். வெறும் *குனாதி* மட்டும் கலந்த ஒரு அம்புக்குறி அல்ல, உண்மையில் அதிலிருந்து *உருவானது!* தளபதியின் சதையில் இப்போது விஷத் தேக்கம் உள்ளது, மேலும் அவரது இரத்தம் அதன்

உள்ளடக்கங்களை அவரது உடல் முழுவதும் பரப்பி வருகிறது. இது மெதுவாக வெளியாகும் விஷம், மனிதனுக்குத் தெரிந்த மிகவும் கொடிய நச்சுகளில் ஒன்றாகும்.' புலகித் நரசிம்மனை நோக்கித் திரும்பினார். 'நீங்கள் இன்னும் உயிருடன் இருப்பது எனக்கு மிகவும் ஆச்சரியமாக இருக்கிறது, தளபதி.'

'நீங்கள் ஏமாற்றமடைந்ததாகத் தெரிகிறது!' நரசிம்மன் சிரித்தார்.

'இப்போது மிகவும் தாமதமாகிவிட்டது!' என்று புலகித்தும் சிரித்தார்.

நரசிம்மன் மனம் விட்டுச் சிரித்தார்.

'ஆனால், நாம் அம்புக்குறித் துண்டுகளை உங்கள் உடலில் இருந்து எடுக்க வேண்டும். அவை அங்கேயே இருக்கும் வரை, உங்கள் அறிகுறிகள் மோசமாகிவிடும். நான் பிரித்தெடுக்க முடியும். ஆனால் அம்புக்குறி எங்கு உள்ளது என்பதைப் பொறுத்து செயல்முறை மிகவும் ஊடுருவக்கூடியதாகவும் வலிமிகுந்ததாகவும் இருக்கும். தவிர...'

'இல்லையென்றால்?' நரசிம்மன் புருவத்தை உயர்த்தினார்.

'உங்கள் தோலையும் சுற்றியுள்ள சதையையும் போதுமான அளவு அகலமாக வெட்டியவுடன், துண்டுகளை வெளியே இழுக்கக்கூடிய ஒரு காந்தம் நம்மிடம் இருந்தால் சரி,' என்று புலகித் கூறினார்.

'காந்தமா?' விஜயன் குறிப்பிட்டார்.

'ஆம், ஒரு காந்தம். ஒரு *காந்தமாக்கப்பட்ட பொருள்*. விஷம் இரும்பு கலவை மூலம் செலுத்தப்படுவதால், அது *குனாதியை* ஈர்த்து வெளியே இழுக்கும். ஆனால் இது வாதாபி அல்ல. தேவையான அனைத்து உபகரணங்களையும் அங்கு கிடைத்திருக்கும். இந்தக் கடவுள் கைவிடப்பட்ட நிலத்தில் ஒரு காந்தத்தை எங்கே பெறப் போகிறோம்?'

விஜயன் மகிழ்ச்சியில் விரிந்த கண்களுடன் நரசிம்மனைப் பார்த்தார். *அந்த அதிசயம் நம்முடன் பயணித்து வந்திருக்கிறது. நமக்கு அது தெரியவில்லை.*

காந்தம் ... சோம்நாத் சிவலிங்கமே ஒரு சக்திவாய்ந்த மிதக்கும் காந்தம்.

'என்ன?' என்று புலகித் கேட்டார். நரசிம்மன், விஜயன் மற்றும் அமல் இடையே பகிரப்படும் உற்சாகத்தின் தோற்றத்தைக் கவனித்தார்.

'எங்களிடம் ஒரு காந்தம் உள்ளது ... உண்மையில், *சரியான* காந்தம் எங்களிடம் உள்ளது ...'

புலகித் பிரமிப்புடன் பார்த்தார்.

புறா கூண்டின் அடுத்த சிறிய அறையில் அமல் மற்றும் இக்பாலுடன் அவர் இருந்தார். அங்கு, ஒரு இடத்தில் மறைத்து வைக்கப்பட்டிருந்த ஒரு விலைமதிப்பற்ற பெட்டி, இந்தியர்களால் எப்போதும் நன்கு பாதுகாக்கப்பட்டு, துருவியறியும் கண்களிலிருந்து விலகி இருப்பதை உறுதிசெய்தது. அமலும் இக்பாலும் அறையில் நுழைவதற்கு முன்பு தங்கள் செருப்புகளை கழற்றினர். புலகித் என்னவென்று உணர்ந்தவுடன், அவரும் தனது காலணிகளைக் கழற்றினார்.

அவரது கண்களில் இருந்து கண்ணீர் வழிந்தது. 'இதுதானா ...'

'ஆம், இதுதான்,' என்று அமல் பதிலளித்தாள்.

இக்பால் மிகுந்த மரியாதையுடன் இரண்டு கைகளாலும் பெட்டியிலிருந்து விலைமதிப்பற்ற புனித நினைவுச்சின்னத்தை எடுத்தார். புலகித் தலை குனிந்து, பிரார்த்தனை செய்வது போல், தனது உள்ளங்கைகளை ஒன்றாக இணைத்தார். இக்பால் அவரது கைகளில் புனிதப் பொருளை வைத்தார்.

புலகித்தின் உடலில் மின்சாரம் பாய்ந்தது. அவர் அழத் தொடங்கினார். '*ஓம் நம சிவாய ... ஓம் நம சிவாய ...*'

'ஜெய் சோம்நாத்ஜி,' என்றார் இக்பால்.

'ஜெய் சோம்நாதர்,' அமலும் கூறினாள்.

புலகித் சோம்நாத் சிவலிங்கத்தின் துண்டை தனது முஷ்டியில் இறுக்கமாகப் பற்றிக்கொண்டார், அவருக்குள் கோபம் எழுந்தது. 'முகமது இறக்க வேண்டும்.'

புலகித்தின் தோளில் அமல் தனது கையை வைத்தார். 'அவர் இறப்பார். அவருக்கு ஒரு சாபக்கேடான மரணம் கிடைக்கும்.

'துருக்கிய குதிரை வீரரா?' என்று நரசிம்மன் கேட்டார். அவரது வலது கை மீண்டும் ஒரு காப்பில் கட்டப்பட்டிருந்தது.

பர்மர் படைத் தளபதியான தசர்ணாவால் வழங்கப்பட்ட செய்தியைக் கேட்டு தளபதி ஆச்சரியப்பட்டார். தன்னை தாலிப் என்று அறிமுகப்படுத்திக் கொண்ட ஒரு துருக்கியர், தலைவரைச் சந்திக்கக் கேட்டு பண்ணைக்குள் சவாரி செய்திருந்தார் என்பது தெளிவானது.

'அவர் குறிப்பாக சல்மானைக் கேட்டார் தளபதி,' என்று தசர்ணா கூறினார்.

கஸ்னாவிட் பிரதேசத்தில் இருந்தபோது மறைந்த சோமேஷ்வர் வைத்திருந்த முஸ்லிம் பெயர் சல்மான். நரசிம்மன் விஜயனை வினோதமாகப் பார்த்தார்.

'இது எதைப் பற்றியது என்று தெரியவில்லை தளபதி,' என்று விஜயன் கூறினார். 'ஆனால் அவருக்கு சல்மான் என்ற பெயர் தெரிந்ததால், நாம் அவரைச் சந்திக்க வேண்டும்.'

‘நான் ஒப்புக்கொள்கிறேன்,’ என்று நரசிம்மன் தசர்ணாவை நோக்கித் திரும்பினார். ‘துருக்கியரை களஞ்சியத்திற்கு அழைத்து வாருங்கள். ஆனால் முதலில் அவரை நிராயுதபாணியாக்குங்கள். மேலும் ஏதேனும் மறைக்கப்பட்ட ஆயுதங்கள் உள்ளதா என சரிபார்க்கவும்.’

‘ஆகட்டும், தளபதி,’ என்று தசர்ணா வணக்கம் தெரிவித்தார்.

கொட்டகையில் இருந்து மக்கள் வெளியேற்றப்பட்டனர். விஜயனும் நரசிம்மனும் மட்டுமே இருந்தனர்.

அவர்களுக்கு முன்னால் தாலிப்.

அனைவரும் சங்கடமான இருக்கைகளில் அமர்ந்திருந்தனர். எல்லாவற்றிற்கும் மேலாக அது ஒரு கொட்டகை.

நரசிம்மன் தாலிப்பை முறைத்துப் பார்த்தார். அவர் மிகவும் வெட்ட வெளிப்படையான துருக்கியர். வயதானவர், கூனிய முதுகு, சிறிய கருப்பு கண்கள். ஆனால் அமைதியான, சாந்தமான நடத்தையுடன் இருந்தார்.

துருக்கியர் அதிகம் பேசாமல் இருப்பது நரசிம்மனுக்குப் பிடித்திருந்தது. ஒரு முட்டாள் பொதுவாக மற்றவர்களைக் கவர முயற்சிக்கும்போது அதிகமாகப் பேசுவான். ஒரு ஞானி தனது வார்த்தைகள் தேவைப்படும் வரை அமைதியாக இருப்பான்.

இந்த கஸ்னாவிட் ஒரு புத்திசாலி மற்றும் திறமையான மனிதர் என்று நரசிம்மனின் உள்ளுணர்வு அவரிடம் கூறியது. அவர் எதிரியா அல்லது நண்பரா என்பது இன்னும் முடிவு செய்யப்படவில்லை.

நரசிம்மன் உரையாடலைத் தொடங்க மறுத்தபோது, தாலிப் இறுதியாகப் பேசினார்.

‘பல நூற்றாண்டுகளுக்கு முன்பு எதிரியின் எதிரி நண்பன் என்று சொன்னது உங்கள் சக இந்தியரான சாணக்கியர்தான் என்று நான் நம்புகிறேன்.’

நரசிம்மன் அமைதியாக இருந்தார். ஆனால் சாணக்கியரைப் பற்றிய குறிப்பால் அவர் ஆச்சரியப்பட்டார்.

‘உங்கள் முகாமில் நான் பார்த்த யசாதேவிடம் நான் சொல்லப் போகும் அனைத்தையும் நீங்கள் சரிபார்க்கலாம். நான் யார் என்று அவளுக்குத் தெரியும். என் அடையாளத்தையும் சரிபார்க்க முடியும்.’

‘யசாதேவை உனக்கு எப்படித் தெரியும்?’ என்று நரசிம்மன் கேட்டார்.

‘அது ஒரு பொருட்டல்ல. சல்மானைப் பற்றியும் எனக்குத் தெரியும்.’

‘கேட்டேன். ஆனால் அது ஒரு பொருட்டல்ல.’

‘ஒருவேளை சோமேஷ்வர் என்னும் பெயர் இன்னும் அதிகமாக அர்த்தப்படுமா?’

இப்போது நரசிம்மன் உண்மையிலேயே அதிர்ச்சியடைந்தார். விஜயனைப் போலவே. ஆனால் அவர்கள் தங்கள் முகபாவங்களை மந்தமாக வைத்திருந்தனர்.

‘உனக்கு என்ன வேண்டும்?’ என்று நரசிம்மன் கேட்டார்.

‘சோமேஷ்வரை ஏன் இங்கே அழைத்து வரக்கூடாது?’

‘உனக்கு என்ன வேண்டும்?’ என்று நரசிம்மன் திரும்ப திரும்பக் கேட்டார்.

தாலிப் மூச்சைப் பிடித்துக் கொண்டார். ‘அவர் போரில் உயிர் பிழைக்கவில்லை, இல்லையா?’

நரசிம்மன் மற்றும் விஜயனின் முகபாவனையைப் பார்த்த தாலிப், தான் சொல்வது சரி என்று புரிந்துகொண்டார்.

‘அது துரதிர்ஷ்டவசமானது. குவாதர் வணிகருக்கு சோமேஷ்வரை மிகவும் பிடித்திருந்தது.’

நாணயம் சரியான இடத்தில் இப்போது விழுந்தது. தாலிப்பின் தகவலின் மூலத்தை நரசிம்மனும் விஜயனும் புரிந்துகொண்டனர்.

‘கடைசியாக ஒருமுறை கேட்கிறேன்’ என்றார் நரசிம்மன். ‘உனக்கு என்ன வேண்டும்?’

‘உங்களுக்கு என்ன வேண்டுமோ அதேதான்’ என்றார் தாலிப். ‘சுல்தானின் மரணம்.’

நரசிம்மனும் விஜயனும் முன்னோக்கி சாய்ந்தனர். ஆர்வம்.

‘என் பெயர் தாலிப். நான் கஜினியின் ஆளுநர்-முஃப்தி மற்றும் சுல்தான் முகமதின் தம்பியுமான இஸ்மாயிலின் வேலைக்காரன். முகமது அவரை பதவி நீக்கம் செய்வதற்கு முன்பு இஸ்மாயில் பிரபுதான் உண்மையான ராஜா. சுல்தானை படுகொலை செய்ய எங்களுக்கு உதவ இருந்த அப்பாஸிட் கலிஃபாவிலிருந்து அரபு தூதர்களை வரவேற்க நான் குவாதருக்கு வந்திருந்தேன். அவர்களுக்கு என்ன நடந்தது என்பது எனக்குத் தெரியும்.’

விஜயன் தனது முகபாவனையை முட்டாள்தனமாக வைத்திருந்தார், ஆனால் உள்ளுக்குள் அவர் அதிர்ச்சியடைந்தார். *இந்த ஏமாற்றுக்காரருக்கு எவ்வளவு தெரியும்?*

‘தொடருங்கள்,’ என்றார் நரசிம்மன்.

‘நீங்கள் அனைவரும் மிகவும் திறமையானவர்கள் என்று குவாதரி வணிகர் எனக்கு உறுதியளித்தார். அதற்கான ஆதாரங்களை நேற்று நான் கண்டேன்.’

‘தொடருங்கள்.’

‘கொலையை யார் செய்கிறார்கள் என்பது என் எஜமானருக்கு கவலையில்லை, அது அவரோ அல்லது அவரது பணியில் உள்ள வேறு எவருமோ இல்லையென்றால் சந்தோஷம். அது

அரேபியர்களாக இருக்கலாம் அல்லது இந்தியர்களாக இருக்கலாம். எங்களுக்கு ஒரே இலக்கு இருக்கும் வரை ஆயுதத்தின் தோற்றம் பற்றி எங்களுக்கு கவலையில்லை. நம்மிடையில் ஒரு தற்காலிக கூட்டணி சாத்தியமாகும் என்று தோன்றுகிறது,' என்று தாலிப் கூறினார்.

'நாங்கள் ஏன் உங்களை நம்ப வேண்டும்?'

'நான் உங்களை நம்பிய அதே காரணத்திற்காக. எங்களுக்கு வேறு வழியில்லை.'

நரசிம்மன் உறுதியற்றவராக முணுமுணுத்தார். ஆனால் அவரது மனதில், நம்பிக்கை துளிர்விட்டது. *ஆம், நிச்சயமாக, அந்த மனிதனை நம்ப முடியாது. நாம் ஒரு பொறிக்குள் நடக்கலாம். ஆனால் நமக்கு வேறு என்ன வாய்ப்பு இருக்கிறது? சோமேஷ்வர் மற்றும் ஃபிர்தௌஸின் மரணத்திற்குப் பிறகு, நமக்கு எந்த செல்வாக்கும் இல்லை. இதுவே நம் ஒரே நம்பிக்கை. ஒருவேளை கவர்னர்-முஃப்தி என்பது ஃபிர்தௌஸ் வைத்திருந்த அரச தொடர்பாக இருக்கலாம்.*

'மேலும், நான் உண்மையில் மறுபுறம் இருந்திருந்தால், என் எஜமானரின் அதிகாரத்தைப் பயன்படுத்தி உள்ளூர் குஸ்தார் படையுடன் இங்கு அணிவகுத்து வந்திருக்க முடியும். நீங்கள் திறமையானவர்களாக இருந்தாலும், பயிற்சி பெற்ற இரண்டாயிரம் துருக்கியர்களின் குதிரைப்படையை நீங்கள் தாங்க முடியும் என்று நீங்கள் உண்மையிலேயே நினைக்கிறீர்களா? நான் அதைச் செய்யாதது எனது நோக்கங்களுக்குச் சான்றாகும்,' என்று தாலிப் கூறினார்.

நரசிம்மன் அமைதியாக இருந்தார். *நல்ல விஷயம்.*

'உங்களிடமிருந்து நாங்கள் விரும்புவது சுல்தானையும் அவரது முக்கிய அதிகாரிகளையும் கொல்ல வேண்டும் என்பதுதான் - அவர்களில் ஒருவரான அபு காசிம், நீங்கள் ஏற்கனவே கொன்றுவிட்டீர்கள். அவருடைய இரட்டை மகன்களும் கொல்லப்பட வேண்டும்.'

விஜயனுக்கு அவர்களின் அதிர்ஷ்டத்தை நம்ப முடியவில்லை. கஜினி அரச குடும்பத்தில் துரோகியை யாரும் அணுக முடியாததால், சோமேஷ்வர் மற்றும் ஃபிர்தௌஸின் மரணங்களுடன் பணி முடங்கியது போல் தோன்றியது. ஆனால் கடவுள்கள் மற்றொரு மனிதனை, வெளிப்படையாக துரோகியின் பணியில், நேரடியாக தங்கள் சுற்றுப்பாதையில் வைத்திருந்தனர்.

'சுல்தானைக் கொல்வது அவ்வளவு சுலபம் என்று நீங்கள் உண்மையிலேயே நினைக்கிறீர்களா?' என்று நரசிம்மன் கேட்டார்.

'ஆமாம், முடியும். அல்லாஹ் எங்களை ஒன்றாக இணைத்திருப்பது போல் தெரிகிறது. சுல்தானின் சகோதரர் உங்களுக்கு உதவ தயாராக இருந்தால், உங்கள் பணி மிகவும் எளிதாக இருக்கும்... நான் உங்களை கஜினிக்கு மறைத்து அழைத்துச் செல்வேன். நாங்கள் உங்கள் அனைவரையும் ஒரு பாதுகாப்பான வீட்டில் அடைக்கலம் கொடுத்து, சரியான நேரத்தில் சரியான இடத்தில்

வைப்போம், தாக்குவதற்கு தயாராக. அதற்கு ஈடாக... உங்களுக்கு என்ன வேண்டும்?'

'சுல்தானின் மரணத்தை நாங்கள் விரும்புகிறோம். உங்கள் மக்கள் உங்கள் பிரதான மசூதியின் படிகளின் கீழ் புதைத்து வைத்திருக்கும் சோம்நாத் சிவலிங்கத்தின் துண்டுகளையும் விரும்புகிறோம்.'

தாலிப் ஆச்சரியப்பட்டார். 'அவ்வளவுதானா? தங்கம் வேண்டாமா? விலைமதிப்பற்ற நவரத்தினங்கள் வேண்டாமா? நிலம் வேண்டாமா?'

'சோமநாதர் சிவலிங்கம் உலகிலுள்ள அனைத்து செல்வங்களையும்விட மதிப்புமிக்கது.'

தாலிப் முகம் சுளித்தார். *இந்த மக்கள் விசித்திரமானவர்கள்.*

விஜயனின் எண்ணங்களை அவரால் கேட்க முடியவில்லை, அது அவரது சந்தேகங்களைத் தெளிவுபடுத்தியிருக்கும். *நாங்கள் இந்தியர்கள். செல்வத்தை சம்பாதிக்கிறோம். நாங்கள் அதைக் கொள்ளையடிக்கவில்லை.*

'நமக்கு ஒரு ஒப்பந்தம் இருக்கிறதா?' என்று நரசிம்மன் கேட்டார்.

'நிச்சயமாக, எங்களுக்கு இருக்கிறது. ஆனால் ...'

'ஆனால், என்ன?'

'எங்களிடம் ஒரு கூடுதல் கோரிக்கை உள்ளது, அது பேரம் பேச முடியாதது.'

'என்ன கோரிக்கை?'

'அடிமைப் பெண், யசாதே.'

நரசிம்மன் விஜயனைப் பார்த்தார். இது முற்றிலும் எதிர்பாராதது.

தாலிப் விளக்க வேண்டிய அவசியத்தை உணர்ந்தார். 'இது ஒரு தனிப்பட்ட வேண்டுகோளாக இருக்கும். என் எஜமானர் ... அவர் அவள் மீது மோகம் கொண்டுள்ளார்.'

நரசிம்மன் திகைத்துப் போனார். 'ஆனால் அவள் ஒரு குழந்தை! பதிமூன்று அல்லது பதிநான்குக்கு மேல் இல்லை.'

'இது பேரம் பேச முடியாதது. யோசித்துப் பாருங்கள்.'

ஃபிர்தௌஸின் குடில் சுத்திகரிக்கப்பட்டு தற்காலிக அறுவை சிகிச்சை பிரிவாக மாற்றப்பட்டது.

நரசிம்மனின் வலது கையில் கட்டப்பட்டிருந்த கட்டு அவிழ்க்கப்பட்டிருந்தது. அவரது முதுகை சுத்தமான தண்ணீரில் கழுவி, உள்ளூர் மூலிகைகளால் முடிந்தவரை கிருமி நீக்கம் செய்தனர். அறுவை சிகிச்சை செய்யப்படும் இடத்தில், அவரது முதுகில் மயக்க மருந்து கொடுக்க, இந்தியர்கள் தங்களுடன் கொண்டு

வந்த சில மருந்துகள் அவருக்கு வழங்கப்பட்டன. முறையான மயக்கத்தை உறுதி செய்ய போதுமான மருந்துகள் தங்களிடம் இல்லை என்றும், வலியை அவர் பொறுத்துக்கொள்ள வேண்டியிருக்கும் என்றும் புலகித் அவரை எச்சரித்திருந்தார். வட இந்திய நாட்டுப்புற நாடகங்களில் மிகவும் பிரபலமான ஒரு அழியாத வரி: *'மர்த் கோ தர்த் நஹின் ஹோதா!'* ஒரு *உண்மையான மனிதனுக்கு வலி தெரியாது,* என்ற வாக்கியத்தை தசர்ணா நகைச்சுவையுடன் கூறியிருந்தார்.

நரசிம்மன் அதைக்கேட்டு மெதுவாக சிரித்தார். அவர் குப்புறவாக்கில் படுத்துக் கொண்டிருந்தார். மயக்கம் அடைந்தார். ஆனால் புலகித்தின் கேள்விகளுக்கு அவர் பதிலளிக்க வேண்டியிருந்ததால், அவர் விழித்திருக்க கட்டாயப்படுத்தப்பட்டார்.

'எனக்கு ஆச்சரியமாக இருக்கிறது ...' என்றார் நரசிம்மன்.

'என்ன ஆச்சரியமாக இருக்கிறது, தளபதி?' என்று தசர்ணா மற்றும் ஜெய்ன் ஹுசைனுடன் சேர்ந்து, சாளுக்கிய இளவரசர் கைகளைக் கழுவும்போது புலகித் பயன்படுத்துவதற்காக சுத்திகரிக்கப்பட்ட அறுவை சிகிச்சை கருவிகளை ஒரு தட்டில் வைத்திருந்த அமல் கேட்டாள்.

'எனக்கு ஆச்சரியமாக இருக்கிறது ... ஒருவேளை ... நான் சாளுக்கிய அம்பினால் தாக்கப்படவில்லை ... என் *பாவங்களுக்காக* ...'

'தளபதி, நீங்கள் என்ன சொல்கிறீர்கள்?' செயல்முறை தொடங்கியவுடன் தவிர்க்க முடியாத வலியை உணர்ந்ததால், அவர் எந்த திடீர் அசைவுகளையும் செய்ய மாட்டார் என்பதை உறுதிப்படுத்த, விஜயன் மென்மையான பருத்தித் துணியால் படுக்கையில் நரசிம்மனின் கைகால்களைக் கட்டியபடி கேட்டார்.

'ஒருவேளை... ஒருவேளை என் உடல் அந்தக் கருவியை எடுத்துச் செல்வதற்காக நான் தாக்கப்பட்டிருக்கலாம்... அது முகமதை தனது பாவங்களுக்காக துன்பப்பட வைக்கும்...'

'எப்படி?' என்று படுக்கைக்கு அருகில் நின்ற புலகித் கேட்டார்.

'முகமது எங்கள் *விசாலக்ஷிதா... விஷம் ஏற்கும்* இலக்கு... நீங்கள் என்னிடமிருந்து எடுக்கும் அம்புக்குறித் துண்டுகளை தூக்கி எறியாதீர்கள்... நாம் அவற்றைப் பயன்படுத்துவோம்... முகமது மீது அவற்றைப் பயன்படுத்துவோம்...'

புலகித் சிரித்துக்கொண்டே விஜயனையும் அமலையும் பார்த்து, நரசிம்மனிடம் திரும்பினார். 'உங்கள் கட்டளைப்படி, தளபதி. நாங்கள் இப்போது தொடங்குவோம். நீங்கள் தயாராகுங்கள்.

நரசிம்மன் சிரித்தார். 'நான் பிறந்ததிலிருந்தே தயாராகத்தான் இருக்கிறேன்.'

ஆண்கள், உண்மையான ஆண்கள், ஆபத்து காலங்களில் முட்டாள்தனமான நகைச்சுவைகளால் தங்கள் ஆண்மையை நிரூபிக்கிறார்கள். மற்ற ஆண்கள், உண்மையான ஆண்கள், ஆண்

பிணைப்பை உறுதிப்படுத்த இதுபோன்ற நேரங்களில் தங்கள் தோழர்களுடன் சேர்ந்து சிரிக்கிறார்கள்.

புலகித் மற்றும் விஜயன், அவர்களுக்குப் பின்னால் நின்ற தசர்ணா மற்றும் ஜெய்ன் ஹுசைன் ஆகியோருடன் சேர்ந்து, நரசிம்மனின் நகைச்சுவையைப் பார்த்து சிரித்தனர். அமல் கண்களை உருட்டி நரசிம்மனின் தலையின் பின்புறத்தை மெதுவாகத் தொட்டாள். அறுவை சிகிச்சையின் போது தளபதி தனது நாக்கைக் கடிக்காமல் இருக்க, அவள் அவரது பற்களுக்கு இடையில் ஒரு சிறிய நீள கயிற்றை வைத்தாள். பின்னர் அவள் அவரது தலையை மெதுவாகப் பிடித்தாள். வலி விரைவில் தொடங்கும்.

புலகித் முழுமையாக குணமடையாத காயத்தின் மீது நஞ்சுக்கொல்லியை தெளித்தார். இக்பால் அதை ஃபிர்தௌஸின் பண்ணையிலிருந்து கொண்டு வந்திருந்தார். அது சூடாக்கப்பட்டு மேலும் வடிகட்டப்பட்டிருந்தது. வடு திசுக்களில் இன்னும் இருந்த சற்று திறந்த வெட்டுப் பகுதியில் அது பட்டபோது கடுமையாக எரிச்சல் மூட்டியது.

நரசிம்மனின் உடல் விறைத்தது. ஆனால் அவர் சத்தம் எழுப்பவில்லை.

'நான் இப்போது வெட்டப் போகிறேன், தளபதி.'

நரசிம்மன் மூச்சைப் பிடித்துக் கொண்டார்.

புலகித் அறுவை சிகிச்சை கத்தியால் வடு திசு, தோல் மற்றும் தோலடி திசுக்களை கிழித்தார். நரசிம்மன் கயிற்றை கடுமையாகக் கடித்து, ஆழமாக மேலும் ஆழமாக சுவாசித்தார். புலகித் *குனாதி* அம்புக்குறியின் துண்டுகளை கவனமாகத் தேடி, விஷம் கலந்த, குணமடையாத சதையை ஆழமாகத் துளைக்கத் தொடங்கியபோது அவர் உறுமினார்.

இறுதியாக, வெளியே கசிந்து கொண்டிருந்த தளபதியின் விஷம் கலந்த இரத்தத்தின் நீல நிற கருஞ்சிவப்பு நிறத்தில் கருப்பு இரும்பின் முதல் தடயங்களைக் கண்டுபிடித்தார். சதையைத் தனியாகப் பிடித்துக்கொண்டு, தனது வலது கையை நீட்டினார். தசர்ணா புனித காந்த நினைவுச்சின்னத்தை புலகித்திடம் கொடுத்தார். சாளுக்கிய இளவரசர் அதன் குறுகிய விளிம்பை நரசிம்மனின் காயத்தில் சொருகினார்.

என் சிவபெருமானே, உங்களை இப்படிப் பயன்படுத்தியதற்கு என்னை மன்னியுங்கள். ஆனால் கடலைக் கடைந்தபோது நீங்கள் செய்தது போல், உங்களால் மட்டுமே விஷத்தை வெளியே எடுக்க முடியும்.

வலுவான காந்த பண்புகளைக் கொண்ட அந்தக் கல், குனாதிசயத்தால் நிரப்பப்பட்ட இரும்புத் துண்டுகளை தன்னை நோக்கி ஈர்க்கத் தொடங்கியது.

மகா சோழ வீரர் சத்தமாகக் கத்தினார். அவரது வாழ்க்கையின் வன்முறைக் காட்சிகள் அவரது மனதில் பளிச்சிட்டன. அவரது

அனைத்து எதிர்மறை சக்தியும், அனைத்து வலியும், அந்த வன்முறையின் அனைத்து. குற்ற உணர்வும் அறிந்தார். அவரது மேல் முதுகில் திறந்த காயத்தை நோக்கி வெளியே இழுக்கப்படுவது போல் உணர்ந்தார். அது அவரிடமிருந்து உறிஞ்சப்பட்டது, மகத்தான கருணை மற்றும் கருணையின் தெய்வீகச் செயலில்.

நரசிம்மனின் மனம் வெறுமையாகி, மயக்கமடைந்து இருளில் விழுந்தார்.

பிறகு, ஒரு வாழ்நாள் போலத் தோன்றிய பிறகு, விஜயனும் ஜெய்னும் அவரது தோள்களிலும் கைகளிலும் இருந்த பிடியைத் தளர்த்தினர், ஆனால் சற்று மட்டுமே. புலா சிவலிங்கத்திலிருந்து துண்டை உயர்த்தினார், அதில் இரத்தமும் உலோகத் துண்டுகளும் ஒட்டிக்கொண்டிருந்தன. புனித நினைவுச்சின்னத்தைப் பெறுவதற்காக ஒரு புதிய சுத்தமான துணியை வைத்திருந்த தசர்ணாவிடம் அவர் சிவலிங்க கல்லைக் கொடுத்தார். அது பின்னர் கழுவப்பட்டு நன்கு சுத்தம் செய்யப்படும். *குனாதியால்* நிரப்பப்பட்ட அம்புத் துண்டுகள் சேமிக்கப்பட்டு மறுவடிவமைப்பு செய்யப்பட்டு, முகமது மீது பயன்படுத்தப்படும். மேலும், புனித நினைவுச்சின்னத்தை இந்த முறையில் பயன்படுத்தியதற்காக மன்னிப்பு கேட்க, சிவலிங்க காந்தத் துண்டுக்கு பூஜைகள் செய்யப்படும்.

'தளபதி... தளபதி...' புலகித் நரசிம்மனை பதிலளிக்க வைக்க முயன்றார்.

ஆனால் நரசிம்மன் எதுவும் சொல்லவில்லை. அவரது உடல் லேசாக வலித்தது.

'தளபதி, வலி இருக்கும். ஆனால் உங்கள் முதுகு மற்றும் தோள்பட்டையில் உருகிய எஃகு உணர்வு போய்விட்டதா?'

நரசிம்மன் பதிலளிக்காமல் கடுமையாக சுவாசித்துக் கொண்டிருந்தார். புலகித் அமலைப் பார்த்தார். அவள் திறந்த காயத்தில் மேலும் சூடான வடிகட்டிய நஞ்சுக்கொல்லியை ஊற்றி அதை மேலும் கிருமி நீக்கம் செய்து, பின்னர் பருத்தி துணியால் அதைச் சுற்றித் துடைத்தாள்.

திரவத்தின் எரியும் உணர்வு நரசிம்மனை எழுப்பியது போல் தோன்றியது, அவரது தலை சிறிது அசைந்தது.

'தளபதி ...' புலகித் மீண்டும் கூறினார். 'உங்கள் முதுகில் உருகிய எஃகு உணர்வு போய்விட்டதா?'

'அது ... போய்விட்டது ...' நரசிம்மனின் வார்த்தைகள் உடைந்தன. 'அந்த ... உணர்வு ...போய்விட்டது...'

புலகித் தன்னைச் சுற்றியுள்ள மற்றவர்களைப் பார்த்து வெற்றியுடன் சிரித்துவிட்டு நரசிம்மனை நோக்கித் திரும்பினார். 'விஷத் துண்டுகள் வெளியே வந்துவிட்டன. *நீலகண்டன்* மீண்டும் விஷத்தை வெளியே எடுத்தான்.'

'மீண்டும்' என்று சொல்வதன் மூலம், புலகித் இந்திய புராணங்களில் வரும் *சாகர் மந்தனை, அதாவது கடலைக் கடைந்த*

அத்தியாயத்தைக் குறிப்பிடுகிறார். அப்போது சிவபெருமான் தேவர்களுக்கும், அசுரர்களுக்கும், கடவுள்களுக்கும், கடவுளை எதிர்ப்பவர்களுக்கும் முறையே உதவி செய்தார். கடல் சுழலும் நீரில் இருந்து விஷம் வெளிப்பட்டது. முழு பிரபஞ்சத்தையும் அழிக்கும் விஷம். சக்தி வாய்ந்த சிவபெருமான் அனைத்து படைப்புகளையும் விஷமாக்காமல் காப்பாற்ற விஷத்தைக் குடித்தார். அந்த விஷம் மிகவும் வலிமையானது, அவரது தொண்டை நீலமாக மாறியது. அதனால்தான் அவருக்கு *நீலகண்டன், நீலத் தொண்டை* உடையவர் என்ற பெயர் வந்தது. இது மிகவும் அருமையான கதை. நீங்கள் கேள்விப்பட்டிருக்கவில்லை என்றால், உங்கள் பெற்றோரிடம் கேளுங்கள்.

போர்க்காலத்தில் தாவர இழைகளை எடுத்துச் சென்ற அனைத்து இந்திய வீரர்களுக்கும் தெரிந்த ஒரு நுட்பமான *குடுச்சி* தையல்களால் புலகித் காயத்தை திறமையாகத் தைத்தார். இந்த மருத்துவ தாவரத்திலிருந்து தயாரிக்கப்படும் தையல்கள் உள்ளார்ந்த *கிருமி நாசினிகள்* பண்புகளைக் கொண்டிருந்தன, மேலும் காலப்போக்கில் இயற்கையாகவே கரைந்து போயின. பின்னர் புலகிட் காயத்தை சுத்தமாகக் கட்டினார்.

ஒரு மருத்துவப் பெண்ணான அமல், புலகித்தை வியப்புடன் பார்த்தாள். 'நீ நல்ல வேலை செய்தாய்.'

'நன்றி,' என்று புலகித் கூறிவிட்டு, நரசிம்மனைப் பார்த்தார்.

தளபதி அசைவதை நிறுத்திவிட்டார். இனி வலிப்பு இல்லை. ஜெய்ன் மெதுவாக நரசிம்மனின் வாயிலிருந்து கயிற்றை வெளியே எடுத்தார். அவர்கள் அவரை தூங்க அனுமதித்தனர். ஆபத்து கடந்துவிட்டது. இப்போது குணமடைய வேண்டிய நேரம் இது.

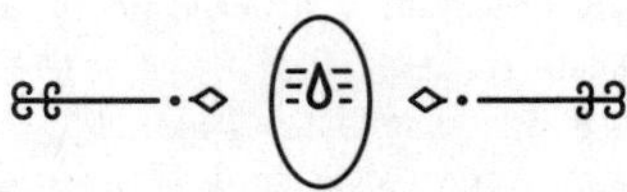

அத்தியாயம் 22

சாத்தியமற்ற கூட்டாளிகள்

ஃபிர்தௌஸின் பண்ணை, ஆஃப்கானிஸ்தானின் குஸ்தாருக்கு அருகில்

நரசிம்மனின் முதுகில் இருந்து *குனாதி* விஷம் கலந்த அம்புக்குறிகளை அறுவை சிகிச்சை மூலம் பிரித்தெடுத்து இரண்டு நாட்கள் ஆகின. அவர் ஆச்சரியப்படும் விதத்தில் விரைவாக குணமடைந்து வந்தார். வலி வியத்தகு முறையில் குறைந்திருந்தது. அவரால் தனது வலது கையையும் சிறிது நகர்த்த முடிந்தது. நரசிம்மன் மீண்டும் தனது வலது கை மற்றும் தோள்பட்டையை முழுமையாகப் பயன்படுத்துவதற்கு ஒரு வாரம் அல்லது அதிகபட்சம் இரண்டு வாரங்கள் மட்டுமே ஆகும் என்று புலகித் நம்பினார். மலைகளின் குளிர் மற்றும் வறண்ட சூழ்நிலை மீட்பு செயல்முறையை விரைவுபடுத்தும்.

இக்பால் தலைமையிலான முன்னாள் அடிமைகளின் வண்டி குவாதருக்குப் புறப்படத் தயாராக இருந்தது. கப்பல்களில் ஏறி இந்தியாவுக்குத் தப்பிச் செல்ல அவர்கள் சரியான நேரத்தில் துறைமுக நகரத்தை அடைவார்கள். அடிமைகளுக்கு உடைகள் மற்றும் காலணிகள் போன்ற ஏற்பாடுகள் வழங்கப்பட்டன, மேலும் அவர்கள் சாதாரண குடிமக்களைப் போல தோற்றமளிக்கும் வகையில் குளித்து, சுத்தம் செய்து, மொட்டையடிக்கப்பட்டனர். மக்கள் தொகை மையங்களைத் தவிர்க்கும் முக்கியமான ஒரு பாதை அவர்களுக்காகத் திட்டமிடப்பட்டிருந்தது.

யசாதேவை மீண்டும் கஜினிக்கு அழைத்துச் செல்லும் திட்டத்தில் புலகித் மிகவும் அதிருப்தி அடைந்திருந்தார். அவள் மட்டுமே இந்தியாவுக்குத் தப்பிச் செல்லாத அடிமை. ஆனால் நரசிம்மன் அவர்களுக்கு வேறு வழியில்லை என்று விளக்கினார்,

மேலும் முகமதைக் கொன்ற பிறகு கஜினியிலிருந்து அவர்கள் தப்பிச் செல்லும்போது யசாதேவை வெளியேற்றுவதாக புலகித்திடம் உறுதியளித்தார். நரசிம்மன் இதை தனது உயிர்மேல் சபதம் செய்திருந்தார். இந்தோனேசிய இளவரசி ஓடிரத்னாவைப் பற்றியும், இனி ஒரு சிறுமி தன் காரணமாக காயப்படுவதை எப்படியும் அனுமதிக்க முடியாது என்றும் புலகித்திடம் கூறியிருந்தார். யசாதேவை ஒரு தங்கையைப் போல கவனித்துக்கொள்வேன் என்று புலகித்தின் முன் அமல் அவளது இரத்தத்தின் மீது சத்தியம் செய்திருந்தாள். பணிக்குப் பிறகு கஜினியிலிருந்து அவர்கள் தப்பிச் செல்லும்போது யசாதே அவர்களுடன் இருப்பாள் என்பதை அவள் உறுதி செய்தாள். மிகுந்த வற்புறுத்தலுக்குப் பிறகு, புலகித் ஒப்புக்கொண்டார்.

புலகித்தை சமாதானப்படுத்துவதை எளிதாக்கியது யசாதேவின் சொந்த விருப்பமே. நரசிம்மனுக்கு ஒரு துளி வாய்ப்பு கிடைத்தாலும், ஆளுநர் முஃப்தி இஸ்மாயிலையும் கொல்ல வேண்டும் என்று அவள் வலியுறுத்தினாள். யசாதேவின் கோரிக்கையால் நரசிம்மன் ஆச்சரியப்பட்டார், ஏனென்றால் அவள் இன்னும் ஒரு குழந்தையாக இருந்தாள். ஆனால், ஒரு மகள் தன்னைப் பாதுகாக்க முயற்சிக்கும்போது, தன் அன்புக்குரிய தந்தை தன் கண் முன்னே கொல்லப்படுவதைப் பார்த்தால், அவள் முற்றிலும் மாறிவிடுவாள் என்று அமல் பின்னர் தளபதிக்கு விளக்கினாள். அழுவதற்கு தோள்பட்டை தேடும் துரதிர்ஷ்டவசமான பெண்ணாக அவள் மாற மாட்டாள். நீதிக்கான பழிவாங்கலைத் தேடும் துர்கா தேவியாக அவள் மாறுவாள். உண்மையில், யசாதே அமலிடம் அடிப்படை சண்டைக்கான நுட்பங்களைப் பயிற்றுவிக்கக் கேட்டிருந்தாள். கஜினி அவர்கள் அனைவருக்கும் ஆபத்தான இடமாக இருந்ததால், அமல் அவளுக்குக் கற்பிக்க மிகவும் தயாராக இருந்தாள்.

இக்பால் கிளம்பத் தயாராகும் போது, அவர் தனது நண்பரின் மகன் துருவ்வைத் தேடினார். ‘இதை உங்களுடன் வைத்திருங்கள்’ என்று இக்பால் சீல் வைக்கப்பட்ட கடிதத்தைக் கொடுத்தார். ‘இது உலகம் முழுவதும் பரவியுள்ள உங்கள் தந்தையின் சொத்துகளின் முழுமையான பட்டியல். இதில் சொத்து உரிமையின் ஆவணங்கள், தங்கம் மற்றும் விலைமதிப்பற்ற கற்களில் உள்ள பொக்கிஷங்கள் ஆகியவற்றைக் காணக்கூடிய ரகசிய இடமும் குறிப்பிடப்பட்டுள்ளது. இது மிகவும் குறைவு, ஏனென்றால் உங்கள் தந்தை தனது செல்வத்தில் பெரும் பகுதியை இந்தப் பணிக்காக செலவிட்டதால் ... ஆனால் அது இன்னும் கணிசமான தொகைதான். நீங்கள் வீடு திரும்பியதும் அதை நிர்வகிக்க வேண்டும்.’

துருவ் சிரித்தார். ‘நீங்களே அதை வைத்துக் கொள்ளுங்கள், இக்பால் மாமா. நான் திரும்பி வரவில்லை என்றால் என்ன செய்வது?’

இக்பால் துருவ்வின் காதை இழுத்தார். ‘உஷ்! விதியைத் தூண்டிவிடும்படி முட்டாள்தனமாகப் பேசாதே. உனக்கு எதுவும் நடக்காது. நீ திரும்பி வருவாய். நீ அவ்வாறு செய்யும்போது, உன்

தந்தையின் சொத்துகள், தொழில்கள் மற்றும் பொறுப்புகளை நீ பார்த்துக்கொள்வாய். நான் உன் தந்தையின் உரிமையாளராக இருந்ததைப் போலவே, என் மகன் உன் இளைய கூட்டாளியாக இருப்பான்.'

துருவ் மகிழ்ச்சியுடன் இக்பாலை அணைத்துக் கொண்டார். 'நான் திரும்பி வரும்போது நீங்கள் எனக்குப் பயிற்சி அளிக்க வேண்டும், மாமா. அதுவரை, எனக்காக, தயவுசெய்து இந்தப் பட்டியலை கவனமாக வைத்திருப்பீர்களா?'

இக்பால் துருவின் கன்னங்களைத் தொட்டார், அவரது கண்களில் கண்ணீர். 'உன் தந்தையின் அழியாத ஆன்மா உன்னைப் பாதுகாக்கும், என் மகனே. நான் உனக்காகக் காத்திருப்பேன். நாம் இருவரும் சேர்ந்து இன்னும் பெரிய தொழில்களைக் கட்டுவோம்.'

சிறிது நேரம் கழித்து, இக்பால் தனது முன்னாள் அடிமைகளின் பெரிய பயணக் குழுவுடன் புறப்பட்டார். நரசிம்மன் மற்றும் அவரது குழுவினர் திரும்புவதில் தாமதம் ஏற்படக்கூடும் என்று சோழக் கப்பல்களின் தலைவர்களிடம் தெரிவிக்குமாறு அவருக்குச் சொல்லப்பட்டது. எனவே, அவர்கள் அடிமைகளை இந்தியாவிற்கு அழைத்துச்சென்று, அவசரமாக குவாதருக்குத் திரும்ப வேண்டும். இந்த அறிவுறுத்தல்களுடன் கூடிய நரசிம்மனின் கையொப்பமிடப்பட்ட கடிதம் அவர்களை நம்ப வைக்கும். மேலும், கப்பல் புறாக்களைப் பயன்படுத்தி பேரரசர் சோழனுக்குப் பணி குறித்த புதுப்பிப்புடன் செய்தி அனுப்பும்படி இக்பாலிடம் கேட்கப்பட்டது.

மறுநாள் அதிகாலையில், தாலிப்பும் நரசிம்மனும் தங்கள் குதிரைகளில் ஏறி, மறைந்த ஃபிர்தௌஸின் பண்ணையின் வாசலில் இருந்தனர். நரசிம்மன் பின்னால் பார்த்தார். குதிரையில் சுமார் எண்பது வீரர்கள், ஆயுதம் ஏந்தியபடி, நன்கு உணவளிக்கப்பட்டு, புத்துணர்ச்சியுடன் இருந்தனர். படுகொலை செய்யப்பட்ட துருக்கியர்களின் குதிரைகளும் ஆயுதங்களும் பயன்பாட்டுக்குக் கொண்டு வரப்பட்டன. அவர்கள் போதுமான அளவு உலர்ந்த பொருட்களை எடுத்துச் சென்றனர். பயணத்தைத் தொடர உணவு மற்றும் பழங்கள். அவர்கள் தயார். படுகொலைப் பணிக்காகத் தயார்.

வெகு தொலைவில், தீப்பிழம்புகளில் எரியும் பெரிய கொட்டகையை அவரால் பார்க்க முடிந்தது. இறந்த இருநூறு துருக்கிய வீரர்களின் உடல்களை ஒரு குன்றிலிருந்து தூக்கி எறிவது தவறு என்று தாலிப் நரசிம்மனை நம்பவைத்திருந்தார். வழக்கத்திற்கு மாறாக பெரிய அளவில் வேட்டையாடும் பறவைகள் இருப்பது குஸ்தார் நகரில் நிறுத்தப்பட்டுள்ள படையின் கவனத்தை ஈர்க்கக்கூடும். இறந்த உடல்கள் விசாரணை செய்யப்பட்டு அடையாளம் காணப்படும். துருக்கியர்களின் படுகொலை பற்றிய செய்திகள் கஜினிக்கு பயணிக்கும், இது முகமதின் பாதுகாப்பை அதிகரிக்கும் மற்றும் படுகொலை பணியை கடினமாக்கும். அபு காசிம் இன்னும் அடிமைகளைத் தேடி வருவதாக முகமது நம்பினால் மிகவும்

நல்லது. எனவே இந்தியர்கள் துருக்கியர்களின் இறந்த உடல்களை கொட்டகையில் குவித்து தீ வைத்தனர்.

பொய்யான வேடத்தை முடிவுக்குக் கொண்டுவர, தாலிப் கஜினியில் முகமதிற்கு அனுப்ப ஒரு செய்தியை வரைந்திருந்தார். இந்தியாவின் துருக்கிய கசாப்புக்காரன் சுமார் இருநூறு அடிமைகளைக் கண்டுபிடித்துக் கொன்று, அவர்களின் உடல்களை அவர் கண்ட இடத்தில் எரித்ததாகக் கடிதம் குறிப்பிடும். மேலும், யசாதே தான் கொன்ற அடிமைகளில் இல்லை. மற்ற அடிமைகள் பாரசீக நாடுகளுக்குத் தப்பிச் சென்றிருக்கலாம், மேலும் அபு காசிம் அவர்களை வேட்டையாடுவதற்காக முன்னேறிச் செல்கிறார். அபு காசிம் இப்போது பெர்சியாவில் எதிரி பிரதேசத்தில் இருப்பார் என்பதைக் கருத்தில் கொண்டு, எல்லைப் பகுதிகளில் இருந்தாலும், பாதுகாப்பு காரணங்களுக்காக அவர் குறைந்தபட்சம் தகவல்தொடர்புகளைக் குறைவாக வைப்பார். கடிதத்தின் நம்பகத்தன்மையை, முகமதை நம்ப வைக்க, தாலிப் அபு காசிமின் குளிர்ந்த இறந்த விரலிலிருந்து ஒரு மோதிரத்தை கழற்றி, காகிதத்தில் அதன் முத்திரையை ஒட்டினார். பின்னர் அந்தக் கடிதம் பறவை மூலம் கஜினிக்கு அனுப்பப்பட்டது.

‘போகலாமா, நஸ்ருல்லா?’ என்று நரசிம்மனின் போலியான முஸ்லிம் பெயரைப் பயன்படுத்தி தாலிப் கேட்டார். அவருக்குச் சரியாக சொல்லப்பட்டிருந்தது.

‘நாம் போகலாம்,’ என்று நரசிம்மன் பதிலளித்தார். ‘நான் சொல்வதைக் கவனியுங்கள், சுல்தான் விரைவில் பயங்கர தவிப்புக்கு உள்ளாவார்.’

நரசிம்மனுக்குச் சற்று பின்னால், ஆனால் காது கேட்கும் தூரத்தில், விஜயன சிரித்துக்கொண்டே பேசினார். ‘நான் ஒப்புக்கொள்கிறேன். முகமது விரைவில் ஒரு தூக்குக்காரனின் கயிற்றில் ஊசலாடுவார், ஊஞ்சலாடும் சுல்தானாக மாறுவார்.’

புலகித் மெதுவாக சிரித்தார், அவர் குதிரையை உதைத்தார். ‘சில நேரங்களில், ஒரு நல்ல நகைச்சுவை என்னிடமிருந்து தப்பித்துவிடுகிறது.’

நரசிம்மன் புலகித்தையும் விஜயனையும் பார்த்தார். ‘உண்மைதான், என் சகோதரர்களே.’

‘போதும்!’ அமல் அதட்டினாள். ‘மௌனமாக சவாரி செய்வோம்!’

விஜயன் கிசுகிசுத்தான், ‘*சௌண்ட் ஆஃப் சைலன்ஸ்* என்ற பாட்டைக் கேட்டிருக்காயா? கார்ஃப் என்கிற முதியவர் அதை எழுதினார்.’

அமல் கை நீட்டி விஜயனின் தலையின் பின்புறத்தில் அடித்தாள், எல்லோரும் சிரித்தனர்.

கஜினி, ஆஃப்கானிஸ்தான்

'நீ எங்கே இருந்தாய்?' என்று மாலிக் அயாஸ் சீறினார்.

இந்தியர்களை ஒரு பாதுகாப்பான வீட்டில் குடியமர்த்திய பிறகு, கஜினியில் உள்ள ஆளுநர்-முஃப்தி இஸ்மாயிலின் அரண்மனைக்கு தாலிப் திரும்பி வந்திருந்தார். அரண்மனைக்குள் நுழைந்ததும், அடிமைப் பெண் ரேஷ்மாவைச் சந்திக்க உடனடியாகச் சென்றிருந்தார், மேலும் இஸ்மாயில் மூன்று வாரங்களுக்கு முன்பு அரச காவலர்களால் கைது செய்யப்பட்டதாக அவள் அவருக்குத் தெரிவித்திருந்தாள்.

ராணி கௌசரி ஜஹானால் அவர் மீது கடுமையான குற்றச்சாட்டுகள் சுமத்தப்பட்டன. அவர் மீது உளவு பார்த்தது முதல் ராணியைக் கொல்ல முயற்சிப்பது வரை, இஸ்லாமியத்திற்குப் புறம்பான நடத்தை வரை கொடூரமான குற்றங்கள் சுமத்தப்பட்டன. அத்தகைய குற்றச்சாட்டுகள் அவர்மேல் வைத்ததைக் கண்டு தாலிப் திகைத்துப் போனார். ஏனெனில், சாம்ராஜ்ஜியத்தின் சக்திவாய்ந்த ஆளுநர்-முஃப்தி மீது கைது வாரண்ட் பிறப்பிக்க ஏராளமான ஆதாரங்கள் தேவைப்படும். அதுவும், சுல்தான் முகமது கலீஃபாவாக நியமிக்கப்படுவதற்கு சில நாட்களுக்கு முன்பு. தாலிப் இந்தத் தகவலைச் செயல்படுத்துவதற்கு முன்பே, மாலிக் அயாஸ் ஆளுநர்-முஃப்தியின் அரண்மனையில் தனது எஜமானருக்கு ஆபத்து நிறைந்த இந்த நேரத்தில் தாலிப் இல்லாதது குறித்து விசாரிக்க வந்தார். லாகூர் மன்னருடனான உரையாடல் சரியாக நடக்கவில்லை என்றால், ரேஷ்மாவை வேலைக்காரர்களின் அறையில் தங்கி நகரத்தை விட்டு ஓடிவிடுமாறு தாலிப் கூறியிருந்தார்.

'நான் திரும்பி வந்துவிட்டேன் என்று உங்களுக்கு எப்படித் தெரியும், என் ஆண்டவரே?' என்றார் தாலிப். வெளிப்படையான கேள்விகளைத் தாமதப்படுத்த முயன்றார், இதனால் அவர் பொய்களை உருவாக்க முடியும். அரேபியர்களுடனான சதி பற்றி எதையும் அவர் வெளிப்படுத்த விரும்பவில்லை.

'நான் இங்கே வெளியே தகவல் கொடுப்பவர்களை நிறுத்தியிருந்தேன்!' என்றார் அயாஸ் கோபமாக. 'என் தந்தைக்கு எதிராக ஆதாரங்களை வழங்கியது நீங்கள்தானா?'

'நிச்சயமாக இல்லை, என் ஆண்டவரே,' தாலிப் கூச்சலிட்டார். 'நீங்கள் எப்படி என்மேல் இப்படி ஒரு குற்றம் சாட்ட முடியும்?'

'இந்தப் புயல் என் தந்தையைத் தாக்கியபோது நீங்கள் இல்லாதது மிகவும் சந்தேகத்திற்குரியது.'

இப்போது, தாலிப் மோசமானதை எதிர்பார்த்தார். மாலிக் அயாஸ் தனது தந்தை இஸ்மாயிலைக் காப்பாற்ற தாலிப்பை விட்டுக்கொடுப்பாரா? உயர்மட்டத்தில் உள்ளவர்களின் அரசியல் எப்போதும் முற்றிலும் இரக்கமற்றது என்பதை அவர் அறிந்திருந்தார். தங்களை அல்லது மிக முக்கியமான வீரர்களைக் காப்பாற்ற, அவர்கள் எவ்வளவு விசுவாசமாக இருந்தாலும், ஒரு சிப்பாயை பலி கொடுக்க ஒருபோதும் தயங்குவதில்லை.

‘என்னை கவர்னர்-முஃப்தியே குவாதருக்கு அனுப்பினார், என் ஆண்டவரே,’ என்று தாலிப் கூச்சலிட்டார், சில முக்கியமான மாநில விருந்தினர்களை வரவேற்க குவாதர் துறைமுகத்திற்குள் நுழைவதற்காக இஸ்மாயிலின் முத்திரையுடன் இருந்த ஒரு ஆவணத்தை விரைவாக எடுத்தார்.

மாலிக் அயாஸ் கடிதத்தைப் பிடித்து, அதைப் பார்த்துவிட்டுச் சுற்றிப் பார்த்தார். ‘அப்போது முக்கியமான அரசு விருந்தினர்கள் எங்கே?’

‘உம்ம்... என் ஆண்டவரே...’

‘சரி. நான் இன்னும் தெளிவாகக் கேட்கிறேன். அரேபியர்கள் எங்கே?’

தாலிப் அதிர்ச்சியடைந்தார். மாலிக் அயாஸ் உட்பட யாரிடமும் அரேபியர்களைப் பற்றிப் பேச வேண்டாம் என்று அவருக்குச் சொல்லப்பட்டது. ‘உம்...’

‘அவர்கள் இங்கே இருப்பது நல்லது, இல்லையெனில் நீங்கள் இறந்துவிடுவீர்கள், தாலிப்.’

தனது தலையைக் காப்பாற்றிக் கொள்ள உண்மையைச் சொல்லவேண்டிய நேரம் இது என்பதை தாலிப் உணர்ந்தார். ஒருவேளை, இஸ்மாயில் தானே மாலிக் அயாஸிடம் அப்பாஸிட்களுடனான ரகசியத் திட்டத்தைச் சொல்லியிருக்கலாம். எனவே தாலிப் மாலிக் அயாஸிடம் எல்லாவற்றையும் கூறினார். அரேபியர்கள் இந்தியர்களால் கொல்லப்பட்டது, குஸ்தாருக்கு வெளியே உள்ள பண்ணையில் அபு காசிம் மற்றும் அவரது ஆட்கள் படுகொலை செய்யப்பட்டது மற்றும் அவர்களின் நோக்கத்திற்காக இந்தியர்கள் சேர்க்கப்பட்டது பற்றி.

‘குஸ்தாருக்கு வெளியே பண்ணையா? எந்தப் பண்ணை?’ என்று மாலிக் அயாஸ் கேட்டார்.

‘ஃபிர்தௌஸ் என்று அழைக்கப்படும் ஒருவர் அங்கு ஒரு பண்ணை வைத்திருந்தார். ஒருவேளை இந்தியர்கள் ஏழையை அச்சுறுத்தி அவரது சொத்தை அபகரித்திருக்கலாம். ஆனால் நான் அந்த இடத்தை அடைந்தபோது ஃபிர்தௌஸ் கொல்லப்பட்டுவிட்டதால் எனக்கு உறுதியாகத் தெரியவில்லை.’

ஃபிர்தௌஸைப் பற்றிக் குறிப்பிட்டதும் மாலிக் அயாஸ் கூர்மையாக மூச்சை இழுப்பதை தாலிப் பார்த்ததாக நினைத்தார், ஆனால் அதைப் பற்றி அதிகம் யோசிக்கவில்லை. ‘நாம் என்ன செய்வது, என் ஆண்டவரே?’

‘இந்தியர்கள் எங்கே?’

‘பாதுகாப்பான வீட்டில்.’

‘கஜினியில்?’

‘ஆம், என் ஆண்டவரே.’

‘வேறு யாருக்கும் இடம் தெரியாது இல்லையா?’

‘உங்களுக்கு விரைவில் தெரியும், என் ஆண்டவரே... எனவே, உங்களையும் என்னையும் தவிர வேறு யாருக்கும் தெரியாது.’

‘பிரதம மந்திரி ஹாசனின் உளவாளிகள் உங்களைப் பின்தொடர்ந்தார்கள் என்பது உங்களுக்குத் தெரியுமா?’

தாலிப் வெளுத்துப்போனார். ‘நான் அவர்களை கஜினியின் புறநகரில் பார்த்தேன், என் ஆண்டவரே. ஆனால் உள் சுவர்களுக்கு வெளியே உள்ள புறநகர்ப் பகுதியில் அவர்கள் என்னைப் பார்க்கவில்லை. எனக்கு அது உறுதியாகத் தெரியும். வேறு யாரும் என்னைப் பார்க்கவில்லை.’

மாலிக் அயாஸ் தாலிப்பைப் பார்த்து, தலையை ஆட்டினார், பின்னர் சுவரை நோக்கித் திரும்பினார். அவர் அதை உற்றுப் பார்த்து, ஹூக்காவைப் புகைத்தார்.

‘என் ஆண்டவரே?’

‘அமைதியாக இருங்கள்! நான் யோசிக்க வேண்டும்...’

‘சரி, என் ஆண்டவரே. மன்னிக்கவும்...’

மாலிக் அயாஸ் சிறிது நேரம் அமைதியாக அமர்ந்திருந்தார், பின்னர் தனது முடிவை எடுத்ததாகத் தோன்றியது. அவர் தாலிப் பக்கம் திரும்பினார். ‘ஒருவேளை, இதெல்லாம் நல்லதுக்காக இருக்கலாம். என் தந்தையை நாம் இன்னும் காப்பாற்ற முடியும்.’

பின்னர் அயாஸ் தாலிப்பிடம் திட்டத்தை விளக்கினார், அவருக்குப் பல கேள்விகள் இருந்தன - கடவுளின் அருளால், இஸ்மாயில் போன்ற சக்திவாய்ந்த ஒருவரை கைது செய்வதற்கான ஆதாரங்களை அவர்கள் எவ்வாறு கண்டுபிடித்தார்கள்? ராணிக்கும் கவர்னர்-முஃப்திக்கும் இடையிலான பகை பற்றி கஜினியில் உள்ள அனைவருக்கும் தெரியும், ஆனால் இஸ்மாயிலுக்கு செய்யப்பட்டது நம்பமுடியாததாகத் தோன்றியது.

ஆதாரங்கள் மறுக்க முடியாததாகத் தோன்றியதாக அயாஸ் தாலிப்பிடம் கூறினார். ஜுன்தின்-உல்-தின் மதக் காவலர்களின் இரகசிய உறுப்பினர் யாலன் இரவில் ராணியின் படுக்கையறைக்குள் எட்டிப்பார்த்து பிடிபட்டார், மேலும் காவலர்களுக்கு, இஸ்மாயில் தலைமை தாங்கினார் என்பது அனைவருக்கும் தெரியும். அத்துமீறி நுழைந்ததற்கான தண்டனையாக யாலனின் நாக்கு துண்டிக்கப்பட்டிருந்தாலும், இந்த விசித்திரமான பணிக்கு அவரை யார் அனுப்பினார்கள் என்று நீதிமன்ற அறையில் கேட்டபோது, அந்த நபர் இஸ்மாயிலை பலமுறை, கடுமையாக சுட்டிக்காட்டியுள்ளார்.

தாலிப் அந்தப் பெயரைக் கேட்டு ஆச்சரியப்பட்டு, வெளிப்படையான சந்தேகத்தை எழுப்பினார்: ‘யாலன் என்பது என்ன வகையான பெயர்?’

‘சரியாக!’ அயாஸ் கூறினார். ‘அந்தப் பெயரிலே ஏதோ தவறு இருக்கிறது. அது ஒரு துப்பு.’

பின்னர் மாலிக் அயாஸ், யாலன் சுல்தானின் வீட்டு ஊழியர்கள் குழுவிற்கு முந்தைய வாரத்தில் மாற்றப்பட்டது எப்படி நடந்தது என்பதை விளக்கினார்.

'பிரதமர் ...' என்று தாலிப் கிசுகிசுத்தார்.

'சரியாக, குவாஜா ஹாசன் மட்டுமே அத்தகைய உத்தரவை பிறப்பித்திருக்க முடியும். ஆனால், ராணியைக் கொல்லவோ அல்லது அவளுக்கு எதிராக ஜோடிக்கப்பட்ட ஆதாரங்களை உருவாக்கவோ ஆளுநர்-முஃப்தி தன்னை கட்டாயப்படுத்தியதாக அவர் சத்தியம் செய்தார். ஆளுநர்-முஃப்தியும் பிரதமரும் ராணியின் அரண்மனைக்கு வெளியே தவறாமல் சந்திப்பதாக உளவாளிகள் முன்னதாகவே அறிக்கைகளை தாக்கல் செய்திருப்பது, ஆதாரங்களை இன்னும் மோசமானதாக மாற்றியது!'

தாலிப் திகைத்துப் போனார். 'என் கடவுளே! அந்தச் சூனியக்காரி பல மாதங்களாக இதைத் திட்டமிட்டு வருகிறாள்!'

அயாஸ் தலையைத் தாழ்த்தி தாலிப்பை முறைத்துப் பார்த்தார். அமைதியான செய்தி மறைமுகமாக ஆனால் தெளிவாக இருந்தது. *அடிமையே, உன் நிலையை அறிந்துகொள். கௌசரி ஜஹான் ஒரு சூனியக்காரி என்பது உண்மையாக இருந்தாலும், இவற்றைச் சொல்ல இது உன் இடம் அல்ல.*

தாலிப் உடனடியாகத் தன் தவறை உணர்ந்தார். 'மன்னிக்கவும், ஐயா. என்னுடைய மனமார்ந்த மன்னிப்பு.'

அயாஸ் ஒரு பெருமூச்சு விட்டு, தாலிப்பை அமைதியாக மன்னித்தார். 'ஆனால், இந்தியக் கொலையாளிகளுடன் நீங்கள் திரும்பி வருவது, அலையைத் திருப்பிவிட்டிருக்கலாம். ஒருவேளை என் தந்தையின் தவம் உதவியிருக்கலாம்.'

தாலிப்பின் குழப்பமான பார்வையைப் பார்த்த அயாஸ், இஸ்மாயில் கைது செய்யப்பட்ட நாளில் இறைச்சி, மது மற்றும் பெண்களை விட்டுவிடுவதாக சத்தியம் செய்ததாக விளக்கினார். இந்த நியாயமற்ற குற்றச்சாட்டுகளிலிருந்து அல்லாஹ் அவரை விடுவிக்கும் வரை, இந்த சுயமாக விதிக்கப்பட்ட விதிகளை தவமாகப் பின்பற்றுவதாக அவர் உறுதியளித்திருந்தார்.

'எல்லோரும் உங்கள் தந்தைக்கு எதிராகத் திரும்பியபோது, கடவுள் அவரைக் காப்பாற்ற வந்தார் போல் தெரிகிறது,' என்றார் தாலிப்.

மாலிக் அயாஸ் தலையசைத்தார். 'ஆனால் முதலில், அவர் தூக்கிலிடப்படாமல் சிறையிலிருந்து அவரை வெளியே கொண்டு வருவோம். பின்னர் மீதமுள்ள திட்டத்தை செயல்படுத்துவோம்.'

'தாலிப் மற்றொரு மனிதருடன் நம்மை சந்திக்க வந்துள்ளார், தளபதி,' என்று தசர்ணா கூறினார்.

நரசிம்மனும் அவரது துணிச்சலான எண்பது பேரும் முந்தைய மாலை கஜினிக்குள் நுழைந்தனர். தாலிப் அவர்களை ஒரு விசித்திரமான பாதுகாப்பான வீட்டிற்கு அழைத்துச் சென்றார். மிகவும் வெளிப்படையாக இருந்தாலும் ரகசியகமாக இருந்த ஒரு பாதுகாப்பான வீடு.

ஒரு உயர்நிலை விபச்சார விடுதி.

வெளிப்படையாக மறைந்திருந்தது. புத்திசாலித்தனம்.

விபச்சார விடுதி மிகவும் பிரத்யேகமானது மற்றும் விலை உயர்ந்தது, எந்தச் சாதாரண மனிதனும் அங்கு வரமாட்டார். மேலும் பணக்கார பிரபுக்கள் வழக்கமாக வீட்டு சேவையைக் கேட்டார்கள், எனவே அவர்கள் அங்கு அடிக்கடி செல்வதில்லை. ஒரு சிலரைத் தவிர மற்ற அனைவருக்கும் தெரியாது, இந்த விபச்சார விடுதி இஸ்மாயிலுக்குச் சொந்தமானது என்று - நிச்சயமாக ஒரு சில 'பெயரளவு உரிமையாளர்களின்' மறைவின் பின்னால்.

'யார் அது?' என்று நரசிம்மன் கேட்டார்.

தேவையற்ற கவனத்தைத் தவிர்ப்பதற்காக அவர்கள் எல்லோரும் பயணிக்காத மாற்றுப் பாதைகளில் சென்றதால், இந்தியர்கள் கஜினியை அடைய நீண்ட நேரம் எடுத்தனர்.

இந்தத் தனிமைப்படுத்தப்பட்ட பாதைகளில், அவர்கள் அவ்வப்போது துருக்கியர்களால் தூசியாகத் தள்ளப்பட்ட நாகரிகங்களில் காணக்கூடிய பண்டைய கட்டிடக்கலையின் எச்சங்களைக் கொண்ட அற்புதமான மக்கள் வசிக்காத பேய் நகரங்களைக் கடந்து சென்றனர். இந்தத் துடிப்பான நாகரிக நகரங்களில் மக்கள் வசித்து வந்ததால், நீண்ட காலமாக கைவிடப்பட்டிருந்த இந்து ஷாஹி பதான்கள் மற்றும் புத்த-இந்து பலூச்களால் கட்டப்பட்ட பிரமாண்டமான நகரங்கள், அவர்கள் படுகொலை செய்யப்பட்டனர் அல்லது இன ரீதியாகக் கொல்லப்பட்டனர். உபரிஷ்யேன மலைகளுக்கான புதிய பெயரான *இந்து குஷ்* மலைகள் உண்மையில் *இந்து படுகொலை செய்யும் இடத்தைக்* குறிக்கிறது என்பது பல நவீன இந்தியர்களுக்குத் தெரியாது, *நஸ்ல்குஷ் இனப்படுகொலையைக்* குறிக்கிறது, *குத்குஷி தற்கொலையைக்* குறிக்கிறது.

'லாகூரின் மன்னர் மாலிக் அயாஸ், தாலிப்புடன் வந்துள்ளார்,' என்று தசர்ணா கூறினார். 'ஆனால் அவரது பட்டம் எதுவாக இருந்தாலும், அவர் ஒரு கவர்னர் மற்றும் அவரது பெரும்பாலான நேரத்தை இங்கே கஜினியில் செலவிடுகிறார்.'

நரசிம்மன், தானும் தனது படைகளும் விபச்சார விடுதியின் பயன்படுத்தப்படாத பகுதியில் தங்க வைக்கப்பட வேண்டும் என்று வலியுறுத்தினார். அதாவது, அவர்கள் ஒரு அறையில் சராசரியாக எட்டு பேர் வரை அடைக்கப்பட்டிருந்தனர். ஆனால், இரவில் அந்நியர்களால் பதுங்கியிருந்து தாக்கப்படும் அபாயம் அவர்களுக்கு இல்லை என்பதையும், அவரது ஆட்களில் யாரும்

கட்டிடத்தில் வழக்கமாக வசிப்பவர்களால் ஏமாற்றப்பட்டு, அவர்கள் அனைவரையும் ஆபத்தில் ஆழ்த்தும் ஒன்றைச் செய்யும் அபாயம் அவர்களுக்கு இல்லை என்பதையும் இது குறிக்கிறது.

'ம்ம். துருக்கிய பிரபுக்களில் ஒருவருக்கு இவ்வளவு அதிகாலையில் எழுந்திருப்பது விசித்திரமாக இருக்கிறது...' நரசிம்மன் தனது தடிமனான அங்கியை நேராக்கினார், ஏனென்றால் அங்கு மிகவும் குளிராக இருந்தது. 'எப்படியிருந்தாலும், நமக்கு வேறு வழியில்லை... அவரைச் சந்திப்போம்.'

சிறிது நேரத்திற்குப் பிறகு, மாலிக் அயாஸும் தாலிப்பும் நரசிம்மன் நின்ற அறைக்குள் நடந்து சென்று, அவர்களுக்காகக் காத்திருந்தனர். நரசிம்மனுடன் புலகித், விஜயன், அமல், துருவ், ஜெய்ன் ஹுசைன் மற்றும் யசாதே இருந்தனர்.

மாலிக் அயாஸ் யசாதேவைப் பார்த்து தலையசைத்தார். புலகித், துருவ் மற்றும் ஜெய்னை அவர் அடையாளம் காணவில்லை, ஏனெனில் அவர்கள் கஜினியில் இருந்த காலத்தில் தாழ்ந்த அடிமைகளாக இருந்தனர். அவர் மற்றவர்களை முதல் முறையாகச் சந்திக்கிறார். லாகூர் மன்னர் நரசிம்மனைப் பார்த்து அவரைக் கணித்தார்.

மாலிக் அயாஸின் முன்னிலையில் யசாதே மிகவும் சங்கடப்படவில்லை என்பதை நரசிம்மன் கவனித்தார்.

'தயவுசெய்து உட்காருங்கள்,' என்று நீண்ட நேர மௌனத்திற்குப் பிறகு அயாஸ் ஒரு இருக்கையில் அமர்ந்தார்.

'நன்றி,' என்று நரசிம்மன் அமர்ந்தார். மாலிக் அயாஸின் தொனி ஆழமாகவும், அளவாகவும், அமைதியாகவும் இருப்பதை அவர் கவனித்தார். அவர் ஒரு கடுமையான மனிதர்.

மீதமுள்ள மக்கள் நின்று கொண்டே இருந்தனர்.

லாகூர் மன்னர் சுற்றிப் பார்த்தார். அவரது கண்கள் அமலின் மீது பதிந்தன, அவர் சிரித்தார். காம நோக்கமற்ற 'சுத்தமான' கண்களைக் கொண்ட ஒரு மனிதனைப் பற்றிய ஆறாவது அறிவு பெண்களுக்கு உண்டு. அது அவர்களைப் பாதுகாப்பாக உணர வைக்கிறது. மாலிக் அயாஸுக்கு சுத்தமான கண்கள் இருந்தன. 'எனது பூர்வீக நிலமான ஜார்ஜியாவிலும் எங்களுக்கு பெண் வீரர்கள் உள்ளனர். அவர்கள் பெரிய அன்னை மரியாளின் பதாகையின் கீழ் போராடுகிறார்கள்.'

நரசிம்மன் முகம் சுளித்தார். 'நீங்கள் முஸ்லிம் என்று நினைத்தேன்?'

'என் தந்தை முஸ்லிம். என் மறைந்த தாயார் கிறிஸ்தவர்.'

'சில இந்தியர்கள் இயேசு கிறிஸ்துவையும் மிகவும் உயிர்ப்பூட்டுவராகக் காண்கிறார்கள். அனைவரிடமும் அன்பு செலுத்தும் அவரது செய்தி, சமண தீர்த்தங்கரரான மகாவீர் கூறியதைப் போன்றது.'

மாலிக் அயாஸ் சிரித்தார். 'ம்ம். சமண மதமும் எனக்கு மிகவும் ஊக்கமளிப்பதாகத் தெரிகிறது.'

‘இந்தப் போர் வாழ்க்கையை முடித்ததும், நான் அந்தப் பாதையையே தேர்ந்தெடுப்பேன்,’ என்றார் நரசிம்மன். ‘அகிம்சையும் சைவமும் ஆன்மாவுக்கு நல்லது.’

‘ஹ்ம்ம்... ஆனால் சில ஆன்மாக்கள் மற்றவர்களுக்காக துன்பப்பட வேண்டும்... ஏனென்றால், உங்களைப் பாதுகாக்க வன்முறையில் ஈடுபடத் தயாராக இருக்கும் வேறொருவர் உங்கள் முன் நிற்கும்போது மட்டுமே நீங்கள் வன்முறையற்றவராக இருக்க முடியும்.’

நரசிம்மன் சிரித்தார்.

இந்த மாதிரியான உரையாடலைச் சுற்றி இருந்த யாரும் எதிர்பார்க்கவில்லை. இந்த நேரத்தில் இல்லை. மாலிக் அயாஸ் வெளிப்படையாகக் கூறினார். ‘நாங்கள் உண்மையில் இங்கு எதற்காக வந்தோம் என்பதைப் பற்றிப் பேசலாம்.’

‘ஆமாம், நிச்சயமாக,’ என்றார் நரசிம்மன்.

‘நீங்கள் கவர்னர்-முஃப்தி பற்றி கேள்விப்பட்டிருக்க வேண்டும்.’

‘ஆம்.’

‘அவர் நாளை விடுவிக்கப்படுவார். அவர் என் மாளிகைக்கு வருவார்.’

நரசிம்மன் ஆச்சரியப்பட்டார், ஆனால் எதுவும் சொல்லவில்லை.

‘உங்களிடம் யசாதே இருக்கிறாள், எனவே அவளிடமிருந்து நீங்கள் கண்டுபிடிக்கக்கூடிய விஷயங்களை உங்களிடமிருந்து மறைப்பதில் அர்த்தமில்லை. கவர்னர்-முஃப்தி இஸ்மாயில் ... எனக்கு மிகவும் முக்கியம்.’

நரசிம்மன் எந்தக் கருத்தையும் தெரிவிக்காமல் புத்திசாலித்தனமாக தலையசைத்தார்.

‘நீங்கள் ஒரு வாரம் முதல் பத்து நாட்கள் வரை இங்கே அமைதியாக இருப்பீர்கள். சரியான நேரம் வரும்போது நீங்கள் சுல்தானுக்கு அருகில் இருக்க நான் ஏற்பாடு செய்வேன். பின்னர், நீங்கள் அவரைக் கொன்று, உங்கள் குழுவுடன் இங்கிருந்து தப்பிச் செல்வீர்கள். நீங்களோ அல்லது உங்கள் மக்களோ இதற்குப் பிறகு காணாமல் சென்றுவிட வேண்டும்.’

‘நிச்சயமாக.’

‘ஆனால் ... எனக்கு ஒரு நிபந்தனை உள்ளது ... உங்களில் யாரும் கவர்னர்-முஃப்தி இஸ்மாயிலைக் கொல்ல மாட்டீர்கள்.’ இதைச் சொல்லிக்கொண்டே மாலிக் அயாஸ் சுற்றிப் பார்த்தார், பின்னர் நரசிம்மனை நோக்கித் திரும்பினார். ‘உங்கள் கடவுளின் அருளால் உங்கள் வார்த்தையை எனக்குக் கொடுங்கள். இந்தியர்கள் தங்கள் கடவுள் மீது சத்தியம் செய்தால் ஒருபோதும் தங்கள் வார்த்தையை மீற மாட்டார்கள் என்பது எனக்குத் தெரியும்.’

தாலிப் அவரது பின்னால் இருந்து போற்றுதலுடன் மாலிக் அயாஸைப் பார்த்தார். அவர் லாகூர் மன்னரிடம் உண்மையைச் சொல்ல முடியாததற்காக குற்ற உணர்ச்சி அடையாதது இது முதல்

முறை அல்ல. அவர் தந்தை இஸ்மாயில் அவரைப் பற்றி சிறிதும் கவலைப்படவில்லை என்பதுதான் அந்த உண்மை.

நரசிம்மன் தனது கத்தியை எடுத்து, தனது உள்ளங்கையை வெட்டி, சற்று உரத்த குரலில் தனது பெயரால் இரத்த சத்தியம் செய்தார். ‘நானோ அல்லது எனது படைகளில் எவரோ ஆளுநர்-முஃப்தி இஸ்மாயிலைக் கொல்ல மாட்டோம் என்று மகாதேவின் பெயரால் நஸ்ருல்லா என்ற நான் சத்தியம் செய்கிறேன்.’

மாலிக் அயாஸ் திருப்தி அடைந்ததாகத் தோன்றியது. அவர் யசாதேவை நோக்கித் திரும்பினார். ‘என் தந்தை திரும்பி வந்ததும் உன்னை என் மாளிகைக்கு அழைத்துச் செல்ல வருவேன். கவலைப்படாதே, உனக்கு எந்தத் தீங்கும் ஏற்படாது. படுகொலை வரை நீ அவரை அமைதியாகவும் நிலையாகவும் வைத்திருக்க வேண்டும். அதன் பிறகு நீயும் தப்பிக்கலாம்.’

யசாதே தலையசைத்தாள். நரசிம்மனுக்கு ஆச்சரியமாக இருந்தது.

யசாதே என்ன நினைக்கிறாள் என்பதை நரசிம்மன் உணரவில்லை. அவள் அவருக்கு விசுவாசமாக இருப்பதாக உறுதியளிக்காததால் அவள் அவருடைய படைகளில் ஒருவள் அல்ல.

‘நான் அவளுடைய பாதுகாப்பிற்காக வருவேன்,’ என்று அமல் கூறினாள். யசாதேவைப் பாதுகாப்பதாக அவள் தனிப்பட்ட முறையில் சத்தியம் செய்திருந்தாள்.

மாலிக் அயாஸ் தனது சம்மதத்தை தெரிவிக்க தலையசைத்தார். பின்னர் தெளிவுபடுத்தினார், ‘ஆனால் நீங்கள் ஒரு வேலைக்காரராக வர வேண்டும். உங்கள் தளபதியின் சபதத்தை நினைவில் கொள்ளுங்கள்... நான் சொல்ல வேண்டிய பெயர் என்ன... நஸ்ருல்லா?... ஆம்... உங்கள் தளபதி நஸ்ருல்லா செய்த சபதத்தை நினைவில் கொள்ளுங்கள்.’

‘நான் நஸ்ருல்லாவின் சபதத்தை மதிக்கிறேன்,’ என்று அமல் கூறினாள்.

அயாஸ் திடீரென்று ஜெய்னை நோக்கி அரபியில் பேசினார். ‘நீங்கள் ஒரு அரபியா?’

‘ஆமாம், ஆண்டவரே,’ என்று ஜெய்ன் தன் தாய்மொழியில் கேட்கப்பட்ட கேள்விக்கு துருக்கிய மொழியில் உடனடியாக பதிலளித்தான்.

‘நீங்கள் இந்தியர்களுடன் இருக்கிறீர்களா? ஏன்?’

‘நான் இங்கே ஒரு அடிமையாக இருந்தேன்.’

அயாஸ் உண்மையிலேயே ஆச்சரியப்பட்டார். *ஒரு அரபு அடிமையா? அது ஒரு விஷயத்தை மட்டுமே குறிக்கும்.* ‘உங்கள் பெயர் என்ன?’

‘என் பெயர் ஜெய்ன், ஐயா.’

‘உங்கள் முழுப் பெயர்.’

ஜெய்ன் விறைத்துப்போனான்.

‘அரேபியாவின் ஜெய்ன், உங்களுக்கு எந்த ஆபத்தும் இல்லை,’ என்று மாலிக் அயாஸ் கூறினார். ‘உங்கள் முழுப் பெயர் என்ன?’

‘ஜெய்ன் ஹுசைன்.’

மாலிக் அயாஸ் பின்னால் சாய்ந்தார், எதையோ யோசித்துக் கொண்டிருப்பது போல. நரசிம்மனுக்குப் புரியவில்லை.

‘நீ ஷியா,’ என்றார் அயாஸ்.

ஜெய்ன் தலையசைத்தான்.

‘உன் அரபு அடையாளம் பயனுள்ளதாக இருக்கும்,’ என்றார் மாலிக் அயாஸ். ‘ஆனால் நான் உன்னை அனுப்பும் இடத்தில் உன் முழுப் பெயரை பயன்படுத்தாதே.’

‘சரி, ஆண்டவரே,’ என்றான் ஜெய்ன்.

மாலிக் அயாஸ் திடீரென்று எழுந்து நின்று நரசிம்மனைப் பார்த்தார். ‘இங்கே நம் வேலை முடிந்தது. விரைவில் உங்களை சந்திப்பேன்.’

நரசிம்மனும் எழுந்து நின்று புன்னகைத்து மாலிக் அயாஸிடம் மரியாதையுடன் பேசினார். ‘நிச்சயமாக, லாகூர் அரசரே.’

அமலின் உதிர்ந்த முடியை அவள் காதுக்குப் பின்னால் தள்ளியபடி இருந்த விஜயன், ‘இதில் எனக்கு மகிழ்ச்சி இல்லை’ என்று பரிதாபமாகச் சொன்னார்.

‘வலீத்,’ என்றாள் அமல், ‘உன் படுகொலைப் பணியில் இருக்கும் உங்கள் அனைவரையும்விட நான் மன்னர் அயாஸின் அரண்மனையில் பாதுகாப்பாக இருக்கலாம். உன்னைப் பற்றி கவலைப்பட வேண்டியது நான்தான்!’

விஜயன் மெதுவாகச் சிரித்தார். ஆபத்தை எதிர்கொள்ளும்போது நகைச்சுவை உணர்வுடன் இருப்பதுதான் தைரியத்தின் முதல் அறிகுறி. அவர் எப்போதும் தனது அன்புக்குரிய அமலின் துணிச்சலைப் போற்றியிருந்தார்.

‘வலீத், யசாதேவைப் பாதுகாப்பதாக நாம் சத்தியம் செய்துள்ளோம்,’ அமல் தொடர்ந்தாள். ‘நம் வார்த்தையிலிருந்து நாம் பின்வாங்க முடியாது. முகமது படுகொலை செய்யப்பட்டவுடன் அவளைப் பாதுகாப்பாக வெளியே அழைத்துச் செல்ல நம்மில் ஒருவர் இருப்பதை நான் உறுதி செய்ய வேண்டும்.’

விஜயன் தலையசைத்தார்.

‘எனக்கு வேறு வழியில்லை...’

‘எனக்குத் தெரியும்,’ விஜயன் பரிதாபமாகச் சொன்னார். ‘தர்க்கம் மறுக்க முடியாதது. ஆனால் நான் அதை விரும்ப வேண்டும் என்று அர்த்தமல்ல.’

அமல் சிரித்தாள். ‘எல்லாம் முடிந்ததும் ஊருக்கு வெளியே உள்ள இடத்தில் உங்களைச் சந்திப்பேன். என்னை அங்கே சந்திப்பதற்கு நீங்கள் உயிருடன் இருக்கவேண்டும்.’

‘ஆமாம். ஏனென்றால், உங்களுடனான சந்திப்பை நான் தவறவிட்டால், என்னை யார் மீட்டு இந்தியாவுக்கு அழைத்துச் செல்வார்கள்!’

‘சரியாக!’

விஜயனும் அமலும் சிரித்துக் கொண்டே ஒருவரையொருவர் கட்டிப்பிடித்தார்கள். அவர்கள் இறுக்கமாகத் தழுவினர். அவர்களின் வலுவான அன்பு அவர்களின் கவலைகளை மூழ்கடித்தது.

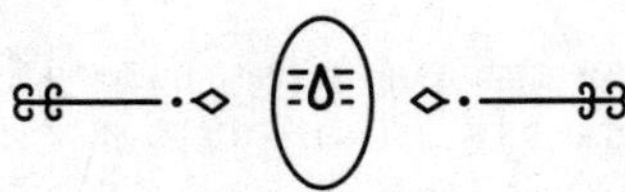

அத்தியாயம் 23

மாயைகளின் நீதிமன்றம்

கஜினி, ஆஃப்கானிஸ்தான்

நீதிமன்ற அறையின் நடுவில், சுல்தானை நோக்கி இஸ்மாயில் நின்றிருந்தார். கஜினியின் நீதிமன்ற முகப்பில் முகமது அமர்ந்திருந்தார். அவருக்கு அருகில் கௌசரி ஜஹான், மாலிக் அயாஸ் மற்றும் பாரசீக பிரதமர் குவாஜா ஹாசன் ஆகியோர் அமர்ந்திருந்தனர். மற்ற மூத்த கஜினி பிரபுக்களும் வந்திருந்தனர்.

கவர்னர்-முஃப்திக்கு மரண தண்டனை விதிக்கப்படும் என்று அனைவரும் எதிர்பார்த்தனர். அவருக்கு எதிராக மிக அதிகமான ஆதாரங்கள் இருந்தன. நிறைவேற்றப்படும் தேதி மற்றும் ஒருவேளை மரணதண்டனை முறை குறித்து மட்டுமே சந்தேகம் இருந்தது.

இஸ்மாயிலும் தனக்கு மரண தண்டனை வழங்கப்படும் என்று எதிர்பார்த்தார். அது முகமது கலீஃபாவாக நியமிக்கப்பட்ட பிறகுதான் நடைபெறும் என்றும் அவர் உறுதியாக நம்பினார். இஸ்மாயில் தனது மூத்த சகோதரரை நன்கு அறிந்திருந்தார். தனது வாழ்க்கையின் உச்சக்கட்டமாக இருக்கும் மகிமையில் முகமது எதிலும் தலையிட விரும்ப மாட்டார் என்று அவரால் யூகிக்க முடிந்தது.

இஸ்மாயில் தனது மனதையும் இதயத்தையும் மோசமான நிலையை எதிர்ப்பார்த்து தயாராக வைத்திருந்தார். அவருக்கு ஒரு ஆச்சரியம் காத்திருந்தது. அந்த அறிவிப்பு வெளியானதால் மட்டுமல்ல, அது எங்கிருந்து வந்தது என்பதாலும்கூட.

கௌசரி ஜஹான் தெளிவாகப் பேசினார். ‘என் சுல்தான், என் ராஜா, இந்தப் பயங்கரமான மனிதனால் நான்தான் காயப்பட்டேன்.’

இஸ்மாயில் கௌசரியை ஒருவித உணர்ச்சியற்ற முகபாவத்துடன் பார்த்தார். *சரி,சரி. என்னை சலிப்படையச் செய்யாதே. சொல்ல வந்ததை சொல்லு.*

'பழிவாங்கலையும் நீதியையும் கோர எனக்கு முழு உரிமையும் உண்டு,' என கௌசரி தொடர்ந்தார். 'ஆனால்...'

இஸ்மாயில் முகம் சுளித்தார். *ஆனால்?*

'ஆனால் கவர்னர்-முஃப்தி இஸ்மாயிலை நான் எவ்வளவு வெறுத்தாலும், நான் உங்களை, என் தலைவர் கஜினியின் சுல்தான் முகமதை அதிகமாக நேசிக்கிறேன். நான் உங்களை என் உயிரை விட அதிகமாக நேசிக்கிறேன்.'

முகமது தனது மனைவியை மென்மையாகப் பார்த்து, பின்னர் தனது தம்பி இஸ்மாயிலை முறைத்துப் பார்த்தார்.

இதுவரை தனது பெரிய நாற்காலியில் சாய்ந்து கொண்டு, நேர்த்தியாக உடையணிந்து, சிகை அலங்காரத்துடன் இருந்த மாலிக் அயாஸ், மெதுவாகச் சிரித்து, கண்களை உருட்டினார்.

லாகூர் மன்னரின் சைகையை வேறு சில பிரபுக்களும் கவனித்தனர். பெரும்பாலானவர்களுக்கும் இதே எண்ணம்தான் இருந்தது. *நிச்சயமாக...தங்கம் தோண்டும் காஷ்மீர் சூனியக்காரி சுல்தானை நேசிக்கிறாள்... எந்த முட்டாள் இதை உண்மையில் நம்புவான்?*

எதையும் கவனிக்காதது போல் கௌசரி தொடர்ந்தாள். 'எனவே, என் அன்பான கணவரே, உங்கள் மீது எனக்குள்ள எல்லையற்ற அன்பினால், உங்கள் தம்பி இஸ்மாயிலை மரண தண்டனையிலிருந்து காப்பாற்றுமாறு நான் உங்களிடம் கெஞ்சுகிறேன்.'

இஸ்மாயில் திகைத்துப் போனார். *என்ன?!?*

கவர்னர்-முஃப்தி தனது ரகசிய முறைகேடான மகனான மாலிக் அயாஸைப் பார்த்தார். மாலிக் அயாஸின் முகத்தில் முழுமையான அதிர்ச்சி இருந்தது. ஆனால் இஸ்மாயிலுக்கு தனது மகன் எவ்வளவு நல்ல நடிகன் என்பது தெரியும். *என் மகன் ஒரு ஒப்பந்தம் செய்தானா?*

'ஆனால் உங்களுக்கும் எனக்கும் எந்த ஆபத்தும் ஏற்படாமல் இருக்க, கவர்னர்-முஃப்தியை சிறிது காலம் வீட்டுக் காவலில் வைக்குமாறு நான் உங்களிடம் கெஞ்சுகிறேன்,' என்று கௌசரி கூறினார்.

'ராணி இரக்கமுள்ளவள், ஞானமுள்ளவள்,' என்று முகமது சத்தமாக கூச்சலிட்டார்.

'ராணிக்கு மகிமை! சுல்தானுக்கு மகிமை!' என்று மாலிக் அயாஸ் சத்தமாகக் கூறினார், அதிர்ச்சியைக் கட்டுப்படுத்த கடுமையாகப் போராடுவதுபோல் இருந்தார். முழு நீதிமன்றமும் அதேயே எதிரொலித்தது. நிலையற்ற மனநிலை கொண்ட முகமதை எதிர்க்க யாரும் விரும்பவில்லை.

'ராணியுடன் நான் உடன்படுகிறேன்,' என்று முகமது கூறினார். 'லாகூர் மன்னர் மாலிக் அயாஸின் அரண்மனையில் கவர்னர்-முஃப்தி வீட்டுக் காவலில் வைக்கப்படுவார். கவர்னர்-முஃப்தியின் ஊழியர்கள் யாரும் அவருடன் இருக்க அனுமதிக்கப்பட மாட்டார்கள். இந்த விஷயத்தை இன்னும் ஒரு மாதத்தில் மீண்டும் பார்ப்போம். அப்படியே இது எழுதப்படும், செய்யப்படும்.'

முகமது தனது கையை உயர்த்தினார், அவரது எழுத்தாளர் ஏற்கனவே எழுதப்பட்ட ஒரு காகிதத்தோலுடன் விரைந்து வந்தார். தீர்ப்பு இப்போதுதான் அறிவிக்கப்பட்டது ஆனால் வினோதமாக ஏற்கனவே எழுதப்பட்டுவிட்டிருந்தது. முகமது அதன் மீது தனது முத்திரையை பதித்து மாலிக் அயாஸிடம் கொடுத்தார். 'இதைச் செயல்படுத்துங்கள், அயாஸ்.'

'உங்கள் விருப்பம், என் ஆண்டவரே,' என்று மாலிக் அயாஸ் குனிந்து வணக்கம் செலுத்தினார், இருப்பினும் அவரது முகபாவனை அவர் என்ன நினைக்கிறார் என்பதை வெட்ட வெளிச்சமாக காட்டியது: *இது இப்போது ஏன் என் தலையில் விழுந்துவிட்டது?!*

இஸ்மாயில், முகமது சொன்ன வேறு ஒன்றைப் புரிந்துகொண்டார். *இன்னும் ஒரு மாதத்தில்? இன்னும் இரண்டு வாரங்களில் அவர் கலீஃபாவாக பதவி ஏற்பார். அவருக்கு ஒரு பெரிய முஃப்தி தேவையில்லை. கலீஃபாவாக, அவர் உலகில் எங்கும் உள்ள எந்த முஃப்தியையும்விட உயர்ந்தவராக இருப்பார். நான் இன்னும் கொல்லப்படுவேன். முகமது கலீஃபாவாக ஆகும் வரை என்னை உயிருடன் வைத்திருப்பார். ஐயோ கடவுளே... நான் இன்னும் பாதுகாப்பாக இல்லை... நான் இன்னும் பாதுகாப்பாக இல்லை...*

அந்த நொடியில், மாலிக் அயாஸ் ஏற்கனவே இஸ்மாயிலை நோக்கி நடந்து வந்திருந்தார். அயாஸின் கட்டளையின்கீழ் இருந்த பத்து வீரர்களும் அணிவகுத்துச் சென்றனர்.

அயாஸ் ஒரு பாசாங்கான எரிச்சலுடன், 'என்னுடன் வாருங்கள், கவர்னர்-முஃப்தி.' என்றார்.

குறுகிய நீதிமன்ற நடவடிக்கைகள் ஆச்சரியப்படும் வகையில் முடிவுக்கு வந்தன.

'என்ன நடந்தது?' என்று இஸ்மாயில் கேட்டார். 'நீ அதைச் செய்து முடித்தாயா, என் மகனே?'

'ஒரு ஒப்பந்தம் போடப்பட்டது, அப்பா,' என்று மாலிக் அயாஸ் தனது மாளிகைக்குள் நுழைந்து கூறினார். இப்போது அவரது தொனியும் நடத்தையும் முற்றிலும் வேறுபட்டிருந்தது.

'ஆனால் நான் எப்படியும் கொல்லப்படுவேன்.' இஸ்மாயிலின் குரல் உயர்ந்தது, அது அவர் பதட்டமாக இருக்கும் போதெல்லாம் நடந்தது. 'அவர் கலீஃபாவாகக் காத்திருக்கிறார்.'

'நீங்கள் இப்போது உயிருடன் இருக்கிறீர்கள், அப்பா. அதில் கவனம் செலுத்துங்கள். ஒரு மாதத்தில் நிறைய நடக்கலாம்.'

'ஆம், நிறைய நடக்கலாம். ஜமா மசூதியின் முந்தைய கிராண்ட் முஃப்திக்கு என்ன நடந்தது என்பது உனக்கு நினைவிருக்கிறதா? அவர் தற்செயலாக மசூதி கலங்கரை விளக்கின் படிக்கட்டுகளில் இருந்து கீழே விழுந்தார் என்று நீ உண்மையில் நம்புகிறாயா?

‘அப்படியானால், இப்போதைக்கு எந்தக் கலங்கரை விளக்கிலும் ஏற வேண்டாம் என்று நான் பரிந்துரைக்கலாமா?’ மாலிக் அயாஸ் மெதுவாகச் சிரித்தார்.

‘இது நகைச்சுவைக்கான நேரமில்லை, அயாஸ்!’

‘அமைதியாக இருங்கள், தந்தையே. இந்த மசூதியில் கலங்கரை விளக்குகள் எதுவும் இல்லை. நீங்கள் இப்போது உயிருடன் இருக்கிறீர்கள். ஒரு திட்டத்தை வகுக்க நமக்கு ஒரு மாதம் உள்ளது.’

‘நீங்கள் செய்த ஒப்பந்தம் என்ன?’

‘நீங்கள் செய்யக்கூடாதது எதுவும் இல்லை. புனித குர்ஆன் மற்றும் ஹதீஸ்களிலிருந்து முடிந்தவரை பல குறிப்புகளுடன், நீங்கள் ஒரு *ஃபத்வாவை, ஒரு கருத்தை* வழங்கினால், அரபு அல்லாதவனும் சாதிக்க முடியும். கலீஃபாவாக ஆக முடியும். ஆனால் அந்த நபர் சுல்தான் சாதித்ததை அடைந்திருந்தால் மட்டுமே இது சாத்தியம்.’

‘என் கருத்துப்படி, அது சாத்தியமில்லை. ஒரு அரபு மட்டுமே கலீஃபாவாக இருக்க முடியும்.’

‘நீங்கள் வாழ விரும்புகிறீர்களா, தந்தையே?’

இஸ்மாயில் அமைதியாக இருந்தார்.

’அப்படியானால், அரபு அல்லாதவர் கலீஃபாவாக முடியும் என்று ஒரு *ஃபத்வா* வெளியிடுவதை உறுதிப்படுத்திக் கொள்ளுங்கள். எப்படியிருந்தாலும், நீங்கள் இதில் கவனம் செலுத்தி வருகிறீர்கள் என்பது எனக்குத் தெரியும். கடந்த மூன்று வாரங்களாக இதை நீங்கள் நிறுத்திவிட்டீர்கள். அந்த வேலையை மீண்டும் தொடங்குங்கள், என் தந்தை என்றென்றும் என்னுடன் இருப்பதை நான் உறுதி செய்வேன்.’

இஸ்மாயில் ஆழ்ந்த மூச்சு விட்டார். ‘நான் என் அரண்மனைக்குத் திரும்பிச் செல்ல முடியாதா?’

’அப்பா, உங்கள் விடுதலைக்கான நிபந்தனைகளில் இதுவும் ஒன்று. நீங்கள் உங்கள் அரண்மனைக்குத் திரும்பிச் செல்ல முடியாது, உங்கள் பழைய ஊழியர்கள் யாரும் உங்களைச் சந்திக்க முடியாது. நீங்கள் என் மாளிகையில் தங்கி என் வேலைக்காரர்களால் மட்டுமே சேவை செய்யப்பட வேண்டும்.’

இஸ்மாயில் சினமுற்றார். அவரது பதட்டம் குறைந்து கொண்டிருந்தது. அவர் பேச்சுவார்த்தை நடத்த முற்பட்டார்.

‘நான் யசாதேவைக் கண்டுபிடித்தேன். நான் அவளை இங்கே அழைத்து வருவேன்.’

‘ஆஹா, அப்படியா?’ இஸ்மாயிலின் மனநிலை திடீரென்று மலர்ந்தது.

‘உங்கள் சபதத்தை நினைவில் கொள்ளுங்கள்.’

‘நிச்சயமாக! என் மீதான இந்த மோசமான மற்றும் பொய்யான குற்றச்சாட்டுகளிலிருந்து நான் முற்றிலும் விடுபடும் வரை நான்

பிரம்மச்சரியம் மற்றும் மதுவைத் துறந்து எனது சபதங்களை மதிப்பேன். ஆனால் யசாதே இங்கு இருப்பது நல்லது. அவளைப் பார்த்தால் போதும்.'

மாலிக் அயாஸ் சிரித்தார்.

இந்திய வீரர்கள் மூன்று நாட்கள் முழுவதும் அந்த பகட்டில்லாத அரங்கில் காத்திருந்தனர். கவர்னர்-முஃப்தி இஸ்மாயிலுக்கு விசுவாசமாக இருந்த ஜுன்தின்-உல்-தினின் சில ஆட்களால் பாதுகாக்கப்பட்டனர். நான்காவது நாள் மதியம், மாலிக் அயாஸ் மற்றும் தாலிப் அவர்களைப் பார்க்க வந்தனர்.

மாலிக் அயாஸ் உள்ளே நுழைந்ததும் நரசிம்மன் எழுந்து நின்று, லாகூர் மன்னரை மரியாதையுடன் வரவேற்றார். அவர்களின் தளபதியின் வழிநடத்துதலைப் பின்பற்றி, புலகித், விஜயன், அமல், துருவ், ஜெய்ன் ஹுசைன் மற்றும் யசாதே ஆகியோரும் எழுந்து நின்றனர்.

'மன்னரே, உங்களை வரவேற்கிறோம்' என்றார் நரசிம்மன்.

'வணக்கம்,' என்றார் மாலிக் அயாஸ்.

துருக்கிய உச்சரிப்பில் வார்த்தை மிகவும் வித்தியாசமாக ஒலித்தது, எனவே மாலிக் அயாஸ் என்ன சொன்னார் என்பதைப் புரிந்துகொள்ள நரசிம்மன் ஒரு கணம் எடுத்துக் கொண்டார். அவர் புரிந்துகொண்டவுடன், சோழ தளபதி அன்புடன் சிரித்து, தனது உள்ளங்கைகளை வணக்கத்தில் இணைத்தார்.

'தயவுசெய்து உட்காருங்கள்... ம்ம்... உங்கள் பெயர் என்னவாக இருக்க வேண்டும்... நாரா... நாரி... நாரிமன்... இல்லை... ஓ ஆமாம், நஸ்ருல்லா,' என்று மாலிக் அயாஸ் குறும்புத்தனமாக சிரித்தபடி இருக்கையில் அமர்ந்தார்.

நரசிம்மன் சிரித்துக்கொண்டே அமர்ந்தார். 'கவர்னர்-முஃப்தியின் விடுதலைக்கு வாழ்த்துக்கள்.'

மாலிக் அயாஸ் சிரித்துக்கொண்டே தலையசைத்தார். 'ஆனால் அது முதல் படி மட்டுமே.' அவர் அமல் மற்றும் யசாதே பக்கம் திரும்பினார். 'கவர்னர்-முஃப்தி இஸ்மாயிலின் விடுதலையின் விதிமுறைகளின்படி, அவர் என் மாளிகையில் மட்டுமே இருக்க முடியும். மேலும் ஆளுநரின் வீட்டு ஊழியர்களில் யாரும் அவருக்கு சேவை செய்ய அனுமதி கிடையாது. எனவே மாளிகையில் எனது ஊழியர்கள் மட்டுமே இருப்பார்கள். தாலிப் அங்கு இருக்க மாட்டான். அது சரியானது என்று நம்புகிறேன்.'

அமல் யசாதேவை நோக்கி திரும்பினாள். யாசிதி பெண் தலையசைத்தாள். அவள் அதிகம் கவலைப்படவில்லை.

மாலிக் அயாஸின் கண்கள் ஒரு கணம் அவள் மீது நிலைத்திருந்தன, பின்னர் நரசிம்மனை நோக்கித் திரும்பின. 'உங்கள் மக்கள் தங்கள் சபதத்தை நினைவில் வைத்திருப்பார்கள் என்று நம்புகிறேன்.'

'அவர்கள் நினைவில் கொள்வார்கள்,' என்று நரசிம்மன் உறுதிப்படுத்தினார்.

மாலிக் அயாஸ் தலையசைத்து கீழே பார்த்தார் எதையோ யோசிப்பது போல்.

நரசிம்மன், 'என்ன திட்டம், ஆண்டவரே?' என்று கேட்டார்.

'யார்...' மாலிக் அயாஸ் தயங்கினார். அவர் ஆழமாக மூச்சை இழுத்து நரசிம்மனை உற்றுப் பார்த்தார். 'உங்களில் யார் கொலையைச் செய்வார்கள்? சரியான நேரத்தில் ஒன்றுக்கு மேற்பட்டவர்களை என்னால் உள்ளே இழுக்க முடியாது.'

நரசிம்மனுக்கு அதன் உட்பொருள் புரிந்தது. மேலும் அவர் தனது முடிவை எடுக்க மேலும் யோசிக்க வேண்டிய அவசியமில்லை. 'அது நானாகத்தான் இருக்கும்.'

மாலிக் அயாஸ் முன்னோக்கி சாய்ந்தார். அவர் ஒரு புத்திசாலியான மனிதர், லாகூரின் மன்னர். துணிச்சலானவர்கூட. ஆனால் அவரது தைரியம், அறிவு மற்றும் அரச சூழ்ச்சியின் களத்தில் இருந்தது. போர்வீரர்களுக்கு மட்டுமே இருக்கும் மூல உடல் தைரியம் அவரிடம் இல்லை. மேலும் எந்த ஞானமுள்ள, தன்னம்பிக்கை கொண்ட மனிதரைப் போலவே, அயாஸும் தன்னிடம் இல்லாத திறன்களைக் பெற்றிருப்பவர்களைப் போற்றினார்.

'உறுதியாகச் சொல்கிறீர்களா, தளபதி?' என்று மாலிக் அயாஸ் கேட்டார். 'இது ஒருவழிப்.....'

'... ஒருவழிப் பயணமாக இருக்கலாம்,' என்று நரசிம்மன் அயாஸின் கூற்றை நிறைவு செய்தார்.

'அது இருக்க வேண்டிய அவசியமில்லை, ஆனால் அது அநேகமாக ...' என்று மாலிக் அயாஸ் பதிலளித்தார். 'உறுதியாகச் சொல்கிறீர்களா?'

அறையில் இருந்த அனைவரின் கண்களும் தளபதியை நோக்கி இருந்தன.

நரசிம்மனின் முகத்தில் ஒரு குளிர்ச்சியான வெளிப்பாடு இருந்தது. நடுநிலையில். ஊடுருவ முடியாதபடி. அவரது குரல் மென்மையாக கிசுகிசுப்பாக இருந்தது, ஆனால் தொனி எஃகு போல கடினமாக இருந்தது. அவர் நேசித்த ஐரோப்பியரான பாபிங்டன் என்ற கவிஞரை மேற்கோள் காட்டினார், அவர் ஒரு பண்டைய ரோமானிய போர் வீரனைப் பற்றி ஒரு கவிதை எழுதியிருந்தார். 'பயங்கரமான சவால்களை எதிர்கொள்வதைவிட மனிதன் எப்படிச் சிறப்பாக இறக்க முடியும்; அவனது தந்தையர்களின் சாம்பலுக்கும் அவரது கடவுள்களின் கோயில்களுக்கும் போற்றப்படுவதுபோல்.'

மாலிக் அயாஸ் சிரித்தார். அவர் நன்கு படித்தவர். '"பாலத்தில் ஹொரேஷியஸ்"...

நரசிம்மன் தலையசைத்தார். 'ஆம். அது அந்தக் கவிதையிலிருந்து.'

'பெரும்பாலான ஆண்கள் அந்தக் கவிதையை விரும்புவார்கள். ஆனால் மிகச் சில ஆண்களால் மட்டுமே அதை உண்மையில் வாழ முடியும்.'

'அந்தக் கொள்கைகளில் வாழ்வதைவிட பெரிய மரியாதை எதுவும் இல்லை...'

மாலிக் அயாஸ் தலையசைத்தார். 'நீங்கள் ஒரு அதிசிறந்த மனிதர், தளபதி. சரி... நீங்கள் சரியான நேரத்தில் சரியான இடத்தில் இருப்பதை நான் உறுதி செய்வேன். அது இன்னும் பத்து நாட்களுக்குப் பிறகு இருக்கும்.'

நரசிம்மன் தலையசைத்தார்.

'உங்களின் ஆயுதம் எதுவாக இருக்கும்?' என்று மாலிக் அயாஸ் கேட்டார்.

நரசிம்மன் புலகித் பக்கம் திரும்பினார். சாளுக்கிய இளவரசர் தனது அங்கியின் மடிப்புகளுக்குள் கையை நீட்டி ஒரு சிறிய, செப்பமற்ற மீன் வெட்டும் கத்தியை வெளியே எடுத்தார். அதன் மர கைப்பிடி *குனாதியால்* நிரப்பப்பட்ட உலோகத் துண்டில் இணைக்கப்பட்டிருந்தது.

மாலிக் அயாஸ் சிரித்தார். 'அது உள்ளே உடைந்து விடுமா?'

ஒரு போர்வீரனாக இல்லாவிட்டாலும், ஆயுதம் பற்றிய அயாஸின் அனுமானத்தால் நரசிம்மன் ஈர்க்கப்பட்டார். 'ஆம்.'

'சிறந்த விஷமா?'

'மிகவும் சிறந்தது.'

'சுல்தானுக்காக எல்லாம் சிறந்ததே,' மாலிக் அயாஸ் சிரித்தார்.

நரசிம்மன் சிரித்தார். மற்றவர்களும் அவ்வாறே செய்தனர்.

'உங்களிடம் இதுபோன்ற மற்றொரு கத்தி இருக்க வாய்ப்பில்லை, இல்லையா?' என்று அயாஸ் கேட்டார்.

நரசிம்மன் தலையை ஆட்டினார். 'இல்லை.'

'அடடா!. இது எனக்கும் பயனுள்ளதாக இருந்திருக்கலாம்...' மாலிக் அயாஸ் ஜெய்னை நோக்கித் திரும்பினார். 'கைப்பிடியில் அரபியில் ஏதாவது பொறிக்க வேண்டும் என்று நான் விரும்புகிறேன்: "ஒரு அரபு மட்டுமே. எப்போதும் ஒரு அரபே".

ஜெய்ன் சிரித்தார். 'புத்திசாலியானது.'

நரசிம்மன் மாலிக் அயாஸைப் பார்த்தார். 'ஒரு துருக்கியர் ஒருபோதும் கலீஃபாவாக வேண்டும் என்று நம்புவதில்லை... ஒரு அரபு மட்டுமே கலீஃபாவாக இருக்க வேண்டும் என்று நான் கேள்விப்பட்டிருக்கிறேன்.'

'உண்மை. அரேபியர்கள் அவர்களுடன் உடன்படுகிறார்கள் என்று அவர்கள் நினைக்கட்டும்.' அயாஸ் வெளிப்படையாக இரண்டாவது தளபதியான விஜயனை நோக்கித் திரும்பினார்.

'உங்களுக்கு மகூதியிலிருந்து உங்கள் கடவுளின் புனித நினைவுச்சின்னங்களை எவ்வாறு மீட்டெடுப்பது என்பது உட்பட, நான் சரியான நேரத்தில் வழிமுறைகளை அனுப்புவேன்.'

'நன்றி,' என்றார் விஜயன்.

இப்போதைக்கு, நீங்கள் அனைவரும் இந்தக் கட்டிடத்தில் இருங்கள். நீங்கள் இங்கே பாதுகாப்பாக இருக்கிறீர்கள். நான் மீண்டும் இங்கு வரமாட்டேன். இனிமேல், எல்லா செய்திகளும் தாலிபிடமிருந்து வரும். அவர் உங்களுக்குக் கொண்டு வரும் வழிமுறைகளை மட்டுமே நம்புங்கள்.'

மாலிக் அயாஸின் பின்னால் நின்ற தாலிப் சிரித்தான். நரசிம்மனும் அவரது ஆதரவாளர்களும் தலையசைத்தனர்.

மாலிக் அயாஸ் எழுந்து நின்று அமல் மற்றும் யசாதேவை நோக்கித் திரும்பினார். 'இப்போது, பெண்களே, நீங்கள் என்னுடன் என் மாளிகைக்கு வரத் தயாராக இருப்பீர்கள் என்று நம்புகிறேன். இது சரியான நேரம்.'

யசாதேவின் படபடப்பான இதயம் வேகத்தை அதிகரித்தது. அவள் அமலைப் பார்த்தாள். அவர்களுக்கு முன்பே தெரிவிக்கப்பட்டிருந்தது. அவர்களும் தயாராக இருந்தனர். ஆனால் ஒருவர் எவ்வளவு தயாராக இருந்தாலும், உண்மையின் தருணம் எப்போதும் சில தயக்கங்களைக் கொண்டுவரும். இந்தத் தயக்கத்தைத் தோற்கடிப்பதற்கான சிறந்த வழி, முடிவெடுக்க முடியாத மனதை மங்கச் செய்வதற்கு முன்பு உடனடியாக முன்னேறுவதுதான்.

'போகலாம்,' என்றாள் அமல்.

'இறுதியாக, என் மகனே... இத்தனை வருடங்களுக்குப் பிறகு,' என்று இஸ்மாயில் கூறினார்.

இஸ்மாயில் மாலிக் அயாஸின் மாளிகையில் சில நாட்கள் இருந்தார். அவர் ஆரம்பத்தில் சங்கடத்துடன் இருந்தார்... எல்லாவற்றிற்கும் மேலாக, அது ஒரு புதிய இடம், அறிமுகமில்லாத வேலைக்காரர்கள் கூட்டம், வித்தியாசமான சமையல்காரர்... ஆனால் மாலிக் அயாஸ் தனது தந்தையை சகஜமான நிலையில் இருக்க வைக்க முயன்றார். கவர்னர்-முஃப்தியின் அரண்மனையிலிருந்து சில அறைகலங்கள் அயாஸின் மாளிகைக்குள் கொண்டு வரப்பட்டு இஸ்மாயிலுக்கு பரிச்சயமான உணர்வைத் தந்தன. அயாஸின் ஊழியர்கள் முடிந்தவரை பணிவுடன் இருக்க வேண்டும் என்று அறிவுறுத்தப்பட்டனர். சமையல்காரருக்கு கவர்னர்-முஃப்தி ரசித்த உணவுகளைக் கற்றுக் கொள்ளவும் மீண்டும் உருவாக்கவும்

அறிவுறுத்தப்பட்டது. மேலும் சமையல்காரர் மிகவும் கடினமாக முயற்சி செய்து கொண்டிருந்தார், ஏனெனில், அது அவரது எஜமானரான லாகூர் மன்னருக்கு மிகவும் முக்கியமான வேலை.

ஆனால் மாலிக் அயாஸ் தனது தந்தையை மேலும் ஓய்வெடுக்க உதவும் ஒரு பரிசுடன் திரும்பியிருந்தார். இருப்பினும், பரிசு இன்னும் வெளியிடப்படவில்லை. ‘எனக்குத் தெரியும், அப்பா. இறுதியாக, சுல்தான் உங்களுக்கு எதிராகச் செய்த பாவங்களுக்கு விலை கொடுப்பார்.’

‘விதி செயல்படும் விதம் எனக்கு ஆச்சரியமாக இருக்கிறது.’ இஸ்மாயில் அன்பாகச் சிரித்தார். ‘மர்மமானது... என்னிடமிருந்து தப்பிய அடிமைகள் என் சகோதரனின் கொலையாளிகளை என்னிடம் அழைத்து வந்துள்ளனர்! உண்மையிலேயே குறிப்பிடத்தக்கது.’

‘கடவுள் மர்மமான வழிகளில் செயல்படுகிறார், தந்தையே.’

‘உண்மைதான்,’ என்றார் இஸ்மாயில். அவர் தீவிரமாகி, ‘ஆனால்... சுல்தானின் மகன்கள்... அவர்களும்....’

‘ஆம், தந்தையே. அது ஏற்பாடு செய்யப்பட்டுள்ளது. கவலைப்பட வேண்டாம்.’

‘எந்த ஆதாரமும் இருக்கக்கூடாது...’

‘எந்த ஆதாரமும் இருக்காது.’

‘சரி, நஸ்ருல்லா சுல்தானுடன் சேர்ந்து இறந்துவிடுவார்... அவருடைய தோழர்கள் நம் கட்டுப்பாட்டில் இருக்கிறார்கள்,’ என்று இஸ்மாயில் ஒரு கண் சிமிட்டலுடன் கூறினார். ‘முகமது வீழ்ந்தவுடன், இந்த “சந்தேக நபர்களை” சுற்றி வளைத்து, கௌசரி ஜஹான் என்னவருக்குச் செய்ததை அவர்களுக்குச் செய்வோம்.’

மாலிக் அயாஸ் சிரித்தார். அமைதியாக இருந்தார்.

இஸ்மாயில் சிரித்துக்கொண்டே தொடர்ந்தார். அவர் மகிழ்ச்சியான மற்றும் பேசும் மனநிலையில் இருந்தார். ‘இந்தியர்கள் எல்லா “ஆதாரங்களையும்” தங்களுடன் கொண்டு வந்துள்ளனர்: அபு காசிம் மற்றும் அவரது ஆட்களின் திருடப்பட்ட ஆடைகள் மற்றும் கவசங்கள்.’

‘அப்பா, இவற்றைப் பற்றிப் பேச வேண்டிய அவசியமில்லை. சுவர்களுக்குக்கூட காதுகள் உள்ளன.’

‘நிச்சயமாக. நீ சொல்வது சரிதான்.’

‘ஆனால் ராணியைப் பற்றி நாம் என்ன முடிவு செய்தோம் என்பதை நினைவில் கொள்ளுங்கள். அவள் விஷயத்தில் ஆண்கள் எளிதாக ஏமாந்து விடுவார்கள்.’

‘நான் மாட்டேன்!’ என்று இஸ்மாயில் எரிச்சலுடன் கூறினார். ‘எனக்கு என் மீது எந்தக் கட்டுப்பாடும் இல்லை என்று நீ நினைப்பது போல் இருக்கிறது.’

இஸ்மாயில் தனது மனதை வெளிப்படையாகப் பேசவில்லை. தனது படுக்கையில் கௌசரி ஜஹானை அடக்குவதைத் தவிர வேறு எதையும் அவர் விரும்பவில்லை. ஆனால் அது காத்திருக்கலாம்.

‘சரி, எப்படியிருந்தாலும், உங்களுக்காக என்னிடம் ஒரு பரிசு இருக்கிறது, தந்தையே.’

லாகூர் மன்னர் கைதட்டினார், அறையின் கதவு திறந்தது. யசாதே உள்ளே நுழைந்ததும் இஸ்மாயில் மூச்சைப் பிடித்துக் கொண்டார், முகத்தில் ஒரு மகிழ்ச்சியான புன்னகை. திரைக்குப் பின்னால் கதவருகில் அமல் காத்திருந்தாள்.

‘இந்த வெகுமதி பத்து நாட்களில் உங்களுடையதாக இருக்கும், ஏனென்றால் அதுவரை நீங்கள் யசாதேவைத் தொடவே முடியாது,’ என்று மாலிக் அயாஸ் கூறினார். ‘அப்போது முகமது கலீஃபாவாக அபிஷேகம் செய்யப்படலாம், ஆனால் எல்லாம் வல்லவரின் பரிசுகள் அனைத்தும் உங்களுக்காகவே, தந்தையே.’

தனக்குப் பிடித்த பொம்மையுடன் மீண்டும் இணைந்த ஒரு சிறு குழந்தையைப் போல இஸ்மாயில் சிரித்தார்.

‘ஜெய்ன், முகமதைக் கொல்ல நீங்கள் எங்களுக்கு உதவுவதை என்னால் புரிந்து கொள்ள முடிகிறது,’ என்றார் நரசிம்மன். ‘அவருடைய படை உங்களையும் உங்கள் பழங்குடியினரையும் அடிமைப்படுத்தியது. ஆனால் சிவலிங்கத்தின் புனித நினைவுச்சின்னங்களை மீட்டெடுக்க நீங்கள் ஏன் எங்களுக்கு உதவுகிறீர்கள்? இது உங்கள் மதத்திற்கு எதிரானதல்லவா?’

ஜெய்னும் நரசிம்மனும் பாதுகாப்பான வீட்டில் இருந்தனர். காலை உணவு சாப்பிட்டு முடித்திருந்தனர். அன்றைய உடல் பயிற்சி முடிந்தது. அவர்களால் வெளியே வர முடியவில்லை. அவர்களால் பேச மட்டுமே முடிந்தது. அதனால் அவர்கள் அதைத்தான் செய்து கொண்டிருந்தார்கள்.

ஜெய்ன் சிரித்தார். ‘என் முழுப் பெயர் என்னைப் பற்றி என்ன சொல்கிறது என்று உங்களுக்குத் தெரியுமா?’

‘ஆமாம், மாலிக் அயாஸ் சொன்னது எனக்கு நினைவிருக்கிறது... அதாவது நீங்கள் ஒரு ஷியா முஸ்லிம், இல்லையா?’

‘ஆம். ஷியா என்பது *ஷியாத் அலி* அல்லது *அலியின் பின்பற்றுபவர்களின்* சுருக்கம். நாங்கள் இமாம் அலியை பின்பற்றுபவர்கள், அவர் ஒரு கலீஃபாவும்கூட. நாங்கள் சன்னி முஸ்லிம்களிடமிருந்து வேறுபட்டவர்கள். துருக்கியர்கள் அனைவரும் சன்னி பிரிவைச் சேர்ந்த மக்கள்.’

‘அமல் அதைப் பற்றி என்னிடம் கூறினாள். அவள் ஒரு இந்தியப் பெண் என்றாலும், அவள் ஒரு சன்னி முஸ்லிம் என்றும் என்னிடம் சொன்னாள். உனக்கு அவளுடன் எந்தப் பிரச்சினையும் இல்லை, இல்லையா?’

‘நிச்சயமாக இல்லை. அமல் ஒரு நல்ல மற்றும் அன்பான பெண். இருப்பினும், ஷியாக்களுக்கும் சன்னிகளுக்கும் இடையிலான முக்கிய வேறுபாடு என்னவென்றால், நாங்கள் ஷியாக்கள் நபிகள் நாயகத்தின் குடும்பத்தின் வம்சாவளியைப் பின்பற்றுகிறோம், அதே நேரத்தில் சன்னிகள் *சுன்னாவை* அல்லது *நபியின் மரபுகள் மற்றும் முன்மாதிரிகளைப்* பின்பற்றுவதாகச் சொல்கிறார்கள்.’

‘எனக்குப் புரிகிறது. ஆனால் இது ஏன் சன்னிகளுடன் உங்களுக்குப் பிரச்சினையை ஏற்படுத்த வேண்டும்?’

‘எனக்கு சன்னிகளுடன் எந்தப் பிரச்சினையும் இல்லை. நீங்கள் ஒரு எதிரியின் எதிரி என்பதால் சிவலிங்கத்தின் புனித நினைவுச்சின்னங்களைத் தேடுவதில் நான் உதவவில்லை.’

‘அப்படியானால் நீங்கள் ஏன் ...?’

‘அது ஒரு நீண்ட கதை.’

நரசிம்மன் சிரித்தார். ‘நீங்கள் இருக்க வேண்டிய இடம் ஏதாவது இருக்கிறதா?’

ஜெய்னும் சிரித்தார். ‘சரி, கதையைச் சுருக்கமாகச் சொல்கிறேன். இது கர்பலா என்ற இடத்தில் தொடங்குகிறது.’

‘அது எங்கே?’

‘நமது மேற்கில் உள்ள அரபு நாடுகளில்.’

‘சரி. அங்கே என்ன நடந்தது?’

‘முந்நூறு ஆண்டுகளுக்கு முன்பு, கர்பலாவில் ஒரு பெரிய போர் நடந்தது, இமாம் அலியின் மகனும் நபிகள் நாயகத்தின் பேரனுமான நமது இமாம் ஹுசைன், உமையாத் வம்சத்தைச் சேர்ந்த கலீஃபா யாசித்தின் வீரர்களால் அநியாயமாகக் கொல்லப்பட்டார்.’

அதிர்ச்சியில் நரசிம்மன் வாய் திறந்தது. ‘என்ன சொல்கிறீர்கள்? உங்கள் நபியோட வம்சாவளியா? ஒரு இமாமா? ஒரு அரபு முஸ்லிம் கலீஃபா அவரைக் கொன்றுவிட்டாரா?’

‘ஆம். இமாம் ஹுசைன் கொல்லப்பட்டதை மனிதகுலத்திற்கு நடந்த மிகப்பெரிய சோகம் என்று ஷியாக்கள் நாங்கள் கருதுகிறோம்.’

‘இது பயங்கரமானது. ஒரு முஸ்லிம் ஆட்சியாளர் இதைச் செய்தது மூர்க்கத்தனமானது.’

‘இன்றுவரை இமாம் ஹுசைனின் தியாகத்தை நாங்கள் துக்கப்படுகிறோம்.’

நரசிம்மன் அனுதாபத்துடன் தலையசைத்தார்.

ஜெய்ன் தொடர்ந்தார், ‘இந்தியாவில் பலருக்குத் தெரியாதது என்னவென்றால், மோஹ்யல் பிராமணர்கள் என்று அழைக்கப்படும் இந்தியர்களின் ஒரு பழங்குடியினர் இருக்கிறார்கள் என்பது...’

‘மோஹ்யல் பிராமணர்கள்?’ நரசிம்மனை குறுக்கிட்டார். ‘நான் அவர்களைப் பற்றி கேள்விப்பட்டதே இல்லை. அவர்கள் எங்கிருந்து வருகிறார்கள்?’

'இந்திய துணைக்கண்டத்தின் வடக்குப் பகுதிகளில் உள்ள பஞ்சாப் பகுதியிலிருந்து.'

'சரி. மோஹ்யல் பிராமணர்களுக்கும் இந்தக் கதைக்கும் என்ன சம்பந்தம்?'

'கர்பலா போர் நடந்தபோது அரபு நாடுகளில் சில மோ ஹ்யல் பிராமணர்கள் இருந்ததாக வரலாறு சொல்கிறது. அவர்கள் எங்கள் இமாம் ஹுசைனைப் பாதுகாக்கப் போராடினார்கள். அந்தப் போரில் அவர்களில் பலர் இறந்தனர். அவர்கள் பெருமைமிக்க இந்துக்கள், ஆனால் எங்கள் இமாமைப் பாதுகாக்க அவர்கள் இறந்தனர்.'

'எனக்கு இது தெரியாது...'

'அது மட்டுமல்ல, உமையாத் கலீஃபாவின் தொடர்ச்சியான தாக்குதல்களால் நபியின் குடும்பத்தைச் சேர்ந்த சிலர் தப்பி ஓட வேண்டியிருந்தது. மேலும் அவர்களுக்கு சிந்த் மாநிலத்தின் இந்து மன்னர் ராஜா தாஹிர் அடைக்கலம் கொடுத்தார்.'

'எனக்கு இது பற்றி எதுவும் தெரியாது.'

'இதை அறிந்த ஷியாக்களில் பலர், இந்த உதவியை திருப்பிச் செலுத்துவது நம் கடமை என்று நம்புகிறார்கள். இந்துக்கள் நமது நபியின் குடும்பத்தைப் பாதுகாக்கவும் போராடினர். அந்த தயவை நாம் திருப்பிச் செலுத்தாவிட்டால் நாம் எப்படிப்பட்ட முஸ்லிம்களாக இருப்போம்? எனவே இந்து கடவுள்களையும் இந்து நம்பிக்கைகளையும் பாதுகாக்க நாங்கள் போராடுகிறோம். உங்கள் சமூகத்திற்கு நாங்கள் கடமைப்பட்டிருக்கிறோம். அந்தக் கடனைச் செலுத்த அதுதான் வழி.'

நரசிம்மன் சிரித்துக்கொண்டே ஜெய்னைத் தழுவிக் கொண்டார். 'நன்றி, என் நண்பரே.'

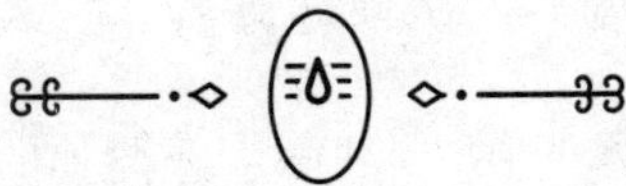

அத்தியாயம் 24

பாதையில் ஒரு திருப்பம்

கஜினி, ஆஃப்கானிஸ்தான்

கலீஃபாவாகத் தான் நியமிக்கப்பட்டதற்கு அரபு நாடுகளின் ஆதரவு கிடைத்ததில் முகமது மகிழ்ச்சியடைவார் என்று மாலிக் அயாஸ் கருதினார், ஆனால் சுல்தான் சந்தேகப்பட்டதாகத் தோன்றியது. தனது வாழ்க்கையின் மிகப்பெரிய நாள் நெருங்கி வருவதால் வலிமைமிக்க முகமதுகூட பதட்டமடைய தொடங்கினார். எல்லா இடங்களிலும் அச்சுறுத்தல்களை அவர் கண்டார்.

'மாட்சிமையானவரே,' என்று மாலிக் அயாஸ் அமைதியாகவும் மென்மையாகவும் பேசினார், 'அப்பாஸிட் அரசவையைச் சேர்ந்த ஒரு அரபு உங்கள் அபிஷேகத்தின்போது இங்கே இருப்பது ஒரு வலுவான கூற்று. ஆனால் ஜுபைர் உஸ்மான் வழங்குவது என்னவென்றால், அன்றைய ஐந்து பிரார்த்தனைகளையும் அவரே உங்கள் பெயரில் வாசிப்பார். அதுவும் மீண்டும் கட்டப்பட்ட ஜமா மசூதியிலிருந்து. இது நீங்கள் கலீஃபாவாகப் பொறுப்பேற்பதற்கான ஒரு வெளிப்படையான அரபு ஒப்புதல் போன்றது.'

ஜெய்ன் ஹுசைன் முகமதிற்கு அறிமுகப்படுத்தப்பட்ட பொருத்தமான சன்னி முஸ்லிம் பெயரானது ஜுபைர் உஸ்மான். கஜினியின் சுல்தான் அரபியை சுருக்கமாகச் சந்தித்தார், மேலும் விழாவின் போது அப்பாஸிட்களின் அரசவையைச் சேர்ந்த ஒருவர் இருப்பதைப் பற்றி ஆரம்பத்தில் மிகவும் உற்சாகமாக இருந்தார். அவர் கவனமாக ஜெய்னின் கழுத்தில் தொங்கிக்கொண்டிருந்த பதக்கத்தை ஆய்வு செய்தார். அது அப்பாஸிட் கலிஃபாவின் வட்டமான, கருப்பு முத்திரையால் அலங்கரிக்கப்பட்ட ஒரு வட்ட வடிவ தங்க பதக்கம் - அதை அணிந்தவர் அப்பாஸிட்களின் நீதிமன்றத்தில் ஒரு மூத்த அதிகாரி என்பதற்கான தெளிவான சான்று. கடலில் நடந்த போரில்

அரபு கப்பல் தலைவனைக் கொல்லும்போது விஜயன் கைப்பற்றிய பதக்கம் இதுதான்.

ஆனால் இப்போது, சில மணிநேரம் அதைப் பற்றி யோசித்த பிறகு, முகமது தனது தனிப்பட்ட அறையில் முடிவை மறுபரிசீலனை செய்துகொண்டிருந்தார். அவர் உறுதியாக இல்லை.

'என் சுல்தான்,' கௌசரி ஜஹான் கூறினார், 'லாகூர் மன்னருடன் நான் உடன்படுவது அரிது. நீங்கள் கலீஃபாவாக அறிவிக்கப்படுவதால் ஏற்படும் அபாயங்கள் குறித்து எனது கருத்துக்கள் எப்போதும் என்னவென்று உங்களுக்குத் தெரியும். ஆனால் இந்த சந்தர்ப்பத்தில், மாலிக் அயாஸுடன் நான் உடன்படுகிறேன். அப்பாஸிட் நீதிமன்றத்தைச் சேர்ந்த ஒருவரின் இருப்பு, உங்கள் கலீஃபாவின் அபிஷேகத்தை பொது மக்களின் பார்வையிலும், மிக முக்கியமாக, பிரபுக்களின் பார்வையிலும் மிகவும் கவர்ச்சிகரமானதாக மாற்றும் என்று நான் நினைக்கிறேன். நினைவில் கொள்ளுங்கள், துருக்கிய பிரபுக்களின் அனைத்து உறுப்பினர்களும், பழங்குடி மூத்தவர்களும்கூட கலீஃபாவாக உங்களுக்கு தங்கள் விசுவாசத்தை உறுதியளிக்க வேண்டும் என்று நாங்கள் விரும்புகிறோம். அது உங்கள் புதிய அமைப்பை உறுதிப்படுத்தும். அப்பாஸிட் பிரதிநிதியின் இருப்பு அதற்கு மட்டுமே உதவுகிறது.'

மாலிக் அயாஸ் கௌசரியைப் பார்த்தார். அவள் சோர்வாகவும், கண்களுக்குக் கீழே கருமையான வட்டங்களுடனும் காணப்பட்டாள். அவள் பல நாட்களாகத் தூங்காதது போல இருந்தாள். ஏன் என்று அவரால் புரிந்து கொள்ள முடிந்தது. 'உங்கள் ஆதரவிற்கு நன்றி, பெரிய ராணி.'

முகமது சிரித்தார். 'நீங்கள் இருவரும் ஒருவருக்கொருவர் உடன்படுவதைப் பார்ப்பது விசித்திரமாக இருக்கிறது.'

'அயாஸுடனான எனது வேறுபாடுகள் எதுவாக இருந்தாலும்,' கௌசாரி ஜஹான் சிரித்தார், 'கணவரே, உங்களுக்கு எது சிறந்தது என்பதை நாங்கள் இருவரும் விரும்புகிறோம். ஏனென்றால் நீங்கள் இல்லாமல் நாங்கள் ஒன்றுமில்லை.'

முகமது தலையசைத்தார். 'அது உண்மைதான்...'

மாலிக் அயாஸ் சிரித்தார்.

'ஆனால் பாரசீக பையிட் ஒடுக்குமுறையிலிருந்து அப்பாஸிட்களை விடுவிக்க உதவுமாறு ஜுபைரின் கோரிக்கையைப் பற்றி என்ன?' என்று முகமது கேட்டார். 'நீங்கள் இருவரும் இதைப் பற்றி என்ன நினைக்கிறீர்கள்?'

'இது ஒரு வாய்ப்பு என்று நான் நினைக்கிறேன், அரசே,' என்றார் மாலிக் அயாஸ். 'அரபியருக்கு அப்பாஸிட் கலீஃபாவிடமிருந்து ஒரு கடிதம் வந்துள்ளது - விரைவில் முன்னாள் கலீஃபாவாக மாறவிருக்கிறார் - அவர் தனது பிரதேசத்தை ஆக்கிரமித்து பாரசீக பையிட்களை தோற்கடிக்க உங்களை அழைக்கிறார். இது அவர்களின்

நிலங்களை ஆக்கிரமிக்க உங்களுக்கு ஒரு சட்டப்பூர்வமான சாக்குப்போக்கை அளிக்கிறது.'

நிச்சயமாக, அப்பாஸிட்களிடமிருந்து வந்ததாகக் கூறப்படும் கடிதம் போலியானது என்று முகமதிற்குத் தெரியாது.

'அந்த அழைப்பை என்ன செய்வது என்று பின்னர் முடிவு செய்யலாம், என் சுல்தான்,' என்றார் கௌசரி. 'அரேபியர்களைத் தாக்கக் கூடாது. அவர்கள் தங்கள் பாரசீக மேலதிகாரிகளிடமிருந்து விடுபட விரும்புகிறார்கள் - அது புரிந்துகொள்ளத்தக்கது. ஆனால் அதில் நமக்கு என்ன பயன்? பாரசீக பையிட்கள் வலிமையானவர்கள். மேலும் நமது சொந்த நிர்வாகத்தில் ஏராளமான பெர்சியர்கள் உள்ளனர், குறிப்பாக பிரதமர் குவாஜா ஹாசன். நாம் பையிட்களை தாக்கினால் அவர்களின் விசுவாசத்தை ஒருபோதும் நாம் நம்ப முடியாது. இந்த பெர்சியர்கள் எப்போதும் ஒன்றாக இருப்பார்கள்.'

'ஹ்ம்ம்,' என்றார் முகமது. பாரசீகர்களுக்கு எதிரான போருக்கு தனது ராணியின் எதிர்ப்பால் மாலிக் அயாஸ் அதிருப்தி அடைந்ததாகத் தோன்றியது அவரது கவனத்திற்குத் தப்பவில்லை.

'என் கணவரே, எல்லாவற்றிற்கும் நேரம் வரும்,' கௌசரி ஜஹான் தொடர்ந்தார். 'ஆனால் இப்போதைக்கு, நீங்கள் கலீஃபாவாக அறிவிக்கப்படும்போது, ஜமா மசூதியில் உங்கள் பெயரில் அரபியர்கள் பிரார்த்தனைகளை வாசிப்பது உங்களுக்கு மட்டுமே நன்மை உண்டாகும் என்று நான் நினைக்கிறேன்.'

லாகூர் மன்னரை நோக்கி முகமது திரும்பினார். 'சரி, அயாஸ், உங்கள் யோசனையுடன் செல்ல என் மனைவி என்னை சமாதானப்படுத்தியதாகத் தெரிகிறது. நீங்கள் அவளுக்கு நன்றியுள்ளவராக இருப்பீர்கள் என்று நம்புகிறேன்.'

மாலிக் அயாஸ் சிரிக்கத் தொடங்கினார், அவரது முகத்தில் ஒரு பகட்டுக்காரனின் சோம்பேறித்தனமான ஆணவம் தெரிந்தது. 'ராணியும் நானும் சண்டையிட வேறு வழிகளை கண்டுபிடிப்போம் என்று நான் நம்புகிறேன். ஆனால் இப்போதைக்கு, நாங்கள் இருவரும் உங்களை கலீஃபாவாக நியமிக்க உறுதிபூண்டுள்ளோம், என் சுல்தான்.'

முகமது சிரித்தார், மாலிக் அயாஸை முதுகில் பலமாகத் தட்டினார். இது மெலிந்த அயாஸை தற்காலிகமாக சமநிலையை இழக்கச் செய்தது, இது முகமதை இன்னும் சத்தமாக சிரிக்க வைத்தது. கௌசரியும் அவர்களுடன் சேர்ந்து கொண்டாள். மேலும், மாலிக் அயாஸ் கௌசரியை மறைமுக எரிச்சலுடன் பார்ப்பதை முகமது பார்க்க முடிந்தது. லாகூர் மன்னரும் நல்ல மனநிலையுடன் சிரித்தார்.

'நேரமாகிவிட்டது!' என்று ஜுன்தின்-உல்-தின் காவலரான ஃபைஸ் சீறினார். 'மதியம் முதல் நாங்கள் உங்களுக்காகக் காத்திருக்கிறோம்!'

இரவு வெகுநேரமாகிவிட்டது, விபச்சார விடுதி இருந்த வெறிச்சோடிய தெரு தூங்கிக்கொண்டிருந்தது.

நிறுத்தப்பட்டிருந்த காவலர்களின் இடத்தைப் பிடிக்க வந்த மாற்றுக் காவலர்கள் பதிலளிக்கக் கூட துணியவில்லை. அவர்களில் ஒருவர் சோம்பேறித்தனமாக கையை நீட்டினார். ஃபைஸ் தனது சக காவலர்களைப் பார்த்து, சபித்து, கையொப்பமிடப்பட்ட பிடியாணையைக் கொடுத்தார். மாற்றுக் காவலர் ஆவணத்தைப் பார்த்தார். எல்லாம் ஒழுங்காகத் தெரிந்தது; இதைப் பயன்படுத்தி, உயர்ரக விபச்சார விடுதிக்குள் நுழையவோ அல்லது வெளியேறவோ விரும்பும் எவரையும் அவர்கள் ஆராயலாம்.

ஃபைஸும் அவரது சகாக்களும் உடனடியாக அணிவகுத்துச் செல்லத் தொடங்கினர். வீட்டிற்குச் செல்ல ஆர்வமாக இருந்தனர். ஏற்கனவே தாமதமாகிவிட்டது.

அவர்கள் தெருவிலிருந்து வெளியேறும் ஒரு சிறிய சந்துக்குள் திரும்பியபோது, ஒரு பெரிய ஆப்பிரிக்க வம்சாவளி மனிதர் அவர்களைத் தடுத்து நிறுத்தினார். குறைந்தது ஆறு அடி மூன்று அங்குல உயரம். அவர் ஜுன்தின்-உல்-தின் சீருடையை வெடிக்கும் அளவுக்கு தசைகளுடன் இருந்தார். சீருடையில் இருந்த அடையாளங்கள் அவர் ஒரு தலைவன் என்பதை தெளிவாகக் காட்டின.

ஒரு ஒழுக்கமான சிப்பாயாக ஃபைஸ் சல்யூட் அடித்தார். இந்த வெறிச்சோடிய சந்துப் பாதையில் இரவு இவ்வளவு தாமதமாக தனியாக ஜுன்தின்-உல்-தின் தலைவன் என்ன செய்து கொண்டிருந்தார் என்ற வெளிப்படையான கேள்வியைக் கேட்க முடியவில்லை.

ஆனால் வெளிப்படையான கேள்வி எழுவதற்கு இனி நேரமில்லை. ஐந்து வீரர்கள் நிழல்களிலிருந்து வெளியே வந்தனர், கனமான தடிகளுடன். ஃபைஸ் மற்றும் அவரது சகாக்கள் பின்னால் இருந்து பலமாக அடிக்கப்பட்டனர். நேராக அவர்களின் தலையில். அவர்களின் மண்டை ஓடுகள் துண்டு துண்டாக உடைக்கப்பட்டன, மூளையின் துண்டுகள் அடர்த்தியான இளஞ்சிவப்பு-சாம்பல் கூழ் போல வெளியேறின.

அனைவரும் இறந்துவிட்டார்கள். குறைந்தபட்ச இரத்தம். கிட்டத்தட்ட சத்தமே இல்லை.

'நன்றாகச் செய்தீர்கள்,' என்று ஆப்பிரிக்க வம்சாவளியைச் சேர்ந்த பிரமாண்டமான தலைவன் தனது ஆட்களிடம் கிசுகிசுத்தார், மிகவும் இறுக்கமாக இருந்த தனது பொருத்தமற்ற சீருடையை சரிசெய்தார்.

'நன்றி, தலைவர் ஹக்கீம்.'

நரசிம்மனும் அவரது குழுவினரும் மறைந்திருந்த விபச்சார விடுதி பாதுகாப்பு வீட்டின் வாசலில் உள்ள சந்துப் பாதையின் மூலையில் இருந்து ஹக்கீம் எட்டிப் பார்த்தார்.

விரும்பத்தகாத எதுவும் இல்லை. சத்தங்கள் இல்லை. திருடப்பட்ட ஜுன்தின்-உல்-தின் சீருடையில் ராணியின் காவலர்களைத் தவிர வேறு யாரும் அங்கு இல்லை. இப்போது அவர்கள்

பாதுகாப்பு இல்லத்திற்குள் நுழைவதையும் வெளியேறுவதையும் கட்டுப்படுத்தினர். ஹக்கீமின் வீரர்களும் மாற்று காவலர்களைப் போலவே சுழற்சி முறையில் செயல்படுவார்கள், ஏனெனில் எந்த ஜுன்தினும் பாதுகாப்பு இல்லத்திற்கு வர புதிய உத்தரவுகளைப் பெற மாட்டார்கள் - ராணியின் காவலர்களிடம் கையொப்பமிடப்பட்ட பிடியாணை இருந்தது. இதேபோன்ற தந்திரோபாயங்களைப் பயன்படுத்தி, அடிமை முகாமில் முன்பு பல ஜுன்தின் வீரர்களை அவர்கள் மாற்றியமைத்தனர்; மதக் காவல்துறையின் கட்டளை மற்றும் கட்டுப்பாட்டு அமைப்புகள் இராணுவம் அல்லது அரச மெய்க்காப்பாளர்களைப் போல சிறப்பாக இல்லை.

ஹக்கீம் மீண்டும் தலையசைத்தார். 'நன்றாக முடிந்தது.'

அவர் தனது ஆட்களிடம் திரும்பி, 'இந்த மனிதர்களின் சீருடைகளைக் கழற்றுங்கள். உள் சுவரின் விளிம்பில் உள்ள நகர சூளையில் உடல்களை எறியுங்கள்' என்று கிசுகிசுத்தார்.

அவரது வீரர்கள் கீழ்ப்படிந்ததால், நடந்த செய்தியை உடனடியாக தனது எஜமானி ராணி கௌசரி ஜஹானுக்குத் தெரிவிக்க ஹக்கீம் அரண்மனைக்குத் திரும்பி நடக்கத் தொடங்கினார்.

'எல்லாம் சரியா?' என்று மாலிக் அயாஸ் கேட்டார்.

'ஆம், ஐயா,' தாலிப் கிசுகிசுத்தான்.

இஸ்மாயிலின் தனிப்பட்ட ஊழியர்களில் யாரும் ஆளுநர்-முஃப்தி இஸ்மாயில் வீட்டுக் காவலில் வைக்கப்பட்டிருந்த மாளிகைக்குள் அனுமதிக்கப்பட மாட்டார்கள் என்ற சுல்தானின் கட்டளையை கண்டிப்பாகப் பின்பற்றி, தாலிப்பும் அயாஸும் அவரது மாளிகையின் வெளிப்புற வீட்டில் இருந்தனர்.

'எல்லாம் ஒப்படைக்கப்பட்டதா?'

'ஆம், என் ஆண்டவரே.'

'எதுவும் அசம்பாவிதம் இல்லையா?'

'இல்லை, பெரிய ராஜா,' தாலிப் கூறினார். 'நஸ்ருல்லாவும் அவரது குழுவினரும் தங்கள் ஓய்வு நேரத்தில் பயிற்சி பெற்று, நிலையாக இருக்கிறார்கள். ஜுன்தின்-உல்-தின் காவலர்கள் தொடர்ந்து சுழற்சி முறையில் இருக்கிறார்கள், எப்போதும் விழிப்புடன் இருக்கிறார்கள்.'

'நல்லது.'

'ஜுபைருக்கு நான் ஏதாவது கொண்டு வர வேண்டுமா?' என்று அரபு ஜெய்னின் கற்பனையான பெயரைப் பயன்படுத்தி தாலிப் கேட்டான்.

முகமதின் அறிவுறுத்தலின்படி, ஜெய்ன் மாலிக் அயாஸின் மாளிகையில் தங்கியிருந்தார்.

‘இல்லை,’ மாலிக் அயாஸ் பதிலளித்தார். ‘இங்கே எல்லாம் கட்டுப்பாட்டில் உள்ளது.’

தாலிப் தலையசைத்து வெளியேற எழுந்தான்.

‘மேலும் ...’ என்று அயாஸ் கையை உயர்த்தி, சாதாரணமாகச் சொன்னார்.

‘ஆம், ஆண்டவரே?’

‘நாளை மறுநாள் காலை வரை வீட்டிலேயே இருங்கள்,’ என்றார் மாலிக் அயாஸ். ‘எல்லாம் முடியும் வரை. யாரையும் சந்திக்காதீர்கள். யாரிடமும் பேசாதீர்கள்.’

தாலிப் ஒரு புத்திசாலியானவன். அவனுக்குப் புரிந்தது. எனவே அடுத்த நாள் இரவு எல்லாம் நடக்கும். தர்க்கரீதியானது. மறுநாள் முகமது, கலீஃபாவாக அபிஷேகம் செய்யப்படுவார். மாலைக்குள், முழு நகரமும் கொண்டாடி விருந்து வைக்கும். மேலும் சுல்தான் மிகவும் உற்சாகத்துடன் விருந்தில் இருப்பார். பாதுகாப்பு தளர்வாக இருக்கும்.

‘நாளை நிலவில்லாத இரவுக்கு ஒரு நாள் முன்பு, ஆண்டவரே,’ என்று தாலிப் கூறினான். ‘இது ஒரு இருண்ட இரவாக இருக்கும். நேரம் இதைவிட சரியானதாக இருக்க முடியாது.’

மாலிக் அயாஸ் சிரித்தார். ‘கவனமாக இரு, தாலிப்.’

தேர்வு நிர்ணயிக்கப்பட்டிருந்தது. தாலிப் அதில் தேர்ச்சி பெறுவானா அல்லது ஒரு பொறிக்குள் நுழைவானா என்பது அடுத்த நாள் மதியத்திற்குள் தெரிந்துவிடும். *பார்ப்போம்.*

மறுநாள் மதிய நேரம் கிட்டத்தட்ட மாலையை நெருங்கியது.

‘எல்லாம் முடிந்துவிட்டது!’ என்று இஸ்மாயில் மாலிக் அயாஸுடன் மாளிகைக்குள் நுழைந்தபோது கூச்சலிட்டார். கவர்னர்-முஃப்தி ஒரு மூலையில் சிக்கிய மிருகத்தைப் போல பீதியில் கோபமடைந்தார்.

கலீஃபாவாக முகமதின் அபிஷேகம் குறைபாடற்ற முறையில் நடந்துவிட்டது. இஸ்மாயில், ஜமா மசூதி சதுக்கத்தில், அரபு அல்லாத ஒருவர் கலீஃபாவாக முடியும் என்று பகிரங்கமாகக் கூறி, தனது *ஃபத்வாவை* வழங்கினார். பின்னர் மற்ற அனைத்து சடங்குகளையும் அங்கிருந்த மதகுருமார்கள் மற்றும் பழங்குடி மூத்தவர்கள் நடத்தினர். அப்பாஸிட் நீதிமன்றத்தைச் சேர்ந்த அரேபியர், சுல்தானின் பெயரில் பிரார்த்தனைகளைப் படிப்பது, பொதுமக்களிடம் ஒரு பெரிய தாக்கத்தை ஏற்படுத்தியது. முகமது இதைவிட மகிழ்ச்சியாக இருந்திருக்க முடியாது. அவரது அரண்மனையில் கொண்டாட்டங்கள் ஏற்கனவே தொடங்கியிருந்தன.

மாலிக் அயாஸ் சிறிதும் எதிர்வினையாற்றவில்லை. மாளிகையின் உள் அறைகளுக்குள் விரைந்து சென்ற தனது ஊழியர்களைப் பார்த்து அவர் முறைத்தார். அயாஸ் இஸ்மாயிலை அமைதியாக தனது தனிப்பட்ட அறைக்கு அழைத்துச் சென்றார். அப்போதுதான் அவர் பேசினார். 'உங்கள் உணர்ச்சிகளைக் கட்டுக்குள் வைத்திருக்கக் கற்றுக்கொள்ள வேண்டும், தந்தையே. சுவர்களுக்கு காதுகள் உள்ளன என்று நான் பலமுறை உங்களிடம் கூறியுள்ளேன்.'

ஆனால் இஸ்மாயில் பகுத்தறிவுக்கு அப்பாற்பட்டவர். 'தாலிப்பிற்கு நீங்கள் சரியான வழிமுறைகளைக் கொடுத்தீர்களா? இந்தியர்களுக்கும்? நீங்கள் எல்லாவற்றையும் சரியாக செய்தீர்களா என்று எனக்கு சந்தேகமாக இருக்கிறது. நான் குறிப்பாகச் சொன்னேன்...'

'நான் எல்லா சரியான வழிமுறைகளையும் கொடுத்திருந்தேன், அப்பா,' என்று அயாஸ் உறுதியாக இஸ்மாயிலை குறுக்கிட்டு கூறினார். 'கோபத்தில் வருத்தப்படும் விஷயங்களைச் சொல்லாதீர்கள் அல்லது செய்யாதீர்கள். நீங்கள் அதைச் செய்யும் பழக்கம் கொண்டவர்.'

அயாஸின் தொனியில் ஏதோ ஒன்று இஸ்மாயிலை பின்வாங்க வைத்தது. அவர் ஆழமாக சுவாசிக்கத் தொடங்கினார். அவரது இதயத்தில் பயம் இன்னும் வலுவாக இருந்தது.

'மன்னிக்கவும் மகனே. ஆனால் ... ஆனால் இன்று மதியம் மசூதிக்கு வெளியே படுகொலை நடக்கும் என்று நீங்கள் என்னிடம் சொன்னீர்கள் ... அவரது பாதுகாப்பு மிகவும் பலவீனமாக இருக்கும் போது ... முகமது இப்போது தனது அரண்மனைக்குத் திரும்பியுள்ளார் ... அவர் இப்போது கலீஃபா ... என்ன ... என்ன நடந்தது?'

'எனக்குத் தெரியாது. நான் கண்டுபிடிக்க வேண்டும்.'

'அது தாலிபின் தவறு என்று நான் உறுதியாக நம்புகிறேன்! அவன் ஒரு முட்டாள்! அந்த முட்டாளை ஒருபோதும் நம்ப முடியாது!'

அயாஸ் ஆழமாக மூச்சு விட்டார். ஏனென்றால் அவர் இப்போது உறுதியாக இருந்தார். தாலிப்பை நம்பலாம் என்பது உறுதி, ஏனென்றால் அவர் அந்தத் தகவலை அவரிடம் சொல்லவில்லை. 'தாலிப் பல தசாப்தங்களாக உங்களுக்கு விசுவாசமாக இருக்கிறார், அப்பா.'

'அவன் ஒரு முட்டாள்! நான் சொல்கிறேன், அவன் ஒரு முட்டாள்!'

'ஏற்றமும் தாழ்வும் வாழ்க்கையின் ஒரு பகுதி. நீங்கள் ஆழமாக சுவாசிக்கக் கற்றுக்கொள்ள வேண்டும், அமைதியாக இருக்க வேண்டும், குத்துக்களால் அடிபட்டு, சரியான நேரத்தில் திருப்பி அடிக்க வேண்டும்.' மாலிக் அயாஸ் தன் அன்புக்குரிய தாய் ஒரு முறை சொன்னதை மேற்கோள் காட்டினார்.

'எனக்கு இப்போது சுய உதவி பாடங்கள் தேவையில்லை, அயாஸ்!'

'அமைதியாக இருங்கள், அப்பா. என்ன நடந்தது என்று நான் கண்டுபிடிக்கிறேன்.'

'நான் இறந்துவிடுவேன்... நான் உனக்குச் சொல்கிறேன்... நான் இறந்துவிடுவேன்...'

'நான் உங்கள் முன் நிற்கும் வரைக்கும் யாரும் உங்களை எதுவும் செய்யமாட்டார்கள், அப்பா.'

'நான் இறந்துவிடுவேன்...'

மாலிக் அயாஸ் வெளியேறத் திரும்பினார்.

'நீ எங்கே போகிறாய்?' இஸ்மாயில் பீதியில் கத்தினார்.

'நான் அரண்மனைக்குப் போகவேண்டும் அப்பா. சுல்தான் அங்கே என்னை எதிர்பார்த்துக் கொண்டிருப்பார்.'

'அதற்கு முன்னாடி பாதுகாப்பு இல்லத்திற்குப் போ. அந்தக் கோழைத்தனமான இந்தியர்கள் எங்கே இருக்கிறார்கள் என்று கண்டுபிடி! இந்த இந்து அண்ணகர்களை நீ நம்ப முடியாது! அவர்கள் பிறப்பிலேயே கோழைகள். அவர்கள் எந்த ரகசியத்தையும் கொட்டுவதறக்கு முன் அவர்களைக் கொல்லு.'

'நான் பாதுகாப்பு இல்லத்துக்கு இனிமேல் போக முடியாது அப்பா. அது உங்களுக்குத் தெரியும். நான் வேவு பார்க்கப்பட்டு நானே சிக்கலில் மாட்டிக்கொள்ள வேண்டுமென்று நீங்கள் விரும்புகிறீர்களா?'

'இல்லை, இல்லை... நிச்சயமாக இல்லை... நான் நம்பக்கூடிய ஒரே நபர் நீதான்.'

'ஆனால் நான் அரண்மனைக்குப் போவதற்கு முன் தாலிப்பைச் சந்திப்பேன்.'

'அவனைக் கொல்! அந்த முட்டாளைக் கொல்! இது எல்லாம் அவன் தவறு!'

மாலிக் அயாஸ் தலையசைத்தார். தாலிப்புடன் என்ன செய்ய வேண்டும் என்று அவருக்குத் தெரியும்.

'என் மகனே, என்னைக் கஜினியிலிருந்து வெளியே கொண்டு போ' என்று இஸ்மாயில் தன் மகனின் கைகளை இறுக்கமாகப் பிடித்துக் கொண்டு கெஞ்சினார். 'தயவுசெய்து... நாளை சூரியன் உதிப்பதற்குள்... இல்லையெனில், நான் இறந்துவிடுவேன்... நான் இறந்துவிடுவேன்... முகமது இப்போது கலீஃபா. அவர்தான் அரசு மற்றும் மதத்தின் தலைவர். இஸ்லாமிய உலகில் இப்போது அவரைவிட சக்திவாய்ந்தவர் யாரும் இல்லை. அவருக்கு இனி ஒரு பெரிய முஃப்தி தேவையில்லை. நான் இறந்துவிடுவேன்... நான் இறந்துவிடுவேன்...'

'நீங்கள் இன்னும் இறக்கவில்லை. அமைதியாக இருங்கள். நான் விரைவில் திரும்பி வருவேன்.'

'என் மகனே, என்னை கஜினியிலிருந்து வெளியே கொண்டு போ. தயவுசெய்து... நான் உன்னிடம் கெஞ்சுகிறேன்.'

'அப்பா...'

'தயவுசெய்து! என்னை இங்கிருந்து வெளியே கொண்டு போ. தயவுசெய்து...'

மாலிக் அயாஸின் மனம் இறுதியாக மாறியது. 'இருட்டாகவும் பாதுகாப்பாகவும் இருக்கும்போது உங்களை நகரத்திலிருந்து வெளியேற்ற சில வீரர்களை ஏற்பாடு செய்வேன். வெளியே ஒரு ரகசிய இடத்தில் நான் உங்களை சந்திப்பேன்.'

இஸ்மாயில் கிட்டத்தட்ட நிம்மதியில் குதித்தார். 'நன்றி! மிக்க நன்றி, என் மகனே!'

மாலிக் அயாஸ் வெளியேறத் திரும்பினார். 'இப்போது, இங்கேயே இருங்கள். நான் என் மோதிரத்துடன் ஒருவரை அனுப்புவேன். அவர் உங்களை நகரத்திற்கு வெளியே அழைத்துச் செல்வார்.'

'யசாதேவும் கூட,' என்றார் இஸ்மாயில், ஏனெனில் அவரது கருத்தில் உடனடியான ஆபத்து கட்டுக்குள் இருந்தது.

மாலிக் அயாஸ் பெருமூச்சு விட்டார். ஆனால் இது நடக்கும் என்று அவருக்குத் தெரியும். அவருக்குத் தனது தந்தையைத் தெரியும். அதனால்தான் அமலும் யசாதேவும் மாளிகைக்குக் கொண்டுவரப்பட்டனர். மேலும், அவர்களின் சுயநலங்கள் அவரது நலன்களுடன் ஒத்துப்போகின்றன. ஏனென்றால் கஜினியில் குடும்பம் நடத்திய எவரையும் போலல்லாமல், அமலும் யசாதேவையும் சுல்தானுக்கு விசுவாசமான எவராலும் ஒருபோதும் அசைக்க முடியாது. மாலிக் அயாஸுக்கு அது தெரியும். அவர்கள் தனது தந்தையை அவர் விரும்பும் இடத்தில் ஒப்படைப்பார்கள். 'யசாதே மட்டுமல்ல, அமலும் கூட. ஆனால் கஜினியிலிருந்து உங்களை அழைத்துச் செல்லும் ஆட்களை நான் அனுப்பும் வரை நீங்கள் இங்கேயே இருங்கள்.'

'சரி. ஆனால் நான் இங்கே தனியாக இருப்பேன். சிலர் ...'

'நான் என் காவலர்களை வாசலில் விடுகிறேன்,' என்று மாலிக் அயாஸ் தனது தந்தையைக் குறுக்கிட்டுக் கூறினார். 'இந்த அறையை விட்டு வெளியே வராதீர்கள். இங்கேயே இருங்கள் பாதுகாப்பாக. என் தூதர் தோன்றும் வரை பாதுகாப்பாக இருங்கள்.'

'அவரை சீக்கிரம் அனுப்பு...'

'நான் அனுப்புவேன். ஆனால் இரவு நேரத்திற்கு முன் அது நடக்காது. இப்போது என்னைப் போக விடுங்கள்.'

'எல்லாம் சரியாகிவிட்டதா, என் ஆண்டவரே?'

இந்தக் கூட்டத்திற்கு அழைக்கப்பட்டதில் தாலிப் ஆச்சரியப்பட்டான். முகமது கலீஃபாவாக நியமிக்கப்பட்டு சில மணிநேரங்கள் மட்டுமே ஆகியிருந்தன. சூரியன் இன்னும் மறையவில்லை. இரவில், அரண்மனையில் படுகொலை நடக்கும் என்ற எண்ணத்தில் தாலிப் இருந்தான்.

'எல்லாம் சரியாக அமைந்துவிட்டது, தாலிப்,' என்று மாலிக் அயாஸ் தனது வசதியான இருக்கையிலிருந்து நிம்மதியாக பதிலளித்தார். 'இன்னும் சில மணிநேரங்கள் மட்டுமே.'

இன்னும் நின்று கொண்டே, தாலிப் சுற்றிப் பார்த்தான். வெளிப்புறச் சுவருக்கு அருகில் இருந்த ஓய்வு இல்லம் சிறியதாகவும், விவரிக்க முடியாததாகவும் இருந்தது. ரகசிய சந்திப்புக்கு ஏற்ற இடம். இந்த வீடு மாலிக் அயாஸுக்கு ரகசியமாகச் சொந்தமானது என்பது அவருக்குத் தெரியாது. 'நான் ஏன் இங்கு அழைக்கப்பட்டேன், ஆண்டவரே?' நான் ஏதாவது செய்ய வேண்டுமா?'

மாலிக் அயாஸின் வார்த்தைகள் மென்மையாகவும் அமைதியாகவும் இருந்தன. 'நீங்கள் நகரத்தை விட்டு வெளியேற வேண்டும் என்று நான் விரும்புகிறேன்.'

தாலிப் முகம் சுளித்தான். அவன் ஏதோ கேட்கவிருந்தான். ஆனால் தயங்கினான்.

'நீங்கள் ஒரு புத்திசாலி தாலிப். உங்களுக்கு எது நல்லது என்பதை நீங்கள் தெரிந்து கொள்ள வேண்டும்.'

'ஆம்... ஆம், ஆண்டவரே.' தாலிப் இன்னும் தாக்கங்களை உருவாக்க முயன்று கொண்டிருந்தான். முகமது படுகொலை செய்யப்படுவார் என்பதில் அவனுக்கு உறுதி இருந்தது. இல்லையெனில், அதற்கு முன்பு மாலிக் அயாஸ் மற்றும் இஸ்மாயில் கூட நகரத்தை விட்டு ஓடிவிடுவார்கள். முகமது கொல்லப்படும்போது, தாலிப் நிச்சயமாக ஒரு பங்கை வகிப்பான். அவன் பயனுள்ளவனாக இருப்பான். தவிர...

மாலிக் அயாஸ் திடீரென்று எழுந்து ஒரு பையை தாலிப்பிடம் கொடுத்தார். வேலைக்காரன் பையைத் திறக்கலாமா வேண்டாமா என்று தெரியாமல் குழம்பிப் போனான்.

'நீங்கள் உள்ளே பார்க்கலாம்.' மாலிக் அயாஸின் தொனி கனிவாக இருந்தது.

ராஜாவின் குரலில் இருந்த மென்மையான தன்மை தாலிப்பைக் கவர்ந்தது. அவன் பையைத் திறந்தபோது உள்ளே ஒரு காசோலையைக் கண்டான். ஒரு உறுதிமொழி குறிப்பு. பணத்திற்காக. அதில் எழுதப்பட்ட எண் அவனை திகைக்க வைத்தது. இது அவனது கனவில்கூட எட்ட முடியாத அளவுக்கு தங்கம்.

அதிர்ச்சியில் தாலிபின் வாய் திறந்தது. 'ஆண்டவரே?'

'என் ஆட்கள் வெளியே காத்திருக்கிறார்கள்,' என்றார் மாலிக் அயாஸ். 'நீங்கள் உடனடியாகப் புறப்படுங்கள். பயணத்தில் ஒரு நாள் அவர்கள் உங்களுடன் இருப்பார்கள். அதன் பிறகு, நீங்கள் லாகூருக்குச் செல்வீர்கள். காசோலை அங்கே செல்லுபடியாக்கப்படும். பின்னர் நீங்கள் மறைந்துவிடுவீர்கள். உங்கள் பெயரையும் தோற்றத்தையும் மாற்றுங்கள். நான் உங்களை மீண்டும் ஒருபோதும் பார்க்கவோ அல்லது உங்களைப் பற்றி கேட்கவோ விரும்பவில்லை.'

தாலிப்பால் இவரின் தாராள மனப்பான்மையை புரிந்து கொள்ள முடியவில்லை. இது அவன் கற்பனை செய்ததைவிட மிகப் பெரிய ஆசீர்வாதம். ஒரே ஒரு விஷயம் மட்டுமே தெரியவில்லை... அவர் இல்லாமல் வாழ முடியுமா... ஆனால் அவனுக்கு வேறு வழி இருந்ததா?

தாலிப்பின் மனதில் அமைதியாக ஓடிக்கொண்டிருந்த கேள்விகளுக்கு மாலிக் அயாஸ் பதிலளித்தார். லாகூர் மன்னரின் குரல் மென்மையாக இருந்தது, ஆனால் அவரது முகம் உணர்ச்சியற்றது. நிலையற்றது. 'ரேஷ்மா எனது சில வீரர்களுடன் காத்திருக்கிறாள், நகர வாயில்களிலிருந்து ஒரு மணி நேர பயணத்தில். நீங்கள் இப்போது புறப்பட்டால், இரவு நேரத்திற்கு முன்பு நீங்கள் அவளை எளிதாக அடைவீர்கள்.'

தாலிப்பால் தன் மிகுந்த மன அழுத்தத்தை இனி தாங்க முடியவில்லை. அவனது அனைத்து கனவுகளும், உண்மையில் கற்பனைகளும் நிறைவேறின. ஒரு நொடியில். அவன் அழுதுகொண்டே மாலிக் அயாஸின் காலில் விழுந்தான்.

மாலிக் அயாஸின் முகத்தில் ஒரு போலியான சாயல் தோன்றியது. பெரும்பாலான நல்ல மனிதர்கள் மிகவும் நன்றியுள்ளவர்களை எதிர்கொள்ளும்போது எப்படி இருப்பார்கள் என்பது போல. அவர் தாலிப்பை மேலே இழுத்தார். 'உங்களைப் போன்ற ஒரு வயதான மனிதருக்கு அவள் மிகவும் இளமையாக இருக்கிறாள் தாலிப். ஆனால் நீங்கள் இருவரும் மகிழ்ச்சியாக இருந்தால், நான் யார் குறை சொல்வதற்கு?'

தாலிப் இன்னும் திகைத்துப் போனான். அடிமைப் பெண் ரேஷ்மா மீதான தனது அன்பை மாலிக் அயாஸ் எப்படி அறிந்தார்? அவரது சொந்த எஜமானர் இஸ்மாயில்கூட அதை ஒருபோதும் கணித்ததில்லை. லாகூர் மன்னர் நம்பமுடியாத அளவிற்கு உள்ளுணர்வு கொண்டவர். அவர் அப்படி வளர்க்கப்பட்டவர்போல, அப்படி இருக்க பயிற்சி பெற்றவர் போல. அது கிட்டத்தட்ட ...

பின்னர் முக்காடு அகற்றப்பட்டது.

தாலிப் இறுதியாகப் புரிந்துகொண்டான்.

அவன் ஏன் நகரத்தில் இருக்க முடியாது என்பதைப் புரிந்துகொண்டான். அவன் ஏன் வெளியேற வேண்டியிருந்தது. அது ஏன் இந்த நேரத்தில் இருக்க வேண்டும் - முன்னதாக அல்ல, பின்னர் அல்ல.

மாலிக் அயாஸ் ஏன் இதைச் செய்கிறார் என்பதை அவன் இறுதியாகப் புரிந்துகொண்டான்.

யா அல்லாஹ்...

தாலிப்பின் கண்கள் மீண்டும் கண்ணீர் வடித்தன. அவன் சமீபத்தில் பெற்ற ஆசீர்வாதங்களுக்கு நன்றியுணர்வுடன் அல்ல. ஆனால் தனது பயனாளியின் மீது அவன் கொண்டிருந்த அனுதாபத்தின் காரணமாக. அவன் லாகூர் மன்னரின் கைகளைப்

பிடித்துக் கொண்டான். ஆழமாக மூச்சு விட்டான். இரக்கத்தில் தலையசைத்தான். புரிதலில்.

அது செய்யப்பட வேண்டும். அதுதான் நீதிக்கான ஒரே பாதை.

இரண்டு மிகவும் புத்திசாலி மனிதர்கள். பெண்ணின் ஞானமான உள்ளுணர்வுடன். ஆண்மையின் நீதிக்கான சரியான விருப்பத்துடன்.

'என் ஆண்டவரே...' என்று தாலிப் இப்போது அழுதுகொண்டே கூறினான். 'நான்... நீங்கள் என்ன செய்கிறீர்கள்...' தாலிப் தன்னை அமைதிப்படுத்த ஒரு கணம் எடுத்துக் கொண்டான். 'நீங்கள் என்ன செய்கிறீர்கள்... நீங்கள் செய்யப் போவது நீதி. அது நீதி.'

மாலிக் அயாஸ் ஆழ்ந்த மூச்சை எடுத்தார். பின்னர் அவர் கிசுகிசுத்தார், அவரது கண்களில் கண்ணீர் பெருக்கெடுத்து ஓடியது, 'அவள் பெயர் சாரா.'

தாலிப் இன்னும் அதிகமாக அழுதான். *சாரா. அராமிக்* பாஷையில் *பிரபுத்துவப் பெண்மணி*. இப்போது புரிந்தது.

'சாரா ... அல்லாஹ் அவளை ஆசீர்வதிப்பாராக ... அல்லாஹ் அவளை ஆசீர்வதிப்பாராக.'

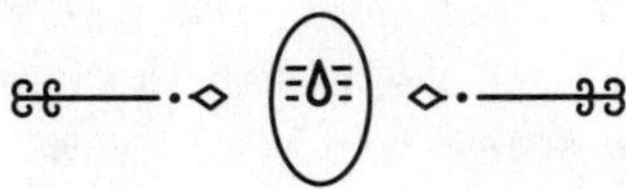

அத்தியாயம் 25

புனித ஒப்பந்தம்

கஜினி, ஆஃப்கானிஸ்தான்

மாலிக் அயாஸ் விளையாட்டுத்தனமாக சிரித்து, தனது நிலையற்ற கையில் ஒரு கோப்பை மதுவைப் பிடித்துக் கொண்டு சுல்தானின் படுக்கையில் இருந்து தடுமாறி எழுந்தார். அவரது கால்கள் தள்ளாடின.

'அச்சச்சோ' விலையுயர்ந்த கம்பளத்தின் மீது சிறிது மது விழுந்தது.

நள்ளிரவுக்கு ஒன்றரை மணி நேரம் இருந்தது.

'திரும்பி வா... நீ... முரடன்...' முகமது தனது காதலனைக் கிண்டல் செய்தார். 'வா... திரும்பி...'

மாலிக் அயாஸ் அசையாமல் நின்றார். திடீரென்று விழிப்புடன் இருந்தார். அவரது குடி மயக்கம் கிட்டத்தட்ட உடனடியாக மறைந்துவிட்டது.

'சுல்தான்?' என்று மாலிக் அயாஸ் கேட்டார்.

முகமது சத்தமாக குறட்டை விட்டார். அவர் பல மணி நேரங்களாக குடித்து, நடனமாடி, காமவெறியில் ஈடுபட்டிருந்தார். மனநிறைவு, மது மற்றும் சோர்வால் காட்டுமிராண்டியான முகமதின் நிலைகூட மந்தமாகலாம். மாலிக் அயாஸ் அவரது மதுவில் கலந்த மயக்க மருந்தின் தரம் மற்றும் அளவு அவரை விளிம்பிற்கு மேல் தள்ளியிருந்தது.

'கலீஃபா?' அயாஸ் இப்போது சத்தமாக அழைத்தார்.

முகமதின் குறட்டை தடையின்றி தொடர்ந்தது. அவர் நிச்சயமாக தன் நிலையில் இல்லை. மயக்க மருந்தின் விளைவு குறைந்தது இரண்டு மணி நேரம் நீடிக்கும்.

லாகூர் மன்னர் அவசரமாக உடை அணிந்தார். அவர் உள் அறையின் கதவை நோக்கி விரைவாக நடந்து, அதை மெதுவாகத் திறந்து வெளியே வந்தார். பின்னர் அவர் பிரதான அறையின் நுழைவாயின் கதவைத் திறந்தார். அவர் காவலர்களை அடையாளம் கண்டுகொண்டார். புதிய காவலர்கள். வளர்ந்து வரும் ஆட்சிக்கு ஏற்ற விசுவாசம். ‘உங்களில் இருவர், உள் கதவிற்கருகில் காத்திருங்கள். மீதமுள்ளவர்கள், பிரதான அறைக்கு வெளியே காத்திருங்கள்.’

‘சரி, ஆண்டவரே,’ உயரமான சிப்பாய் பதிலளித்தான்.

‘யாரும் உள்ளே வரவோ வெளியேறவோ கூடாது. சுல்தான் எழுந்தால், உங்களில் ஒருவர் என்னைத் தேடி ஓடி வரவேண்டும்.’

‘சரி, ஆண்டவரே.’

‘அவள் எங்கே?’ அயாஸ் கேட்டார்.

‘அவளுடைய அறையில்.’

மாலிக் அயாஸ் தலையசைத்து விரைவாக நடக்கத் தொடங்கினார். நேரத்தை வீணடிக்கக்கூடாது, அது மிக முக்கியமானது.

தூரத்திலிருந்து மாலிக் அயாஸ் தன்னை நோக்கி நடந்து வருவதை ஹக்கீம் அடையாளம் கண்டுகொண்டார். சந்திரனின் வெளிச்சம் இரவில் குறைவாக இருந்தது. மண்டபத்தின் இடுக்குகளிலிருந்து எரியும் நெருப்புத் தீபங்கள் சிறிது வெளிச்சத்தைப் பரப்பின, ஆனால் போதுமானதாக இல்லை. ஆனால், மாலிக் அயாஸின் நடை தெளிவாகத் தெரிந்தது.

‘என் ஆண்டவரே,’ என்று விசுவாசமான ஹக்கீம் தலையைக் குனிந்து கூறினார்.

மாலிக் அயாஸ் முகத்தில் ஆச்சரியமான முகச் சுளிப்புடன் நின்றார். ‘நீங்கள் இதற்கு முன்பு என்னை அப்படி அழைத்ததில்லையே ஹக்கீம்?’

ஹக்கீம் மேலும் தலையைக் குனிந்தார். ‘இதுவரை நேரம் சரியாக இல்லை.’

‘இப்போது அது ...’

ஹக்கீம் ஒப்புக்கொண்டார். ‘இப்போது சரியான நேரம் ஆண்டவரே.’

‘அவள் உள்ளே இருக்கிறாளா?’

‘ஆம், ஆண்டவரே. அவள் பிரார்த்தனை செய்கிறாள்.’

மாலிக் அயாஸ் தலையசைத்து கஜினி ராணியின் அறைகளுக்குள் விரைவாக நடந்தார்.

மாலிக் அயாஸ் கௌசரி ஜஹானின் உள்அறைக்குள் செல்லும்போது மென்மையான மந்திரங்களைக் கேட்க முடிந்தது. அவர் இதற்கு முன்பு உள்ளே சென்றதில்லை. அதற்கு எந்த அவசியமும் இல்லை. ஆனால் அறை எவ்வாறு கட்டமைக்கப்பட்டிருக்கிறது என்பது அவருக்குத் தெரியும். அவருக்கு ஒவ்வொரு விவரமும் தெரியும். அதைப் பற்றி அவருக்கு பலமுறை சொல்லப்பட்டது. எனவே அவரது காலடிகள் நம்பிக்கையுடனும் உறுதியாகவும் இருந்தன.

அவர் மெத்தைகள் மற்றும் சாய்விருக்கைகளைக் கடந்து, உள் அறையின் ஒரு மூலையில் உள்ள உள்கட்டுஅறையை நோக்கி நடந்தார். தெற்கு நோக்கிய ஜன்னலிலிருந்து இரவுக் காற்று உள்ளே வரும்போது லேசான வழவழப்பான திரைச்சீலைகள் அசைந்து, அறையை மேலும் குளிர்வித்தன.

உள்கட்டுஅறையிலிருந்து மந்திரம் ஓதும் குரல் கேட்டது. தியான தோரணையில் தரையில் அமர்ந்திருந்த அழகான ராணியை, அவளுடைய அலை அலையான சிவப்பு முடி அவள் முதுகில் சரிந்து கொண்டிருந்ததை, அவரால் பார்க்க முடிந்தது. ஒரு இஸ்லாமிய பிரார்த்தனை பாய் அழகாக சுருட்டி சுவரில் மரியாதையுடன் போடப்பட்டிருப்பதை அவர் கவனித்தார். சுல்தான் முகமதின் ஆடம்பரமான மற்றும் தங்க நிறம் பூசப்பட்ட பிரார்த்தனை பாயைப் போலல்லாமல், பக்தியுள்ள விவசாயிகள் வைத்திருப்பதைப் போல இருந்தது. கௌசரி ஜஹான் ஒரு இடுக்கான இடத்தை நோக்கிக்கொண்டிருந்தாள். இது வழக்கமாக மேற்பரப்புக்கு எதிராக சமமாக அமைக்கப்பட்ட ஒரு நெகிழ் சுவரால் மூடப்பட்டிருக்கும், இதனால் சுவர் நெருக்கமாக சரியும்போது, அங்கு ஒரு திறப்பு இருப்பதைக்கூட கவனிக்க முடியாது. ஆனால் இந்த முறை, நெகிழ் சுவர் திறந்திருந்தது. அதன் பின்னால் மறைந்திருந்த சிறிய இடம் ஒரு சிறிய சிலையை வெளிப்படுத்தியது. அது, பொருத்தமான முறையில், தெற்கு நோக்கி இருந்தது.

தட்சிணாமூர்த்தி. தெற்கு நோக்கிய சிலை.

கௌசரி திரும்பவில்லை. அவள் பிரார்த்தனை செய்யும்போது அவள் தொந்தரவு செய்யப்படக்கூடாது. மாலிக் அயாஸ் பணிவுடன் காத்திருந்தார். மென்மையான மந்திரத்தைக் கேட்டார். அதன் அர்த்தம் அவருக்குத் தெரியும். ஆனால் அதற்கு முன்பு பாரம்பரிய மந்திர வடிவத்தில் அதைக் கேட்டதில்லை. கௌசரி தனது குரலை கிட்டத்தட்ட ஒரு கிசுகிசுப்பாக வைத்திருந்தார். அது தேவையாக இருந்தது. ஆனால் லாகூர் மன்னரால் அவளுடைய குரலை தெளிவாகக் கேட்க முடிந்தது.

‘*ஓம் ... நம ... சிவாய ...*’

‘*ஓம் ... நம ... சிவாய ...*’

‘*ஓம் ... நம ... சிவாய ...*’

அவள் நூற்றி எட்டு முறை மந்திரத்தை முடிக்க வேண்டும் என்பது அவருக்குத் தெரியும். அவர் காத்திருக்க வேண்டியிருக்கும். பின்னர் அறையில் இருந்த மற்றொரு நபரைக் கவனித்தார். ஒரு பெரிய உருவம். இந்தியாவின் துருக்கிய கசாப்புக்காரரான அபு காசிமைவிட சற்று பெரியது. ஒரு கணம், அயாஸின் இதயம் பயத்தில் துடித்தது. பின்னர், கிட்டத்தட்ட உடனடியாக, அது யார் என்பதை அவர் உணர்ந்து, புன்னகைத்தார்.

அந்தப் பெரியவர் மெதுவாகக் கிசுகிசுத்தார், 'லாகூர் மன்னரே, வணக்கம்'.

மாலிக் அயாஸ் தலையசைத்து, 'வணக்கம், நஸ்ருல்லா' என்று முணுமுணுத்தார்.

ஜுன்தின்-உல்-தின் வேடத்தில், பாதுகாப்பான வீட்டில் நிறுத்தப்பட்டிருந்த ஹக்கீமின் காவலர்களின் உதவியுடன், அரண்மனையின் கௌசரியின் பகுதிக்குள் நரசிம்மன் இங்கே ரகசியமாக வைக்கப்பட்டிருந்தார்.

அவர்கள் இடுக்கிலிருந்து ஒரு அசைவைக் கேட்டதும் பேசுவதை நிறுத்தினர். கௌசரி ஜஹான் முன்னோக்கி குனிந்து, தலையைத் தரையில் தொட்டாள். அவள் சிலையின் கால்களைத் தொட்டாள், கண்கள் இன்னும் மூடியிருந்தன. இறுதியாக, சில கணங்களுக்குப் பிறகு, அவள் எழுந்து திரும்பினாள். இருவரையும் பார்த்து சிரித்தாள்.

'வணக்கம், *பெனிதாத்,*' என்று மாலிக் அயாஸ், *மூத்த சகோதரியைக் குறிக்கும் காஷ்மீரி வார்த்தையைப்* பயன்படுத்திக் கூறினார். அவர் கௌசரி ஜஹானை நோக்கி நடந்து சென்று, ராணியின் பூர்வீக காஷ்மீரின் மரபுகளுக்கு மரியாதை காட்டியபடி, கீழே குனிந்து அவள் கால்களைத் தொட்டார்.

கௌசரி அயாஸின் தலையில் கையை வைத்தாள். 'நீண்ட காலம் வாழ்க, செழிப்புடன் இரு, *டிஸ்மாவோ,*' என்று அவள் *ஜார்ஜிய மொழியில் சகோதரனைக் குறிக்கும் வார்த்தையைப்* பயன்படுத்திக் கூறினாள்.

மாலிக் அயாஸ் சிரித்தார். 'இரவு இறுதியாக வந்துவிட்டது...'

'இரவு இறுதியாக வந்துவிட்டது...'

'இதைவிட சிறந்த இரவாக இருக்க முடியாது,' என்றார் நரசிம்மன். 'மாதாந்திர சிவராத்திரி.'

சிவ பக்தர்களுக்கான மிகப்பெரிய திருவிழா இந்திய *பங்குனி* மாதத்தின் தேய்பிறை நிலவின் பதினான்காம் இரவில் நடைபெறுகிறது. அந்த இரவு *மகா சிவராத்திரி* என்று அழைக்கப்படுகிறது, அதாவது, *சிவனின் சிறந்த இரவு*. இது நன்கு அறியப்பட்டதாகும். மாதாந்திர சிவ ராத்திரியும் உள்ளது என்பது குறைவாக அறியப்படுகிறது. ஒவ்வொரு மாதமும் தேய்பிறை நிலவின் பதினான்காம் இரவு மகாதேவரின் தீவிர பக்தர்களால் மாதாந்திர சிவராத்திரியாகக் கொண்டாடப்படுகிறது.

மாலிக் அயாஸ் இந்த இரவுக்குப் பிறகு தனக்கு மீண்டும் ஒரு வாய்ப்பு கிடைக்காது என்பதால், தான் கேட்க விரும்பியதைக் கேட்டார். 'பெரிய ராணி, நீங்கள் ஒரு பக்தியுள்ள முஸ்லிம். எனக்குத் தெரியும். பிறகு ஏன் நீங்களும் சிவனை வணங்குகிறீர்கள்?'

கௌசரி சிரித்தார். 'என் முழுப் பெயர் கௌசரி ஜஹான் மட்டூ. என் தந்தை இஸ்லாமிற்கு மாறினார். ஆனால் நாங்கள் காஷ்மீர் முஸ்லிம்கள் என்பதில் தெளிவாக இருக்கிறோம். நாங்கள் எங்கள் மதத்தை மட்டுமே மாற்றினோம். நாங்கள் எங்கள் மூதாதையர்களை மாற்றவில்லை. நான் அல்லாவையும் சிவனையும் வணங்குகிறேன். தெய்வீகத்தின் அனைத்து வடிவங்களும் ஒன்றுதான்.'

'துருக்கியர்கள் அதை ஒப்புக்கொள்வதாகத் தெரியவில்லை,' என்றார் நரசிம்மன்.

'இந்த துருக்கியர்கள் இஸ்லாமை புரிந்து கொள்ளவில்லை,' என்றார் மாலிக் அயாஸ்.

'அவர் தூங்கிக்கொண்டிருக்கிறாரா?' கௌசரி ஜஹான் கையில் இருந்த வேலையில் கவனம் செலுத்தினாள். நேரம் குறைவாக இருந்தது.

'ஆம்,' என்று மாலிக் அயாஸ் நரசிம்மனிடம் திரும்புவதற்கு முன் கூறினார். 'உங்களுக்கு உறுதியாகத் தெரியுமா?'

மாலிக் அயாஸும் நரசிம்மனும் ஒரு குறிப்பிட்ட திட்டத்தைக் குறித்து நீண்ட விவாதம் நடத்தினர். போதையில் தூங்கிக் கொண்டிருக்கும்போதே முகமதைக் கொல்ல வேண்டும் என்று அயாஸ் பரிந்துரைத்தார். நரசிம்மன் திட்டவட்டமாக மறுத்துவிட்டார். தர்ம வீரனாக இருப்பதால், தூங்கிக் கொண்டிருக்கும்போது எதிரியைத் தாக்க மாட்டார். மேலும், ராஜேந்திர சோழன் அவர் கொல்லப்படுவதின் காரணத்தை ஒரு செய்தியாக முகமதிடம் வழங்குமாறு கட்டளையிட்டிருந்தார். எனவே சுல்தான் விழித்திருக்க வேண்டும்.

'ஆம். நிச்சயமாக.' நரசிம்மன் தெளிவாக இருந்தார். 'அவன் விழிக்கும் வரை நான் காத்திருப்பேன். அவன் எப்போதும் இரவில் சில முறை கழிப்பறைக்குச் செல்ல எழுந்திருப்பான் என்று நீங்கள் சொன்னீர்கள்...'

'சரி. காவலர்கள் உன்னை உள்ளே அனுமதிப்பார்கள்.'

நரசிம்மன் தலையசைத்தார்.

'அவன் சத்தமாக அலறும் பிறவி.'

பயனற்றதாகத் தோன்றும் தகவலைக் கண்டு நரசிம்மன் முகம் சுளித்தார்.

'முதலில் அவன் தாடையை உடைப்பதை உறுதிப்படுத்திக் கொள்ளுங்கள்,' என்று மாலிக் அயாஸ் தெளிவுபடுத்தினார். 'இரவு நேரத்தில் அவன் போடும் சத்தம் வெகுதூரம் செல்லும்.'

நரசிம்மன் லேசாகச் சிரித்தார். 'நீ ஒவ்வொரு விவரத்தையும் யோசிக்கிறாய்.'

மாலிக் அயாஸ் சிரித்தார். 'அருமையான உடல் வலிமை உள்ளவர்கள் எதை வேண்டுமானாலும் செய்யலாம். ஆனால் என்னைப் போலவே, தங்கள் புத்திசாலித்தனத்தை நம்பியிருப்பவர்கள், ஒவ்வொரு விவரத்தையும் சிந்திக்க வேண்டும், அப்போதுதான் நம் உடல் சக்திக்கு அப்பாற்பட்ட ஒரு சவாலை நாம் எதிர்கொள்ள வேண்டியிருக்கும்.'

நரசிம்மன் இப்போது முழுமையாக சிரித்தார்.

'உங்கள் பேரரசர் ராஜேந்திர சோழனின் நண்பரான பேரரசர் போஜதேவ் பர்மரிடம், *காகேசியன்* குடிமகன் இப்போது தனது கடனை அடைத்துவிட்டதாகச் சொல்லுங்கள்,' என்று மாலிக் அயாஸ் கூறினார்.

கஜினியில் போஜதேவ் பர்மரின் தொடர்பு யார் என்பதை இறுதியாக உணர்ந்தபோது நரசிம்மனின் வாய் லேசாகத் திறந்தது. *காகேசியன்* குடிமகன்.... இது அவரின் எண்ணத்திற்கு வரவே இல்லை. இப்போது மிகவும் தெளிவாக இருந்தது. ஜார்ஜியா காகசஸ் மலைகளின் பகுதியில் உள்ளது. நரசிம்மன் சிரித்துக்கொண்டே, 'நன்றி, அயாஸ் பிரபு' என்றார்.

'நன்றி, தளபதி நரசிம்மன்,' என்று மாலிக் அயாஸ், நஸ்ருல்லாவின் உண்மையான பெயரைப் பயன்படுத்தி சிரித்தார்.

நரசிம்மன் மெதுவாகச் சிரித்தார். இருவரும் கௌசரி ஜஹானை நோக்கி பணிவுடன் திரும்பினர்.

பதில் என்னவாக இருக்கும் என்று மாலிக் அயாஸுக்குத் தெரியும். ஆனால் அவர் கேட்க வேண்டியிருந்தது. அவர் செய்ய வேண்டியிருந்தது. 'என் ராணி, நீங்கள் உறுதியாக இருக்கிறீர்களா? அதற்கான வேறு வழிகள் உள்ளன...'

கௌசரி ஜஹான் லாகூர் மன்னரை குறுக்கிட்டார். 'இதை மீண்டும் தொடங்காதே, அயாஸ்... நான்... நான் தொடர விரும்பவில்லை... என் மனமும்... என் இதயமும் உறுதியாகிவிட்டது.'

கௌசரி ஜஹான் மட்டூ, கஜினியைச் சேர்ந்த முகமதால் கடத்தப்பட்டபோது ஏற்கனவே மணமுடித்திருந்தவர். காஷ்மீரில் ஃபிர்தௌஸ் மட்டூவை மணந்தார். அவள் அவரை ஒருபோதும் மறக்கவில்லை. அவரால் அவளை ஒருபோதும் மறக்க முடியாது. துருக்கிய பேரரசர் இந்தியாவுக்குள் மேற்கொண்ட தாக்குதல் ஒன்றில், காஷ்மீரில் உள்ள லோகோட்டில் இருந்து முகமதின் *ஜிஹாதிகள்* தங்கள் தாய்நாட்டிற்குத் திரும்பும்போது, ஃபிர்தௌஸ் கஸ்னாவிட் இராணுவத்தைக் கண்காணித்து பின்தொடர்ந்தார். ஃபிர்தௌஸ், லோகோட்டில் தனது சொத்துக்களை விற்று திரட்டிய பணத்தில் அங்கு விவசாய நிலங்களை வாங்கி, குஸ்தாருக்கு அருகில் குடியேறினார்.

கௌசரியும் அவரும் ஒரு ரகசிய மறைகுறியாக்கப்பட்ட புறா தொடர்பு அமைப்பை நிறுவினர். முகமதை படுகொலை செய்யக்கூடிய போர்வீரர்களைக் கண்டுபிடிக்க அவர்கள் பல ஆண்டுகளாக மெதுவாக உழைத்தனர், இதனால் கௌசரி தனது

உண்மையான காதலருடன் சேர முடியும். இதற்காகத்தான் கௌசரி சோமேஷ்வருடன் ஒரு ரகசிய கூட்டணியை ஏற்படுத்திக் கொண்டார்; அவள் 'அரச குடும்பத்தின் துரோகி' என்று சொல்லப்பட்டவள். குஜராத்தி வணிகருக்கு முகமதை பழிவாங்கும் பணியில் உதவுவதாக அநாமதேயமாக உறுதியளித்திருந்தாள். கௌசரியின் ஆரம்ப நோக்கம் ஃபிர்தௌஸுக்குத் திரும்புவதாக இருந்தாலும், அவள் கஜினியில் இருந்த துருக்கியர்களைப் புரிந்துகொண்டாள். கஜினியில் இருந்தபோது துருக்கியர்கள் கடினமாகப் பேசினர். முகமதை மட்டும் கொடூரமாகப் பார்ப்பது நிலைமையைப் பற்றிய போதுமான புரிதல் இல்லை என்பதை அவள் உணர்ந்தாள். கஜினியில், குறிப்பாக உயரடுக்கினரிடையே, அவரைப் போன்ற பலர் இருந்தனர். அவர்கள் கடிக்க மட்டுமே தெரிந்த வெறி நாய்களைப் போன்றவர்கள். முகமதைக் கொல்வது என்பது, அவரைப் போலவே மற்றொரு வெறி நாய் அவரது இடத்தைப் பிடிக்கும் என்பதாகும். மேலும் படுகொலைக்கான சந்தேகம் கௌசரி மீது விழுந்தால், கஸ்னாவிட்கள் பழிவாங்கும்விதமாக தனது அன்புக்குரிய காஷ்மீரை எரிப்பார்கள் என்பதை அவள் அறிந்திருந்தாள். எனவே, சுல்தானுடன் சேர்ந்து அவளும் படுகொலை செய்யப்பட்டால் மட்டுமே தன் நிலம் காப்பாற்றப்படும் என்று அவளுடைய கணக்கிடும் மனம் அவளிடம் கூறியது. சில நாட்களுக்கு முன்பு மாலிக் அயாஸிடமிருந்து ஃபிர்தௌஸின் மரணம் குறித்து அவள் அறிந்தபோது, அவளுடைய ஏக்கமுள்ள இதயம் அவளுடைய கணக்கிடும் மனதுடன் ஒத்துப்போனது.

'இதுதான் சிறந்த வழி... இதுதான் ஒரே வழி... வெறிபிடித்த நாய்களுடன் பேச்சுவார்த்தை நடத்துவது சாத்தியமில்லை. வெறிபிடித்த நாய்களுள் பயத்தை விதைக்க முடியாது. கல்வி மற்றும் கலாச்சாரத்தின் நன்மைகளுடன் வெறிபிடித்த நாய்களை நாகரிகப்படுத்துவது சாத்தியமில்லை. அவர்கள் உங்களைத் தாக்குவதைத் தடுப்பதற்கான ஒரே வழி, அவர்கள் ஒருவரையொருவர் எதிர்த்துப் போராட வைப்பதுதான். அதுதான் திட்டமாக இருந்தது. உள்நாட்டுப் போரை தூண்டுவது.'

ஜமா மசூதியின் முந்தைய கிராண்ட் முஃப்தி, கஸ்னாவிட்கள் பற்றிய கௌசரியின் பகுப்பாய்வை ஏற்றுக்கொண்டார். அதனால்தான் அவர் முகமதுக்கு எதிரான சதியில் சேர ஒப்புக்கொண்டார். சோமேஷ்வர் ராஜேந்திர சோழனுக்குக் காட்டிய கடிதத்தில் அவரது முத்திரையும், கௌசரி பொறித்த அரச முத்திரையும் இருந்தது. இது முந்தைய கிராண்ட் முஃப்தி கொல்லப்பட்டு இஸ்மாயில் அந்தப் பாத்திரத்தில் அமர்த்தப்படுவதற்கு முன்பு நடந்தது.

'இதுதான் சிறந்த வழி...' என்று நரசிம்மன் ஒப்புக்கொண்டார்.

மூவரும் ஒருவருக்கொருவர் கைகளைப் பிடித்துக் கொண்டனர்.

அவர்கள் அனைவருக்கும் நீதியின்படி முறையாக பழிவாங்கும் இரவு இதுவாக இருக்கும்.

மனைவி.

மகன்.

டக்தர்.

மூவருக்கும் இறுதியாக நீதி கிடைக்கும்.

‘நாங்கள் அனைத்தையும் வென்ற துருக்கியர்கள்,’ என்று கஸ்னாவிட் சிப்பாய் முணுமுணுத்தார். ‘இந்த வெட்டுக்கிளிகளை உண்ணும் அரேபியர்களின் பேச்சை நாம் ஏன் கேட்க வேண்டும்?!’

நள்ளிரவுக்கு ஒரு மணி நேரத்திற்கு முன்பு ஜமா மசூதி கிட்டத்தட்ட வெறிச்சோடியிருந்தது. அன்றைய விழாக்களும் அதைத் தொடர்ந்து நடந்த கொண்டாட்டங்களும் மசூதி ஊழியர்களில் பெரும்பாலோரை சோர்வடையச் செய்திருந்தன. ஐந்து வீரர்கள் கொண்ட ஒரு எலும்புக்கூடு பாதுகாப்பு குழு எஞ்சியிருந்தது. மசூதியில் சில பிரார்த்தனைகளை நடத்தும்போது அரபு தலைமையிலான தூதுக்குழுவிற்கு உதவுமாறு அவர்களுக்கு உத்தரவிடப்பட்டது. ஒரு கலீஃபா சமீபத்தில் அபிஷேகம் செய்யப்பட்ட மசூதியில் இது வழக்கமான சடங்கு என்று அரேபியர்கள் கூறினர். அரபு சடங்குகள் உண்மையில் என்னவென்று அவர்களில் யாருக்கும் உறுதியாகத் தெரியாததால், எந்தத் துருக்கியரும் அவர்களுடன் வாதிட முடியாது. ஆனால் இதற்கு கஸ்னாவிட்களிடையே வேறுபட்ட எதிர்வினைகள் இருந்தன. சடங்குகளை நடத்துவதற்கான அரபு உரிமையை சிலர் மதித்தனர், ஏனெனில் அவர்கள் அசல் முஸ்லிம்கள் - எல்லாவற்றிற்கும் மேலாக, முதல் முஸ்லிம்கள். ஆனால் இந்த கஸ்னாவிட் சிப்பாயைப் போலவே வேறு சிலரும், அரேபியர்களுக்கு வழங்கப்பட்ட தேவையற்ற மரியாதையை வெறுத்தனர். ஏனென்றால் அரேபியர்கள் இப்போது ஒரு போர்வீரர் இனம் அல்ல; அவர்கள் அறிவியல் மற்றும் கலாச்சாரத்தில் அதிக ஆர்வம் காட்டினர். மேலும் பெரும்பாலான கஸ்னாவிட் துருக்கியர்கள் ஒரு விஷயத்தை மட்டுமே மதித்தார்கள்: வெற்றி மற்றும் கொலை செய்யும் நுண்கலை.

‘அமைதியாக இரு, தாவூத்,’ மற்றொரு சிப்பாய் கிசுகிசுத்தான். ‘அவர்கள் உங்கள் பேச்சைக் கேட்கலாம்.’

‘அவர்களின் ஐம்பது அரேபியர் வீரர்கள் இங்கே உள்ளனர்.’ தாவூத் தொடர்ந்து முணுமுணுத்தார். ‘அவர்களுக்கு நாங்கள் தேவையா? எங்களை வீட்டிற்குப் போக விடுங்கள்.’

‘தாவூத்!’ அமைதியான இரவில் ஒரு தொலைதூர உத்தரவு அவர்களின் காதில் விழுந்தது.

தாவூத் பெருமூச்சுவிட்டு வணக்கம் செலுத்தி, பின்னர் மெதுவாக அரபியை நோக்கி அணிவகுத்துச் சென்றார். மற்ற நான்கு கஸ்னாவிட் வீரர்களும் பின்தொடர்ந்தனர்.

‘நீங்கள் அனைவரும் உள் அறைகளுக்கு வாருங்கள்,’ என்று அரபு கூறினார். ‘ஒரு சடங்கிற்கு சில ஏற்பாடுகள் செய்யப்பட வேண்டும். இது கடைசி... பிறகு நீங்கள் அனைவரும் வெளியேறலாம்.’

'அப்படியே, ஜுபைர் பிரபு.' தாவூத் மற்றும் அவரது நண்பர்கள் இறுதியாக கடமையிலிருந்து விடுவிக்கப்பட்டு வீட்டிற்குச் செல்ல முடியும் என்பதில் மகிழ்ச்சியடைந்தனர்.

ஜெய்ன் ஹுசைன் தலையசைத்தார். அவர் திரும்பி துருக்கியர்களை மசூதியின் பிரதான கட்டமைப்பின் பக்கத்தின் உள் அறைக்கு அழைத்துச் செல்லத் தொடங்கினார். இங்குதான் முகமது அவரது அபிஷேகத்திற்கான சடங்குகள் தயாராகிக் கொண்டிருந்தபோது காத்திருந்தார். எனவே, அரேபியர்களுக்கும் அங்கு ஏதாவது வேலை இருந்திருக்கலாம் என்று கஸ்னாவிட் வீரர்கள் நம்புவதற்கு காரணம் இருந்தது.

கதவு ஏற்கனவே திறந்திருந்தது. தொலைவில் ஒரு ஜோதி எரிந்துகொண்டிருந்தது. ஜெய்ன் பக்கவாட்டில், வாசலுக்கு வெளியே காத்திருந்தார், மேலும் கஸ்னாவிட் வீரர்கள் அறைக்குள் நுழைய அவரைக் கடந்து சென்றனர்.

கஸ்னாவிட்கள் செய்த முதல் தவறு அதுதான். அவர்கள் சந்தேகப்பட்டிருக்க வேண்டும். மரியாதைக்காக பெண்களை முதலில் அனுப்பும் ஆண்களைப்போல் அவர்கள் இல்லை. அவர்கள் தங்கள் தளபதியைப் பின்தொடரும் வீரர்கள். ஒரு தளபதி தனது வீரர்களைக் கடந்து செல்ல ஒருபோதும் அனுமதிப்பதில்லை. ஒரு தலைவர் எப்போதும் முன்னின்று வழிநடத்துகிறார், பின்னால் இருந்து வழிநடத்துவதில்லை.

கஸ்னாவிட்கள் செய்த இரண்டாவது தவறு, உள்ளே நுழையும்போது கதவின் பின்னால் பார்க்காமல், பாதுகாப்புடன் இருக்காமல் இருப்பது. நிலையான சிப்பாய் பயிற்சியின்படி, நீங்கள் ஒரு இருண்ட அறைக்குள் நுழைந்தவுடன் கதவுகளுக்குப் பின்னால் உள்ள பகுதியை எப்போதும் சரிபார்க்க வேண்டும். நீங்கள் உள்ளே நடந்து பின்னால் இருந்து பதுங்கியிருப்பதை விரும்ப மாட்டீர்கள்.

அதுதான் நடந்தது. ஒரு விரைவான பதுங்கியிருத்தல். ஒவ்வொரு கஸ்னாவிட்டையும் இரண்டு இந்திய வீரர்கள் குறித்தனர். கொலை விரைவாகவும் திறமையாகவும் இருந்தது. அமைதியானது. சிரமமின்றி. கிட்டத்தட்ட மிகவும் எளிதானது.

விஜயன் அறைக்கு வெளியே காத்திருந்த ஜெய்னை நோக்கி திரும்பி, 'முடிந்தது' என்று கிசுகிசுத்தார்.

ஜெய்ன் உடனடியாக உள்ளே நுழைந்து தனது மேலங்கியின் மடிப்புகளிலிருந்து ஒரு காகிதத் தாளை எடுத்தார். உள்ளடக்கங்கள் மாலிக் அயாஸ் மற்றும் நரசிம்மனுடன் முன்பே விவாதிக்கப்பட்டன. ஆவணம் அறையின் தூர சுவரில் ஒட்டப்பட்டிருந்தது. அதில் அரபு மற்றும் பாரசீக மொழிகளில் ஒரு எளிய செய்தி எழுதப்பட்டிருந்தது.

எப்போதும் ஒரு அரபு. ஒரு அரபு மட்டுமே.

அனைத்து உண்மையான முஸ்லிம்களும், அவர்கள் துருக்கியராக இருந்தாலும், பாரசீகராக இருந்தாலும் அல்லது அரபியராக இருந்தாலும், இது உண்மை என்பது தெளிவானது.

உடன்படாதவர்கள் முர்தாத்.

மேலும் ஒரு முர்தாத் ஒரு தண்டனைக்கு மட்டுமே தகுதியானவர். மரணம். மரணம்.

இஸ்லாத்தைப் பின்பற்றுபவர்கள் இஸ்லாமியக் கொள்கைகளுக்காகக் கொல்லவோ அல்லது தியாகம் செய்யவோ தயாராக உள்ளனர்.

இஸ்லாமிய நீதியின் சாட்சியைக் காண்க.

முர்தாத் என்பது *விசுவாசத்துரோகி* என்பதற்கான அரபு வார்த்தை. ஆனால் இந்தப் பொதுச் செய்தியில் பயன்படுத்தப்பட்ட புத்திசாலித்தனமான சொல் 'தியாகி'. அரபு மற்றும் பாரசீக மொழிகளில், தியாகி என்பதற்கான சொல் *ஷஹித்*, இது முகமதின் மூத்த இரட்டை மகனின் பெயரும் ஆகும். ஷஹித், மிகவும் மதநம்பிக்கை கொண்டவர் என்பது அனைவருக்கும் தெரியும். இளைய இரட்டையர், முகமது, ரசனைகள் மற்றும் போதைப் பழக்கங்களின் அடிப்படையில் அவரது தந்தையைப் போலவே இருந்தார், மேலும் அவர் சுல்தானுக்கும் அவரது ராணி கௌசரி ஜஹானுக்கும் விசுவாசமாக இருந்தார் என்பது அனைவருக்கும் தெரியும்.

சரியானது.

ஆழ்ந்த மத மற்றும் வெறித்தனமான கோட்பாட்டுடன் இருந்த ஷஹித், தனது ஒழுக்கக்கேடான தந்தையின் கலிஃபாவிற்கான முயற்சியால் புண்படுத்தப்பட்டு, முகமதைக் கொல்ல அரபு அப்பாஸிட்களுடன் கூட்டணி வைத்திருந்தார் என்பதை மக்கள் நினைக்கட்டும். அரபு மொழியில் *ஷஹித்* என்பதற்கு தியாகி என்பதைத் தவிர *சாட்சி* என்றும் பொருள். பாரசீக மொழியில் இது இல்லை. எனவே, கடைசி வரியில் 'சாட்சி' என்ற வார்த்தை பயன்படுத்தப்பட்டது சதித்திட்டத்தை இன்னும் தெளிவுபடுத்தியது.

ஷஹித்துக்கும் அவரது இளைய இரட்டை சகோதரர் முகமதுக்கும் இடையே ஒரு உள்நாட்டுப் போரைத் தூண்டுவதே அனைவரின் விருப்பமாக இருந்தது.

'இப்போது, மகாதேவருக்கு,' புலகித் கிசுகிசுத்தார்.

'ஆம்,' விஜயன் மெதுவாகச் சொன்னார். 'இறைவனுக்கு...'

அத்தியாயம் 26

இறைவனை மீட்டெடுத்தல்

கஜினி, ஆஃப்கானிஸ்தான்

விஜயனின் கட்டளைப்படி, ஜமா மசூதியின் பிரதான நுழைவாயிலில், வழிப்போக்கர்களை தடுப்பதற்காக, ஜெய்ன் மற்றும் தசர்ணா தலைமையிலான முப்பது வீரர்கள் நிறுத்தப்பட்டனர். ஆனால் இந்த இரவில் யாரும் மசூதிக்கு வரவில்லை. பெரும்பாலானவர்கள் தூங்கிக் கொண்டிருந்தனர். மசூதியின் நீண்ட நிழல்களிலிருந்து வெகு தொலைவில், மசூதிக்கு வெளியே கொண்டாடி, மதச்சார்பற்ற செயல்களில் ஈடுபட்டிருந்தனர்.

விஜயனும் புலகித்தும், இருபது வீரர்களுடன், மசூதியின் பிரதான முற்றத்தில், முற்றத்திலிருந்து பிரதான பிரார்த்தனை மண்டபத்தை நோக்கிச் செல்லும் பிரதான படிக்கட்டின் மேற்கு முனையில், பக்தர்கள் குளத்தில் தங்களை சுத்தம் செய்யும் இடத்தில் இருந்தனர். மாலிக் அயாஸின் அறிவுறுத்தல்கள் தெளிவாக இருந்தன. இஸ்மாயில் மறுகட்டமைப்பு திட்டத்தை மேற்பார்வையிட்டார். அனைத்து கட்டிடக்கலை வடிவமைப்புகளையும் சிறிய விவரங்களையும் அவர் அறிந்திருந்தார். அயாஸ் இஸ்மாயிலிடமிருந்து தகவல்களைப் பெற்று இந்தியர்களுக்குத் தெரிவித்தார்.

'முற்றத்திலிருந்து ஆறாவது படி,' விஜயன் தனது குழுவை வழிநடத்திச் செல்லும்போது கிசுகிசுத்தார்.

அவர்கள் ஆறு படிகள் ஏறினார்கள்.

'வலதுபுறம் பதினைந்து அடிகள்.'

சோழ-பர்மர் படை அவரைப் பின்தொடர்ந்தது. அவர்களின் இதயங்கள் துடித்தன.

வீரர்களிடையே ஒரு தாழ்வான குரல் தொடங்கியது.

'நம சிவாய ...'

'நம சிவாய ...'

'நம சிவாய ...'

புலகித்தும் விஜயனும் அவர்கள் இருக்க வேண்டிய இடத்தை அடைந்து உடனடியாக ஒரு அடி பின்வாங்கினர். அவர்கள் புனிதமான நிலத்தின் மேல் நிற்க முடியாது. புலகித் தனது கையை அவருக்குப் பின்னால் நீட்டினார், ஒரு சிப்பாய் அவருக்கு ஒரு தடிமனான எஃகு கடப்பாறையைக் கொடுத்தார். அவர் விஜயனைப் பார்த்தார், அவரது ஈரமான கண்கள் பேசின. வார்த்தைகளுக்கு அங்கு இடமில்லை. விஜயன் தலையசைத்தார். புலகித்தும் அவரும் கடப்பாறையால் பளிங்குக் கல்லைத் தொட்டனர். கீழே இருந்து ஒரு லேசான காந்த இழுவை உணர்ந்தனர்.

காந்தக் கல் ...

புலகித்திற்கு மூச்சுத் திணறியது. அவரது வாய் பிளந்தது. ஆனால் அவரது உணர்ச்சிகள் அவரைக் கட்டுப்படுத்தின. விஜயன் முழங்காலில் விழுந்து தனது கையால் கல் பலகையைத் தொட்டு மரியாதை செலுத்தினார்.

காந்தக் கல் எப்போதும் எஃகு ஈர்க்கின்றது. மகாதேவ் எப்போதும் எஃகுபோல் மனிதர்களை ஈர்க்கிறார்.

விஜயன் தனது ஆட்களைப் பார்த்தார், கண்களில் கண்ணீர் நீந்திக் கொண்டிருந்தது. *'இறைவன்... அவர் இங்கே இருக்கிறார்...'*

'சீக்கிரம்,' புலகித் கிசுகிசுத்தார்.

இந்தியர்கள் தங்கள் கருவிகளை பெரிய பளிங்கு பலகையின் சிறிய இடைவெளிகளிலும், படியின் துணைக் கட்டுமானத்திலும் திணித்தனர். அவர்கள் விடாமுயற்சியுடன் மற்றும் கவனமாக வேலை செய்தபோது மென்மையான கோஷம் தொடர்ந்தது.

'நம சிவாய...'

'நம சிவாய...'

இரண்டு அடுக்குகளையும் பிணைத்த சமீபத்தில் போடப்பட்ட சாந்து வழிவிட்டு, கீழே உள்ள வெற்று இருண்ட இடத்தை வெளிப்படுத்த பலகை தளர்ந்தது. விஜயன் இருளில் தனது கையை உள்ளே செலுத்தினார். கண்ணீர் சுதந்திரமாகப் பாய்ந்து அவரது கண்களை குருடாக்கியது. அவரது விரல்கள் ஒரு மென்மையான மேற்பரப்பை உணர்ந்தன. இரண்டு கைகளையும் பயன்படுத்தி, அவர் தனது இரு கைகளையும் வளைத்து, சோமேஷ்வரின் வசம் இருந்த நினைவுச்சின்னத்தைப் போன்ற அமைப்பில் ஒரு இருண்ட கல்லை வெளியே எடுத்தார்.

அனைத்து மனிதர்களும் முழங்காலில் விழுந்து தெய்வீகத்தின் உடைந்த புனிதப் பகுதியின் முன் சாஷ்டாங்கமாக வணங்கினர். பிறகு அவர்கள் அனைவரும் உடனடியாக எழுந்து நின்று, தங்கள் கண்களை உலர்வாகத் துடைத்துக் கொண்டனர். செய்ய வேண்டிய வேலைகள் இருந்தன.

சில ஆண்கள் புதிய துணிப் பைகளைத் திறந்தனர். விஜயன் புனித நினைவுச்சின்னத்தை கவனமாக உள்ளே வைத்தார்.

'நம சிவாய...' புலகித் பயபக்தியுடன், புனிதமான சிவலிங்கத்தின் மற்றொரு பகுதியை குழியிலிருந்து வெளியே எடுத்து மெதுவாக துணிப் பையில் வைத்தார்.

வேலை தொடர்ந்தது. மென்மையான மந்திரங்களின் சத்தங்களைத் தவிர வேறு எந்த சத்தமும் இல்லாமல்.

'நம சிவாய...'

'நம சிவாய...'

'நம சிவாய...'

விரைவில், அனைத்து புனித நினைவுச்சின்னங்களும் இரண்டு துணிப் பைகளுக்குள் பாதுகாப்பாக மாற்றப்பட்டன. பின்னர் இந்தியர்கள், அமைதியாக வேலை செய்து, இருண்ட வெற்று இடத்தை பளிங்கு பலகையால் மூடி, சாந்தை மீண்டும் இடத்தில் தள்ளி, பழையபடி வைத்தனர்.

'நாம் மசூதியை விட்டு வெளியேறி நகரத்திற்குள் செல்லும்போது யாருடைய கவனத்தையும் ஈர்க்காமல் இருக்கவேண்டும். மற்றவர்களிடமிருந்து வேறுபடுத்திப் பார்க்க முடியாதபடி, ஏதோ ஒரு வேலையைச் செய்யும் வீரர்களைப் போல நாம் சாதாரணமாகத் தோன்ற வேண்டும். உங்கள் உணர்ச்சிகளை ஆழமாகப் புதைத்து விடுங்கள். மனதை அமைதிப்படுத்துங்கள். இதயத்தை அமைதிப்படுத்துங்கள். கண்ணீர் விடாதீர்கள்.' விஜயனின் உத்தரவு மென்மையாக இருந்தது, ஆனால் உறுதியாக இருந்தது, ஏனென்றால் ஆண்களின் முகங்களில் அதிகப்படியான உணர்ச்சியின் அறிகுறிகள் சந்தேகத்தை ஈர்க்கும்.

இளவரசர் புலகித் மேலும் கூறினார், 'நாம் சிவனைப் பின்பற்றுபவர்கள். நாம் ஆண்கள். நம் முகத்தில் எந்த பலவீனத்தையும் காட்டக் கூடாது.'

அனைவரும் தலையசைத்தனர்.

'போகலாம்,' விஜயன் உத்தரவிட்டார்.

அவர்கள் மசூதியிலிருந்து அமைதியாக, உறுதியான நடையுடன் வெளியேறினர்.

மாலிக் அயாஸ் ஒரு மணி நேரத்திற்கும் மேலாக கடுமையாகக் குதிரைப் பயணம் செய்து கொண்டிருந்தார். நள்ளிரவு நெருங்கிவிட்டது. அவர் இப்போது நகரத்திற்கு வெளியே இருந்தார். அவர் பல ஆண்டுகளாக இந்த நிலங்களில் சவாரி செய்து வந்தவர், கிட்டத்தட்ட அதே நேரம் இதுவே சந்திப்பு இடமாக இருக்க திட்டமிட்டிருந்தார். ஒரு சிறிய சந்திர துளியால் மிகவும் மங்கலான வெளிச்சம் கொண்ட ஒரு இரவில்கூட, அவர் தனது வழியை எளிதாகக் கண்டுபிடிக்க முடியும்.

பாறைப் பகுதியின் மீதுள்ள முள் பகுதியை அவர் அடையாளம் கண்டார். இரண்டு பாறை முனைகளுக்கு இடையில் இருந்த குறுகிய பாதை வழியாக, அதைச் சுற்றி தனது குதிரையை ஓட விட்டார். அந்தப் பாதை மிகவும் குறுகலாகவும் குறுகியதாகவும் இருந்ததால், பகலில் கூட பெரும்பாலானோர் அதைத் தவறவிட்டிருப்பார்கள். அந்தப் பாதையைக் கடந்து சென்றதும், அந்தப் பகுதி ஒரு பெரிய, தட்டையான அடைப்பில் திறந்தது, உயரமான, பாறை முகடுகளால் சூழப்பட்டது. உயரமான பாறைப் புடைப்புகளால் சூழப்பட்ட ஒரு திறந்தவெளி. அது அங்கே இருக்கிறது என்பதை நீங்கள் ஏற்கனவே அறிந்திருக்காவிட்டால் அதைக் கண்டுபிடிப்பது கிட்டத்தட்ட சாத்தியமற்றது.

சரியான இடம்.

மாலிக் அயாஸ் செய்ய விரும்பியதற்கு ஏற்றது.

அவர் தனது குதிரையைக் கட்டுப்படுத்தி, கீழே இறங்கினார். பின்னர் அவர் சத்தமாக விசில் அடித்தார். ஒரு நீண்ட, தெளிவான, கூர்மையான விசில்.

அதற்குப் பதிலாக மற்றொரு விசில் சத்தம் கேட்டது. கிட்டத்தட்ட அவரது சரியான நகல்.

'அவரை அழைத்து வாருங்கள்.'

அவர் அழைத்து வரப்பட்டார்.

இஸ்மாயில். சுல்தான் முகமதின் இளைய சகோதரர். தலைநகர் கஜினியின் முன்னாள் கவர்னர்-முஃப்தி.

மாலிக் அயாஸின் தந்தை.

அமல் தலைமையில். அவர்களுடன் ஆறு வீரர்கள் சென்றனர். வீரர்களைப் பின்தொடர்ந்து யசாதே இருந்தாள்.

'என் மகனே!' இஸ்மாயில் கூச்சலிட்டார். 'நீ இங்கே இருப்பதற்கு அல்லாஹ்வுக்கு என் நன்றிகள். இந்த முட்டாள் அமல் என் பேச்சைக் கேட்கவில்லை! எல்லா வீரர்களும் அவளுடைய கட்டளைகளைப் பின்பற்றுகிறார்கள், என்னுடையதை அல்ல!'

மாலிக் அயாஸ் அமலை நோக்கித் திரும்பினார். அவரது குரல் உறுதியாக, ஆழமாக, முகமதின் அரண்மனையில் இருந்தபோது அவர் எப்படி ஒலித்தார் என்பதிலிருந்து வியத்தகு முறையில் வேறுபட்டது. 'என்ன நடந்தது?'

இஸ்மாயில் பதிலளிக்கக் குறுக்கிட்டார். 'இந்த முட்டாளிடம் நான் சொன்னேன், நாம் இருட்டாக இருக்கும்போது கஜினியிலிருந்து முடிந்தவரை தூரம் செல்ல வேண்டும். நான் இல்லாதது கவனிக்கப்படுவதற்கு முன்பு. நான் அப்படித்தான் நினைத்தேன் ... ஏனென்றால் அது உன்னைச் சிக்கலில் விட்டுவிடும்.'

'நீங்கள் என் மீது எவ்வளவு அக்கறை காட்டுகிறீர்கள் என்பது எனக்குத் தெரியும்,' என்று மாலிக் அயாஸ் கூறினார்.

அயாஸின் தொனி இஸ்மாயிலை மேலும் பதட்டப்படுத்தியது. இஸ்மாயில் பதட்டமடையும்போதெல்லாம், அவரது குரல் கூச்சலிட்டது.

பதட்டமான, வெறித்தனமான இதயத்தை அமைதிப்படுத்த உளரல்கள் அதிகமாகும். இந்த முறையும் விதிவிலக்கல்ல.

‘உனக்குப் புரியவில்லை, என் மகனே,’ என்றார் இஸ்மாயில். ‘இந்த முட்டாள்கள்... அமல் ஒரு முட்டாள். அவளிடமிருந்து உத்தரவுகளைப் பெறுவதற்கு வீரர்கள் இன்னும் பெரிய முட்டாள்கள்... நான் உன்னைப் பற்றி மட்டுமே யோசித்துக்கொண்டிருந்தேன்... என் மகனே, உனக்கு எந்தத் தொந்தரவும் கொடுக்க விரும்பவில்லை... அதனால்தான் நாம் சவாரி செய்ய வேண்டும் என்று நான் சொல்லிக்கொண்டிருந்தேன்... ஆனால் அவள் நாம் காத்திருக்க வேண்டும் என்று தொடர்ந்து வலியுறுத்தி வந்தாள்...உனக்காக நாங்கள் காத்திருக்க வேண்டும்... எனக்குத் தெரியும்... நான் தப்பிக்க உதவ துருக்கிய வீரர்களை நீ ஏன் தயார் செய்யவில்லை என்பது எனக்குத் தெரியும்...முகமது மீதான விசுவாசத்தால் அவர்கள் நம்மைக் காட்டிக் கொடுக்கக்கூடும்... ஆனால் இவர்கள்...’ இஸ்மாயில் தன்னுடன் இருந்த வீரர்களை நோக்கி வெறுப்புடன் முகத்தைச் சுருக்கிக் கொண்டார். ‘இந்த ஜோராஸ்ட்ரியர்கள், கிரேக்கர்கள் மற்றும் *அப்திகள்*... அவர்களால்...... யோசித்துப் பார்...அவர்கள் மரபணு ரீதியாக முட்டாள்கள்... இன்னும் மோசமாக, அவர்கள் ஒரு பெண்ணின் கட்டளைகளைக் கேட்டுக்கொண்டிருந்தார்கள்... அவள் ஒரு துருக்கியராக இருக்கலாம், ஆனால் அவள் *ஒரு பெண்*!’

அமல் ஒரு துருக்கியப் பெண் என்று இஸ்மாயில் நம்பினார், ஏனென்றால் அவள் பார்க்க அப்படித்தான் இருந்தாள்.

இஸ்மாயிலைக் காத்த ஆறு வீரர்களைப் பார்த்தார் அயாஸ். அவர்களில் ஜோராஸ்ட்ரிய பெர்சியர்கள், கிறிஸ்தவ கிரேக்கர்கள் மற்றும் ஆப்பிரிக்க முஸ்லிம்கள் இருந்தனர். ஆப்பிரிக்க முஸ்லிம்கள் துருக்கியர்களால் *அப்திஸ்* என்று அழைக்கப்பட்டனர்; *அப்தி* என்பது *அடிமைக்கான* அரபு வார்த்தை. மாலிக் அயாஸ் அந்த வார்த்தையை வெறுத்தார்.

‘இந்த பாரசீகர்கள், கிரேக்கர்கள் மற்றும் ஆப்பிரிக்கர்கள் உங்களைத் தொந்தரவு செய்தால், எனக்கு இங்கே வேறு நாட்டினரும் உள்ளனர்’ என்று லாகூர் மன்னர் கூறினார். மாலிக் அயாஸ் மூன்று குறுகிய வெடிப்புகளில் விசில் அடித்தார். சத்தமாக. பாதை நுழைவாயிலில் காத்திருந்தது போல, கிட்டத்தட்ட பத்து வீரர்கள் உடனடியாக உள்ளே நுழைந்தனர். ‘இதோ இந்தியர்கள் வருகிறார்கள்.’

வீரர்கள் விரைவாகக் கீழே இறங்கி, தங்கள் குதிரைகளை நிலைநிறுத்தி, மாலிக் அயாஸின் பின்னால் அணிவகுத்துச் சென்றனர்.

‘வரவேற்கிறேன், துருவ்,’ என்றார் மாலிக் அயாஸ். ‘எனக்காக கூடுதல் துணிகளை நீங்கள் எடுத்து வந்தீர்களா?’

‘ஆமாம், ஆண்டவரே,’ துருவ் தலை குனிந்து பதிலளித்தார். ‘நீங்கள் ஒவ்வொரு விவரத்தையும் யோசிக்கிறீர்கள்.’

இஸ்மாயில் குழப்பமடைந்தார். அவர் மேலும் மேலும் பயந்து கொண்டிருந்தார். ‘என்ன நடக்கிறது, என் மகனே?’

மாலிக் அயாஸ் தனது தந்தைக்கு பதிலளிக்கவில்லை. அவர் அமலை நோக்கித் திரும்பினார். 'ஒருவேளை நீங்கள் யசாதேவை அழைத்துச் செல்ல வேண்டியிருக்கும்.'

மாலிக்அயாஸ்தான்செய்யப்போவதைஅமலிடம்கூறியிருந்தார். தனது ஆழமான, இருண்ட ரகசியத்தை நம்பிக்கையான இரண்டு பெண்களிடம் மட்டுமே சொல்லியிருந்தார். கௌசரி ஜஹான் மற்றும் அமல். இருவரிடமும் அவர் சொல்ல வேண்டியிருந்தது, ஏனென்றால் அவருக்கு அவர்களின் உதவி தேவைப்பட்டது. கௌசரி இல்லாமல் சதித்திட்டம் நிறைவேறியிருக்க முடியாது. மேலும் தனது தந்தையை இந்த இடத்திற்கு அழைத்து வந்த அமல் மீது நம்பிக்கை வைக்க முடியும் என்பதை அவர் அறிந்திருந்தார். அவளுடைய சுயநலமும் அவரது நலன்களும் இணைந்திருந்தன. அவளுடைய போர்வீரர் திறன்களைப் பற்றி அவர் தாலிபிடமிருந்து கேள்விப்பட்டிருந்தார். அதனால்தான் அவர் அவளை கஜினி பாதுகாப்பு இல்லத்திலிருந்து தனது மாளிகைக்கு அழைத்துச் செல்ல ஒப்புக்கொண்டார்.

மாலிக் அயாஸ் என்ன செய்யப் போகிறார் என்பது அமலுக்குத் தெரியும். மேலும் யசாதே என்ன விரும்புவாள் என்பதும் அவளுக்குத் தெரியும். அவள் உடனடியாக பதிலளித்தாள். 'அவள் தங்க வேண்டும்.'

அயாஸ் வலியுறுத்தினார், 'அவள் ஒரு குழந்தை. குழந்தைகள் பார்க்கக்கூடாத சில விஷயங்கள் உள்ளன.'

அமல் தனது நிலைப்பாட்டில் உறுதியாக இருந்தாள். 'குழந்தைகளுக்கு ஒருபோதும் செய்யக்கூடாத சில விஷயங்கள் உள்ளன. யசாதே மீது செய்யப்பட்ட குற்றங்கள் பற்றி உங்களுக்குத் தெரியாது, மன்னர் அயாஸ். என்னை நம்புங்கள். அவள் இதைப் பார்க்க விரும்புவாள்.'

'என்ன பார்க்கிறாய்?!' இஸ்மாயில் கூச்சலிட்டார். இப்போது அவர் ஆபத்தில் இருப்பதாக உறுதியாக நம்பினார். கடுமையான ஆபத்து. ஆனால் அவர் இன்னும் நம்பிக்கையைத் தளர விடவில்லை. கிட்டத்தட்ட முட்டாள்தனமாக. 'என் மகனே... என் மகனே... சீக்கிரம் கிளம்புவோம்... என்னிடம் போதுமான பணம் இருக்கிறது... நாம் ஒன்றாக பாதுகாப்பாக இருப்போம்...'

'அவள் பெயர் சாரா' மாலிக் அயாஸ் இதைச் சொல்லும்போது கண்களில் நீர் வழிந்தது, அவரது குரல் கரகரப்பாகவும் உணர்ச்சிகரமாகவும் இருந்தது. அவர் கைமுட்டிகள் இறுக்கமாயின.

இஸ்மாயில் குழப்பமடைந்தார். 'என்ன? யார்? யாருடைய பெயர் சாரா?'

'நான் உங்களுக்கு ஓவியம் காட்டினேன்.' அயாஸின் வார்த்தைகள் பற்களைக் கடித்தபடி வெடித்தன. 'யாருடைய ஓவியத்தை நீங்கள் அழகென்று கண்டீர்களோ அவள்.'

'என் மகனே... நான்... நீ என்ன பேசுகிறாய் என்று எனக்குத் தெரியவில்லை... பிறகு பேச நமக்கு எப்போதும் நேரம் கிடைக்கும்... சாராவைப் பற்றியும்கூட, நீ விரும்பினால்... ஆனால் இங்கிருந்து

போய்விடலாம்...' இஸ்மாயில் முன்னோக்கிச் செல்ல முயன்றார், ஆனால் படையினரால் தடுத்து நிறுத்தப்பட்டார்.

'நான் மூன்று வயதுக்கு சற்று அதிகமாக இருந்தேன்,' என்று மாலிக் அயாஸ் கூறினார். 'ஒரு குழந்தை. அவர்கள் அந்த இளம் வயதில் இருந்தபோது இருந்த எதையும் யாருக்கும் நினைவில் இல்லை... ஆனால் எனக்கு நினைவிருக்கிறது... எனக்கு நினைவிருக்கிறது... எனக்கு ஒவ்வொரு விவரமும் நினைவில் உள்ளது...'

'மகனே... நாம் பேசுவோம்... பிறகு... ஆனால் இங்கிருந்து போய்விடலாம்...' இஸ்மாயில் இன்னும் வெளியேற முயன்று கொண்டிருந்தார்.

'**வாயை மூடு**!' என்று அமல் கத்தினாள்.

இஸ்மாயில் இறுதியாக வாயை மூடினார்.

மாலிக் அயாஸ் மீண்டும் பேசினார். 'நீங்கள் நான்கு வருடங்களுக்குப் பிறகு திபிலிசிக்குத் திரும்பி வந்தீர்கள்... நான் உங்கள் உடலிலிருந்து பிறந்ததால், நீங்கள் என்னை ஏற்றுக்கொள்வீர்கள் என்று என் அம்மா நம்பினாள். நீங்கள் அவளை ஏற்றுக்கொள்ளாவிட்டாலும், குறைந்தபட்சம் என்னை, உங்கள் குழந்தையாக, ஏற்றுக்கொள்வீர்கள் என்று அவள் நம்பினாள். நீங்கள் ஏற்றுக்கொண்டால், என் வாழ்க்கை உருவாகும். அதனால் அவள் அப்பாவியாக அரண்மனையில் உங்களைச் சந்திக்கச் சென்றாள். தனி நீதிமன்றத்தில், நீங்கள் உங்கள் நண்பர்களுடன் இருந்தபோது. அவர்களில் பத்து பேர் இருந்தார்கள், எனக்கு நினைவிருக்கிறது. நான் யார் என்று அவள் உங்களிடம் சொன்னாள். உங்கள் மகன். நீங்கள் சிரித்தீர்கள். பிறகு நீங்கள் அவளை அடித்தீர்கள். எனக்கு நினைவிருக்கிறது... எனக்கு நினைவிருக்கிறது... நான் தூரச் சுவரில் பதுங்கி இருந்தேன். இரத்தம் வரும் வரை நீங்கள் அவளை அடித்தீர்கள். பின்னர் அவளை பாலியல் பலாத்காரம் செய்தீர்கள். பின்னர் அவளை மீண்டும் அடித்தீர்கள். உங்கள் நண்பர்கள் அவளை பாலியல் பலாத்காரம் செய்ய வைத்தீர்கள்... அவர்கள் அனைவரும்... மாறி மாறி... நீங்களும் அவளை ஒவ்வொரு முறையும் அடித்தீர்கள். நான் இதையெல்லாம் பார்த்தேன்... நான் தொடர்ந்து அழுது கொண்டிருந்தேன்... நான் இதையெல்லாம் பார்த்தேன்...'

இஸ்மாயிலுக்கு இது உண்மையில் நினைவில் இல்லை. அவர் அடிக்கடி இதுபோன்ற செயல்களைச் செய்திருந்தார். *காஃபிர்* பெண்கள் பயன்படுத்தப்படலாம். *காஃபிர்* பெண்களை பாலியல் பலாத்காரம் செய்வது அல்லது அடிப்பது தவறல்ல என்று தனது மதம் கூறுகிறது என்று அவர் உண்மையிலேயே நம்பினார். ஆனால் இப்போது அமைதியாக இருக்க அவருக்கு அறிவு இருந்தது.

யசாதே இஸ்மாயிலை முறைத்துப் பார்த்தாள். கைகள் இறுக்கமாயின. உடல் கோபத்தில் நடுங்கியது. அவர் அவளுக்கும் அவ்வாறே செய்தார். அவளை அடித்து பின்னர் பாலியல் பலாத்காரம் செய்தார். அடிக்கடி.

‘என் அம்மா அன்று இரவு உயிர் பிழைத்தார்...’ மாலிக் அயாஸ் தொடர்ந்தார். ‘அவள் என்னை வளர்த்தாள்... அவள் என்னிடமிருந்து எதையும் மறைக்கவில்லை... அவள் என்னை கடினப்படுத்தினாள்... எனக்குத் தெரிந்த அனைத்தையும் அவள்தான் எனக்குக் கற்றுக் கொடுத்தாள்... அவள் எனக்காக எல்லாவற்றையும் தியாகம் செய்தாள்... அவளுடைய நினைவுதான் என் கடவுள்.’

இஸ்மாயில் ஏதோ சொல்ல முயன்றார். ஆனால் வார்த்தைகள் எதுவும் வெளிப்படவில்லை.

மாலிக் அயாஸ் இப்போது கழுத்தில் தொங்கிக் கொண்டிருந்த கிறிஸ்தவ சிலுவை போன்ற வடிவிலான பதக்கத்தை பிடித்தார். விரலின் முட்டிகள் வெண்மையானது. அது அவளுடையது. அது அவன் தாயின் பதக்கம். ‘அவள் பெயர் சாரா.’

அமல் அழுது கொண்டிருந்தாள். அனுதாபத்தில். ஆனால் அவளைச் சுற்றியுள்ள ஆண்களுக்கு ஒரே ஒரு உணர்ச்சி. ஒரே ஒரு உணர்ச்சி. ஆத்திரம். தூய்மையான கறைபடாத ஆத்திரம். தன்னைப் பெற்றெடுத்த பெண்ணைப் பழிவாங்க முடியாவிட்டால், ஒரு ஆணுக்கு என்ன மதிப்பு? தன்னை வளர்த்த பெண்ணுக்கு நீதி கிடைக்காவிட்டால், ஒரு ஆணுக்கு என்ன மதிப்பு? தான் அறிந்திருக்கும் மிகச்சிறந்த பெண்ணின் மரியாதைக்காகப் போராட முடியாவிட்டால், ஒரு ஆணுக்கு என்ன மதிப்பு?

‘நான் காத்திருந்தேன்... பல தசாப்தங்களாக... உங்கள் நண்பர்கள் அனைவரும் இறந்துவிட்டார்கள்... நீங்கள்தான் கடைசி... முகமத் உங்களைத் தானாகவே விடுவிக்கவில்லை... விடுவிக்கும்படி நான் அவனை சம்மதிக்க வைத்தேன்...’

இஸ்மாயிலின் இதயம் பலமாகத் துடித்துக் கொண்டிருந்தது. அவர் இன்னும் கருணையை எதிர்பார்த்துக் கொண்டிருந்தார். எப்படியோ. ஆனால் அவரது தடிமனான மண்டை ஓட்டுக்குள்ளே நுழைந்த எண்ணத்தைத் தடுக்க முடியவில்லை. இதுதான் முடிவு.

மாலிக் அயாஸ் தன் உறையிலிருந்து ஒரு குறுகிய வாளை உருவினார். அது ஒரு கொடூரமான, ஒழுங்கற்ற, ரம்பம் போன்ற முனையைக் கொண்டிருந்தது. அது மிகுந்த வலியை ஏற்படுத்தும் வகை. ‘நீங்கள் எவ்வளவு வேண்டுமானாலும் கத்தலாம். எங்களைச் சுற்றி இருக்கிற இந்தப் பாறைகள்... இங்கிருந்து எந்த சத்தமும் தப்பாது.’

‘அயாஸ்...’ இஸ்மாயில் இறுதியாக கிசுகிசுத்தார். ‘நான் சொல்வதைக் கேளு... நான்தான்... நம்மால் முடியும்... நீ என் மகன்... நான் உன் அப்பா...’

‘நீங்கள் என் அப்பா இல்லை!’ என்று கர்ஜித்தார் மாலிக் அயாஸ். ‘நீங்கள் என் அம்மாவை பாலியல் பலாத்காரம் செய்தவன் மட்டும்தான்! நான் *உங்கள்* மகன் இல்லை! நான் என் *அம்மாவின்* மகன்!’

இஸ்மாயில் மீண்டும் ஓட முயன்றார். ஆனால் அவரைச் சூழ்ந்திருந்த வீரர்கள் அவரைத் தடுத்து நிறுத்தினர்.

ஒரு தாயின் கடனை அடைக்க வேண்டிய நேரம் இது. மாலிக் அயாஸ் அந்தக் கடனை அடைக்கத் தொடங்கினார். இரத்தத்துடனும் வலியுடனும்.

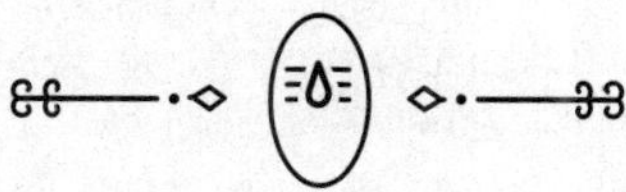

அத்தியாயம் 27

பழிவாங்குதல்

முகமதின் அரண்மனை, கஜினி, ஆஃப்கானிஸ்தான்

நள்ளிரவைத் தாண்டி அரை மணி நேரம் ஆகிவிட்டது.

சுல்தானின் அறையில் நரசிம்மன் படுக்கைக்கு அருகிலுள்ள உள் சுவரில், பொறுமையாகக் காத்திருந்தார். முகமது வெறுங்காலுடன், தளர்வான பட்டு பைஜாமாவில் தூங்கிக்கொண்டிருந்தார்.

கிழக்கு நோக்கிய ஜன்னலிலிருந்து வரும் காற்று காலநிலையைக் கருத்தில் கொண்டு மிகவும் குளிர்ச்சியாக இருந்தது. கனமான திரைச்சீலைகள் பெரும்பாலான அலைகளைத் தடுத்தன. ஆனால் அவற்றில் சில திரைச்சீலைகள் சற்று திறந்திருந்த இடத்தின் வழியாக உள்ளே நுழைந்து அறையை குளிர்வித்தன. இருப்பினும், உள்ளே வந்த வெளிச்சம் மிகக் குறைவு. சந்திரனின் ஒளியும் சற்று குறைவாகவே இருந்தது. இன்னும், அது அரண்மனையின் மறுபக்கத்தில் இருந்தது. சந்திரன் ஏற்கனவே மேற்கு வானத்தில் இருந்தது, அதே நேரத்தில் முகமதின் அறையில் உள்ள ஜன்னல்கள் கிழக்கு நோக்கி இருந்தன. இதன் பொருள், சுல்தானின் படுக்கையின் பக்கவாட்டு மேசையில் இருந்த சிறிய சுடர் விளக்கைத் தவிர, அறையின் அந்தப் பகுதியில் கிட்டத்தட்ட எந்த வெளிச்சமும் இல்லை. ஆனால், ஒருவர் முகமதின் படுக்கையிலிருந்து வெகுதூரம் நகர்ந்து, இருக்கைகள் மற்றும் மெத்தைகள் பக்கம் சென்றால் அங்கிருந்த விளக்குகள் போதுமான வெளிச்சத்தை அளித்தன.

முகமது தூங்கும் இடத்திற்கு அருகில் யார் கண்ணிலும் படாதபடி இருந்தார் நரசிம்மன்.

அருகில் உள்ள சுவருக்கு எதிராக தரையில் சம்மணமிட்டு, முழங்காலின்மேல் கைகளை ஊன்றி அமர்ந்திருந்தார். ஒரு யோகியைப் போல. விழித்திரு. விழித்திரு. அமைதியாகவும் மெதுவாகவும் சுவாசிக்கவும். முகமது தனது ஆழ்ந்த குடிபோதையில் இருந்து கலைந்து வருவதற்காகக் காத்திருந்தார்.

முகமது நள்ளிரவு தாண்டி ஒரு மணி நேரத்திற்குப் பிறகும் எழுந்திருக்கவில்லை என்றால், அவரை எழுப்பவேண்டும் என்று அவர் முடிவு செய்திருந்தார். அவரால் எப்போதும் காத்திருக்க முடியாது. நள்ளிரவுக்குப் பிறகு ஆறு மணி நேரத்தில் சூரிய உதயம் ஏற்படும்.

நரசிம்மனுக்கு அதிர்ஷ்டவசமாக, அந்த நிகழ்வு நடக்கவில்லை.

முகமது தூக்கத்தில் நகர்ந்தார். ஒரு தாழ்வான, விலங்கியல்போன்ற சத்தம் கேட்டது. 'ம்ம்ம்...'

நரசிம்மன் உடனடியாக எழுந்து நின்றார்.

முகமதின் கண்கள் சற்றுத் திறந்தன. இன்னும் பதட்டமாக இருந்தன. 'ம்ம்ம்... தண்ணீர்... அயாஸ்...'

இருட்டை நன்கு பொறுத்துக் கொண்ட நரசிம்மன், சுவரருகே இருந்த பெரிய பளிங்கு மேசையை நோக்கி நடந்து சென்று, அங்கு முன்பு வைத்திருந்த சிவலிங்கத்தின் ஒரு துண்டான காந்தக் கல்லை கண்டார் - அவரது பக்தர் என்ன செய்யப் போகிறார் என்பதற்கு சாட்சியாக. அவர் புனித நினைவுச்சின்னத்தைத் தொட்டு, அருகிலுள்ள ஒரு வெள்ளி குடத்தை எடுத்து, அதிலிருந்து தண்ணீரை அதன் பக்கவாட்டில் இருந்த வெள்ளிக் கோப்பையில் ஊற்றினார். பின்னர் படுக்கையருகில் சென்றார்.

கண்கள் மங்கிய முகத்துடன் இருட்டில் தன்னை நோக்கி நடந்து வந்த பிரமாண்டமான நரசிம்மனை நோக்கித் தலையைத் திருப்பினார் முகமது. அவரது கண்கள் பாதி மூடியிருந்தன, பார்வை இன்னும் மங்கலாக இருந்தது. 'ம்ம்ம்? அபு காசிம்... எப்போது... நீங்கள் திரும்பி வந்தீர்கள்?'

நரசிம்மன் படுக்கைக்கு அருகில் நின்றார். அவர் பதில் சொல்லவில்லை.

முகமது மெதுவாக முழங்கைகளில் சாய்ந்து கொண்டார். 'என் தலை வலிக்கிறது...' அவர் தண்ணீர் குவளைக்காக கையை நீட்டினார்.

நரசிம்மன் முகமதிடம் குவளையைக் கொடுத்துவிட்டு நிழல்களுக்குள் பின்வாங்கினார். அவர் உடனடியாக தன் இடுப்பில் கட்டியிருந்த சிறிய துணி மூட்டையை எடுத்தார். ஒரு பெரிய விலையுயர்ந்த கல்லை வெளியே எடுத்தார். கிட்டத்தட்ட ஒரு பாறை அளவுக்குப் பெரியது.

ஒரு வைரம். கோல்கொண்டா சுரங்கங்களில் இருந்து. கௌசரி ஜஹானின் பரிசு. முகமதிற்கு மட்டுமே சிறந்தது.

மனிதனுக்குத் தெரிந்த கடினமான இயற்கைப் பொருள் வைரங்கள். பாறைகளை விட மிகவும் வலிமையானது.

இந்த குறிப்பிட்ட வைரம் மிகப்பெரியது மற்றும் நேர்த்தியாக வெட்டப்பட்டது, ஒரு பெரிய தலை தட்டையான செறிவூட்டப்பட்ட அடித்தளத்திற்கு குறுகலாக இருந்தது.

கடவுளின் பழிவாங்கும் கருவி.

இதற்கிடையில், முகமது தண்ணீரை விழுங்கி முடித்தார், இருப்பினும் அதில் பெரும்பகுதி அவரது வாயின் பக்கவாட்டில் இருந்து கழுத்து மற்றும் மார்பு வரை சொட்டியது. அவர் தலையணையில் தலையை பின்னால் சாய்த்து, கண்களை மூடிக்கொண்டு கையை நீட்டினார். அவரிடமிருந்து கோப்பை எடுக்கப்பட வேண்டும்.

நரசிம்மன் பதிலளிக்கவில்லை.

சுல்தான் கோப்பையைப் பிடித்திருந்த கையை அசைத்து பொறுமையின்றி முணுமுணுத்தார். 'ம்ம்ம்...'

நரசிம்மன் அசையவில்லை.

முகமது கண்களைத் திறந்து கோபத்தில் கத்தினார். 'அபூ! கோப்பையை எடு!'

அவர் இப்போது விழித்திருக்கிறார்.

நரசிம்மன், தனது பிரமாண்டமான உடலமைப்பையும் தாண்டி, மின்னல் போல் வேகமாக நகர்ந்தார். அடிமேல் அடி வைத்து கால்விரல்களில் வேகமாக முன்னேறினார் அவர் தனது இடது கையால் முகமதின் வலது கையை ஓதுக்கித் தள்ளினார், கோப்பை தரையில் மோதியது. கிட்டத்தட்ட ஒரே நேரத்தில், நரசிம்மன் முன்னோக்கிச் சுழன்று, தனது வலிமையான தோள்பட்டை மற்றும் பின்புறத்தை வளைத்து, தனது வலது கையை கொடூரமாக கீழே கொண்டு வந்து, ஒரு மூர்க்கமான அடியுடன் முன்னோக்கிச் சென்றார். அடிக்கு ஏற்றவாறு சரியாக சீரமைக்கப்பட்ட திட வைரத்தை அவரது கை பிடித்திருந்தது.

ஒரு நேரடி அடி. கீழ் தாடையில். நரசிம்மன் இந்த அடியை இதைவிட சிறப்பாகச் செய்திருக்க முடியாது.

குத்துச்சண்டை வீரர்களுக்கு அவர்களின் பயிற்சியாளர் கற்பிக்கும் முதல் விஷயங்களில் ஒன்று சண்டையின்போது அவர்களின் முகங்களை எவ்வாறு பாதுகாப்பது என்பது. உங்கள் கன்னத்தை உள்ளே இழுத்து, ஒரு தற்காப்பு முஷ்டியை மேலே வைத்து, உங்கள் தாடையை இறுக்குங்கள். இது எதிராளியின் பலவீனமான புள்ளியானகீழ் தாடை எலும்பு அமைப்பின் மூட்டு மூலம் உடைக்கப்படாமல் இருப்பதை உறுதி செய்கிறது. இறுக்கமான தசைகள் அதை நிலையாக வைத்திருக்கின்றன.

முகமது தனது தாடையை இறுக்கவில்லை. அடி விழப்போகிறது என்பது அவருக்குத் தெரியாது. இன்னும் மோசமானது என்னவென்றால், அவரது நாக்கு அவரது பற்களுக்கு இடையில் இருந்தது.

நரசிம்மனின் சரியாகச் செய்யப்பட்ட அடி முகமதின் தாடையை உடைத்தது மட்டுமல்லாமல், அவரது பற்கள் அவரது நாக்கை அழகாக வெட்டவும் காரணமாக அமைந்தது.

சுல்தானின் கைகள் மிகுந்த வேதனையில் அவரது வாயை நோக்கிச் சென்றன. அவர் அலற முயன்றார். ஆனால் எந்த ஒத்திசைவான சத்தமும் வெளிவரவில்லை. அவரது நாக்கு வெட்டப்பட்டது. அவரது தாடை உடைந்தது.

நரசிம்மன் பின்வாங்கினார். நிழல்களுக்குள்.

முகமது தனது படுக்கையில் இருந்து குதித்தார். அவர் கடுமையான வலியில் இருந்தபோதிலும். நிழல்களிலிருந்து ஒரு ஆழமான அச்சுறுத்தும் உறுமல் வெளிப்பட்டது.

'நீ ஒரு வெறிபிடித்த நாய்,' என்று நரசிம்மன் சீறினார். 'ஆனால் ஒரு துணிச்சலான வெறிபிடித்த நாய். அதை நான் தாராளமாகச் சொல்வேன்.'

ஆத்திரமடைந்த முகமது, வாயிலிருந்து இரத்தம் சொட்ட, தலையணைக்கு அடியில் கையை நீட்டி, குறுகிய உறையை வெளியே எடுத்தார். ஒரு போராளி எப்போதும் போருக்குத் தயாராக இருப்பார்.

நரசிம்மன் தன் இடுப்பில் கட்டப்பட்டிருந்த உறையைப் பார்த்துவிட்டு, பின்னர் முகமதை உற்றுப் பார்த்தார். அவர் பின்வாங்கி, நிழல்களுக்குள் ஆழமாகச் சென்றார். 'நியாயமாக இருப்போம். நான் இப்போதைக்கு என் கத்தியைப் பயன்படுத்த மாட்டேன்... நாங்கள் தர்மவாதிகள், உங்களைப் போன்ற கோழைத்தனமான *ஜிஹாதி* கழுதைப்புலிகள் அல்ல, முன்னறிவிப்பு இல்லாமல் மக்களைத் தாக்குவதற்கு. ஆனால் நீங்கள் தயாராக இல்லாதபோது உங்கள் தாடையை உடைக்க வேண்டியிருந்தது, ஏனென்றால் நீங்கள் கத்துவதையும் மற்றவர்களை உதவிக்கு அழைப்பதையும் என்னால் அனுமதிக்க முடியாது. எனவே அதற்கு ஈடுசெய்ய, நான் உங்களை ஒரு கத்தியுடன் சண்டையிட அனுமதிப்பேன். நான் சந்தித்ததிலேயே மிகச் சிறந்த பெண்களில் ஒருவரிடமிருந்து ஒரு பரிசை நான் பெற்றிருக்கிறேன்.'

பின்னால் நிற்கும் விளக்குகளின் ஒளி அவரை அடைந்து சிறிது ஒளிரச் செய்யும் இடத்தில் நரசிம்மன் மேலும் பின்வாங்கினார். கௌசரி ஜஹான் தனக்குக் கொடுத்த வைரத்தை அவர் உயர்த்தினார். 'இது நினைவில் இருக்கிறதா? அது சோமநாதரின் கருவறையின் பிரதான சுவரை அலங்கரித்தது. வலிமைமிக்க சாளுக்கியர்கள் இந்த வைரத்தை எங்கள் கடவுள் மகாதேவருக்கு நன்கொடையாக அளித்தனர். நீங்கள் கோயிலை இழிவுபடுத்தியபோது அதைத் திருடிவிட்டீர்கள். அதை அவர்களிடம் கொடுத்து...'

முகமது முன்னோக்கிச் சென்றுகொண்டே இருந்தார். கடுமையான கோபம் பொங்கி எழுந்தது. *கௌசரி... நான் அவளைக் கொன்றுவிடுவேன்...*

'ஆமாம்... நீ அதை உன் மனைவியிடம் கொடுத்தாய்.. அவள் அதை உனக்கு எதிராகப் பயன்படுத்த என்னிடம் கொடுத்தாள்.'

முகமது தன்னைத் தாக்கியவனை நோக்கி முன்னேறிச் சென்றார், தன் படுக்கையிலிருந்து தூரமாக இழுக்கப்பட்டார். சோழ தளபதி படுக்கைக்கு அடியில் மறைத்திருந்த மற்ற கத்திகளைப் பற்றி அறிந்திருந்தார்.

‘எமது சிவபெருமான் எளிதில் மன்னித்து மறந்துவிடுகிறார்,’ என்றார் நரசிம்மன். ‘ஆனால் அவரைப் பின்பற்றுபவர்கள் அப்படியில்லை. நாங்கள் நினைவில் வைப்போம். நாங்கள் அவர்களைப் பழிதீர்ப்போம்.’

முகமது தன் தலையை இடது பக்கம் சாய்த்து இடது பக்கம் அடியெடுத்து வைப்பது போல் செய்தார். பின்னர், திடீரென்று, தன் இடது பாதத்தை ஒரு நீரூற்றாகப் பயன்படுத்தி, கத்தியை ஆட்டிக்கொண்டே முன்னோக்கியும் வலது பக்கமாகவும் பாய்ந்தார். பக்கவாட்டில். அது எந்தச் சிறந்த போர்வீரனுக்கும் எதிராக செயல்படும் ஒரு நல்ல நகர்வு. அல்லது விதிவிலக்கான ஒன்று கூட.

ஆனால் நரசிம்மன் ஒரு விதிவிலக்கான போர்வீரன் மட்டுமல்ல. அவர் கோடியில் ஒருவர்.

நரசிம்மன் தனது இடதுபுறமாகத் திரும்பி, தாக்குதலில் இருந்து எளிதில் தவிர்த்தார். அவர் பின்வாங்கும்போது, சிரித்தார். ‘வாருங்கள்... நீங்கள் கஜினியின் பிரபலமான முகமது. நீங்கள் இன்னும் சிறப்பாகச் செய்ய முடியும்.’

முகமது முன்னோக்கிச் செல்லும்போது கர்ஜிக்க முயன்றார், ஆனால் அவரது வாயிலிருந்து ஒரு கோரமான தெளிவற்ற சத்தத்தை மட்டுமே கேட்க முடிந்தது. நரசிம்மன் பின்வாங்கி, மீண்டும் ஒரு முறை சிரமமின்றி அடியைத் தடுத்தார்.

முகமது முன்னோக்கி விரைந்து ஆடிக்கொண்டே சென்று நரசிம்மனை தனது அறையின் பிரதான கதவு நோக்கி மேலும் பின்னுக்குத் தள்ள முயன்றார். நரசிம்மன் ஒவ்வொரு தாக்குதலையும் எளிதாக ஓரங்கட்டி பின்வாங்கினார். அவர்கள் மெதுவாக நிற்கும் விளக்குகளில் ஒன்றால் ஒளிரும் இடத்திற்குள் நகர்ந்தனர். முதல் முறையாக, முகமது நரசிம்மனை தெளிவாகப் பார்க்க முடிந்தது. மேலும் அவர் இந்தியர் என்பதை உணர்ந்தார்.

முகமது பலமாக மூச்சிழுத்து முன்னால் தாக்க முயன்றார். ஒவ்வொரு முறையும் தோல்வியடைந்தார். பின்னர் நரசிம்மன் ஐயப்படமுடியாத வேறு ஒரு சத்தத்தைக் கேட்டார். ஒரு பலமான சீறல். முகமதின் நீல நிற பட்டு பைஜாமாவைப் பார்த்தார், அவை இடுப்பிலிருந்து கீழே வேகமாக நனைந்து கொண்டிருந்தன, சிறுநீர் முகமதின் கால்களில் பெருக்கெடுத்து ஓடியது.

நரசிம்மன் சிரித்தார். ‘கவலைப்படாதே... நான் யாரிடமும் சொல்ல மாட்டேன்... இது உன் வயதின் கோளாறு, உன் கோழைத்தனம் அல்ல...’

கடுங்கோபமடைந்த முகமது தன் கத்தியை சுழற்றி, பயமுறுத்தும் இந்திய வீரனைத் தாக்க முயன்றார். ஆனால் நரசிம்மன் சுல்தானுடன் தொடர்ந்து விளையாடினார், அவர் திரும்பிச் சென்று மீண்டும்

மீண்டும் அடிகளைத் தவிர்த்தார், ஒருபோதும் பிடிக்க முடியாத ஒரு அற்புதமான பட்டாம்பூச்சியைப் போல மிதந்தார்.

இந்த அசைவுகளின் மூலம், முகமது ஒரு மேசைக்கு அருகில் வர முடிந்தது. அவர் வேண்டுமென்றே மேசைமேல் இருந்த ஒரு குவளையைத் தள்ளிவிட்டார். குவளை ஒரு பெரிய சத்தத்துடன் மோதியதால், முகமது கதவை நோக்கிப் பார்த்தார்.

இதனால் நரசிம்மன், 'அங்கிருந்து யாரும் வருவதிற்கில்லை, முட்டாள். உன் வாசலில் இருக்கும் காவலர்கள் எங்களுடையவர்கள்... நீ இன்னும் பலமாக சத்தம் போட வேண்டியிருக்கும். கீழே உள்ள தோட்டங்களில் ரோந்து செல்லும் காவலர்களை ஈர்க்க... அவர்கள் இன்னும் உன்னுடையவர்கள்.'

முகமது தனது வலது கையை ஒரு அகலமான வளைவில் சுழற்றி, நரசிம்மனை இடது பக்கம் தள்ள முயன்றார், இதனால் அவர் இந்தியரை ஓரமாக நின்று தரையில் இருக்கும் விளக்குகளை அடைய முடியும். அவை பல கிலோகிராம் படிகக் கண்ணாடியுடன் சரவிளக்குகள் போல கட்டப்பட்டன. அவை நிச்சயமாக தரையில் இரண்டு தளங்கள் கீழே உள்ள காவலர்களை அடையும் அளவுக்கு சத்தம் எழுப்பும். ஆனால் நரசிம்மன் சுல்தானைவிட மிக வேகமாக இருந்தார். முகமதின் சமீபத்திய ஊசலாட்டத் தாக்குதலை எளிதில் தவிர்த்து, அவர் பின்னால் சாய்ந்தார். முதுகு வளைக்க வேண்டிய கோணம் வேறு எந்த வீரருக்கும் கிட்டத்தட்ட சாத்தியமற்றதாக இருந்திருக்கும். ஒரே நேரத்தில் ஒரு இயக்கத்தில், நரசிம்மன் தனது இடது கையை நம்பமுடியாத வேகத்தில் மேலே கொண்டு வந்தார். கத்தி பாதிப்பில்லாமல் முன்னால் நகர்ந்ததைப் போலவே, அவர் முகமதின் மணிக்கட்டைப் இறுக்கமாகப் பிடித்தார்.

இந்தியனின் பிடியிலிருந்து தனது கையை விடுவிக்க முகமது போராடினார். ஆனால், தனது வலிமைக்கும் கொடூரத்திற்கும் உலகம் முழுவதும் அறியப்பட்ட அந்த பயங்கரமான துருக்கிய வீரனால் வெற்றி பெற முடியவில்லை. நரசிம்மன் முகமதின் கையை மேலும் பின்னோக்கி நீட்டி, தனது வலது கையால் மூர்க்கமாகத் தாக்கி, வைரத்தால் மீண்டும் அடித்தார். தோள்பட்டை எலும்பின் சந்திப்பில் கிட்டத்தட்ட சரியாக விழுந்தது அடி. கழுத்து எலும்பை சுத்தமாக உடைத்து, மேல் கையில் உள்ள எலும்பை குழியிலிருந்து இடப்பெயர்ச்சி செய்தது. முகமது அலறினார், அல்லது குறைந்தபட்சம் தனது உடைந்த தாடையால் அதை நோக்கி ஒரு மோசமான முயற்சியை மேற்கொண்டார். அவர் தரையில் சரிந்தார், கத்தி அவரது கையிலிருந்து விடுபட்டது. நரசிம்மன் கத்தியை உதைத்தார்.

'சோமநாதர் சிவலிங்கத்தின்மேல் சுத்தியலை சுழற்ற நீங்கள் வளைத்த தோள்பட்டை இது என்று எனக்குத் தெரிவிக்கப்பட்டுள்ளது,' என்று முகமதின் முகத்தை நன்றாகப் பார்க்க தனது கைகளை கீழே இறங்கும்போது கத்தினார். 'அதை உடைக்க வேண்டியிருந்தது. நீங்கள் புரிந்துகொண்டிருப்பீர்கள் என்று நான் நம்புகிறேன்.

முகமது தனது நல்ல இடது கையைப் பயன்படுத்தி பின்னோக்கிச் செல்ல முயன்றார்.

நரசிம்மன் எழுந்து, சிறுத்தையைப் போல வேகமாக, காளையைப் போல நிலையாக நின்றார். அவர் முகமதின் சாய்ந்த உடலைக் கடந்து திரும்பினார். அவரது கால்கள் முகமதின் இடது தோளில் பதிந்தன.

கஜினியின் சுல்தான் கண்களில் திகிலுடன் நரசிம்மனைப் பார்த்தார். அவர் தனது முழு வாழ்க்கையிலும் உணர்ந்திராத பீதியை அனுபவித்தார். பச்சையான, முதன்மையான பயம்.

'இந்தக் கை,' என்று நரசிம்மன், முகமதை முழங்காலால் இறுக்கி அசையாமல் செய்தார். முகமதின் இடது கையை சுட்டிக்காட்டினார். 'இந்தக் கை சுத்தியலைப் பிடித்திருந்தது... இல்லையா?'

முகமது மிகவும் மோசமாக தலையை ஆட்டினார், அவரது உடல் பயத்துடன் நடுங்கி, தப்பிக்கப் போராடியது. என்ன நடக்கப் போகிறது என்பதை அவரால் யூகிக்க முடிந்தது.

நரசிம்மன் தனது சக்திவாய்ந்த முதுகை வளைத்து, முகமதின் இடது கையை வைரத்தால் உடைத்தார். மீண்டும் மீண்டும் இரக்கமின்றி. இரும்பை சுத்தியலால் அடிக்கும் கொல்லன் போல. மணிக்கட்டு, உள்ளங்கை மற்றும் விரல்களில் நன்கு குறிவைத்து அடித்தார். ஒரு மனித கையில் இருபத்தேழு எலும்புகள் உள்ளன. முகமதின் இடது கையில் உள்ள ஒவ்வொன்றும் உடைக்கப்படுவதை நரசிம்மன் உறுதி செய்தார். சில சிறிய துண்டுகளாகக் கூட நொறுக்கப்பட்டன.

முகமதின் உடல் நடுங்கி வெறித்தனமாகத் துடித்தது. அவரது கன்னங்களில் கண்ணீர் வழிந்து கொண்டிருந்தது. துன்பம் எல்லை மீறியது. அதிக இரத்தம் இல்லை, ஏனென்றால் நரசிம்மன் முகமதின் தசைகளை துண்டு துண்டாக வெட்டவில்லை, மாறாக எலும்புகளை உள்ளே அடித்துக் கொண்டிருந்தார். அதிக சத்தமும் இல்லை, ஏனெனில் முகமதின் வாய் அதிக ஒலியை உருவாக்க முடியவில்லை. அது ஒரு அமைதியான இடிபாடு.

நரசிம்மன் திடீரென்று எழுந்தார். 'ஓ ஆமாம் ... நீங்கள் இரண்டு கைகளாலும் சுத்தியலைப் பிடித்திருந்தீர்கள் ... இல்லையா?'

இந்தியர் மறுபுறம் சென்று, முன்பு போலவே குனிந்து முகமதின் வலது கையை கூழாக்க அடித்தார்.

'எமது புனித சிவலிங்கத்தின் அடிப்பகுதியில் உங்கள் அழுக்கு இடது பாதத்தையும் வைத்தீர்கள் என்று எனக்குச் சொல்லப்பட்டது ... அந்தக் குற்றவாளியின் பாதம் நசுக்கப்பட வேண்டும் ... ஆனால் விலைமதிப்பற்ற வைரம் உங்கள் கால்களைத் தொட அனுமதிக்க முடியாது. எனவே நான் உங்கள் இடது முழங்காலை நசுக்குவேன். இது ஒரு நியாயமான ஒப்பந்தம், இல்லையா? ஒரு காலுக்கு ஒரு முழங்கால்?'

நரசிம்மன் மௌனமாக இருந்த முகமதின் கால்களை நோக்கி நடந்தார். இப்போது, சுல்தானின் உடல் சரணடைந்திருந்தது. அவர்

பின்வாங்கவோ அல்லது தப்பிக்கவோகூட முயற்சிக்கவில்லை. அது அர்த்தமற்றது என்று அவருக்குத் தெரியும். அவர் தலையை ஆட்டிக் கொண்டே இருந்தார், குரலில்லாமல் கருணைக்காக மன்றாடினார். அவரது உடைந்த தாடையும், வெட்டப்பட்ட நாக்கும் அவர் சொல்ல வந்ததை அர்த்தமற்றதாக மாற்றியது. முகமது என்ன சொல்ல முயன்றாறோ அதை நரசிம்மன் புரிந்துகொள்ள முயற்சிக்கவில்லை.

சோழ வீரன் ஒரு முழங்காலில் குனிந்து தன் கையை உயர்த்தி, வைரம் முகமதுக்கு தெளிவாகத் தெரியும்படி வைத்தார். பின்னர் அவர் வேலையை ஆரம்பித்தார். இடது முழங்காலில் சுத்தியல். முதல் அடி முழங்காலில் பல எலும்பு முறிவுகளை ஏற்படுத்தியது. ஆனால் நரசிம்மன் அதோடு நிற்கவில்லை. முகமதின் இடது முழங்காலிலும் அதைச் சுற்றியும் அடித்துக் கொண்டே இருந்தார். மீண்டும் மீண்டும். மீண்டும் மீண்டும். தொடை எலும்பு, திபியா, ஃபிபுலா. தொடை மற்றும் தாடையின் பெரிய மற்றும் சக்திவாய்ந்த எலும்புகள். அவை அனைத்தும் முழங்கால் மூட்டில் ஒன்றிணைகின்றன. அவை அனைத்தும் உடைந்தன. நொறுக்கப்பட்டன. பிளவுபட்டன.

கடைசியாக, நரசிம்மன் ஓய்வெடுத்தார். தனது வேலையில் திருப்தி அடைந்ததாகத் தெரிந்தது. அவர் முகமதைப் பார்த்து கண்களை உருட்டினார். சுல்தான் மயக்கமடைந்திருந்தார்.

அந்தக் குட்டையான பலவீனமான மனிதனால், தான் மற்றவர்களுக்குக் கொடுத்ததை தன்னால் தாங்க முடியவில்லை.

இந்தியர் பக்கவாட்டு மேசைக்குச் சென்று, இரத்தம் தடவிய வைரத்தை அதில் வைத்தார். அவர் வெள்ளிக் குடத்தை எடுத்து, முகமதின் உடைந்த முகத்தில் சிறிது தண்ணீரை ஊற்றி, அவரை மயக்க நிலையில் இருந்து வெளியே கொண்டுவந்தார்.

குடத்தைத் தரையில் ஒதுக்கி வைத்துவிட்டு, நரசிம்மன் தனது கைகளை நீட்டி, 'நீ விழித்திருக்க வேண்டும், சுல்தான். இது என் தண்டனை மட்டுமே. இப்போது நான் என் பேரரசரின் தண்டனையை நிறைவேற்றுவேன்' என்று கிசுகிசுத்தார்.

முகமது தரையில் கிடந்தார், கண்ணீருடன் கலந்து, அவரது தலைமுடியில் நீர் வழிந்தோடியது. மௌனமான அழுகை. மௌனமான அலறல். மௌனமான பயம்.

நரசிம்மன் ஒரு சிறிய உறையிலிருந்து ஒரு மெல்லிய கத்தியை நுட்பமாக வெளியே எடுத்தார்.

'நாங்கள் இந்துக்கள். கண்கள் ஆன்மாவின் ஜன்னல் என்று நம்புகிறோம்,' என்று வேதனையுடன் நரசிம்மன் தொடர்ந்தார். 'எனவே இப்போது உங்களுக்கு நடக்கும் அனைத்தையும் நீங்கள் பார்க்க வேண்டும். நீங்கள் கண்களை மூடினால், உங்கள் ஆன்மா அடுத்த பிறவிக்கான பாடத்தைத் தவறவிடும்.'

பயந்துபோன முகமது தலையை ஒரு பக்கத்திலிருந்து மற்றொரு பக்கமாக ஆட்டினார். அவரது கண்கள் இறுக்கமாக மூடியது. என்ன நடக்கப் போகிறது என்பதை அவரால் யூகிக்க முடிந்தது. நரசிம்மன்

எரிச்சலுடன் தனது நாக்கை அழுத்தி, தனது பிரமாண்டமான இடது கையால் முகமதின் தலையை இறுக்கமாகப் பிடித்தார். சுல்தான் சத்தமிட்டார். அவரது உடல் விறைத்தது. அவர் கருணைக்காக தொடர்ந்து கெஞ்சிக் கொண்டிருந்தார்.

நரசிம்மன் கத்தியை மென்மையாகப் பிடித்தார், அவரது சிறிய விரல் உயர்த்தப்பட்டது. மேலும் மிகவும் கவனமாக, அறுவை சிகிச்சை துல்லியத்துடன், முகமதின் இரண்டு கண் இமைகளையும் வெட்டி உரித்தார். பின்னர் அவர் கத்தியிலிருந்து தோலைப் பிடுங்கினார். அவர் தனது கைவேலைப்பாட்டைப் பார்த்தார். கண் இமைகள் இல்லை, ஆனால் கண்களுக்கு எந்த சேதமும் இல்லை.

இந்தியர் தலையசைத்தார். 'இப்போது உண்மையை நோக்கி உன் கண்களை மூட முடியாது.'

சோழ தளபதி கத்தியை விலக்கி, பின்னர் தனது இடுப்பின் மறுபக்கத்தில் கட்டப்பட்டிருந்த *குனாதி* கத்தியை வெளியே எடுத்தார். அவர் தனது பேரரசரிடமிருந்து வந்த செய்தியை நன்றாக மனப்பாடம் செய்திருந்தார். இறுதியாக அதை ஓத வேண்டிய நேரம் வந்துவிட்டது.

'முகமது இப்னு செபுக்தேகின்,' நரசிம்மன் காட்டுமிராண்டியிடம் கூறினார். 'அசுத்தமான *காட்டுமிராண்டியான* துஷ்டன். என் பேரரசர் ராஜேந்திர சோழனிடமிருந்து வந்த இந்த உண்மையைக் கேளுங்கள். தமிழர்களின் பெருமையும் இந்தியர்களின் பாதுகாவலருமான ராஜேந்திர சோழனிடமிருந்து வந்த இந்த உண்மையை நினைவில் கொள்ளுங்கள். சிவபெருமானின் ஊழியரான ராஜேந்திர சோழனிடமிருந்து வந்த இந்த உண்மையை அறிந்து கொள்ளுங்கள். இந்துக்களாகிய எங்களுக்கு நீண்ட நினைவுகள் உள்ளன. நாங்கள் நினைவில் கொள்வோம். காத்திருப்போம். ஆனால் நாங்கள் பழிவாங்குவோம். நேரம் எங்கள் விருப்பப்படி இருக்கும். இடம் எங்கள் விருப்பப்படி இருக்கும். ஆனால் நாங்கள் பழிவாங்குவோம். எங்கள் தாய் இந்தியாவைத் தாக்கினால். எங்கள் கடவுள்களை அவமதித்தால். நாங்கள் பழிவாங்குவோம். பூமியில் ஒளிந்து கொள்ள இடம் இல்லை. மூன்று உலகங்களிலும் நீங்கள் தப்பிக்க முடியாது. ஏனென்றால் நாங்கள் பழிவாங்குவோம். ஏனென்றால், நாங்கள் இந்துக்களாகிய எங்கள் கர்மக் கடன்களை எப்போதும் திருப்பிச் செலுத்துகிறோம். நீங்கள் எங்களுக்கு உதவினால், நாங்கள் உங்களுக்கு உதவுவோம். நீங்கள் எங்களை காயப்படுத்தினால், நீங்கள் நினைக்காத விதங்களில் உங்களுக்கு வலி கொடுப்போம். இந்துக்களாகிய எங்களின் கர்ம விதி. ஏனென்றால், நீங்கள் எங்களுக்குக் கொடுப்பதை நாங்கள் எப்போதும் உங்களுக்குத் திருப்பித் தருவோம். இந்த உண்மைக்கு உங்கள் கண்களை மூடாதீர்கள்.'

நரசிம்மன் தனது இரு கைகளையும் உயர்த்தி, *குனாதி* கத்தியை இறுக்கமாகப் பிடித்தார்.

மேலும் அவர் தனது குற்றத்தை நினைவு கூர்ந்தார். அவரது கர்மக் கடன். இளவரசி ஒடிரத்னாவுக்கு.

அப்பாவி இரத்தத்தின் கறையைக் கழுவ சிறந்த வழி துன்மார்க்கரின் இரத்தத்தைச் சிந்துவதே ஆகும்.

நரசிம்மன் தனது முதுகு மற்றும் தோள்களை வளைத்தார். அவரது கைகள் ஒரு சுத்தியல் போல கீழே விழுந்தன. கத்தி உள்ளே நுழைந்தது. ஆழமாக. முகமதின் வயிற்றில். நேராக அவரது கல்லீரலுக்குள். ஆனால் போதுமான ஆழத்தில் இல்லை.

பின்னர் ராட்சதக் கத்தியை சதைக்குள் ஒரு வட்டமாகத் திருகினார். முகமது உதைத்து நெளிந்தார், இப்போது அவ்வளவு வன்முறையாக இல்லாவிட்டாலும், அவர் வேகமாக வலிமை இழந்து கொண்டிருந்தார். இரத்தம் பெருக்கெடுத்து ஓடியது. நரசிம்மன் வயிற்று குழி வழியாக கத்தியை வெட்டி, அங்கிருந்த ஒவ்வொரு முக்கிய உறுப்புகளையும் கிழித்தார். சிறுநீரகங்கள், வயிறு, குடல்கள். *குணாதியின்* துண்டுகள் எல்லா இடங்களிலும் பரவின. ஒவ்வொரு முக்கிய உறுப்பும் இரக்கமின்றி வெட்டப்பட்டதால், முகமது உயிர் பிழைக்க வாய்ப்பில்லை.

போராடும் சுல்தானின் வலிமை மெதுவாகக் குறைந்து, அவரைச் சுற்றி இரத்தம் தேங்கியது.

நரசிம்மன் கத்தியை ஆழமாகத் தள்ளி, பதிக்கப்பட்ட கத்தியின் பிடியை உடைத்தார்.

முகமது தரையில் கிடந்தார். உணர்வுடன். நடுக்கத்துடன். தவிப்புடன். கடுமையான வலியில். தாங்க முடியாத வேதனையில்.

'உனக்கு இரத்தம் கசியும். ஆனால் உடனடியாக இல்லை. நீ சிறிது காலம் வாழ்வாய். துன்பப்படுவாய். அந்த துன்பத்தின் ஒவ்வொரு தருணத்திலும், கஜினியின் முகமது, ஒரு இந்து ஒருபோதும் மறக்க மாட்டான் என்பதை நீ நினைவில் கொள்வாய்.'

நரசிம்மன் எழுந்தார். மேசைக்குச் சென்று அங்குள்ள பையிலிருந்து ஒரு துணியை வெளியே எடுத்தார். வைரத்திலிருந்து இரத்தத்தைத் துடைத்தார். பின்னர் தன்னால் முடிந்தவரை தன்மேல் இருந்த இரத்தத்தைத் துடைத்தார். அவர் தோளில் மற்றும் மார்பில் பையைக் கட்டினார். பின்னர் இவ்வளவு நேரம் மேஜையில் கிடந்த சிவலிங்கத்தின் பகுதியை, காந்தக் கல்லைக் எடுத்து மரியாதையுடன் அவரது நெற்றியில் வைத்து, பின்னர் அதைப் பாதுகாப்பாகப் பையில் வைத்தார். இப்போது சுத்தமாக இருக்கும் வைரத்தையும் விரைவாக உள்ளே வைத்தார்.

பின்னர் அவர் பையிலிருந்து ஒரு காகிதத்தோலை எடுத்து முகமதின் இறக்கும் உடலுக்கு மிக அருகில் உள்ள உள் சுவரில் ஒட்டினார்.

காகிதத்தில் அரபு மற்றும் பாரசீக மொழிகளில் ஒரு எளிய செய்தி எழுதப்பட்டிருந்தது.

ஒரு அரபு மட்டுமே. எப்போதும் ஒரு அரபு.

நரசிம்மன் சுற்றிப் பார்த்தார். எல்லாம் இருக்க வேண்டியபடி இருந்தது.

அவர் சுல்தானின் அறையில் கிழக்கு நோக்கிய ஜன்னலுக்கு நடந்து சென்று, வெளியே இருளில் இறங்கினார்.

நரசிம்மன் ஒரு திருட்டுப் பூனை போல நகர்ந்தார். அவர் அரச முற்றத்தின் குறுக்கே பறந்தார், காவலர்களின் கவனத்திலிருந்து தப்பித்து. அதிகாலையில் அபிஷேக விழாவின் காரணமாக இன்னும் கொண்டாட்ட மனநிலையில் இருந்தார்கள் காவலர்கள். அவர் எல்லைச் சுவரை அடைந்து, ஒரு உயரமான மேடையில் நடப்பட்ட டமாஸ்க் ரோஜாக்களின் ஒரு பகுதிக்குப் பின்னால் தன்னை மறைத்துக்கொண்டார். அவர் அந்த இடத்தை அடையாளம் கண்டுகொண்டார். அவர் எளிதாக உயரமான சுவரில் ஏறினார். அங்கு வைக்கப்பட்டிருந்த பெரிய வளைந்த தட்டில் ஒரு குறிப்பிட்ட ரசாயனக் கலவை இருந்தது. மாலிக் அயாஸ் அதை விளக்கியபோது நரசிம்மனுக்கு வேதியியல் முழுமையாகப் புரியவில்லை. ஆனால் அங்கே ஏதோ உலோகத்தன்மை இருந்திருக்கலாம் என்பதை அவர் நினைவில் வைத்திருந்தார். அவர் என்ன செய்ய வேண்டும் என்று அவருக்குத் தெரியும். அவர் தனது பையில் வைத்திருந்த சிறிய பாட்டிலை நோக்கி கையை நீட்டினார். பின்னால் சாய்ந்து, ரசாயனங்களில் சிறிது தண்ணீரை ஊற்றினார். பின்னர் அவர் இன்னும் தூரம் நகர்ந்து அரண்மனையைப் பார்த்தார். உயரத்தில் இருந்த ஒரு குறிப்பிட்ட ஜன்னலை. ராணி கௌசரி ஜஹானின் ஒளிரும் ஜன்னல். ஒரு மெல்லிய, மென்மையான வடிவம் மங்கலான ஒளியின் மீது நிழலாடியது - ஒரு சிவப்பு ஒளியுடன் கூடிய ஒரு தேவதை.

நரசிம்மன் தண்ணீரை ஊற்றிய தட்டில் இருந்து அடர்த்தியான ஊதா புகை வெளியேறத் தொடங்கியது.

சமிக்ஞை கொடுக்கப்பட்டது.

முகமது இறந்துவிட்டார்.

இதற்குள், ராணி தனது விலைமதிப்புள்ள சிவனின் *தட்சிணாமூர்த்தியையும்*, தனது இஸ்லாமிய பிரார்த்தனை பாயையும் தனது விசுவாசமான மெய்க்காப்பாளர் ஹக்கீமிடம் அர்கந்தாப் நதியில் மூழ்கடிப்பதற்காகக் கொடுத்திருப்பார் என்பது அவருக்குத் தெரியும். அனைத்து இந்தியர்களும் தாங்கள் இனி பயன்படுத்த முடியாத புனிதமான பொருட்களுக்கு அதைச் செய்தார்கள். இப்போது ராணிக்கு புனிதமானது வேறு எதுவும் இல்லை. அவளுடைய சொந்த வாழ்க்கைகூட இல்லை.

'உங்களுக்கு நல்ல இறப்பு கிடைக்கட்டும், என் சீமாட்டியே,' என்று நரசிம்மன் கிசுகிசுத்தார். ராணி தலையசைப்பதைப் பார்த்ததாக நினைத்தார். ஆனால் இவ்வளவு தூரத்திலிருந்து அவரால் உறுதியாகச் சொல்ல முடியவில்லை. அவர் தன் இதயத்தைத் தொட்டு, அவளை நோக்கி தலையை குனிந்து, திரும்பி சுவரில் ஏறினார்.

தூங்கிக் கொண்டிருந்த நகரத்தின் இருண்ட சந்துகள் வழியாக அவர் மெதுவாகச் சென்றார். எங்கு செல்ல வேண்டும் என்று அவருக்குத் தெரியும். அவரது தோழர்கள் அவருக்காகக் காத்திருந்த இடம்.

ஒரு மூலையைத் திரும்பியதும் திடீரென்று நின்றார். பிச்சைக்காரர்கள். தெருக்களில் தூங்கிக் கொண்டிருந்தார்கள். ஒரு பெண்ணும் ஒரு குழந்தையும். அந்த குழந்தைக்கு நான்கு அல்லது ஐந்து வயதிருக்கும். தாய் திடுக்கிட்டு எழுந்து நின்று தன் சிறுமியை தனக்குப் பின்னால் மறைத்தாள். இது ஒரு கொடூரமான நகரம். தீய மனிதர்களால் நிறைந்தது. அவர்களில் பலர் சிறு குழந்தைகள் மீது ரசனை கொண்டவர்கள்.

தாய்மார்களுக்கு ஒரு கடினமான நகரம்.

அவள் அந்த ராட்சதனைக் எதிர்க்கும் பார்வையால் பார்த்தாள். பாதுகாப்பை கெஞ்சும் பார்வை.

அப்பாவி இரத்தத்தின் கறையைக் கழுவ சிறந்த வழி துன்மார்க்கரின் இரத்தத்தைச் சிந்துவதுதான்.

இல்லை...

அது பாதி உண்மை...

அப்பாவி இரத்தத்தின் கறையைக் கழுவ இன்னும் சிறந்த வழி, மற்றொரு அப்பாவியைப் பாதுகாப்பதாகும்...

ஆம், ஒரு தர்ம போர்வீரன் துன்மார்க்கரைத் தண்டிக்க வேண்டும். ஆனால் இன்னும் முக்கியமாக, அவர் பலவீனமானவர்களைப் பாதுகாக்க வேண்டும்.

ஏனெனில், உச்ச வேட்டையாடுபவரைவிட மிக உயர்ந்தவர் உச்ச பாதுகாப்பவர் என்று *தர்மம்* கூறுகிறது.

உச்ச வேட்டையாடுபவர் வலிமையானவர்களிடமிருந்து தப்பி ஓடி பலவீனமானவர்களை வேட்டையாடுகிறார்.

உச்ச பாதுகாப்பாளர் துன்மார்க்கரைத் தண்டித்து பலவீனமானவர்களைப் பாதுகாக்கிறார்.

மற்றொரு அப்பாவியைப் பாதுகாப்பதன் மூலம் அப்பாவி இரத்தத்தின் கறையைக் கழுவுங்கள்...

தங்க வளைய பதக்கம் அவரது மார்பில் இனி எரியவில்லை.

ஓடிரத்னா, உங்கள் உன்னத ஆன்மாவை மகாதேவ் எப்போதும் ஆசீர்வதிப்பாராக.

சோழ தளபதி முட்டிபோட்டு அமர்ந்து, அவரது கழுத்தில் தொங்கும் தங்க வளைய பதக்கத்தை உடைத்தார். அவர் அதை நீட்டினார்.

‘அதை எடுத்துக்கொள்' என்று அவர் கிசுகிசுத்தார். ‘அதை எடுத்துக்கொள், உங்கள் குழந்தையை தெருக்களில் இருந்து விலக்குங்கள்.'

பிச்சைக்காரப் பெண் தயங்கினாள். அதில் என்ன மர்மமோ என்று அவள் யோசித்தாள், ஏனென்றால் அது மிகவும் மதிப்புமிக்க பொருள், ஒரு பெரிய அளவு தங்கம்.

‘அதை எடுத்துக்கொண்டு என் குற்ற உணர்வை நீக்குங்கள்,' என்றார் நரசிம்மன். ‘தயவுசெய்து என் நன்கொடையை எடுத்துக்கொண்டு என்னைக் காப்பாற்றுங்கள்...'

அந்தப் பெண் புரிந்துகொண்டது போல் தோன்றியது. அவள் நடுங்கும் கையை நீட்டி தங்க வளையலை வாங்கினாள். அவள் சிரித்தாள்.

'அல்லாஹ் உங்கள் மீது அருள் பொழியட்டும்,' என்று அவள் மெதுவாகச் சொன்னாள். அவள் முகத்தில் கண்ணீர் வழிந்தது. 'நீங்கள் ஒரு நல்ல மனிதர்...'

நரசிம்மன், கடின வீரன், துன்மார்க்கரைக் கொன்றவன், போரில் காயமடைந்த ராட்சதன், அளவற்ற அன்பான வார்த்தைகளைக் கேட்டு அழத் தொடங்கினார்.

'நீங்கள் ஒரு நல்ல மனிதர்...'

நரசிம்மன் கை நீட்டி குழந்தையின் தலையை மெதுவாகத் தொட்டார். பின்னர் விரைவாக எழுந்து நடந்தார்.

அவர் விட்டுச் சென்ற அரண்மனை வளாகத்தில் ஒரு சலசலப்பு வெடிப்பது போல் தோன்றியது. அவர் மீண்டும் உயரமான அரண்மனையைப் பார்த்தார். நகரத்தின் எல்லாப் பகுதிகளிலிருந்தும் தெரியும் அரண்மனை. மலைமேலும் எளிதாகக் காணக்கூடியது. அவள் இருக்கும் அறையின் ஜன்னலை அவர் உற்றுப் பார்த்தார். எண்ணற்ற வண்ணங்களில் புகைந்து கொண்டிருந்த தீப்பிழம்புகள் அங்கே எரிந்து கொண்டிருந்தன. ஆரஞ்சு, மஞ்சள், சிவப்பு.

நரசிம்மன் தன் கைமுட்டியை மார்பில் வைத்து தலை குனிந்து, ஒரு குறிப்பிடத்தக்க பெண்ணை கடைசியாக ஒரு முறை வணங்கினார். 'நல் இறப்பு கிடைக்கட்டும், என் சீமாட்டியே, கௌசரி ஜஹான்...'

பின்னர் அவர் இருளில் ஓடி மறைந்தார்.

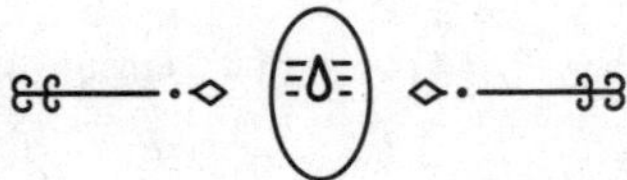

அத்தியாயம் 28

மீண்டும் கட்டியெழுப்புவதற்கான நேரம்

குவாதர் துறைமுகம்

கப்பலின் முன் தளத்தில் இருந்து தொங்கவிடப்பட்ட கயிறு ஏணியில் ஒரு முகமூடி அணிந்த மனிதர் ஏறினார். சூரிய உதயத்திற்கு ஒரு மணி நேரத்திற்கு முன்பு.

'அவர்தான்!' விஜயன் அழுதார். 'அவர்தான் தளபதி!'

நரசிம்மன் எளிதாக மேலே ஏறினார். அவரைத் தொடர்ந்து கஜினியின் நகர வாயில்களுக்கு வெளியே அவருடன் குவாதருக்குச் சென்ற சுமார் பதினைந்து வீரர்கள் வந்தனர்.

'உங்களுக்குப் போதுமான நேரம் பிடித்தது, ஐயா!' என்று படைப்பகுதி தலைவர் விஜயன் தடுப்பிலிருந்து கூறினார். நரசிம்மன் அவர் நீட்டிய கையைப் பிடித்து கப்பலில் ஏறினார். அவர் தனது தொப்பியை கழற்றிவிட்டு விஜயனை இறுக்கமாக அணைத்துக் கொண்டார். இருவரும் மகிழ்ச்சியுடனும் நிம்மதியுடனும் ஒருவருக்கொருவர் முதுகில் தட்டிக் கொண்டனர்.

'நீ என்னை இழந்துவிட்டாய் என்று நினைத்தாய், இல்லையா?' என்று நரசிம்மன் கண்களில் மின்னலுடன் கேட்டார்.

'அதற்கு வாய்ப்பு இல்லை,' என்று பாண்டியன் சொன்னார், அவர் குரல் நகைச்சுவையாக இருந்தாலும் கண்கள் உணர்ச்சிவசப்பட்டன. 'நீங்கள் இன்னும் மோசமான சூழ்நிலையை கடந்து வந்து உயிர் பிழைத்திருக்கிறீர்கள். அந்தக் காட்டுமிராண்டி முகமது உங்களை ஒன்றும் செய்ய முடியாது!'

எனக்குத் தெரியும், எனக்குத் தெரியும்!' அமல் அந்த இரண்டு பேரையும் நோக்கி நடந்தாள். 'அவர் இப்போது ரொம்பவே உறுதியாகத் தெரிகிறார். இரவும் பகலும் அவர் கப்பல்துறையைப்

பார்த்துக்கொண்டு, நீங்கள் திரும்பி வருவதற்கான அறிகுறியை தேடிக்கொண்டிருந்தார். அதை நீங்கள் பார்த்திருக்க வேண்டும். அவர் உங்களுக்காக ஏங்குவதைப் பார்த்து எனக்குப் பொறாமையாக இருந்தது!'

விஜயன் வெட்கப்பட்டுச் சிரித்தார், நரசிம்மன் அன்புடன் சிரித்தார். அவர் சுற்றிப் பார்த்தார், அமல் மற்றும் அவளுடைய சகோதரர்களின் மகிழ்ச்சியான முகங்களைக் கண்டார் - இக்பாலையும் இந்தியாவில் முன்னாள் அடிமைகளையும் இறக்கிவிட்டதற்குப் பிறகு குவாதருக்குத் திரும்பிய அமீர் மற்றும் அல்தாஃப். மறுபக்கத்தில், புலகித், துருவ், ஜெய்ன் மற்றும் தசர்ணா முன்னோக்கி விரைந்தனர், அவர்களின் முகங்கள் மகிழ்ச்சியால் நிரம்பின. அவர்கள் ஒவ்வொருவரும் சோழ மாவீரனை ஒன்றன் பின் ஒன்றாக வரவேற்றனர்.

'நான் ஒரு கணத்தில் திரும்பி வருவேன்,' என்று அமல் புறப்படத் திரும்பினாள்.

'ஆகட்டும்,' என்றார் நரசிம்மன்.

'வாழ்த்துக்கள், தளபதி!' என்றார் புலகித். 'பணி வெற்றி பெற்றது! முழு நிலமும் வதந்திகளால் நிறைந்துள்ளது. சிலர் அரேபியர்களுடன் கூட்டணி வைத்து இளவரசர் ஷஹித் என்பவரால் சுல்தான் கொல்லப்பட்டதாகக் கூறுகிறார்கள். மற்றவர்கள் சுல்தான் ஏதோ விசித்திரமான நோயால் இறந்ததாகக் கூறுகிறார்கள்.'

'விசித்திரமான நோயா?' என்றார் நரசிம்மன். சோழ தளபதியும் அவருடன் பயணித்த படைப்பிரிவும் மிகுந்த எச்சரிக்கையுடன், கஜினிக்கும் குவாதருக்கும் இடையிலான அனைத்து முக்கிய மக்கள்தொகை மையங்களையும் சுற்றிச் சென்றனர். அவர்கள் உள்ளூர் மக்களிடமும் பேசுவதைத் தவிர்த்தனர். இதன் விளைவாக, கஸ்னாவிட் பேரரசில் பரவும் வதந்திகள் எதையும் அவர்கள் கேட்கவில்லை. 'என்ன நோய்? சிஃபிலிஸ்?'

புலகிட்டும் விஜயனும் சிரித்தனர். சிஃபிலிஸ் என்பது பாலியல் ரீதியாக பரவும் நோயாகும், இது பொதுவாக ஒழுக்கக்கேடான ஆண்களையும் பெண்களையும் பாதித்தது. மேலும் அனைவருக்கும் தெரியும், கஸ்னாவிட் துருக்கியர்கள் அருவருப்பான முறையில் ஒழுக்கக்கேடானவர்களாக இருக்க முடியும். முகமது அவர்களில் மிகவும் சீரழிந்தவர், உண்மையில் இந்த வக்கிரத்தின் உச்சியில் இருக்கிறார்.

'இல்லை, இல்லை,' விஜயன் கூறினார். 'சிலர் இது மலேரியா என்று கூறுகிறார்கள்.'

'மலேரியா? காந்தஹரின் காற்று வீசும் மலைகளில் அவருக்கு எப்படி மலேரியா பரவும்? இந்தப் பருவத்தில் கொசுக்கள் இல்லை.'

'எனவே குவாதரின் தெருக்களில் மலேரியா கதை இளவரசர் ஷஹித் அவர்களால் பிரச்சாரம் செய்யப்பட்டது என்பதுதான், ஏனெனில் இஸ்லாமின் அசல் அரபு விளக்கத்தை விட முகமதிற்கு

விசுவாசமாக இருப்பவர்கள் தனக்கு எதிராகச் செல்வதை அவர் விரும்பவில்லை. மேலும் "அரபு படுகொலை சதி" என்ற கருத்தை இளவரசர் முகமது பரப்பியுள்ளார், ஏனெனில் துருக்கியர்கள் தங்கள் மீதான "அரபு மதவெறி மற்றும் வெறுப்புக்கு" எதிராக எழ வேண்டும் என்று அவர் விரும்புகிறார்.'

'சரியானது... எனவே கஸ்னாவிட்களிடையே உள்ள மத வெறியர்கள் இளவரசர் ஷஹித்தின் பின்னால் கூடுவார்கள், அவர்களில் உள்ள துருக்கிய இனவெறிக்காரர்கள் இளவரசர் முகமதின் பின்னால் கூடுவார்கள்.'

'ஆம்,' ஜெய்ன் கூறினார். 'இந்த முடிவில் அரேபியர்களும் மகிழ்ச்சியடைகிறார்கள். ஏனென்றால், நம் மக்கள் காட்டுமிராண்டித்தனமான கஸ்னாவிட் துருக்கியர்களுக்கு எதிராக வெற்றி பெற முடியாத அளவுக்கு நாகரிகமாக உள்ளனர். துருக்கியர்கள் நமது இஸ்லாமின் கட்டுப்பாட்டை நம்மிடமிருந்து பறிக்க விரும்புகிறார்கள் என்று எங்களில் சில அரேபியர்கள் உண்மையில் பயப்படுகிறார்கள். அவர்கள் ஒருவருக்கொருவர் சண்டையிடட்டும் என்று நான் சொல்கிறேன்.'

'இது ஏற்கனவே நடந்து கொண்டிருக்கிறது,' என்று புலகித் கூறினார். 'ஆரம்பக் கொலைகள் ஏற்கனவே தொடங்கிவிட்டன. துருக்கியர்களிடையே முழு அளவிலான உள்நாட்டுப் போர் வெடிப்பதற்கு சில வாரங்களுக்கு முன்பே இது நடக்கும்.'

விஜயன் மேலும் கூறினார், 'சுல்தானின் மருமகன் சலார் மக்ஸூத் வட இந்தியாவிலிருந்து அவசரமாகத் திரும்பி வருவதாக வதந்தி பரவியுள்ளது. போர் வெறி கொண்ட நாய்கள் ஒருவருக்கொருவர் எதிராகத் திரும்புகின்றன.'

நரசிம்மன் சிரித்தார். 'நம்முடைய வேலை இங்கே முடிந்தது.'

'தளபதி,' இரண்டு வீரர்கள் ஒரு கனமான பெட்டியை தளத்திற்கு எடுத்துச் செல்லும்போது, யசாதேவுடன் ஆட்களை நோக்கி நடந்து கொண்டிருந்த அமல் கூறினாள். பெட்டி வெள்ளி உறையில் மூடப்பட்டிருந்தது. மூன்றாவது சிப்பாய் கப்பல் தளத்தில் ஒரு மடிக்கக்கூடிய மேசையை வைத்தார், மேலும் அதன் மீது பெட்டி வைக்கப்பட்டது. பெட்டியில் என்ன இருக்கிறது என்று நரசிம்மனால் யூகிக்க முடிந்தது. அவர் தனது காலணிகளை அகற்றினார்.

பெட்டியை அமல் கவனமாகத் திறந்தாள். உள்ளே, அடித்தளம் ஒரு வழவழப்பான காவி நிற துணி வைக்கப்பட்டிருந்தது. அதன் மீது, உடைந்த அனைத்து துண்டுகளுடனும் முடிந்தவரை தோராயமாக, மீண்டும் இணைக்கப்பட்ட சோமநாதர் சிவலிங்கம் இருந்தது. நரசிம்மன் தனது பையில் கையை நீட்டி தன்னுடன் இருந்த ஒரு பாகத்தை வெளியே எடுத்தார். துண்டை எங்கு வைக்க வேண்டும் என்று விரைவாக மதிப்பிட்டு அதை நிலைநிறுத்தினார். பின்னர் அவர் தனது கைகளால் கற்களைத் தொட்டு தனது கைகளை தனது கண்களுக்கு கொண்டு வந்தார்.

நரசிம்மன் தனது தோழர்களை ஈரமான கண்களுடன் பார்த்தார். '*ஹர் ஹர் மகாதேவ்.*'

காலத்தின் விடியலுக்குச் சென்ற ஒரு பண்டைய இந்திய கூக்குரல். எப்போதும் அவர்களின் ஆன்மாக்களை மின்னூட்டிய ஒன்று. *ஹர் ஹர் மகாதேவ் ... நாம் அனைவரும் மகாதேவர்கள் ... நாம் அனைவரும் கடவுள்கள் ...*

அமல், விஜயன், புலகித், துருவ், தசர்ணா மற்றும் அங்கிருந்த மற்றவர்கள் அனைவரும் '*ஹர் ஹர் மகாதேவ்*' என்று ஒத்தக்குரலில் பாடினர்.

'உங்களுக்குத் தெரியும், தளபதி,' ஜெய்ன் கூறினார், 'மாலிக் அயாஸின் அறிவுறுத்தல்கள் சரியானவை. புனித நினைவுச்சின்னங்களை மிக எளிதாகக் கண்டுபிடித்தோம்.'

'அவர் ஒரு நல்ல மனிதர். அவர் இன்னும் கஜினியில் இருக்கிறாரா?'

'இல்லை,' என்றார் புலகித். 'அவர் லாகூருக்குத் தப்பிச் சென்றுவிட்டதாகக் கேள்விப்பட்டோம். உள்நாட்டுப் போரில் யார் வெற்றி பெறுகிறார்கள் என்பதைக் கண்டுபிடிக்கக் காத்திருக்கிறோம்.'

'ஒருவேளை சுதந்திரத்தை அறிவிக்கலாம் என்று நம்பலாம், ஒருவேளை...' என்றார் நரசிம்மன். 'அவர் ஒரு நல்ல மனிதர். ஒரு புத்திசாலியான மனிதர்.'

'ராணி கௌசரி ஜஹான் இல்லாமல் நாங்கள் நிச்சயமாக இதைச் செய்திருக்க முடியாது,' என்றார் விஜயன். 'அந்தத் திருப்பத்தை எவரும் எதிர்பாக்கவில்லை, அவள் நம் பக்கம் இருப்பாள் என்று. நீங்கள் அனுப்பிய முன்கூட்டிய சாரணர் மூலம் அவளுடைய தியாகத்தைப் பற்றி நாங்கள் கேள்விப்பட்டோம்.'

'அவள் ஒரு நல்ல பெண்...' என்றார் நரசிம்மன். 'அவளுடைய அடுத்த வாழ்க்கை குறைவான துயரமாகவும் துக்கமாகவும் இருக்க கடவுள்கள் அவளை ஆசீர்வதிப்பாராக.'

'*ஆமீன்,*' என்றார் அமல்.

'*சும்மா ஆமீன்,*' என்றார் விஜயன். 'அல்லாஹ்வும் சிவனும் அவளுடைய உன்னத ஆன்மாவை ஆசீர்வதிப்பாராக.'

'இக்பாலும் மற்ற முன்னாள் அடிமைகளும் இந்தியாவை பாதுகாப்பாக அடைந்தார்களா?' நரசிம்மன் அமலின் சகோதரர் அல்தாஃபிடம் கேட்டார்.

'ஆம், தளபதி,' என்று அல்தாஃப் பதிலளித்தார். 'நாங்கள் அவர்களை குஜராத்தில் பாதுகாப்பாக இறக்கிவிட்டுவிட்டு உடனடியாகத் திரும்பினோம். அமல் *ஆபாவும்* விஜயனா*ரும்* திரும்பி வருவதற்காக இங்கே காத்திருந்தோம்.'

'மேலும், யசாதேயை எங்களுடன் சோழ நிலங்களுக்கு வரச் சொல்லவும் முடிவு செய்தோம், தளபதி,' என்றார் விஜயன். 'ஒருவேளை அவள் தமிழ் பிரதேசத்தில் ஒரு யாசிதி கோயிலை அமைக்கலாம்.'

'ஏன் கூடாது,' என்றார் நரசிம்மன் சிரித்துக் கொண்டே. 'யாசிதிகள் உட்பட இந்தியாவை மதிக்கும் அனைவருக்கும் நம் இதயம் எப்போதும் திறந்திருக்கும்.' பின்னர் சோழ தளபதி ஆழ்ந்த மூச்சை எடுத்து சத்தமாகப் பேசினார். 'சரி, பேரரசரை காத்திருக்க வைக்க முடியாது. உங்கள் அனைவருக்கும் நம் இலக்கு தெரியும். போகலாம்! நங்கூரமிடும் கயிறுகளை தளர்த்துங்கள்!'

சோம்நாத், குஜராத், இந்தியா

முகமது இறந்து ஆறு மாதங்கள் கடந்துவிட்டன. கஜினியில் உள்நாட்டுப் போர் இன்னும் வலுவாக நடந்து கொண்டிருந்தது. துருக்கியர்கள் இரத்தக்களரியின் வெறியில் மூழ்கிக் கொண்டிருந்தனர், சகோதரர்கள் மோதிக்கொண்டார்கள். இந்தியர்கள் உட்பட அவர்களைச் சுற்றியுள்ள மற்ற அனைவரும் துருக்கியர்களின் முடிவில்லா வன்முறையிலிருந்து சிறிது ஓய்வு பெற்றனர்.

கொலைப் பணி அற்புதமாக வெற்றி பெற்றது.

இந்திய துணைக்கண்டத்தின் பெரிய பேரரசர்கள் சோம்நாதர் கோயிலில் கூடியிருந்தனர். சோழ வம்சத்தைச் சேர்ந்த ராஜேந்திர சோழன், உலகின் மிக சக்திவாய்ந்த மனிதர், தென்னிந்தியா, கிழக்கு இந்தியா மற்றும் தென்கிழக்கு ஆசியாவின் பெரும்பகுதியை ஆட்சி செய்தார். மத்திய இந்தியாவின் பெரும்பகுதியை ஆட்சி செய்த பர்மர்களின் பேரரசர் போஜதேவ், மத்தியப் பிரதேசத்தின் பெரும்பகுதி மற்றும் சத்தீஸ்கர், குஜராத், ராஜஸ்தான் மற்றும் மகாராஷ்டிராவின் சில பகுதிகளை தனது நிர்வாகத்தின் கீழ் கொண்டு வந்தார். கர்நாடகா, மகாராஷ்டிரா மற்றும் தெலுங்கானாவின் பெரும்பகுதியை ஆட்சி செய்த சாளுக்கியர்களின் பேரரசர் ஜெயசிம்மர். குஜராத்தின் பெரும்பகுதியையும் ராஜஸ்தானின் சில பகுதிகளையும் தலைமை தாங்கிய சோலங்கிகளின் பேரரசர் பீம்தேவ். சோம்நாத் கோயில் தொழில்நுட்ப ரீதியாக சோலங்கிகளின் எல்லைக்குள் வந்தது.

இந்தப் பேரரசுகள் அனைத்தும் இந்தியர்களாக இருந்திருக்கலாம், ஆனால் அவை அனைத்தும் கடந்த காலத்தில் ஏதோ ஒரு காலத்தில் ஒன்றுக்கொன்று சண்டையிட்டன. அவர்களுக்கு கடந்த கால பகைமைகள் இருந்திருக்கலாம், ஆனால் அவர்களை ஒன்றிணைத்தது சிவபெருமானின் மீதான பக்திதான். மேலும் அவர்கள் சோம்நாத் கோயிலின் இடிபாடுகளுக்குச் சென்று வளங்களை வழிமுறைப்படுத்தி மற்றும் கோயிலை மீண்டும் கட்டும் திட்டத்தை உறுதி செய்தனர்.

'நாம் ஒற்றுமையாக இருந்திருந்தால், அந்தக் காட்டுமிராண்டி முகமது நமது இறைவனின் கோயிலின் மீது தனது அழுக்கு கைகளை

வைக்க ஒருபோதும் துணிந்திருக்க மாட்டார்' என்று ராஜேந்திர சோழர் கூறினார்.

அனைத்து பேரரசர்களும் அவர்களது பேரரசுகளும் துருக்கியர்களுடன் தங்கள் சொந்த வழிகளில் போரிட்டனர். தங்கள் நிலங்களையும், மக்களையும், கடவுள்களையும் பாதுகாக்க. ஆனால் அவர்கள் எப்போதும் தனித்தனியாகப் போரிட்டனர். ஒருபோதும் ஒரே கொடியின் கீழ் இல்லை. ஒருபோதும் இல்லை.

'நான் ஒப்புக்கொள்கிறேன்,' என்று பேரரசர் ஜெயசிம்மர் கூறினார். 'நமது முன்னோர்கள் ஒன்றுகூடி இந்திய துணைக்கண்டத்தின் எல்லைகளைப் பாதுகாத்த இந்து ஷாஹி பதான்களையும், புத்த-இந்து பலூச்சையும் ஆதரித்திருந்தால், துருக்கியர்கள் ஒருபோதும் ஊடுருவியிருக்க மாட்டார்கள். ஒருவருக்கொருவர் சண்டையிடுவதைவிட, நமது உண்மையான எதிரியுடன் நாம் போராட வேண்டும்.'

பேரரசர் போஜதேவ், இந்து ஷாஹி மன்னர் ஆனந்த்பாலை ஆதரிக்க வீரர்களை அனுப்பியிருந்தாலும், ஆனந்த்பாலின் நெருங்கிய அண்டை நாடுகள் அப்படி செய்யவில்லை. குஜராத்தில் உள்ள சோலங்கி மன்னர்களையும் இதேபோன்ற சூழ்நிலை பாதித்திருந்தது. சாளுக்கியப் பேரரசர் ஜெயசிம்மன், கஜினியின் படையை எதிர்த்துப் போரிட தனது வீரர்களை தனித்தனியாக அனுப்பியதும், சோழர்களும் பர்மர்களும் மற்றொரு படையை அனுப்பியதும், இந்திய மன்னர்கள் சரியான நோக்கங்களைக் கொண்டிருந்தனர் ஆனால் ஒன்றாக வேலை செய்யவில்லை என்பதற்கு தெளிவான சான்றாகும். ஏனெனில் இந்தப் படைகள் எதுவும் கூட்டு முயற்சிகள் அல்ல.

'உண்மைதான்' என்று பேரரசர் பீம்தேவ் சோலங்கி ஒப்புக்கொண்டார். 'நம்முடைய ஒற்றுமையின்மை நம் எதிரிகளுக்கு எளிதில் இரையாகிவிடும்.'

கஜினி படையின்போது ஒருவரையொருவர் அறிந்த பல்வேறு பேரரசர்களின் கட்டளையின்கீழ் ஏற்கனவே கூட்டத்தில் ஒருவரையொருவர் சந்தித்திருந்தனர். நரசிம்மன், புலகித், விஜயன், அமல், தசர்ணா, துருவ், இக்பால், யசாதே, உள்ளிட்ட பலர். பழைய காலங்களை நினைவு கூர்தல், கடந்த கால பிணைப்புகளைப் புதுப்பித்தல் போன்றவை. விஜயன் மற்றும் அமலின் சமீபத்திய திருமணத்திற்கு அனைவரும் வாழ்த்து தெரிவித்தனர். துருவ், இக்பால் மற்றும் அவரது மகனுடன் தனது முதல் வர்த்தகப் பயணத்தை மேற்கொள்ளவிருந்தார். தனது தம்பி புலகித்தின் உயிரைக் காப்பாற்றிய வீரர்களுக்காக ராஜேந்திர சோழன் மற்றும் போஜதேவ் பர்மருக்கு பேரரசர் ஜெயசிம்மன் நன்றி தெரிவித்தார்.

புதிய சோம்நாத் கோயிலுக்கு அடிக்கல் நாட்டுவதற்கான ஏற்பாடுகளை பூசாரிகளும் அவர்களது உதவியாளர்களும் கிட்டத்தட்ட முடித்துவிட்டனர். புரோஹிதர்கள் அல்லது பூசாரிகளின் வழிகாட்டுதலின்கீழ், பேரரசர்கள் சடங்குகளை மேற்கொள்வார்கள்.

'ஒற்றுமைப் புள்ளியில் நான் ஓரளவு மட்டுமே உடன்படுகிறேன்,' என்று பேரரசர் போஜதேவ் கூறினார். அனைவரும் செவிசாய்த்தனர். போஜதேவ் பர்மர் அவருடன் இருந்த மற்ற மூவரையும் போல ஒரு சிறந்த பேரரசர் மற்றும் கடுமையான போர்வீரன் மட்டுமல்ல. அவர் ஒரு அறிஞரும்கூட. அவர் வானியல், மருத்துவம், வேதியியல், உலோகவியல் மற்றும் கட்டிடக்கலை, தத்துவம் மற்றும் கவிதை போன்ற பல்வேறு பாடங்களில் எண்பத்து நான்கு புத்தகங்களை எழுதியுள்ளார். ஒரு உண்மையான பல்துறை வல்லுநர் மற்றும் ஒரு மேதை. 'நாம் அனைவரும் இந்தியாவின் எதிரிகளான துருக்கியர்களுடன் சண்டையிட்டோம். ஆம், நாம் ஒருவருக்கொருவரும் சண்டையிடுகிறோம். எனவே நாம் ஒற்றுமையின்மையால் அவதிப்படுகிறோம் என்று நீங்கள் கூறலாம். ஆனால் துருக்கியர்களும் ஒருவருக்கொருவர் சண்டையிடுகிறார்கள் இல்லையா? மேலும் அவர்களின் உள் சண்டைகள் இந்தியாவில் நாம் கற்பனை செய்து பார்க்க முடியாத அளவுக்கு உச்சத்திற்குச் செல்கின்றன. மகன்கள் தங்கள் தந்தையை சித்ரவதை செய்து கொல்கிறார்கள். சகோதரர்கள் பகிரங்கமாக சகோதரர்களை உயிருடன் தோலுரிக்கிறார்கள். ஆண்கள் பெண்களையும் குழந்தைகளையும் கொலை செய்கிறார்கள், சில சமயங்களில் அவர்களின் சொந்த குடும்பங்களைச் சேர்ந்தவர்களைக்கூட. நம்மிடையே ஒற்றுமை இல்லாதிருந்தால், துருக்கியர்களிடையே ஒற்றுமை இல்லாதது இன்னும் பெரியது என்று வாதிடலாம். ஆனாலும் அவர்கள் பெரும்பாலும் இந்தியர்களான நம்மை தோற்கடிக்கிறார்கள். நமது ஒற்றுமை இல்லாதது நமது முக்கிய பலவீனம் என்று நான் நினைக்கவில்லை. அது ஒரு பலவீனம், ஆம், ஆனால் நமது முக்கிய பலவீனம் அல்ல.'

மூன்று பேரரசர்களும் அமைதியாக இருந்தனர். அவர்கள் இதற்கு முன்பு இப்படி நினைத்ததில்லை. இந்தியர்களிடையே ஒற்றுமை இல்லாததே அவர்கள் போர்களில் தோல்வியடையக் காரணம் என்று அவர்கள் எப்போதும் கருதினர். விழாவிற்கான ஏற்பாடுகள் முடிந்துவிட்டன என்று தெரிவிக்க ஒரு அதிகாரி ராஜேந்திர சோழனிடம் வந்தார். ஆனால் வலிமைமிக்க சோழன், பேரரசர்களுக்கு சில நிமிடங்கள் தனிமை கொடுத்து காத்திருக்கும்படி அவருக்கு சைகை செய்தார்.

'அப்படியானால் நமது முக்கிய பலவீனம் என்ன என்று நீங்கள் நினைக்கிறீர்கள்?' ராஜேந்திர சோழன் கேட்டார்.

'*ஷத்ருபோத்*,' போஜதேவ் பர்மர் கூறினார்.

'*ஷத்ருபோத்*?' பீம்தேவ் சோலங்கி கேட்டார்.

'ஆம். *ஷத்ருபோத். எதிரியைப் பற்றிய அறிவு*. பெரிய ஆச்சார்ய சாணக்கியர் இதைப் பற்றிப் பேசியிருந்தார். போஜ்பால் பல்கலைக்கழகத்தில் படிக்கும் பங்கஜ் என்ற இளம் அறிஞர் இதைப் பற்றி எழுதியுள்ளார். நான் உங்களுக்குச் சொல்வது அவரது கோட்பாட்டை அடிப்படையாகக் கொண்டது. துருக்கியர்களை

முட்டாள்தனமான காட்டுமிராண்டிகள் என்று நாம் நினைக்கிறோம். ஊமை மிருகங்களைப் போல மட்டுமே போராட முடியும். வேறு எதுவும் இல்லை. ஆனால் அவர்கள் ஒரு துறையில் நம்மைவிட புத்திசாலிகள் என்று நான் சொல்கிறேன். பொருள்: *ஷத்ருபோத்*. அவர்கள் தங்கள் எதிரிகள் மற்றும் அவர்களின் வழிகள் குறித்து முழுமையான தெளிவைக் கொண்டுள்ளனர். அவர்கள் தங்கள் எதிரிகளை நன்கு புரிந்துகொள்கிறார்கள். அவர்கள் நமது வழியைப் படிக்கிறார்கள். நாம் தோற்கடிக்கப்படுவதை உறுதி செய்யும் வழிகளில் நம்மை எப்படி தோற்கடிப்பது என்பதை அறியும் யுக்தி. அவர்கள் ஏன் நம் கடவுள்களின் சிலைகளை அழித்து, மீட்கும் பணத்திற்காக அவற்றைத் திருடுவதில்லை என்று நினைக்கிறீர்கள்? அவர்கள் பணத்தைப் பற்றி மட்டுமே யோசித்துக்கொண்டிருந்தால், மீட்கும் பணம் மிகவும் லாபகரமானது, இல்லையா? ஆனால் அவர்கள் *ஷத்ருபோதின்* எஜமானர்கள். நம் ஆன்மா உடைக்கப்படுவதை உறுதி செய்வதற்காக, அவர்கள் நம் கடவுள்களின் சிலைகளை உடைக்கிறார்கள்.'

போஜதேவ் பர்மர் தொடர்ந்தார், 'அவர்களுக்கு எதிரிகளின் படிநிலைகூட உள்ளது. மிகக் குறைந்த மட்டத்தில், அவர்களின் முதன்மை எதிரிகள் இந்துக்கள், பௌத்தர்கள், ஜைனர்கள் மற்றும் யாசிதிகள் மற்றும் ஜோராஸ்ட்ரியர்கள்கூட, ஏனென்றால் அவர்கள் நம்மை சிலை வழிபாட்டாளர்களாகப் பார்க்கிறார்கள். அவர்களின் எதிரிகளின் பட்டியலில் நாம் மிக மோசமான உயிரினங்கள். அவர்கள் நம்மை எதிரிகளைப் போல நடத்தாமல் இருக்க நாம் எதுவும் செய்ய முடியாது. நமது இருப்பு அவர்களுக்கு அவமானகரமானது. குறைந்த அளவிற்கு, அவர்கள் இந்திய முஸ்லிம்களையும், யூதர்களையும் கிறிஸ்தவர்களையும் எதிரிகளாகப் பார்க்கிறார்கள். ஏனென்றால் அவர்கள் இந்திய இனத்தின் மீது இனவெறி வெறுப்பைக் கொண்டுள்ளனர், மேலும் தங்கள் மதத்தை "சரியான பதிப்பிற்கு" புதுப்பிக்காத யூதர்கள் மற்றும் கிறிஸ்தவர்களை ஆழமாக வெறுக்கிறார்கள். இந்தக் குழுவைவிட சிறந்த நிலையில் பாரசீக முஸ்லிம்கள் உள்ளனர். ஏனென்றால் அவர்கள் இஸ்லாமைப் பின்பற்றுகிறார்கள், மேலும் துருக்கியர்கள் பாரசீக இனம் இந்திய இனத்தைவிட சிறந்தது என்று நம்புகிறார்கள். பாரசீக முஸ்லிம்களைவிட சாதகமான நிலையில் அரபு முஸ்லிம்கள் உள்ளனர், ஏனென்றால் அவர்கள் அசல் முஸ்லிம்களாகக் கருதப்படுகிறார்கள். மேலும் உச்சத்தில் துருக்கிய முஸ்லிம்கள் உள்ளனர். சுருக்கமாக, இது துருக்கியக் கண்ணோட்டம்.'

'ஹ்ம்ம்,' ராஜேந்திர சோழன் கூறினார். 'அது ஒரு சுவாரஸ்யமான நுண்ணறிவு. எல்லா மதங்களும் ஒன்றுதான், எல்லா கலாச்சாரங்களும் ஒன்றுதான், எல்லா மக்களும் ஒருவரையொருவர் நேசிக்க விரும்புகிறார்கள், அரசியல்தான் அவர்களைப் பிரிக்கிறது என்பது நம் தவறு. ஒரு சிறந்த உலகத்திற்கு நமக்குத் தேவையானது அன்பும் புதிய காற்றும் என்று நாம் நினைக்கும் இந்த அற்புத

நிலத்தில் நாம் வாழ்கிறோம். ஆனால் துருக்கியர்கள் தெளிவாகவும் இரக்கமற்றவர்களாகவும் இருக்கிறார்கள், குறிப்பாக அவர்களின் குழுவிற்கும் எதிரிகளுக்கும் வரும்போது.'

'மேலும்,' போஜதேவ் பர்மர் தொடர்ந்தார், 'அவர்களின் உள் சண்டைகள் மற்றும் உள்நாட்டுப் போர்கள் எதுவாக இருந்தாலும், அவர்கள் ஒருபோதும் தங்கள் சொந்தமான ஒருவருக்கு எதிராக ஒரு எதிரியை ஆதரிக்க மாட்டார்கள். ஒருபோதும். உதாரணமாக, ஒரு இந்தியர் இஸ்லாமை ஏற்றுக்கொண்டாலும் கூட, ஒரு துருக்கியருக்கு எதிரான போராட்டத்தில் அவர்கள் ஒருபோதும் ஒரு இந்தியரை ஆதரிக்க மாட்டார்கள். அவர்கள் தங்கள் குழுவில் யார், அவர்களின் எதிரிகள் யார் என்பதில் முற்றிலும் உறுதியாக உள்ளனர். நாம் அப்படி இல்லை. துருக்கியர்களை நாம் மற்றொரு மக்கள் குழுவாகவே நினைக்கிறோம், இந்தியர்களான நம்மிடமிருந்து வேறுபட்டவர்கள் அல்ல. *வசுதைவ குடும்பகம். மனிதகுலம் முழுவதும் ஒரே குடும்பம்* என்று நாம் நம்புகிறோம். சில இந்திய மன்னர்கள் ஒரு சக இந்தியருக்கு எதிராக ஒரு துருக்கியருடன் கூட்டணி வைப்பதில் எந்தத் தவறும் இல்லை என்று நினைக்கிறார். இது *ஷத்ருபோதின்* குறைபாட்டைக் காட்டுகிறது. உங்கள் உண்மையான எதிரி யார் என்பதைப் பற்றிய புரிதல் இல்லாதது.'

'அப்படியானால் தீர்வு என்ன என்று நீங்கள் நினைக்கிறீர்கள்?' என்று ஜெயசிம்ம சாளுக்கியர் கேட்டார்.

'*ஷத்ருபோதின்* அறிவையும் தத்துவத்தையும் நாம் ஆழமாகக் கற்றுக்கொள்ள வேண்டும். நான் போஜேஷ்வர் என்ற ஒரு பெரிய கோயில் வளாகத்தைக் கட்டுகிறேன். அது உலகின் மிகப்பெரிய கோயில்களில் ஒன்றாக இருக்கும். அதன் மையத்தில் ஒரு பிரமாண்டமான சிவன் கோயில் இருக்கும். ஆனால் அந்த வளாகத்திற்குள் *சுயம்போத் (சுயம்புலிங்கம்), ஷத்ருபோத் (எதிரியை அறிதல்), பரபோத் (பிறருக்குச் சேவை) மற்றும் யுக்போதத்தின் (போரின் நிலைமை)*, தத்துவத்தைக் கற்பிக்கும் ஒரு நிறுவனத்தையும் நிறுவுவோம். உலகம் முழுவதும் குறிப்பிடத்தக்க புவிசார் அரசியல் மாற்றங்கள் நிகழும் காலம் இது. குழப்பமான காலம். இந்தக் குழப்பத்தின் போது பழைய உலகளாவிய ஒழுங்கு சரிந்து, ஒரு புதிய ஒழுங்கு வெளிப்படும். இந்த நான்கு முக்கியமான துறைகளிலும் இந்தியர்களாகிய நாம் திறமையானவர்களாக இல்லாவிட்டால், இந்த சகாப்தத்தில் நாம் தோல்வியடைந்தவர்களில் ஒருவராக இருப்போம்,' என்று போஜதேவ் பர்மர் கூறினார்.

'இந்த வளாகத்தை நீங்கள் கட்ட வேண்டும், என் நண்பரே,' என்று ராஜேந்திர சோழர் கூறினார். 'இது இந்தியாவின் நன்மைக்காக இருக்கும்.'

'பஹ்ரைச் என்ற சிறிய ராஜ்ஜியத்தைச் சேர்ந்த சுஹெல்தேவ் என்ற இளவரசரின் வாழ்க்கையையும் நான் கண்காணித்து வருகிறேன். மிகவும் புத்திசாலியான இளைஞன். துருக்கியர்களைப்

பற்றி ஷத்ருபோத் பற்றி அவருக்கு நிறைய தெளிவு இருப்பதாகத் தெரிகிறது.'

'சுஹெல்தேவ்,' ஜெயசிம்ஹா கூறினார். 'நான் அவரது கதையை ஆர்வத்துடன் படிப்பேன். ஏனெனில், அவர்களின் உள்நாட்டுப் போர் முடிந்ததும், துருக்கியர்கள் மீண்டும் நம் மீது கவனம் செலுத்துவார்கள் என்பது நிச்சயம்.'

'நிச்சயமாக அவர்கள் செய்வார்கள்,' என்று போஜதேவ் பர்மர் கூறினார். 'நாம் அவர்களின் தாக்குதல்களைத் தாமதப்படுத்த மட்டுமே முடியும், ஆனால் அவர்களை முற்றிலுமாக நிறுத்த முடியாது. ஏனென்றால், அவர்களுக்கு வாய்ப்பு கிடைக்கும்போதெல்லாம், அவர்கள் நம் மீது படையெடுப்பார்கள் - அதுதான் அவர்கள். அவர்களைப் போன்ற எதிரிகளுக்கு எதிராக நாம் எப்போதும் விழிப்புடன் இருக்க வேண்டும்.'

விழாவிற்கான நல்ல நேரம் வந்துவிட்டது என்பதற்காக, சோழ அதிகாரியிடமிருந்து ஒரு கிசுகிசுப்பு எழுந்தது. 'மாட்சிமை தங்கியவர்களே...'

'ஆம், ஆம்.' ராஜேந்திர சோழன் தலையசைத்தார். 'வாருங்கள், நண்பர்களே. நம் இறைவனுக்கு ஒரு பெரிய கோயிலுக்கு ஒன்றாக அடிக்கல் நாட்டுவோம். அது என்றென்றும் நிலைத்திருக்கட்டும்.'

சாளுக்கியப் பேரரசர் ஜெயசிம்மன் மாலை வானத்தைப் பார்த்தார். சூரியன் மெதுவாக அடிவானத்தில் மூழ்கும்போது, அதன் மீது சிவப்பு நிறத் துளிகள் படர்ந்தன.

அவர் யஜுர் வேதத்தில் உள்ள ஸ்ரீ ருத்ரம் பாடலில் இருந்து ஒரு ஸ்லோகம் அல்லது வசனத்தை மெதுவாக உச்சரித்தார், அது மகாதேவருக்கு அர்ப்பணிக்கப்பட்டது, அவர் பெயர் ருத்ரா.

அசௌ யஸ்த்அம்ரோ அருணா உத பப்ருஹ் சுமங்கள:

யே சேமம் ருத்ரா அபிதோ திக்ஷு ஷ்ரிதா: சஹஸ்ரஷோ வைஷம் ஹேதா இமஹே ||

அவர் உதயமாகும்போது சிவப்பு நிறத்தில் இருக்கிறார், பின்னர் அவர் தங்க-மஞ்சள் நிறத்தில் காண்கிறார்,

அவர் இருளை விரட்டுகிறார், அவர் மங்களகரமானவர்,

அவரது மற்ற வடிவங்கள் ஒளிக்கதிர்கள் போல அனைத்து திசைகளிலும் பரவுகின்றன, அவர் ருத்ரா,

அவரது வடிவங்களில் ஒன்று மகிமையான சூரியன்.

நாங்கள் அவரை வணங்குகிறோம்.

ஜெயசிம்மரின் ஸ்லோகத்தின் சரியான உச்சரிப்பைப் பார்த்து மற்ற மூன்று பேரரசர்களும் புன்னகைத்தனர். மேலும் தூரத்தில் சூரியனின் மென்மையான கதிர்களைப் பார்த்தார்கள்.

சூரியன் தொடர்ந்து மறையக்கூடும். அதுதான் *பிரபஞ்சத்தின் இயற்கையான ஒழுங்கின் உடைக்க முடியாத சுழற்சி.* ஆனால் அதேபோல, இயற்கையின் மற்றொரு உடைக்க முடியாத விதி

என்னவென்றால், சூரியன் எப்போதும் திரும்பி வந்து தொடர்ந்து உதிக்கிறது.

கடவுள்கள் சில நேரங்களில் பின்வாங்கலாம். அத்தகைய சமயங்களில் அவர்களின் பக்தர்களுக்கு தங்கள் உலகம் முடிவுக்கு வருவதாகத் தோன்றலாம். கடவுள்கள் அவர்களைக் கைவிட்டுவிட்டார்கள் என்று எண்ணலாம். ஆனால் இயற்கையின் புனித விதி என்னவென்றால், சரியான நேரத்தில், கடவுள்கள் எப்போதும் திரும்பி வருவார்கள்.

நம்பிக்கை கொள்ளுங்கள்.

ஏனென்றால் கடவுள்கள் இல்லாமல், பக்தர்களின் இருப்பு அர்த்தமற்றது.

பக்தர்கள் இல்லாமல், கடவுள்கள் தங்கள் நோக்கத்தை இழக்கிறார்கள். ஒருவேளை மிகப்பெரிய காதல் கதை பக்தர்களுக்கும் அவர்களின் கடவுள்களுக்கும் இடையிலான கதையாக இருக்கலாம்.

சக்கரவர்த்திகள் தங்கள் கைகளை கூப்பி சூரியனை நோக்கி வணங்கினர்.

அவர்களின் மிக உயரிய அன்பை நினைவுபடுத்தினர். அவர்களின் உயர்ந்த பக்தியின் பொருள். அவர்களின் சிறந்த ஞானத்தின் ஆதாரம். அவர்களின் வலிமையின் உச்ச ஆதாரம்.

சிவன்.

பின்னர் அவர்கள் கோயிலின் இடிபாடுகளைப் பார்த்தார்கள். செய்ய வேண்டிய வேலை நிறைய இருந்தது.

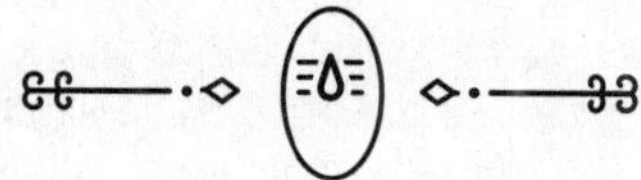

முடிவுரை

ஒரு தீர்க்கதரிசனம்

காஞ்சி, தமிழ்நாடு, இந்தியா

முகமது இறந்து ஒரு வருடம் ஆகிறது. கஸ்னாவிட் பேரரசு இன்னும் நடுங்கிக் கொண்டிருந்தது, ஒரு கொடூரமான உள்நாட்டுப் போரால் மண்டியிடப்பட்டது. இதற்கிடையில், மேற்கு இந்தியாவில், சோம்நாத்தில் உள்ள கோயில் புனரமைப்பு விரைவாகவும் நன்றாகவும் நடந்து கொண்டிருந்தது.

ராஜேந்திர சோழனின் மகன் இளவரசர் ராஜாதிராஜனும், போஜதேவ் பர்மரின் மகன் இளவரசர் ஜெயாவும் ஒரு சிறப்புப் பணிக்காக காஞ்சிக்கு வந்திருந்தனர். சோம்நாத் கோயில் தொடர்பான ஒரு முக்கியமான விஷயத்திற்காக. அவர்களுடன் சாளுக்கிய வம்சத்தின் இளவரசர் புலகித் மற்றும் தளபதி நரசிம்மனும் இருந்தனர்.

'ஆனால் எனக்குப் புரியவில்லை, மாட்சிமை மிக்க சங்கராச்சாரியார்*ஜி*,' என்று ராஜாதிராஜ சோழர் கூறினார். 'புனரமைக்கப்பட்ட சோம்நாதர் கோயிலில் காந்தக் கல்லிலான சிவலிங்கத்தின் உடைந்த துண்டுகளைப் பயன்படுத்தக்கூடாது என்று நீங்கள் சொல்கிறீர்களா?'

சுமார் முந்நூறு ஆண்டுகளுக்கு முன்பு வாழ்ந்த *முதல்* சங்கராச்சாரியார் *ஆதி* சங்கராச்சாரியார், பல *தர்மப்* பள்ளிகளை ஒத்திசைத்திருந்தார். சிலர் ஆதி சங்கராச்சாரியார் மிகவும் முன்னதாகவே, கிட்டத்தட்ட ஆயிரத்து நானூறு ஆண்டுகளுக்கு முன்பு வாழ்ந்தார் என்று கூறுகின்றனர். முந்நூறு அல்லது ஆயிரத்து நானூறு ஆண்டுகளா என்பது மகாதேவருக்கு மட்டுமே தெரிந்திருக்கும், ஆனால் பெரும்பாலான மனிதர்களின் மனதில், அவர் மிக உயரிய இந்துக்களில் ஒருவராகவும், சிறந்த குருக்களில் ஒருவராகவும் கருதப்பட்டார்

என்பதில் எந்த சந்தேகமும் இல்லை. அவர் இந்திய துணைக்கண்டம் முழுவதும் பல்வேறு சங்கராச்சாரியார் பீடங்களை அல்லது மடங்களை நிறுவினார். இவை மேற்கில் துவாரகையிலும், வடக்கில் ஜோஷிமத்திலும், கிழக்கில் பூரியிலும், தெற்கில் சிருங்கேரியிலும் அமைந்திருந்தன. இந்த மடங்கள் வேத அறிவைப் பாதுகாத்து பரப்பவும், சவாலான காலங்களில் தர்ம வாழ்க்கை முறையை வழிநடத்தவும் நிறுவப்பட்டன. ஆனால் பலர், ஐந்தாவது பீடமும் இருப்பதாகக் கூறினர். இந்தியாவின் தெற்கே உள்ள காஞ்சியில், தமிழ் நிலங்களில், பாலாறு நதிக்கு அருகில். அங்குதான் முதல் சங்கராச்சாரியார் தனது கடைசி நாட்களைக் கழித்ததாக சொல்லப்படுகிறது. ஆனால் இங்கும் பல உண்மைகளுடன் பாரம்பரிய தர்ம வெளிப்பாடுகளைக் கண்டோம், ஏனென்றால் ஆதி சங்கராச்சாரியார் தனது உடலை நீத்தது இந்தியாவின் வடக்குப் பகுதிகளில் உள்ள கேதார்நாத்ஜி அருகில், உயர்ந்த இமயமலையில் அமைந்திருப்பதாக மற்றவர்கள் கூறினர். மரணத்தில்கூட, ஆதி சங்கராச்சாரியார் இந்திய துணைக்கண்டத்தின் பல்வேறு பகுதிகளை ஒன்றிணைக்க முயன்றதாகத் தோன்றியது.

ஆதி சங்கராச்சாரியாரால் நிறுவப்பட்ட இந்த மடங்கள் ஒவ்வொன்றும் முதல் சங்கராச்சாரியாரின் வாரிசாகக் கருதப்பட்ட ஒரு சங்கராச்சாரியாரால் வழிநடத்தப்பட்டன. மேலும் இந்த உயிருள்ள சங்கராச்சாரியார்களின் ஆன்மீக நிலை பெரும்பாலான இந்துக்களின் பார்வையில், குறிப்பாக சிவனை வழிபட்டவர்களின் பார்வையில் எவரையும் மிஞ்சாமல் இருப்பதாகக் கூறப்பட்டது.

‘இல்லை, கூடாது, என் குழந்தை,’ என்று காஞ்சி சங்கராச்சாரியார் பதிலளித்தார்.

‘மதிப்பிற்குரிய சங்கராச்சாரியார்ஜி, மகாநிர்வாண் தந்திரக் கொள்கைகள் *காந்திட் மூர்த்திகளை (உடைந்த சிலைகளை)* தண்ணீரில் மூழ்கடிக்கலாம் ஆனால் வணங்கக்கூடாது என்பதைப் பற்றிப் பேசுகின்றன என்பதை நான் அறிவேன்,’ என்று ஜெயா பர்மர் கூறினார், ஏனெனில் அவர் தனது அறிஞர் தந்தையிடமிருந்து *உடைந்த சிலைகள்* தொடர்பான முறையான சடங்குகளைப் பற்றிக் கற்றுக்கொண்டார். ‘ஆனால் பல சடங்குகள், மூல மூர்த்தி மிகவும் சக்தி வாய்ந்ததாக இருந்தால், மீட்டெடுக்கப்பட்ட அனைத்து துண்டுகளையும் சரிசெய்து, பக்தர்கள் அதே மூர்த்தியை ஒரு முறை சரிசெய்த பிறகு வணங்க முடியும் என்று கூறுகின்றன.’ *பிரான் பிரதிஷ்டா* என்பது ஒரு சடங்காகும், இதில் உயிர் சக்தி ஒரு மூர்த்திக்குள் அழைக்கப்பட்டு நிலைநிறுத்தப்பட்டு, அடிப்படையில் அதை ஒரு தெய்வமாக உயிர்ப்பிக்கப்படுகிறது.

‘நீங்கள் அதைச் செய்யலாம்,’ என்று காஞ்சி சங்கராச்சாரியார் கூறினார். ‘ஆனால் செய்யக்கூடாது.’

‘ஆனால் ஏன்?’ என்று புலகித் சாளுக்கியர் கேட்டார்.

சங்கராச்சாரியார் பின்னால் சாய்ந்து ஆழ்ந்த மூச்சை எடுத்தார். தன்னைச் சந்திக்க வந்த நான்கு பேரில் மூத்தவரான நரசிம்மனைப்

பார்த்தார். தளபதி நீண்ட காலம் வாழ்ந்தவர், வெற்றியின் உச்சங்களையும் துக்கத்தின் ஆழத்தையும் கண்டவர். ஒவ்வொரு நபரும் தங்கள் வாழ்க்கையில் மிகக் குறைந்த நிலையை, அதாவது பாறை அடிமட்டத்தை அனுபவிப்பார்கள். எல்லாம் தவறாகத் தோன்றும்போது. நீங்கள் அந்த பயங்கரமான அனுபவங்களிலிருந்து தப்பித்தால், நீங்கள் ஒரு வித்தியாசமான மனிதராக வெளிப்படுவீர்கள். அடிப்படையில் வேறுபட்டது. இப்போது நரசிம்மன் எப்படி இருந்தார் என்பதுபோல. காலம், வாழ்க்கை மற்றும் அதிர்ச்சி மட்டுமே உங்களுக்குக் கற்பிக்கக்கூடிய சில விஷயங்கள் உள்ளன. இளமையின் ஆற்றலை வலியின் நெருப்பால் தணித்து, ஞானத்தின் சூடான ஒளியாக முதிர்ச்சியடையச் செய்ய வேண்டும்.

மனிதர்களைப் போலவே, நாகரிகங்களும் அப்படித்தான்.

‘பெரும்பாலான நாகரிகங்கள் கடந்து செல்லும் ஒரு சுழற்சி உள்ளது, என் குழந்தைகளே,’ வயதான மற்றும் ஞானியான சங்கராச்சாரியார் நான்கு மனிதர்களிடம் கூறினார். ‘அவை எழுகின்றன, உயர்கின்றன, தடுமாறுகின்றன, விழுகின்றன. பெரும்பாலும், அவை ஒருபோதும் மீள்வதில்லை. அவை முடிவில்லா சிதைவில் இறக்கின்றன, காலத்தின் மணலில் மீட்பிற்கு அப்பால் புதைக்கப்படுகின்றன. வலிமையான சாதனைகள் எவ்வளவு அதிகமோ, அவற்றின் அழிவுகள் அவ்வளவு பெரியவை. பெரும்பாலான நாகரிகங்களுக்கு இது நிகழ்கிறது. ஆனால் சிலவேறுபட்டவை...அவைவீழ்கின்றன,ஆனால்அவைஇறக்கவில்லை. அவை எழுந்து, தங்களைத் தூசி தட்டி மீண்டும் எழுகின்றன. ஒரு சுழற்சியின் உச்சத்தில் உயர்ந்து, ஒரு பீடத்தில் என்றென்றும் இருக்க விரும்புபவர்கள் உண்மையான வலிமையானவர்கள் அல்ல. விரக்தி மற்றும் அழிவின் ஆழத்திலிருந்து திரும்பி வருபவர்களே உண்மையான வலிமையானவர்கள். இறந்தவைகளிலிருந்து மீண்டும் வரக்கூடிய நாகரிகங்கள்தான் வலிமையானவை. பார்வோன் ஓஸிமாண்டியாஸ் ராஜாக்களின் ராஜாவாக இருந்திருக்கலாம், ஆனால் அவர் அதை அறிந்திருக்கவில்லை. பண்டைய எகிப்தின் கெமிட்டின் அவரது சிறந்த கலாச்சாரம் இறந்துவிட்டது, அது ஒருபோதும் மீளப் போவதில்லை. ஆனால் நமது கலாச்சாரம், இந்தியாவின் கலாச்சாரம், இன்னும் சுற்றி வருகிறது. உண்மையிலேயே நம்மைப் பற்றிய சிறப்பு என்னவென்றால், நாம் எவ்வளவு உயரமாக உயர்கிறோம் என்பதல்ல, மாறாக நாம் மரணத்திலிருந்து மீண்டு, மீண்டும் பிறக்கிறோம் என்பதே. இது பல முறை நடந்துள்ளது. நமது வேத கலாச்சாரத்தின் உச்சத்தை முடிவுக்குக் கொண்டுவந்த மகாபாரதத்தின் பெரும் போரின் போது நமது நிலத்திற்கான கடைசி மரணம் நிகழ்ந்தது. ஆனால் நாம் மீண்டு வந்தோம்... நாம் மரித்தோரிலிருந்து திரும்பி வந்தோம்... கடந்த இரண்டரை ஆயிரம் ஆண்டுகளில் சமமாக அசாதாரணமான ஒன்றை நாம் கட்டியெழுப்பினோம், இது நமது வேத காலத்தின் மீது கட்டமைக்கப்பட்டது, ஆனால் இன்னும் பலவற்றைச் சேர்த்தோம்... வரலாற்றில் மிகப் பெரிய கலாச்சாரம், பாரதவர்ஷத்தின் அற்புதமான நிலம் என்று உலகம் நம்மைப் போற்றுகிறது.’

‘ஆனால், இதற்கும் சோம்நாதர் கோயிலுக்கும் என்ன சம்பந்தம், பெரியவரே?’ ராஜாதிராஜ சோழர் கேட்டார்.

நரசிம்மன் கேள்விகள் கேட்கவில்லை என்பதைச் சங்கராச்சாரியார் கவனித்தார். அவர் ஏற்கனவே செய்தியைப் புரிந்துகொண்டது போல் இருந்தது. இருப்பினும், இளையவர்கள் வளர்ச்சியை சாத்தியமாக்கும் இளமை ஆற்றலால் நிரம்பி இருந்தனர், ஆனால் அவர்கள் எப்படி அல்லது உண்மையில் எந்த அடிப்படையில் வளர வேண்டும் என்பது தெரியாமல் இருந்ததால், அவர்களின் கேள்விகளுக்குப் பதில்கள் தேவைப்பட்டன.

‘சோம்நாதரின் அழிவு நமக்கு ஒரு தகவலாக இருந்தது,’ என்று சங்கராச்சாரியார் கூறினார். ‘முந்நூறு ஆண்டுகளுக்கு முன்பு முகமது பின் காசிமின் கைகளில் முல்தானில் உள்ள சூரிய கோயிலின் வீழ்ச்சியைவிட மிகவும் தெளிவான தகவல்.’

‘என்ன தகவல், பெரிய குருஜி?’ என்று ஜெயா பர்மர் கேட்டார்.

‘நாம் கடினமான காலத்தில் இருக்கிறோம். நமது வீழ்ச்சி தொடங்கிவிட்டது.’

‘ஆனால் நாம் இப்போதுதான் வென்றோம், மரியாதைக்குரியவரே,’ என்று புலகித் சாளுக்கியர் குழப்பமடைந்து கூறினார். ‘நாங்கள் முகமதைக் கொன்றோம், நமது பழிவாங்கல் முடிந்தது. துருக்கியர்கள் மீண்டும் வரும்போது, அவர்களை மீண்டும் ஒருமுறை தோற்கடிப்போம்.’

‘நாம் சில சமயங்களில் அவர்களை வெல்வோம், ஆனால் சில சமயங்களில் தோற்கவும் செய்வோம்,’ என்று சங்கராச்சாரியார் கூறினார். ‘நான் நட்சத்திரங்களைப் படித்திருக்கிறேன். நான் வரைபடங்களையும் அறிகுறிகளையும் ஆராய்ந்திருக்கிறேன். இந்தியர்களாகிய நமக்கு முன்னால் ஆயிரம் ஆண்டுகள் கடினமான காலம் உள்ளது. எழுச்சி பெறும் ஒவ்வொரு நாகரிகமும் இந்த வீழ்ச்சியை அனுபவிக்கும். நான் உங்களுக்குச் சொன்னது போல், இந்தச் சுழற்சிகளை நாம் பல முறை கடந்து வந்திருக்கிறோம். இந்தக் குறிப்பிட்ட சுழற்சியின் வீழ்ச்சிக் கட்டத்தில் நாம் நுழைகிறோம். மூன்று கட்டங்களில் ஆயிரம் ஆண்டுகள் தொடர்ச்சியான தாக்குதல்களைக் காண்போம். முதல் கட்டம் ஏற்கனவே தொடங்கிவிட்டது. துருக்கியர்கள் திரும்பி வருவார்கள். அவர்கள் இந்தியாவின் பெரும்பகுதியைக் கைப்பற்றி, ஆட்சி செய்யும் ஒரு காலம் வரும். இரண்டாவது கட்டத்தில், மேற்கிலிருந்து வெளிறிய தோல் கொண்ட ஐரோப்பிய மனிதர்களின் இனம் ஒன்று நம்மை ஆக்கிரமித்து வெற்றி பெறும்.’

மூன்று அரச குடும்பங்களும் விறைத்துப்போயின. அவர்களின் மனதில், இந்தியா வெல்ல முடியாதது. அந்நியர்கள் இந்தியாவை ஆள்வதை அவர்களால் கற்பனை கூட செய்ய முடியவில்லை.

சங்கராச்சாரியார் தொடர்ந்தார், ‘இந்த அந்நியர்கள் கிட்டத்தட்ட ஆயிரம் ஆண்டுகள் நம்மை ஆட்சி செய்வார்கள். இந்தியாவின் வடக்குப் பகுதியினர் தொடர்ந்து சண்டையிட்டுக் கொண்டே

இருப்பார்கள். மேலும், வெளிநாட்டினருக்கு எதிரான வட இந்தியர்களின் துணிச்சல் தென்னிந்தியர்களை ஒப்பீட்டளவில் பாதுகாப்பாக வைத்திருக்க உதவும். ஏனென்றால், வெளிநாட்டினர் வடக்கே போரிடுவதில் மிகவும் மும்முரமாக இருப்பார்கள், அதனால் தெற்கே படையெடுக்க மாட்டார்கள். நீங்கள் இந்தியாவில் தெற்கே எவ்வளவு தூரம் இருக்கிறீர்களோ, அடுத்த ஆயிரம் ஆண்டுகளுக்கு, நமது பண்டைய கலாச்சாரத்தை நீங்கள் உயிருடன் வைத்திருக்க முடியும். நடைமுறையில் வடக்கில் உள்ள நமது பண்டைய கோயில்கள் அனைத்தும் அழிக்கப்படும். ஆனால் தெற்கில் உள்ள கோயில்கள் அப்படியே இருக்கும். எனவே, உடைந்த சிவலிங்கத்தின் துண்டுகள், வரவிருக்கும் ஆயிரம் ஆண்டு குழப்பம் மற்றும் வன்முறை காலத்தில், முடிந்தவரை தெற்கே, இங்கே பாதுகாப்பாக வைக்கப்பட வேண்டும். சோம்நாதரின் சிவலிங்கத் துண்டுகளில் தேவையான அனைத்து சடங்குகளையும் தொடர்ந்து செய்து, மூர்த்தியின் துண்டான துண்டங்களில் சக்தியை வலுவாக வைத்திருக்க, தமிழ் *அக்னிஹோத்ரி* பூசாரிகள் குழுவைப் பற்றி நான் உங்களுக்குச் சொல்கிறேன்.'

'ஆனால் உடைந்த சிலைகளை வழிபடுபவர்கள் ஆன்மீக ரீதியாக பாதிக்கப்படுகிறார்கள்,' என்று ராஜாதிராஜ சோழன் கூறினார். 'தமிழ் *அக்னிஹோத்ரிகள்* பாதிக்கப்படமாட்டார்களா?'

'ஆம், அவர்கள் பாதிக்கப்படுவார்கள். அதுதான் அவர்களின் சமூகம் கொடுக்கத் தயாராக இருக்கும் விலை. சிவபெருமானுக்காக. ஆயிரம் ஆண்டுகளுக்குப் பிறகு, சரியான நேரம் வரும்போது, அவர்கள் இந்தத் துண்டுகளை சங்கர் என்ற தமிழ் முனிவரிடம் எடுத்துச் செல்வார்கள். சிவலிங்கத் துண்டுகளை அவர்கள் பிரதிஷ்டை செய்வார்கள். அப்போதுதான் சோம்நாதர் கோயில் உண்மையிலேயே மீட்டெடுக்கப்படும். அப்போதுதான் இந்தியாவின் வீழ்ச்சி முடிவுக்கு வரும். நாம் மீண்டும் எழத் தொடங்குவோம். அதுவரை, உடைந்த சிவலிங்கத்தின் ஒரு சிறிய துண்டை சோம்நாதரில் வைத்து, ஒரு வில்வ மரத்தின் கீழ் புதைத்து வைக்கலாம், இதனால் அது கோயிலின் தொடர்ச்சியான மறுமலர்ச்சிக்கு ஆன்மீக வாழ்வாதாரத்தை வழங்குகிறது.'

'சரியான நேரம் எப்போது என்று நமக்கு எப்படித் தெரியும்?' என்று புலகித் சாளுக்கியர் கேட்டார்.

'ராமர் அயோத்திக்குத் திரும்பும் நேரம் சரியாக இருக்கும்.'

இளவரசர்கள் குழப்பமடைந்தனர். ராஜாதிராஜ சோழர் கேட்டார், 'ஆனால் ராமர் அயோத்தியில் இருக்கிறார். அங்குள்ள அவரது மிகப்பெரிய கோயிலான *ராம ஜென்மபூமி*, வலிமையாக நிற்கிறது.'

காஞ்சி சங்கராச்சாரியார் சோகமாக சிரித்தார். 'என் குழந்தைகளே, நமக்கு முன்னால் இன்னும் நிறைய துன்பங்கள் உள்ளன. ராமர் அயோத்தியை விட்டு வெளியேறும் நாளை நீங்கள் காண மாட்டீர்கள். ஆனால் உங்கள் சந்ததியினர் பார்ப்பார்கள்.'

இளவரசர்கள் அமைதியாக இருந்தனர். ராமர் இல்லாமல் அயோத்தியை அவர்களால் கற்பனை கூட செய்ய முடியவில்லை.

'ஆனால் அவர் திரும்பி வருவார். குழந்தை ராமர் திரும்பி வருவார்.' காஞ்சி சங்கராச்சாரியார் ராமரை ஒரு சிறு குழந்தையான உருவத்தைப் பற்றிப் பேசும்போது அவரது குரல் உணர்ச்சியால் நடுங்கியது, ஏனென்றால் ராம ஜென்மபூமி கோயிலில் அவரது மூர்த்தி பிரதிஷ்டை செய்யப்பட்டது அப்படித்தான். 'ஆயிரம் ஆண்டுகளுக்குப் பிறகு நாம் அவரை மீண்டும் கொண்டு வருவோம்.'

'அவ்வளவு காலம் நாம் கஷ்டப்படுவோமா?' என்று ஜெயா பர்மர் கேட்டார்.

சங்கராச்சாரியார் பெருமூச்சு விட்டார், ஏனென்றால் இருண்ட மேகத்தைவிட வெள்ளிக் கோட்டைப் பார்க்கும் அளவுக்கு அவர் வயதாகிவிட்டார். 'தாய் இந்தியா துன்பப்படத்தான் செய்யும். ஆனால் மற்ற பண்டைய கலாச்சாரங்கள் அனைத்தும் அழிந்துவிடும். ஆயிரம் ஆண்டுகளுக்குப் பிறகு, இன்னும் உயிருடன் இருக்கும் ஒரே வெண்கல யுகத்திற்கு முந்தைய கலாச்சாரம் நம்முடையதாக இருக்கும்.'

'நாங்கள் மீண்டும் கட்டியெழுப்பிய சோம்நாதர் கோயில் வேறு யாராவது படையெடுப்பாளரால் மீண்டும் அழிக்கப்படுமா?' புலகித் சாளுக்கியர் கேட்டார். சோம்நாதர் கோயிலின் 'மீண்டும் மீண்டும் புதுப்பிக்கப்பட்டதைப்' பற்றி சங்கராச்சாரியார் கூறியதை அவர் புரிந்துகொண்டார்.

'ஆம், அப்படியே நடக்கும்.' சங்கராச்சாரியாரின் கண்கள் கொஞ்சம் கண்ணீர் விட்டன. 'ஆனால் நாம் அதை மீண்டும் கட்டுவோம். மீண்டும். மற்ற கோயில்களையும் கட்டுவோம். இது, இந்த வெளிநாட்டினருக்கு எதிராக, பூர்வீக இந்தியர்களாகிய நாம் நடத்தும் கடுமையான எதிர்ப்பாக இருக்கும். நாம் துயரமான தோல்விகளைச் சந்திப்போம். இருப்பினும், பல போர்களில் வெற்றி பெறுவோம். மிக முக்கியமாக, நாம் ஒருபோதும் சரணடைய மாட்டோம். நமது தாய்நாடு, நமது தர்ம கலாச்சாரம், நிலைத்திருக்கும். ஆயிரம் ஆண்டுகளுக்குப் பிறகு, எழுச்சி தொடங்கும்.'

நரசிம்மன் இறுதியாக முன்னோக்கி சாய்ந்து முதல் முறையாக ஒரு கேள்வியைக் கேட்டார். 'பெரிய குரு சங்கராச்சாரியா*ஜி*, நீங்கள் ஆரம்பத்தில் ஆயிரம் ஆண்டு வீழ்ச்சிக் காலத்தில் மூன்று கட்டத் தாக்குதல்களைப் பற்றிப் பேசினீர்கள். முதலாவது துருக்கியர்களால். இரண்டாவது வெளிர் நிறமுள்ள சில ஐரோப்பியர்களால். மூன்றாவது கட்டத்தில் நம்மை யார் தாக்குவார்கள்?'

சங்கராச்சாரியார் சிரித்தார். வாழ்க்கையில் துன்பங்களை அனுபவித்த ஞானமுள்ள முதியவரை நம்பி, மிகவும் பொருத்தமான கேள்வியை அவரால்தான் கேட்கமுடியும். 'மூன்றாம் கட்டம் மிகவும் இதயத்தை உடைக்கும் ஒன்றாக இருக்கும். ஏனென்றால் முதல் இரண்டு கட்டங்களில், நம்மைத் தாக்குபவர்கள் வெளிநாட்டினர். ஆனால் மூன்றாவது கட்டத்தில், நம் சொந்த மக்களே, நம் சக இந்தியர்களில்

சிலர், நம்மைத் தாக்குவார்கள்.' சங்கராச்சாரியார் தனது இடது கையை உயர்த்தினார். 'இந்த மக்கள் நம்முடையவர்களாக இருப்பார்கள், ஆனால் அவர்கள் மனரீதியாகவும் உணர்ச்சி ரீதியாகவும் பாரதத்திலிருந்து பிரிந்து செல்வார்கள். நம்மைச் சுற்றியுள்ள அனைத்தையும் வெறுக்கிறார்கள். எப்போதும் வெளிநாட்டினருடன் சாய்கிறார்கள். நமது நாகரிகத்தில் உள்ள ஒவ்வொரு குறையையும் நாம் தனித்துவமான குறைபாடுள்ளவர்கள் போலவும், மற்ற எல்லா நாகரிகங்களும் சரியானவை போலவும் தாக்குகிறார்கள். இது மிகவும் கடினமான கட்டமாக இருக்கும்.'

சங்கராச்சாரியார் தனது வலது கையை உயர்த்தினார். 'இந்தியாவை நேசிப்பவர்களால் இந்தச் சுய வெறுப்பாளர்களை எதிர்த்துப் போராட முடியாது என்பதால் கடினம். உங்கள் உடலின் ஒரு பகுதி ஏதோ வெளிநாட்டு தொற்றுநோயால் பாதிக்கப்பட்டிருப்பதால் அதை நீங்களே தாக்கிக் கொள்ளக்கூடாது. இந்தியாவை நேசிப்பவர்கள் இந்தியாவை வெறுப்பவர்களைத் தாக்கக்கூடாது, மாறாக அவர்களை தாய்நாட்டை நேசிப்பவர்களாக மீண்டும் ஈர்க்க வேண்டும்.' சங்கராச்சாரியார் தனது இடது கையை வலது கையால் பிடித்தார், கிட்டத்தட்ட வலது கை இடது கையை ஆறுதல்படுத்துவது போல. 'மறுபுறம் இருப்பவர்கள் நம் சொந்த மக்கள், அவர்கள் தொலைந்து போனாலும்கூட. அவர்கள் நம்மை வெறுத்தாலும் நாம் அவர்களை வெறுக்கக்கூடாது. அன்பு, கருணை மற்றும் புரிதலுடன் அவர்களை வீட்டிற்கு அழைத்து வர வேண்டும். இது ஒரு கடினமான போராட்டமாக இருக்கும், ஆனால் நம் இந்தியாவை நேசிப்பவர்கள் இறுதியில் வெற்றி பெறுவார்கள். இந்தியாவை வெறுப்பவர்கள் மீண்டும் குடும்பத்திற்குள் கொண்டு வரப்படுவார்கள்.'

'ஆனால் நாம் ஏன் இந்த வீழ்ச்சியைக் கடந்து செல்ல வேண்டும்?' என்று ராஜாதிராஜ சோழர் கேட்டார்.

'ஏனென்றால் அதுதான் இயற்கையின் விதி. எழும் அனைத்தும் எப்போதாவது விழ வேண்டும். மேலும் முக்கியமாக, உங்கள் வெற்றிகளைவிட உங்கள் தோல்விகளிலிருந்து நீங்கள் அதிகம் கற்றுக்கொள்கிறீர்கள், மகிழ்ச்சியை விட துக்கத்தில் நீங்கள் அதிகம் வளர்கிறீர்கள். ஆயிரம் ஆண்டுகளுக்குப் பிறகு நம் நிலத்தை நிரப்பப் போகும் இந்தியர்கள் ஆயிரம் ஆண்டுகால வீழ்ச்சியை பகுப்பாய்வு செய்ய வேண்டும். அவர்களின் மூதாதையர்கள் ஏன் தோற்றார்கள் என்பதை அவர்கள் புரிந்து கொள்ள வேண்டும், அதனால் அவர்கள் அந்தத் தவறுகளை மீண்டும் செய்யக்கூடாது. ஆயிரம் ஆண்டுகள் இடைவிடாத போர், அறிவுசார், நிதி மற்றும் கலாச்சார தாக்குதல்களில் இருந்து தப்பித்த இந்திய கலாச்சாரத்தின் சிறப்பு என்ன என்பதை அவர்கள் கற்றுக்கொள்ள வேண்டும். அவர்கள் சரியான முடிவுகளை எடுத்து சரியான பாடங்களைக் கற்றுக்கொள்ளும்போது, அடுத்த எழுச்சியை அவர்கள் மிகச் சிறப்பாக நிர்வகிப்பார்கள்.'

நரசிம்மன் லேசாக சிரித்தார். 'அது நம் சந்ததியினருக்கு ஒரு பெரிய பணி.'

'ஆம், அதுதான்.' பின்னர் காஞ்சி சங்கராச்சாரியார் ஆயிரம் ஆண்டுகளில், கால மற்றும் இடத்தின் மிகப்பெரிய இடைவெளியைக் கண்டார். அவர் உங்களை, வாசிப்பாளர்களைப் பார்த்து, 'ஆயிரம் ஆண்டுகள் கிட்டத்தட்ட முடிந்துவிட்டன, என் குழந்தையே. இந்திய தாய் எழும்ப வேண்டிய நேரம் இது. *தர்மம்* எழ வேண்டிய நேரம் இது... வேலை செய்யத் தொடங்குங்கள்.'

ஓம் நம சிவாய.

பிரபஞ்சம் சிவபெருமானுக்குத் தலைவணங்குகிறது. நான் சிவபெருமானுக்குத் தலைவணங்குகிறேன்.

அமீஷின் பிற நூல்கள்

சிவா முத்தொகுதி

இந்திய வெளியீட்டின் வரலாற்றில் மிக வேகமாக விற்பனையான புத்தகத் தொடர்

மெலூஹாவின் அமரர்கள்

(சிவா முத்தொகுதி 1)

கிமு 1900. புவியில் வாழ்ந்த மிகச்சிறந்த அரசர்களில் ஒருவனாகிய ராமன் பல நூற்றாண்டுகளுக்கு முன்பு உருவாக்கிய முழுமைபெற்ற பேரரசு மெலூஹா எனும் நாட்டை அந்தக்காலகட்டத்தில் வாழ்ந்தவர்கள் அறிவர். இப்போது அவர்களின் முதன்மை நதி சரஸ்வதி மறைந்துகொண்டு வருகிறது. கிழக்கு திசையிலிருந்து எதிரிகளின் தீவிரவாதத் தாக்குதல்களை சந்திக்கிறார்கள். புராண நாயகன் நீலகண்டன் இந்தத் தீமைகளை அழிக்கத் தோன்றுவானா?

நாகர்களின் இரகசியம்

(சிவா முத்தொகுதி 2)

தீயவனாகிய போர்வீரன் நாகா என்பவன் பிரகஸ்பதியைக் கொன்றுவிட்டு இப்போது சதியை தொடர்கிறான். தீமையை அழிப்பவனாக அறிவிக்கப்பட்ட சிவா, அரக்கனின் அழிவு காணாமல் ஓயமாட்டான். கடுமையாக போரிடுவான், சிவா முத்தொகுதியின் இரண்டாவது நூலாகிய இதில் நம்பமுடியாத ரகசியங்கள் வெளிப்படும்.

வாயுபுத்ரர் வாக்கு

(சிவா முத்தொகுதி 3)

சிவா தன் படைகளைத் திரட்டுகிறார். நாகர்களின் தலைநகர் பஞ்சவடியை அடைகிறார். தீமை இறுதியாக தன்னை வெளிக்காட்டுகிறது. தனது உண்மையான எதிரியுடன் நீலகண்டன் ஒரு புனிதப் போருக்குத் தயாராகிறார். அவர் வெற்றி பெறுவாரா? பரபரப்பாக விற்பனையாகும் சிவா முத்தொகுதியின் இந்த கடைசி நூலில் இந்த மர்மங்களுக்கான விடையைக் கண்டடைவீர்.

இராமச்சந்திரா தொகுதி

இந்திய வெளியீட்டின் வரலாற்றில் மிக வேகமாக விற்பனையான இரண்டாவது புத்தகத் தொடர்

ராம் - இக்ஷ்வாகு குலத்தோன்றல்

(இராமச்சந்திரா தொகுதி 1)

ஒரு பயங்கரமான போர் உயிர்களைக் கொன்றது, அயோத்தியை பலவீனமாக்கியது. அழிவு மேலும் ஆழமாகிறது. இலங்கை மன்னனாகிய அசுரன் ராவணன், தோற்றவர்கள் மீது ஆட்சியை திணிக்கவில்லை. மாறாக அவன் வணிகத்தைத் திணிக்கிறான். பேரரசிலிருந்து செல்வம் உறிஞ்சப்படுகிறது. மக்கள் சகித்துக்கொண்டிருக்கும் துயரத்தின் ஊடாக, தங்களுக்குள் ஒரு தலைவன் இருப்பதை அவர்கள் உணர்ந்திருக்கவில்லை. விலக்கி வைக்கப்பட்ட ஒரு இளவரசன். ராமன் என்று அழைக்கப்பட்ட இளவரசன் அமீஷின் இராமச்சந்திர தொடர்களில் காப்பியப் பயணத்தைத் தொடங்குவீர்.

சீதா - மிதிலைப் போர் மங்கை

(இராமச்சந்திரா தொகுதி 2)

ஒரு கைவிடப்பட்ட குழந்தை வயலில் கிடந்து கண்டுபிடிக்கப்படுகிறது. எல்லோராலும் ஒதுக்கப்பட்ட ஒரு சக்தியற்ற அரசுப்பகுதியான, மிதிலையின் மன்னரால் அவள் தத்தெடுக்கப்படுகிறாள். இந்த குழந்தை பெரிய உயர்நிலைக்கு வருமென்று யாருமே நம்பவில்லை. ஆனால் அவர்கள் தவறாக நினைத்தார்கள். ஏனென்றால் அவள் சாதாரணப் பெண் அல்ல. அவள் சீதா. இராமச்சந்திர வரிசையில் இரண்டாவது நூலோடு புராணம் உடனான பயணத்தைத் தொடருங்கள்: பிரதம மந்திரியான ஒரு தத்தெடுக்கப்பட்ட குழந்தையின் காலக்கிரம வளர்ச்சியைச் சொல்லுவது ஒரு மெய்சிலிர்க்கும் சாதனையாகும்.

ராவணன் - ஆர்யாவர்த்தாவின் எதிரி

(இராமச்சந்திரா தொகுதி 3)

ராவணன் மனிதர்களுள் சிறந்தவனாக ஓங்கி வளர வேண்டும், அடக்கி ஆண்டு, கொள்ளை அடித்து, தான் நினைக்கும் சிறப்பை எப்படியாவது அடைந்தே தீருவது என்ற திண்மை. முரண்களின் வடிவானவன், படு கொடுமைகளை அஞ்சாமல் செய்பவன்,மெத்த படித்த மேதாவி. எதிர்பார்ப்பின்றி அன்பையும் வைப்பான், குற்ற உணர்ச்சி இன்றி கொலையும் செய்வான். இந்த பிரமிக்கவைக்கும் இராமசசந்திரா தொடரின் மூன்றாவது புத்தகம், ராவணனை, இலங்கையின் மன்னனை நமக்கு அறிமுகப்படுத்துகிறது. இருளிலும் அந்தகார இருளின் மீது வெளிச்சம் அடிக்கப்படுகிறது. அவன் வரலாறு காணாத கொடூரனா, அல்லது, எப்பொழுதுமே இருளில் மாட்டி தவிக்கும் சாதாரண மனிதனா?

இலங்கைப் போர்

(இராமச்சந்திரா தொகுதி 4)

இந்திய வெளியீட்டு வரலாற்றில் அதிவேகமாக விற்பனையாகும் புத்தகத் தொடர்களில் இரண்டாவது இடத்தைப் பெற்ற இராமச்சந்திரா தொடரின் முதல் மூன்று புத்தகங்கள், ராம், சீதா மற்றும் ராவணனின் தனிப்பட்ட வாழ்க்கைப் பயணத்தை ஆராய்கிறது. இந்தப் புத்தகத் தொடரின் நான்காவது காவிய படைப்பான இந்நூலில் இம்மூவரின் கதைகள் இழைந்தோடி, படுகொலையாக மாறும் ஒரு போராக வெடித்துச் சிதறுகிறது. தர்மத்தின் விதிகளால் கட்டுப்படுத்தப்பட்டுள்ள ராம் இரக்கமற்ற அரக்கன் ராவணனைத் தோற்கடிப்பானா? இக்கட்டான மூலையில் மாட்டிய புலியைப்போல் எதிர்த்துப் போராடுமா அல்லது எரிந்து சாம்பலாகுமா இலங்கை? போருக்கு கொடுக்கப்படவேண்டிய விலைக்கு தகுதியானதா வெற்றி? மிக முக்கியமாக, விஷ்ணு எழுவாரா? மண்ணின் உண்மையான எதிரிகள் அவரைக் கண்டு அஞ்சுவார்களா? ஏனென்றால் அச்சத்திலிருந்து பிறப்பதுதான் அன்பு.